डॉक्टर झिवागो

लेखक
बोरिस पास्तरनाक

अनुवाद
आशा कर्दळे

मेहता पब्लिशिंग हाऊस

Please contact us at **Mehta Publishing House,** Pune 411030.
Email : production@mehtapublishinghouse.com
Website : www.mehtapublishinghouse.com

- *या पुस्तकातील लेखकाची मते, घटना, वर्णने ही त्या लेखकाची असून त्याच्याशी प्रकाशक सहमत असतीलच असे नाही.*

DOCTOR ZHIVAGO by BORIS PASTERNAK
Translated into Marathi Language by Asha Kardale

डॉक्टर झिवागो / अनुवादित कादंबरी

अनुवाद : आशा कर्दळे
Email : author@mehtapublishinghouse.com
मराठी अनुवादाचे आणि प्रकाशनाचे हक्क मेहता पब्लिशिंग हाऊस, पुणे.
प्रकाशक : सुनील अनिल मेहता, मेहता पब्लिशिंग हाऊस,
१९४१ सदाशिव पेठ, माडीवाले कॉलनी, पुणे ४११०३०.
अक्षरजुळणी : एच. एम. टाईपसेटर्स, ११२०, सदाशिव पेठ, पुणे - ३०.
मुद्रक : पार्कसन्स ग्राफिक्स
मुखपृष्ठ : चंद्रमोहन कुलकर्णी
मुद्रित-संस्करण : मोहन वेल्हाळ
प्रकाशनकाल : एप्रिल, २००१ / पुनर्मुद्रण : मार्च, २०१७
किंमत : ₹ ३९५
P Book ISBN 9788177660449
E Book ISBN 9789386454287
E Books available on : amazonkindle Apple Books Google Play Books

---

अतिशय वळणावळणांवरून, अनेक व्यक्तिरेखांना सामावून घेत, कित्येक घटनांना जन्म-मरण देत ही कादंबरी विलक्षण चटका लावून जाते.

– डॉ. सुवर्णा दिवेकर, दैनिक केसरी

प्रत्ययकारी व्यक्तिचित्रांचे रेखाटन असणारी लक्षणीय कादंबरी

– दैनिक केसरी

चार दशकांचा कालपट मांडणारी आणि ठसठशीत व्यक्तिरेखांनी संपन्न युद्ध पार्श्वभूमीवरील कादंबरी.

– संदीप आडनाईक, दैनिक केसरी

युरी आणि लारा....

मी तुम्हांला पाहिलं नाही; पण वेळी-अवेळी
माझ्या आठवणीत शिरून तुम्ही मला
व्याकूळ आणि अस्वस्थ करता.

– आशा कर्दळे

कादंबरीतील महत्त्वाच्या व्यक्तिरेखा

युरी आन्द्रईविच झिवागो : लहानपणी त्याला लाडानं 'युरा', 'युरोचका' म्हणत. आन्द्रेई झिवागो या परागंदा माणसाचा मुलगा.

मारिया झिवागो ही युरीची आई.

इव्हग्राफ आन्द्रेईविच झिवागो : युरीचा सावत्र भाऊ. युरीचे वडील आणि राजकन्या एनरिकीपासून झालेला मुलगा.

निकोलाय निकोलविच (अंकल कोलिआ) : युरीचे मामा.

ॲन्टोनिना ग्रोमिको (टोनिया) : अलेक्झांडर ग्रोमिको यांची मुलगी.

अलेक्झांडर रसायनशास्त्राचे प्रोफेसर.

त्यांची पत्नी ॲना इव्हानोव्हना. तिचे वडील इव्हान क्रूगर हे श्रीमंत जमिनदार होते.

मिशा गोर्दन : एका वकिलाचा मुलगा.

मिशा आणि युरी बालपणापासून मित्र. ते ग्रोमिकोंच्या घरी राहत होते.

लारिसा फिओदोरोव्हना गीशर : (लारा) अमालिया गीशर या फ्रेंच विधवेची मुलगी.

लाराचे वडील रशियन होते.

रोदियन (रोदिया) हा लाराचा लहान भाऊ.

व्हिक्टर कॉमरॉव्हस्की : आन्द्रेई झिवागो यांचा वकील. मादाम गीशरचा प्रियकर आणि सल्लागार.

लॅवरेन्ती कोलोग्रिव्हॉव : श्रीमंत उद्योगपती.

नादिया आणि लिपा या त्याच्या मुली.

पावेल ॲन्टिपॉव्ह : (पाशा) एका रेल्वे कामगाराचा मुलगा. वडिलांचं नाव

पावेल फेरापोन्तोविच ॲन्टिपॉव्ह, तर पाशाचं नाव पावेल पावलोविच ॲन्टिपॉव्ह.

वडिलांना सैबेरियात हद्दपार करण्यात आल्यानंतर पाशा तिवर्झिन कुटुंबासमवेत राहिला.

कुप्रियन तिवर्झिन याची आई मार्फा. रेल्वे कामगाराचं हे कुटुंब क्रांतिकारी विचारांचं होतं.

ओसिप गॅलिउल्लिन (युसुप्का) : तिवर्झिन यांच्या भाड्याच्या घरात हमाल म्हणून काम करणाऱ्या गिमॅझद्दिन याचा मुलगा. तो मुसलमान होता.

निका दुदोरोव्ह : क्रांतिकारी दहशतवादी देमेन्ती दुदोरोव्ह आणि त्यांची पत्नी जॉर्जियन राजकन्या यांचा मुलगा.

मार्केल स्कॅपॉव्ह : ग्रोमिकोंच्या घरचा नोकर.

त्याची मुलगी मारिना.

मिकुलित्सिन : क्रूगर यांच्या इस्टेटीचा एके काळचा व्यवस्थापक.

त्याचा मुलगा लिबेरिअस हा पार्टिझन्स सैन्याचा नेता.

◆

संदर्भ-टीपा

१९०५ च्या, रशियातल्या विस्फोटापासून सुरू होऊन ही कादंबरी दुसऱ्या महायुद्धापाशी (१९४६) संपते. म्हणजे जवळजवळ चाळीस वर्षांचा मोठा पट या कादंबरीला लाभला आहे. यात अनेक लहान-मोठे उठाव, जपान-रशिया युद्ध, पहिलं महायुद्ध, रशियातली कम्युनिस्ट क्रांती, मग उद्भवलेलं यादवी युद्ध अशा घटनांच्या संदर्भात अनेक व्यक्ती, संकल्पना, स्थळांचे उल्लेख येतात. त्यांचं थोडं स्पष्टीकरण :

१) १९०५ चा विस्फोट :

या काळात रशियाचं जपानशी युद्ध सुरू होतं. त्यात रशियाचा दारुण पराभव झाला. दारिद्र्यानं त्रस्त झालेल्या आणि झारच्या अधिकाऱ्यांनी चालवलेल्या दडपशाहीला कंटाळलेल्या दोन लाख कामगारांचा मोर्चा पेट्रोग्राडमधल्या विंटर पॅलेसवर गेला. त्यांना झारविषयीची आत्यंतिक निष्ठा व्यक्त करायची होती व शांतपणे आपल्या हाल-अपेष्टा सांगायच्या होत्या. पण निदर्शकांवर बेछूट गोळीबार करण्यात आला. लोकांमध्ये असंतोष वाढत गेला. अनेक कारखाने बंद पडले. रेल्वेसह इतर कामगार संपावर गेले. रशियन राज्यक्रांतीचा हा प्रारंभ मानला जातो. तो दिवस होता ९ जानेवारी, १९०५. या उठावाच्या चकमकी मुख्यत्वे मॉस्को, सेंट पीटर्सबर्ग या शहरांमध्ये झाल्या. या दिवसाला 'ब्लडी संडे' म्हणून ओळखतात.

२) फादर गॅपॉन :

असह्य पिळवणुकीनं मेटाकुटीला आलेल्या कामगारांना फादर गॅपॉन नावाच्या एका पाद्र्यानं संघटित केलं. तो पोलिसांचा हस्तक होता, की नुसता साधा कामगार, की खराखुरा धर्मगुरू, याबद्दल निश्चित माहिती नाही; पण त्यानं लाखो कामगारांना संघटित केलं, एवढं मात्र खरं. तो मोर्चावर झालेल्या गोळीबारातून निसटला आणि फिनलंडमार्गे युरोपमध्ये निघून गेला, असं म्हणतात.

३) ड्युमा :

१९०५ च्या विस्फोटानंतर झारनं मर्यादित लोकशाही सुरू करायचं ठरवलं. त्यानुसार पहिली संसद स्थापन केली. रशियन पार्लमेंटला ड्युमा हे नाव मिळालं. पहिल्या महायुद्धापर्यंतच्या काळात चार ड्युमा अस्तित्वात आल्या. पण झारची इच्छा, ड्युमानं आपल्या धोरणावर शिक्कामोर्तब करावं, इतकीच होती. तथापि, झारला सार्वत्रिक असंतोषाची दखल घ्यावीच लागली. संसदीय निवडणुका घेतल्या जातील, असं आश्वासन द्यावं लागलं. पहिली ड्युमा निरनिराळ्या मागण्यांमुळं गाजली. जमिनीची पुन्हा वाटणी करा, राजबंद्यांना मुक्त करा, पोलंडला स्वायत्तता द्या, या मागण्या झारला गैरसोयीच्या होत्या. म्हणून ही संसद रद्द करण्यात आली.

४) झार :

रशियावर तीनशे वर्षं रोमॅनोव्ह घराण्याची अधिसत्ता होती. राजे झार म्हणून ओळखले जात. बहुतेक राजे जुलमी होते.

झार दुसरा अलेक्झांडर याचा खून झाला.

झार तिसरा अलेक्झांडर याची कारकीर्द फारच थोडी वर्षं चालली.

दुसरा निकोलस हा रशियावर राज्य करणाऱ्या रोमॅनोव्ह घराण्याचा शेवटचा झार. रासपुतीन हा अवलिया याच्याच जवळचा. ऑक्टोबर क्रांतीनंतर या दुसऱ्या निकोलसला राजघराण्यात कडक बंदिवासात ठेवण्यात आलं. नंतर हद्दपार करण्यात आलं. १८ जुलै, १९१८ रोजी निकोलस आणि त्याच्या सबंध कुटुंबाची बोल्शेविकांनी निर्घृण हत्या केली.

५) कोसॅक :

रशियात त्या वेळी कायदा आणि सुव्यवस्था राखण्याच्या कामी दोन प्रकारचे पोलिस असत. एक म्हणजे नेहमीचे स्थानिक पोलिस; आणि दुसरे झारच्या खास तैनातीमधले रंगीबेरंगी पोशाख केलेले झारचे कोसॅक सैनिक. ते झारचे खास पोलिसही होते. झारचे खास पोलिस म्हणून लोकांना त्यांच्याबद्दल भीतियुक्त आदर असे. ते नेहमी उमद्या घोड्यांवरून फिरत.

६) बोल्शेविक, मन्शेविक :

रशियात १८९८ मध्ये सोशल डेमॉक्रॅटिक लेबर पार्टी स्थापन झाली होती. १९०३ मध्ये ही पार्टी बोल्शेविक आणि मेन्शेविक या दोन गटांमध्ये विभागली. बोल्शेविक म्हणजे बहुमतवाले आणि मेन्शेविक म्हणजे अल्पमतवाले. बहुसंख्यांचा नेता लेनिन आणि इतर सदस्य हद्दपारच होते. बोल्शेविक गट अधिक जहाल विचारांचा होता. ताबडतोब क्रांती आणि श्रमिक वर्गाची, शेतकरी-कामगारांची सत्ता

हे त्याचं धोरण होतं. मेन्शेविक गटाचं नेतृत्व प्लेखॉनॉव्ह, मार्तोव्ह हे करत होते. साम्यवादाच्या दिशेनं जाताना कम्युनिस्टांना मध्यमवर्ग किंवा लोकशाही राजवटसुद्धा स्वीकारार्ह वाटेल, असं त्यांचं मत होतं. आधी भांडवलदारी लोकशाही क्रांतीवर लक्ष द्यावं, मग कालांतरानं कामगार समाजवादी क्रांती होऊ द्यावी, ही विचारसरणी मेन्शेविकांना मान्य होती. लेनिन मात्र– पार्टीत केवळ सक्रिय सदस्यांनाच प्रवेश द्यावा, कठोर अनुशासन असावं, कामगारांमध्ये वर्गभावना आधी जागृत करावी, मग राज्यक्रांती घडवता येईल, या ठाम मताचा होता. १९१७ च्या बोल्शेविकांच्या ऑक्टोबर क्रांतीत अखेर तेच सत्तेवर आले आणि १९१८ मध्ये कम्युनिस्ट पार्टीची स्थापना झाली.

७) कोमिसार :

सोविएत सरकारच्या कोणत्याही खात्याचा प्रमुख. अन्नधान्य, उपकरणं, दुकानं, जागा, वाहतूक वगैरे पुरवणारं खातं म्हणजे कोमिसरिएत. इतर कितीतरी कोमिसार असल्यानं सरकारच्या सदस्यांना पीपल्स कोमिसार म्हणावं, असं ट्रॉट्स्कीनं लेनिनला सुचवलं; आणि संपूर्ण सरकारसाठी 'सोविएत ऑफ पीपल्स कोमिसार' (मंत्री) असा शब्द मान्य झाला.

यादवी युद्धाच्या काळात वेगळ्याच प्रकारचे राजकीय कोमिसार निर्माण झाले होते. या काळात कोण कोणाशी लढतो, हे सामान्यांना कळत नव्हतं. अशा परिस्थितीत जीव वाचवून सैनिकांनी पळून जाणं ही नेहमीची गोष्ट. या गोष्टीला आळा घालण्यासाठी ट्रॉट्स्कीच्या डोक्यातून एक कल्पना निघाली. लष्कराच्या सर्व तुकड्यांमध्ये मोक्याच्या जागी निष्ठावान, क्रांतीसाठी जीवही देणाऱ्या पक्षकार्यकर्त्यांची नेमणूक करायची. राजकीय कोमिसार हे लाल सैन्यातील प्रचारमंत्रीच होते. लाल सेना श्वेत सेनेचा पराभव करू शकली, याचं फार मोठं श्रेय या राजकीय कोमिसारांकडं जातं.

अशा हजारो तरुणांनी यादवी युद्धात प्राणांची आहुती देऊन लाल सैनिकांचं नीतिधैर्य सतत उंचावत ठेवलं, हे कोमिसार म्हणजे लाल सेनेचं गुप्त हत्यार होतं. ते श्वेत सेनेकडं नव्हतं.

हे कोमिसार सैनिकांचं नीतिधैर्य उंचावण्याबरोबरच सैन्यात पक्षीय हेरगिरीही करत. त्यामुळं बराच कडवटपणा निर्माण होई.

८) यादवी युद्ध :

बोल्शेविकांनी सत्ता हातांत घेतल्याबरोबर त्यांच्याविरुद्ध वरिष्ठ वर्गाच्या हालचाली सुरू झाल्या. सततच्या युद्धामुळं देशाची सामाजिक-आर्थिक परिस्थिती पार खालावली होती. आलेली सत्ता टिकवायची, तर सैन्य हवं, म्हणून बोल्शेविकांनी लष्करभरती

जोरात सुरू केली. बोल्शेविक गटात सामील नसलेले राजकीय पुढारी, झारशाहीतले आणि हंगामी सरकारातले लष्करी अधिकारी आणि रशियन साम्राज्यातल्या अल्पसंख्य राष्ट्रांचे पुढारी यांनी एकत्र येऊन बंडखोरी सुरू केली. त्यातून यादवी युद्ध सुरू झालं.

९) रेड आर्मी, व्हाइट आर्मी :

व्हाइट आर्मी (विरोधी श्वेत) हा कम्युनिस्टविरोधी, क्रांतिविरोधी पक्ष होता. या पक्षाचा नेता कॉर्निलॉव्ह. कम्युनिस्ट पार्टीचं लाल सैन्य आणि श्वेत सैन्य या दोन्ही फौजांमध्ये भूप्रदेश बळकावण्यासाठी सतत लढाया चालू असत. पेट्रोग्राडमध्ये क्रांतीचा धूमधडाका चालू असताना बोल्शेविकांवर श्वेत सैन्याचे हल्ले होतच होते. अशा वेळी बोल्शेविकांना पाठिंबा देणाऱ्यांचं लाल सैन्य मोठ्या प्रमाणावर तयार झालं. १८ वर्षांचे कोवळे तरुणही हजारोंच्या संख्येनं सहभागी झाले. लाल सैन्याची संख्या पन्नास लाख झाली.

१०) बूर्झ्वा :

समाजातला भांडवलदारी अर्थरचनेचा समर्थक मध्यमवर्ग. क्रांतिकाळात हा शब्द फार महत्त्वाचा होता. मध्यमवर्गीय मनोवृत्तीचाही तो निदर्शक आहे. बूर्झ्वा डेमॉक्रॅटिक म्हणजे भांडवलदारी लोकशाहीचं समर्थन करणारा एक गट होता. यांत मेन्शेविकही होते. फेब्रुवारीच्या क्रांतीनंतर स्थापन झालेल्या हंगामी राजवटीला अभय द्यावं, काही काळ जाऊ द्यावा आणि मग श्रमिक वर्गाच्या साम्यवादी क्रांतीची प्रतीक्षा करावी, असं त्यांना वाटत होतं. लेनिन मात्र हंगामी सरकारला तात्काळ सुरुंग लावला पाहिजे, मध्यम वर्गापेक्षा कामगारांच्या लढ्यातूनच क्रांती झाली पाहिजे, या मताचा होता.

११) नवं आर्थिक धोरण :

एन्. ई. पी.– न्यू इकॉनॉमिक पॉलिसी. १९२१ मध्ये दहाव्या पक्ष-परिषदेत नवीन अर्थनीती मंजूर झाली. या नवीन आर्थिक धोरणाच्या काळात रशियानं अवघ्या जगात समाजवादी क्रांती घडवून आणायचं स्वप्न बाजूला ठेवून, फक्त आपल्याच देशात समाजवाद रुजवण्याचा निश्चय केला. याआधी कम्युनिस्टांनी शेतकऱ्यांकडून जबरदस्तीनं धान्यवसुली केली होती. नव्या अर्थनीतीमुळं या खंडणीला आळा बसला. मोठ्या प्रमाणावरचे मूलभूत उद्योग, वाहतूक, सार्वजनिक सेवा, बँका वगैरे क्षेत्रं सरकारच्या अखत्यारीत राहिली; पण लघुउद्योग आणि व्यापार खाजगी क्षेत्रात ठेवण्यात आला.

१२) शेतकरी :

रशिया हा प्रामुख्यानं शेतीप्रधान देश. पण गरीब शेतकऱ्यांचं जिणं हलाखीचं. झार दुसरा अलेक्झांडर यानं शेतकऱ्यांच्या परिस्थितीत सुधारणा करण्याचा प्रयत्न केला. भूदास या जाचक पद्धतीतून शेतकरी मुक्त व्हावा, म्हणून कायदाही केला, पण या सर्व सुधारणा अर्धवट ठरल्या. जमिनदाराच्या तावडीतून शेतकरी सुटला; पण ग्रामीण अर्थव्यवस्थेशी (ग्रामसभा– कम्यून्स) बांधला गेला. यादवी युद्धानंतर तर भूमिहीन शेतमजूर देशोधडीला लागला. मध्यम शेतकऱ्यांचं जीवन खालावलं. श्रीमंत शेतकऱ्यांनी क्रांतीला सशस्त्र विरोध करायला सुरुवात केली. लेनिनला कामगारांबरोबर शेतकऱ्यांनाही क्रांतीत समाविष्ट करून घ्यायचं होतं. लाल सेनेत शेतकऱ्यांना भरती करण्यात आलं.

१३) ज्यू :

झारच्या गुप्त पोलिसांनी 'ब्लॅक हंड्रेड' नावाची एक संघटना स्थापन केली. ती फार कुप्रसिद्ध होती. रशियात ज्यू लोक बरेच होते. हे ज्यू लोकच क्रांतीचे पुरस्कर्ते आणि झारचे विरोधक आहेत, असं म्हणून या संघटनांनी ज्यू वस्त्यांवर हल्ले करायला सुरुवात केली. रशियातल्या अराजकाला ज्यूच जबाबदार आहेत, असा प्रचार त्यांनी सुरू केला. ज्यूंचं शिरकाण सुरू केलं. गावागावांतून कत्तली, लूट करून ज्यूंना हाकलून दिलं.

रशियन साम्राज्यात निम्मी लोकसंख्या अल्पसंख्याक राष्ट्रांतल्या लोकांची होती. अल्पसंख्याकांचं दमन करायचं, हे धोरण झार दुसऱ्या अलेक्झांडरपासून सुरू होतं. यात ज्यू भरडून निघाले.

१४) पुश्किन :

१९ व्या शतकाला सर्वश्रेष्ठ रशियन कवी. डिसेंबरवाल्या क्रांतिकारकांशी त्याचे सूर जुळले होते. (डिसेंबर १८२५ मध्ये रशियात पहिला उठाव झाला होता. त्यात सहभागी झालेल्यांना डिसेंब्रिस्ट म्हणतात.) पुश्किननं गद्यलिखाणही केलं. वृत्तीनं तो बंडखोर होता आणि त्याच्या वाङ्मयीन कारकीर्दीच्या प्रारंभीच्या काळात तो स्वच्छंदतावादानं भारलेला होता. हळूहळू तो वास्तववादाकडे वळला.

१५) क्रांती :

रशियातली झारशाही उलथवून टाकणारी साम्यवादी क्रांती. जगाच्या इतिहासात फ्रेंच राज्यक्रांतीइतकंच रशियन राज्यक्रांतीला महत्त्व आहे. रशियाप्रमाणेच जगाच्याही राजकीय, वैचारिक, आर्थिक क्षेत्रावर तिनं फार मोठा प्रभाव पाडला. ही क्रांती ७ नोव्हेंबर, १९१७ रोजी घडून आली. पण रशियन कॅलेंडरप्रमाणे मात्र ही तारीख

२४, ऑक्टोबर होती. त्यामुळं ही 'ऑक्टोबर क्रांती' म्हणून ओळखली जाते.

रशियन राज्यक्रांतीला दीर्घकालीन पार्श्वभूमी आहे. अर्थात मुख्य श्रेय मार्क्सवादी विचारांचा प्रभाव असलेल्या लेनिनकडं जातं. १९१७ च्या एप्रिल महिन्यात, परदेशात हद्दपार असलेला लेनिन रशियात आला. त्या वेळची परिस्थिती त्याला बोल्शेविक क्रांतीसाठी अगदी योग्य वाटली. १९१७ ची जी क्रांती झाली, ती फेब्रुवारी क्रांती आणि ऑक्टोबर क्रांती अशा दोन टप्प्यांत विभागलेली आहे. फेब्रुवारी महिन्यात लोक अक्षरशः रस्त्यावर आले. घाबरलेल्या झारनं भावाच्या हाती सत्ता सोपवून स्वतः राजसंन्यास पत्करला. उदारमतवादी विचारांचे पुढारी सत्तेवर आले. हंगामी सरकार स्थापन झालं. पण लोकांच्या मनांत लेनिनविषयीच अधिक प्रेम होतं. शेवटी बोल्शेविकांनी २४ ऑक्टोबरला हंगामी सरकारही उलथवलं आणि सोविएत्सकडे सर्व अधिकार सोपवले. बोल्शेविकांनी सत्ता हस्तगत केली. ही ऑक्टोबर क्रांती किंवा बोल्शेविकांची क्रांती. त्याआधीची फेब्रुवारी क्रांती बूर्झ्वा क्रांती म्हणूनही ओळखली जाते. कारण तिला आणि हंगामी राजवटीला मेन्शेविकांचा पाठिंबा होता.

१६) पार्टिझन्स :

लाल सैन्याचाच एक भाग. त्यांच्या बाजूनं लढणारा एक समूह. ते उरल पर्वत भागात युरोपियन किंवा श्वेत रशियाच्या श्वेत सैन्याशी लढत होते. जंगलांमध्ये त्यांच्या छावण्या असत. त्यांनी आपल्या संघटनेला 'फॉरेस्ट ब्रदरहूड' असं नाव दिलं होतं.

१७) कोलचॅक :

'सुप्रीम रूलर' असं नामाभिधान मिळालेला जनरल कोलचॅक हा श्वेत सैन्याचा प्रमुख होता. कोलचॅक सैबेरियात होता. त्याच्या व्हाइट् आर्मीच्या फौजा बहुधा सरहद्दीवर लढत. १९१९ मध्ये त्याच्या फौजांवर कम्युनिस्टांच्या लाल सैन्यानं निर्णायक विजय मिळवला आणि व्हाइट आर्मी पराभूत होऊन सैबेरियात परतली.

१८) चेका :

१९१८ मध्ये कम्युनिस्ट सरकारनं अंतर्गत सुरक्षिततेसाठी चेका ही संस्था स्थापन केली. उघड शत्रू, संभाव्य शत्रू शोधून काढणं हे तिचं काम. हे गुप्त पोलिस खातं होतं.

१९) तैगा :

सूचिपर्णी आणि रुंदपर्णी वृक्षांच्या अरण्यांनी व्यापलेला हा प्रदेश पश्चिमेकडे फिनलंडपासून पूर्वेकडे पॅसिफिक महासागरापर्यंत पसरलेला आहे. रशियाचा निम्मा

भाग व्यापलेल्या या प्रदेशात बर्फानं सतत गोठलेले भाग, मोठाल्या नद्या, मोठाली सरोवरं, मोठाली मैदानं येतात. स्प्रूस, पाइन, फर, लार्च, सेडार या वनस्पती घनदाट जंगलात आढळतात.

२०) सोविएत :

याचा अर्थ मंडळ. पहिल्या महायुद्धाच्या काळात, म्हणजे १९१६ च्या सुमाराला पुन्हा एकदा रशियन सैनिकांची दमछाक झाली आणि झारनं युद्ध थांबवावं, अशी हाकाटी सुरू झाली. त्याला जनतेच्या मूलभूत गरजाही भागवता येत नाहीत, या जाणिवेनं संताप जणू केंद्रित झाला. कामगार आणि सैनिकांच्या प्रतिनिधींनी एकत्र येऊन मंडळं म्हणजे सोविएत्स् उभी केली. ही मंडळं लोकप्रिय झाली होती. झारशाही कोलमडल्यावर सत्ता स्थापन करण्यासाठी ही मंडळंही पुढं सरसावली. लेनिन रशियात परतला, तेव्हा त्यानं या सोविएत्सच्या हाती सत्ता जावी, अशीच आग्रही मागणी केली.

२१) हंगामी सरकार :

झारशाही नष्ट झाल्यानंतर लोकसभेच्या सभासदांमध्ये परंपरानिष्ठ आणि उदारमतवादी विचारांचे सभासद पुढं आले आणि त्यांनी झारशाहीच्या जागी हंगामी सरकार स्थापन केलं. त्या सरकारचा पंतप्रधान होता केरेन्स्की. त्यानं लेनिन हा जर्मनीचा हस्तक आहे, असा प्रचार सुरू केला. लेनिनला पुन्हा परागंदा व्हावं लागलं. पण हे हंगामी सरकारही भाकरी आणि सुव्यवस्थेचा प्रश्न सोडवू शकलं नाही. अखेर बोल्शेविकांनी हे सरकारही नेस्तनाबूत केलं. केरेन्स्कीनं पलायन केलं. इतर मंत्र्यांना अटक झाली.

२२) पुगाचोव्ह :

अठराव्या शतकातला बंडखोर शेतकरी क्रांतिकारक.

२३) ब्लॉक :

रशियन कवी आणि नाटककार.

◆

ऋणनिर्देश

मोठं काम अनेकांच्या सहकार्याशिवाय पार पडत नाही. या कादंबरीचा अनुवाद करायचा, असं ठरवल्यावर परवानगीचा प्रश्न उभा राहिला. त्याच वेळी माझी मैत्रीण परिमल चौधरी न्यूयॉर्कला जाणार होती. तिथं प्रत्यक्षच प्रकाशन- संस्थेत जाऊन तिनं परवानगीचा प्रश्न चटकन सोडवला.

श्री. मोहन वेल्हाळ यांनी मुद्रित-संस्करण करून छापील मजकुराला आकर्षक स्वरूप दिलं.

प्रकाशक यांनीही स्वत: रस घेऊन, देखण्या स्वरूपात या पुस्तकाची निर्मिती केली.

या सर्वांचे मनःपूर्वक आभार.

– आशा कर्दळे

पहाटे पाचची गाडी

'चिरशांती लाभो..' असं गाणं म्हणत ते चालत होते. जेव्हा गाणं थांबत होतं, तेव्हा त्यांची पावलं, घोडे आणि सोसाट्याचा वारा जणू ते थांबलेलं गाणं पुढं नेत आहेत, असं वाटत होतं.

रस्त्यानं जा-ये करणाऱ्या लोकांनी त्या अंत्ययात्रेला वाट करून दिली. काही जणांनी फुलांच्या माळा मोजल्या आणि हातांनी क्रॉस केला. काही जण उत्सुकतेनं अंत्ययात्रेत सामील झाले आणि त्यांनी विचारलं,

"कोणाचं दफन?"

"झिवागो." कोणीतरी सांगितलं.

"असं? त्यांची अंत्ययात्रा आहे?"

"त्यांची नाही. त्यांच्या पत्नीची."

"म्हणजे झिवागोपैकीच एकाची ना? तिच्या आत्म्याला शांती मिळो. फार चांगली अंत्ययात्रा आहे!"

शेवटचे क्षण हळूहळू जवळ येत होते– पुन्हा परत न येण्यासाठी.

'ही पृथ्वी परमेश्वराची आहे, म्हणूनच परिपूर्ण आहे. सर्व काही तिच्यात सामावलं आहे...'

असं म्हणून धर्मगुरूंनी क्रॉस करून मारियाच्या देहावर माती पसरली.

'प्रामाणिक व्यक्तींचे आत्मे' हे गाणं जमलेल्यांनी म्हटलं. नंतर एकदमच भीतिदायक घाईगर्दी सुरू झाली.

त्यांनी शवपेटी खिळे ठोकून बंद केली आणि खणलेल्या खड्ड्यात सोडली. चार फावड्यांनी पुढचं काम भराभर उरकलं. शवपेटीवर मातीची ढेकळं लोटून थडगं बुजवलं. मातीचा लहानसा उंचवटा तयार झाला. दहा वर्षांचा

एक मुलगा– युरी– त्या उंचवट्यावर चढला.

त्यानं जागेवरूनच डोकं वर केलं. धर्मगुरूंच्या त्या मठाच्या घुमटांकडं हरवलेल्या नजरेनं पाहिलं. शरद ऋतूमुळं सृष्टी उजाड झाली होती. धारदार नाक असलेला युरीचा चेहरा पिळवटल्यासारखा झाला. त्यानं मान उंच केली– लांडग्याच्या बछड्यासारखी. प्रत्येकालाच वाटलं, आता तो ओरडणार, मोठ्यानं आक्रोश करणार. त्यानं हातांनी चेहरा झाकून घेतला आणि हुंदके देत तो रडायला लागला. वाऱ्याचे सपकारे आणि पावसाचे थंडगार झोत त्याच्या हातांवर आणि चेहऱ्यावर आदळत होते.

घट्ट बाह्यांच्या काळ्या पोशाखातली एक व्यक्ती त्याच्या जवळ गेली. ते निकोलाय निकोलविच होते. मृत स्त्रीचे भाऊ आणि युरीचे मामा. पूर्वी धर्मगुरू होते; पण आता त्यांनी धर्मगुरुपदाची वस्त्रं उतरवली होती.

निकोलाय यांनी युरीला जवळ घेतलं आणि दफनभूमीच्या बाहेर नेलं.

सर्वांनी ती रात्र मठातच काढली. निकोलाय यांची पूर्वीची कारकीर्द लक्षात घेऊन त्यांना तिथं एक खोली देण्यात आली. दुसऱ्या दिवशी त्या सर्वांना दक्षिणेकडील व्होल्गा नदीकाठच्या प्रांतातल्या निकोलाय यांच्या गावी जायचं होतं. प्रागतिक विचाराच्या एका स्थानिक वृत्तपत्रात निकोलाय काम करत होते. प्रवासाची तयारी झाली होती. तिकिटं काढलेली होती आणि सामान बांधून कोपऱ्यात ठेवलं होतं. स्टेशन जवळच होतं. थोड्या अंतरावरून इंजिनांचं शंटिंग ऐकू येत होतं. जणू ती इंजिनं सुद्धा शोकाकुल होऊन ओरडत होती.

त्या संध्याकाळी थंडी एकदमच वाढली. खोलीच्या दोन खिडक्या जमिनीलगत होत्या. गोठलेली डबकी, मुख्य रस्त्याचा काही भाग, दुर्लक्षित अशा किचन गार्डनचा एक कोपरा आणि मारियाचं जिथं दफन झालं होतं, तो चर्चच्या अंगणाचा भाग त्या खिडक्यांमधून दिसत होता. भिंतीभोवती बाभळीची झुडपं वाढली होती. कोबीचा वाफा थंडीमुळं सुरकुतून निळा पडला होता. वाऱ्याच्या प्रत्येक झोतागणीक बाभळीच्या फांद्या झपाटल्यासारख्या नाचत होत्या; आणि रस्त्यावर पडून सपाट होत होत्या.

रात्री खिडकीवर टकटक आवाज झाला.

युरीला जाग आली.

गडद अंधारी खोली थरथरत्या पांढऱ्या गूढ प्रकाशानं उजळून निघाली होती.

युरीच्या अंगावर फक्त शर्टच होता. तसाच तो खिडकीकडं धावला आणि खिडकीच्या थंड काचेला अगदी नाक लावून बाहेर बघू लागला.

रस्ता, दफनभूमी किंवा किचन गार्डन यांपैकी काहीच दिसत नव्हतं. फक्त बर्फाचं वादळ आणि त्यामुळं हवा धुरासारखी झालेली दिसत होती.

बर्फाच्या वादळालाही जणू युरी दिसत होता आणि त्याला प्रभावित करण्यासाठी,

त्याच्या मनात भीती निर्माण करण्यासाठी सर्व शक्तीनिशी ते वादळ घोंघावत होतं, गर्जना करत होतं. आकाशात वर वर जाताना ते वादळ जणू पांढऱ्या प्रेतवस्त्राच्या घड्याच्या घड्या उलगडून, त्यांत पृथ्वीला लपेटून टाकत होतं. संपूर्ण विश्वात ते हिमवादळ एकमेव होतं. त्याला कुणीही प्रतिस्पर्धी नव्हतं–

युरी खिडकीजवळून दूर झाला. कपडे घालावेत, आणि बाहेर धावत जावं, असं त्याला तीव्रतेनं वाटलं. आता काही तरी करायला हवं. कोबीचा वाफा बर्फाखाली गाडला जाईल आणि तो कुणीही खणून बाहेर काढू शकणार नाही. त्याची आई सुद्धा जमिनीत खोल खोल बुडून असहायपणे त्याच्यापासून दूर जाईल, याची त्याला भीती वाटली.

–आणि पुन्हा एकदा, तो काहीही करू शकला नाही. त्याची ऊर्मी दबली आणि त्याच्या डोळ्यांत अश्रू आले.

निकोलाय मामांना जाग आली. ते युरीशी ख्रिस्ताविषयी बोलले. त्यांनी त्याचं सांत्वन करायचा प्रयत्न केला.

तो विचारमग्न होऊन खिडकीपाशी उभा राहिला.

दिवस उगवत होता. सर्वांनी कपडे करायला सुरुवात केली.

वडिलांनी खूप वर्षांपूर्वी बायको-मुलांना सोडून दिलं होतं, हे युरीला आई जिवंत असेपर्यंत माहीत नव्हतं. सैबेरियात ते व्यसनग्रस्त आयुष्य जगत होते. कौटुंबिक संपत्ती वारेमाप उधळत होते. वडील व्यवसायासाठी पीटर्सबर्गला गेले आहेत, असंच त्याला आईनं सांगितलं होतं.

युरीची आई नेहमी आजारी असायची. स्वतःला क्षय झाल्याचं लक्षात आल्यावर ती उत्तर फ्रान्स किंवा दक्षिण इटलीत उपचारासाठी जाऊ लागली. दोन वेळा युरीही तिच्याबरोबर गेला. प्रत्येक वेळी वेगवेगळ्या अनोळखी लोकांबरोबर त्याला राहावं लागलं. नंतर नेहमीचा तो बदल त्याच्या अंगवळणी पडला. अशा अनिश्चित परिस्थितीत सतत काहीतरी गूढ घटना घडायच्या. मग युरीनं वडिलांची अनुपस्थिती गृहीत धरायला सुरुवात केली.

युरीच्या अगदी लहानपणाचा काळ आनंदाचा होता. त्या वेळी अनेक गोष्टी कुटुंबाच्या नावानं ओळखल्या जात. झिवागो फॅक्टरी, झिवागो बँक, झिवागो इमारती, नेकटाय् पिन, इतकंच नव्हे, तर केकसुद्धा! एक काळ असा होता की, मॉस्कोतल्या स्लेन चालकाला 'झिवागोंच्या घरी ने' असं सांगणं म्हणजे 'मला टिंबक्टूला ने' असं सांगण्यासारखं होतं; आणि तो अचूकपणे त्या परीराज्यात घेऊन जायचा!

–आणि अचानक ते सगळं नाहीसं झालं. झिवागो घराणं एकदम गरीब झालं.

१९०३ मधला उन्हाळा. एक दिवस युरी निकोलाय मामांबरोबर स्लेजमधून ड्युप्लांकाला निघाला. लोकप्रिय पाठ्यपुस्तकांचे लेखक इव्हान इव्हानविच तिथं राहत होते. निकोलाय त्यांना भेटायचं होतं.

कझानमधल्या 'फीस्ट ऑफ द व्हर्जिन' चे दिवस होते. पिकांचा हंगाम अगदी बहरून आला होता. मेजवानीसारख्या जेवणामुळं असेल किंवा दुपारची वेळ असल्यामुळं असेल, रस्त्यानं एकही माणूस दिसत नव्हता. तळपत्या सूर्याखाली अर्धवट कापणी झालेली शेतं गुन्हेगारांच्या अर्धवट हजामत केलेल्या डोक्यांप्रमाणे दिसत होती. उष्ण हवेमुळं गव्हाची पिकं शान्त, ताठ उभी होती.

"कुणाची शेतं आहेत ही? जमिनदारांची, की शेतकऱ्यांची?" निकोलायनी स्लेजचालक पावेलला विचारलं.

हातातला चाबूक एका दिशेला दाखवत तो म्हणाला,

"ही जमिनदारांची शेतं आणि ती तिकडची शेतं शेतकऱ्यांची. हल्ली शेतकऱ्यांना फार चांगली वागणूक मिळते आहे. त्यामुळं ते बिघडले आहेत. आमच्यासारख्यांना काही हे बरोबर वाटत नाही!"

युरी मामांबरोबर ड्युप्लांकाला दुसऱ्यांदा येत होता. त्यामुळं रस्ता माहितीचा आहे, असं त्याला वाटतं होतं. स्लेज एका विशिष्ट गतीनं चालली होती. एखादा परिचित भाग आला, की प्रत्येक वेळी त्याला वाटत होतं, आता उजवीकडं वळलं, की सहा मैल पसरलेली कोलोग्रिवॉव्ह इस्टेट लागेल. मग दूर चमकणारी नदी आणि त्या पलीकडं रेल्वे लाइन. पण दरवेळी त्याचा अंदाज चुकत. शेतामागून शेतं मागं पडत होती आणि जंगलात दिसेनाशी होत होती.

त्या प्रचंड विस्तारानं त्याच्या मनात मुक्तपणाची भावना निर्माण झाली. तो भविष्याचा विचार करायला लागला, भविष्याची स्वप्नं बघायला लागला.

ज्या पुस्तकांमुळं निकोलाय पुढं प्रसिद्ध झाले, त्यांपैकी अजून एकही लिहून झालं नव्हतं. त्यांना अनेक कल्पना सुचत होत्या, पण त्या व्यक्त करण्याइतपत पक्क्या झाल्या आहेत, की नाहीत, याबद्दल मात्र त्यांना शंका वाटत होती. त्यांनी टॉलस्टॉय आणि क्रांतिकारक आदर्शवाद यांचा अभ्यास केला होता. लवकरात लवकर परिवर्तनाची दिशा दाखवणाऱ्या आणि सहज कळणाऱ्या उत्स्फूर्त अशा तत्त्वप्रणालीच्या शोधात ते होते. निरक्षर माणसाला किंवा लहान मुलालाही ती तत्त्वप्रणाली सहज कळली पाहिजे. काहीतरी नवीन सांगण्याची त्यांना आता तळमळ वाटत होती.

युरीला मामांबरोबर राहायला आवडत असे. मामांना पाहून त्याला आईची आठवण व्हायची.

आईप्रमाणेच निकोलाय यांचंही मन स्वातंत्र्याच्या भावनेनं उचंबळून जात असे. नवीन गोष्टींचं ते नेहमीच स्वागत करत. सुशिक्षित, उच्चकुलीन माणसासारखंच त्यांचं आचरण समानतेचं होतं.

मामा आपल्याला ड्युप्लांकाला घेऊन चालले आहेत, याचा युरीला आनंद झाला होता. फार सुंदर, प्रसन्न अशी जागा होती ती.

ती पाहताच त्याला आईची पुन्हा आठवण झाली.

आई अतिशय निसर्गप्रेमी होती आणि अनेक वेळा ती त्याला घेऊन गावाबाहेर फिरायला जात असे.

शिवाय निका दुदोरोव्हला भेटायची त्याला उत्सुकता होती. निका युरीपेक्षा दोन वर्षांनी मोठा होता. तो शाळेत जात होता आणि इव्हान यांच्याकडंच राहत होता.

निकोलाय आणि इव्हान हस्तलिखितावर चर्चा करू लागले. इव्हान यांनी लिहिलेल्या जमीन-प्रश्नांविषयीच्या पुस्तकातील मजकुरामधे निकोलाय यांनी काही सुधारणा सुचवल्या.

ते ज्या व्हरांड्यात काम करत बसले होते, तो काचांनी बंदिस्त केला होता. त्यामुळं तिथं काहीसा अंधारच होता. बागकामाची अवजारं आजूबाजूला पडली होती. एका मोडक्या खुर्चीच्या पाठीवर रेनकोट लटकवून ठेवला होता. कोपऱ्यात चिखलानं माखलेले बूट पडले होते.

रेशमाचे श्रीमंत व्यापारी कोलोग्रिवॉव्ह यांची ही इस्टेट; आणि तिथं इव्हान राहत होते.

काम संपल्यावर निकोलाय लगेच परत जायला निघाले.

''वादळ सुरू होईल. आम्हांला निघायलाच हवं.''

''वादळ वगैरे काही नाही. एवढ्यात मी तुम्हांला जाऊ देणार नाही. आपण आता चहा घेऊ.''

बागेतून कोळशाचा धूर निघताना दिसत होता. चहाचं मोठं भांडं शेगडीवर ठेवलं होतं. शेगडीखाली तंबाखू आणि सूर्यकमळांची रोपटी जळत होती. त्याचा वास सर्वत्र कोंदाटला होता.

एका नोकरानं घट्ट क्रीम, चीज आणि केक्स या पदार्थांनी भरलेला ट्रे आणला.

''चहा होईपर्यंत आपण नदीवर जाऊन येऊ...'' इव्हान यांनी सुचवलं.

सगळे जण नदीच्या बाजूला गेले.

इव्हान यांची कोलोग्रिवॉव्ह यांच्याशी चांगली मैत्री होती. त्यामुळंच या जागेतल्या मॅनेजरच्या दोन खोल्या त्यांना वापरायला मिळाल्या होत्या. कोलोग्रिवॉव्ह हे आधुनिक विचारसरणीचे लक्षाधीश गृहस्थ. क्रांतीविषयी त्यांच्या मनात सहानुभूती होती. ते

आपल्या पत्नीबरोबर परदेशात राहत होते. मात्र त्यांच्या दोन मुली– नादिया आणि लिपा या आया-नोकरांबरोबर या इस्टेटीवरच राहत होत्या. त्यांचं मुख्य घर इव्हान यांच्या खोल्यांपासून थोड्या अंतरावर होतं. या खोल्या आणि मोठं घर यांच्या मध्ये काटेरी तारेचं कुंपण होतं. मोठ्या घराभोवती छान बाग, हिरवळ आणि कृत्रिम तळी होती.

इव्हान म्हणाले,

"आता पाच वाजले आहेत. पाच वाजून पाच मिनिटांनी इथून सिझरॅनहून येणारी एक्सप्रेस जाते."

काही वेळानं दुरून निळ्या-पिवळ्या रंगाची एक गाडी मैदान ओलांडून जाताना दिसली. खूप अंतरामुळं ती छोटीशी दिसत होती.

अचानक ती गाडी थांबली. इंजिनातून धुराचे पुंजके बाहेर येत होते. नंतर गाडीनं एक दीर्घ शिट्टी वाजवली.

इव्हान म्हणाले,

"आश्चर्य आहे! काहीतरी गडबड असावी. अन्यथा इथं गाडी थांबण्याचं काहीच कारण नाही. चला, आपण परत जाऊ. चहा झाला असेल."

निका बागेत किंवा घरात कुठंच नव्हता.

युरी कंटाळला आणि उगीचच इकडंतिकडं भटकायला लागला.

ती जागा फारच रमणीय होती. ओरियल्स पक्ष्यांची शीळ युरीला स्पष्टपणे ऐकू आली. कुंपणांमधून आईचा हळुवार आवाज येत आहे, असा त्याला भास झाला. त्याला वाटलं, आई त्याला बोलावते आहे, कुठून तरी जवळ यायला खुणावते आहे.

तो घळीच्या बाजूला गेला. त्याला जास्तच एकाकी वाटायला लागलं. रडावंसं वाटलं. गुडघ्यांवर बसून तो एकाएकी हमसून रडायला लागला.

त्यानं प्रार्थना केली,

"हे ईश्वरा! माझ्या पवित्र पालनकर्त्या, मला सतत सत्याच्या मार्गावर अढळ ठेव. माझ्या आईला सांग, मी ठीक आहे. माझी काळजी करू नकोस. जिथून सज्जन व्यक्तींचे चेहरे तारका होऊन चमकतात, त्या तुझ्या स्वर्गीय प्रासादामध्ये माझ्या आईला जागा दे. आई फार चांगली होती. ती पापी असूच शकत नाही. तिच्यावर दया कर. तिला दुःख भोगायला लावू नकोस."

त्यानं आईला विदीर्ण हृदयानं हाक मारली आणि तो शोकावेगानं बेशुद्ध पडला.

बराच वेळ तो तसाच पडून राहिला. शुद्धीवर आला, तेव्हा त्याला मामांच्या हाका ऐकू आल्या. त्यानं हाकेला प्रतिसाद दिला आणि तो तिकडं चालायला लागला. चालताना त्याला अचानक आठवलं की, त्यानं बेपत्ता झालेल्या वडिलांसाठी

प्रार्थना म्हटलीच नव्हती. खरं तर, त्याच्या आईनं– मारियानं– त्याला वडिलांसाठीही नेहमी प्रार्थना करायला शिकवलं होतं.

शुद्धीवर आल्यावर युरीच्या मनात 'सगळं चांगलं होईल' अशी भावना निर्माण झाली. मन हलकं झालं. ते समाधान पुन्हा गमवायची त्याची इच्छा नव्हती. त्यानं विचार केला, वडिलांसाठी पुन्हा केव्हातरी प्रार्थना केली, तरी चालेल. आत्ताच नाही केली, तरी फार काही वाईट घडणार नाही. तो स्वतःशीच म्हणाला,

"त्यांना बघू दे वाट!"

खरं तर, युरीला स्वतःचे वडील अजिबात आठवत नव्हते.

निका खोलीत लपून बसला होता. दाराबाहेर पाहुण्यांचे आवाज येत होते. त्यामुळं खोलीतून बाहेर पडणं शक्यच नव्हतं. खोलीत दोन पलंग होते. एका पलंगाखाली तो सरपटत गेला. वीस मिनिटं तो त्या जागी विचित्र अवस्थेत अडकून पडला होता.

इव्हान, निकोलाय आणि युरी यांचे बोलण्याचे आवाज थांबले.

निकानं हळूच मागची खिडकी उघडली आणि बाहेर उडी मारून तो बागेत पळाला.

काल रात्री त्याला झोप लागली नाही. त्याला चौदावं वर्ष चालू होतं. आता तो लहानपणाला अगदी कंटाळला होता.

निका तसा विलक्षण मुलगा होता. उत्साहित झाला, की स्वतःशीच मोठ्यानं बोलायचा.

त्याचे वडील देमेन्ती दुदोरॉव्ह हे दहशतवादी होते. त्यांना मरेपर्यंत फाशीची शिक्षा ठोठावण्यात आली होती. पण झारनं त्यांची फाशीची शिक्षा तहकूब केली आणि आता ते सक्तमजुरी भोगत होते.

निकाची आई जॉर्जियन राजकन्या होती. अतिशय सुंदर, पण लाडावलेली स्त्री. बंड, बंडखोरी, अतिरेकी सिद्धांत, प्रसिद्ध अभिनेते, दुःखी– तसंच अपयशी माणसं यांपैकी कोणत्या ना कोणत्या गोष्टीची तिला सतत भुरळ पडत असे.

तिचं निकावर विलक्षण प्रेम होतं. ती त्याचे खूप लाड करायची. त्याच्या नावाची अनेक लाडीक रूपं करून बघायची. इनोचेक किंवा नोचेन्का किंवा असंच काहीतरी.

वडिलांचं दहशतवादी नाव मुलाला लावणं धोकादायकच होतं. म्हणून इव्हान यांची इच्छा होती की, त्याला आईचं नाव मिळावं. तिच्या परवानगीनं त्यांनी झारकडं निकाचं नाव बदलण्यासाठी अर्ज केला होता. निकाला ते पटलं नव्हतं.

नाव का बदलायचं? आपल्या आयुष्यात ढवळाढवळ करणारे इव्हान कोण?

निकाची आई तशी चांगली होती. पण निघून जाताना ती त्याच्याशी आणि

इव्हानशी खोटं बोलली. तिनं म्हटल्याप्रमाणे ती कॉकेशस पर्वताकडं मुळीच गेली नाही. जवळच्याच जंक्शनवरून ती सरळ मागं वळली आणि पीटर्सबर्गच्या उत्तरेला गेली. तिथं पोलिसांवर गोळीबार करणारे अनेक विद्यार्थी होते. त्यांच्या समवेत आता तिचा वेळ छान जात होता.

–आणि निका मात्र या गावात जिवंतपणी जणू कुजत होता. पण त्यानं ठरवलं, या सगळ्यांना चांगला धडा शिकवायचा. शाळा सोडायची आणि सैबेरियात वडिलांकडं जाऊन चळवळ सुरू करायची.

तळ्याच्या काठाकाठानं सगळीकडं पाणलिली फुलल्या होत्या. खुंटी ठोकून ज्या ठिकाणी होडी बांधली होती, तिथलं पाणी कलिंगडाच्या रसासारखं लाल दिसत होतं.

निका आणि नादिया लिलीची फुलं तोडत होते. होडी पुढं जात होती.

निका म्हणाला,

“मला शाळेचा कंटाळा आलाय्. यापुढं बाहेरच्या जगात जावं आणि स्वतःचं आयुष्य सुरू करावं, असं वाटतंय्...”

“पण मला मात्र तू शाळेतच राहायला हवा आहेस. माझं बीजगणित फार कच्चं आहे. त्यातली समीकरणं कशी सोडवायची, ते मी तुलाच विचारीन.”

निकाला वाटलं, त्याला आहे तिथंच ठेवायची तिची इच्छा आहे. तो अजून लहान आहे, याची जणू ती वरचेवर आठवण करून देत आहे.

बेफिकिरीचा आव आणत त्यानं विचारलं,

“मोठी झाल्यावर तू कोणाशी लग्न करशील?”

“त्याला अद्याप खूप अवकाश आहे. कदाचित कुणाशीच करणार नाही. मी या गोष्टीचा विचारच केला नाही.”

“मला तू आवडतेस, अशी समजूत करून घेऊ नकोस.”

“मग विचारलंस कशाला?”

“तू मूर्ख आहेस!”

दोघं भांडायला लागले.

सकाळी त्याच्या मनात उफाळून आलेला लग्नाचा, स्त्रियांचा तिटकारा त्याला आठवला.

‘मला नावं ठेवत राहिलीस, तर मी तुला बुडवून टाकीन!’ अशी त्यानं तिला भीती दाखवली!

“प्रयत्न तर करून बघ!” नादिया म्हणाली.

त्यानं तिच्या कमरेला घट्ट पकडलं. दोघं मारामारी करायला लागले. त्यात त्यांचा तोल गेला आणि ते पाण्यात पडले.

दोघांनाही पोहता येत होतं. पण त्यांचे पाय लिलीच्या वेटोळ्यात गुंतत होते.

अखेर ते खोल पाण्यातून काठाकडं आले. काठावरचा निसरडा चिखल तुडवत तळ्याबाहेर पडले.

भिजून चिंब झालेले दोघं एकमेकांच्या शेजारी बसले. शांत, श्वास रोखून. मनातल्या संतापामुळं नादिया क्षुब्ध झाली होती. निकाला सर्व शरीराला वेदना जाणवत होत्या. तो दमला होता. एरव्ही दोघांनी आरडाओरडा केला असता; पण आत्ता जे घडलं, त्यातली हास्यास्पदता त्यांना प्रकर्षानं जाणवली.

अखेर नादिया शांतपणे, प्रौढपणे म्हणाली,

"तू खरंच वेडा आहेस."

निका तेवढ्याच प्रौढ स्वरात म्हणाला,

"आय् ॲम सॉरी."

दोघं पाण्यानं निथळत घराकडं निघाले.

त्या क्षणी निकाची उत्कट इच्छा होती :

पुन्हा नादियाबरोबर तळ्यात पडावं!

आगगाडीच्या दुसऱ्या वर्गाच्या डब्यात मिशा गोर्दन बसला होता. बरोबर त्याचे वडील– ग्रेगरी गोर्दनही होते. दोघं मॉस्कोला निघाले होते.

मिशा हा अकरा वर्षांचा मुलगा. विचारमग्न चेहरा आणि मोठे काळे डोळे . तो जिम्नॅशियमच्या दुसऱ्या वर्षाला होता.

त्याचे वडील ग्रेगरी गोर्दन यांची मॉस्कोला नव्या जागी बदली झाली होती. त्याआधी ओरेनबर्ग टूथं ते वकिली व्यवसाय करत होते. मिशाची आई आणि बहिणी घर शोधण्यासाठी काही दिवसांपूर्वीच मॉस्कोला गेल्या होत्या.

गेले तीन दिवस या बाप-लेकांचा प्रवास चालू होता.

मोठं स्टेशन आल्यावर प्रवासी गाडीतून बाहेर उड्या टाकत आणि काहीतरी खायला घेण्यासाठी धावत.

जगातली प्रत्येक हालचाल स्वतंत्रपणे पाहिली, तर विशिष्ट हेतूनं प्रेरित झालेली होती, पण एकत्रितपणे विचार केला, तर सर्व लोकांमध्ये जीवनाचा एकच प्रवाह वाहताना दिसत होता. त्या जीवनप्रवाहाचाच सर्वांवर उत्स्फूर्त अंमल होता. लोकांना चिंता होत्या. या चिंतांपासून अंतिम मुक्तता मिळवायची, याच एका भावनेचा प्रभाव लोकांवर दिसत होता.

मिशाच्याही मनात चिंतेची भावना ठाण मांडून बसली होती; आणि त्यामुळंच त्याला सुरक्षित वाटत नव्हतं. आपली ही मनोवृत्ती आनुवंशिक आहे, हे त्याला माहीत होतं. तिची लक्षणं तो जागरूकपणानं अनुभवत होता. त्यामुळं तो दुःखी झाला होता. या मनोवृत्तीचं अस्तित्वही त्याला क्लेशकारक वाटत होतं.

त्याला आश्चर्य वाटत होतं; इतरांसारखेच हात-पाय असताना, इतरांसारखीच भाषा बोलत असताना, आपलं आयुष्य सर्वसामान्य माणसांसारखंच असताना, आपण इतरांपेक्षा वेगळे का आहोत? फार थोड्यांनाच आपण का आवडतो? आपण ज्यू आहोत, म्हणून? कुणी आपल्यावर प्रेम का करत नाही? ज्यू असणं याचा अर्थ काय? ज्यू असण्याचं कारण काय?

हा प्रश्न त्यानं वडिलांना विचारला; पण त्याचं समाधान होईल, असं उत्तर काही ते देऊ शकले नाहीत. आणि मग आईवडील सोडून मिशाला हळूहळू सर्वच मोठ्या माणसांचा तिरस्कार वाटायला लागला. या मोठ्या माणसांनीच सर्व घोळ करून ठेवला आहे. तो निस्तरणं त्यांना जमलं नाही. मोठं झाल्यावर आपण हा गुंता उकलून त्यातून मार्ग काढू शकू, अशी त्याला खात्री वाटली.

प्रवासातला एक प्रसंग त्याला आठवला :

एक वेडा माणूस चालत्या गाडीतून दाराकडं धावत निघाला होता. मिशाचे वडीलही त्याच्यामागं धावले होते. त्यांनी साखळी खेचून गाडी थांबवली होती. पण त्याआधीच अचानक त्यांना बाजूला ढकलून त्या माणसानं बाहेर उडी मारली होती.

ग्रेगरी गोर्दन यांनी साखळी खेचल्यामुळं गाडी थांबली होती. गाडीला फारच उशीर झाला होता आणि प्रवाशांचा खोळंबा झाला होता.

आत्महत्या केलेल्या त्या माणसाचा मृतदेह बाहेर गवतावर तळ्याच्या काठाशी पडला होता. त्याच्या कपाळावर झालेल्या जखमेतून लहानशी रक्ताची धार वाहत होती. ती जखम फुलीच्या आकाराची होती. 'हे आयुष्य रद्द झालं आहे', अशा अर्थाची ती जणू खूण वाटत होती. शरीरातून आलेलं रक्त त्याच्या रक्तासारखं दिसत नव्हतं, तर ते बाहेरून जोडलेलं काहीतरी वाटत होतं.

लोक घोळक्या-घोळक्यानं त्या मृतदेहाभोवती जमले. काहींना सहानुभूती वाटली. त्या मृत व्यक्तीचा मित्र, त्याचा वकील मात्र निर्विकार चेहऱ्यानं शांतपणे उभा होता. तो उद्धट वाटत होता. त्याला काही प्रश्न विचारण्यात आले. सगळ्या प्रश्नांच्या वेळी त्यानं खांदे उडवून उत्तरं दिली. तो चिडखोरपणे म्हणाला,

"तो मेलेला माणूस दारुड्या होता, तुम्हांला समजत कसं नाही? त्यानं दारूच्या नशेत धावत्या गाडीतून उडी मारली."

मिशा या घटनेनं पार हादरून गेला होता. त्यानंतर तो दुःखानं आणि भीतीनं रडला होता.

त्या प्रदीर्घ प्रवासात, आत्महत्या केलेला तो माणूस अनेकदा त्यांच्या डब्यात आला होता. मिशाच्या वडिलांशी तो तास न् तास बोलला होता. त्यानं वडिलांना वकिली व्यवसायातले अनेक प्रश्न विचारले होते. त्यानं सांगितलं होतं की, त्याच्याबरोबर प्रवास करत असलेल्या त्याच्या वकिलाचा सल्ला फारच निराशाजनक आहे.

वडिलांशी बोलून तो माणूस जरा शांत होत असे; पण त्याचा वकील पहिल्या वर्गाच्या डब्यातून येऊन लगेच त्याला ओढून नेत असे आणि रेस्टॉरन्टमध्ये जाऊन शॅम्पेन पाजत असे. आपल्या अशिलाला सतत प्रक्षुब्ध मनोऽवस्थेत ठेवणंच त्याला फायद्याचं वाटत होतं.

त्या माणसानं मिशाला मात्र खूप प्रेमानं वागवलं होतं. त्याला भरपूर भेटवस्तू दिल्या होत्या. प्रत्येक मोठ्या स्टेशनवर तो खाली उतरायचा. फर्स्ट क्लास वेटिंग-रूमच्या बुकस्टॉलवर खेळणी आणि स्मृतिचिन्हंही असत. ती तो मिशाला घेऊन द्यायचा.

मिशाच्या वडिलांनी सांगितलं की, तो माणूस म्हणजे प्रसिद्ध लक्षाधीश झिवागो! तो जेव्हा त्यांच्या डब्यात यायचा, तेव्हा त्याच्या मुलाबद्दल– युरीबद्दल आणि मृत पत्नीबद्दल बोलायचा.

शेवटच्या क्षणी तो धावत त्यांच्या डब्यात आला होता. त्यानं गोर्दन यांचे हात घट्ट धरले होते. काहीतरी सांगायचा प्रयत्न तो करत होता, पण सांगू शकत नव्हता. तसाच तो झपाट्यानं डब्याच्या दाराकडं धावला आणि त्यानं स्वतःला चालत्या गाडीतून झोकून दिलं होतं.

मिशानं एक लहान लाकडी पेटी उघडली. त्यात उरल्समधली खनिजं होती. त्या माणसानं दिलेली शेवटची भेटवस्तू. मिशा ती पेटी बघत बसला.

इतक्यात बाहेर गडबड ऐकू आली. समांतर रुळांवरून लहानशी हँडकार येऊन थांबली. एक डॉक्टर, दोन पोलिस आणि मॅजिस्ट्रेट तीतून उड्या मारून उतरले. धंदेवाईक पद्धतीनं थंड स्वरात त्यांनी काही प्रश्न विचारले. पोलिस आणि गार्डानं ते प्रेत ओढत तळ्याच्या काठाशी नेलं.

प्रवाशांना आपापल्या जागांवर जायला सांगण्यात आलं आणि गाडी पुन्हा सुरू झाली.

◆

वेगळ्या जगातली मुलगी

जपानबरोबरचं युद्ध अद्याप संपलं नव्हतं. पण अनपेक्षितपणे इतर घटनांच्या गडद सावल्या युद्धावर पडायला लागल्या होत्या. रशियाभर क्रांतीच्या लाटा धावत गेल्या होत्या. प्रत्येक लाट पहिलीपेक्षा मोठी आणि असामान्य होती. याच वेळी उरल पर्वतभागातून अमालियालीशर तिच्या दोन मुलांना घेऊन मॉस्कोला आली. तिचा मुलगा रोदियन आणि मुलगी लारा. अमालिया बेल्जियन इंजिनीअरची विधवा पत्नी. फ्रेंच असूनही रशियनच झालेली. तिनं रोदियनला मिलिटरी अकादमीमध्ये घातलं, आणि लाराला मुलींच्या जिम्नॅशियममध्ये. नादिया लाराची वर्गमैत्रीण होती.

मादाम गीशरच्या पतीनं तिच्यासाठी आपली बचतीची रक्कम ठेवली होती. त्यात मुख्यतः शेअर्स होते. तेव्हा शेअर्सचे भाव वाढत असले, तरी आता उतरायला लागले होते. आपलं उत्पन्नाचं साधन असं खालावत चाललेलं पाहून पैसा कमावण्यासाठी तिनं छोटासा व्यवसाय सुरू केला. तयार कपड्यांचा कारखाना.

हे तिनं कॉमरॉव्हस्कीच्या सल्ल्यानं केलं. तो वकील होता आणि तिच्या नवऱ्याचा मित्र होता. नवऱ्याच्या मृत्यूनंतर ती वेळोवेळी त्याचाच सल्ला आणि मदत घेत असे. कॉमरॉव्हस्की हा थंड रक्ताचा धंदेवाईक माणूस. रशियामधलं व्यावसायिक जग त्याला तळहातावरच्या रेषांप्रमाणे माहीत होतं. उरल भागातून मुलांसह मॉस्कोला स्थलांतर करण्याची व्यवस्था मादाम गीशरनं त्याच्याशी पत्रव्यवहार करूनच केली. तो स्टेशनवर आला आणि त्यांना गाडीतून मॉस्कोच्या दुसऱ्या टोकाला घेऊन गेला. तिथं त्यानं त्यांच्यासाठी हॉटेलात एक खोली घेऊन ठेवली होती. रोदियनला मिलिटरी स्कूलमध्ये

घालावं, यासाठी अमालियाचं मन त्यानंच वळवलं आणि लाराच्या शाळेची निवडही त्याचीच होती. तो रोदियनला आचरट विनोद सांगत असे आणि लारानं लाजावं, म्हणून तिच्याकडं टक लावून बघत असे.

अमालिया आणि तिची मुलं त्या हॉटेलात तीन महिने राहिली. नंतर एका कारखान्यालगतच्या वस्तीत त्यांना तीन खोल्यांचं घर मिळालं.

ही मॉस्कोतली सर्वांत कुप्रसिद्ध वस्ती. झोपड्या, दारूची दुकानं आणि त्या दुकानांमध्ये कॅब-ड्रायव्हर्सची सतत वर्दळ. संपूर्ण रस्ता म्हणजे जणू सगळ्या दुर्गुणांचं आणि वाट चुकलेल्या, पतित स्त्रियांचं वसतिस्थान.

घरातल्या खोल्यांमधली घाण पाहून मुलांना आश्चर्य वाटलं नाही. तिथं ढेकूण होते. टाकाऊ फर्निचरचा कंगालपणा प्रकर्षानं जाणवत होता.

पतीच्या मृत्यूनंतर अमालिया सतत आपण निराधार झालो आहोत, या भीतीखाली राहिली. आपण सर्वनाशाच्या काठावर आहोत, असंच ती मुलांना नेहमी सांगत असे. या गोष्टींची त्यांना सवय झाली. रस्त्यावरच्या मुलांपेक्षा आपण वेगळे आहोत, याची दोघांना जाणीव होती, पण अनाथालयात वाढलेल्या मुलांप्रमाणे त्यांच्याही मनांत श्रीमंतांविषयीची भीती खोलवर रुजली.

अमालिया म्हणजे या भीतीचं जिवंत उदारहरणच. ती पस्तिशीची, पिंगट केसांची, गोऱ्या त्वचेची गोंडस स्त्री होती. तिला अधून मधून भ्रमिष्टपणाचे झटके येत. बरेचदा तिच्या हृदयाचे ठोके खूप वाढलेले असत. ती कमालीची भित्री होती आणि पुरुषांना जास्तच घाबरत असे. मनाच्या या गोंधळामुळं ती तिचे प्रियकर वरचेवर बदलत असे.

हॉटेलात असताना हे कुटुंब २३ क्रमांकाच्या खोलीत राहत असे. २४ क्रमांकाच्या खोलीत राहणारा वादक बहुतेक दिवसभर बोलशोई थिएटरवर किंवा कार्यक्रमाच्या निमित्तानं बाहेरच असायचा. शेजारी या नात्यानं तो आणि अमालिया परस्परांना मदत करत आणि त्यातूनच ते परस्परांच्या जवळ आले.

कॉमरॉव्हस्की आला, की मादाम गीशरला काही वेळा मुलांची उपस्थिती नको वाटे. त्या वादकानं त्याच्या खोलीची किल्ली तिला द्यायला सुरुवात केली. त्या खोलीत ती कॉमरॉव्हस्कीचं स्वागत व्यवस्थित करू शकत असे! काही वेळा तिचा गैरफायदा घेणाऱ्या पुरुषांपासून तो वादक तिला वाचवतही असे.

त्वेलस्काइया रस्त्याच्या कोपऱ्यावरच्या एकमजली घरात अमालियाचा कपडे तयार करण्याचा कारखाना होता. जवळच ब्रेस्ट रेल्वे होती. इंजिनांचे डेपो, वखारी, कामगारांची घरंही तिथंच होती.

कामगारांसाठी असलेल्या एका घरात ओलिया डेमिना राहायची. ती हुशार मुलगी होती. मादाम गीशरकडं ती काम करायची. तिचे काका मालगाडीच्या यार्डात कामगार होते. तिला लारा खूप आवडत असे.

मादाम गीशरला कारखाना चालवायचा अनुभव नव्हता. त्यामुळं आपण मालक आहोत, असं तिला वाटतच नव्हतं. पण नोकरवर्ग प्रामाणिक होता. व्यवस्थापक फाइना फेतिसोवा तिची विश्वासू सहायक. तथापि, ते दिवस थोडे त्रासाचेच होते.

कॉमरॉव्हस्की नेहमी तिथं मादाम गीशरला भेटायला येत असे. तो अचानक आला, म्हणजे कपड्याचं फिटिंग नीट झालं आहे, की नाही, ते पाहणाऱ्या स्त्रिया भराभर आत पळत, शिवणकाम करणाऱ्या स्त्रियांना त्याचं असं येणं, त्याचे बाष्कळ विनोद आवडत नसत. त्या आपापसांत तिरस्कारानं कुजबुजत–

हाच कारखान्याचा मालक!

अमालियाच्या हृदयाची कळ!

म्हातारा बकरा!

स्त्रियांना नादी लावणारा!

कॉमरॉव्हस्की स्वतः बरोबर त्याच्या भल्यामोठ्या कुत्र्यालाही आणत असे.

आई त्या माणसाची– तो माणूस आईचा– वाईटच शब्द आहेत ते! मी ते उच्चारणार नाही. पण तो माझ्याकडं असा का पाहतो? मी तर तिची मुलगी आहे शेवटी.

लारा सोळा वर्षांची होती. वयाच्या मानानं तिची वाढ चांगली झाली होती. ती मनानं फार चांगली होती. कुणाचंही तिच्याशी सहज पटत असे. ती दिसायला सुंदर होती.

संघर्ष केल्याशिवाय आयुष्यातली कुठलीच गोष्ट मिळणार नाही, याची तिला आणि रोदियनला जाणीव होती. सुखवस्तू आणि आळशी लोकांप्रमाणे त्यांच्याजवळ भलत्या जिज्ञासेसाठी वेळ नव्हता. लारा जगातली सर्वांत शुद्ध मनाची आणि सच्छील व्यक्ती होती. त्या भावाबहिणींना वस्तूचं मोल कळलं होतं. नीट जगायचं असेल, तर लोकांचं आपल्याविषयी चांगलं मत व्हायला हवं. लारा शाळेत खूप परिश्रमपूर्वक, लक्ष देऊन अभ्यास करत असे. स्कॉलरशिपवरच शिकायचं होतं. फी भरायला पैसे नव्हते. अभ्यासाव्यतिरिक्त ती घरकाम आणि आईच्या कारखान्यात मदत करत असे. ती शांतपणे डौलात इकडं तिकडं फिरत असे. तिच्या हालचाली मोहक असत. तिचा आवाज, तिची शरीरयष्टी, हावभाव, निळसर डोळे, सुंदर केस या सगळ्यांनी मिळून तिचं सौंदर्य वाढवलं होतं.

जुलैच्या मध्यावरचा तो रविवार होता. सुटीच्या दिवशी जरा उशिरा उठलं, तरी

चालणार होतं. लारा पलंगावर उताणी निजली होती. हात एकमेकांमध्ये गुंफून तिनं डोक्याच्या मागे नेले होते.

कारखाना शांत होता. रस्त्याकडची खिडकी उघडी होती. लाराला दुरून गाड्यांचे खडखड आवाज ऐकू आले. तिनं आणखी थोडा वेळ झोपायचा विचार केला. शहरातले धावपळीचे आवाज अंगाईसारखे वाटत होते. त्यामुळं तिला आणखीनच झोप आली.

लाराला पलंगावरच्या स्वतःच्या शरीराची जाणीव झाली. ते सगळं तिचं होतं. तिचा आत्मा आणि तिचं अस्तित्व शरीराच्या उंचसखल रेषांमध्ये सामावलं होतं. भविष्याकडं जायला उतावीळपणे ओढ घेत होतं.

झोपायचा प्रयत्न करत असतानाच ती विचारही करत होती– थोडं पुढं गेलं, की पेत्रोव्हका रस्ता. तिथं कॉमरॉव्हस्की राहतो. तो एकदा तिला म्हणाला, माझं घर तुला दाखवायची इच्छा आहे.

एक दिवस त्याच्या मित्राच्या मुलीचं नाव ठेवायचा समारंभ होता. त्या मित्रानं अमालियालाच आमंत्रण दिलं होतं. पण तिला बरं नव्हतं, म्हणून ती कॉमरॉव्हस्कीला म्हणाली, लारालाच घेऊन जा.

वॉल्झ नृत्यानं समारंभाला सुरुवात झाली. त्यातूनच पुढचं सगळं घडत गेलं. तो इतकं सुंदर नृत्य करू शकतो, याची तिला कल्पनाच नव्हती. त्याचे हात किती चतुर होते! त्यानं तिच्या कमरेभोवती हात घातले, तेव्हा त्या हातांमध्ये आश्वासन जाणवलं. पण त्यानंतर त्यानं तिचं चुंबन घेतलं, तिच्या ओठांवर ओठ दीर्घकाळ दाबून ठेवले, हे तिला फार अपमानकारक वाटलं. ओठांच्या माध्यमानं एवढा अपमान केला जाऊ शकतो, याची तिला कल्पनाच नव्हती.

हा सगळा वेडेपणा थांबायला हवा– आपण फारच लाजऱ्या आहोत, याचं नाटक करणं थांबवायला हवं. वेंधळ्यासारखं हसणं, लाजून डोळे खाली झुकवणं बंद करायला हवं. नाहीतर या सगळ्याचा शेवट फार वाईट होईल. ही एक सीमारेषा आहे. इथून पाऊल पुढं पडलं, तर विनाशाच्या खड्ड्यातच आपण पडू. हे नृत्यच सर्व वाईट गोष्टींचं मूळ आहे. आता यापुढं नृत्याला धीटपणानं नकार द्यायला हवा.

त्या वर्षीच्या शरद ऋतूमध्ये मॉस्कोतल्या रेल्वे-कामगारांमध्ये असंतोष पसरला होता. मॉस्को– कझान मार्गावरचे कामगार संपावर गेले होते, आणि ब्रेस्ट रेल्वे लाइनचे लोकही त्यात सामील होणार होते. संप तर होणारच होता. त्यासाठी काहीतरी निमित्त हवं, याची रेल्वेतल्या सगळ्यांना कल्पना आली.

यंदा हिवाळा लवकर सुरू झाला. तुडवली जाणारी मेपलची पानं, इंजिनांची काजळी, ओव्हनमधून नुकताच बाहेर काढलेला रायचा गरम ब्रेड यांचे वास हवेत

भरले. फडकणाऱ्या हिरव्या– लाल झेंड्यांच्या इशाऱ्यांवर डब्यांचं शंटिंग, जोडणं, अलग करणं चालू होतं. इंजिनांच्या दीर्घ शिट्ट्या, गार्डांच्या शिट्ट्या, आकाशात दाटलेला धूर आभाळातल्या थंड हिवाळी ढगांमध्ये इंजिनांमधून निघालेले गरम वाफेचे आणि धुरांचे ढग मिसळून गेले.

विभागीय व्यवस्थापक फुफिलजिन आणि या विभागाचा मार्ग-निरीक्षक पावेल अँन्टिपॉव्ह स्टेशनच्या आसपास रुळांच्या बाजूनं चालत निघाले. अँन्टिपॉव्ह स्टेशनविभागावर देखरेख करणारा मुकादम होता. रेल्वेमार्ग दुरुस्त करण्यासाठी जे सुटे भाग वापरले जायचे, त्यांचा दर्जा चांगला असावा, हे त्यानं दुरुस्ती करणाऱ्या दुकानांना वारंवार बजावून सांगितलं होतं. पोलादाचं पुरेसं प्रसरण होत नव्हतं. रूळ ताणाच्या कसोटीवर उतरत नव्हते. धुक्याच्या हवामानात त्यांना भेगा पडतील, असं त्याला वाटत होतं. व्यवस्थापनानं त्याच्या तक्रारींकडं दुर्लक्ष केलं. कारण कंत्राटांमधून कुणीतरी पैसा गोळा करत होतं. आताही अँन्टिपॉव्ह जे तळमळीनं सांगत होता, ते व्यवस्थापकाच्या एक कानातून शिरून दुसऱ्या कानातून बाहेर पडत होतं. त्याला जायची घाई होती. तो वरचेवर घड्याळाकडं बघत होता.

तो उतावीळपणे म्हणाला,

"तुझं बरोबर आहे, माझ्या प्रिय मित्रा, पण इथं अशी कोणती रहदारी आहे? लाकडी चौकट ठोकून पुढचा मार्ग बंद करण्यात आलेले रूळ, खाजकुयलीची काटेरी झुडपं आणि शंटिंग करणारं एखादं जुनाट इंजिन. तू पोलादी रुळांबद्दल बोलतोस, मी तर म्हणेन, इथं लाकडी रूळ सुद्धा चालतील!"

त्यानंतर तीन-चार तासांनी, संध्याकाळी अंधार पडायच्या वेळी, रेल्वेमार्गापासून काही अंतरावर असलेल्या शेतात दोन व्यक्ती दबकत उभ्या राहिल्या.

एक होता कुप्रिन्का तिवर्झिन आणि दुसरा पावेल अँन्टिपॉव्ह. पावेलच्या पत्नीला, दारियाला टायफस झाला होता. त्यामुळं त्याला घरी जायची घाई होती. तिला हॉस्पिटलमध्ये न्यायचं होतं.

तिवर्झिन म्हणाला,

"आज कामगारांचे पगार मिळणार आहेत, असं म्हणतात. मी ऑफिसच्या बाजूला जाईन आणि संप घडवून आणीन."

"तू हे कसं करणार आहेस?" पावेलनं विचारलं.

"काही विशेष नाही. बॉयलर रूममध्ये जाईन आणि शिट्टी वाजवीन. संपलं!"

दोघांनी एकमेकांचा निरोप घेतला आणि ते वेगवेगळ्या दिशांनी निघून गेले.

तिवर्झिन रेल्वेच्या कडेकडेनं चालू लागला. पगार घेऊन बाहेर पडणाऱ्या लोकांकडं तो धावत गेला.

एका खोलीतून रडण्या-ओरडण्याचे आवाज ऐकू आले. म्हातारा फोरमन पियॉत्र त्याच्या हातांखालच्या तरुण प्रशिक्षणार्थीला, युसुप्काला काठीनं झोडपत होता.

युसुप्का हा गिमॅझद्दिनचा मुलगा, गिमॅझद्दिन हमाल होता आणि तिवर्झिनच्या घराजवळच भाड्याच्या घरात राहत होता.

तिवर्झिननं युसुप्काला ओढून स्वतःजवळ घेतलं. त्यामुळं म्हाताऱ्या पियॉत्रचा पारा आणखी चढला. पियॉत्र आणि तिवर्झिनची मारामारी जुंपली.

म्हाताऱ्या फोरमनला चांगलीच अद्दल घडवून तिवर्झिन इंजिनं दुरुस्त करण्याच्या शेडकडं धावला. त्या कारखान्यातली शिट्टी त्यानं आधी हळू आणि मग त्याच्या आत्म्याच्या तळापासून आल्याप्रमाणे जोरात वाजवली. त्याच क्षणी डेपोमधून आणि मालगाड्यांच्या यार्डांमधून कामगारांचे घोळके बाहेर पडायला लागले. लवकरच बॉयलर रूममधले कामगार त्यांना येऊन मिळाले. तिवर्झिनच्या या इशाऱ्यावरच त्यांनी आपापली अवजारं खाली ठेवली.

लोक पळता-पळता म्हणत होते,

''हा संप आहे, संप! आता आपल्या मालकांना त्यांचं घाणेरडं काम करायला दुसरे मूर्ख लोक मिळवू द्या! चला, आपण जाऊ!''

आणखी लोक येऊन त्यांना मिळाले. रेल्वे-कामगारांचा संप सुरू झाला होता!

कुप्रिन्का तिवर्झिन दोन दिवसांनी घरी गेला. त्याची दाढी वाढली होती. झोप न झाल्यामुळं तो दमला होता. थंडी त्याच्या हाडांपर्यंत भिनली होती. या ऋतूत सहसा न आढळणारं धुकं काल रात्री एकाएकीच जमलं होतं. तिवर्झिननं हिवाळ्यातले गरम कपडेही घातले नव्हते.

गिमॅझद्दिन हमाल त्याला दारापाशीच भेटला. तो मोडक्या तोडक्या रशियन भाषेत म्हणाला,

''मिस्टर तिवर्झिन, मी तुमचे आभार मानतो. तुम्ही होतात, म्हणूनच माझ्या युसुप्काला काही इजा झाली नाही. मी तुमच्यासाठी प्रार्थना करीन.''

''तू वेडा आहेस, गिमॅझद्दिन. तू 'मिस्टर' कोणाला म्हणतो आहेस! लवकर आटप. तुला काय म्हणायचं आहे, ते चटकन सांग. केवढी थंडी आहे, बघ!''

''आता थोड्या वेळात तुम्हांला उबदार वाटेल. तुमच्या आईनं आणि मी मिळून काल मालगाड्यांच्या स्टेशनवरून खूप लाकडं आणली आहेत. सगळं बर्चचं लाकूड. चांगलं आणि कोरडं.''

''आभारी आहे. तुला आणखी काही सांगायचं असेल, तर लवकर सांगून टाक. थंडीनं मी अगदी गारठलो आहे.''

''मला तुम्हांला सांगायचं होतं, ते असं, की आजची रात्र तुम्ही घरी राहू नका.

कुठं तरी लपून राहा. कारण पोलिस विचारत होते, घरी कोण कोण येतं. मी म्हणालो, कोणी येत नाही. माझी पाळी बदलताना दुसरा हमाल येतो, रेल्वेमधलेच लोक येतात. बाकी अनोळखी कोणीच येत नाही.''

तिवर्झिनचं अद्याप लग्न झालं नव्हतं. आई आणि लहान विवाहित भावाबरोबर तो राहायचा. ही भाड्याची घरं शेजारच्या होली ट्रिनिटी चर्चच्या मालकीची होती. काही भाडेकरू पाद्री, फेरीवाले, खाटीक, किराणा दुकानदार होते. पण बहुतेक मॉस्को-ब्रेस्ट रेल्वेमार्गावरचे कामगारच होते.

तिवर्झिनचं घर दगडाचं होतं. घाणेरड्या आणि उखडलेल्या अंगणातून लाकडी पायवाट गेली होती. अनेक घरांचे जिने अस्वच्छ होते. जिन्यांच्या पायऱ्या निसरड्या होत्या. जिन्यात मांजरांचा आणि कोबीचा घाण वास भरून राहिला होता. जिन्याच्या मधल्या जागेत चपटी मोठाली कुलपं लावलेल्या खाजगी कोठी-खोल्या होत्या.

तिवर्झिनच्या भावाला लष्करात सक्तीनं भरती केलं होतं. युद्धात लढताना तो जखमी झाला होता. सध्या तो एका लष्करी इस्पितळात उपचार घेत होता. त्याची बायको आणि दोन मुली त्याला घरी परत आणण्यासाठी गेल्या होत्या. त्यामुळं आता घर शांत होतं. घरात फक्त तिवर्झिन आणि त्याची आईच होती.

आईनं त्याच्या गळ्याभोवती एकदम मिठी मारली आणि ती रडायला लागली. तिच्या डोक्यावर त्यानं फक्त थोपटलं. काही वेळानं हळुवारपणे तिला बाजूला केलं.

''आम्ही काहीही धोका पत्करलेला नाही, आई. काही जिंकलंही नाही. मॉस्को ते वॉर्सा रेल्वे मार्ग फक्त बंद पाडला आहे.''

''मला माहीत आहे. म्हणूनच तर मी रडते आहे. ते तुझ्या मागावर असतील. आता तुला इथून दूर निघून जायला हवं.''

''पावेल ॲन्टिपॉव्हला अटक झाली. ते काल रात्री त्याच्या घरी गेले. घराची झडती घेतली. सगळं उलथंपालथं करून टाकलं, आणि सकाळी त्याला पकडून घेऊन गेले. त्याची बायको दारिया हॉस्पिटलमध्ये टायफसनं आजारी आहे. रिअल जिम्नॅशियममध्ये शिकणारा त्यांचा लहान मुलगा पाशा घरी बहिऱ्या आत्याबरोबर एकटा आहे. कायद्याप्रमाणे त्यांनाही तिथून हाकलून देण्यात येईल. मला वाटतं, पाशाला आपल्या जवळ आणून ठेवावं.''

''तुझा विचार बरोबर आहे. तर तुला मी काय सांगत होते, ते मुख्यच माझ्या डोक्यातून निघून गेलं. मी तरी किती मूर्ख! मला नुकतीच बातमी कळली, की झारनं एका जाहीरनाम्यावर सही केली आहे. आता सगळं काही बदलणार आहे! प्रत्येकाला योग्य वागणूक मिळणार आहे! शेतकऱ्यांना जमीन मिळेल. आपण सगळे आता सभ्य-प्रतिष्ठित कुळांतील लोकांसारखे होऊ. फक्त तो जाहीरनामा अद्याप लोकांपुढं जाहीर व्हायचा आहे.''

पाशाच्या वडिलांना, पावेल ॲन्टिपॉव्हला संपाचा एक संघटक म्हणून अटक झाली. पाशा तिवर्झिनबरोबर राहायला लागला. तो एक स्वच्छ आणि व्यवस्थित मुलगा होता. नाक-डोळे सर्वसामान्यांसारखेच आणि लाल केसांचा मधोमध भांग. ब्रशनं केस नेहमी खाली वळवायचा आणि पट्ट्यात असलेलं शाळेचं बकल वरचेवर सरळ करायचा त्याला चाळा होता. त्याच्यापाशी अतिशय उत्कृष्ट विनोदबुद्धी आणि सूक्ष्म निरीक्षणशक्ती होती. काही ऐकलं किंवा पाहिलं, की त्याची सहीसही नक्कल करून तो इतरांना नेहमी हसवत असे.

१७ ऑक्टोबर, १९०५ रोजी एक जाहीरनामा प्रसिद्ध झाला. त्यानंतर लगेच काही दिवसांनी अनेक क्रांतिकारी संघटनांनी प्रचंड निदर्शनांची घोषणा केली. निदर्शनांचा मार्ग त्वेर गेट ते शहराच्या दुसऱ्या टोकाला असलेलं कालगा गेट असा होता. संयोजकांमध्ये सुरुवातीपासूनच भांडणं सुरू झाली आणि एक एक करून काही संघटनांनी निदर्शनामधून अंग काढून घेतलं. तरीही ठरलेल्या वेळी सकाळी गर्दी जमली आहे, हे कळल्यावर त्या संघटनांनी निदर्शकांचं नेतृत्व करायला आपापले प्रतिनिधी घाईघाईनं पाठवले.

आईला परावृत्त करायचा तिवर्झिननं खूप प्रयत्न केला, पण तिनं निदर्शनात भाग घेतलाच. तिच्याबरोबर आनंदी आणि मनमिळाऊ वृत्तीचा पाशाही होता.

नोव्हेंबर महिन्यातला तो दिवस. दाट धुकं पडलेलं. आभाळ गच्च ओथंबलेलं आणि हिमाच्या जणू हलक्या लाह्या एकेक अशा खाली उतरत होत्या. हवेत गिरक्या घेऊन पदपथावर जमा होत होत्या. फुलारलेल्या राखाडी धुळीप्रमाणे दिसत होत्या. खाली पडायची त्यांची जणू इच्छा नव्हती.

रस्त्यावर माणसांचे लोंढेच्या लोंढे जमा झाले. सर्वत्र चेहरे, चेहरे आणि चेहरेच. हिवाळी कोट आणि मेंढ्यांच्या कातडीच्या टोप्या घातलेले पुरुष, स्त्रिया, विद्यार्थी, म्हातारी माणसं, लहान मुलं, गणवेश घातलेली रेल्वेतली माणसं, ट्रॉली डेपोमधले कामगार, लेदर जॅकेट आणि गम बूट घातलेली टेलिफोन एक्स्चेंजमधली माणसं, आणि शाळेतली मुलं-मुली!

सुरुवातीला काही वेळ त्यांनी 'व्हिक्टिम्स यू फेल' यासारखी गाणी म्हटली. मोर्च्याच्या अग्रभागी लोकांकडं तोंड करून आणि पुढं जायच्या दिशेकडं पाठ करून पाशा उलटा चालत होता. स्वतःची टोपी हातात घेऊन, तिचाच काठीप्रमाणे उपयोग करून तो निदर्शकांना गाण्यासाठी प्रोत्साहन देत होता. काही वेळानं तो वळला आणि इतर लोकांप्रमाणेच सरळ चालू लागला. त्यामुळं लगेच जमावाचं गाणं बेताल आणि विस्कळीत झालं. गाण्याचा आवाज कमी झाल्याबरोबर असंख्य पावलांखाली चिरडल्या जाणाऱ्या बर्फाचा आवाज स्पष्ट ऐकायला येऊ लागला.

याच रस्त्यावर काही अंतरावर दबा धरून बसलेलं कोसॅक्स सैन्य मोर्च्यावर हल्ला चढवणार आहे, अशी बातमी निदर्शकांबद्दल सहानुभूती असणाऱ्यांनी नेत्यांना दिली. जवळच्या एका औषधाच्या दुकानात आलेल्या एका टेलिफोनवरून त्यांना ही बातमी कळली होती.

संघटक म्हणाले,

"मग काय झालं? आपण डोकी शांत ठेवायची. ही महत्त्वाची गोष्ट. पहिल्यांदा जी सार्वजनिक इमारत दिसेल, तिथं आपण शिरायचं, लोकांना सावध करायचं आणि पांगायचं."

एका शाळेच्या इमारतीपाशी ते पोहोचले. आसरा घ्यायला ही सर्वांत चांगली इमारत होती. त्या इमारतीच्या प्रवेशद्वारापाशी येताच नेते लोक बाजूला झाले, अर्धवर्तुळाकार पोर्चच्या पायऱ्या चढून वर गेले आणि त्यांनी मोर्च्याला थांबण्याचा इशारा दिला.

कोटाला कोट आणि टोपीला टोपी भिडली. गर्दी पुढं रेटली जात होती. मेंढरं वळवावीत, तसं वळवून नेत्यांनी सर्वांना अखेर प्रेक्षागृहात आणलं. दबा धरून बसलेल्या कोसॅक्स सैन्याबद्दल सांगण्याचा त्यांनी प्रयत्न केला, पण तिकडं कुणीच लक्ष दिलं नाही.

मोर्चा संपला, आता सभा सुरू करायची, असंच लोकांना वाटलं. इतकं चालून आल्यावर आणि गाणी म्हटल्यावर शांतपणे बसायला मिळतंय्, याचा त्यांना आनंद झाला होता. वक्ते काय बोलत होते, कोणालाच काही कळत नव्हतं. भाषणांना, वक्त्यांच्या भसाड्या आवाजांना लोक कंटाळले, अचानक उठले आणि प्रेक्षागृहाबाहेर पडू लागले. मोर्चा पुन्हा सुरू झाला.

सभा चालू असतानाच बर्फ पडायला सुरुवात झाली. रस्ता पांढरा झाला. खाली बर्फाचे दाट थर जमले.

कोसॅक्स सैन्याच्या घोडेस्वारांनी येऊन हल्ला केला, तेव्हा मोर्च्यामधल्या मागच्या लोकांना काहीच समजलं नाही. मोर्च्याच्या पुढं असलेल्या खूप मोठ्या जमावानं ओरडा केला, तो त्यांच्यापर्यंत पोहोचला आणि प्रत्येकाच्या किंकाळ्या गोंधळात हरवून गेल्या. गर्दी दोन भागांत विभागली गेल्यामुळं मधोमध एक अरुंद वाट तयार झाली आणि त्या वाटेत घोडेस्वार घुसले. वाकड्या पातीच्या तलवारी मोठ्या वेगानं चालवत ते गर्दीवर तुटून पडले. कत्तल आणि हत्याकांड सुरू झालं.

काही मिनिटांतच तो रस्ता निर्मनुष्य झाला. निदर्शक आजूबाजूच्या रस्त्यांवर पांगले. दुपार कलली. सूर्य अस्ताला जात होता. जाताना रस्त्यातल्या प्रत्येक लाल वस्तूकडं जणू तो बोट दाखवत होता– घोडेस्वारांच्या टोप्यांचे लाल तुरे, जमिनीवर पडलेले लाल ध्वज आणि बर्फावर पडलेले रक्ताचे लाल ओघळ आणि थेंब.

रस्त्याच्या कडेला काही माणसं कण्हत, सरपटत होती. घोडेस्वार संथ गतीनं परत जाताना दिसत होते.

तिवर्झिनची आई, मार्फा घोड्यांच्या टापांखाली तुडवली जाता-जाता वाचली. तिची शाल डोक्यावरून घसरून मागच्या बाजूला पडली. रस्त्याच्या दोन्ही बाजूंकडं पाहत बेभानपणे किंचाळत ती धावली–

"पाशा! पाशा!"

या निदर्शनात पाशा सतत मार्फाबरोबरच होता. सभेतल्या शेवटच्या वक्त्याची अनेक वेळा नक्कल करून त्यानं तिला हसवलं होतं. पण घोडेस्वारांनी हल्ला केल्यावर तो त्या गोंधळात एकदम दिसेनासाच झाला होता.

एका घोडेस्वाराचा ठोसाही तिच्या पाठीत बसला. पण कोट जाड असल्यामुळं तिला तो लागला नाही. एका वृद्ध स्त्रीला मारण्याची हिंमत केल्याबद्दल तिला त्या घोडेस्वाराचा संताप आला. परत जाणाऱ्या शिपायांच्या दिशेनं मूठ उगारून तिनं संताप व्यक्त केला!

इकडं तिकडं अधीरपणे शोधत असताना अखेर सुदैवानं रस्त्याच्या पलीकडं तिला पाशा दिसला. किराण्याचं दुकान आणि एका खाजगी दगडी घराच्या मधल्या जागेत तो उभा होता. पाशा इतका घाबरला होता की, त्याच्या तोंडून आवाजही फुटला नाही. मार्फाला बघताच तो तिच्याकडं वेगानं धावला.

घरी परत जाताना मार्फा सारखी बडबड करत होती–

"दुष्ट खुनी! झारनं इतकं स्वातंत्र्य दिलं, म्हणून लोकांना आनंद झाला आहे. पण या सैतानी खुन्यांना, कोसॅक सैनिकांना ते सहन होत नाही. सर्व गोष्टींचा ते नाश करत आहेत."

सगळ्या जगाचाच तिला संताप आला. या क्षणी तर ती स्वतःच्या मुलावरही रागावली. हा सगळा त्रास कुप्रिन्काच्या चुकीच्या आणि मूर्खपणाच्या कामामुळंच उद्‌भवत आहे, असं तिला वाटलं.

कशाला तो संपाच्या भानगडीत पडला?

घरी आल्यावर तिनं कुप्रिन्काची खरडपट्टी काढली. उद्दाम, मूर्ख घोडेस्वाराचा ठोसा खायचं हे काय तिचं वय होतं?

कुप्रिन्का तिवर्झिन म्हणाला,

"आई, तुला मी कोण असायला हवं होतं? कोसॅक कॅप्टन किंवा पोलिस प्रमुख, होय ना?"

निदर्शक पळापळ करीत होते. निकोलाय यांना ती धावपळ खिडकीतून दिसली. ते कोण आहेत, हे त्यांना कळलं. निदर्शकांत युरी आहे का, ते त्यांनी नीट पाहिलं.

युरीचा एकही मित्र त्यांना दिसला नाही. पण निका दुदोरॉव्ह मात्र दिसला. अविचारी मुलगा, काही दिवसांपूर्वीच बंदुकीची गोळी त्याच्या खांद्यात घुसली होती. मोर्च्यात जायची काहीही गरज नसताना तो तिथं घुटमळत होता.

निकोलायसुद्धा काही दिवसांपूर्वीच पीटर्सबर्गहून मॉस्कोला आले होते. मधे काही वर्षं ते मॉस्कोमध्ये नव्हते. मॉस्कोत आल्यावर त्यांना राहायला घर नव्हतं. हॉटेलमध्ये राहायची इच्छा नव्हती. शेवटी मॉस्कोतल्या एका दूरच्या नातलगांकडं जागा मिळाली. दुसऱ्या मजल्यावरची कोपऱ्यातली एक खोली.

निकोलाय यांच्या नातलगाचं नाव स्वेनतित्स्की. त्यांना मूल-बाळ नव्हतं. घर तसं फारच मोठं होतं. विविध प्रकारच्या बांधकामशैलींतल्या इमारतींचा समूहच जणू. तीन बाजूंनी अंगण आणि मोठी बाग. 'फ्लोअर टाऊन' या प्राचीन नावानंच ते प्रचंड घर ओळखलं जात होतं.

चार खिडक्या असूनही निकोलाय यांची खोली तशी अंधारीच होती. पुस्तकं, कागद, शिक्के, ठसे आणि गरम पांघरुणांची तिथं अगदी दाटी झाली होती.

बाल्कनीत किंवा दोन खिडक्यांजवळ उभं राहिलं, की दूरवर जाणारा स्लेजचा मार्ग आणि घरा-कुंपणांची वाकडीतिकडी रांग दिसत होती. बागेतल्या जांभळट सावल्या खोलीपर्यंत पोहोचत होत्या. हिमभारामुळं झाडं जडावली होती आणि फांद्या म्हणजे जणू मेणबत्तीच्या धुरकट, वेड्यावाकड्या रेषा वाटत होत्या.

निकोलाय खिडकीतून दूरवर बघत उभे राहिले. त्यांना पीटर्सबर्गमधला अखेरचा हिवाळा आठवला... फादर गॅपॉन, गॉर्की, पंतप्रधान विटे यांची भेट आणि तिथले आधुनिक फॅशनेबल लेखक आठवले. त्या गडबड-गोंधळापासून निघून ते इथं इतक्या दूर आले. या शांत आणि निवांत अशा प्राचीन राजधानीत राहून मनात असलेलं पुस्तक त्यांना लिहायचं होतं. पण इथं तर स्वतःसाठी एक क्षणही त्यांना मोकळा मिळाला नाही. रोजचे तास, विद्यापीठातील स्त्रियांसाठीचे अभ्यासक्रम, धार्मिक तत्त्वज्ञान मंडळ, रेड क्रॉस संघटना यांत ते गुंतत गेले.

निकोलाय जेव्हा व्होल्गा नदीतून पीटर्सबर्गाला गेले होते, तेव्हा त्यांनी लहान युरीला मॉस्कोतच ठेवलं होतं. शिक्षकी पेशा असलेल्या ग्रोमिको या कुटुंबात तो राहत होता.

त्या घरातलं वातावरणही युरीच्या मनोवृत्तीला अनुकूल असंच होतं. त्यांना एक मुलगी होती– टोनिया. ती युरीच्याच वयाची. मिशा गोर्दन हा युरीचा वर्गमित्रही त्यांच्याकडंच राहत होता. त्यांचं त्रिकूट छान जमलं होतं. 'द मीनिंग ऑफ लव्ह,' 'द क्रूत्झर सोनाटा' यांत ते बुडून गेले होते. शुद्धता, पावित्र्य, नैतिकता यांचा विचार करायचं त्यांना वेडच लागलं होतं. त्यांच्यासारख्या पौगंडावस्थेतल्या मुलांना शुद्धतेचं वेड असणं योग्यच होतं, पण त्यांच्या या वेडाला काही प्रमाणच उरलं नव्हतं.

किती बालिश होते ते! मन विचलित करणाऱ्या विकाराला, शरीरसुखाला ते 'व्हल्गर' म्हणत होते; आणि हा शब्द घरी, दारी सर्वत्र वापरत होते. शरीरसंदर्भातील सहज प्रेरणा, अश्लीलता, स्त्रियांचं शोषण अशा अर्थानं 'व्हल्गर' हाच शब्द लागू होता! 'व्हल्गर' शब्द उच्चारताना ते तिघं लाजायचे किंवा कावरेबावरे होऊन जायचे, निर्विकार व्हायचे!

निकोलायना वाटलं, मी मॉस्कोतच राहिलो असतो, तर इतक्या टोकाला त्यांना जाऊ दिलं नसतं. विनम्रता आवश्यक आहे, पण त्यालाही काही मर्यादा असते.

तेवढ्यात त्यांना भेटायला टॉलस्टॉयवादी एक मनुष्य आला आणि त्याचं स्वागत करायला ते पुढं झाले.

पेत्रोव्हका हा भाग मॉस्कोत असूनही पीटर्सबर्गमधल्या एखाद्या रस्त्याच्या कोपऱ्यासारखा दिसत होता. रस्त्याच्या दुतर्फा उच्च अभिरुचीच्या स्थापत्यकलेचे नमुने असणारी घरं होती. त्यांची प्रवेशद्वारंसुद्धा कलात्मक होती. शिवाय पुस्तकांची दुकानं, ग्रंथालयं, तंबाखूची दिमाखदार दुकानं, उत्कृष्ट रेस्टॉरन्ट, रेस्टॉरन्टच्या पुढच्या दाराच्या दोन्ही बाजूंना गॅसलाइट्स, गॅसलाइट्सच्या गोल शेड्स आणि आधाराला असलेल्या भक्कम चौकटी.

हिवाळ्यात हा रस्ता शांत, निर्मनुष्य आणि तरीही उर्मट माणसासारखा वाटायचा. इथले रहिवासी अत्यंत ताठर, स्वाभिमानी आणि मुक्त व्यवसाय करणारे असे समृद्ध लोक होते.

या ठिकाणी व्हिक्टर कॉमरॉव्हस्कीनं तिसऱ्या मजल्यावरचं आलीशान घर भाड्यानं घेतलं होतं. वर जायला रुंद जिना, त्या जिन्याला ओकच्या लाकडाचे भारदस्त खांब आणि कठडे. एमा अर्नेस्टोव्हना ही त्या घराची देखरेख करणारी स्त्री. एका अर्थानं गृहस्वामिनी. कॉमरॉव्हस्की बहुधा गुपचूप कुठून तरी घरी परत येत असे. एमा त्याच्या खाजगी आयुष्यात ढवळाढवळ न करता त्याची सर्वतोपरी काळजी घेत असे. कुणाला जाणवणार नाही, अशा दृष्टीनं, मुकाट्यानं ती उत्तम तऱ्हेनं घर चालवत होती. त्याची जाणीव ठेवूनच तो तिच्याशी, एखाद्या सज्जन माणसासारखाच चांगलं वागत होता. ती अविवाहित होती. तिच्या चारित्र्याचा आणि शांत जगाचा भंग करील, अशा कोणत्याही स्त्री-पुरुषाला तो घरात घेत नसे. खिडक्यांचे पडदे सदैव सोडलेले. घरातली प्रत्येक वस्तू ऑपरेशन थिएटरप्रमाणे अतिशय स्वच्छ. हे सगळं एमाचं काम.

रविवारी सकाळी बरेचदा व्हिक्टर आपल्या धिप्पाड कुत्र्याला घेऊन पेत्रोव्हका रस्त्यानं निवांतपणे फिरायला जात असे. रस्त्याच्या एका टोकाला एक जुगारी मित्र तिथं येत असे. नंतर दोघंजण फिरत असत. चालताना एकमेकांना घाणेरड्या गोष्टी

सांगत आणि निलाजऱ्यासारखं फिदीफिदी हसत. त्यांच्या बोलण्याचे आणि हसण्याचे आवाज कुत्र्याच्या भुंकण्यापेक्षा फार काही वेगळे नव्हते.

हवामानात बदल होत होता. वळचणींवरून पाण्याचे थेंब एका लयीत ठिबकत होते. त्यांचा टप् टप् आवाज येत होता. एका छपराकडून दुसऱ्या छपराकडं जणू संदेश जात होता– वसंत आला! वसंत आला! बर्फ वितळत होतं.

लारा एक प्रकारच्या गुंगीतच चालत होती. नेमकं काय घडलं, ते घरी पोचल्यावरच तिच्या लक्षात आलं.

सगळे झोपले होते. मनाच्या सैरभैर अवस्थेतच ती आईच्या ड्रेसिंग टेबलसमोर बसली. तिच्या अंगावर अजूनही तोच फिकट रंगाचा पोशाख होता. जवळ जवळ पांढराच. संध्याकाळी घालण्यासाठी तिनं तो कारखान्यातून मुद्दाम आणलेला होता. ओढणी तिच्या डोक्यावर होती. आरशात प्रतिबिंब पडलं होतं, पण तिला ते काहीच जाणवलं नाही. मग हातांची घडी घालून ती ड्रेसिंग टेबलावर ओणवी झाली आणि हातांत डोकं खुपसलं. तिला वाटलं, आईला हे कळलं, तर ती आधी मला ठारच करील, नंतर आत्महत्या करील!

हे कसं घडलं? असं घडणं कसं शक्य आहे? पण आता फार फार उशीर झाला आहे. मी याचा आधीच विचार करायला हवा होता.

आता मी एक पतित स्त्री झाले. जणू फ्रेंच कांदबरीतून बाहेर पडलेली एक स्त्री. उद्या मी शाळेत जाईन. माझ्यापेक्षा लहान, निष्पाप असलेल्या मुलींच्या शेजारी मी बसेन. देवा, रे! हे कसं झालं?

खूप वर्षांनंतर केव्हा तरी एखाद्या दिवशी शक्य होईल, तेव्हा मी ओलियाला ते सांगेन. ते ऐकून ओलिया मला मिठी मारेल. हुंदके देऊन रडू लागेल.

खिडकीबाहेर पाण्याच्या थेंबांची टऽप टऽऽप सुरूच होती. बर्फ जणू आपलं वितळणं विसरून त्या टऽप टऽऽप आवाजात गुणगुणत होतं. रस्त्यावर तळमजल्यावरील शेजाऱ्याच्या दारावर कुणीतरी थापा मारत होतं.

लारानं डोकं वर करून पाहिलं नाही. तिचे खांदे थरथरत होते. ती रडत होती.

कॉमरॉव्हस्कीनं ड्रॉवर्स उघडले, पुन्हा बंद केले. काही वेळानं एक ड्रॉवर पुन्हा उघडला आणि त्यातल्या वस्तू विस्कटून टाकल्या. शर्टाच्या कफ्स आणि कॉलर्स पलंगावरच्या दुलईवर, कोचवर भिरकावून दिल्या. आपण काय शोधत आहोत, हे त्याचं त्यालाच कळत नव्हतं. एमा मात्र मुकाट्यानं ते सारं पाहत होती.

आता त्याला लाराची ओढ लागली. कसंही करून त्याला लाराची भेट हवी होती. पण रविवार असल्यानं तिला भेटण्याचा कोणताच मार्ग त्याला दिसत नव्हता.

पिंजऱ्यातल्या प्राण्याप्रमाणे तो खोलीत येरझारे घालायला लागला. त्याला तिचा हॉटेलमधला सहवास आठवला.

लाराच्या दैवी सौंदर्याची सर कशालाच नव्हती. तिचे हात सुंदर होते. ते सौंदर्यही उदात्त होतं. हॉटेलच्या भिंतीवर पडलेली तिची सावली म्हणजे जणू तिच्या निरागसपणाची रेखाकृती होती.

कॉमरॉव्हस्की खिडकीपाशी आला. खाली वाळू-मिश्रित डांबरी पदपथावरून संथपणे चाललेल्या घोड्यांच्या टापांच्या तालावर तो खिडकीच्या चौकटीवर बोटं आपटू लागला. 'लारा!' तो स्वतःशीच हळुवारपणे कुजबुजला. त्यानं डोळे मिटले. तिचं डोकं त्याच्या हातावर विसावलं आहे, असा त्याला भास झाला– तिचेही डोळे मिटलेले होते. ती झोपली होती. जणू तो स्वतःची झोप गमावून तासन्तास तिला न्याहाळतो आहे, याची तिला जाणीवच नव्हती. तिचे काळे केस विखुरले होते. त्या केसांच्या सौंदर्यानं त्याच्या डोळ्यांना दंश केला होता आणि ते त्याच्या हृदयात शिरून त्याचा नाश करत होते.

त्याचं आजचं रविवारचं फिरणं फारसं आनंददायी झालं नाही. कुत्र्याला घेऊन तो थोडा भटकला. नेहमीच्या कोपऱ्यावर जाऊन मित्रांबरोबर बाष्कळ विनोद करावे, परिचितांना भेटावं, असा त्यानं विचार केला. पण आज त्याला तेही करवंसं वाटलं नाही.

कॉमरॉव्हस्कीच्या मनात विचार आला :

'ह्या सगळ्याचा अर्थ काय असेल? मला हे काय झालं आहे?'

तो विचार म्हणजे त्याची पश्चात्तापाची भावना होती, की त्याला तिची काळजी वाटत होती? नाही! ती घरी सुरक्षित आहे, हे त्याला माहीत होतं. मग तो तिला डोक्यातून का काढून टाकू शकत नव्हता?

खरं म्हणजे, छळणाऱ्या आणि चिंताग्रस्त मनोऽवस्थेला त्यानं इतक्या सहज थारा द्यायला नको. तो काही शाळकरी मुलगा नव्हता. त्याच्या मृत मित्राची ही मुलगी. अद्याप लहानच. त्याला तिचा फक्त उपभोग घ्यायचा होता. पण तिनं जर त्याला झपाटून टाकलं, तिचं वेड लागलं, तर काय होईल, हे त्याला समजायलाच हवं. त्यानं आताच शुद्धीवर यायला हवं. स्वतःशी आणि त्याच्या सवयींशी प्रामाणिक राहायला हवं. अन्यथा त्याचं अस्तित्व झाकोळून जाईल. तिचं वेड त्याला कमकुवत करील.

कॉमरॉव्हस्कीनं ओक लाकडाचा कठडा हाताला वेदना होईपर्यंत घट्ट पकडला. क्षणभर डोळे मिटले. तो परत वळला. जिन्यांवर पडलेले रंगीत उजेडाचे तुकडे पार करत तो जिने उतरला. खाली त्याचा कुत्रा वाट बघतच होता. त्यानं डोकं वर

उचललं. मालक आपल्याला घेऊन पुन्हा बाहेर पडतो आहे, याचा त्याला आनंद झाला. त्यानं जबडा वासला, लाल गळू दिली, आणि मालकाकडं कौतुकानं पाहिलं.

लाराला ज्याप्रमाणे तो कुत्रा आवडत नव्हता, त्याचप्रमाणे कुत्र्यालाही लारा आवडत नव्हती. तो तिच्यावर गुरगुरायचा. ही मुलगी आपल्या मालकाला कुठल्यातरी मानवी गोष्टीचा संसर्ग करील, अशी त्याला भीती वाटत होती.

यानंतर अनेक दिवस आणि आठवडे उलटून गेले.

किती जबरदस्त आकर्षण होतं ते! त्यातून सुटकाच होत नव्हती. लाराच्या आयुष्यात कॉमरॉव्हस्कीनं प्रवेश केल्यामुळं तिच्या मनात केवळ घृणाच निर्माण झाली असती, तर ती केव्हाच त्याला विरोध करून मोकळी झाली असती. पण आता ते इतकं साधं-सोपं राहिलं नव्हतं.

केस पिकायला लागलेला एक देखणा पुरुष, तिचे वडील शोभावेत, अशा वयाचा माणूस तिच्यासाठी वेडा झाला होता. समाजात त्याला प्रतिष्ठा होती. वृत्तपत्रांमधून त्याच्याविषयी लिहून येत होतं. असा माणूस तिच्यासाठी वेळ आणि पैसा खर्च करत होता. तिला नाटकांना आणि संगीत-सभांना घेऊन जात होता. 'मी तुझी पूजा करतो' असं तिला सांगत होता.

हे सगळं पाहून ती मुलगी हुरळून गेली.

अद्यापही ती तपकिरी गणवेशातली शाळकरी मुलगी होती. शाळेत निरुपद्रवी चेष्टा-मस्करी करत होती. कॉमरॉव्हस्की मात्र घोडागाडीतून जाताना कोचमनची नजर चुकवून तिचं चुंबन घेत होता, किंवा ऑपेराला गेल्यावर सगळ्या प्रेक्षकांच्या देखत बॉक्समध्ये धीटपणे तिच्याशी प्रेमचेष्टा करत होता. त्यामुळं ती मोहित झाली होती.

पण ही बालिश भुरळ अल्पकाळच टिकली. तिच्या मनात वरचेवर नैराश्य दाटून यायला लागलं. तिला स्वतःचीच भीती वाटायला लागली. नैराश्य आणि भीती या भावना तिच्या मनात कायमच्या ठाण मांडून बसल्या. सर्व वेळ झोपूनच राहावं, असं तिला वाटायला लागलं. त्यासाठी ती कारणं शोधायला लागली– डोकं दुखतं, शाळेत काम खूप पडतं, थकवा खूप आला आहे, वगैरे.

तो तिच्या आयुष्याला मिळालेला शाप होता. तिच्या मनात त्याच्याविषयीचा तिरस्कार वाढायला लागला. ती सतत विचार करत होती:

'मी आयुष्यभरासाठी त्याची गुलाम झाले आहे. मला त्यानं कसं नियंत्रणाखाली आणलं? दरवेळीच तो मला शरण यायला कसं भाग पाडतो? मी का शरण जाते? का मी त्याची इच्छा पूर्ण करून त्याला तृप्त करते? माझ्या न लपणाऱ्या लज्जेतून त्याला आनंद का देते? आई त्याच्यावर पैशांसाठी अवलंबून आहे, म्हणून, की तो तिला

कशावरूनही सहज घाबरवू शकतो, म्हणून? नाही, नाही! हा सगळा मूर्खपणा आहे.

'उलट, माझाच त्याच्यावर ताबा आहे. त्याला माझी किती गरज आहे, हे मला दिसत नाही का? मला घाबरण्याचं काहीच कारण नाही. माझं मन शुद्ध आहे. लाज तर त्यालाच वाटायला हवी. मी त्याला सोडून देईन, ही भीती त्याला वाटायला हवी. पण हेच नेमकं मी कधी करणार नाही. हे करण्यासाठी आवश्यक असलेला कठोरपणा माझ्याजवळ नाही. उलट, माझ्यासारख्या दुर्बल व्यक्तीशी वागताना कॉमरॉव्हस्की अधिकच कठोर होतो.'

हाच त्या दोघांमधला मुख्य फरक होता. यामुळंच तिचं संपूर्ण आयुष्य भयावह होऊन गेलं. त्याच्याबरोबर हॉटेलमध्ये गेलं की, लोकांचे कुत्सित कटाक्ष दिसत आणि निंदा-नालस्तीची कुजबूज ऐकू येई. तो छळ होता. लारा स्वतःला जाळ्याच्या बाहेर ओढायचा जितका प्रयत्न करत होती, तितकी त्यात आणखी गुंतत होती.

तिचं लग्न झालेलं असतं, तर? पण त्यामुळं कोणता फरक पडला असता? काही वेळा स्वतःशी चलाख, पण पोकळ युक्तिवाद करण्यात तिचा बराच वेळा जायला लागला.

तिच्या पायांपाशी बसून प्रेमयाचना करताना त्याला लाज कशी वाटत नाही? तो म्हणायचा,

"आपण लग्न न करता असंच राहणं योग्य नाही. मी तुझ्याशी कसे संबंध ठेवले आहेत, याचा विचार कर. त्यामुळं तुझं आयुष्य गटारीत संपेल. आपण तुझ्या आईला सांगायलाच हवं. मी तुझ्याशी लग्न करीन."

पण हे केवळ शब्द होते. त्यामुळं लाराला ते अधिकच दुःखद वाटत होते.

तो तिला बुरखा घालून गलिच्छ हॉटेलांमधल्या खाजगी खोल्यांमध्ये रात्रीच्या जेवणासाठी वरचेवर नेत असे. तिथं ती आत गेल्यावर वेटर्स आणि इतर गिऱ्हाइकं डोळ्यांनीच तिचे कपडे उतरवत. तिला नेहमी प्रश्न पडे,

'जो माणूस प्रेम करतो, तो आपल्या प्रिय व्यक्तीचा असा नेहमी अपमान करतो का?'

लारा धार्मिक वृत्तीची नव्हती. पण आयुष्यात दुःख सहन करता यावं, म्हणून काही वेळा तिला चर्चमध्ये जाणं, प्रार्थना करणं आणि संगीत ऐकणं आवश्यक वाटत होतं. चर्चमधलं संगीत म्हणजे देवाचा शब्द होता. केवळ अश्रू ढाळण्यासाठीच ती चर्चमध्ये जात असे.

एकदा ती अतिशय जड अंतःकरणानं चर्चमध्ये प्रार्थना करायला गेली. तिचं हृदय इतकं व्याकूळ होतं की, तिला वाटलं, कुठल्याही क्षणी तिच्या पायांखालची जमीन दुभंगेल आणि चर्चचं घुमटाकार छत खाली कोसळेल. ती त्याखाली गाडली जाऊन सर्वच गोष्टींचा शेवट होईल.

त्या दिवशी चर्च निम्मं रिकामं होतं. लारानं दोन मेणबत्त्या विकत घेतल्या. एक स्वतःसाठी आणि दुसरी ओलियासाठी. धर्मगुरू प्रार्थना म्हणत होते:

'ब्लेसेड् आर् द पुअर इन् स्पिरिट... ब्लेसेड् आर् दे दॅट मोर्न...'

लारा स्तब्ध उभी राहिली आणि तिनं प्रार्थना सुरू केली. कारण हे तिच्याबद्दल होतं. ते म्हणत होते:

पददलित लोक सुखी असतात, कारण त्यांच्याजवळ स्वतःबद्दल सांगण्यासारखं काहीतरी असतं. ख्रिस्तानं असा विचार केला होता. तो ख्रिस्ताचा न्याय होता.

ते प्रेस्निया उठावाचे दिवस होते. गीशर कुटुंबाचं घरं त्वेर रस्त्यावर होतं. तो भाग बराच अशांत होता. त्यांच्या घरापासून काही अंतरावर भिंतीचा अडथळा उभारला जात होता. लोक आपापल्या अंगणांमधून सिमेंट, दगड, लोखंडाच्या सळ्या आणि पाण्याच्या बादल्या वाहून नेत होते.

शेजारचं मोकळं मैदान म्हणजे लढाऊ कामगारांची भेटण्याची जागा होती. मैदानाच्या एका बाजूला रेड क्रॉस पोस्ट आणि दुसऱ्या बाजूला सूप बनवण्याची जागा होती.

दोन मुलं त्या मैदानाच्या दिशेनं चालत गेली. लारा त्यांना ओळखत होती. एक होता निका दुदोरॉव्ह. तिची शाळामैत्रीण नादिया हिचा मित्र. तो लारासारखाच स्वाभिमानी, स्पष्टवक्ता आणि मितभाषी होता. लाराला त्याच्यात काही रस नव्हता.

दुसरा होता पाशा ॲन्टिपॉव्ह. जिम्नॅशियमचा विद्यार्थी. ओलियाची वृद्ध आजी तिवर्झिना हिच्याबरोबर राहत होता. एकदा लारा तिवर्झिन कुटुंबीयांकडं गेली. तेव्हा पाशा भेटला. त्याच्यात झालेला फरक तिच्या लक्षात आला. तिला पाहून त्याचा चेहरा बदलला. तिच्या भेटीमुळं झालेला आनंद तो लपवू शकला नाही. तो अगदी लहान मुलासारखा साधा होता. मुक्तपणानं त्यानं तिच्याबद्दलचा उत्साह व्यक्त केला. कुणी हसेल, याची त्याला पर्वा नव्हती.

आपल्या येण्यानं पाशावर कोणत्या प्रकारचा परिणाम होतो, याची लाराला जाणीव झाली. ती नकळतच त्या परिणामाचा उपयोग करून घेऊ लागली. आपण लाराच्या प्रेमात आकंठ बुडालो आहोत, हे पाशालाही कळून चुकलं.

निका आणि पाशा त्या मैदानात सर्वांत भयानक असा प्रौढांचा खेळ खेळत होते– युद्ध. यात भाग घेण्याची शिक्षा फाशी किंवा हद्दपारीच होती.

मोठ्या माणसांना लहानांची काळजी वाटावी, तशी लाराला त्यांची काळजी वाटली. त्यांच्या दृष्टीनं ते मनोरंजन असलं, तरी धोकादायक होतं. मुलं निष्पाप होती, निरागस होती आणि तो निरागसपणा आजूबाजूच्या प्रत्येक वस्तुमात्रावर संक्रमित झाला होता– ती संध्याकाळ, सभोवतालचं काळपट हिम, अंगणातल्या गर्द निळ्या सावल्या आणि मैदानापलीकडचं घर. त्या घरात मुलं लपली होती आणि घरातून सतत बंदुकींच्या

फैरी झडत होत्या. लारा मनाशी म्हणाली, 'मुलं बंदूक चालवत आहेत!' हा विचार फक्त पाशा आणि निकाच्याच बाबतीत नव्हता, तर लढणाऱ्या संपूर्ण शहराच्या बाबतीत होता. तिला वाटलं, चांगली सभ्य मुलं आहेत ही. ती चांगली आहेत, म्हणूनच बंदूक चालवत आहेत.

त्या ठिकाणी उभारलेल्या अडथळ्यांवर तोफ-गोळ्यांचा वर्षाव होईल आणि आपलं घर धोक्यात येईल, याची गीशर कुटुंबाला कल्पना आली. मॉस्कोच्या दुसऱ्या एखाद्या भागातल्या मित्राच्या घरी राहायला जायचं म्हटलं, तर त्यालाही आता उशीर झाला होता. वस्तीभोवती वेढा पडला होता. त्यांनी मॉन्टेनेग्रो हॉटेलमध्ये जायचा विचार केला.

तिथं जाणारे ते काही एकटेच नव्हते. हॉटेल आधीच गच्च भरलं होतं. पण जुने संबंध लक्षात घेऊन हॉटेलच्या मालकानं त्यांची व्यवस्था एका खोलीत केली. तिथं राहणाऱ्या लोकांचं आयुष्य धोकादायक झालं होतं.

लारा आणि अमालियानं अगदी आवश्यक तेवढ्याच वस्तू घेऊन त्यांचे तीन गठ्ठे केले.

अमालियाच्या कापड-कारखान्यातही संप सुरू झाला, आणि त्यांना ते घर सोडावंच लागलं. शिवणकाम करणाऱ्या स्त्रियांना अगदी स्वतःच्या कुटुंबातल्या सदस्यांसारखं वागवूनही त्या संपावर गेल्या, याचं मादाम गीशरला अतिशय वाईट वाटलं. ती रडायला लागली.

लारानं आईची समजूत घातली. ती म्हणाली,

"आई, सध्या प्रत्येक जण हेच करत आहे. संपूर्ण जग. सगळ्यांच्या विरुद्ध आपण जाऊ शकत नाही. होय ना? केवळ तुझ्यासाठी म्हणून या स्त्रियांनी संपावर जाऊ नये, असं म्हणणं कितपत योग्य आहे, आई? त्यांच्या मनांत तुझ्याबद्दल द्वेष नाही. पण सध्या जे काही केलं जात आहे, ते मानवतेच्या नावानं होत आहे. दुर्बलांच्या संरक्षणासाठी. स्त्रियांच्या आणि लहान मुलांच्या भल्यासाठी. तू अशी अविश्वासानं मान हलवू नकोस. तू बघ, या संपामुळं काही दिवसांनी तुझी आणि माझी परिस्थिती अधिक चांगली झालेली असेल."

पण आईला ते पटलं नाही. ती हुंदके देतच राहिली. रोदियन शाळेत गेला होता. लारा आणि तिची आई रिकाम्या घरात उगाचच फिरल्या. एकट्याच.

लारा कळवळून म्हणाली,

"आई, अंधार व्हायच्या आधी आपण हॉटेलवर जाऊ. आता तू लवकर नीघ. आणखी उशीर लावू नकोस."

त्यांनी हमालाला हाक मारली,

"फिलॅट, हे आमचं सामान मॉन्टेनेग्रो हॉटेलवर ने. या परिस्थितीतून तोडगा

निघेपर्यन्त घराकडं लक्ष ठेव. पक्ष्यांना दाणे घालायला आणि त्यांचं पाणी बदलायला विसरू नकोस. प्रत्येक वस्तू नीट कुलपात ठेव. बस्स, एवढंच सांगायचं होतं तुला... आणि आमच्याशी सतत संपर्क ठेवत राहा.''

ते बाहेर पडले. अनेक आठवड्यांच्या आजारपणानंतर ताजी, स्वच्छ हवा अनोळखी वाटावी, तशीच ती याही वेळा वाटली. सगळ्या आवाजांनाही जणू गोलाई आली होती आणि स्वच्छ, तरल, दवभरल्या अवकाशातून ते आवाज हळुवारपणे घुमत होते.

एका चौकात कोसॅक्सच्या टेहळणी-पथकानं हसून दोघींना थांबवलं. डोक्यापासून पायापर्यन्त उर्मटपणे हात फिरवून त्यांची तपासणी केली. लाराच्या आणि तिच्या आईच्या डोक्यांवर हनुवटी झाकणारी पट्टी असलेल्या टोप्या होत्या. कोसॅक्सनी त्या खसकन एका बाजूला कानावर सरकवल्या. काही क्षण त्या दोघी एकच डोळा असल्यासारख्या दिसत होत्या.

लारा चालता-चालता विचार करत होती. बाकीच्या शहरापासून या भागाचा संपर्क तुटलेला असेपर्यंत कॉमरॉव्हस्की तिला दिसणार नव्हता. तिला बरं वाटलं. आईमुळंच तिला त्याला तोडून टाकता येत नव्हतं. 'तू त्याला भेटणं बंद कर', असं ती आईला म्हणू शकत नव्हती. कारण तसं सांगितलं असतं, तर लपवलेलं सगळंच बाहेर पडलं असतं. समजा, ते बाहेर आलं, तरी काय हरकत आहे? तिला त्या गोष्टीची इतकी भीती का वाटावी? पण ते सगळं संपणार असेल, तर ती काहीही करायला तयार होती.

किळस आल्यामुळं चक्कर येऊन आपण पडणार, असं तिला वाटलं. कॉमरॉव्हस्कीनं तिला एकदा ज्या हॉटेलात नेलं होतं, त्या हॉटेलच्या खाजगी खोलीत टांगलेलं चित्र तिला आठवलं. त्या चित्रात एक लठ्ठ रोमन माणूस होता. ते चित्र प्रसिद्ध होतं. त्या चित्राचं नाव 'स्त्री किंवा फुलदाणी.'

तिथंच ते सारं सुरू झालं—

''अशी धावत कुठं निघाली आहेस तू? तुझ्या बरोबरीनं मी चालू शकत नाही.''

मादाम गीशरला धाप लागली होती. लारा वेगात चालली होती. कोणती तरी अपरिचित शक्ती तिला खेचून नेत होती.

बंदुकांचे आवाज ऐकताना तिच्या मनात विचार आला,

''किती भव्य आणि उदात्त आहे हे! पददलित आणि वंचित लोक धन्य आहेत! बंदुकीच्या गोळ्यांनो, देव तुम्हांला आणखी वेग देवो. तुमचं आणि माझं मन सारखंच आहे.''

सिव्हस्तेव्ह व्रॅझॉक रस्ता आणि दुसरा एक लहान रस्ता यांच्या कोपऱ्यावर

ग्रोमिको बंधूंचं घर होतं. अलेक्झांडर आणि निकोलाय ग्रोमिको हे दोघं रसायनशास्त्राचे प्राध्यापक होते. एक पेत्रॉव्ह अकादमीत, दुसरे विद्यापीठात. निकोलाय अविवाहित होते. अलेक्झांडर ग्रोमिको यांची पत्नी म्हणजे ॲना इव्हानोव्हना क्रूगर. तिचे वडील लोखंडाचे व्यापारी होते. उरल पर्वतभागातल्या युरिआटिन गावाजवळ त्यांची खूप मोठी स्थावर मालमत्ता होती. लोखंडाचा साठा संपुष्टात आलेल्या अनेक खाणी तिथं होत्या. त्यांतून आता काहीच नफा मिळत नव्हता.

ग्रोमिको कुटुंब सुसंस्कृत. आतिथ्यशील आणि संगीतप्रिय होतं. त्यांच्याकडं नेहमी संगीताचे कार्यक्रम होत असत. पियानोची जुगलबंदी, व्हायोलिन-वादन, चौघांचं गायन किंवा तिघांचं वाद्यवादन.

१९०६ च्या जानेवारीत अशाच एका संध्याकाळी एका तरुण कलाकाराचं पियानो-वादन होणार होतं.

त्यासाठी आधल्या दिवसापासून तयारी सुरू झाली. फर्निचर हालवून बॉलरूममध्ये जागा करण्यात आली. कोपऱ्यातल्या पियानोचे सूर भराभर जुळवताना, ओंजळभर मणी उधळावेत, तसे स्वर खोलीत विखुरले.

शुरा श्लेसिंजर ही ॲनाची जिवलग मैत्रीण. ती सकाळी सर्वांत आधी आली. तिच्या येण्यानं कामात उलट अडथळाच आला.

शुरानं अनेक लग्नं केली होती. घटस्फोट घेतल्याबरोबर लगेच ती त्या नवऱ्याला विसरून जात असे. ती थिऑसॉफिस्ट होती. तरीही चर्चच्या पुराणमतवादी रूढी आणि प्रथा यांतली तज्ज्ञ होती. भसाड्या आवाजात अखंड बडबडल्यासारखी चर्चमधली गीतं ती भराभर तुकड्या-तुकड्यांनी म्हणत असे.

ठरल्या वेळी पाहुणे यायला सुरुवात झाली. बर्फ पडत होतं. जेव्हा जेव्हा हॉलचं पुढचं दार उघडलं जाई, तेव्हा तेव्हा थंड वावटळीचा झोत आत येई.

बॉलरूमच्या बाजूच्या उघड्या दारांमधून जेवणाचं सजवलेलं टेबल दिसत होतं. हिवाळ्यातल्या रस्त्यासारखं पांढरं आणि लांब. अतिशीत केलेल्या, लाल रोवनबेरी मद्याच्या बाटल्यांवर चमकणारा प्रकाशाचा खेळ लक्ष वेधून घेत होता. टोपल्यांमध्ये ठेवलेल्या बदामाच्या जांभळट रंगाच्या पक्वान्नाच्या वासानं उपस्थितांची भूक प्रज्वलित होत होती.

जेवणासारख्या ऐहिक सुखाला फार विलंब होऊ नये, म्हणून सगळे घाईघाईनं संगीताच्या आध्यात्मिक कामासाठी सज्ज झाले! वादक पियानोपाशी येऊन बसला; आणि कार्यक्रम सुरू झाला.

युरी, टोनिया आणि मिशा तिसऱ्या रांगेत बसले होते.

इगोरोव्हना ही ग्रोमिको कुटुंबातली खूप जुनी, वृद्ध नोकराणी. बाजूच्या दारात उभी राहून फार महत्त्वाचं काम असल्याप्रमाणे ती अलेक्झांडरना खुणा करत होती. ते कार्यक्रमात दंग असल्यानं त्यांचं लक्ष नव्हतं. त्यांचं लक्ष वेधण्याचा तिचा प्रयत्न सुरूच होता.

युरी अलेक्झांडरना म्हणाला,

"इगोरोव्हना तुम्हांला खुणा करते आहे."

अलेक्झांडरनी तिच्याकडं एक नापसंतीचा कटाक्ष टाकला. पण ती तिथंच अडून उभी राहिली. अखेर अलेक्झांडर उठले. ओशाळवाणे होऊन ते दबक्या पावलांनी बॉलरूम ओलांडून पलीकडं गेले.

"हे काय चाललं आहे, इगोरोव्हना? अशा वेळी खुणा करणं चांगलं दिसतं का? लवकर सांग, काय झालं?"

"मॉन्टेनेग्रो." ती त्यांच्या कानात कुजबुजली.

"काय मॉन्टेनेग्रो?"

"हॉटेल."

"ते माहीत आहे. त्याचं काय?"

"या वादकाला हॉटेलवर ताबडतोब बोलावलं आहे. तिथं त्याचं कुणीतरी मरायला टेकलं आहे."

"वादकाची एवढी रचना वाजवून पूर्ण झाली, की मी त्याला सांगतो. तोवर मी काही करू शकत नाही."

"पण हॉटेलचा वेटर घोडागाडी घेऊन आला आहे. तिथं ते त्याची वाट बघत आहेत. कुणीतरी मरतं आहे. कळलं तुम्हांला? ती एक स्त्री आहे."

अलेक्झांडर पुन्हा दबक्या पावलांनी खोली ओलांडून आपल्या जागेवर येऊन बसले. त्यांचा चेहरा रागीट; पण चिंताक्रांत झाला होता. त्यांनी नाकाचा झेंडा खाजवला.

वादकानं सादर केलेली नवीन रचना संपताच लोकांनी टाळ्या वाजवल्या. टाळ्या विरायच्या आतच अलेक्झांडर त्या वादकाजवळ गेले आणि त्याच्या कानात सांगितलं, काहीतरी दुर्घटना झाली आहे, तुम्हांला जायला हवं. मग श्रोत्यांकडं वळून हात वर करून त्यांना शांत करत ते म्हणाले,

"लेडीज् ॲण्ड जंटलमेन! हा संगीताचा कार्यक्रम आपल्याला अर्धवट सोडावा लागत आहे. वादकाला आत्ताच निरोप मिळाला– वाईट बातमी आहे. पुढचं वादन तो करू शकणार नाही. त्याला जायला हवं. अशा वेळी त्यानं एकट्यानं जावं, असं मला वाटत नाही. मी त्याच्या बरोबर जातो. युरी, आपली घोडागाडी तयारच आहे, ती दारात आणायला सांग. लेडीज् ॲण्ड जंटलमेन; तुम्ही सगळे थांबा. मी

लवकरच परत येतो.''

डिसेंबरपासून जनजीवन पूर्वस्थितीत येऊन बरंच सुरळीत झालं, तरी बंदुकांचे आवाज अद्याप येतच होते. आगी लागून जळालेली घरं धुमसणाऱ्या भग्नावशेषांप्रमाणे दिसत होती.

अलेक्झांडर यांनी युरी आणि मिशाला बरोबर घेतलं. वास्तविक मॉन्टेनेग्रो हॉटेल अगदी जवळ होतं. स्मॉलेन्स्की बुलवाच्या पलीकडे. पण या राक्षसी धुक्यानं आणि गोठलेल्या दवानं ते अंतर फार वाटत होतं. त्या अंतराचे खूप तुकडे पडले आहेत, असं वाटत होतं. चौकांमध्ये पेटलेल्या शेकोट्यांमधून निघणारा दाट काळसर धूर, बर्फावर चालणाऱ्यांच्या पावलांचे कुचुर कुचुर आवाज, स्लेज गाड्या हाकणाऱ्यांचा ओरडा या सगळ्यांमुळं असं वाटत होतं की, ते प्रदीर्घ काळापासून प्रवास करत आहेत आणि दूरच्या कुठल्या तरी भयाण जागी आले आहेत.

२३ क्रमांकाच्या खोलीत मादाम गीशरला डॉक्टर वांतीचं औषध देऊन तिची आतडी साफ करत होते. नोकराणी धावून धावून फरश्या पुसत होती. कॉमरॉव्हस्की तिथं पोचायच्या आधीच हा गोंधळ सुरू झाला होता.

अलेक्झांडर, मिशा आणि युरी तिथं येऊन पोहोचले. ते मादाम गीशरच्या खोलीबाहेर कॉरीडॉरमध्ये फेऱ्या घालायला लागले. कॉरीडॉरमध्ये खूप गर्दी जमली होती. अलेक्झांडर यांच्या अपेक्षेपेक्षा हे प्रकरण काही वेगळंच निघालं. त्या वादकाच्या आयुष्यातली ती साधी-सरळ दुःखद घटना असेल, असं त्यांना वाटलं होतं. पण हे प्रकरण तर लज्जास्पद आणि बदनामीकारक दिसत होतं.

खोलीमध्ये एकच साधा रॉकेलचा दिवा टांगलेला होता. तोच चौकटीतून काढून कुणीतरी लाकडी पार्टिशनच्या मागं नेला होता. तिथं ढेकणांचा वारा येत होता. खोलीत झोपण्यासाठी तयार केलेला हा लहानसा आडोसा. पार्टिशनला लागूनच धुळीनं भरलेला पडदा लोंबत होता. त्या गडबडीत कुणीतरी पडदाही पार्टिशनच्या वर टाकून दिला होता.

मादाम गीशरनं विष घेतलं होतं. खोलीत आंबूस, जंतुनाशकांचा आणि हिरव्या कोवळ्या वॉलनट्सचा वास दाटला होता. अखेर कुणाला तरी पडदा खाली पाडण्याचं शहाणपण सुचलं.

अर्धवट बेशुद्धीत अमालिया गीशर त्या वादकाच्या नावानं बरळत होती.

''माझ्या प्रियतमा, तू कुठं आहेस? मला तुझा हात दे. मी हे फार भयानक करून बसले. मला तुझा फारच संशय आला होता. माझी समजूत झाली होती की, तू दुसऱ्या कोणाच्या तरी प्रेमात... पण तो माझा सगळा वेडेपणाच ठरला. माझ्याच कल्पनेचे खेळ होते ते. ते खोटं ठरल्यामुळं मला खूप दिलासा मिळाला आहे! आणि

सर्वांत महत्त्वाचं म्हणजे, मी जिवंत आहे.''

ती अडखळत बोलत होती. रडण्यामुळं आणि मळमळण्यामुळं तिचा आवाज घुसमटला होता.

''शांत हो, अमालिया, मी विनंती करतो, तू शांत हो. हे सगळं किती लाजिरवाणं आहे! किती ओशाळवाणं!''

अलेक्झांडर मुलांना करड्या आवाजात म्हणाले,

''चला, आपण घरी जाऊ.''

अतिशय गोंधळून, बावरून ते सगळे दारात उभे होते. कुठं बघावं, ते सुचत नव्हतं. दिवा काढून पार्टिशनच्या पलीकडं नेल्यामुळं खोलीत अंधार झाला होता. त्या अर्धवट सावल्यांच्या पोकळीतच ते सरळ बघत होते. भिंतीवर काही फोटो होते. खाली डेस्कवर काही कागद आणि अल्बम. डायनिंग टेबलाच्या पलीकडं आरामखुर्चीत एक मुलगी झोपली होती. हातांची घडी खुर्चीच्या पाठीवर मागं नेऊन दंडावर तिनं गाल टेकवला होता. इतक्या गडबड-गोंधळातही तिला गाढ झोप लागली होती, याचा अर्थ ती खूप दमलेली असणार.

''चला, आपण निघू.'' अलेक्झांडर पुन्हा म्हणाले.

त्यांच्या येण्यालाच तसा काही अर्थ नव्हता. आता आणखी थांबणं असभ्यपणाचं दिसलं असतं.

पडद्याच्या आडून एक मजबूत शरीरयष्टीचा माणूस बाहेर आला. त्याच्या चेहऱ्यावर आत्मविश्वास होता आणि त्याची चालण्याची विशिष्ट ढब होती. त्यानं दिवा डोक्यावर धरून बाहेर आणला आणि मूळ जागी चौकटीत टांगला. झोपलेल्या मुलीला त्या उजेडामुळं जाग आली. डोळे चोळत आणि हातपाय ताणत ती त्या माणसाकडं बघून हसली. युरी ते सगळं बघत होता.

दरम्यान तो माणूस आणि ती मुलगी यांच्यांत एक मूक दृश्य सुरू झालं. त्यांच्या तोंडातून एकही शब्द निघाला नाही. फक्त त्यांचे डोळे एकमेकांशी भिडले. जणू त्यांच्यांत पूर्ण सामंजस्य होतं. पण त्या सामंजस्याला भीतीची सूक्ष्म किनार होती. तो जणू कळसूत्री बाहुल्या नाचवणारा मालक होता आणि ती त्याची प्रत्येक आज्ञा पाळणारी बाहुली होती.

तिच्या डोळ्यांतून थकलेलं हसू डोकावलं, आणि तिचे ओठ विलग झाले. गुन्ह्यात मदत केल्याबद्दल तिनं त्याच्याकडं बघून खोडकरपणे डोळे मिचकावले. मादाम गीशरचा आत्महत्येचा प्रयत्न यशस्वी झाला नाही. सगळ्या घटनेचा शेवट चांगला झाला आणि त्यांचं रहस्य शाबूत राहिलं, म्हणून दोघंही आनंदात होते.

युरी दोघांमधलं ते दृश्य डोळ्यांनी पिऊन घेत होता. ते दृश्य अवर्णनीय, गूढ आणि तितकंच लाज नसणारं, मोकळेपणाचं होतं.

त्याच्या हृदयातली धडधड वाढली. स्नायू आवळले गेले. अशी गुदमरल्याची भावना त्यानं पूर्वी कधी अनुभवली नव्हती. याच गोष्टीला तो, मिशा आणि टोनिया नेहमी 'व्हल्गर' असं म्हणायचे. याच आवेगानं त्यांच्या मनांत आकर्षण आणि त्याचबरोबर भयही निर्माण केलं होतं. पण परस्परांमध्ये सुरक्षित अंतर ठेवून त्यांनी या भावनेवर नियंत्रण ठेवलं होतं. आणि आता समोर तोच प्रेमावेग होता. त्याच्या डोळ्यांदेखत सगळं घडत होतं.

रस्त्यावर गेल्यावर मिशानं विचारलं,

"तुला माहीत आहे, तो कोण माणूस होता?"

युरी स्वतःच्याच विचारात बुडालेला असल्यानं त्यानं उत्तर दिलं नाही.

"याच माणसानं तुझ्या वडिलांना दारू प्यायला उत्तेजन दिलं आणि त्यांना आत्महत्या करायला भाग पाडलं, त्याच गाडीमध्ये मी होतो. तुला आठवतं? मी तुला सांगितलं होतं."

तो माणूस कॉमरॉव्हस्की आणि ती मुलगी लारा होती!

युरी त्या मुलीचा आणि भविष्याचा विचार करायला लागला.

◆

स्वेनतित्स्कींची ख्रिसमस पार्टी

एका हिवाळ्यात अलेक्झांडर यांनी ॲनाला कपड्यांचं एक जुनंपुराणं कपाट घेऊन दिलं. ते इतकं मोठं होतं की, कोणत्याच दारातून सरळ आत जाईना. त्याचे भाग सुटे करून ते आत आणलं. ते कुठं ठेवावं, हा प्रश्नच होता. प्रचंड आकारामुळं ते बेडरूममध्ये ठेवता येत नव्हतं, आणि त्याचा उपयोग लक्षात घेता दिवाणखान्यात ठेवणं योग्य नव्हतं, शेवटी मुख्य बेडरूमच्या बाहेरची जिन्याजवळची जागा त्यासाठी रिकामी करण्यात आली.

कपाट पुन्हा जुळवून बसवण्यासाठी मार्केल या हमालाला बोलावण्यात आलं. प्रथम सगळं काही सुरळीत झालं. ॲनाच्या डोळ्यांदेखत तुकड्यांमधून कपाट पुन्हा आकाराला आलं. फक्त वरची फळी बसवायची राहिली होती. मार्केलला मदत करावी, म्हणून ॲनानं ती फळी डोक्यावर उचलली. एक पायरी चढत असताना ती घसरून पडली. कपाटाच्या दोन्ही बाजूंच्या फळ्या मार्केलनं दोरानं सैलसर बांधून ठेवल्या होत्या. त्यांना धक्का लागून त्या फळ्याही ॲनाच्या अंगावर पडल्या. तिला बरंच लागलं आणि वेदना व्हायला लागल्या.

मार्केल तिच्याकडं धावला.

"मॅडम, कशाला तुम्ही ते करायला गेलात? हाड वगैरे तर मोडलं नाही ना?"

मार्केलनं आरामखुर्ची पुढं ओढली. त्याच्या मदतीनं ॲनानं स्वतःला खुर्चीत झोकून दिलं. ती कण्हत होती आणि दुखणारे भाग चोळत होती.

ॲनाला ते कपाट आवडलं नाही. त्याचा आकार आणि रूप पाहून तिला कुठल्यातरी शाही थडग्याची आठवण आली आणि तिचं मन अंधश्रद्ध भीतीनं भरून गेलं. तिनं त्या कपाटाचं नाव 'ॲस्कॉल्डचं थडगं' असंच ठेवलं.

त्या अपघातानंतर तिची फुफ्फुसं कमजोर झाली.

१९११ च्या संपूर्ण नोव्हेंबर महिन्यात ॲना न्यूमोनियानं आजारी होती. ती पलंगावर पडून असायची.

येत्या वसंत ऋतूत युरी, मिशा आणि टोनिया पदवीधर होणार होते. युरी वैद्यकशास्त्रात, टोनिया कायदा या विषयात, तर मिशा तत्त्वज्ञानात.

यूरीच्या मनातली प्रत्येक गोष्ट अद्याप अनिश्चित होती. पण त्याची मतं, त्याच्या सवयी, त्याचा कल हे सगळं स्पष्टपणे त्याचं स्वतःचं होतं.

त्याला कला आणि इतिहासाची फार आवड होती. तरीही करीअरची निवड करताना तो तिकडं गेला नाही. त्याला वाटलं, कला नैसर्गिक आनंद किंवा दुःखदेखील देईल. तो पेशा होऊ शकेल, व्यवसाय नाही. त्याला पदार्थविज्ञान आणि इतर नैसर्गिक शास्त्रांमध्ये जास्त रस होता. माणसानं त्याच्या व्यवहारी आयुष्यात समाजाला उपयोगी पडेल, असं काहीतरी करावं, असं त्याला वाटलं, म्हणून तो वैद्यकशास्त्राकडं वळला.

चार वर्षांच्या अभ्यासक्रमात पहिल्या वर्षी पहिलं सत्र तर त्यानं विद्यापीठाच्या तळघरात असलेल्या विच्छेदन-खोलीतच काढलं. गोल गोल वळलेल्या जिन्यानं खाली उतरलं की, तिथं विस्कटलेल्या केसांच्या विद्यार्थ्यांची गर्दी दिसायची. त्यांची डोकी फाटक्या पुस्तकांमध्ये खुपसलेली आणि त्यांच्या आजूबाजूला हाडं पडलेली. प्रत्येक जण आपापल्या कोपऱ्यात शांतपणे विच्छेदन करत बसलेला. काही विद्यार्थी विनोद करत इकडं-तिकडं भटकत असत. पळणाऱ्या उंदरांना पकडण्याचा प्रयत्न करत असत. शवागारातल्या त्या अर्धवट अंधारात आत्महत्या केलेल्या, ओळख न पटलेल्या तरुणांचे मृतदेह पडलेले असत. काही बुडालेल्या स्त्रियांचेही. सगळे मृतदेह उत्तम रीतीनं जतन केलेले, जराही न कुजलेले. फॉस्फरसप्रमाणे ते चमकत असत. तुरटीच्या द्रावाची इंजेक्शन्स त्यांना पुन्हा टवटवीत करत. त्यांना फसवा गोलाकार मिळत असे. प्रेतं कापून, आतील अवयव उघडे करून ठेवलेले असत. काही वेळा कापलेले अवयव पुन्हा जागेवर ठेवलेले असत. तथापि, अगदी लहानांत लहान भागातही मानवी देहाचं सौंदर्य टिकून असे. कापलेल्या पायाकडं किंवा हाताकडं पाहताना युरीचं मानवी देहाबद्दलचं कौतुक आणि आश्चर्य कधी ओसरत नसे. त्या तळघरात कॉर्बोलिक ॲसिडचा वास दाटलेला असे. पुढ्यात पसरलेल्या मृतदेहांपासून जन्म-मृत्यूच्या कोड्यापर्यंत, प्रत्येक गोष्टीत गूढता भरलेली असे.

चित्त विचलित करणारे आणखी काही विचार त्या काळात युरीच्या मनात येत होते, पण तो त्यांना ताब्यात ठेवू शकत होता. तो मनानं फार चांगला होता. उत्तम लेखक होता. शाळेत असल्यापासूनच त्यानं जीवनाबद्दल पुस्तक लिहायचं स्वप्न

पाहिलं होतं. पण असं पुस्तक लिहिण्यासाठी तो अद्याप बराच लहान होता. म्हणून त्याऐवजी तो कविता लिहीत होता. मनात असलेल्या मोठ्या कॅनव्हासवरच्या चित्रासाठी सतत रेखाचित्रं तयार करणाऱ्या चित्रकारासारखंच होतं हे. मोठ्या लिखाणाची तयारी लहान कविता लिहून तो करत होता. आपलं व्यक्तिमत्त्व घडवण्यात निकोलाय मामांचा फार मोठा वाटा आहे, याची त्याला जाणीव होती.

निकोलाय सध्या लॉसेनला राहत होते. तिथं त्यांची पुस्तकं प्रसिद्ध होत होती आणि इतर भाषांमध्ये पुस्तकांचे अनुवाद होत होते. त्यांच्या पुस्तकांमुळं कलेच्या संकल्पनेला नवीन आणि वेगळी दिशा मिळाली होती. मृत्यूच्या आव्हानाला उत्तर देण्यासाठी काळ आणि स्मृती यांच्या मदतीनं माणसानं निर्माण केलेलं दुसरं विश्व म्हणजे इतिहास, असे त्यांचे मूलभूत विचार होते.

युरीपेक्षाही मिशा गोर्दन या कल्पनांनी जास्त प्रभावित झाला. त्यामुळंच त्यानं तत्त्वज्ञान शाखेत नाव नोंदवलं. थिऑलॉजीवरच्या व्याख्यानांना तो नियमितपणे हजर राहत असे. पुढं थिऑलॉजिकल अकादमीत प्रवेश घ्यायचा त्यानं विचार केला.

युरी जसा अधिक परिपक्व झाला, तसा मामांच्या सिद्धांतांच्या प्रभावातून हळूहळू मुक्त होत गेला. पण मिशा मात्र बेडी पडल्याप्रमाणे त्या सिद्धांतांमध्ये अडकून बसला. मिशानं अधिक वास्तववादी, पाय जमिनीवर ठेवून असावं, असं युरीला नेहमी वाटत असे.

नोव्हेंबर संपत आला. एका रात्री युरी विद्यापीठातून उशिरा घरी आला. तो फार दमला होता. दिवसभरात त्यानं काही खाल्लं नव्हतं. आल्या आल्याच त्याला कळलं की, दुपारी ॲनाला चक्कर आली होती. डॉक्टर तपासून गेले होते. आता तिला पुष्कळच बरं वाटत होतं. ती शुद्धीवर आली होती आणि युरी आल्याबरोबर त्याला तिच्याकडं पाठवावं, असंही तिनं सांगून ठेवलं होतं.

युरी ताबडतोब वर गेला.

नुकत्याच झालेल्या धावपळीच्या खुणा खोलीत दिसत होत्या. नर्स आवाज न करता रात्रीसाठी टेबल तयार करत होती. ॲनाच्या अंगावर दाबून धरण्यासाठी वापरलेले ओलसर आणि चुरगळलेले टॉवेल्स फरशीवर इतस्ततः पडले होते. स्टुलावरच्या पसरट भांड्यातलं पाणी खोकून थुंकलेल्या रक्तामुळं गुलाबी रंगाचं झालं होतं. इंजेक्शनच्या फोडलेल्या बाटल्या आणि फुगलेले कापसाचे बोळे त्या पाण्यावर तरंगत होते.

घामानं चिंब भिजलेली ॲना पलंगावर निजली होती. तिचे ओठ कोरडे पडलेले होते. चेहरा श्रांत आणि फिकट दिसत होता.

युरीनं मनाशी विचार केला,

'डॉक्टरांचं निदान चुकलं तर नसेल? हिची सगळी लक्षणं फुफ्फुसांच्या न्यूमोनियाची दिसत आहेत. अवस्था वाईट झालेली दिसते.'

युरी तिला भेटला. तिचा उत्साह वाढेल, असं काहीतरी बोलला. नर्सला खोलीबाहेर पाठवलं. नाडी तपासायला ॲनाचं मनगट हातात घेतलं. कोटाच्या खिशातून स्टेथॉस्कोप काढला. 'याची काही आवश्यकता नाही', अशा अर्थी तिनं डोकं हलवलं. तिला त्याला दुसऱ्याच कुठल्या कारणासाठी भेटायचं होतं. युरीला ते कळलं. मोठ्या कष्टानं ती बोलायला लागली.

''या सर्वांची इच्छा होती की, मी अखेरचा धार्मिक विधी, प्रार्थना करावी. मृत्यू माझ्याभोवती घोटाळतो आहे. तो कुठल्याही क्षणी येईल. माझं सर्वस्व, संपूर्ण आयुष्य संपायला आलं आहे. मी फार घाबरले आहे.''

ती गप्प झाली. तिच्या गालांवरून अश्रू ओघळायला लागले.

युरी काहीच बोलला नाही.

क्षणभरानं ॲनाच म्हणाली,

''तू हुशार आहेस, गुणी आहेस. म्हणूनच इतरांपेक्षा वेगळा आहेस. तुला मृत्यूबद्दल नक्कीच सगळं माहीत असणार. मला धीर दे.''

युरीनं उत्तर दिलं,

''घाबरू नका. उद्या तुम्हांला अधिक बरं वाटेल. कारण प्रकृतीचा धोका टळला आहे. त्यासाठी माझं आयुष्य पणाला लावायला मी तयार आहे. आता मृत्यूबद्दल बोलायचं, तर... पुन्हा केव्हातरी बोललं, तर चालेल का? नाही? आत्ताच? ठीक आहे. जशी तुमची इच्छा. पण ते सांगणं फार कठीण आहे.''

युरीनं तिथल्या तिथं पूर्वतयारीशिवाय छोटंसं भाषणच केलं. आपण हे करू शकतो, हे बघून त्याला स्वतःलाच आश्चर्य वाटलं.

''जिवंत आणि मृत व्यक्तींविषयीचे ख्रिस्ताचे शब्द मला नेहमीच वेगळ्या अर्थानं समजत आले आहेत. हजारो वर्षांमध्ये जमा झालेल्या माणसांच्या प्रचंड समुदायासाठी जागा कुठून आणायच्या? हे विश्व त्यांना सामावून घेण्याइतकं मोठं नाही. म्हणून सर्वकाळी अतिविशाल असलेलं जीवन त्याच्या असंख्य रूपांतरांसह हे विश्व भरून टाकत असतं आणि सतत पुनर्जन्म घेत असतं. मृतावस्थेतून तुमचा पुन्हा जन्म होईल किंवा नाही, याची तुम्हांला चिंता लागलेली आहे. पण तुमचा जन्म झाला, तो एका मृत्यूतूनच, आणि तुमच्या ते लक्षातही आलं नाही.

''तुम्हांला मरताना वेदना होतील का, हा तुमचा प्रश्न. तंतू विलग होताना त्यांना त्याची जाणीव असते का? तुमचा दुसरा प्रश्न– मरताना तुम्हांला जाणीव राहील का? पण जाणीव म्हणजे तरी काय? जाणीव ही आपण जेव्हा स्वतःसाठी वापरतो, तेव्हा ती घातक बनते. जाणीव म्हणजे बाहेरच्या दिशेनं वळलेला प्रकाश

आहे. ती आतल्यापेक्षा बाहेरच जायला हवी. जाणीव ही वाहनांच्या दिव्यांप्रमाणे असते. ते दिवे आत वळवले, तर आपण कुठंतरी आदळून आपला चुराडा होणार!

"आपलं अस्तित्व. आपण नेहमीच कोणत्यातरी बाह्य गोष्टींमध्ये स्वतःची ओळख शोधत असतो. इतरांमधल्या तुम्ही हाच तुमचा आत्मा. इतरांमध्ये सामावलेल्या जीवनाद्वारेच तुम्ही आयुष्यभर आनंद मिळवला. याहीपुढं तुम्ही इतरांमध्ये राहालच. नंतर ही गोष्ट तुमची स्मृती म्हणवली गेली, तरी काय हरकत आहे? तुम्ही भविष्यकाळात प्रवेश कराल आणि त्याचा एक भाग व्हाल.

"आणि आता शेवटचा मुद्दा. भीती वाटण्यासारखं काहीच नाही. मृत्यू अशी काही वस्तूच नाही. मृत्यूला आपल्याशी काही करायचं नाही. सेंट जॉन म्हणतात, मृत्यू असणारच नाही, कारण आपण तो आधीच संपवलेला आहे. आपल्याला कोणत्यातरी नूतन गोष्टीची गरज आहे. आणि ती गोष्ट म्हणजे शाश्वत जीवन. दुसरं काही नाही."

बोलत असताना युरी खोलीत सतत फेऱ्या मारत होता.

बोलणं संपल्यावर तो ॲनाच्या पलंगापाशी गेला. तिच्या कपाळावर हात ठेवत म्हणाला,

"झोपा आता."

काही क्षणांतच तिला झोप यायला लागली.

तो हळूच खोलीबाहेर गेला.

दुसऱ्या दिवशी ॲनाची प्रकृती बरीच चांगली झाली.

ॲनाची प्रकृती सुधारू लागली. डिसेंबर महिन्यात तिनं उठून बसायचा प्रयत्न केला, पण ती अद्याप फार अशक्त होती. डॉक्टरांनी तिला अंथरुणातच पडून चांगली विश्रांती घ्यायचा सल्ला दिला.

ती नेहमी युरी आणि टोनियाला खोलीत बोलावून घ्यायची आणि त्यांच्याशी तासन् तास बोलत राहायची.

उरल प्रांतातल्या ऱ्हायना नदीकाठच्या व्हॅरिकिनो इथल्या आजोबांच्या वडिलोपार्जित घरात तिचं बालपण गेलं होतं. त्याविषयी ती सांगायची. युरी किंवा टोनिया तिथं कधी गेली नव्हती. पण दहा हजार एकर जागेवर पसरलेल्या त्या निबिड आणि अनाघ्रात जंगलाची कल्पना युरी करू शकत होता. रात्रीप्रमाणे दिसणारं ते काळंभोर जंगल. खडकाळ पात्रांमधून वाहणारा वाकडा तिकडा खळाळता झरा म्हणजे जणू त्या जंगलात घुसलेला वळणदार पांढरा सुराच. आणि क्रूगरच्या घराभोवती असणारे ते सरळ उंच डोंगर-कडे!

त्या दिवशी युरी आणि टोनियाला आयुष्यात प्रथमच संध्याकाळचा नवीन पोशाख मिळाला. युरीला डिनर जॅकेट आणि टोनियाला पार्टीसाठी फिक्या रंगाचा सॅटिनचा पोशाख. गळ्याभोवती त्याला साजेल अशी सौम्य नक्षी होती.

नवे कपडे घालूनच दोघं ॲनाच्या खोलीत आले. त्यांना बघताच ती हाताच्या कोपरांवर भार देऊन अर्धवट उठून बसली. त्यांच्याकडं वरपासून खालपर्यंत नीट पाहिलं. त्यांना गोल फिरायला सांगितलं.

"फार सुंदर! कपडे तयार झाले, हे मला माहीतच नव्हतं. मी तुम्हांला कशाला बोलावलं, माहीत आहे? पण, युरी, आधी मला तुझ्याशी बोलायचं आहे."

"मला माहीत आहे, तुम्हांला कशाविषयी बोलायचं आहे, ते. तुम्हांला आणि निकोलाय मामांना, दोघांनाही असं वाटतं की, मी वडिलांच्या मृत्युपत्राद्वारे आलेली संपत्ती नाकारायला नको होती. पण मी तुम्हांला सर्व स्पष्ट करून सांगतो. थांबा. तुम्ही बोलू नका. जास्त बोलायचं नाही, असं डॉक्टरांनी सांगितलं आहे.

"मुख्य म्हणजे, मृत्युपत्राद्वारे संपत्ती वगैरे काही आलेली नाही. आहे, ते फक्त कर्ज आणि घोटाळे. खरोखर पैशात रूपांतर होण्यासारखं काही असतं, तर ते मी कोर्टात जाऊन, मिळवून, स्वतःसाठी वापरलं असतं. झिवागो केस वकिलांना फार फायद्याची ठरते, कारण त्यांना माहीत आहे की, वकिलाची फी द्यायला वडिलांच्या इस्टेटीत भरपूर पैसा आहे! ही सगळी केस म्हणजे फसवण्यासाठी केलेली युक्ती आहे. तेव्हा ती घाण उकरत बसण्यापेक्षा अस्तित्वातच नसलेल्या या इस्टेटीवरचा हक्क सोडून देणंच चांगलं. इस्टेटीच्या मागं लागलेल्या ढोंगी लोकांना ती मिळू देत. आणखी कुणी कुणी हक्क सांगणारे पुढं येत आहेत. मादाम ॲलीस नावाची कुणी एक स्त्री स्वतःला झिवागो म्हणवून घेत आहे.

"आई जिवंत असतानाच वडील कुणा एका विक्षिप्त राजकन्येच्याही गोटात पडले होते. तिला त्यांच्यापासून एक मुलगा झाला होता. तो माझा सावत्र भाऊ. इव्हग्राफ त्याचं नाव. तो आता दहा-बारा वर्षांचा असेल. ती राजकन्या एकांतप्रिय आहे. ओमास्कच्या बाहेर असलेल्या घरात ती एकटीच राहते. कधी बाहेर जात नाही. मी त्या घराचा फोटो पाहिला आहे. घराला पाच फ्रेंच खिडक्या आहेत. मला सारखं वाटतं, सैबेरिया ते मॉस्को हे हजारो मैलांचं अंतर पार करून ते घर आपल्या पाच डोळ्यांनी माझ्याकडं टक लावून बघतं आहे. ते माझं काहीतरी वाईट करील. तेव्हा कशाला हवं हे कल्पनेतलं धन आणि त्याबरोबर येणारे रागद्वेष?"

ॲना म्हणाली,

"व्हॅरिकिनोच्या जंगलात एक वनरक्षक आहे. तो स्वतःला गॉड ऑफ वाइन– बॅकस म्हणवून घेतो. सैतानासारखा काळा आहे तो. तोही संपत्तीसाठी पुढं सरसावला आहे, म्हणे. असं म्हणतात की, एकदा तो लढाईवर गेला असता त्याची सगळी

आतडी बाहेर आली. त्यानं त्या जागी लोखंडाची आतडी बसवली. खरं असेल हे? तर मला असं म्हणायचं आहे की, प्रत्येकाला काही ना काही हवं आहे. आणि तू मात्र सगळं सोडून देतो आहेस.''

हे बोलताना ॲनाला खोकल्याची उबळ आली.

युरी कळवळून म्हणाला,

''पुरे आता! जास्त बोलणं तुमच्या प्रकृतीसाठी वाईट आहे.''

''मला काहीही झालेलं नाही. इगोरोव्हना सांगत होती की, ख्रिसमस-पार्टीला कुठं जावं, की नाही, अशा विचारात तुम्ही दोघं आहात. असा वेडेपणा करू नका. तुम्ही दोघांनी पार्टीला जायलाच हवं.''

ॲनाला पुन्हा जोरात खोकला आला. या वेळची उबळ अधिक दीर्घकाळ टिकली. सतत इतका खोकला येत होता की, तिला श्वासही घेता येत नव्हता.

युरी आणि टोनिया एकदमच घाईनं तिच्याकडं धावले. तिच्या पलंगाशेजारी ते एकमेकांच्या जवळ उभे होते. त्यांच्या हातांचा स्पर्श परस्परांना सहजच होत होता. खोकत-खोकतच ॲनानं त्यांचे हात हातात घेतले; आणि काही काळ एकत्र जुळवून ठेवले.

खोकला थांबून बोलता येणं शक्य झालं, तेव्हा ती म्हणाली,

''मी मेले, तर तुम्ही दोघं एकत्र राहा. तुम्ही एकमेकांसाठीच आहात. लग्न करा. इथं, या खोलीत आता तुमचं लग्न ठरलं आहे.'' ॲनाला अश्रू आवरेनासे झाले.

१९०६ च्या वसंत ऋतूत लाराचं जिम्नॅशियममधलं शेवटचं वर्ष सुरू झालं. त्याच वेळी तिचे कॉमरॉव्हस्कीबरोबर असलेले शारीरिक संबंध तिच्या सहनशक्तीपलीकडं गेले. लाराच्या असहायतेचा फायदा तो पुरेपूर घेत होता. त्याला सोयीचं असेल, तेव्हा तिला तिच्या स्त्रीसुलभ लज्जेची आठवण करून देत होता. त्यामुळं तिच्या मनाची अवस्था पुरती गोंधळाची झाली होती. कामुक पुरुषाला स्त्रीची अशी अवस्था व्हायला हवी असते. एकाच वेळी लारा विकारवश आणि भयगंडानं पछाडलेली अशी व्हायला लागली. रात्रीचा तिचा वेडेपणा काळ्या जादूइतकाच स्पष्टीकरणापलीकडचा होता. इथं सगळंच उलटं-पालटं झालं होतं. प्रतिकार आणि नकार यांचा अर्थ संमती असा घेतला जात होता. छळणाऱ्याचा छळ कृतज्ञतेनं घेतलेल्या चुंबनांखाली झाकला जात होता.

याला काही अंतच नाही, असं वाटत होतं.

त्या वसंत ऋतूत टर्म संपत आली होती.

एक दिवस लारा इतिहासाच्या तासाला बसली होती. येणाऱ्या उन्हाळ्याचा विचार करत होती. उन्हाळ्यात टर्म संपल्यावर, कॉमरॉव्हस्कीपासून तिला दूर ठेवणारी ही शाळा नसणार, या विचारानं ती अस्वस्थ झाली होती.

हवेत उष्णता होती. वादळाचा जोर वाढत होता. वर्गाच्या उघड्या खिडक्यांमधून शहराचा दूरवरचा कोलाहल ऐकू येत होता. मधमाश्यांच्या आवाजाप्रमाणे तो एकसुरी वाटत होता. जोडीला पटांगणावर खेळणाऱ्या मुलांचा कर्कश ओरडा. गवताच्या आणि कोवळ्या पानांच्या वासानं लाराचं डोकं दुखायला लागलं.

नेपोलियनच्या इजिप्त-मोहिमेविषयी धडा सुरू होता. आभाळ काळं झालं होतं. विजा चमकायला लागल्या. ढगांचा गडगडाट सुरू झाला. पावसाच्या वासासह धुळीचे आणि वाळूचे लोट एकदमच वर्गात वेगानं घुसले. शिक्षकांचे दोन आवडते विद्यार्थी खिडक्या बंद करायला उठले. धुळीत मिसळलेला घाणेरडा शहरी पाऊस कोसळायला लागला.

लारानं वहीचं पान फाडलं आणि नादियाला चिठ्ठी लिहिली :

'नादिया, मला आईपासून दूर राहायलाच हवं. मला शिकवण्याचं काम मिळवून देशील का? मदत कर. पैसे शक्य तेवढे चांगले मिळावेत. अनेक श्रीमंत लोक तुझ्या ओळखीचे आहेत.'

नादियानं लगेच उत्तर दिलं,

'आम्ही लिपासाठी गव्हर्नेस् शोधत आहोत. आमच्याच घरी का येत नाहीस? ते फारच छान होईल. माझ्या आईवडिलांना तू किती आवडतेस, ते तुला माहीत आहेच.'

लारानं कोलोग्रिवॉव्ह यांच्या घरी तीन वर्षं काढली. त्या घराच्या भिंतींमध्ये ती सुरक्षित होती. कुणीही तिला त्रास दिला नाही. आईनं आणि भावानंही नाही. त्या दोघांशी तिनं संबंध तोडले आणि त्यांच्यापासून ती दूरदूरच राहिली.

कोलोग्रिवॉव्ह हे मोठे व्यावसायिक गृहस्थ होते. अतिशय बुद्धिमान. अत्याधुनिक पद्धतीची राहणी. गरीब वर्गातून ते वर चढले. पोलिस मागावर असणाऱ्या क्रांतिकारकांना ते स्वतःच्या घरात आसरा देत. राजकीय खटल्यांमध्ये बचाव पक्षाचा खर्च स्वतः करत. क्रांती त्यांना हवी होती. सध्याच्या परिस्थितीबद्दल त्यांच्या मनात तिटकारा होता. क्रांतीला पैशांची मदत करायला ते इतके उत्सुक होते, की स्वतःच्याच कारखान्यात संप घडवून आणत. कारखान्याची मालकी सोडून देत. त्यांना शिकारीचा विलक्षण नाद होता. नेमबाजीत ते निष्णात होते. कामगारांना लॉसेन बेटावर नेऊन लष्करी प्रशिक्षणही त्यांनी दिलं होतं.

त्यांची पत्नी त्यांना अनुरूप अशीच होती.

लाराला दोघांचंही कौतुक आणि त्यांच्याबद्दल आदर वाटत असे.

सगळ्या घरानं लारावर अतिशय प्रेम केलं. तिला कुटुंबातल्याच व्यक्तीप्रमाणे वागवलं.

तीन वर्षं लारा निश्चिंत आयुष्य जगली.

मग एक दिवस तिचा भाऊ रोदियन तिला भेटायला आला. अंगाला झोके देत त्यानं सांगितलं,

"शाळेच्या मुख्याध्यापकांना निरोपाची भेटवस्तू देण्यासाठी शाळेतल्या मुलांनी पैसे जमवून माझ्याजवळ दिले होते. ते मी जुगारात घालवले."

इतकं सांगून रोदियन आरामखुर्चीत पूर्ण आडवा पसरला आणि रडायला लागला. पुढचं त्यानं हुंदके देत सांगितलं आणि लारा गोठल्यासारखी बसून ऐकत राहिली.

"काल रात्री मी व्हिक्टर कॉमरॉव्हस्कींना भेटायला गेलो. पण त्यांनी यासंबंधी बोलायला नकार दिला. तू बोललीस, तरच ते काही करतील. लारा, तू आमच्यापैकी कुणावरही आता प्रेम करत नसलीस, तरी कॉमरॉव्हस्की अजूनही तुला मानतात. तुझा एकच शब्द पुरेसा आहे. तुला माहीत आहे, माझी केवढी अप्रतिष्ठा होईल! माझा गणवेश पणाला लागला आहे. तू त्यांना जाऊन भेट. त्यांच्याशी बोल. या पैशांसाठी मी माझ्या आयुष्याची किंमत मोजावी, असं तुला वाटतं का?"

लाराला संताप अनावर झाला. त्या भरात तिनं त्याच्याच शब्दांचा पुनरुच्चार केला,

"तुझं आयुष्य! तुझी अप्रतिष्ठा, तुझ्या गणवेशाचा मान– बरोबर आहे. मी काही गणवेश नाही, मला मान नाही. तू, तुला वाटेल, तसं माझ्याशी वागू शकतोस. तू काय मागतो आहेस, याची तुला कल्पना आहे? कॉमरॉव्हस्कीनं तुझ्यापुढं कोणता प्रस्ताव मांडला आहे, याची तुला जाणीव आहे? मोठ्या मुश्किलीनं मी स्वतःची त्याच्या गुलामगिरीतून सुटका करून घेतली आहे. आणि आता तू येऊन म्हणतोयस, त्याच्याकडं जा! सगळं मातीत मिसळलं, तरी तुला त्याची काळजी नाही. खड्ड्यात जा तू! स्वतःला गोळी घालून ठार कर. मला काय करायचं आहे? किती पैसे हवेत तुला?"

"सहाशे नव्वद जुने रुबल्स." थोडं थांबून तो म्हणाला, "पूर्ण आकडा सांगायचा, तर सातशे समजून घे."

"रोदियन! तुझं डोकं फिरलं आहे! तू काय म्हणतो आहेस, याची तुला कल्पना आहे? तू सातशे रुबल्स जुगारात उडवलेस! रोदिया, रोदिया, माझ्यासारख्या सामान्य व्यक्तीला प्रामाणिकपणे काम करून एवढी रक्कम उभी करायला किती

काळ लागतो, याची तुला कल्पना आहे का?''

लाराला रडू फुटलं. काही क्षण शांततेत गेल्यावर ती थंडपणे एखाद्या अनोळखी माणसाशी बोलावं– तसं बोलली. म्हणाली,

''ठीक आहे. मी प्रयत्न करीन. उद्या ये आणि ज्या रिव्हॉल्व्हरनं तू स्वतःवर गोळ्या झाडून घेणार होतास, ते घेऊन ये. तू ते एका चांगल्या कामासाठी मला दे. भरपूर गोळ्याही दे त्याबरोबर. लक्षात ठेव.''

तिनं कोलोग्रिवॉव्ह यांच्याकडून उसने पैसे घेतले.

लारा कोलोग्रिवॉव्ह यांच्या घरी काम करत असली, तरी तिच्या शिक्षणात खंड पडला नाही. तिनं शाळेचं शिक्षण पूर्ण करून विद्यापीठाचा अभ्यासक्रम घेतला. तो चांगल्या रीतीनं पूर्ण केला. पुढच्याच वर्षी म्हणजे १९१२ मध्ये तिला पदविका मिळणार होती.

लिपाचंही शाळेचं शिक्षण पूर्ण झालं.

या श्रीमंत घरात लाराला कुणी परकं मानलं नाही. तिनं घेतलेल्या कर्जाची कुणीही आठवण करून दिली नाही. त्यांनाही या गोष्टीची आठवण नव्हती. इतरांना न सांगता येण्यासारखे काही खर्च लाराला नसते, तर ते कर्ज तिनं केव्हाच फेडलं असतं.

पाशाला न कळवता ती सैबेरियात हद्दपार झालेल्या त्याच्या वडिलांना पैसे पाठवत होती. त्याच्या आजारी आईला मदत करत होती. शिवाय पाशाच्या घरमालकिणीला परस्पर काही पैसे देऊन त्याच्याही राहण्या-जेवण्याचा थोडा खर्च कमी करत होती. तिनंच त्याला आर्ट थिएटरजवळच्या कॅमर्गर रस्त्यावरच्या नवीन इमारतीत एक खोली पाहून दिली.

पाशा लारापेक्षा वयानं किंचित लहान होता. तो तिच्यावर वेड्यासारखं प्रेम करत होता. तिची छोटीशी इच्छा देखील आज्ञेप्रमाणं पाळत होता. शालेय शिक्षण पूर्ण झाल्यावर तिच्या इच्छेवरूनच त्यानं ग्रीक आणि लॅटिन घेतलं होतं. तो परीक्षेत उत्तीर्ण झाल्यावर पुढच्या वर्षी लग्न करायचं आणि उरल प्रदेशातल्या एखाद्या प्रांतिक राजधानीच्या गावी शिक्षक म्हणून जायचं, हे लाराचं स्वप्न होतं.

१९११ च्या उन्हाळ्यात लारा कोलोग्रिवॉव्ह कुटुंबासमवेत ड्युप्लांकाला अखेरचं जाऊन आली. ती जागा तिला फार आवडली होती. कोलोग्रिवॉव्ह दर उन्हाळ्यात ड्युप्लांकाला जात. तो त्यांचा अलिखित करारच होता जणू. या कुटुंबात राहत असताना तीही त्यांच्याबरोबर दर उन्हाळ्यात गेलीच होती.

तापलेल्या आगगाडीनं त्यांना स्टेशनवर आणून टाकलं. लारा स्टेशनपासून कोलोग्रिवॉव्ह इस्टेटीपर्यंत पायीच चालत गेली. बाकीचे सगळे सामान घेऊन घोडागाडीनं गेले. लारा तिथल्या अथांग शांतीनं, वनस्पतींच्या मादक सुगंधानं भारावून गेली. भावनांनी निःशब्द झाली. तो निसर्ग तिला नातलगांपेक्षा प्रिय, प्रियकरापेक्षा चांगला आणि पुस्तकापेक्षा शहाणा वाटला. याच ठिकाणी तिला तिच्या जीवनाच्या हेतूचा शोध लागला. पृथ्वीच्या या अमर्याद मोहिनीचा अर्थ जाणून घेण्यासाठीच जणू तिचा जन्म होता. आणि ही गोष्ट जर तिच्या आवाक्यातली ठरली नाही, तर ती मुलीला जन्म देऊन तिच्याकडून ते काम पूर्ण करून घेणार होती.

बाकीचे लोक लाराच्या आधी इस्टेटीवर पोहोचले. कोचमनच्या गप्पा ऐकत येणं त्यांना नेहमीच आवडत असे. लाल शर्ट आणि बिनबाह्यांचं जाकीट घातलेला कोचमन त्यांना स्थानिक बातम्या पुरवत असे.

लारा या उन्हाळ्यात ड्युप्लांकाला आली, ती अंगावर घेतलेल्या अनेक कर्तव्यांमुळं थकलेली अशी. साध्या कारणांनी देखील ती अस्वस्थ होत होती.

कोलोग्रिवॉव्ह कुटुंबाला ती पूर्वीइतकीच आवडत होती. तिनं आपल्याजवळ राहावं, असं त्यांना वाटत होतं. पण आता लिपा मोठी झाली होती. या घराला आता आपला तसा काही उपयोग नाही, असं लाराला वाटत होतं. तिनं पगार घ्यायला नकार दिला. पण त्यांनी जबरदस्तीनं दिलाच. अर्थात तिलाही पैशांची गरज होतीच. सगळे तिच्याशी फार चांगुलपणानं वागत होते. पण तिला त्याचं ओझं वाटत होतं. तिला स्वतःचंच ओझं झालं होतं. स्वतःपासून दूर पळून जावंसं वाटत होतं. कुठंही. पण तिच्या प्रतिष्ठेला साजेल, अशा ठिकाणी. या कुटुंबाकडून उधार घेतलेले पैसेही तिला परत करायचे होते. या क्षणी तरी ते परत करायचा कोणताही मार्ग तिला दिसत नव्हता. तिला वाटत होतं, आपण या कुटुंबाकडं ओलीस राहिलो आहोत. सगळं रोदियनच्या मूर्खपणामुळं झालं होतं. निष्फळ संतापात ती गुरफटून जात होती.

प्रत्येक बारीक सारीक बाबतीत तिला संशय येत असे. कोलोग्रिवॉव्हच्या मित्रांनी तिच्याकडं अधिक लक्ष दिलं, तर तिला वाटायचं, ते तिला सहज वश होणारं आणि हाती लागणारं 'भक्ष्य' समजतात. त्यांनी तिला एकटं सोडलं, तर वाटायचं, त्यांच्या लेखी ती अस्तित्वातच नाही.

तिला असे लहरीपणाचे झटके वारंवार येत होते. तरी इस्टेटीवर येणाऱ्या पाहुण्यांच्या मनोरंजनात ती वेळोवेळी सामील झाली. पोहोणं, नौकानयन, नदीकाठची रात्रीची सहल, नृत्य, आतशबाजी वगैरे. हौशी नाटकांमधून कामं केली. बंदूक चालवण्याच्या स्पर्धांमध्ये तर उत्साहानं भाग घेतला. रोदियनच्या छोट्या रिव्हॉल्वरचा

तिला चांगलाच सराव झाला. पण स्वतःचं लक्ष इतरत्र गुंतवण्याचा तिनं जेवढा प्रयत्न केला, तेवढी तिला ती अधिकच दयनीय अवस्था वाटली. आपल्याला काय हवं, तेच तिला कळत नव्हतं.

उन्हाळ्याची सुट्टी संपवून सगळे शहरात परत आले, तेव्हा तर लाराची अवस्था आणखीनच वाईट झाली. त्रासात आणखी भर पडली. पाशाबरोबर कुरबुरी सुरू झाल्या. त्याच्याशी गंभीर भांडण होऊ नये, म्हणून ती काळजी घेत होती. कारण तोच तिचा शेवटचा आधार होता. पाशा काहीसा आत्मविश्वासानं वागायला लागला होता. त्याचा स्वर थोडासा तिला शिकवत असल्यासारखा होता. जे पाहून लाराला गंमतही वाटली आणि चीडही आली.

पाशा, लिपा, कोलोग्रिवॉव्ह, पैसे - सगळ्या गोष्टी तिच्या मस्तकात गरगर फिरायला लागल्या. तिला आयुष्याचीच घृणा वाटायला लागली. मनाचा तोल जायला लागला. आतापर्यंतचं अस्तित्व, अनुभव मोडून-तोडून टाकावेत आणि काहीतरी नवीन सुरू करावं, असं तिला वाटलं.

मनाच्या अशा अवस्थेत १९११ सालच्या ख्रिसमसच्या सुमाराला ती एका आत्मघातकी निर्णयापर्यंत पोहोचली– ताबडतोब कोलोग्रिवॉव्ह यांचं घर सोडायचं आणि स्वतंत्र राहायचं. त्यासाठी कॉमरॉव्हस्कीला पैसे मागावे लागले, तरी चालतील. तिला वाटत होतं की, त्या दोघांमध्ये जे काही घडलं होतं, ते लक्षात घेता तो कोणत्याही अवमानकारक अटी न घालता पैसे देईल. काहीही स्पष्टीकरण मागणार नाही.

असं मनात ठरवून ती पेत्रोव्हका रस्त्यावर आली. रात्रीची वेळ होती. सुरक्षेचा उपाय म्हणून रोदियनचं भरलेलं रिव्हॉल्वर तिनं हातावरच्या फरच्या आच्छादनात गुंडाळलं. कॉमरॉव्हस्कीनं पैसे द्यायला नकार दिला, किंवा वाईट बोलून तिचा अपमान केला, तर त्याला गोळी मारायचा तिचा विचार होता.

रस्त्यांवर उत्साही वातावरण होतं. लारा विलक्षण उत्तेजित होऊन रस्त्यांवरून चालत होती. तिला बाकी काही दिसत नव्हतं. मनात योजलेला बंदुकीचा नेम तिच्या डोक्यात भिनला होता. त्याखेरीज तिला इतर कशाचीच जाणीव नव्हती. पेत्रोव्हका रस्त्यावरून चालताना तिला सतत तो रिव्हॉल्व्हरचा आवाजच ऐकू येत होता. त्याचा नेम कॉमरॉव्हस्कीवर होता, तिच्या स्वतःवर होता, स्वतःच्या चेहऱ्यावर होता...

लारा कॉमरॉव्हस्कीच्या घरी पोहोचली. एमानं दार उघडलं. लाराचा कोट काढायला मदत करण्यासाठी एमा पुढं झाली. तिच्या अंगावर लारा खेकसली,

"माझ्या मफलरला हात लावू नकोस!"

एमानं सांगितलं,

"व्हिक्टर कॉमरॉव्हस्की बाहेर गेले आहेत. पण ते येतीलच. तुम्ही इथंच थांबा. त्यांची थोडी वाट बघा."

"नाही. मी थांबू शकत नाही, वाट बघू शकत नाही. मी घाईत आहे. ते कुठं गेले आहेत?"

तो एका ख्रिसमस-पार्टीला गेला होता.

एमानं पत्ता लिहून दिलेला कागदाचा तुकडा मुठीत घट्ट पकडून लारा त्या परिचित, उदास जिन्यावरून धावतच खाली उतरली. फ्लोअर टाऊनमधल्या स्वेनतित्स्कींच्या घराकडं ती झपाट्यानं निघाली.

बाहेर पडल्यावर आत्ताशी कुठं तिनं आजूबाजूला पाहिलं. तो हिवाळा होता, ते शहर होतं आणि ती रात्र होती.

कडाक्याची थंडी होती. जाड काळसर काचेसारख्या दिसणाऱ्या बर्फानं रस्ते झाकून गेले होते. बीअरच्या बाटलीच्या जाड बुडासारखे ते दिसत होते. हिमयुक्त पावसामुळं हवा जडशीळ झाली होती. लाराच्या फर-कोटाच्या गोठलेल्या तंतूंप्रमाणेच हिमकणही तिच्या चेहऱ्याला गुदगुल्या करत होते, टोचत होते.

लाराचं हृदय धाडधाड उडत होतं. श्वास घेतानाही तिला वेदना होत होत्या. स्वस्त चहाची दुकानं आणि हॉटेलांची वाफाळणारी दारं मागं टाकत ती निर्मनुष्य रस्त्यावरून चालत होती.

कॅमर्गर रस्त्यावर लारा थांबली. पाशाचं घर लागलं. असह्य होणारे सगळे विचार त्याला सांगावेत, असं वाटून तिनं धीर गोळा केला आणि त्या इमारतीच्या भक्कम दारातून तिनं आत पाऊल टाकलं.

पाशाचा चेहरा लाल झाला होता. आरशासमोर उभा राहून जीभ गालात घोळवत तो स्टार्च केलेल्या शर्टाच्या कॉलरशी जोर लावून झटापट करत होता. तोही पार्टीला जाणार होता.

त्याच वेळी लारा दार न वाजवता आत आली. पाशाचा पोशाख पूर्ण होतच आला होता. पण लाराचा त्रासिक आणि ताणलेला चेहरा बघताच तो लगेच घाईनं तिच्या जवळ गेला. त्यानं घाबरून विचारलं,

"काय झालं?"

"इथं माझ्याजवळ बैस. कपडे नंतर कर. मी घाईत आहे. एका मिनिटात मला निघायला हवं. माझ्या मफलरला हात लावू नकोस. क्षणभर तिकडं तोंड वळव."

पाशानं तोंड वळवलं, लारानं शिंप्यानं शिवलेला सूट घातला होता. तिनं कोट काढला. उभा टांगून धरला. रोदियनचं रिव्हॉल्वर तिनं मफलरमधून काढून कोटाच्या

खिशात ठेवलं, नंतर ती सोफ्यावर जाऊन बसली.

ती म्हणाली,

''आता तू इकडं पाहू शकतोस. मेणबत्ती लाव आणि विजेचे दिवे विझव.''

तिला मेणबत्तीच्या मंद प्रकाशात बसायला आवडत असे. पाशा नेहमी काही मेणबत्त्या राखून ठेवायचा. मेणबत्तीच्या स्टॅण्डमधला अर्धवट जळालेला तुकडा काढून तिनं नवीन मेणबत्ती त्यात ठेवली. खिडकीच्या चौकटीवर ठेवून ती पेटवली. मेणबत्ती प्रथम तडतडत लहान ठिणग्या उडवत पेटली आणि नंतर तिची ज्योत बाणासारखी धारदार झाली. मंद प्रकाशानं खोली भरून गेली. खिडकीच्या वरच्या चौकटीवर असलेल्या बर्फाच्या थरावर मेणबत्तीच्या ज्योतीच्या उष्णतेनं छोटंसं काळं छिद्र तयार व्हायला लागलं.

लारा म्हणाली,

''मी काय सांगते, तिकडं लक्ष दे, पाशा. मी अडचणीत आहे. तू मला मदत करायलाच हवीस. घाबरून जाऊ नकोस आणि मला प्रश्नही विचारू नकोस. आपण इतर लोकांसारखं राहू शकू, असं कधीही समजू नकोस. मी सतत धोक्याखाली वावरत असते. तुझं माझ्यावर प्रेम असेल, माझा विनाश होऊ नये, असं तुला वाटत असेल, तर माझ्याशी लवकर लग्न कर. आपण आता आपलं लग्न लांबणीवर टाकायला नको.''

पाशा आनंदानं ओरडला,

''हेच तर मला हवं आहे! तू फक्त दिवस सांग. तू तयार असलीस, तर मीही तयारच आहे. तुला कसली काळजी वाटते, ते मला सरळ सांग. कोडी घालून मला छळू नकोस.''

पण लारानं विषय गोठ्या शिताफीनं बदलून त्याचा प्रश्न टाळला.

त्यानंतर दोघं अनेक गोष्टींविषयी बोलले. पण त्या गोष्टींचा तिच्या दुःखाशी काही संबंध नव्हता.

त्या हिवाळ्यात विद्यापीठाच्या सुवर्ण-पदकाच्या स्पर्धेसाठी 'नर्व्हस एलिमेन्ट्स ऑफ द रेटिना' या विषयावर युरी शास्त्रीय निबंध तयार करत होता. सर्वसामान्य औषधोपचारांमध्ये तर त्यानं पात्रता संपादन केलीच होती, पण याशिवाय त्याचं डोळ्यांविषयीचं ज्ञान एखाद्या तज्ज्ञासारखं होतं. डोळ्याच्या शरीररचनेत त्याला रस होता. त्याचबरोबर त्याच्या व्यक्तिमत्त्वाची दुसरी बाजूही विकसित होत होती आणि ती म्हणजे सर्जनशीलतेची त्याला असलेली देणगी, कलेमधली कल्पकता आणि कल्पनांची तर्कशुद्ध मांडणी.

टोनिया आणि युरी भाड्याच्या स्लेजमधून स्वेनतित्स्कीच्या ख्रिसमस-पार्टीला निघाले. किशोरवयातली सहा वर्षं आणि पौगंडावस्थेतली प्रारंभीची वर्षं एकत्र राहिल्यामुळं एकमेकांना ते नीट ओळखत होते. त्यांच्या सवयी सारख्या होत्या. आता स्लेजमध्ये मात्र ते शांत बसून होते. थंडीमुळं त्यांचे ओठ घट्ट मिटलेले होते. दोघांमध्ये क्वचित एखाद-दुसऱ्या शब्दाचं संभाषण झालं. बाकी ते स्वतःच्याच विचारांमध्ये बुडून गेले होते.

युरीच्या मनात स्पर्धेच्या तारखेचे विचार चालू होते. त्याच्या निबंधासाठी त्याला आणखी खूप परिश्रम घ्यायला हवे होते. सरत्या वर्षाच्या सणाची उत्साही धावपळ रस्त्यात चालू होती त्यामुळं त्याचं लक्ष तिकडं वेधलं गेलं आणि त्याच्या मनात दुसरे विचार सुरू झाले. विद्यार्थ्यांनी चालवलेल्या एका वृत्तपत्रासाठी त्यानं मिशा गोर्दनला ब्लॉक या कवी आणि नाटककारावर लेख द्यायचं कबूल केलं होतं. दोन्ही राजधान्यांमधली तरुण मुलं ब्लॉकच्या लिखाणानं वेडी झाली होती. विशेषतः युरी आणि गोर्दन. पण हेही विचार त्याच्या मनात फार वेळ रेंगाळले नाहीत. युरी आणि टोनियाला घेऊन स्लेज चालली होती. त्यांच्या हनुवट्या फरच्या दाट कॉलरमध्ये घुसून बसल्या होत्या. कान थंडीनं गारठले होते. कॉलर कानांना घासली जात होती. सुरुवातीला दोघांच्याही मनांत वेगवेगळे विचार चालू होते. पण एका क्षणी दोघांचे विचार एक झाले.

ॲनाच्या बिछान्याशेजारी नुकत्याच घडलेल्या प्रसंगानं दोघंही बदलून गेले होते. जणू त्यांचे डोळे उघडले होते आणि दोघांनी परस्परांना नव्या प्रकाशात पाहिलं होतं. टोनिया त्याची बालमैत्रीण. कधी कोणत्या स्पष्टीकरणाची तिला गरज पडली नव्हती आणि आता? तो कल्पनाही करू शकणार नाही, इतकी ती गुंतागुंतीची होऊन बसली होती. तिच्याजवळ पोहोचणं सर्वांत कठीण झालं होतं. ती स्त्री झाली होती! युरी कल्पनाशक्तीच्या साहाय्यानं स्वतः काहीही होऊ शकत होता– सम्राट, नायक, प्रेषित, विजेता... पण स्त्री नाही.

टोनियानं स्त्रीत्वाची ही सर्वोच्च, पण सर्वांत कठीण कामगिरी तिच्या नाजूक खांद्यांवर घेतली होती. युरीला टोनिया नाजूक वाटत असली, तरी ती चांगली निरोगी आणि सशक्त होती. तिच्याविषयी अपार सहानुभूती आणि भित्रं कुतूहल या भावनांनी त्याचं मन भरून गेलं. उत्कट प्रेमभावनेची ती सुरुवात होती.

युरीबद्दलच्या टोनियाच्या भावनांमध्येही असाच बदल घडून आला होता.

युरीला वाटलं, त्यांनी बाहेरच जायला नको होतं. त्याला ॲनाची काळजी वाटायला लागली. दोघं पार्टीला निघायच्या आधी तिची प्रकृती जरा बिघडलीच होती. तरी पण ते तिच्या खोलीत गेल्यावर तिनं पूर्वीइतक्याच आग्रहानं त्यांना पार्टीला जायची गळ घातली होती. त्यांनी खिडकीतून बाहेर डोकावून हवामानाचा

रागरंग पाहिला होता. दोघं बाहेर पडले, तेव्हा घाईत जाताना टोनियाच्या डोक्यावर जाळीदार पडदा अडकला होता आणि तो विवाहाच्या झिरझिरीत बुरख्यासारखा दिसत होता. सगळ्यांच्या ते लक्षात आलं होतं आणि त्यांना मोठ्यानं हसू फुटलं होतं.

विचारातून भानावर येऊन युरीनं अवतीभोवती पाहिलं.

याच रस्त्यानं काही वेळापूर्वी लारा गेली होती.

चालणाऱ्या स्लेजचा नेहमीपेक्षा जास्तच मोठा आवाज येत होता. तो आजूबाजूच्या बर्फाच्छादित रस्त्यांवरून आणि वृक्षांवरून प्रतिध्वनित होत होता. रस्त्याच्या दुतर्फा असलेल्या घरांच्या हिमाच्छादित खिडक्या आतून पिवळ्या प्रकाशानं उजळून निघाल्या होत्या. धुरकट टोपॅझचे दागिने ठेवलेल्या मौल्यवान पेटीप्रमाणे त्या दिसत होत्या. त्यांच्या मागे मॉस्कोचं ख्रिसमस जीवन चमकत होतं. ख्रिसमस ट्रीज्वर मेणबत्त्या जळत होत्या. तऱ्हेतऱ्हेच्या भपकेबाज पोशाखांमधले पाहुणे हाइड ॲण्ड सीक, हंट द रिंग यांसारखे खेळ खेळत होते.

स्लेज कॅमर्गर रस्त्यावरून जाताना युरीचं लक्ष एका खिडकीकडं गेलं.

त्या खिडकीवर साचलेला बर्फाचा काही भाग मेणबत्तीमुळं वितळत होता. असं वाटत होतं, तो उजेड सजग होऊन रस्त्याकडं बघतो आहे. कुणाची तरी वाट बघतो आहे.

ते कोणाचं घर, युरीला माहीत नव्हतं.

त्या खिडकीआड लारा आणि पाशा होते.

'अ कॅन्डल बर्नड् ऑन द टेबल, अ कॅन्डल बर्नड्'... युरी स्वतःशी पुटपुटला.

संदिग्ध अशा कवितेच्या ओळी त्याच्या मनात तयार झाल्या. आकारहीन अशा कुठल्या तरी गोष्टीची ती सुरुवात होती. ती गोष्ट स्वतःच आकार धारण करील, अशी त्याला आशा वाटली. पण पुढचं त्याला काहीच सुचलं नाही.

स्वेनतित्स्कींच्या घरच्या पार्टीचा वर्षानुवर्ष तोच साचा ठरलेला होता.

पार्टी सकाळपर्यंत चालायची. रात्री दहा वाजता मुलं आपापल्या घरी गेली की, इतरांसाठी ख्रिसमस-ट्री पुन्हा पुन्हा उजळलं जायचं.

एका खोलीत काही जण पत्ते खेळत बसले होते. ते रात्रभर पत्ते खेळतच जागणार होते. बॉलरूममध्ये नृत्य करणारे स्त्री-पुरुष खोलीच्या मध्यभागी झुलत गिरक्या घेत होते.

युरी आणि टोनिया यांनी आल्याबरोबर अंगावरचा कोट, हातमोजे, फर-कॅप वगैरे अवजड वस्तू काढून ठेवल्या. यजमानांना भेटायला दोघं आतल्या खोलीत गेले.

"इतका उशीर का केला?" यजमानांनी विचारलं.

ती खोली म्हणजे ख्रिसमसचं दुकानच झालं होतं. त्या ठिकाणी सरस आणि रंगाचा वास येत होता. रंगीत कागदांचे ढीग, जास्तीच्या मेणबत्त्या, पातळ पुठ्ठ्यांची खोकी असं सगळं पडलं होतं. स्वेनतित्स्की पतिपत्नी भेटवस्तूंवर नावांची कार्डं लावण्यात गुंतले होते.

टोनिया आणि युरीला बघून दोघांनाही खूप आनंद झाला. ते या दोघांना लहानपणापासून ओळखत होते. त्यांनी युरी आणि टोनियाला सहजच कामाला लावलं.

मिसेस् स्वेनतित्स्की म्हणाल्या,

"ॲनाची प्रकृती बरी आहे, याचा मला फार आनंद झाला. मला अतिशय काळजी वाटत होती."

"डार्लिंग, ॲनाची प्रकृती बरी नाहीये, उलट, आणखी बिघडली आहे. तू नेहमी चुकीचंच समजतेस."

युरी आणि टोनिया बराच वेळ मुख्य समारंभापासून दूरच होते. निम्मा वेळ त्यांनी मागच्या बाजूला त्या वृद्ध जोडप्याबरोबरच घालवला.

इतका वेळ लारा बॉलरूममध्येच होती. तिनं संध्याकाळचा पोशाख केला नव्हता, आणि ती तिथं कोणाला ओळखतही नव्हती. पण ती तिथंच थांबली. तिनं कोकाबरोबर नृत्य केलं.

ज्या खोलीत काही जण पत्ते खेळत बसले होते, त्या बैठकीच्या खोलीबाहेर ती एक-दोन वेळा अनिश्चित अवस्थेत रेंगाळली. पत्ते खेळणाऱ्यांमध्ये कॉमरॉव्हस्की होता. तो दाराकडं तोंड करून बसला होता. पण त्याचे डोळे हातांतल्या पत्त्यांवरच खिळलेले होते. डाव्या हातात त्यानं पत्ते धरले होते. त्यामुळं त्याचा चेहरा झाकला गेला होता.

मध्येच एक मुलगी त्या खोलीत गेली. कॉमरॉव्हस्कीनं लोभी नजरेनं तिच्याकडं बघितलं. तिच्या सौंदर्याची स्तुती केली. त्यामुळं ती लाजली.

ते सर्व पाहून लारा रागानं लाल झाली. असंच त्यानं लारालाही वश केलं होतं.

पहाटेचे दोन वाजले. जाग्रणामुळं युरीच्या कानांत आवाज यायला लागले. मध्ये एकदा सगळ्यांचा चहा झाला. आता पुन्हा नृत्य सुरू झालं. ख्रिसमस-ट्रीवरच्या मेणबत्त्या जळून संपल्या, पण कुणी नवीन लावण्याची तसदी घेतली नाही.

बॉलरूमच्या मध्यभागी युरी अस्वस्थपणे उभा होता. टोनिया कुणाबरोबर तरी नृत्य करत होती. नृत्याच्या वेगवान लयीत फिरता-फिरता ती एकदा त्याच्याजवळ आली. झपाट्यानं गिरक्या घेत ती त्याच्यासमोर आली आणि तिनं त्याचा हात

पकडून दाबला. तिनं हातात धरलेला तिचा रुमाल मात्र युरीच्याच हातात राहून गेला. त्यानं तो चिमुकला रुमाल स्वतःच्या ओठांवर दाबला आणि डोळे मिटून घेतले. त्या रुमालाला टोनियानं नुकत्याच खाल्लेल्या नारिंगांचा आणि तिच्या हातांचा मोहक सुगंध येत होता. युरीच्या आयुष्यात हे काहीतरी नवीनच होतं. त्यानं पूर्वी कधीच न अनुभवलेली ती भावना होती. काहीतरी तीक्ष्ण असं त्याच्या मस्तकापासून पायापर्यंत खुपसल्यासारखं चिरत गेलं. युरीनं पुन्हा पुन्हा तो रुमाल हुंगला, ओठांवर दाबला, त्याच्यातून श्वास घेतला.

–आणि त्याच वेळी अचानक बंदुकीतून गोळी सुटल्याचा आवाज आला!

क्षणभर पूर्ण शांतता पसरली आणि मग एकच गलका सुरू झाला. लोक किंचाळत इकडं तिकडं धावू लागले.

लारानं कॉमरॉव्हस्कीवर धरलेला नेम चुकला होता आणि कोकाच्या हाताला गोळी लागली होती.

तो हताश होऊन म्हणाला,

''बघा, हे तिनं काय करून ठेवलं आहे!''

काही लोकांनी लाराला हातांनी धरून त्या खोलीतून बाहेर आणलं.

युरी आश्चर्यानं थक्क झाला.

पुन्हा तीच मुलगी! पुन्हा एकदा तशाच विचित्र परिस्थितीत! आणि तोच पांढऱ्या केसांचा माणूस.

पण तो कोण, ते युरीला या वेळी माहीत होतं. प्रसिद्ध वकील कॉमरॉव्हस्की. त्याच्या वडिलांच्या मृत्यूशी आणि त्यांच्या संपत्तीशी त्याचा काहीतरी संबंध होता.

दोघांनीही एकमेकांशी ओळख नसल्याचं दाखवलं आणि ती मुलगी– तिनंच गोळी झाडली होती. एका नामांकित वकिलावर! बिचारी. कुठल्यातरी वाईट परिस्थितीत सापडली असणार. किती विलक्षण गर्विष्ठ सौंदर्य आहे तिचं!

लारा धड चालूही शकत नव्हती. त्या लोकांनी तिला धरून आणून आरामखुर्चीत बसवलं. ती खुर्चीत जवळजवळ कोसळलीच.

युरी लाराकडं अगदी धावणारच होता. पण एकाएकी त्याला वाटलं, ते बरं दिसणार नाही.

मिसेस् स्वेनतित्स्की आणि टोनिया त्याच्याकडं येताना त्याला दिसल्या. त्या दोघींचे चेहरे पांढरेफटक पडले होते. दोघींनी त्याला सांगितलं,

घरून निरोप आला आहे. ताबडतोब परत जायला हवं. कोट घे आणि नीघ.

वाईट बातमी ऐकायची युरीनं मनाची तयारी केली. बाकीचं सगळं विसरून त्यानं आपल्या वस्तू गोळा केल्या.

दोघं घरी पोहोचले, तेव्हा ॲना जिवंत नव्हती.

जिन्यावरून धावतच ते तिच्या खोलीत गेले.

दहा मिनिटांपूर्वीच तिचा प्राण गेला होता. फुफ्फुसांचं तीव्र आकुंचन झाल्यामुळं तिचा श्वास गुदमरला होता.

प्रथम काही वेळ टोनिया सतत आक्रोश करून रडली. शोकाचा अनावर उद्रेक होत होता. तिनं कोणालाही ओळखलं नाही.

दुसऱ्या दिवशी ती शांत झाली. पण युरीनं किंवा तिच्या वडिलांनी विचारलेल्या प्रश्नांना तिनं फक्त मान हालवून उत्तरं दिली. प्रत्येक वेळी तिनं बोलायचा प्रयत्न केला, पण तिला दुःख इतकं अनावर झालं की, ती बेभान झाल्यासारखी जोरजोरात किंचाळायला लागली.

आपल्या सुंदर हातांनी तिनं चबुतऱ्यावर ठेवलेल्या शवपेटीच्या कोपऱ्याला मिठी घातली. शवपेटीवर फुलांच्या माळांचा खच पडला होता. तिला आजूबाजूच्या लोकांचं भान नव्हतं. पण जेव्हा जेव्हा मित्र-मैत्रिणी आलेल्या दिसल्या, तेव्हा तेव्हा ती खोलीतून झटकन बाहेर पडून हुंदके दाबत वर गेली, स्वतःला पलंगावर झोकून दिलं आणि उशीत तोंड खुपसून असहायपणे रडली.

दुःख, तासन् तास उभं राहणं, जागरणं, मंद आवाजातली प्रार्थना-गीतं, रात्रंदिवस जळणाऱ्या मेणबत्त्या, झालेली सर्दी, टोनियाचं प्रेम या सगळ्यांचं एकत्रीकरण होऊन युरीचं हृदय एक प्रकारच्या संभ्रमानं भरून गेलं. शोकामुळं आणि अंगातल्या तापामुळं त्याला ग्लानी आली.

दहा वर्षांपूर्वी त्याची आई वारली, तेव्हा तो फारच लहान होता. त्या वेळी त्याला किती दुःख झालं होतं, तो किती रडला होता, त्याला किती भीती वाटली होती, ते त्याला आजही आठवत होतं. त्या दिवसांमध्ये त्याचा स्वतःशी जणू संबंधच नव्हता. त्याला स्वतंत्र अस्तित्व आहे, युरी नावाचा कुणी मुलगा अस्तित्वात आहे, त्याला त्याच्या इच्छा आहेत, याचीही जाणीव नव्हती. आईच्या मृतदेहाशेजारी बसूनही तो आजूबाजूला जमलेल्या माणसांच्या गर्दीच्या जंगलात हरवून गेला होता.

आई जिवंत असताना आकाशसुद्धा अगदी जवळ आल्यासारखं वाटायचं. असं वाटायचं, ते सहज हाती सापडू शकेल. आई त्याच्याशी देवाविषयी बोलायची. त्याला चर्चमध्ये सामुदायिक प्रार्थनेसाठी घेऊन जायची. तेव्हा ते आकाश सोन्याच्या रसात स्नान केल्याप्रमाणं दिसायचं. तारे म्हणजे मूर्तीपुढचे दिवे वाटायचे आणि देव म्हणजे पिता. त्या वेळी त्याच्या अर्धवट श्रद्धेमुळं तो देवाला मानत होता.

आता ते सगळंच बदललं होतं. या बारा वर्षांच्या काळात युरीनं शाळेत आणि विद्यापीठात अभिजात साहित्य, धर्मग्रंथ, आख्यायिका, महाकवी, इतिहास, निसर्ग-विज्ञान यांचा अभ्यास केला होता. आता त्याला कशाचीच भीती वाटत नव्हती.

जीवनाची नाही आणि मृत्यूचीही नाही. जगातल्या प्रत्येक गोष्टीसाठी त्याच्या शब्दकोशात शब्द होता. आपण या विश्वाबरोबर समान पातळीवर आहोत, असं त्याला वाटत होतं. विश्वातल्या घडामोडींशी त्याचा सांधा जुळला होता. त्याच्या आईच्या मृत्यूच्या वेळी प्रार्थनांनी त्याच्या मनावर जो परिणाम झाला होता, त्यापेक्षा आता ॲनाच्या वेळच्या प्रार्थनांमधला संदेश तो सहज ग्रहण करू शकत होता. शब्दांकडं नीट लक्ष देत होता. पृथ्वी आणि स्वर्ग या दोन सर्वोच्च शक्तींबद्दल त्याला आदरभाव होता, पण त्यात धार्मिकता नव्हती. या दोन शक्तींना तो स्वतःचे पूर्वज मानत होता.

"हे पवित्र देवा, पवित्र आणि सर्वशक्तिमान, पवित्र आणि मृत्युरहित देवा, आमच्यावर दया कर."

हे काय चालू आहे?

युरीला ग्लानीमुळं नीट कळलं नाही.

आपण कुठं आहोत? लोक नक्कीच शवपेटी बाहेर नेत असणार.

सकाळचे सहा वाजले होते आणि तो अंगावरच्या कपड्यांनिशी सोफ्यावरच झोपलेला होता. आता ते घरभर त्याला शोधत होते. पण घरातल्याच दूरच्या कोपऱ्यातल्या पुस्तकांच्या कपाटामागं तो असेल, असं कुणालाच वाटलं नव्हतं.

"युरी, युरी!" मार्केल त्याला हाका मारत होता.

ते शवपेटी बाहेर नेत होते. मार्केलला हार उचलून न्यायचे होते. त्याला युरीची मदत हवी होती आणि तो कुठंच दिसत नव्हता. मार्केलही हारांच्या ढिगाऱ्यासह बेडरूममध्येच अडकला होता. कारण जिन्याजवळच्या वॉर्डरोबचं दार अचानक धाडकन उघडलं गेलं होतं आणि बेडरूमच्या दाराचा सगळा मार्गच त्यामुळं अडला होता.

लोक खालून ओरडत होते :

'मार्केल! युरी!'

मार्केलनं लाथ मारून वॉर्डरोबचं दार ढकललं आणि खूप सारे हार घेऊन तो खाली धावत गेला.

"पवित्र देवा! पवित्र आणि सर्वशवितमान, पवित्र आणि मृत्युरहित..." शब्द सावकाशपणे रस्त्यावर उतरले आणि तिथंच थांबले. जणू काही पिसांच्या छाटणीनं हवा हळुवारपणे स्वच्छ केली होती. सारं काही झोके दिल्यासारखं झुलत होतं. हार, रस्त्यानं जाणारे लोक, पिसं खोवलेली घोड्यांची डोकी, धर्मगुरूंच्या हातातलं धुपाटणं आणि पायांखालची पांढरी जमीन.

"युरी! अरे देवा! अखेर इथं सापडलास तू." शुरा त्याचा खांदा हलवून उठवत होती.

"काय झालंय् तुला? ते शवपेटी बाहेर नेत आहेत. तू आमच्याबरोबर येणार आहेस ना?"

"हो, अर्थातच."

दफनभूमी शहराच्या दुसऱ्या टोकाला होती. लोक हळूहळू तिकडं चालायला लागले. त्या दिवशी दाट धुकं विरलं होतं. दिवस जड आणि स्तब्ध होता. थंडी गेली होती आणि एक जीवही गेला होता. तो दिवस जणू निसर्गानं अंत्ययात्रेसाठीच तयार केला होता. बर्फ मळकटपणे चमकत होतं. चर्चच्या अंगणातल्या मागच्या कुंपणाजवळचे फर वृक्ष ओले आणि काळसर दिसत होते. डांबर लावलेल्या चांदीप्रमाणे. जणू तेही अतीव शोकात बुडाले होते.

याच चर्चच्या प्रांगणात युरीची आईही चिरनिद्रा घेत होती. गेल्या काही वर्षांत तो तिच्या थडग्याकडं फिरकला नव्हता. त्यानं त्या दिशेनं दृष्टी टाकली. अनेक वर्षांपूर्वी तो जसं कुजबुजला असता, तसंच आत्ताही कुजबुजला,

"आई!"

शांतपणे घोळक्या-घोळक्यांनी लोक पांगले. रस्ता मोकळा आणि स्वच्छ होता. पण लोकांच्या दुःखी, जड पावलांशी त्या रस्त्याच्या वळणांचा मेळ जुळत नव्हता.

सर्वांच्यापुढं युरी एकटाच चालत होता. मागच्यांनी बरोबर यावं, म्हणून तो मधून-मधून थांबत होता. ॲनाच्या मृत्यूमुळं त्याच्या मनात उदासीनता दाटून आली होती खरी, पण त्या भावनेला उत्तर म्हणून स्वप्न, विचार, नवे आकार, आणि सौंदर्य निर्माण करण्याच्या प्रक्रियेत तो अटळपणे ओढला जात होता. पूर्वी कधी नव्हे, इतक्या स्पष्टपणे त्याला जाणवलं की, कलेला दोन शाश्वत आणि स्थिर आधार असतात. ती नेहमीच मृत्यूचं चिंतन करते आणि जीवन निर्माण करते. म्हणून सर्वच श्रेष्ठ कला समान आणि अस्सल असतात.

त्याच्या मनात एक आनंद उमलला. दोन दिवस बाजूला काढून एकटंच राहायचं, विद्यापीठ, घर यांपासून दूर जायचं आणि ॲनाच्या स्मृतीप्रीत्यर्थ एक कविता लिहायची, असं त्यानं ठरवलं. त्या कवितेत जीवनानं त्याच्या मार्गावर टाकलेले अनुभव, ॲनाचे उत्तम गुणविशेष, टोनियाचा शोक, अंत्ययात्रेहून परततानाचा रस्ता, आणि अनेक वर्षांपूर्वी अशाच हिमवादळात लहान वयात त्याला आलेला आईच्या मृत्यूचा अनुभव या सर्व गोष्टींचा समावेश करणार होता.

◆

अटळ घटनांचा काळ

लारा तापानं फणफणली होती. ती पलंगावर अर्धवट ग्लानीत पडली होती. स्वेनतित्स्की कुटुंबीय, नोकर, डॉक्टर वगैरे तिच्याभोवती हळू आवाजात बोलत होते.

घराच्या बाकीच्या भागात अंधार होता. इतर खोल्या रिकाम्या होत्या. फक्त बैठकीच्या एका लहान खोलीत मंद दिवा जळत होता.

तिथं कॉमरॉव्हस्की रागानं पावलं आपटत फेऱ्या मारत होता. आपण इथं दुसऱ्यांच्या घरी आहोत, स्वतःच्या नाही, याचंही त्याला भान नव्हतं. मध्येच तो बेडरूममध्ये जाऊन डोकावत होता आणि परत दाणदाण चालत घराच्या दुसऱ्या टोकाशी असलेल्या त्या बैठकीच्या खोलीत परत येत होता. वाटेतल्या हॉलमध्ये कलाबतूनं सजवलेलं ख्रिसमस-ट्री तसंच उभं होतं. डायनिंग रूममध्ये टेबलावर खाद्यपदार्थांच्या बश्या तशाच भरलेल्या पडल्या होत्या. चिनी मातीच्या भांड्यांवर उंदीर खुडबुड करत होता.

कॉमरॉव्हस्कीच्या छातीत राग धुमसत होता.

बदनामीकारक प्रकरण! अप्रतिष्ठा!

त्याच्या स्थानाला भय निर्माण झालं होतं. या घटनेमुळं त्याची इभ्रत धुळीला मिळणार होती. वाटेल ती किंमत मोजून आता अफवा थोपवायला हव्या होत्या. बातमी आधीच पसरली असेल, तर त्यावरची आंबट चर्चा थांबवायला हवी होती.

त्याच्या संतापाचं आणखी एक कारण होतं. या वेड्या, असहाय मुलीचं त्याला किती अटळ, अनावर आकर्षण वाटत होतं, त्याचा अनुभव त्याला पुन्हा एकदा आला होता. ती वेगळी आहे, हे त्याला माहीतच होतं. अनेक

बाबतींत ती केवळ अतुलनीय अशीच होती.

पण त्यानं तिचं आयुष्य किती उद्‌ध्वस्त करून टाकलं होतं! किती खोल, वेदनामय आणि भरून न येणाऱ्या जखमा तिला दिल्या होत्या! आपल्या नियतीला नवं रूप देऊन पुन्हा नव्यानं आयुष्य सुरू करण्यासाठी तीही किती बंडखोर आणि हिंसक झाली होती!

त्यानं तिला सर्व प्रकारे मदत करायला हवी, ते तर उघडच होतं. कदाचित तिच्यासाठी एखादी खोली घ्यावी लागेल. पण कोणत्याही परिस्थितीत त्यानं तिच्या जवळ जायला नको. तिच्या वाटेत येऊ नये, म्हणून बाजूलाच राहायला हवं. नाहीतर ती संतापाच्या भरात पुन्हा काय करील, याचा नेम नाही.

–आणि पुढं तरी कमी त्रास आहे का? यासाठीच तो कायदेपंडित झाला होता का?

अद्याप सकाळ झाली नव्हती. ती घटना घडून जेमतेम दोन तास उलटले होते. पण तेवढ्या वेळात पोलिस दोनदा येऊन गेले.

कॉमरॉव्हस्की इन्स्पेक्टरशी काहीतरी बोलला आणि त्यानं घटनेतली तीव्रता कमी केली.

नंतर आणखी गुंतागुंत झाली. लाराला कॉमरॉव्हस्कीवर गोळी झाडायची होती, कोकावर नाही, हे त्यांना सिद्ध करावं लागलं. त्यामुळं तिच्यावरच्या आरोपाचा फक्त एक भाग नाहीसा झाला होता. इतर कायदेशीर कारवायांना तोंड द्यावंच लागणार होतं.

ते सगळं फक्त तोच थोपवू शकत होता. कोर्टात केस आल्यावर तो लाराच्या बचावासाठी मानसोपचार-तज्ज्ञाकडून असा पुरावा देणार होता की, ज्या वेळी लारानं रिव्हॉल्व्हर चालवलं, त्या वेळी तिची मनःस्थिती ठीक नव्हती. त्यामुळं तिला या कृत्याला जबाबदार धरू नये. ही सुनावणी सोडून दिली जाईल, याकडं तो स्वतः लक्ष देणार होता.

रात्र संपली. प्रकाशाची किरणं खोलीखोलींत शिरली. कॉमरॉव्हस्कीनं बेडरूमकडं शेवटची चक्कर टाकली. लाराची प्रकृती अद्याप चांगली नसल्याचं त्याला सांगण्यात आलं. तो तिथून निघाला आणि त्याची वकील मैत्रीण रफिना हिला भेटायला गेला. ती एका राजकीय पुढाऱ्याची पत्नी होती. आठ खोल्यांचा तिचा फ्लॅट तिच्यासाठी फारच मोठा होता. तो सगळा सांभाळणं तिला परवडत नव्हतं, म्हणून काही खोल्या तिला भाड्यानं द्यायच्या होत्या. त्यांतली एक खोली कॉमरॉव्हस्कीनं लारासाठी घेतली. काही तासांनी लाराला तिथं नेण्यात आलं. ती अद्यापही मेंदूज्वरानं अर्धवट बेशुद्धच होती.

आजारी लाराबद्दल रफिनाला अजिबात सहानुभूती वाटत नव्हती.. तिला वाटत होतं, लारा काम चुकवण्यासाठीच आजाराचं ढोंग करते आहे. नेहमीपेक्षा अधिक तुटक वागून ती लाराविषयीचा तिरस्कार व्यक्त करत होती. ती धाडकन दार आपटायची, मोठ्यानं गाणं म्हणायची, दिवसभर खिडक्या उघड्या ठेवायची आणि जोरजोरात पाय आपटत फ्लॅटमधून जाणं-येणं करायची.

हा फ्लॅट इमारतीच्या सर्वांत वरच्या मजल्यावर होता.

उघड्या खिडक्यांमधून वसंत ऋतूतलं आकाश दिसत होतं. वसंताच्या पाउलखुणा सर्वत्र उमटू लागल्या होत्या. दक्षिणेकडचे उबदार वारे खिडकीतून आत येत. दूरवरच्या स्टेशनांमधल्या इंजिनांच्या शिट्या समुद्राच्या गर्जनेप्रमाणे वाटत.

बिछान्यात पडल्या-पडल्या लारा जुन्या आठवणींमध्ये बुडून जात असे...

सात-आठ वर्षांपूर्वी उरल भागातून ज्या रात्री ती मॉस्कोमध्ये आली, ती रात्र तिला आठवली. स्टेशनवरून शहराच्या दुसऱ्या टोकाकडं असणाऱ्या हॉटेलकडं ती घोडागाडीतून गेली होती. त्या रस्त्याला एका बाजूनं भिंत होती. अरुंद बोळच होता तो, तिथं उजेड अगदी कमी होता. मॉस्कोमधल्या अगणित चर्चच्या घंटा उंचावर अंधारात वाजत होत्या...

काही दिवसांनी कोलोग्रिवॉव्ह तिला भेटायला आले. त्यांच्या येण्यानं तिला खूप आनंद झाला. ते तिच्या पलंगाशेजारी हात चोळत बसले. आत्तापर्यंत लारा त्यांच्या घरातलीच एक होती. त्यांना ती मुलीसारखी होती. पण आता तिचा स्वाभिमान दुखावला जाणार नाही, अशा तऱ्हेनं तिच्याशी कसं बोलावं, त्यांना कळेना. लारा ज्या खोलीत झोपली होती, त्या खोलीच्या भिंतीला आणि छताला आलेली ओल त्यांना दिसत होती. ते मृदू आवाजात तिला म्हणाले,

"तू आता या आजारपणातून उठायची वेळ आली आहे. ही खोली बदल. काहीतरी काम हाती घे. अभ्यास पूर्ण कर. माझ्या मित्राचा छोटासा फ्लॅट आहे. तिथं तू राहायला जा. ही घरमालकीण चांगली बाई नाही. मी तिला ओळखतो आणि बरेच दिवसांपासून माझ्या मनात एक चांगलं काम करायचं होतं... ही छोटीशी रक्कम आहे... लिपाला शिकवल्याबद्दल... प्लीज, नाही म्हणू नकोस... मी हात जोडतो... हट्टीपणा करू नकोस... तुला घ्यावीच लागेल."

लाराच्या प्रतिकाराला, निषेधाला आणि अश्रूंना न जुमानता कोलोग्रिवॉव्ह यांनी तिला तो दहा हजार रुबल्सचा चेक घ्यायला भागच पाडलं.

लवकरच लारा त्यांनी ठरवलेल्या फ्लॅटमध्ये राहायला गेली. ते घर स्मोलेन्स्की मार्केटजवळ होतं.

लारा पाशाच्या विचारांनी बेचैन झाली होती. ती आजारी असेपर्यंत त्याला तिला भेटायची परवानगी नव्हती.

या सगळ्या प्रकाराबद्दल त्याला काय वाटत असेल?

तिनं ज्या माणसाला ठार मारायचा प्रयत्न केला होता, त्याच्याशी पाशाचा थोडासा परिचय होता. खुनाच्या अयशस्वी प्रयत्नानंतर त्याच माणसानं तिला नंतरच्या परिणामांपासून वाचवलं, हे पाशाला कळलं होतं. अन्यथा तिला अटक झाली असती आणि तिच्यावर खटला भरला गेला असता. त्या माणसामुळंच कोणतीही शिक्षा न होता ती सुरक्षित राहिली होती, हे त्याचे उपकारच.

हे सगळं कळल्यावर पाशाही गोंधळून गेला होता.

चांगली बरी झाल्यावर लारानं त्याला चिठ्ठी पाठवली.

–'मी एक वाईट स्त्री आहे. तू मला नीट ओळखत नाहीस. एक दिवस मी तुला सर्व सांगेन. आत्ता मी त्याबद्दल बोलू शकत नाही. कारण दरवेळी मी बोलायचा प्रयत्न करते आणि रडायला लागते. पण आता झालं एवढं पुरे. मला विसरून जा. मी तुझ्या योग्यतेची नाही.'

पाशाचे आपल्याशी असणारे संबंध ही त्याची अप्रतिष्ठा आहे, असं तिला वाटलं. त्यामुळं त्याच्या मनातलं तिच्याविषयीचं प्रेम समूळच काढून टाकायचं तिनं ठरवलं. त्यासाठी 'माझं तुझ्यावर मुळीच प्रेम नाही', असं तिनं त्याला वारंवार सांगितलं. पण ते सांगताना ती हुंदके देऊन इतकी रडली, की तिच्यावर विश्वास ठेवणं पाशाला कठीण वाटलं. तिच्या सांगण्यावरून तो तिचा तिरस्कार करायला तयार होता, पण तोही तिच्यावर वेड्यासारखा प्रेम करत होता!

शेवटी दोघांनीही ठरवलं की, आपल्याला वेड लागायला नको असेल, तर ताबडतोब खंबीर कृती करायला हवी. त्यांनी आपली मनं पक्की केली आणि त्वरित लग्न करायचं ठरवलं– शिक्षण पूर्ण व्हायच्या आधीच.

पण लग्नाची तारीख थोडी लांबली, आणि 'व्हिट मंडे'ला त्यांचं लग्न झालं. तोपर्यंत दोघंही परीक्षांमध्ये पास झाल्याचं कळलं होतं.

लग्नाच्या दिवशी वातावरणात भयंकर उष्णता होती. चर्चचे सोनेरी घुमट आणि नवीन वाळू टाकलेल्या वाटा भगभगीत पिवळ्या दिसत होत्या. वाऱ्याची झुळूक देखील नव्हती. रखरखीत सूर्यप्रकाशामुळं डोळ्यांसमोर काळे ठिपके तयार होत होते.

नव-वधूचा पोशाख करून लारा वेदीकडं जायला निघाली, तेव्हा एक अनुभवी स्त्री तिच्या कानात हळूच म्हणाली,

''घरात तुझंच वर्चस्व राहावं, म्हणून तुझी मेणबत्ती त्याच्यापेक्षा उंच धर.''

पण लारानं आपलं भविष्य पाशाला अर्पण करायचं ठरवलं असल्यामुळं मेणबत्ती जेवढी खाली धरता येईल, तेवढी धरली. तथापि, तिचा तो प्रयत्न व्यर्थ

ठरला. कारण पाशानं तिच्यापेक्षाही आणखी कमी उंचीवर मेणबत्ती धरली!

चर्चमधून सगळे लाराच्या घरी गेले. तिथं पाहुण्यांना लग्नाची छोटीशी मेजवानी होती. वधू-वरांचं शुभचिंतन करणारं गाणं उपस्थितांनी म्हटलं :

'वेणी मोकळी कर, सुंदर केस विखरून टाक.'

सगळे पाहुणे निघून गेल्यावर घरात दोघंच उरले. पाशाला एकदम अस्वस्थ वाटायला लागलं आणि तो गप्प झाला.

रात्री मात्र तो सुखाच्या अत्युच्च शिखरावर पोहोचला. पण निव्वळ सुखाचा अनुभव तो घेऊ शकला नाही. आशा आणि निराशा यांच्यामध्ये हेलकावत राहिला. कारण लारानं आजवर केलेली सगळी दुष्कृत्यं त्याच्यासमोर कबूल करून टाकली.

त्यानंही तिला काही प्रश्न विचारले. तिच्या प्रत्येक उत्तरागणीक त्याचं डोकं गरगरायला लागलं. तिनं उघड करून सांगितलेल्या एकेका गोष्टीला त्याची कल्पनाशक्ती पुरी पडत नव्हती.

ते सकाळपर्यंत बोलत राहिले. या एका रात्रीत पाशामध्ये तो निर्णायक आणि अकल्पित बदल घडून आला, तेवढा त्याच्या आजवरच्या संपूर्ण आयुष्यातही घडून आला नव्हता.

सकाळी तो उठला, तेव्हा पूर्णपणे वेगळा माणूस होता. अद्यापही आपल्याला पाशा ॲन्टिपॉव्हच म्हणतात, याचं त्याला आश्चर्य वाटलं.

त्यानंतर नऊ दिवसांनी पाशा आणि लारानं मित्र-मैत्रिणींसाठी निरोपाची मेजवानी आयोजित केली. दोघंही उत्तम यश मिळवून पदवीधर झाले होते. दोघांनाही उरल भागातल्या एकाच शहरात नोकरी मिळाली होती. ते दुसऱ्या दिवशी तिकडं जायला निघणार होते.

वास्तविक ती तरुण लोकांची मेजवानी होती; पण अपवाद म्हणून कॉमरॉव्हस्कीला त्यांनी बोलावलं.

तो म्हणाला,

"तुम्ही दोघं गेल्यावर मला फार एकटं वाटेल. तुमची फारच आठवण आली, तर मी पत्र लिहीन किंवा तुम्हांला भेटायला युरिआटिनला येईन."

लारा मोठ्यानं पण ठामपणे म्हणाली,

"याची काहीच आवश्यकता नाही. तिथं यायचा तर विचारही करू नका. आमच्याशिवाय राहायची तुम्हांला सवय होईल. आम्ही काही इतके महत्त्वाचे नाही आहोत. तुला नाही असं वाटत, पाशा? मला खात्री आहे, तुम्हांला आणखी इतर तरुण मित्र मिळतील."

नादिया लाराला भेटायला आली. ती अतिशय टवटवीत आणि मोहक दिसत

होती. जणू ड्युप्लांकाच्या दरीतल्या लिलींचा सुगंध तिनं स्वतःबरोबर आणला होता. तिनं लारासाठी संपूर्ण कुटुंबातर्फे शुभेच्छा तर आणल्या होत्याच, पण तिची भेटवस्तू सगळ्यांत सुंदर होती. अतिशय मौल्यवान असा कंठहार. त्यातले खडे म्हणजे पिवळे सफायर होते. ते सुंदर खडे क्षणात दवबिंदूंसारखे दिसत, तर क्षणात छोट्या द्राक्षांच्या झुपक्यासारखे. त्यांकडं वारंवार बघण्याचा मोह लारा आवरू शकली नाही.

मद्यपान करून पाहुणे जागा मिळेल तिथं गाढ झोपी गेले. बहुतेक सगळेजण लारा आणि पाशाला निरोप द्यायला सकाळी स्टेशनवर येणार होते, म्हणून रात्री ते तिथंच राहिले.

मध्येच रात्री केव्हातरी लाराला जाग आली. तिनं बांधून ठेवलेलं सामान कुणीतरी उस्कटून टाकताना तिला दिसलं. झोपेच्या भरात आधी तिला वाटलं, तो पाशाच आहे. पण मग त्या माणसानं चेहरा वळवल्यावर त्याच्या चेहऱ्यावरची कपाळापासून हनुवटीपर्यंत लांब जखमेची खूण दिसली. तो चोर होता. तिनं ओरडायचा प्रयत्न केला; पण तिच्या तोंडून शब्दही फुटला नाही. तिला एकदम नादियानं दिलेल्या कंठहाराची आठवण झाली. तिनं हळूच उठून टेबलावर पाहिलं. तो जिथं ठेवला होता, तिथंच होता. ब्रेड आणि कॅरॅमलच्या तुकड्यांमध्येच पडला होता. चोराचं तिकडं लक्ष गेलं नव्हतं. लाराच्या शेजारी इरा झोपली होती. तिनं जोरात आपले गुडघे इराच्या पोटात खुपसले. त्याबरोबर वेदना होऊन इरा मोठ्यानं कळवळून ओरडली. मग लारालाही आवाज फुटला. तीही किंचाळली. चोरानं सर्व काही तिथंच टाकून पळ काढला.

त्या गोंधळानं सगळेच जागे झाले. काही पुरुष चोराचा पाठलाग करायला धावले; पण ते दाराबाहेर जाईपर्यंत चोर दिसेनासा झाला होता.

लाराची धुंदी एकदम उतरली. तिनं पाहुण्यांना पुन्हा झोपू दिलं नाही. सगळ्यांसाठी कॉफी केली.

नंतर ती सुस्तपणे पुन्हा कामाला लागली. चादरी वगैरे सगळं बॅगांमध्ये भरलं, त्यांना जाड दोऱ्या बांधल्या.

सारं काही वेळेत झालं. गाडी चुकली नाही. अलगदपणे सुरू झाली. जणू मित्र-मैत्रिणींनी निरोपादाखल हालवलेल्या हॅट्सनी ती हळूच ढकलली गेली. मग गाडीनं वेग घेतला.

आज तिसऱ्या दिवशीही हवामान फार वाईट होतं. युद्धाचा हा दुसरा शरद ऋतू होता. पहिल्या वर्षी मिळालेलं यश दुसऱ्या वर्षीच्या अपयशानं धुऊन काढलं होतं. युरोपियन देशांशी युद्ध चालू होतं. ब्रुसिलॉव्हच्या नेतृत्वाखाली रशियन सैन्याची

आठवी तुकडी कॅरपथियन्स भागात एकवटून ठेवण्यात आली होती. केव्हाही उतरून हंगेरीत घुसता यावं, म्हणून. पण ती तुकडी आता माघार घेत होती. युद्धाच्या पहिल्या काही महिन्यांमध्ये रशियानं गॅलेशियावर ताबा मिळवला होता; पण आता सैन्य तोही भाग सोडून माघारी निघालं होतं.

युरी आता डॉक्टर झिवागो झाला होता. आत्तापर्यंत लोक त्याला युरी या नावानं हाक मारत होते, पण आता युरी आन्द्रेईविच म्हणायला लागले.

युरी हॉस्पिटलच्या प्रसूती विभागाच्या दारात उभा होता. थोड्याच वेळापूर्वी त्यानं टोनियाला तिथं भरती केलं होतं. त्यानं तिला 'गुडबाय्' म्हटलं होतं आणि तो सुइणीची वाट बघत होता.

तो घाईत होता. दोन रुग्णांना त्यांच्या घरी जाऊन, तपासून, त्याला लवकरात लवकर हॉस्पिटलमध्ये परतायचं होतं. वेळ वाया जात होता. तो खिडकीतून बाहेर बघत होता. सोसाट्याच्या वाऱ्यानं मक्याचं शेत झुकावं, तशा शरदाच्या वाऱ्यानं पावसाच्या धारा वाकड्या तिकड्या होत होत्या.

अद्याप फार अंधारलं नव्हतं. पाऊस एका संथ कंटाळवाण्या लयीत पडत होता. त्याचा जोर वाढत नव्हता किंवा कमीही होत नव्हता. युरीला हॉस्पिटलचं मागचं अंगण आणि व्हरांडा दिसत होता. दोन ट्रेलर्स जोडलेला ट्रक त्या व्हरांड्याच्या बाजूनं हॉस्पिटलच्या प्रवेशदारातून येऊन थांबला. त्यातून जखमी माणसांना उतरवून घेण्यात आलं.

लुत्स्कच्या लढाईनंतर मॉस्कोमधली सगळी हॉस्पिटल्स जखमी माणसांनी भरून गेली. जखमींना व्हरांड्यांमध्ये आणि जिन्यांच्या मधल्या जागांवरही ठेवण्यात आलं. वाजवीपेक्षा जास्त झालेल्या या गर्दीमुळं स्त्रियांच्या विभागावर परिणाम व्हायला लागला.

युरीला थकवा आला. जांभई देत तो खिडकीपासून मागं वळला. विचार करण्यासारखंही त्याच्याजवळ काही नव्हतं. एकाएकी त्याला नोकरीच्या ठिकाणची, होलीक्रॉस हॉस्पिटलमधली एक घटना आठवली. काही दिवसांपूर्वी शस्त्रक्रिया विभागात एका स्त्रीच्या मृत्यू झाला होता. युरीनं तिच्या यकृताला 'एचिनोकोकस' हा विकार झाल्याचं निदान केलं होतं. बाकी प्रत्येकाला ते चूक वाटत होतं. आज शवविच्छेदन करायला हवं होतं, पण मदतनीस पट्टीचा दारूबाज होता आणि तो कितपत काळजीनं हे काम करेल, सांगता येत नव्हतं.

एकदम काळोख दाटून आला आणि रात्र झाली. बाहेरचं काहीच दिसत नव्हतं. जादूची कांडी फिरावी, तसे खिडक्यांमधून एकाच वेळी पटापट दिवे लागले.

प्रमुख प्रसूतितज्ज्ञ टोनियाच्या वॉर्डातून बाहेरच्या अरुंद लॉबीत आला. तो खूप उंच आणि लठ्ठ माणूस होता. विचारलेल्या प्रश्नांना तो नेहमी खांदे उडवून किंवा छताकडं टक लावून बघतच प्रतिसाद देत असे. विज्ञानानं कितीही प्रगती केली

असली, तरी विज्ञानानं कधी स्वप्नातही न पाहिलेल्या बऱ्याच गोष्टी स्वर्गात आणि पृथ्वीवर आहेत, असाच त्याच्या या मूक हावभावांचा अर्थ असे.

मान हालवून स्मित करत तो युरीच्या अंगावरून पुढं गेला. धीर धरण्याशिवाय काही हाती नाही, अशा अर्थानं त्यानं आपले गुबगुबीत हात हवेत उडवले आणि तो सिगारेट प्यायला प्रतीक्षा-कक्षात निघून गेला.

त्याच्यानंतर त्याची सहायक आली. तिचा वरिष्ठ जेवढा मितभाषी होता, तेवढीच ती बडबडी होती.

"तुमच्या जागी मी असते, तर घरी गेले असते. मी उद्या तुमच्या होली क्रॉस हॉस्पिटलमध्ये तुम्हांला फोन करीन. आत्ता आणि नंतरच्या वेळात काहीही घडू शकतं. नैसर्गिकरीत्या प्रसूत व्हायची बरीच शक्यता आहे. शस्त्रक्रिया करावी लागणार नाही, असं वाटतं. पण ओटीपोट अरुंद आहे; बाळाचं डोकं मोठं आहे, कळाही व्यवस्थित येत नाहीयेत. त्यामुळं जरा चिंता वाटण्यासारखी परिस्थिती आहे. पण इतक्यात काही सांगता येत नाही. प्रसूतीवेणा कशा वाढतात, त्यावर अवलंबून आहे. तेव्हाच आम्हांला कळेल."

दुसऱ्या दिवशी युरीनं फोन केला, तेव्हा हॉस्पिटलमधल्या एका नोकरानं फोन घेतला. चौकशी करून सांगतो, म्हणून त्याला तब्बल दहा मिनिटं वाट बघायला लावली आणि अत्यंत कठोर शब्दांत अपुऱ्या माहितीनिशी निरोप सांगितला,

"ते म्हणतात, तुम्ही आपल्या बायकोला फार लवकर आणलं. तिला परत घेऊन जा."

युरीला संताप आला. त्यानं नर्सला फोन द्यायला सांगितलं, नर्स म्हणाली,

"लक्षणं चुकीची असू शकतील. आम्हांला एक-दोन दिवसांत नीट कळेल."

तिसऱ्या दिवशी नर्सनं त्याला फोन करून सांगितलं की, रात्रीच प्रसूतिवेदना सुरू झाल्या. पहाटे पाण्याचा स्राव सुरू झाला आणि सकाळपासून अगदी थोड्या थोड्या अंतरानं तीव्र वेणा सुरू झाल्या आहेत.

युरी तडक हॉस्पिटलमध्ये पोहोचला. लेबर-रूमकडे जाणाऱ्या मार्गाचं दार कुणीतरी चुकून उघडं टाकलं होतं. त्यातून त्याला टोनियाच्या हृदय विदीर्ण करणाऱ्या किंकाळ्या ऐकू आल्या. एखाद्या अपघातात अवयवांचा चेंदामेंदा झालेल्या व्यक्तीला रेल्वेगाडीच्या चाकांखालून ओढून काढताना ती जसा आक्रोश करील, तसा टोनियाचा आक्रोश होता.

त्यांनी युरीला तिला भेटू दिलं नाही. त्यानं त्याच्या बोटाचं मांस रक्त निघेपर्यंत चावलं. तो खिडकीपाशी गेला. दोन दिवसांपासून सुरू असलेला पाऊस आताही जोरात पडतच होता.

काही वेळानं नर्स वॉर्डाच्या बाहेर आली आणि नवजात मुलाचं रडणं त्याच्या

कानांवर पडलं. तो स्वतःशीच आनंदानं पुटपुटला,

'ती सुखरूप आहे, ती सुखरूप आहे!'

नर्स एकाच सुरात शांतपणे म्हणाली,

"मुलगा आहे. छोटासा मुलगा. सुखरूप प्रसूतीबद्दल अभिनंदन. पण तुम्ही इतक्यात आत जाऊ शकत नाही. त्यांचं आतलं बाकीचं काम झालं की, आम्ही सांगू. तेव्हा तुम्हांला तिला छानशी भेटवस्तू द्यावी लागेल. तिला फार त्रास झाला. हे पहिलंच आहे का? पहिल्याच्या वेळी नेहमीच कठीण जातं."

टोनिया सुखरूप आहे, या विचारानं युरी सुखावला. नर्स काय सांगत होती, ते त्याला कळलं नाही. तिनं त्याचंही अभिनंदन का केलं, तेही समजलं नाही. जे घडलं होतं, त्याच्याशी त्याचा प्रत्यक्ष संबंध काय आणि किती होता? सहजच मिळालेल्या या पितृत्वाचा आपल्याला अभिमान का वाटावा, ते त्याला कळेना. त्याला वाटलं, हा मुलगा म्हणजे आपल्याला अचानक, अकल्पितपणे मिळालेली भेट आहे. सर्वांत आनंदाची गोष्ट म्हणजे, मृत्यूचा धोका निर्माण झालेली टोनिया सुदैवानं सुखरूप आहे.

हॉस्पिटलच्या जवळच युरीचा एक पेशन्ट राहत होता. युरी त्याला बघायला गेला आणि अर्ध्या तासात परत आला. लॉबीचं आणि वॉर्डाचं– दोन्ही दारं अर्धवट उघडी होती. आपण काय करतो आहोत, याचं भान न राहून युरी दारातून आत घुसला.

जमिनीतून अचानक निघाल्याप्रमाणे पांढऱ्या कोटातला तो धिप्पाड स्त्रीरोग-तज्ज्ञ त्याची वाट अडवून उभा राहिला.

"कुठं निघाला आहात तुम्ही? तुमचं डोकं ठिकाणावर आहे का? तिला खूप रक्तस्राव झाला आहे. रक्त दूषित होण्याचा धोका आहे. मानसिक धक्क्याबद्दल तर बोलायलाच नको. तुम्ही स्वतःला डॉक्टर म्हणवून घेता ना?"

युरी म्हणाला,

"मला फक्त एकदाच तिला पाहू द्या. इथूनच, या फटीतून."

"ठीक आहे. तुमचा इतका हट्ट असेल, तर बघा. पण तुम्ही तिच्या दृष्टीला पडायला नको. तसं झालं, तर मी तुमची मान मुरगाळीन."

वॉर्डाच्या आत पांढऱ्या गणवेशातल्या दोन स्त्रिया दाराकडं पाठ करून उभ्या होत्या. त्यांतली एक नर्स होती व दुसरी सुईण. नर्सच्या तळहातावर अगदी लहानसा मानवी जीव थरथरत होता. नाजूक. जणू गडद लाल रबराचा तुकडाच. हातपाय ताणून तो रडत होता. आकुंचन-प्रसरण पावत होता. नाळ कापण्यापूर्वी सुईण त्याच्या बेंबीपाशी दोरा बांधत होती. खोलीच्या मध्यभागी, उंची कमी-जास्त होऊ शकणाऱ्या शस्त्रक्रिया- टेबलावर टोनिया पडलेली होती.

काही वेळापूर्वी वेदनांचा डोंब उसळला होता. त्यामुळं ती आता थकून गेली

होती. सामान उतरवल्यानंतर बंदराच्या मध्यभागी विश्रांती घेत असलेल्या जहाजाप्रमाणे ती त्याला वाटली. अनोळखी प्रदेशातून प्रवास करून आलेलं ते जहाज मृत्यूचं पाणी पार करून जीवनाच्या भूमीला लागलं होतं. नवीन जीव हा त्यातला माल होता. आता ते जहाज नांगरून पडलं होतं. रिकामं, हलकं, ओझं उतरवून घेतलेलं. तिच्या शरीराचा अणुरेणू आता विसावला होता. ती ज्या प्रदेशात जाऊन आली होती, तो प्रदेश कोणीच पाहिलेला नसल्यामुळं तिच्याशी कोणत्या भाषेत बोलावं, ते कोणालाच कळत नव्हतं.

युरीच्या हॉस्पिटलमध्ये प्रत्येकानं त्याचं अभिनंदन केलं. बातमी इतक्या झपाट्यानं पसरलेली पाहून त्याला आश्चर्य वाटलं.

तो स्टाफ-रूममध्ये गेला. हॉस्पिटलमध्ये आधीच जागा नसल्यामुळं ती खोलीही सामान ठेवण्यासाठी वापरली जात होती. तिथं सिगारेटच्या थोटकांचा आणि कागदांचा कचरा झाला होता.

खिडकीपाशी उभे राहून एक वयस्कर डॉक्टर एका जारमध्ये अपारदर्शक द्रव घेऊन त्या द्रवाची तपासणी करत होते.

मागं वळून न बघता ते म्हणाले,

"अभिनंदन!"

"आभारी आहे. तुम्ही फार चांगले आहात."

त्याच वेळी हॉस्पिटलचे संचालक आत आले. त्यांनी त्या दोघांचंही अभिनंदन केलं.

"डॉक्टर झिवागो, तुमचंच बरोबर होतं. त्या स्त्रीच्या रोगाचं तुम्ही केलेलं निदान अचूक निघालं. तो रोग म्हणजे 'एचिनोकोकस.' आमचं निदान चूक होतं. पुन्हा एकदा तुमचं अभिनंदन. आणखी एक गोष्ट. इथून कामावरून कोणाकोणाला काढून टाकायचं, याची यादी ते पुन्हा तपासत आहेत. या वेळी मी त्यांना थांबवू शकत नाही. आघाडीवर डॉक्टरांची, वैद्यकीय तज्ज्ञांची फार उणीव भासते आहे. लवकरच बंदुकीच्या दारूचा वास तुमच्या आसपास यायला लागेल!"

लारा आणि पाशा युरिआटिनमध्ये त्यांच्या अपेक्षेपेक्षा लवकरच चांगले रुळले. अद्यापही तिथल्या लोकांना गीशर कुटुंबाची आठवण होती. त्यामुळं या नवीन जागी घर उभारायला लाराला त्यांची पुष्कळच मदत झाली.

लारा सतत काम करत असे. घराची आणि त्यांच्या तीन वर्षांच्या मुलीची सर्व काळजी तिलाच घ्यावी लागत होती. मुलीचं नाव काटेन्का. नोकराणी होती, पण तिला सगळं काम आटपत नसे. लारा पाशाच्याही सर्व कामांत रस घेत असे. ती

स्वतः मुलींच्या शाळेत शिकवायला जात होती. ती सुखी होती. अगदी अशाच तऱ्हेच्या आयुष्याचं स्वप्न तिनं पाहिलं होतं.

तिला युरिआटिन आवडलं. ते तिचं जन्मगाव होतं. रिनवा या मोठ्या नदीच्या काठावर वसलेलं. वरच्या प्रवाहाचा थोडा भाग वगळता, नदीतून लहान बोटी जाऊ शकत होत्या. उरल रेल्वेची एक गाडीही या गावातून रोज जात असे.

हिवाळा आला की, युरिआटिनमधल्या बोट-मालकांची धांदल उडत असे. आपापल्या लहान बोटी नदीतून काढून, गाड्यांवर घालून गावात आणण्यासाठी त्यांची धावपळ सुरू असे. हिवाळा संपेपर्यंत मग त्या बोटी घराच्या मागच्या अंगणात नीट ठेवल्या जात. तिथं त्या वसंत ऋतूची वाट बघत उघड्यावर पडलेल्या असत. अशा प्रकारे तळ वर करून पडलेल्या बोटी म्हणजे इतर ठिकाणी झालेल्या पहिल्या बर्फवृष्टीची सूचना असे. करकोच्यांचं स्थलांतरही त्यातून सूचित होत असे.

लारा आणि पाशा ॲन्टिपॉव्ह यांनी भाड्यानं घेतलेल्या घराच्या अंगणातही अशीच एक बोट पडलेली होती. कान्टेन्का त्या बोटीच्या आडोशाला, उन्हाळी घरात खेळावं, तशी खेळत असे.

लाराला या प्रांताचे रीतीरिवाज आवडले. स्वर लांबवून बोलण्याची लोकांची पद्धत, त्यांचे उच्चार, त्यांची बुद्धिमत्ता, विश्वासार्हता– सगळंच तिला प्रिय होतं. इथले लोक फेल्टबूट आणि बिनबाह्यांचे राखाडी रंगाचे फ्लॅनेलचे कोट घालत. या साध्या सामान्य लोकांकडं लारा आकर्षित झाली. याउलट मॉस्कोतल्या रेल्वे-कामगाराचा मुलगा असलेला तिचा नवरा मात्र कमालीचा शहरी बनला. युरिआटिनमधल्या लोकांचं मूल्यमापन त्यानं लारापेक्षा खूपच कठोर पद्धतीनं केलं. लोकांचं अज्ञान आणि गावंढळपणा पाहून त्याला चीड येत असे.

इथं आल्यावर पाशाची एक नवीन असामान्य क्षमता प्रकट झाली. तो अतिशय भराभर वाचू शकत असे आणि मिळवलेलं ज्ञान डोक्यात साठवत असे. गेल्या काही काळात त्यानं प्रचंड वाचन केलं. लवकरच त्याचं ज्ञान इतकं वाढलं की, त्याच्यापुढं लाराही त्याला बहुश्रुत वाटेनाशी झाली. आपल्या सह-अध्यापकांपेक्षा ज्ञानाच्या बाबतीत तो खूपच पुढं निघून गेला. त्याला त्यांच्यांत गुदमरल्यासारखं वाटायला लागलं. लोकांचं सामान्यपण, त्यांची काहीशी शिळी देशभक्ती, त्यांच्या बुद्धिमतेची पातळी हे त्याच्या प्रवृत्तीशी जुळेनासं झालं. देशाबद्दलच्या त्याच्या भावना अधिक गुंतागुंतीच्या होत्या.

पाशानं अभिजात वाङ्मयात पदवी मिळवली होती. तो लॅटिन आणि प्राचीन इतिहास शिकवत होता. पण त्याच्या मनात लहानपणापासूनच विज्ञान, गणित आणि भौतिकशास्त्र यांच्याविषयी एक सुप्त ओढ होती, आता ती अचानक त्याच्यात उफाळून आली. घरी स्वतःच या विषयांचा अभ्यास करून त्यानं विद्यापीठ दर्जापर्यंत

तयारी केली आणि आता तो या विषयांमध्ये पदवी मिळवायचं स्वप्न बघत होता. गणिताच्या एखाद्या शाखेचं विशेष तज्ज्ञ व्हायचं आणि कुटुंबासह पीटर्सबर्गला जायचं, असं त्याचं स्वप्न होतं. अभ्यासासाठी रात्री केलेल्या जाग्रणांमुळं त्याच्या प्रकृतीवर परिणाम झाला. त्याला निद्रानाशाचा विकार जडला.

त्याचे लाराबरोबरचे संबंध चांगले होते, पण आता त्यांत सहजता उरली नव्हती. तिचा अवाजवी प्रेमळपणा आणि एखाद्या क्षुल्लक गोष्टीवरून त्याविषयी खूप बडबड करणं याचा त्याला जाच व्हायला लागला. पण त्यानं कधीच तिच्यावर टीका केली नाही. कारण त्याचा अगदी साधा शब्दही तिला दूषणास्पद वाटेल, त्याचा अर्थ ती वेगळाच घेईल, अशी त्याला भीती वाटत होती. तिचं रक्त त्याच्याइतकं उच्च नाही, किंवा ती पूर्वी दुसऱ्या कुणाच्या तरी मालकीची होती, असं त्याला सुचवायचं आहे, असंही तिला वाटण्याची शक्यता होती. त्याच्या मनात तिच्याबद्दल काही विसंगत आणि अनुचित कल्पना आहेत, असा तिला संशय येईल की काय, या त्याच्या चिंतेनं दोघांच्या आयुष्यांत एक प्रकारची औपचारिकता शिरली, प्रत्येक जण दुसऱ्यापेक्षा अधिक चांगुलपणानं वागायचा प्रयत्न करत होता आणि त्यामुळं प्रत्येक गोष्ट जास्तच गुंतागुंतीची होत होती.

एक दिवस रात्री त्यांच्याकडं काही पाहुणे आले. लाराच्या शाळेच्या मुख्याध्यापिका, पाशाचे अनेक सह-अध्यापक आणखी इतर काही. पाशाच्या दृष्टीनं ते सगळे पक्के मूर्ख होते. लारा त्या सर्वांशी इतक्या आपलेपणानं वागते आहे, ते पाहून त्याला नवल वाटलं. हे लोक लाराला खरोखरच आवडत होते, यावर विश्वास ठेवणं त्याला कठीण जात होतं.

पाहुणे निघून गेल्यावर सगळं घर आवरायला, स्वयंपाकघरात बश्या धुवायला लाराला खूप वेळ लागला. पाशाला झोप लागली आहे आणि काटेन्काला पांघरुणात नीट गुंडाळलं आहे, याची खात्री करून घेऊन ती त्याच्या शेजारी, लहान मूल आईजवळ निजतं, तशी येऊन निजली.

पण पाशानं झोपेचं केवळ ढोंग केलं होतं. त्याला तसाही निद्रानाशाचा त्रास होताच. आणखी तीन-चार तास आपण असंच जागत पडून राहू, हे त्याला माहीत होतं. झोप येण्यासाठी निदान फिरावं, खोलीतल्या कोंदट, धुरकट हवेतून बाहेर पडावं, म्हणून तो हळूच उठला. अंगावरच्या रात्रीच्या कपड्यांवरच फर-कोट आणि कॅप घातली आणि बाहेर गेला.

ती शरद ऋतूतली स्वच्छ आणि थंडगार रात्र होती. बर्फाचे पातळ थर त्याच्या पायांखाली चुरडत होते. तारकांनी चमकणारं आकाश पृथ्वीवर मंद निळसर प्रकाश फेकत होतं.

त्यांचं घर नदीवरच्या बंदरापासून लांब, गावाच्या दुसऱ्या टोकाला होतं. त्या

रस्त्यावरचं ते शेवटचं घर. त्यापलीकडं शेत, शेतातून जाणारे रेल्वे-रूळ आणि गार्डाची खोली होती.

पाशा उघड्या बोटीवर बसला आणि चांदण्यांकडं बघायला लागला. ज्या विचारांची गेल्या काही वर्षांमध्ये त्याला सवय झाली होती, त्या विचारांनी त्याच्यावर आता प्रखर हल्ला चढवला. त्याच्या लक्षात आलं की, या विचारांची आज ना उद्या शेवटपर्यंत तड लावायलाच हवी. ते काम आताच करता येईल.

त्यानं मनाशी विचार केला :

हे असंच चालू राहणं शक्य नाही. लाराशी लग्न करायच्या आधीच मला या गोष्टीची कल्पना यायला हवी होती. लहानपणापासून मला तिचं आकर्षण वाटत होतं, मोह पडला होता. तिला आवडेल, ते ती मला करायला लावत होती. तिला त्याच वेळी सोडून द्यायची अक्कल मला का सुचली नाही? किंवा लग्नाच्या आधीच्या हिवाळ्यात तिनं स्वतःच लग्नाचा आग्रह धरला, तेव्हाही मी 'नाही' म्हणू शकत होतो. तिचं प्रेम असलेली व्यक्ती मी नाही, हे तेव्हाच स्पष्ट झालं नव्हतं का? कुणीही चकित व्हावं, इतकी ती सुंदर आहे. आत्ता मला तिच्याबद्दल जे वाटतं, ते खरोखर प्रेम आहे का? की तिच्या सौंदर्याविषयी आणि मनाच्या मोठेपणाविषयी ती कृतज्ञता आहे? कुणाला ठरवणं शक्य आहे हे?

माझ्या सध्याच्या कृत्रिम, खोट्या आयुष्यापासून पत्नीला आणि मुलीला मुक्त करायला हवं, एवढं मात्र खरं. स्वतःला मुक्त करण्यापेक्षाही हे जास्त महत्त्वाचं आहे. पण कसं करायचं? घटस्फोट? की स्वतःला नदीत बुडवून घ्यायचं? छे! ही किती घाणेरडी कल्पना!

या विचारांविरुद्ध त्याचंच मन बंड करून उठलं. त्यानं पुन्हा आकाशातल्या चांदण्यांकडं पाहिलं. तो जणू त्यांचा सल्ला मागत होता.

त्या चमचमतच राहिल्या. लहान आणि मोठ्या, मंद किंवा प्रखर. काही निळ्या, तर काही इंद्रधनुष्यामधल्या सर्व छटांच्या.

अचानक त्या दिसेनाशा झाल्या. घर, अंगण आणि पाशा देखील वेगवान, झगझगीत प्रकाशझोतात एकाएकी फेकले गेले. जणू काही शेतातून कुणीतरी मोठी विजेरी हालवत घराच्या फाटकाकडं येत होतं. ती लष्कराची रेल्वेगाडी होती. आकाशात पिवळ्या धुराचे पुंजके आणि कोळशाच्या ठिणग्या सोडत ती पश्चिम दिशेला निघून गेली. यापूर्वी अशा असंख्य गाड्या गेल्या असतील. गेल्या काही वर्षांत रात्रंदिवस अशा गाड्या धावतच होत्या. पण ही या वेळी गेलेली गाडी...

पाशानं स्मित केलं आणि तो उठला. घरात जाऊन बिछान्यावर झोपला. द्विधा मनःस्थितीतून त्याला मार्ग सापडला होता!

पाशाचा निर्णय ऐकल्यावर प्रथम लारा सुन्न झाली. तिचा विश्वास बसेना. तिच्या मनात आलं, हे काहीतरी वेडेपणाचं आहे. निव्वळ एक लहर. त्याकडं लक्षच द्यायला नको. तोही ते विसरून जाईल.

पण पाशाचा निश्चय पक्का होता. गेल्या दोन आठवड्यांपासून तो त्यासाठी तयारी करत होता. सैन्यभरती कार्यालयाकडं त्यानं त्याची कागदपत्रं पाठवली होती. शाळेत त्याच्या जागी पर्यायी शिक्षकाची नेमणूक झाली होती आणि त्याला ओमस्क इथल्या लष्करी शाळेत प्रवेश मिळाल्याची सूचना देण्यात आली होती.

लारा एखाद्या खेडवळ स्त्रीप्रमाणे गळा काढून रडली. पाशाचा हात पकडून तिनं स्वतःला त्याच्या पायांवर लोटून दिलं. ती मोठ्यानं रडत म्हणाली,

"पाशा, आम्हांला सोडून जाऊ नकोस. असं करू नकोस. अजूनही फार उशीर झालेला नाही. मी सगळ्या गोष्टी नीट बघीन. तुझी वैद्यकीय तपासणीही नीट झालेली नाही आणि तुझं हृदय हे असं कमजोर– तुला तुझा निर्णय फिरवायची लाज वाटते का? आणि वेडगळ कल्पनांपायी कुटुंबाचा त्याग करायची नाही लाज वाटत? तू, स्वयंसेवक! आयुष्यभर तू रोदियनला हसलास आणि आता तुला त्याचा मत्सर वाटतो? तुला अधिकाऱ्याच्या गणवेशात रुबाबात मिरवायचं आहे. वाकड्या तलवारींचा खणखणाट करायचा आहे. पाशा, हे तुला काय झालं आहे? मला तुझं काही कळतच नाही. तुझ्यात हा बदल कशामुळं झाला? मला प्रामाणिकपणे सांग. ख्रिस्ताला स्मरून सरळ शब्दांत सांग– रशियाला खरोखर याच गोष्टीची आवश्यकता आहे का?"

अचानक तिला जाणीव झाली की, हे फक्त तेवढंच नाहीये. तिला सगळ्या गोष्टींचं नीट आकलन झालं नाही, पण मुख्य गोष्ट समजली. पाशावर असलेल्या तिच्या प्रेमाविषयी त्यानं गैरसमज करून घेतला होता. तिच्या प्रेमाला जी मातृप्रेमाची किनार होती, तीविरुद्ध त्यानं बंड केलं होतं. असं प्रेम स्त्रीला पुरुषाविषयी वाटणाऱ्या सामान्य भावनेपेक्षा कितीतरी जास्त मोलाचं आहे, हे त्याला कळू शकलं नाही.

तिनं विशिष्ट निर्धारानं आपला ओठ दातांखाली दाबला आणि अंग आक्रसून घेतलं. शांतपणे ती त्याचं सामान भरायला मदत करू लागली.

पाशा निघून गेल्यावर लाराला वाटलं, सगळं गाव शांत झालं आहे. पण थोड्याच वेळात घरची नोकराणी तिला भानावर आणण्यासाठी 'मॅडम, मॅडम–' अशा हाका मारायला लागली. काटेन्का तिची बाही खेचून– 'ममा ममा' अशी बोबडी बडबड करायला लागली. पाशाचं निघून जाणं ही तिच्या आयुष्यातली सर्वांत मोठी हार होती. तिच्या सर्व उज्ज्वल आशा कोसळून पडल्या होत्या.

पाशाची सैबेरियाहून पत्रं येऊ लागली. त्यांतून त्याची मनःस्थिती कळत होती. त्याला त्याची चूक उमगली होती. त्याला पत्नीची आणि मुलीची फार आठवण येत होती.

काही महिन्यांनी त्याला लेफ्टनंटचा हुद्दा मिळाला आणि अनपेक्षितपणे आघाडीवर जावं लागलं. त्याचा प्रवास त्याला युरिआटिनपासून दूर घेऊन गेला. तो मॉस्कोतही इतका थोडा काळ राहिला की, त्याला तिथं कुणाला भेटता आलं नाही.

आघाडीवरून येणारी त्याची पत्रं मात्र ओमस्कमधल्या पत्रांपेक्षा कमी नैराश्यपूर्ण होती. त्याला इतरांपेक्षा स्वतःला वेगळं सिद्ध करायचं होतं. त्यामुळं त्यानं यशस्वी केलेल्या एखाद्या लष्करी कारवाईचं बक्षीस म्हणून तो सुट्टीवर घरी येऊन त्याच्या कुटुंबाला भेटू शकणार होता.

लवकरच त्याला तशी संधी मिळाली.

पाशाची पत्रं यायची थांबली. प्रथम लाराला काळजी वाटली नाही. लढाईत गुंतलं असताना किंवा सैन्य आगेकूच करत असताना पाशाला पत्रं लिहिणं शक्य झालं नसेल, हे तिला कळत होतं. पण शरद ऋतूत सैन्याची आगेकूच थांबली, तुकड्या खंदकात राहू लागल्या, तरी पाशाकडून काही पत्र आलं नाही. तेव्हा मात्र तिला काळजी वाटू लागली. तिनं चौकशीला सुरुवात केली. प्रथम युरिआटिनमध्येच, नंतर पत्रानं मॉस्कोमध्ये, आणि त्याच्या जुन्या लष्करी तळाच्या पत्त्यावर. काही उत्तर आलं नाही. कोणाला काहीच माहिती दिसत नव्हती.

इतर स्थानिक स्त्रियांप्रमाणेच लारा देखील गावातल्या इस्पितळाशी संलग्न असलेल्या लष्करी वॉर्डात मदत करायला लागली. तिनं शुश्रूषेचं प्रशिक्षण घेतलं आणि ती प्रशिक्षित परिचारिका झाली. त्यासाठी शाळेतून तिनं सहा महिन्यांची सुटी घेतली. नोकराणी– मार्फुतकाला घराकडं लक्ष द्यायला ठेवलं आणि काटेन्काला घेऊन लारा मॉस्कोला गेली. तिथं काटेन्काला लिपाजवळ ठेवलं.

पत्रानं काही बातमी कळणं शक्य नाही, याची खात्री पटल्यावर लारानं स्वतःच जाऊन पाशाचा शोध घ्यायचं ठरवलं. हा हेतू मनात ठेवून हंगेरियन आघाडीकडं जाणाऱ्या गाडीवर तिनं परिचारिकेचं काम मिळवलं. पाशानं कळवलेल्या शेवटच्या पत्त्यावर ती त्याला शोधणार होती.

रेल्वे गाडी विभागीय मुख्यालयाच्या आवारात आली. ती रेडक्रॉस संघटनेची गाडी होती. मालगाडीचे निकामी झालेले डबे एकत्र जुळवून ती तयार केली होती. गाडीला पहिल्या वर्गाचा फक्त एकच डबा होता. सैनिकांसाठी भेटवस्तू घेऊन जाणाऱ्या मॉस्कोतल्या महत्त्वाच्या व्यक्तींसाठी तोही राखून ठेवला होता. त्या

डब्यात मिशा गोर्दन होता. इथल्याच विभागीय इस्पितळात युरी काम करतो आहे, हे त्याला माहीत होतं. ते इस्पितळ जवळच्याच एका खेड्यात होतं. तिथं जायचा आवश्यक तो परवाना त्यानं मिळवला होता.

त्या खेड्याकडं जाणारी एक घोडागाडी त्याला मिळाली. मुख्यालयात त्याला कुणीतरी सांगितलं होतं की, ते गाव अगदी जवळच, पंधरा मैलांच्या अंतरावर आहे. पण प्रत्यक्षात ते पन्नास मैल दूर होतं.

युद्ध सुरू होतं. मिशा रस्त्यानं चालला होता. डावीकडच्या आसमंतातून प्रचंड कोलाहल ऐकू येत होता. दुरून शस्त्रास्त्रांचे सरमिसळ आवाजही येत होते.

संध्याकाळच्या सुमाराला आकाशाच्या बाजूनं गुलाबी रंगाचा उजेड फाकला. उजेडानं आकाश उजळून निघालं. पहाटेपर्यन्त तो स्फोटांचा उजेड आकाशरेषेवर थरथरत होता.

उद्ध्वस्त झालेल्या खेड्यांमधून मिशाची घोडागाडी जात होती. काही खेडी पूर्ण ओस पडली होती, तर काही खेड्यांमध्ये लोक जमिनीतल्या खोल तळघरांमध्ये राहत होते. पडझड झालेल्या घरांच्या दगडधोंड्यांचे ढीग एका रांगेत रचून ठेवले होते. उजाड झालेल्या त्या वस्त्या वैराण वाळवंटाप्रमाणे एका दृष्टिक्षेपात दिसू शकत होत्या. वृद्ध स्त्रिया राखेतून काहीतरी धुंडाळत होत्या. (प्रत्येक भग्न घरासमोर अशी एकेक तरी स्त्री होतीच.) पुन्हा पुन्हा खणून काहीतरी बाहेर काढत होत्या आणि बाजूला करत होत्या. कुणीही आपल्याला बघत नाही, अशा भावेननं त्या वावरत होत्या. पण गोर्दनची गाडी दिसताच त्या आपलं काम थांबवून त्याच्याकडं टक लावून बघत होत्या. जणू त्यांना विचारायचं होतं, हे जग केव्हा भानावर येणार आहे? आमच्या आयुष्यात शांतता आणि सुरळीतपणा केव्हा येणार आहे?

रात्रभर प्रवास करून अखेर पहाटेच्या सुमाराला मिशा त्या खेड्यात पोहोचला. पण हॉस्पिटलची माहिती तिथं कोणालाच नव्हती. मग कळलं की, त्याच नावाची दोन खेडी आहेत. शेवटी सकाळी त्याला हवं असलेलं खेडं सापडलं. त्या खेड्याच्या रस्त्यानं तो जायला लागला, तेव्हा आयोडिनचा आणि औषधी वनस्पतींचा वास त्याच्या नाकात शिरला.

फक्त आजचा दिवसच युरीबरोबर काढायचा, रात्री राहायचं नाही, असं मिशा गोर्दननं ठरवलं होतं. इतर मित्रांना तो रेल्वे-स्टेशनवरच सोडून आला होता. पण परिस्थिती अशी निर्माण झाली की, त्याला एक आठवड्यापेक्षा जास्त राहावं लागलं.

ज्या खेड्यात मिशा राहिला, त्या खेड्याच्या दक्षिणेकडं शत्रूची ठाणी मोडून काढण्यात रशियन सैन्याला यश मिळालं.

पण पुढं गेलेल्या तुकड्या आणि मागोमाग निघालेल्या सहायक तुकड्या यांच्यात अंतर पडलं. पुढं गेलेल्या रशियन तुकड्यांमधले सैनिक शत्रूच्या हाती पडले. त्यांना कैद करण्यात आलं. त्यांच्यांत लेफ्टनंट पाशा ॲन्टिपॉव्ह होता. त्याच्या तुकडीनं शरणागती पत्करल्यावर त्याला सोडून देण्यात आलं.

परंतु, एका तोफगोळ्यामुळं पाशाला मृत्यू आला आणि सुरुंगाच्या स्फोटात तो त्याखाली गाडला गेला, अशा खोट्या अफवा त्याच्याबद्दल पसरल्या. ते खरं, की खोटं, तेही निश्चित कळत नव्हतं. कारण हल्ल्याचं नेतृत्व पाशानं केलं होतं, हे सर्वांना माहीत होतं. निरीक्षण-चौकीवरून त्याचा मित्र लेफ्टनंट गॅलिउल्लिन दुर्बिणीतून सगळं बघत होता. पाशानं आपल्या सैनिकांना शत्रूच्या खंदकाच्या अगदी जवळ आणलं होतं. तो सर्वांच्या पुढं धावत होता. मोठ्यानं ओरडून सैनिकांना प्रोत्साहन देत होता. काही क्षणांतच तो चमत्कार करून दाखवणार होता. इतक्यात त्यांच्या पुढ्यात सोळा इंच लांबीचे दोन जर्मन तोफगोळे येऊन फुटले. त्यांचा स्फोट झाला, धुराचा आणि धुळीचा प्रचंड काळा ढग तयार झाला. त्यापुढं काय घडलं, ते दिसलंच नाही.

दुर्बिणीतून बघत असलेला गॅलिउल्लिन उद्गारला,

''या अल्ला! संपलं! ते मारले गेले.''

पाशा ठार झाला, अशी त्याची खात्री पटली.

या मोहिमेच्या काळात पाशा आणि गॅलिउल्लिन एकाच तंबूमध्ये राहत होते. पाशा ठार झाला, याची खात्री पटल्यावर त्याच्या वस्तू त्याच्या विधवा पत्नीला, लाराला नेऊन द्याव्यात, असं इतर साथीदारांनी सुचवलं. त्या वस्तूंमध्ये लाराच्या फोटोंची संख्याच जास्त होती.

गॅलिउल्लिन हा तिवर्झिनच्या भाड्याच्या घरात राहणाऱ्या हमालाचा, गिर्गेझुदिनचा मुलगा. हाच तो लहानपणीचा युसुप्का. तो पाशाला १९०५ मध्ये भेटला होता. त्या वेळी पाशा तिवर्झिन कुटुंबात राहत होता. तो आणि पाशा रविवारी एकत्र खेळायला जात असत. तिथं तो एक-दोनदा लारालाही भेटला होता. पुढं लारा आणि पाशाबद्दल त्याला काहीच कळलं नव्हतं. नंतर जेव्हा पाशा युरिआटिनमधून येऊन सैन्याच्या तुकडीत दाखल झाला, तेव्हा आपल्या जुन्या मित्रामध्ये झालेला बदल पाहून गॅलिउल्लिनही थक्क झाला होता. एके काळी लाजाळू, पण खोडकर मुलीसारखा दिसणारा पाशा आता सैनिक झाला होता. जगाबद्दलचा द्वेष आणि विचारांमधला उद्धटपणा त्याच्या व्यक्तिमत्त्वात भिनला होता. त्याला सर्व काही माहीत होतं. अतिशय बुद्धिमान, शूर, मितभाषी आणि बोलण्यात उपरोध भरलेला पाशा! काही वेळा गॅलिउल्लिनला पाशाच्या उदास डोळ्यांमध्ये मनाच्याही पलीकडचं असं काहीतरी दिसायचं. मुलीला भेटण्याची किंवा पत्नीला भेटण्याची तीव्र इच्छा.

पण आता तो मेला होता आणि गॅलिउल्लिनच्या हाती केवळ काही कागदपत्रं, छायाचित्रं आणि त्याच्या वस्तू उरल्या होत्या.

इकडं लारानं पाशाची शोध-मोहीम सुरू केलीच होती. अखेर गॅलिउल्लिनला कळलं की, लारा पाशाला शोधत याच आघाडीवर आली आहे आणि इथंच कुठतरी नर्स म्हणून काम करत आहे. आता तिला नेमक्या कोणत्या पत्त्यावर पत्र पाठवावं, ते त्याला कळेना.

युरी दुपारच्या जेवणासाठी घरी आला, की मिशा गोर्दन त्याला रोज एकच प्रश्न विचारत असे–

"आजतरी मला परत जायला घोडा मिळेल का?"

"शक्यता नाही आणि तूही कुठं जाऊ शकणार नाहीस. सर्वत्र भयंकर गोंधळ माजला आहे. दक्षिणेकडं काही ठिकाणी आपण जर्मनांचा पाडाव करून त्यांना मागं रेटलं आहे. पण उत्तरेकडून मात्र जर्मनांनी आत मुसंडी मारली आहे आणि ते रेल्वेमार्ग उखडून टाकत आहेत, गाड्या उडवत आहेत, अन्नपुरवठा करणारी दुकानं नष्ट करत आहेत. मला वाटतं, ते लवकरच आपल्याला वेढा घालून कोंडीत पकडतील. आणि तुला घोडा मिळण्याची काळजी पडली आहे!"

मग शिपायाकडं वळून युरी म्हणाला,

"चला, टेबल लाव चटकन्! आज काय आहे जेवायला? वासराचं मांस? छान!"

हा वैद्यकीय सेवा विभाग दवाखाने आणि इस्पितळांसह त्या खेड्यात सर्वत्र विखुरला होता. त्यांना अद्याप काहीही हानी पोहोचली नव्हती, हा एक चमत्कारच. एका भिंतीपासून दुसऱ्या भिंतीपर्यंत पसरलेल्या, पाश्चिमात्य शैलीच्या जाळीदार खिडक्या असलेली घरं दिव्यांनी प्रकाशमान झाली होती. खिडक्यांच्या चौकटींचंही नुकसान झालं नव्हतं.

उबदार, सोनेरी शरद ऋतू संपून आता उन्हाळ्याला सुरुवात झाली. दिवसा डॉक्टर्स आणि इतर अधिकारी खिडक्या उघडत. घोंघावणाऱ्या माश्यांच्या काळ्या थव्यांना फटकारून बाहेर हाकलत. अंगावरच्या पांढऱ्या हॉस्पिटल-कोटाची आणि जाकिटाची बटणं मोकळी करत. घामानं निथळत असतानाच ते तोंड भाजणाऱ्या उकळत्या चहाचे किंवा सूपचे घुटके घेत. रात्री उघड्या शेगडीभोवती बसत. ओली लाकडं पेटवायचा प्रयत्न करत. पण ती पुन्हा पुन्हा विझून जात. त्यांचे डोळे धुरानं चुरचुरत. शेगडी नीट पेटवता येत नाही, म्हणून शिपायांना शिव्या देत.

ती निःस्तब्ध रात्र होती. युरी आणि मिशा गोर्दन भिंतीत पक्क्या केलेल्या बिछान्यावर एकमेकांकडं तोंड करून निजले होते. त्यांच्यामध्ये जेवणाचं टेबल आणि संपूर्ण भिंती-एवढ्या लांबीची पण ठेंगणी खिडकी होती. खोली जास्त तापली

होती आणि तंबाखूच्या धुरानं भरली होती. बाहेरची मोकळी हवा आत यावी, म्हणून त्यांनी खिडकीच्या दोन्ही टोकांच्या दोन झडपा उघडल्या. दोघं बोलत होते. गेले काही दिवस आणि रात्री त्यांनी हेच केलं होतं. नेहमीप्रमाणेच आघाडीच्या दिशेनं आकाशात थरथरणारा गुलाबी उजेड चमकत होता. क्षितिजावर बंदुकांचे, तोफांचे बार उडत होते. दोघांच्या अखंड बोलण्यात मध्येच धाडकन एखादी अवजड वस्तू कोसळल्याचा आवाज यायचा. युरी ती वस्तू लगेच ओळखायचा. सोळा इंच लांबीचा, चोवीस पौंड वजनाचा 'बर्था' नावाचा तो जर्मन तोफगोळा असायचा.

गेल्या काही दिवसांमध्ये जगातले एकूणएक विषय बोलून झाले. युद्ध आणि त्याचे लोकांच्या विचारसरणीवर होणारे परिणाम याविषयी असलेल्या युरीच्या कल्पना मिशाला कळल्या युरीनं त्याला सांगितलं, परस्परांचा समूळ नाश करण्याचं युद्धाचं कठोर तर्कशास्त्र स्वीकारणं प्रथम त्याला फार जड गेलं. जखमी लोकांना बघण्याची सवय करून घेणं अतिशय कठीण वाटलं. विशेषतः नवीन प्रकारच्या शस्त्रांनी झालेल्या त्या वेगळ्या जखमा अतिशय भीतिदायक असायच्या. युद्धाच्या आधुनिक तंत्रामुळं त्यातून वाचलेल्यांना आलेल अपंगत्व बघणं भयावह असायचं. अशी माणसं म्हणजे विद्रूप, मोडतोड झालेल्या मांसाचे गोळे. अजूनही ते सगळं बघण्याची सवय झाली नव्हती.

युरीबरोबर दररोज फिरून गोर्दननंही काही भयंकर दृश्यं पाहिली. अमानवी प्रयत्नांद्वारे लोकांनी मृत्यूच्या भीतीवर मिळवलेला विजय पाहिला. त्यांचा त्याग, त्यांनी पत्करलेला धोका पाहिला.

फिरत्या रेडक्रॉस पथकानं आघाडीच्या अगदी मागंच प्रथमोपचार केन्द्र उघडलं होतं. उद्ध्वस्त झालेल्या जंगलातच थोडीशी जागा साफसूफ करून ते केन्द्र त्यांनी उभारलं होतं. त्या ठिकाणी वन-अधिकाऱ्यांच्या पडझड झालेल्या घराचा फक्त सांगाडा शिल्लक राहिला होता. निम्मं छप्पर उखडलं गेलं होतं. त्या घराच्या जोडीला राखाडी रंगाचे दोन तंबू उभारले होते. जखमी सैनिकांवर उपचार करण्यासाठी फक्त एवढाच आडोसा मिळाला होता.

युरी म्हणाला,

"मी तुला इथं आणायलाच नको होतं. फक्त अर्धा मैल अंतरावर खंदक आहेत. आपलं सैन्य तिथंच आहे. तिथं चाललेलं युद्ध तुला ऐकू येईल. कोणत्याही क्षणी इथली परिस्थिती बदलेल आणि तोफगोळे पडायला सुरुवात होईल. तू घाबरशील!"

रस्त्याच्या दुतर्फा थकलेले तरुण सैनिक पोटावर किंवा पाठीवर पडलेले होते. त्यांच्या पायांत अवजड बूट होते. जाकिटं धुळीनं माखलेली, छाती घामानं काळी झालेली. सतत चार दिवसांच्या घनघोर लढाईनंतर, आघाडीवर लढणाऱ्या तुकडीतून वाचलेले ते

सैनिक होते. त्यांना आता थोडे दिवस विश्रांतीसाठी पिछाडीवर पाठवण्यात आलं होतं. ते निपचीत पडले होते. हात हालवायचं किंवा हसायचंही त्राण त्यांच्यांत नव्हतं.

गाड्या जखमींना घेऊन या प्रथमोपचार केन्द्राकडं खडखडाट करत सतत येतच होत्या. दारूगोळा वाहून न्यायच्या गाड्याच जखमींना वाहून नेण्यासाठी वापरल्या जात होत्या. त्यांना स्प्रिंग्ज् नव्हत्या. त्यामुळं खूप हादरे बसत होते. तिथं जखमींना भराभर मलमपट्टी केली जात होती, आवश्यक असेल, तर त्वरेनं शस्त्रक्रिया केली जात होती. तोफांच्या दोन माऱ्यांच्या मधल्या काळात आघाडीवरच्या खंदकांमधून पटापट जखमींना उचललं जात होतं. त्यांच्यापैकी निम्मे तर बेशुद्धच असायचे.

एका तंबूची झडप उघडून एक नर्स बाहेर आली आणि समोर बघत उभी राहिली.

अचानक तिचा चेहरा भयभीत झाला. किरकोळ जखमा झालेले दोन सैनिक कुणाच्याही मदतीशिवाय स्ट्रेचर घेऊन चालत येत होते. ते पाहून ती ओरडली,

"हे काय करता आहात तुम्ही?"

ती त्यांच्या दिशेनं धावली.

त्या स्ट्रेचरवर अतिशय वाईट पद्धतीनं, गंभीररीत्या जखमी झालेला माणूस निजला होता. तोफगोळ्याच्या लोखंडी कवचाचा मोठा तुकडा त्यांच्या तोंडात घुसून बसला होता. त्याची जीभ आणि ओठ फाटून रक्तबंबाळ झाले होते. जबड्याच्या हाडात तो तुकडा अडकल्यामुळं त्याचे गालही फाटून बाहेर आले होते. वेदना असह्य होऊन तो क्षीण आवाजात कण्हत होता. त्याचा तो आवाज म्हणजे लवकर मृत्यू यावा आणि या यातनांचा शेवट व्हावा, अशी याचनाच होती.

स्ट्रेचरच्या बाजूनं चालणारे ते दोन सैनिक आता त्या माणसाच्या तोंडात अडकलेला कठीण कवचाचा लोखंडी तुकडा नुसत्या हातांनी काढणार, असं त्यांच्या एकूण आवेशावरून त्या नर्सला वाटलं. म्हणून ती पुन्हा ओरडली,

"तुम्ही हे भलतंच काही करू नका! डॉक्टर शस्त्रक्रिया करून तो तुकडा काढतील. त्यांच्या जवळ खास उपकरणं आहेत."

दुसऱ्याच क्षणी त्या माणसानं जोरात आचका दिला आणि त्याचा प्राण गेला. तो गिमॅझुद्दिन होता.

तंबूच्या मागं एक माणूस कुणाशीतरी मोठमोठ्यानं वाद घालत होता. तो तरुण लेफ्टनंट होता. साफ केलेल्या त्या जंगलातल्या जागी तोफखाना कुठं आहे, हे त्याला जाणून घ्यायचं होतं. तिथले इतर डॉक्टर त्याला सांगत होते की, आरडाओरडा करू नका, पण तो लेफ्टनंट त्याच्या तार्तार उच्चारात ओरडतच होता. नंतर घोड्यावरून दौडत तो जंगलात निघून गेला.

तो गॅलिउल्लिन होता. वडिलांना शोधायला निघाला होता. वडिलांचा स्ट्रेचरवरच

प्राण गेला आहे, हे त्याला माहीत नव्हतं. जखमी सैनिकांच्या इतक्या गर्दीत कोणी कोणाला ओळखू येत नव्हतं.

ती नर्स म्हणजे लारा होती. गॅलिउल्लिन, लारा, युरी आणि मिशा गोर्दन सगळे त्या आघाडीवर एकत्र आले होते. त्यांच्यापैकी काहींनी एकमेकांना कधीच पाहिलं नव्हतं आणि काहीजण एकमेकांना ओळखू शकले नाहीत.

आश्चर्य वाटावं, अशा रीतीनं या भागातली खेडी शाबूत राहिली होती. विनाशाच्या समुद्रात, बेटांप्रमाणे ती अभंग राहिली होती.

एक दिवस सूर्यास्ताच्या वेळी गोर्दन आणि युरी झिवागो घोडागाडीतून घराकडं येत होते. एका खेड्यात त्यांना एक विचित्र दृश्य दिसलं.

एका तरुण कोसॅकभोवती लोकांनी गर्दी केली होती आणि ते सगळे मिळून हसत-खिदळत होते.

कोसॅकनं तांब्याचं एक नाणं हवेत उंच उडवलं आणि एका ज्यूला ते पकडायला सांगितलं. त्या म्हाताऱ्या ज्यूनं लांब कफ्तान घातला होता. त्याची दाढी पिकली होती.

दरवेळी त्याचा झेलण्याचा अंदाज चुकायचा. ते नाणं चिखलात पडायचं. तो म्हातारा नाणं उचलायला वाकला, की कोसॅक त्याच्या पार्श्वभागावर चापट मारायचा आणि इतर लोक पोट धरधरून हसायचे.

त्यांना ती मोठीच करमणूक वाटत होती. त्या म्हाताऱ्या ज्यूची बायको मदतीसाठी हात पसरून रडत, किंचाळत सारखी घराबाहेर येऊन रस्त्यावर धावत होती आणि विलक्षण घाबरून परत जात होती. दोन लहान मुली खिडकीत बसून आपल्या आजोबांकडं बघून रडत होत्या.

युरी घोडागाडीतून खाली उतरला. त्या कोसॅकला जवळ बोलावलं. त्याला ठोसा लगावला आणि म्हाताऱ्याचा छळ थांबवायला सांगितलं.

कोसॅक तत्परतेनं म्हणाला,

''आम्हांला त्याला मुद्दाम त्रास द्यायचा नव्हता. आम्ही त्याची गंमत करत होतो.''

गोर्दन आणि युरी यांची गाडी पुढं निघाली. बराच वेळ दोघं काही बोलले नाहीत.

त्यांचं खेडं दृष्टिपथात आल्यावर युरी म्हणाला,

''या युद्धात गरीब बिचाऱ्या ज्यू लोकांचे काय हाल होत आहेत, याची तू कल्पना करू शकणार नाहीस. लढाई त्यांच्या हद्दीतच सुरू आहे. शिक्षा वाटावी, असे त्यांच्यावर जबर कर, त्यांच्या मालमत्तेची नासधूस, आणि त्यांचे इतर सगळे

दुःखभोग पुरेसे नाहीत, म्हणून की काय, त्यांची होणारी पद्धतशीर कत्तल. त्यांचा अपमान केला जातो. ते देशभक्त नाहीत, असा त्यांच्यावर आरोप केला जातो. आणि त्यांनी का असावं देशभक्त? शत्रूचं राज्य असताना त्यांना निदान समान अधिकार तरी मिळतो. आपण त्यांचा छळ करण्याशिवाय दुसरं काय करतो? आणि हा तिरस्कार. त्यांचं दारिद्र्य, त्यांची दुर्बलता, उलट प्रतिकार करण्याची त्यांची असमर्थता यांमुळं त्यांच्याबद्दल आपल्याला सहानुभूती न वाटता, उलट, तिरस्कारच का वाटतो, हे मला कळत नाही.''

गोर्दननं उत्तर दिलं नाही. तो स्वतःच ज्यू होता.

पुन्हा एकदा युरी आणि मिशा जमिनीलगतच्या त्या लांब खिडकीजवळच्या फळ्यांवर तसेच समोरासमोर निजले. रात्र वाढत होती आणि दोघं बोलत होते. एकदा आघाडीवर झारला कसं पाहिलं, ते युरीनं गोर्दनला सांगितलं.

आघाडीवरचा त्याच्या तो पहिला वसंत ऋतू होता. त्याच्या तुकडीचं मुख्यालय कॅरपॅथियन्स या एका खोल दरीत होतं. हंगेरियन मैदानाकडून दरीत येण्याचा मार्ग त्याच्या तुकडीनं अडवलेला होता.

दरीच्या पायथ्याशी रेल्वे-स्टेशन होतं.

त्या वेळी राजा गॅलेशियामध्ये पाहणी-दौरा करत होता. तो युरीच्या तुकडीला भेट देणार आहे, असं समजलं. युरी त्या तुकडीचा सन्मान्य कर्नल होता. कोणत्याही क्षणी राजा येणार होता. त्याच्या सन्मानार्थ स्वागत-पथक स्टेशनवर पाठवण्यात आलं. त्यांना तब्बल दोन तास प्रतीक्षा करावी लागली. राजाचा लवाजमा, नोकरचाकर असलेल्या दोन गाड्या लागोपाठ गेल्या. त्यानंतर काही वेळानं झारची गाडी आली.

राजाबरोबर ग्रॅन्ड ड्यूक निकोलस होता. झारनं बॉंब टाकणाऱ्या सैनिकांची पाहणी केली. तो हळू आवाजात शुभेच्छादर्शक काहीतरी बोलत होता. त्याच्या प्रत्येक शब्दानं उपस्थितांमध्ये आनंदाचे उद्रेक होत होते.

झार स्मित करत होता. पण रुबल्स आणि पदकांवर असणाऱ्या त्याच्या प्रतिमांपेक्षा अधिक म्हातारा आणि थकलेला दिसत होता. त्याचा चेहरा उत्साहहीन आणि काहीसा थुलथलीत होता.

पर्वतराजींमधल्या त्या सकाळी युरीला झारकडं पाहून वाईट वाटलं. असा आत्मविश्वास नसलेला अबोलपणा, लाजाळूपणा, गोंधळलेपणा हे जुलूम करणाऱ्या व्यक्तीचं आवश्यक वैशिष्ट्य असलं पाहिजे, असं त्याला वाटलं. इतका दुबळा, अशक्त माणूस कोणालाही तुरुंगात टाकू शकतो, फासावर चढवू शकतो किंवा क्षमाही करू शकतो, या विचारानं युरी अस्वस्थ झाला.

नंतर युरी आघाडीवर होणाऱ्या वार्ताहरांच्या आणि छायाचित्रकारांच्या गर्दीबद्दल

बोलला. तो म्हणाला,

"ते त्यांची निरीक्षणं नोंदवतात. जखमींना स्वतः भेटतात आणि लिहिताना अर्थहीन शब्दांचा फुलोरा फुलतात. नुसता शब्दच्छल. - 'कालच्यासारखाच उदास दिवस. सकाळपासून पाऊस पडत होता. मी खिडकीतून बाहेर डोकावून रस्त्याकडं पाहिलं. कैद्यांची न संपणारी रांग. जखमी सैनिक. बंदुकीतून गोळीबार होतो आहे. कालच्यासारखाच आजही, उद्याही. दर तासाला तसाच....' विनोदीच आहे, की नाही, हे? आता या युद्ध-वार्ताहराला बंदुकीकडून रोज कोणत्या वेगळेपणाची अपेक्षा आहे? तो स्वतःच नाही का रोज त्याच त्या शब्दांच्या गोळ्या उडवत? कशासाठी? आपलं शब्दचातुर्य चलाखीनं ताजं ठेवण्यासाठी? पुनरावृत्ती थांबवायची, ती त्यानं, बंदुकीनं नव्हे, हे त्याच्या डोक्यात का शिरत नाही?"

गोर्दन म्हणाला,

"तू अगदी वर्मावर बोट ठेवलं आहेस. आजची सकाळचीच घटना बघ. कोसॅकनं गरीब ज्यूंचा छळ करण्याच्या घटना हजारोंनी घडत आहेत. या निष्पाप स्त्रिया, मुलं, म्हातारी माणसं यांचा कोणत्या हेतूनं असा छळ होतो आहे? ज्यूंमधले बुद्धिमान पुढारी पुढं यायला पाहिजेत आणि त्यांनी विनाकारणच लढणाऱ्या सैन्याला रजा द्यायला पाहिजे. त्यांनी सैनिकांना म्हणायला पाहिजे, 'पुरे करा लढणं, भानावर या. इतर लोकांमध्ये मिसळून जा. तुम्ही जगातले पहिले आणि उत्तम ख्रिश्चन आहात. तुमच्यांत जे वाईट आहेत, त्यांनी तुम्हांला तुमच्याच विरुद्ध प्रवृत्त केलं आहे."

दुसऱ्या दिवशी युरी रात्री जेवायला आला, तेव्हा मिशाला म्हणाला,

"तू इथून जायला अगदी उत्सुक होतास ना? तुझी इच्छा पूर्ण होते आहे. सर्व वैद्यकीय पथकांना इथून बाहेर पडायचे हुकूम सुटले आहेत. आपण सगळेच उद्या किंवा परवा परत जाणार आहोत."

त्यांनी सावकाशपणे सामान भरलं.

युरी म्हणाला,

"मी इथं आलो, तेव्हा मला ही जागा मुळीच आवडली नव्हती. घाणेरडी आणि कोंदट. ठेंगणी छतं. पण आता मला कुणी विचारील, तर मी इथं या शेगडीकडं, फरश्यांवर पडणाऱ्या उन्हाकडं, हलणाऱ्या झाडांच्या सावल्यांकडं बघत माझं आयुष्य घालवायला तयार आहे."

रात्री अचानक आरडाओरडा आणि बंदुकांचे बार सुरू झाले. अशुभ लढाई त्या खेड्यापर्यन्त पोहोचली. जर्मन सैनिक आत घुसले आणि त्यांनी त्या खेड्यावर तोफगोळ्यांचा वर्षाव सुरू केला. हॉस्पिटल ताबडतोब रिकामं करायचा हुकूम निघाला. ते इतरत्र हालवायला सुरुवातही झाली. सर्वत्र एकच धावपळ सुरू झाली.

खिडक्यांच्या बाहेरून माणसांच्या सावल्या इकडं-तिकडं धावू लागल्या.

युरी गोर्दनला म्हणाला,

"पहाटेच्या आत आपण सगळेच इथून बाहेर पडू. तू पहिल्या तुकडीबरोबर जाणार आहेस. गाडी तयार आहे. मी तुला निरोप द्यायला येतो."

त्या खेड्याच्या रस्त्यांवरून युरी आणि मिशा धावत होते. बंदुकांच्या गोळ्यांचा मारा चुकवण्यासाठी मधून मधून भिंतींच्या आडोशाला थांबत होते. बंदुकांच्या गोळ्या कानाजवळून झुंईऽऽऽऽ आवाज करत जात होत्या.

धावता-धावता गोर्दननं विचारलं,

"आणि तुझं काय? तू केव्हा येणार?"

"मी दुसऱ्या तुकडीबरोबर येतो. मला परत जाऊन माझं सामान गोळा करायचं आहे."

त्या खेड्याच्या बाहेर हद्दीवर अनेक गाड्या, घोडागाड्या उभ्या होत्या. हळूहळू ठेचकाळत, हादरे देत त्या मार्गाला लागल्या. युरीनं हात हालवून मिशाला निरोप दिला. जळणाऱ्या धान्य-कोठाराच्या उजेडात उभा असलेला युरी मिशाला बराच वेळ दिसत होता.

पुन्हा घरांच्या आडोशांचा आसरा घेत-घेत युरी घाईनं घरी परत जायला निघाला. घरापासून काही अंतरावर असतानाच एका तोफगोळ्याच्या स्फोटात तो सापडला; आणि रस्त्याच्या मध्येच बेशुद्ध होऊन कोसळला.

अपघातातून वाचलेला युरी हॉस्पिटलमध्ये अधिकाऱ्यांच्या वॉर्डात विश्रांती घेत होता. तिथल्या उपचारांनी तो बरा होत होता. ते हॉस्पिटल गॅरिसन हेडक्वार्टरच्या जवळून जाणाऱ्या रेल्वे-मार्गावरच्या एका लहान गावात होतं.

फेब्रुवारी महिना संपला होता. हवा उबदार होती. युरीच्या समोरच्या पलंगावर गॅलिउल्लिन निजला होता. नवीन नर्स या इस्पितळात रुजू झाली आहे, आणि आज ती वॉर्डात पहिली फेरी करणार आहे, असं त्यांना कळलं होतं.

गॅलिउल्लिन वर्तमानपत्र वाचत होता. सेन्सॉरनं शब्द खोडून रिकाम्या ठेवलेल्या जागांकडं बघून तुच्छतेचे उद्‌गार काढत होता. युरी टोनियाची पत्रं वाचत होता. त्या पत्रांचा त्यानं एकत्र गठ्ठाच केला होता. वाऱ्याचा झोत आला आणि पत्रं उडून जमिनीवर विखुरली. हलक्या पावलांचा आवाज आला, म्हणून त्यानं वर पाहिलं. लारा वॉर्डात आली होती.

युरी आणि गॅलिउल्लिन दोघांनीही तिला ओळखलं. पण युरी तिला ओळखतो, हे गॅलिउल्लिनला माहीत नव्हतं, आणि गॅलिउल्लिन तिला ओळखतो, हे युरीला माहीत नव्हतं.

तिनं दोघांनाही ओळखलं नाही. ती म्हणाली,

"हॅलो! ही खिडकी का उघडी ठेवली आहे? थंडी नाही का वाजत?"

गॅलिउल्लिनच्या जवळ जात तिनं त्याच्या प्रकृतीची चौकशी केली. नाडी बघण्यासाठी त्याचं मनगट हातात घेतलं आणि झटकन् सोडून दिलं. ती त्याच्याजवळ पलंगाच्या काठावर बसली. त्याच्याकडं गोंधळून बघत राहिली.

"तुझं इथं भेटणं खरोखरच अनपेक्षित आहे, लारा, मी तुझ्या नवऱ्याला ओळखत होतो. आम्ही दोघं एकाच तुकडीत होतो. त्याच्या वस्तू मी तुझ्यासाठी सांभाळून ठेवल्या आहेत." गॅलिउल्लिन म्हणाला.

"तुला त्याचा ठावठिकाणा माहीत होता? केवढा योगायोग! कसं आणि काय घडलं, ते सगळं मला लवकर सांग. पाशा तोफगोळ्याच्या स्फोटात ठार झाला, असं मला कळलं आहे. तेव्हा मला सांगायला घाबरू नकोस."

तो म्हणाला,

"पाशा तुकडीबरोबर खूप पुढं गेला. त्याला शत्रूनं वेढलं आणि अलग पाडलं. सक्तीनं शरण यायला लावलं. कैदी म्हणून ते त्याला घेऊन गेले."

गॅलिउल्लिनला सत्य सांगायची हिंमत झाली नाही. त्यानं सोयिस्कर खोटं सांगितलं.

लाराचा अर्थातच त्यावर विश्वास बसला नाही. या अनपेक्षित भेटीनं ती आधीच हेलावून गेली होती. तिऱ्हाइतांसमोर रडू कोसळायला नको, म्हणून ती घाईघाईनं व्हरांड्यात गेली.

काही क्षणांनी परत आली. तिनं रडू सावरलं होतं, पण गॅलिउल्लिनशी बोललं, तर पुन्हा रडू फुटेल, म्हणून तिनं त्याच्याशी बोलणं मुद्दामच टाळलं. त्याच्याकडं न बघता ती युरीकडं वळली.

मन थाऱ्यावर नसल्याप्रमाणे यांत्रिकपणे तिनं त्याला विचारलं,

"हॅलो, तुम्हांला काय त्रास आहे?"

युरीनं तिची उद्विग्नता आणि तिचे अश्रू पाहिले होते. ती इतकी अस्वस्थ का आहे, ते त्याला विचारायचं होतं. तिला त्यानं याआधी दोन वेळा पाहिलं आहे, हेही सांगायचं होतं. पण त्याला वाटलं, ते फार विचित्र दिसेल आणि त्यातून ती चुकीचा अर्थ काढेल.

तो म्हणाला,

"मी डॉक्टर आहे. स्वतःची काळजी घेत आहे. मला काही नकोय्. थँक्यू."

लारानं त्या अनोळखी रुग्णाकडं आश्चर्यानं पाहिलं. तिला वाटलं, आपण असं विचारून उगाच त्याचा अधिक्षेप केला. त्याचं धरधरीत नाक आणि असामान्य चेहरा तिच्या नजरेतून सुटला नाही.

पुढचे काही दिवस हवामान सतत बदलत होतं. रात्रभर गुणगुणणारा उबदार वारा वाहत असायचा आणि ओलसर मातीचा वास दरवळत असायचा.

त्या दिवसांमध्ये हेडक्वार्टर्सकडून विचित्र बातम्या येत होत्या. आणखी आतल्या भागातून भीतिदायक अफवा पसरत होत्या. पीटर्सबर्गशी असलेलं तारायंत्रांचं दळवळण वरचेवर खंडित होत होतं. प्रत्येक ठिकाणी, प्रत्येक कोपऱ्यावर लोक राजकारणाबद्दलच बोलत होते.

हॉस्पिटलच्या वॉर्डात लाराची फेरी नियमितपणे सकाळ-संध्याकाळ होतच होती. युरी, गॅलिउल्लिन आणि इतर सर्व रुग्णांशी ती थोडं-फार बोलत असे. युरीशी बोलताना तिच्या मनात विचार येई,

'किती चमत्कारिक माणूस आहे हा! तरुण आणि तुसडा. त्याचं वर उचललेलं नाक बघता त्याला देखणा तर म्हणता येणार नाही; पण कोणत्याही अर्थानं तो बुद्धिमान आहे, हे नक्की. तसा चैतन्यपूर्ण आहे आणि त्याचं मन फार सुंदर आहे.'

इथलं काम लवकर संपवून मॉस्कोला बदली करून घ्यायची लाराला घाई झाली होती. काटेन्काकडं लवकर परत जायला हवं होतं. त्यानंतर, सध्या ती करत असलेल्या नर्सच्या कामातून मुक्तता मिळवण्यासाठी अर्ज करायचा आणि युरिआटिनला परत जाऊन शाळेत शिकवणं पुन्हा सुरू करायचं, असा तिचा विचार होता. पाशाचं काय झालं, हे तिला कळलंच होतं. आता इथला मुक्काम जेवढा लवकर संपेल, तेवढा चांगला. पाशाचा शोध घ्यायला ती इकडं आली नसती, तर इथंही आलीच नसती. तिला काटेन्काची आठवण आली. ती तिकडं कशी राहत असेल? बिचारी आई-बापाविना पोरगी. तिच्या आठवणीनं लाराला नेहमी रडू यायचं.

अलीकडं तिच्यात आणि आजूबाजूच्या परिस्थितीत झालेला तीव्र बदल तिच्या लक्षात आला. काही काळापूर्वी अनेक कर्तव्यभावना मनात होत्या. पवित्र कर्तव्य– देशासाठी, समाजासाठी, सैन्यासाठी. जमेल, ते करायचं, पण आता युद्धात हार झाली होती. त्यामुळं आता काहीच पवित्र, उदात्त वाटत नव्हतं.

अचानक सगळंच बदलून गेलं. लोकांच्या बोलण्याचा सूर, नैतिक वातावरण. काय विचार करावा, कुणाचं म्हणणं ऐकावं, तेच कळत नव्हतं. जणू आतापर्यन्त कोणीतरी लहान मुलासारखं हाताला धरून आणलं आणि आता एकदमच स्वतःच्या पायांवर उभं राहण्यासाठी सोडून दिलं. ज्याच्या न्यायबुद्धीबद्दल आदर वाटेल, असं आसपास कुणी नव्हतं. अशा वेळी लाराला संपूर्ण सत्य, निरंकुश सौंदर्य, निर्विवाद जीवन यांपैकी कशाचा तरी आधार घ्यावासा वाटला.

कारण या गोष्टी स्वयंनियंत्रित असतात. तिथं मानवानं केलेले नियम चालत नाहीत. अशा अंतिम सत्याला, जीवनहेतूला पूर्णपणे शरण जावंसं वाटतं. ते पूर्वी शांततेच्या काळात कधी कुणी केलेलं नसतं.

सध्या तरी लाराचा अंतिम हेतू काटेन्काच होती. जीवनाची निर्विवाद गरज तीच पूर्ण करू शकणार होती.

आता तिचा पती पाशा जिवंत नसल्यामुळं ती केवळ आईच बनू शकणार होती. त्या अनाथ पोरीच्या पालनपोषणासाठी सगळी शक्ती पणाला लावावी लागणार होती.

मॉस्कोहून युरीला बातमी कळली की, मिशा गोर्दन आणि निका दुदोरोव्हनं त्याच्या परवानगीशिवायच त्याचं पुस्तक प्रसिद्ध केलं. त्या पुस्तकाचं सर्वत्र चांगलं कौतुक झालं. त्या पुस्तकात श्रेष्ठ अशा भावी साहित्यिकाची बीजं आहेत, असं लोक म्हणत होते.

आणखी युरीला कळलं की, मॉस्को सध्या अतिशय अस्वस्थ आणि उत्कंठित कालखंडातून जात आहे. काहीतरी महत्त्वाचं घडण्याच्या बेतात आहे. सर्वसामान्य जनतेमध्ये असंतोष वाढत आहे. उलथापालथ घडवून आणणाऱ्या राजकीय घटना अगदी दाराशी येऊन ठेपल्या आहेत.

रात्र बरीच झाली. युरीला खूप झोप येत होती. मधून मधून त्याला डुलकी लागली. पण गत दिवसांची उत्कंठा आपल्याला जागं ठेवते आहे, असं त्याला वाटलं. श्वास जड झालेल्या झोपाळू वाऱ्यानं खिडकीबाहेर जांभई दिली आणि हालचाल केली. वारा जणू दुःखानं रडत होता आणि तक्रार करत होता,

'टोनिया, साशा, मला तुमची फार आठवण येते. घरी यावंसं वाटतं, माझ्या पूर्वीच्या कामावर परत जावंसं वाटतं.'

अशा घोंघावणाऱ्या वाऱ्यावर युरी झोपत होता, जागा होत होता. आनंद आणि दुःखाच्या झपाट्यानं बदलणाऱ्या अवस्थेमुळं वरचेवर मोडणारी झोपही गाढ येत नव्हती. ती झोप त्या रात्रीइतकीच अस्वस्थ होती.

गॅलिउल्लिननं पाशाच्या स्मृती आणि वस्तू जपून ठेवण्यासाठी खूप परिश्रम घेतले होते, पण आपण त्याला, तो कोण आहे आणि कुठून आला आहे, तेही विचारलं नाही, याची लाराला जाणीव झाली.

मग दुसऱ्या दिवशी सकाळी केलेल्या फेरीत तिनं त्याला त्याच्याविषयी सगळं काही विचारलं.

ऐकल्यावर चकित होऊन मोठ्यानं म्हणाली,

"२८, ब्रेस्ट स्टीट, तिवर्झिन कुटुंब, १९०५ च्या क्रांतीचा तो हिवाळा! तुम्हीच लहानपणीचा तो युसुप्का? नाही. त्याला भेटल्याचं मला आठवत नाही. पण ते वर्ष— ते वर्ष— आणि ते घर— हां, खरंच, तेव्हा ते घर होतं. आता सारं किती स्पष्ट आठवलं! ते बंदुकांचे बार. आणि मी त्या वेळी म्हणाले होते– 'ख्रिस्ताचा

न्याय!' लहानपणीची तुमची ही स्मरणशक्ती, तेव्हाच्या भावना किती तीव्र आहेत! मला माफ करा, लेफ्टनंट. तुमचं नाव काय म्हणालात, तुम्ही? होय. एकदा तुम्ही मला सांगितलं आहे, ते पूर्वीचं सारं काही मला परत आठवून दिल्याबद्दल तुमचे आभार कसे मानावेत, मला कळत नाही.''

दिवसभर ती 'ते घर' आठवत राहिली आणि स्वतःशीच बोलत राहिली.

ब्रेस्ट स्ट्रीट. घर नं २८. 'मुलं बंदुकीचा सराव करताहेत.' ती तेव्हा मनाशी म्हणाली होती. ते आजही बंदूक चालवत आहेत. पण आज ते किती भयप्रद आहे! आज तेच वाक्य इतक्या सहजतेनं म्हणता येणार नाही. मुलं सगळी मोठी झाली आहेत. इथं, लष्करात आली आहेत. विलक्षण! सारंच विलक्षण!

अंथरुणाला खिळून नसलेले सगळे रुग्ण आपापल्या खोल्यांमधून व्हरांड्यात धावत आले. कुणी कुबड्या घेऊन, कुणी काठ्या घेऊन, तर काही नुसतेच पळत. — प्रचंड आवाज आणि गोंधळ करत ते ओरडले,

''मोठी बातमी! पीटर्सबर्गमध्ये रस्त्यावर लढाई सुरू! पीटर्सबर्ग शहरातल्या सैन्याची बंडखोरांशी हातमिळवणी! क्रांती! क्रांती! रशियात क्रांती झाली आहे!''

◆

जुन्याला निरोप

त्या लहान खेड्याचं नाव होतं मेलिऊझीवो. तिथली माती काळी आणि सुपीक होती. वाऱ्याबरोबर उडालेल्या काळ्या धुळीचे पुंजके छतांवर लोंबत होते. गावातून दोन्ही दिशांना येणाऱ्या-जाणाऱ्या सैन्याच्या तुकड्यांमुळं धूळ उडत होती. काही सैनिक आघाडीवर जाणारे, तर काही परतणारे. त्यामुळं युद्ध अद्यापही चालू आहे, की थांबलं आहे, ते सांगणं अशक्यच होतं.

नव्यानं निर्माण झालेल्या निरनिराळ्या खात्यांच्या कचेऱ्या दर दिवशी कावळ्याच्या छत्र्यांप्रमाणे उगवत होत्या. युरी, लारा आणि लेफ्टनंट गॅलिउल्लिन यांची प्रत्येक ठिकाणी निवड होत होती. आणखीही काही लोक होते. ते सगळे मोठ्या शहरांमधून आलेले बहुश्रुत आणि अनुभवी होते.

हे लोक तात्पुरते ग्राम-अधिकारी म्हणून काम करत. रोजच्या कामातला बदल म्हणून ते या कामाकडं बघत होते. मोकळ्या ठिकाणी गेल्यामुळं थोडा विरंगुळाही मिळत होता, पण आता त्यांना वाटायला लागलं, पुरे झालं इथं राहणं. आपल्या घराकडं, नित्याच्या उद्योगाकडं परत जावं.

युरी आणि लारा कामानिमित्त बरेचदा एकत्र येत.

मेलिऊझीवो गाव लहानसं होतं. जवळ जवळ प्रत्येक रस्त्याच्या शेवटी स्टेपीज् दिसत. गडद आकाशाखाली उदासपणे पसरलेले ते गवताळ प्रदेश, विस्तीर्ण. युद्धाची सगळी प्रदीर्घता, क्रांतीचा सगळा विस्तार त्यात जणू उतरला होता.

युरीनं टोनियाला पत्र लिहिलं :

'सैन्यात अंदाधुंदी आणि गोंधळ चालूच आहे. त्यांच्यांत मनोधैर्य आणि शिस्त परत आणण्यासाठी उपाय केले जात आहेत. मीही शेजारच्या लष्कर-

ठाण्यांचा दौरा केला.

खरं म्हणजे, आधीच उल्लेख करायला हवा होता. पण आता ताजा कलम म्हणून लिहितो. इथं लारा ॲन्टिपॉव्ह नावाची नर्स आहे. ती मूळची उरलमधली. मॉस्कोहून इथं आली आहे. मी तिच्याबरोबर खूप काम करतो.

तुला ती विद्यार्थिनी मुलगी आठवते? तिनं तुझ्या आईच्या मृत्यूच्या त्या भयाण रात्री सरकारी वकिलावर गोळी झाडली होती. तसंच, एकदा तुझ्या वडिलांबरोबर मी आणि मिशा त्या घाणेरड्या हॉटेलात गेलो होतो. तेव्हाही तिला मी पाहिलं होतं. आम्ही का गेलो होतो, ते मला आठवत नाही. पण ती अतिशय गारठलेली रात्र होती, हे आठवतं.

आपल्या घरी, मॉस्कोला परत येण्यासाठी मी खूप प्रयत्न केले. पण ते इतकं सोपं नाही. काम फार आहे, असं नाही. आम्ही ते इतरांवर सहज सोपवू शकतो. पण प्रवासच कठीण आहे. एकतर अजिबात गाड्या नाहीत; किंवा आहेत, त्या इतक्या खचाखच भरलेल्या, की त्यांत जागा मिळणंच कठीण.

अर्थात हे असं फार काळ चालू राहणार नाही. आमच्यांतल्या काहींनी राजीनामे दिले आहेत आणि मी, मिसेस् ॲन्टिपॉव्ह आणि गॅलिउल्लिन अशा आम्हां तिघांना सेवामुक्ती मिळाली आहे. आम्ही ठरवलं आहे की, काहीही झालं, तरी पुढच्या आठवड्यात इथून बाहेर पडायचं. आम्ही वेगवेगळे जाऊ. त्यामुळं निघण्याची संधी अधिक चांगली मिळेल.

तेव्हा मी अचानकच केव्हाही मॉस्कोला येईन. जमलं, तर तार करण्याचा प्रयत्न करीन.'

युरी तिथून निघायच्या आत टोनियाचं उत्तर आलं. पत्र लिहिताना टोनिया हुंदके देऊन रडली असावी... आणि वाक्यं तुटली होती. तिच्या अश्रूंमुळं शाई पसरून डाग पडले होते. शब्द खोडून तिला बरेचदा दुरुस्ती करावी लागली होती. तिनं आवर्जून लिहिलं होतं की, त्यानं मॉस्कोला परत न येता त्या नर्सबरोबर सरळ उरलला जावं! योगायोगांनी भरलेल्या लाराच्या आयुष्याच्या विलक्षण आलेखापुढं आपलं साधंसरळ आयुष्य तिच्याशी मुळीच स्पर्धा करू शकत नाही, असं टोनियाला वाटत होतं.

'साशाच्या भविष्याची चिंता करू नकोस. तुला त्याच्यासाठी कधीच लज्जित व्हावं लागणार नाही. तुझ्या लहानपणी आपल्या घरात जी तत्त्वं जपलेली होती, आचरणात येत होती, त्याच तत्त्वांनुसार मी त्याला मोठं करीन.'

युरीनं त्वरित उलट उत्तर पाठवलं :

'टोनिया, तुझं मन ठिकाणावर नाही, असं दिसतंय्. तू अशा गोष्टीची कल्पना तरी कशी करू शकतेस? तुला हे चांगलं माहीत आहे की, तू नसतीस, तुझ्याविषयी आणि आपल्या घराविषयी सतत प्रामाणिक विचार माझ्या मनात नसते, तर युद्धाची ही भयनाक उद्ध्वस्त करणारी दोन वर्षं मी जिवंतच राहू शकलो नसतो. हे तुला माहीत आहे ना? मी हे अशासाठी लिहीत आहे की, लवकरच आपण एकत्र येऊ. पुन्हा आपलं आयुष्य सुरू होईल. सगळं काही व्यवस्थित होईल.

मला तुझ्या पत्रामुळं वेगळ्याच गोष्टीची भीती वाटते आहे. तुला अशा तऱ्हेनं लिहायला मी निमित्त मिळवून दिलं, त्याअर्थी लाराबरोबरच्या माझ्या वागण्यात संदिग्धता असणार. मी केवळ तुझाच नव्हे, तर त्या स्त्रीचाही दोषी आहे. कदाचित तिचाही गैरसमज झाला असेल. ती परत येताच मी तिची क्षमा मागेन. ती कामासाठी बाहेरगावी गेली आहे. ज्या स्थानिक परिषदा पूर्वी शहरात असायच्या, त्या आता गावपातळीवरही स्थापन केल्या जात आहेत, आणि ती अशाच परिषदेत प्रशिक्षक म्हणून काम करणाऱ्या तिच्या मैत्रिणीला मदत करायला गेली आहे.

आम्ही एकाच घरात राहत असूनही आजपर्यंत मिसेस् ॲन्टिपॉव्हची खोली कोणती, तेही मला माहीत नाही. ते जाणून घ्यावंसंही मला कधी वाटलं नाही. हे ऐकून तुला बरं वाटेल, अशी आशा आहे.'

मेलिऊझीवोमधून दोन मुख्य रस्ते गेले होते. एक पूर्वेकडं, दुसरा पश्चिमेकडं. एक झिबुशिनोच्या जंगलात जाणारा चिखलाचा रस्ता होता, तर दुसरा रस्ता लहान खडे, जाड वाळू, गारगोट्या टाकून तयार केलेला होता. तो शेतांमधून जात होता. तो हिवाळ्यात बर्फामुळं दलदलीचा होत असे, तर उन्हाळ्यात कोरडा पडत असे. तो रस्ता सर्वांत जवळच्या बिरीउची रेल्वे जंक्शनकडं सरळ जात होता.

जून महिन्यात झिबुशिनो स्वतंत्र प्रजासत्ताक झालं. स्थानिक गिरणीमालक ब्लॅझीको यानं ते उभारलं आणि सैन्याच्या २१२ व्या पायदळ तुकडीपासून पळून आलेल्यांनी त्याला पाठिंबा दिला. सत्तेची उलथापालथ झाली, तेव्हा या सैनिकांनी आघाडी सोडली, शस्त्रं खाली ठेवली आणि बिरीउची मार्गे ते झिबुशिनोला आले.

या प्रजासत्ताकानं प्रोव्हिजनल गव्हर्नमेंट (हंगामी सरकार) मानायला नकार दिला, आणि ते उर्वरित रशियापासून फुटून निघालं. ब्लॅझीको हा धार्मिक प्रवृत्तीचा असून, एके काळी त्यानं टॉलस्टॉयशी पत्रव्यवहार केला होता. त्यानं झिबुशिनो हे नवं राज्य घोषित केलं. त्या ठिकाणी सर्व कामं आणि संपत्ती सामुदायिक करण्यात येणार होती आणि ॲपॉस्टॉलिक सीटप्रमाणे श्रद्धेनं स्थानिक प्रशासन चालवण्यात येणार होतं.

झिबुशिनोमध्ये आख्यायिका आणि अतिशयोक्तिपूर्ण कथांचा नेहमीच उगम होत असे. 'टाइम्स ऑफ ट्रबल' या सतराव्या शतकातल्या यादवी युद्धाच्या काळापासून या गोष्टींचे उल्लेख सापडतात. राज्यातल्या व्यापाऱ्यांची समृद्धी, जमिनीचा आश्चर्यकारक सुपीकपणा या नवलकथाच होत्या. अनेक लोकप्रिय श्रद्धा, चालीरीती, रूढी या सगळ्या गोष्टींचा उगम झिबुशिनोमध्येच झालेला होता. याच गावामुळं आघाडीजवळचा संपूर्ण पश्चिमेकडचा प्रदेश वेगळा उठून दिसत होता.

हे प्रजासत्ताक फक्त दोन आठवडे टिकलं. जुलै महिन्यात हंगामी सरकारशी एकनिष्ठ असलेलं एक लष्करी पथक गावात शिरलं आणि त्यांनी गावाचा ताबा घेतला. २१२ व्या तुकडीतले बंडखोर सैनिक बिरीउचीला परत गेले.

ज्या इस्पितळात युरीनं जखमी झाल्यानंतरच्या आजारपणात विश्रांती घेतली आणि नंतर डॉक्टर म्हणून कामही केलं, ते इस्पितळ म्हणजे एका काऊन्टेस्चं पूर्वीचं निवासस्थान होतं. युद्ध सुरू झाल्यावर ते तिनं रेड-क्रॉसला देऊन टाकलं होतं.

त्या दुमजली घरातून गावातलं सुंदर दृश्य दिसत होतं. प्लात्झ या नावानं ओळखल्या जाणाऱ्या चौकाच्या कोपऱ्यात ते घर होतं. पूर्वी त्या चौकात सैनिक कवायत करत असत. आता तिथं सभा घेतल्या जात होत्या.

कधीतरी व्यवसायानिमित्त गावाकडं यावं लागलं, तरच ती काऊन्टेस् घराचा उपयोग करत असे किंवा उन्हाळ्यात निरनिराळ्या ठिकाणांहून येणाऱ्या पाहुण्यांसाठी एकत्र जमायला म्हणून ते घर वापरलं जात असे. आता ते घर म्हणजे इस्पितळ होतं. आणि घराची मालकीण सध्या पीटर्सबर्गच्या तुरुंगात होती.

घरात एके काळी खूप मोठा नोकरवर्ग होता. पण आता त्यांपैकी फक्त दोन स्त्रिया उरल्या होत्या. एक स्वयंपाकीण उस्तिनिया आणि दुसरी काऊन्टेस्च्या दोन मुलींची आया– फ्लेऊरी. त्या मुलींची आता लग्नं झाली होती.

घरातल्याच चपला आणि जुनाट हाऊस कोट घालून फ्लेऊरी घरभर फिरत असे. पूर्वी ती काऊन्टेस्च्या कुटुंबात ज्या सहजतेनं वावरत होती, तितक्याच मोकळेपणानं आता या इस्पितळातही वावरत होती. मोडक्यातोडक्या रशियन भाषेत ती लांब लांब गोष्टी सांगत असे. वाक्यांचे शेवट गिळून टाकत असे आणि खोकल्याची उबळ येईपर्यंत जोरजोरात हसत असे.

आपण नर्स ॲन्टिपॉव्हला चांगलं ओळखलं आहे, असं तिला वाटत होतं. नर्स आणि डॉक्टर झिवागो एकमेकांकडं निश्चित आकर्षित होणार, याबद्दल तिला खात्री होती. जोड्या जमवण्याची तिची सवय जुनीच होती. लारा आणि युरीला एकमेकांच्या जवळ पाहिलं, की ती त्यांच्याकडं बघून खोडकरपणे डोळे मिचकवायची. त्यामुळं

लारा बुचकळ्यात पडायची, आणि युरीला राग यायचा. पण फ्लेऊरीनं काही आपली समजूत सोडली नाही.

उस्तिनिया ही आणखीनच चमत्कारिक बाई होती. ओबडधोबड शरीरामुळं ती संकरित कोंबडीसारखी दिसायची. तशी मनानं मृदू होती, पण कमालीची अंधश्रद्धाळू. ती एका जादूगाराची मुलगी होती. आगीपासून, दुष्ट सैतानापासून घराचं रक्षण करणारे जादूचे असंख्य शब्द तिला माहीत होते.

मेलिऊझीवो गावात प्लात्झ चौकात रोज रात्री शांततापूर्ण सभा घेतल्या जात. जे लोक पूर्वी फायर-स्टेशन समोर चकाट्या पिटण्यासाठी जमत, तेच रिकामटेकडे लोक आता सभांना हजर राहायला लागले. एक बहिरा आणि मुका माणूस बोलायला कसा लागला, या गोष्टीमध्ये इथल्या नागरिकांना अतिशय रस. ती गोष्ट हास्यास्पद किंवा खोटी आहे, असं मानायला ते तयार नसत. बाहेरून त्या गावात येणाऱ्या लोकांना अशा गोष्टी म्हणजे निव्वळ मूर्खपणा वाटत असे. पण अशा गोष्टींना ठाम पाठिंबा देणाऱ्यांपैकी एक म्हणजे उस्तिनिया. प्रथम स्त्रीसुलभ संकोचानं ती गप्प बसत असे. पण मग हळूहळू बाहेरून आलेल्या वक्त्याच्या विरोधात बोलण्याइतपत ती धीट झाली. गावाला न पटणारी त्याची मतं ती खोडून काढायला लागली. सार्वजनिक सभांमध्ये बोलण्यातही तरबेज झाली.

युरीनं मॉस्कोला निघण्याची तयारी सुरू केली. तो काही मित्रांना घरी, तर काहींना ऑफिसात जाऊन भेटला. आवश्यक कागदपत्रांसाठी अर्ज केले.

त्या वेळी आघाडीवर जायला निघालेला एक नवा कमिसार काही दिवसांसाठी गावात थांबला होता. तो अगदीच अननुभवी होता; आणि लहान मुलगाच वाटत होता.

नवीन हल्ल्याची योजना आखली जात होती. आणि सैनिकांचं मनोधैर्य वाढवण्यासाठी आटोकाट प्रयत्न केले जात होते. लष्करी कायदा मोडणाऱ्या क्रांतिकारकांवर खटले भरले गेले होते आणि नुकतीच बंद केलेली, मृतांच्या नातलगांना मिळणारी नुकसानभरपाई पुन्हा चालू करण्यात आली होती.

जाण्यापूर्वी युरीला स्थानिक सेनाधिपतींकडून काही कागद मिळवायचे होते.

बहुधा त्याच्या ऑफिसमध्ये खूप गर्दी असायची. लोक रस्त्यापर्यन्त उभे असायचे. त्यांच्यांतून वाट काढत त्या सेनाधिपतीच्या टेबलापर्यन्त पोहोचणं अशक्यच असे. शेकडो लोकांच्या प्रचंड कोलाहलात कोण काय बोलतंय्, ते ऐकूच येत नसे.

पण आजचा दिवस सैन्यभरतीचा नसल्यामुळं जरा शांत होता. सेनाधिपतीच्या खोलीतून आनंदी गप्पांचे आवाज ऐकू येत होते. एवढ्यात आतल्या खोलीतून गॅलिउल्लिन बाहेर आला. त्यानं युरीला पाहिलं आणि जोरात हातवारे करून आत बोलावलं. नाहीतरी युरीला सेनाधिपतीला भेटायचंच होतं, म्हणून तो आत गेला.

आतल्या खोलीत एक मजेदार नाटक चालू होतं. साऱ्या गावाचं आकर्षण असलेला तो नवीन कमिसार खोलीच्या मध्यभागी उभा राहून तावातावानं बोलत होता. त्याच्या बोलण्याचा विषय होता– बिरीऊचीमधल्या फरारी सैनिकांच्या समस्या.

त्या कमिसारनं नुकतीच किशोरावस्था ओलांडली होती. तो चांगल्या कुटुंबातून आला होता आणि उच्च आदर्शांनी झपाटला होता. तो म्हणत होता,

"हे काही १९०५ साल नाही. आम्ही पुन्हा क्रांतिपूर्व पद्धतींचा अवलंब करणार नाही. आम्ही हाय कमांडशी करार केला आहे की, त्यांनी आमच्या लष्करी कारवाईमध्ये ढवळाढवळ करू नये. आघाडी सोडून पळून जाणाऱ्या कोसॅक्सना परत बोलावून घ्यायचा हुकूम मी परत रद्द करणार नाही. मी तिथं जाणार आहे. ते बंडखोर असतील. कदाचित फरारीही असतील, पण लक्षात ठेवा, तीही माणसं आहेत. तुम्हांला त्यांना समजून घ्यावं लागतं, त्यांचं मानसशास्त्र समजून घ्यावं लागतं. तुम्ही बघा, त्यांनी सोडून दिलेल्या जागी ते परत जातील. तुमचा माझ्यावर विश्वास नाही बसत? मी त्यांना म्हणेन, 'माझं उदाहरण बघा. मी एकुलता एक मुलगा. आई-वडिलांची एकमेव आशा. तरीही मी सर्वस्वाचा त्याग केला आहे. तुमच्या स्वातंत्र्यासाठी मी हे केलं. माझ्यासारख्या इतर अनेक तरुणांनी केलं आहे. जगातल्या पहिल्या क्रांतिसेनेपैकी तुम्ही आहात. असं असताना माघार का घेता?' मी चलाखीनं त्यांच्या भावनांना हात घालेन. मग त्यांना स्वतःचीच लाज वाटेल."

कमिसारचा कोवळा बालिशपणा बघून युरीला त्याची काळजी वाटायला लागली. तिथं जमलेल्या लोकांमध्ये दोन तट पडले आणि ते एकमेकांवर ओरडायला लागले. एकाचा मूर्खपणा दुसऱ्याच्या वेडगळपणाशी जुळला. अर्थहीन, खोट्या पोकळ शब्दांचा तिथं नुसता भडिमार चालू झाला. प्रत्यक्ष जीवनाच्या संदर्भात ते शब्द उपरे, परके वाटत होते.

युरीचं त्यात लक्ष लागत नव्हतं. लाराशी होणारं पुढचं बोलणं तो मनाशी आठवत होता. ते फारसं सुखद असणार नव्हतं, याची त्याला कल्पना होती. पण तिला भेटण्याची निकड वाटत होती, याचाच त्याला आनंद झाला. शेजारच्या गावात कामासाठी गेलेली लारा परत येईल, की नाही, ते सांगता येत नव्हतं. इतरांचं लक्ष नाही, असं पाहून संधी मिळताच युरी उठला आणि सेनाधिपतीच्या खोलीतून बाहेर पडला.

लारा परत आली होती! पण दमली असल्यानं थोडंसं जेवून ती स्वतःच्या खोलीत गेली. कोणीही भेटू नये, असं तिनं फ्लेऊरीला सांगून ठेवलं होतं.

फ्लेऊरी युरीला म्हणाली,

"पण मी तुमच्या जागी असते, तर वर जाऊन दार ठोठावलं असतं. मला

खात्री आहे, तिला झोप लागली नसणार.''

"कोणती आहे तिची खोली?'' युरीनं विचारलं.

त्याचा प्रश्न ऐकून फ्लेऊरीला फार आश्चर्य वाटलं.

लारा सर्वांत वरच्या मजल्यावरच्या शेवटच्या खोलीत राहत होती. वाटेत अनेक खोल्या होत्या. त्यात काऊन्टेसचं फर्निचर भरून ठेवलेलं होतं. त्या खोल्यांना कुलपं होती. एवढ्या खोल्या ओलांडून युरी कधीच त्या बाजूला गेला नव्हता.

युरी जिन्याच्या वरच्या बाजूपाशी थांबला. लारा प्रवासातून नुकतीच दमून परत आली असताना तिच्या खोलीच्या दारावर नुसतं टकटक करणं देखील सौजन्याला सोडून होईल, असं त्याच्या मनात आलं. तिच्याशी उद्याच बोलावं, हे चांगलं. आताच बोलण्याची संधी हुकल्यामुळं त्याच्या मनात काहीतरी हरवल्यासारखी भावना निर्माण झाली.

तो व्हरांड्याच्या दुसऱ्या टोकापर्यन्त चालत गेला. तिथल्या खिडकीतून पलीकडचं अंगण दिसत होतं.

रात्र शांत पण गूढ आवाजांनी भरलेली होती. व्हरांड्यातल्या बेसिनच्या नळातून थेंबथेंब पाणी टपकत होतं. खिडकीच्या बाहेर कुठंतरी लोक कुजबुजत होते. कुठंतरी भाज्यांच्या रानात काकडीच्या वाफ्यात कुणी पाणी घालत होतं. विहिरीतून पाणी काढताना साखळीचा आवाज येत होता.

सगळ्या फुलांमधून एकदमच सुगंध आला. जणू दिवसभर निद्रित असलेली पृथ्वी आता त्यांच्या सुगंधाद्वारे जागी होत होती. काउन्टेसूची अनेक शतकांची ती जुनी बाग. तिथं झाडांच्या गळून पडलेल्या फांद्यांचा आणि पानांचा कचरा इतका साचला होता की, त्यातून वाट काढणं कठीण होतं. लिंबोणीची जुनाट झाडं आता बहराला आली होती. त्यांच्यांतून बाहेर पडणारा धुळकट सुवास एखाद्या उंच लाटेसारखा पसरत होता.

बागेतल्या एका वृक्षावरच्या कावळ्याच्या घरट्यापलीकडून भलामोठा तांबूस रंगाचा पूर्ण चंद्र उगवला. आधी त्याचा रंग भट्टीतल्या विटेसारखा होता. मग बिरीउचीमधल्या उंच पाण्याच्या टाकीप्रमाणे तो पिवळा झाला.

खिडकीच्या खाली, नुकत्याच कापलेल्या वाळक्या गवताचा भारा ठेवला होता. त्याचा चहासारखा वास येत होता. त्यात बेलाडोनाचा वासही मिसळला होता. तिथं एका गाईला दोरानं बांधून ठेवलं होतं. दूरच्या खेड्यातून तिला आणलं होतं. इतकं चालून आल्यामुळं ती थकली होती. तिला तिच्या कळपाची आठवण येत होती. नव्या मालकिणीच्या हातानं ती काही खायला तयार नव्हती. मालकीण गाईला दरडावत होती. काठीनं मारण्याची धमकी देत होती. पण गाय मान हालवत, दुःखी स्वरात हंबरतच होती.

जीवनाच्या जादूभऱ्या यीस्टमुळं जणू प्रत्येक वस्तू फुगली होती, वाढली होती, मोठी झाली होती. जगण्याचा आनंद मंद झुळकीप्रमाणे गावावर, शेतावर, भिंतीवर, कुंपणावर, जंगलांमधून आणि शरीरावरच्या मांसामधूनही पसरत गेला. या आनंदाच्या भरतीच्या लाटेखाली गुदमरून जाऊ नये, म्हणून युरी खाली उतरला आणि भाषणं ऐकायला चौकाकडं गेला.

चौकात सभा चालू होती. खूप लक्ष देऊन ऐकलं, तर प्रत्येक शब्द ऐकू येत होता. ते दृश्य पाहून युरी थक्क झाला. तो फायर-स्टेशनसमोरच्या बाकावर बसला. भाषण ऐकण्याऐवजी तो इकडं-तिकडं पाहू लागला.

चौकातून चारही दिशांना जाणारे बरेच अरुंद रस्ते निघाले होते व ते थोड्या अंतरावरच संपत होते. त्यांच्या दोन्ही बाजूंना लहान ओबडधोबड घरं होती. विलोच्या वाळलेल्या फांद्या गुंफून घरांची कुपणं तयार केली होती. प्रत्येक घराच्या समोर छोटी बाग होती. तीत मक्याचे लाल, केसाळ तुरे दिसत होते. हॉलिहॉकचे फिकट एकेकटे उंच वृक्ष कुंपणाच्या वर डोकावत होते. कोंदट घरात काम करता-करता स्त्रियांनी रात्रीच्याच कपड्यांत मोकळ्या हवेत श्वास घेण्यासाठी बाहेर यावं, तसे ते वृक्ष दिसत होते.

चंद्रप्रकाशानं उजळलेली ती रात्र विलक्षण स्तब्ध होती. अचानक त्या तेजस्वी निःस्तब्धतेतून एक परिचित, नुकताच ऐकलेला नादमय आवाज कानी पडला. तो आवाज आग्रही होता. युरीनं लक्षपूर्वक ऐकलं आणि एकदम ओळखलं. चौकातल्या सभेत तोच कमिसार बोलत होता.

सेनाधिपतीच्या ऑफिसमध्ये तो ज्या जोशात बोलला, तसाच आताही बोलत होता. त्यानं लोकांना शक्तिमान आणि कठोर शत्रूची आठवण करून दिली. ही देशाच्या कसोटीची परीक्षेची घडी आहे, असंही सांगितलं. त्यानंतर लोक त्याला अडचणीत आणणारे प्रश्न विचारायला लागले.

गर्दीतून वाट काढत एक स्त्री व्यासपीठाकडं आली. एका लाकडी पेटीचंच व्यासपीठ बनवलं होतं. तिनं त्या पेटीवर चढण्याचा प्रयत्न केला नाही. पेटीच्या जवळच उभी राहिली. ती स्त्री लोकांच्या परिचयाची होती. लोकांचं लक्ष लगेच वेधलं गेलं. शांतता पसरली. ती उस्तिनिया होती. ती म्हणाली,

''कॉम्रेड कमिसार, तुम्ही नेहमी 'बोल्शेविक, मेन्शेविक' हे शब्द उच्चारता. वास्तविक पाहता, तुम्ही फक्त त्या शब्दांशी खेळता. तुम्ही तेवढंच बोलता. सर्वजण बांधव आहेत, आता यानंतर लढाई नको, असं म्हणता. मी या गोष्टीला देवासारखं असणं म्हणेन. मेन्शेविक म्हणणार नाही. काम आणि कारखाने गरिबांकडं जाणं हेही बोल्शेविक नाही, तर ते केवळ मानवी सौजन्य आहे, असं मला वाटतं. ते तर व्हायलाच पाहिजे.''

युरी उठून घरी आला आणि झोपला.

दुसऱ्या दिवशी संध्याकाळी युरी लाराला भेटला. ती धान्याच्या कोठीघरात होती. तिच्या समोर सुती कपड्यांचा ढीग होता आणि ती त्यातून सरळ पिळे उचलून त्यांना इस्त्री करत होती.

ही खोली वरच्या मजल्यावर मागच्या बाजूला होती. तिथून बाग दिसत होती. कोठीघराच्या खिडक्या उघड्या होत्या. जुन्या बागेतून कालच्याप्रमाणेच निंबोणीच्या बहराचा वास येत होता. त्यात कॅरॅवेच्या वाळलेल्या फांद्यांचा कडू वासही मिसळून गेला होता. शिवाय लारा आलटून पालटून वापरत असलेल्या दोन लोखंडी इस्त्र्यांमधल्या कोळशांचा वास खोलीत कोंडला होता. दोन्ही इस्त्र्या गरम राहाव्यात, म्हणून ती त्यांत आळीपाळीनं कोळसे टाकत होती.

"काल रात्री तुम्ही माझ्या खोलीचं दार का नाही वाजवलं? फ्लेऊरीनं मला सांगितलं. पण चांगलं झालं, तुम्ही नाही वाजवलं, ते. मी झोपायच्या तयारीतच होते. त्यामुळं तुम्हांला मी आत येऊ दिलं नसतं. कसे आहात तुम्ही? कोळशापासून जपून. तुमच्या सुटावर ठिणगी पडेल."

"तुमच्याकडं पाहून असं वाटतंय् की, सगळ्या हॉस्पिटलमधले कपडे धुऊन तुम्ही इस्त्री करत आहात."

"नाही. त्यांत बरेच कपडे माझेही आहेत."

"मग केव्हा परत जायचं ठरवलं तुम्ही?" युरीनं गमतीनं विचारलं.

"मी मेलिऊझीवोला चिकटून राहिल्याबद्दल तुम्ही मला चिडवणं चालू ठेवा! पण या वेळी नक्की सांगते, मी लवकरच जाणार आहे. माझ्या वस्तू गोळा करून मी सामान बांधते आहे. ते झालं, की मी निघणार. मग मी उरलला असेन आणि तुम्ही मॉस्कोला. एक दिवस कुणीतरी तुम्हांला विचारील, 'मेलिऊझीवो नावाचं एक लहानसं गाव माहीत आहे का?' तुम्ही उत्तर द्याल, 'मला आठवत नाही.' 'आणि ही लारा ॲन्टिपॉव्ह कोण आहे?' 'तिच्याबद्दल मी कधी ऐकलं नाही.'"

"असं शक्यच नाही. बरं, तुमचा दौरा कसा झाला? त्या ग्रामीण भागात काय चाललं आहे?"

"ती मोठीच कहाणी आहे. या इस्त्र्या किती लवकर थंड होतात! मला ती दुसरी आणून देता? तुमची हरकत नसेल, तर– ती तिथं पलीकडं आहे. आणि ही तिथं परत नेऊन ठेवता? थँक्स. प्रत्येक खेडं वेगळं आहे. काही गावांतले लोक उद्योगी, मेहनत करणारे आहेत आणि काही गावांमधले सगळे लोक दारू पिणारे आहेत."

"काहीतरीच! दारुडे? गावांमध्ये तर कोणी नाही. सगळे पुरुष सैन्यात आहेत. दारू कोण पिणार? आणि नव्या परिषदांबद्दल काय?"

''दारू पिणाऱ्यांबद्दल तुमचं चुकीचं निरीक्षण आहे; आणि परिषदांबद्दल म्हणाल, तर त्या बाबतीत खूपच अडचणी येणार आहेत. सूचना अमलात येत नाहीत, काम करायला कुणी तयार नाहीत. मी रॅझडोनोईला गेले होते. फार सुंदर जागा आहे. तुम्ही जाऊन ती पाहायला हवी. गेल्या वसंत ऋतूत हे गाव अंशतः जाळून लुटण्यात आलं. धान्याची कोठारं जळून गेली. फळबागांचा कोळसा झाला. काही घरांवर अद्यापही धुराचे काळे डाग आहेत. झिबुशिनो मी पाहिलं नाही. मी तिथं गेलेच नाही. पण सगळे सांगतात की, तो मूक-बधिर माणूस खरोखरच अस्तित्वात आहे. तो कसा दिसतो, त्याचं वर्णन ते लोक करतात. ते म्हणतात, तो तरुण आणि सुशिक्षित आहे.''

''काल रात्री चौकात उस्तिनियाही असंच म्हणत होती.''

''आज सकाळी सेनाधिपतीचा पहारेकरी चिठ्ठी घेऊन आला होता. त्यांना चांदीचा टीसेट आणि क्रिस्टलचे प्याले हवे होते. कुणी एक पाहुणा आला आहे. त्याच्या सन्मानार्थ मेजवानी देणार आहेत, म्हणे.''

''तो कोण असेल, याचा मला अंदाज आहे. नवा कमिसार आला आहे. आघाडीच्या आपल्या विभागासाठी त्याची नियुक्ती झाली आहे. तो फरारी सैनिकांना कौशल्यानं हाताळणार आहे. त्यांना वेढा घालून निःशस्त्र करणार आहे. स्थानिक अधिकाऱ्यांना वाटतं की, कोसॅक्सना आघाडीवर परत बोलावून घ्यायचा हुकूम रद्द करावा. पण त्याला तसं वाटत नाही. मिसेस् ॲन्टिपॉव्ह, मिनिटभर ते इस्त्री करणं थांबवा आणि माझ्याकडं लक्ष द्या. इथं लवकरच कल्पनेपलीकडं गोंधळ माजणार आहे आणि ते टाळणं आपल्या हाती नाही. मला असं मनापासून वाटतं की, तसं काही घडण्यापूर्वीच तुम्ही ही जागा सोडून जावं.''

''काही होणार नाही. तुम्ही अतिशयोक्ती करत आहात! आणि तशी ही मी जाणारच आहे. पण असे हात झटकून, चटकन निरोप घेऊन मी जाऊ शकत नाही. सगळ्या वस्तू नीट तपासून, मला इतरांच्या ताब्यात द्यायच्या आहेत. मी काहीतरी चोरलं आणि पळून गेले, असं कुणी म्हणायला नको. माझ्यानंतर या कामाचा कोण ताबा घेणार आहे, तोच प्रश्न आहे. जे काम इतकं त्रासाचं आहे, आणि जे करून मला फक्त शिव्याच मिळाल्या, ते काम मी तुम्हांला करायला सांगणार नाही.''

''तुम्ही या भांड्यांची आणि पांघरुणांची काळजी करू नका. वेळ कशी आहे, ते आधी बघा. मी तुम्हांला कालच भेटायला हवं होतं. त्या वेळी मी सगळं सांगू शकलो असतो. मला माझ्या मनातून सगळं बाहेर काढायचं होतं. तुम्हांला माझ्या पत्नीबद्दल, मुलाबद्दल, माझ्याबद्दल सांगायची इच्छा होती. लोकांना संशय आल्याखेरीज एक तरुण पुरुष तरुण स्त्रीशी का बोलू शकत नाही? प्लीज, तुमचं इस्त्री करणं

चालू ठेवा! कपडे छान मऊ, गुळगुळीत करा. माझी फिकीर करू नका. मी काय, बोलत राहीन.''

–आणि युरी खरोखरच खूप वेळ बोलत राहिला.

''आपल्या सभोवती काय घडतं आहे, याचा जरा विचार करा. यापुढं तुम्ही आणि मी एका विलक्षण काळात राहणार आहोत. अशी घटना अनंत काळात एकदाच घडते. रशियाचं छप्पर फाटून गेलं आहे. तुम्ही, मी आणि इतर प्रत्येक जण बाहेर उघड्यावर आहे; आणि मग त्यातून खरं स्वातंत्र्य अवतरणार आहे. आपल्या कल्पनेपलीकडचं, अपेक्षेपलीकडचं हे स्वातंत्र्य आहे. अपघातातून मिळालेलं स्वातंत्र्य, गैरसमजातून आलेलं स्वातंत्र्य. माता रशिया पुढं निघाली आहे. ती एका जागी उभी राहू शकत नाही. ती अस्वस्थ आहे आणि तिला विश्रांती मिळत नाही. ती बोलते आहे आणि थांबू शकत नाही. फक्त लोकच बोलतात, असं नाही, तर तारे, वृक्ष एकमेकांना भेटतात आणि बोलतात. रात्री फुलं तत्त्वज्ञान सांगतात. दगडांची घरं सभा घेतात. हे बघितलं, की गॉस्पेलची आठवण येते, नाही?''

''तुम्हांला काय म्हणायचंय्, ते मला कळलं, मलाही असंच वाटतं.''

''थोडंसं युद्धामुळं झालं, बाकीचं क्रांतीनं केलं. इच्छा असो वा नसो, दीर्घकाळ दाबून ठेवलेल्या उसाशाप्रमाणे क्रांतीचा उद्रेक झाला. प्रत्येकजण पुन्हा जन्मला. त्याच्यात परिवर्तन घडून आलं. प्रत्येक व्यक्ती दोन क्रांत्यांमधून गेली. एक त्याची स्वतःची व्यक्तिगत आणि दुसरी सर्वसामान्य. मला असं वाटतं की, समाजवाद हा समुद्र आहे. आणि क्रांत्यांचे सगळे अलगअलग प्रवाह वाहत येऊन त्यात मिसळत आहेत.''

बोलता-बोलता युरीच्या आवाजात अचानक कंप निर्माण झाला. त्याचा वाढता आवेग एकदम फिका पडला.

लारानं इस्त्री करणं थांबवून त्याच्याकडं आश्चर्याचा दृष्टिक्षेप टाकला. तिची दृष्टी रूक्ष आणि दुःखी होती. त्यामुळं युरी गोंधळला आणि तो काय बोलत होता, ते विसरला. काही क्षणांच्या ओशाळवाण्या शांततेनंतर त्याच्या डोक्यात जे काही आलं, ते त्यानं भराभर बोलायला सुरुवात केली.

''या दिवसांमध्ये प्रामाणिकपणे राहायची, क्रियाशील असायची माझी फार इच्छा आहे. या संपूर्ण जागृतीचा, प्रबोधनाचा एक भाग व्हावं, असं मला तीव्रतेनं वाटतं. या सर्वसाधारण आनंदात असतानाच मला तुमचा हा गूढ, दुःखी दृष्टिक्षेप दिसला. देव जाणे, मी भरकटत किती दूर गेलो होतो! किती वाटतं की, तो दृष्टिक्षेप या वेळी यायला नको होता. तुम्ही तुमच्या नशिबाविषयी समाधानी आहात आणि इतर कोणाकडून तुम्हांला कशाचीही गरज नाही, असं तुमच्या चेहऱ्यावर दिसावं, असं मला किती वाटतं! कोणीतरी खरोखरच तुमच्या खूप जवळच्या व्यक्तीनं माझा

हात धरावा आणि तुमच्या नशिबाविषयी मी चिंता करू नये, असं सांगावं. तसं झालं, तर किती चांगलं होईल! माझ्या बोलण्याकडं लक्ष द्यायला लावून मी तुम्हांला शिणवू नये, असं कोणी सांगितलं, तर— मी माझा हात सोडवून घेईन. — ओह! मी स्वतःला विसरून गेलो, मला क्षमा करा.''

पुन्हा एकदा युरीच्या आवाजानं त्याला फसवलं. त्यानं मग धडपड करणं सोडून दिलं, अतिशय ओशाळं वाटून तो उठला आणि खिडकीकडं गेला. खिडकीच्या चौकटीवर झुकून गाल हातावर टेकवून, बाहेरच्या अंधारलेल्या बागेत तो टक लावून बघायला लागला. त्याची दृष्टी कुठंतरी हरवलेली होती. पाहूनही तो काही पाहत नव्हता. स्वतःला सावरण्याचा प्रयत्न करत होता.

लारानं इस्त्रीच्या टेबलाभोवती फेरी मारली. टेबल आणि दुसरी खिडकी यांमध्ये ती चालत राहिली. खोलीच्या मध्यभागी येऊन युरीच्या मागं थांबली. मृदूपणे जणू स्वतःशीच म्हणाली,

''याच गोष्टीची मला भीती वाटत होती. मी असं करायला नको होतं आणि, युरी आन्द्रेईविच, तुम्हीही ते करू नका– ओह! बघा, तुमच्यामुळं माझ्या हातून काय झालं!''

ती परत टेबलाकडं पळाली. इस्त्रीच्या खालून धुराची एक बारीक रेघ वर येत होती. ब्लाऊज जळाला होता.

तिनं तो त्राग्यानं खाली फेकला. ती पुढं बोलायला लागली,

''युरी आन्द्रेईविच, स्वतःला सावरा. खाली जाऊन पाणी प्या, नंतर परत वर या. तुम्ही अतिशय समजुतदार आहात, असंच मला नेहमी वाटत आलं होतं, आणि तुम्ही तसंच असावं, असं मला वाटतं. तुम्हांला ऐकू येतंय् ना, युरी आन्द्रेईविच? मला माहीत आहे, तुम्ही ते करू शकाल. प्लीज, मी विनवणी करते.''

त्यानंतर दोघांमध्ये अशा तऱ्हेची बोलणी कधीच झाली नाहीत; आणि आठवडाभरानं लारा त्या गावातून निघून गेली.

त्यानंतर काही दिवसांनी युरीनं देखील घरी जायची तयारी केली. तो तिथून निघायच्या आदल्या रात्री भयानक वादळ झालं.

मुसळधार कोसळणाऱ्या पावसाचा झोडपून काढल्यासारखा आवाज वादळाच्या गर्जनेत मिसळून गेला होता. काही वेळा पाऊस सरळ छपरांवर आदळत होता, तर काही वेळा ठिकठिकाणी सोसाट्याच्या वाऱ्याचा मार्ग अडवत रस्त्यांवर उभा-आडवा कोसळत होता.

आकाशात सातत्यानं होणारा गडगडाट एकसारखी गर्जना निर्माण करत होता. सतत चमकणाऱ्या विजांच्या झोतात रस्ते अंतरांमध्ये दिसेनासे होत होते. वाकलेली झाडंही त्याच दिशेनं पळताहेत, असं वाटत होतं.

अशा वादळात, पुढच्या दारावर निकडीची थाप पडल्यानं फ्लेऊरी अर्ध्या रात्री जागी झाली. ती घाबरून उठून बसली आणि लक्षपूर्वक ऐकायला लागली. दार वाजवणं चालूच होतं.

तिच्या मनात विचार आला, उठून दार उघडण्यासाठी हॉस्पिटलमध्ये एकही मनुष्य शिल्लक राहिलेला नाही का? प्रत्येक गोष्ट तिनंच करायला हवी? ती गरीब बिचारी म्हातारी स्त्री आहे आणि तिला जबाबदारीची जाणीव आहे, म्हणून? हे घर श्रीमंत सरंजामदाराचं असेल, पण हॉस्पिटल तर लोकांचं आहे ना? त्याकडं कोणी लक्ष द्यावं, अशी त्यांची अपेक्षा आहे? सगळे पळून गेले. नोकर, डॉक्टर्स, नर्सेस्, कुणीही नाही. अद्यापही हॉस्पिटलमध्ये जखमी लोक आहेत. अतिसाराच्या रुग्णांनी तर वॉर्ड भरलेला आहे; आणि ती सैतान उस्तिनिया बाहेर हिंडते आहे. वादळ येणार आहे, हे तिला चांगलं माहीत होतं. पण त्यामुळं ती घरात थांबली का? आता तर रात्र बाहेर काढायला तिला चांगली सबब मिळाली आहे.

बरं झालं, अखेर दारावरच्या थापा थांबल्या. दार उघडायला कोणी नाही, हे येणाऱ्याला कळलं असणार– अशा वादळात कोण बाहेर येऊन दार उघडेल?– पण दार वाजवणारी व्यक्ती उस्तिनिया तर नसेल? पण नाही. तिच्याजवळ तिची किल्ली आहे. अरे देवा! पुन्हा सुरू झालं दार वाजवणं.

डॉक्टर झिवागोला हे ऐकू जाईल, अशी अपेक्षाच करायला नको. कारण त्याचं मन आधीच मॉस्कोला जाऊन पोहोचलं असेल. त्याच्या मनात प्रवासाचे विचार सुरू झाले असतील. उद्या तो निघणार, पण गॅलिउल्लिनचं काय? एवढ्या आवाजात त्याला शांत झोप कशी लागते? त्याला माहीत आहे, शेवटी बिचारी ही म्हातारी बाईच खाली जाऊन दार उघडेल.

मग फ्लेऊरीला अचानक आठवलं, गॅलिउल्लिन तर निघून गेला होता. तो प्रवासात त्याच्या निम्म्या वाटेवर पोहोचलाही असेल. अर्धवट झोपेत असल्यामुळं गॅलिउल्लिन इथं नाही, हे तिच्या लक्षातच आलं नव्हतं. तिनं आणि झिवागोनंच तर त्याला साध्या नागरिकाचा वेश देऊन, गावातल्या प्रत्येक रस्त्याची व्यवस्थित माहिती देऊन पळून जायला मदत केली नव्हती का?

वादळ हळूहळू शांत होत दूर गेलं. गडगडाटाचा वेग आणि आवाज मंद झाला. पाऊस मधून मधून थांबत होता. आता फक्त नाल्यांमधून संथपणे वाहणाऱ्या आणि पानांमधून टपटपणाऱ्या पाण्याचा आवाज येत होता.

पुढच्या दारावरच्या थांबलेल्या थापा अचानक पुन्हा सुरू झाल्या. कोणाला तरी मदतीची नितांत गरज होती आणि ती व्यक्ती उतावीळ, हताश होऊन पुनःपुन्हा दार वाजवत होती.

अखेर उठत फ्लेऊरी म्हणाली,

"आले!"

स्वतःच्याच आवाजाची तिला भीती वाटली.

ती व्यक्ती कोण असणार, ते एकाएकी तिच्या लक्षात आलं. तिनं झटकन् पायांत स्लीपर्स अडकवल्या, अंगावर गाऊन चढवला आणि ती डॉक्टर झिवागोला उठवायला घाईघाईनं निघाली. दार उघडायच्या वेळी तो तिच्याबरोबर असला, तर बरं, असं तिला वाटलं. त्याच वेळी, दारावरच्या थापा ऐकून युरी देखील हातात मेणबत्ती घेऊन खाली येत होता.

फ्लेऊरी थोडं थोडं रशियनमध्ये म्हणाली,

"डॉक्टर झिवागो, मला एकटीला खाली जायची भीती वाटते. बहुधा लारा किंवा लेफ्टनंट गॅलिउल्लिन परत आले असतील."

दार वाजवण्यामुळं युरीही जागा झाला. त्याच्या मनातही तोच विचार आला. ती व्यक्ती गॅलिउल्लिन किंवा नर्स लारा ॲन्टिपॉव्ह असेल. बहुधा त्यांना प्रवासात काही कारणानं कुणी अडवलं असेल आणि ते इथं आसरा घ्यायला परत आले असतील.

हॉलच्या दारापाशी आल्यावर युरीनं मेणबत्ती फ्लेऊरीच्या हातात दिली. त्यानं कुलपात किल्ली फिरवून कड्या काढल्या. बाहेरच्या सोसाट्याच्या वाऱ्याच्या झोतानं दार धाडकन् उघडलं. मेणबत्ती विझून गेली. वाऱ्याच्या झोताबरोबर आत शिरलेल्या पावसाच्या थंडगार थेंबांचा त्या दोघांवर वर्षाव झाला.

"कोण आहे? कोण आहे? कोणी आहे का बाहेर?"

फ्लेऊरी आणि युरी अंधारात आळीपाळीनं ओरडले. पण काही उत्तर आलं नाही. अचानक दुसऱ्या जागी पुन्हा टकटक सुरू झाली. आता मागच्या दारावर असेल, की बागेकडच्या मोठ्या काचेच्या खिडकीवर असेल?

युरी म्हणाला,

"बहुधा वाराच असणार. पण खात्री करून घेण्यासाठी तुम्ही मागच्या दाराकडं जा. खरोखरच कुणी असेल, तर मी इथं थांबतो."

फ्लेऊरी घरात दिसेनाशी झाली. युरी बाहेर गेला आणि प्रवेशाच्या जागी असलेल्या छपराखाली उभा राहिला. त्याच्या डोळ्यांना अंधाराची सवय झाली होती. पहाट होण्याची पहिली चिन्हं आकाशात उमटलेली त्याच्या लक्षात आली.

गावावरच्या आकाशात, ढग पाठलाग केल्याप्रमाणे वेड्यासारखे पळत होते. ते इतके खाली होते की, त्यांच्या सुट्या लोंबणाऱ्या कडा जवळजवळ वृक्षांच्या माथ्यांना स्पर्श करत होत्या. वृक्षही त्याच दिशेनं झुकल्यामुळं ते आकाश स्वच्छ करणाऱ्या झाडूप्रमाणे दिसत होते. पाऊस घराच्या लाकडी भिंतीला झोडपत होता. भिंतीचा करडा रंग बदलून काळा झाला होता.

फ्लेऊरी परत आली.

"काय?" डॉक्टरनं विचारलं.

"तुम्ही म्हणालात, ते बरोबर होतं. कोणीही नाही."

ती संपूर्ण घराभोवती फिरून आली होती. धान्य साठवायच्या खोलीच्या खिडकीवर वाऱ्यानं एक फांदी सतत आपटत होती. त्यामुळं खिडकीची चौकट तुटली होती. त्यातून चिखलाचं घाण पाणी आत येऊन डबकं साचलं होतं. लाराच्या खोलीत तर अक्षरशः समुद्र झाला होता.

फ्लेऊरी म्हणाली,

"आणि या बाजूला बघा. तिथं एक झडप तुटली आहे. ती दाराच्या चौकटीवर आपटून सारखी टकटक वाजते आहे. दिसलं तुम्हांला? मघापासून हाच आवाज येतोय्."

दोघं थोडा वेळ बोलले. दाराला कुलूप घातलं आणि आपापल्या खोल्यांमध्ये गेले. दारावरची तातडीची थाप खोटी होती, याचं दोघांनाही थोडं वाईट वाटलं.

त्यांना खात्री होती की, दार उघडताच लारा ॲन्टिपॉव्ह आत येईल. चिंब भिजलेली, थंडीनं गारठलेली. ती कोट, टोपी, मोजे, बूट काढीपर्यंत दोघं तिला शेकडो प्रश्न विचारतील. मग ती तिच्या खोलीत जाऊन कपडे बदलून खाली येईल आणि स्वयंपाक- घरातल्या शेगडीसमोर अंग कोरडं करत शेकत बसेल. तिचं साहस ती त्यांना सांगेल. सांगताना ओले केस मागं सारेल, हसेल.

दारावरच्या थापा ऐकल्यानंतर दोघांना पुढचं सगळं असंच होईल, याची इतकी खात्री होती की, आताही, जलमय पिशाचाच्या रूपात लारा बाहेर उभीच आहे, अशी त्यांनी कल्पना केली.

बिरीउची स्टेशनवर तारवाला म्हणून कोलिआ काम करत होता. त्याच्या लहानपणापासूनच गावात सर्वांना तो माहीत होता. लोकांना त्याला नेहमी सायकलवर पाहायची सवय झाली होती. हात सोडून छातीवर हातांची घडी घालून तो मुक्तपणे रस्त्यांवरून सायकल चालवत असे. तारांचं जाळं व्यवस्थित आहे, की नाही, ते बघण्यासाठी तो वर खांबांकडं आणि वायरींकडं दृष्टी टाकत असे. स्टेशनच्या टेलिफोन-केन्द्राशी गावातली काही घरं जोडलेली होती. स्टेशनवर असलेल्या स्विच बोर्डावरून ते फोन जोडून देण्याचं कामही कोलिआ करत असे. फक्त तारा किंवा फोनचं कामच नव्हे, तर स्टेशन-मास्तर गैरहजर असला, तर तेवढ्या अवधीत रेल्वे गाड्यांना सिग्नल्स देण्याचं कामही त्याला करावं लागे. एकाच वेळी अनेक यांत्रिक उपकरणांकडं लक्ष द्यावं लागत असल्यामुळं त्याची बोलण्याची एक खास शैली तयार झाली होती. अस्पष्ट, त्रोटक आणि संदिग्ध.

त्या दिवशी स्टेशनवर जी गडबड झाली, त्याला कोलिआच जबाबदार होता. गॅलिउल्लिननं गावातून फोन करून कमिसारशी बोलायचं आहे, असं म्हटलं होतं. मी आल्याशिवाय काही करू नकोस, असं त्याला कमिसारला सांगायचं होतं. कमिसार स्टेशनच्या जवळपासच कुठंतरी होता. पण सिग्नल द्यायला जायचं आहे, असा बहाणा करून कोलिआनं कमिसारला बोलावून आणायला नकार दिला.

प्लॅटफॉर्मच्या काळ्या छपराखाली गाडी हळूहळू सरपटल्यासारखी शिरली. तातडीनं बिरीउचीला यायचं फर्मान सुटलेले कोसॅक्स त्या गाडीत होते.

मालडब्यांमधून घोडे बाहेर काढले गेले. ते खिंकाळत होते. लाकडी मार्गावरून जाताना त्यांच्या टापांचा धपधप असा आवाज, तर दगडी प्लॅटफॉर्मवरून जाताना खुरांना लावलेल्या लोखंडी नालांमुळं टणक आवाज उठला. सेनाधिपतीचा हुकूम होताच कोसॅक्स घोड्यांवर चढले आणि जंगलातल्या मोकळ्या जागेकडं दौडत निघाले.

रेल्वेमार्ग जिथं संपत होता, तिथं गाड्यांचे निरुपयोगी लाकडी डबे एका ओळीत उभे होते. तिथून मागे लगेच बर्च आणि लिचन वृक्षांचं जंगल सुरू झालं होतं.

२१२ व्या तुकडीतल्या बंडखोरांना कोसॅक्सनी घेरलं. मोकळ्या मैदानापेक्षा जंगलात ते घोडेस्वार अधिकच उंच आणि भीतिदायक वाटत होते. पायदळातल्या त्या बंडखोर सैनिकांजवळ बंदुका असल्या, तरी घोडेस्वारांमुळं ते दबकून गेले. कोसॅक्सनी तलवारी उपसल्या.

घोड्यावरच्या कोसॅक्सनी कडं तयार केलं होतं. त्याच्या मध्यभागी लाकडांचे काही ओंडके रचून ठेवले होते. कमिसार त्यांवर चढला. घेरल्या गेलेल्या सैनिकांना उद्देशून तो बोलायला लागला.

नेहमीप्रमाणे तो परस्पर विश्वासाबद्दल, कर्तव्याबद्दल, पितृभूमीबद्दल आणि इतर बऱ्याच उदात्त विषयांबद्दल बोलला. पण सैनिकांच्या मनांत सहानुभूती निर्माण झाली नाही. त्यांनी युद्धात खूप हालअपेष्टा सोसल्या होत्या. ते आता थकले होते. त्या शब्दांचाही त्यांना कधीचाच कंटाळा आला होता. चार महिने डाव्यांनी आणि उजव्यांनी त्यांचा अनुनय करत त्यांना झुलवलं होतं. कमिसारच्या भाषणाचा त्यांच्या मनांवर काहीही परिणाम झाला नाही.

कमिसारनं कोसॅक्सना शस्त्र खाली टाकण्याचं आवाहन केलं. युद्ध सोडून पळून येणाऱ्यांवर आणि लष्करी कायदा मोडणाऱ्यांवर खटले भरले गेले असल्याची आठवण त्यानं सैनिकांना करून दिली. त्यांनी आपलं म्हणणं ऐकलं नाही, तर ते देशद्रोही, फितूर आहेत, असं सिद्ध होईल; असंही कमिसार म्हणाला.

अशा स्वरातली बोलणी ऐकायची सैनिकांना सवय झाली होती. कोसॅक्सनाही

कमिसारचं भाषण अधिकच आवडेनासं झालं. ते त्याला म्हणाले,

'तुम्ही शांतपणे इथून निघून जा.'

कमिसार अतिशय प्रक्षुब्ध झाला होता. पण लाकडाच्या ओंडक्यांवरून उतरून तो जायला निघाला. असं गुपचूप निघून जाणं आपल्या प्रतिष्ठेला शोभत नाही, असं त्याला वाटलं. पण मनावर ताबा ठेवून धीमी पावलं टाकत तो चालायला लागला.

तो स्टेशनजवळ आला. जंगलाच्या हद्दीपाशी आल्यावर रेल्वे-मार्ग दिसायला लागला. तिथपर्यंत आल्यावर त्यानं मागं वळून पाहिलं. मागून सैनिक बंदुका घेऊन येताना दिसले. त्यांच्या हेतूबद्दल त्याला शंका आली आणि त्यानं आपली गती वाढवली. पाठलाग करणाऱ्यांनीही चालण्याचा वेग वाढवला. धावतच त्यानं रूळ ओलांडले आणि उडी मारून तो उंच प्लॅटफॉर्मवर चढला. कोलिआ ओरडून हातवारे करून 'स्टेशनच्या इमारतीत शिरून आसरा घे, म्हणजे आम्ही इथं तुला वाचवू शकू' असं सांगत होता.

पळता-पळता कमिसारच्या मनातला स्वाभिमान पुन्हा जागा झाला. त्याचं हृदय अतिशय वेगानं धाडधाड उडत होतं. स्वतःवर ताबा मिळवण्याचा त्यानं पराकाष्ठेचा प्रयत्न केला.

'लोकांनो, शुद्धीवर या. मी गुप्तहेर नाही, हे तुम्हांलाही माहीत आहे.' असे जीव तोडून उच्चारलेले एक-दोन शब्द सैनिकांचं डोकं ठिकाणावर आणतील, असं त्याला वाटलं. गेल्या काही महिन्यांच्या काळात हृदयाला हात घालणारी भाषणं करायची त्याला सवय झाली होती. कोणतीही थोडीशी उंच वस्तू त्याला व्यासपीठ म्हणून पुरे असायची. फक्त त्यावर उडी मारून चढायचं आणि गर्दीला कळकळीचं आवाहन करायचं.

स्टेशनच्या अगदी दारापाशी पितळी घंटेच्या खाली एक पाण्याचं पिंप भरून ठेवलं होतं. कमिसार त्यावर चढला आणि जवळ येत असलेल्या सैनिकांना उद्देशून बोलायला लागला. त्याचं ते धाडस पाहून सैनिकही चकित झाले.

पिंपाच्या झाकणावर उभा असलेला कमिसार एकदम आत कोसळला. त्याचा एक पाय पाण्यात घसरला आणि दुसरा पिंपाच्या काठावर लोंबकळत राहिला. त्याला अशा विचित्र अवस्थेत पाहून सैनिकांना जोरात हसू फुटलं. पुढं असलेल्या एकानं त्याच्या मानेत गोळी झाडली. इतर सैनिक पुढं धावून त्याच्या शरीरात बंदुकांचे दस्ते खुपसायला लागले. काही क्षणांतच तो मेला.

गॅलिउल्लिनचा फोन आला, तेव्हाच कोलिआनं कमिसारला बोलावून आणलं असतं, तर हे सगळं घडलं नसतं. त्याच्या चुकीमुळंच कमिसारचा प्राण गेला, असं गावात फ्लेऊरीपासून सर्वांनाच वाटत होतं.

युरी निघाला, तो दिवस कुंद आणि दमट होता. दोन दिवसांपूर्वी जसं वादळ झालं होतं, तसंच पुन्हा आकाराला येत होतं. स्टेशनच्या जवळ, गावाच्या हद्दीवर सूर्यफुलांच्या बियांच्या टरफलांचा कचरा पडला होता. काळ्याकभिन्न आकाशाच्या भयाण शांततेखाली मातीच्या झोपड्या पांढरट आणि बदकं घाबरलेली दिसत होती.

स्टेशनच्या समोर दोन्ही बाजूंना पसरलेली विस्तीर्ण शेतं होती. तिथं गवत वाढलं होतं. अनेक आठवड्यांपासून गाड्यांची वाट बघणाऱ्या लोकांच्या असंख्य घोळक्यांनी ते गवत पूर्णपणे झाकून गेलं होतं आणि तुडवलं गेलं होतं. लोकांचे समूह, झुंडीच्या झुंडी त्या आवारात पडलेल्या होत्या.

जाड्याभरड्या तपकिरी कोटांमधली म्हातारी माणसं तापलेल्या उन्हात एका घोळक्यातून दुसऱ्या घोळक्याकडं हिंडत होती. निदान काही बातम्या किंवा अफवा कळतील, असं त्यांना वाटत होतं. चौदा-पंधरा वर्षांची मुलं साल निघालेली वाळकी फांदी हातात घेऊन उदास चेहऱ्यांनी ढोपरांच्या आधारे पडली होती. गुरं पळवताना फिरवतात, तशी ती मुलं फांदी फिरवत होती.

स्टेशनच्या बाहेर आणि आतही लोक बसले किंवा झोपलेले होते. युरी आणि स्टेशन-मास्तर त्या शरीरांच्या रांगांमधून चालत होते. स्टेशन-मास्तर बोलत होते,

"एका क्षणात लोकांनी गवत झाकून टाकलं. गेल्या चार महिन्यांत तर आम्ही जमीन कशी दिसते, ते पाहिलेलंच नाही. सतत असा हा जिप्सींचा तळ पडलेला. गवत कसं असतं, तेही आम्ही विसरलोच आहोत. तुम्ही तरी इथून गेल्यावर जमीन पुन्हा पाहू शकाल... हीच ती जागा. इथंच कमिसार पडला. फार विचित्र आहे! मी युद्धातली सर्व प्रकारची भीती पाहिली आहे. तुम्हांला वाटेल, मला सगळ्या गोष्टींची सवय झालेली आहे. पण मला फार वाईट वाटलं. तो सगळा अविचारीपणा होता. त्यानं सैनिकांचं काय वाकडं केलं होतं? ती माणसंच नव्हेत. तो कमिसार त्याच्या कुटुंबातला लाडका मुलगा होता... आणि आता उजवीकडं, कृपया माझ्या ऑफिसात चला. या गाडीत तुम्हांला जागा मिळेल, असं वाटत नाही. लोक तुम्हांला चेंगरून मारून टाकतील. मी तुम्हांला एका लोकल गाडीत जागा देतो. आम्ही ती आता सोडणार आहोत. पण गाडीत चढेपर्यंत एक अक्षरही कुठं बोलू नका. नाहीतर ती सोडायच्या आतच लोक तिचे तुकडे करतील. आज रात्री सुखीनिचीला तुम्ही गाडी बदला."

ती गाडी रेल्वे शेड्सच्या मागून स्टेशनात आणण्यात आली. संपूर्ण गर्दी रुळांवर धावली. आसपासच्या टेकड्यांच्या उतारांवरून लोक गारगोट्यांसारखे घसरत खाली आले. बंधाऱ्यांवर झुंबड उडाली. त्यांनी ढकलाढकली, रेटारेटी केली. डब्यांच्या पायऱ्यांवरून डब्यांमध्ये उड्या घेतल्या. काही लोक खिडक्यांमधून उड्या मारून आत शिरले, तर काही डब्यांच्या टपांवर चढले. प्लॅटफॉर्मला लागून

थांबायच्या आतच गाडी क्षणात भरून गेली. प्लॅटफॉर्मपाशी येऊन थांबली, तेव्हा वरपासून खालपर्यंत तिच्यावर सर्वत्र प्रवासी लोंबकळत होते.

युरी प्लॅटफॉर्मवर आला आणि तिथून त्यानं डब्याच्या मधल्या मार्गात घुसून प्रवेश मिळवला. इतक्या प्रचंड गर्दीतून तो डब्यात घुसू शकला, हा चमत्कारच म्हणायला हवा. तो तिथंच त्याच्या सामानावर बसला. सुखीनिची येईपर्यंत त्याला हालताही येईना.

गाडी सुरू झाल्यावर खिडक्यांमधून परिचित सुगंध तरळत आला. मेलिऊझीवो गावानं युरीला दिलेल्या सदिच्छांप्रमाणे तो निर्मळ होता. कुठून तरी उंचावरून बागेच्या किंवा रानफुलांच्याही वरच्या पातळीवरून तो सुगंध आला आणि आजूबाजूच्या सर्व वस्तुमात्रांवर त्यानं शांतपणं आपलं वर्चस्व प्रस्थापित केलं.

गर्दीमुळं युरी खिडक्यांपासून दूर होता. त्याला ती झाडं दिसू शकली नाहीत. पण त्यानं कल्पना केली की, झाडं जवळपासच कुठंतरी वाढत असणार. त्यांच्या जड फांद्या डब्यांच्या टपांपर्यंत आल्या असणार. गळून पडणाऱ्या पाना-फुलांची पालवी गाडीच्या काळ्याभोर दाट धुरानं झाकोळून जात असणार. चमकदार चिमुकल्या फुलांची लहान नक्षत्रपुंजाप्रमाणे शिंपण होत असणार.

संपूर्ण प्रवासात असं वारंवार घडलं. प्रत्येक स्टेशनवर झुंबड करणारी अमर्याद गर्दी होती; आणि प्रत्येक ठिकाणी ती उंच झाडं बहराला आलेली होती. जणू तो सुगंध गाडीच्या उत्तरेकडच्या प्रवासात एखाद्या अफवेप्रमाणे आधीच पुढं जात होता. ती वार्ता लहानात लहान स्टेशनवर पोहोचत होती. उतरणाऱ्या प्रवाशांची जणू वाट बघत तो सुगंध प्लॅटफॉर्मवर आधीच तयार असायचा. गाडीतून उतरणाऱ्या प्रवाशांना तो सुगंध आधीच्या स्टेशनावर भेटलेला असायचा.

रात्री युरी सुखीनिचीला उतरला. युद्धपूर्व काळातली परोपकारी वृत्ती अद्यापही शिल्लक असलेल्या एका हमालानं त्याला अंधाऱ्या रुळांवरून एका गाडीच्या मागच्या बाजूनं नेलं आणि दुसऱ्या वर्गाच्या डब्यात बसवून दिलं. ती गाडी वेळापत्रकात नव्हती आणि स्टेशनवर नुकतीच कुठूनतरी येऊन थांबली होती.

हमालानं कंडक्टरच्या किल्लीनं कुलूप उघडून युरीचं सामान डब्यात ढकललं. तेवढ्यात कंडक्टर आला आणि त्यानं युरीचं सामान बाहेर फेकायचा प्रयत्न केला. शेवटी युरीनंच त्याला शांत केलं. तेव्हा तो जो निघून गेला, त्याचा पुढं चेहराही दिसला नाही.

ही रहस्यमय गाडी 'खास' होती आणि चांगली वेगानं जात होती. स्टेशनांवर थोडा वेळच थांबत होती. गाडीत सशस्त्र पहारेकरी होते.

युरीचा डबा रिकामाच होता. मेण वाहून जायला पन्हळ असलेली एक मेणबत्ती

लहान टेबलावर लावून ठेवलेली होती. तिचा अपुरा उजेड डब्यात पसरला होता. खिडकीतून आत येणाऱ्या वाऱ्यामुळं तिची ज्योत थरथरत होती. डब्यात युरीखेरीज आणखी फक्त एकच प्रवासी होता. तो तरुण होता आणि त्याचे केस दाट होते. डब्यातल्या खुंटीला अडकवलेल्या डबल बॅरल बंदुकीकडं आणि काडतुसांच्या कातडी पट्ट्यांकडं युरीचं लक्ष गेलं. तो तरुण शिकारीसाठी बाहेर पडला होता.

त्याचा आवाज कर्णकटू वाटेल, इतका उंच पट्टीतला होता. बोलताना तो मधेच आणखी आवाज चढवत होता. रशियन असूनही तो 'यू' हा उच्चार अगदी परकीय फ्रेंच पद्धतीनं करत होता. तो उच्चार करताना त्याला बरीच कसरत करावी लागत होती. इतर स्वरांपेक्षा तो हा स्वर मोठ्यांदा उच्चारत होता. दर उच्चारागणीक त्याच्या तोंडून बारीकशी किंकाळी बाहेर पडत होती. काही वेळा त्या उच्चारांवर लक्ष केंद्रित करून तो चूक दुरुस्त करत होता, पण पुन्हा ती होतच होती.

युरीनं मनाशी विचार केला,

'हे काय असावं? मी त्याबद्दल नक्कीच वाचलं आहे. डॉक्टर म्हणून मला ते माहीत असायलाच हवं. तो काहीतरी मेंदूचाच विकार असावा. त्यामुळं बोलण्यात दोष निर्माण होतो.'

आता झोपावं, हे उत्तम, असं स्वतःला बजावून तो बर्थ म्हणून उपयोगात येणाऱ्या वरच्या फळीवर चढला. युरीला मेणबत्तीमुळं कदाचित झोप येणार नाही, या विचारानं त्या तरुणानं ती विझवू का, विचारलं. युरीनं आभार मानून संमती देताच त्यानं विझवली. डब्यात अंधार पसरला.

युरीनं विचारलं,

"मी खिडकी बंद करू का? तुम्हांला चोरांची भीती नाही वाटत?"

उत्तर आलं नाही. त्यानं पुन्हा तोच प्रश्न आणखी मोठ्यानं विचारला. तरीही उत्तर नाही.

इतक्या चटकन आपला सहप्रवासी झोपला, की काय, अशी शंका येऊन युरीनं आगपेटीतली काडी शिलगावून बघितलं. तो तरुण त्याच्या जागी बसलेला होता. डोळे उघडे होते. बाहेर डोकं काढून, वर युरीकडं पाहून तो हसला.

काडी जळतच होती. युरीनं दुसरी पेटवली. ती जळत असताना त्यानं तोच प्रश्न तिसऱ्यांदा विचारला.

त्या तरुणानं ताबडतोब उत्तर दिलं,

"तुम्हांला हवं तसं करा. चोराला न्यायची इच्छा होईल, असं माझ्याजवळ काही नाही. पण खिडकी उघडी ठेवली, तर चांगलं. कोंदट वाटतं आहे."

युरीच्या मनात आलं,

'काय विचित्र माणूस आहे! उघडच चक्रम दिसतोय्. अंधारात बोलत नाही.

आणि आता त्यानं न अडखळता सगळे उच्चार कसे स्पष्ट केले. काही कळतच नाही.'

मागच्या आठवड्यातल्या घटनांनी युरी दमला होता. प्रवासाची तयारी बरीच करावी लागली होती. पहाटे लवकर निघावं लागलं होतं. त्यामुळं युरीची अपेक्षा होती, की आरामात आडवं होताक्षणीच झोप लागेल. पण त्याची समजूत चुकीची ठरली. अति थकल्यानं त्याची झोपच उडून गेली. दिवस उजाडता-उजाडता त्याला झोप लागली.

झोप येईपर्यंत अंधारात युरीच्या डोक्यात विचार गरगरत होते, घोंघावत होते. त्या विचारांचे स्पष्टपणे दोन भाग होते. एकमेकांमध्ये गुंतून पुन्हा मोकळ्या होणाऱ्या दोन मुख्य धाग्यांप्रमाणे.

विचारांचा एक समूह टोनियाभोवती केंद्रित झाला होता. त्यांचं घर, आधीचं त्यांचं सुस्थिर आयुष्य त्याला बारीकसारीक तपशिलांसह आठवत होतं. त्या आयुष्याला कवितेचं वलय होतं. ऊब आणि प्रेमानं ते भरलेलं होतं. ते आयुष्य सुरक्षित आणि पूर्णत्वानं तसंच असावं, अशी त्याची इच्छा होती. दोन वर्षांच्या वियोगानंतर पूर्वीच्या आयुष्याकडं जायला तो अधीर झाला होता.

विचारांच्या याच समूहात क्रांतीविषयीची त्याची निष्ठा आणि कौतुकही होतं. मध्यमवर्गीयांनी स्वीकारलेली आणि विद्यार्थ्यांना समजलेली ती क्रांती होती. १९०५ मध्ये हे दोन्ही वर्ग ब्लॉकचे अनुयायी होते.

दीर्घ काळ जतन केलेल्या या परिचित कल्पनांमध्ये नवीन समाज-व्यवस्थेची वचनं आणि अपेक्षा अनुस्यूत होत्या. १९१२ ते १९१४ या काळात, युद्धाच्या आधी, त्या अपेक्षा क्षितिजावर दृश्यमान होऊ लागल्या होत्या. रशियन विचारप्रणाली, रशियन कला, रशियन आयुष्य यांत या कल्पना-आकांक्षा उदयाला येत होत्या. संपूर्ण रशियाशी आणि त्याच्या भवितव्याशी त्यांचा संबंध होता.

त्या वातावरणात परत जाणं चांगलं ठरेल. आता युद्ध संपलं होतं. त्या कल्पनांचं झालेलं नूतनीकरण आणि त्यांचं सातत्य बघायला चांगलंच वाटेल. घरी जाण्याइतकंच हेही आनंददायी.

विचारांच्या दुसऱ्या समूहात काही नवीन गोष्टीही होत्या. पण हे विचार पहिल्यापेक्षा किती वेगळे होते! या नव्या गोष्टी परिचित नव्हत्या. जुन्यातून वर आलेल्याही नव्हत्या. एका अटळ वास्तवात निश्चित केलेल्या, अचानक झालेल्या भूकंपाप्रमाणे त्या एकाएकी घडलेल्या होत्या.

या नव्या गोष्टींमध्ये युद्ध होतं. युद्धाबरोबर आलेला रक्तपात, भयाणता, निराश्रितपणा, रानटीपणा, सोसावी लागलेली दिव्यं आणि युद्धानं शिकवलेलं

व्यवहारी शहाणपण होतं. त्या लहानशा एकाकी गावाकडं युद्धानं ओढून नेलं होतं. आणि तिथं भेटलेले लोक. नव्या गोष्टींमध्ये देखील क्रांती होती. पण ती १९०५ प्रमाणे बुद्धिवंतांची आदर्शवादी क्रांती नव्हती. युद्धातून सध्याची उलथापालथ जन्माला आली होती. रक्तरंजित, क्रूर, पाशवी, सैनिकांची क्रांती. तिचं नेतृत्व करत होते व्यावसायिक क्रांतिकारक– बोल्शेविक.

नव्या विचारांमध्ये नर्स लारा ॲन्टिपॉव्ह देखील होती. तिला युद्धानं निराधार करून टाकलं होतं. ती आता कुठं असेल, देवालाच माहीत. तिच्या भूतकाळाबद्दल त्याला काहीही माहिती नव्हती. तिनं कधी कोणाला दोष दिला नाही. पण तिचं मौन हीच एक मोठी तक्रार वाटत होती. तिचा अबोलपणा, गूढ पण कणखर होता. आणि तिच्यावर प्रेम करायचं नाही, हा युरीचा प्रयत्नही प्रामाणिक होता. आजवर आयुष्यभर तो केवळ कुटुंबातल्या व्यक्ती आणि मित्रच नव्हे, तर इतर सर्वांवर प्रेम करायचा निकराचा प्रयत्न करत आला होता. मात्र लारावर प्रेम करायचं नाही, हा त्याचा निर्धार त्या प्रयत्नांइतकाच मनापासून होता.

गाडी पूर्ण वेगात धावत होती. डोक्याकडच्या उघड्या खिडकीतून वाऱ्याबरोबर धूळ आत येऊन युरीच्या केसांवर बसत होती. प्रत्येक स्टेशनवर, रात्र असो, की दिवस, गर्दीचे लोंढे उसळतच होते आणि उंच झाडं सळसळत होती.

झाडांची डोकी एकमेकांना कोण भिडवत होतं आणि पानं एकमेकांशी काय कुजबुजत होती, ते युरीला समजलं. जणू झाडंही झोपेमुळं जड झालेली पानं आळसावल्यासारखी हालवत होती. याच गोष्टीचा तो विचार करत होता. बर्थवर अस्वस्थपणे कूस बदलत होता. रशियात असंतोषाच्या आणि अशांततेच्या चढत जाणाऱ्या लाटा आणि विस्तारत जाणारी वर्तुळं; क्रांतीच्या लाटा, सध्याची अडचणीची कठीण आणि निर्वाणीची घडी आणि तिची संभाव्य अंतिम महानता......

युरी जागा झाला, तेव्हा सकाळचे अकरा वाजून गेले होते. त्याचा सहप्रवासी गुरगुरणाऱ्या कुत्र्याला 'प्रिन्स– प्रिन्स' अशा हाका मारत होता. डब्यात अद्यापही फक्त तेच दोघं होते. दुसरं कुणी चढलं नव्हतं, याचं युरीला आश्चर्य वाटलं.

स्टेशनांची नावं त्याला बालपणापासून परिचित होती. आता ते कालुगा प्रांतातून बाहेर पडले होते आणि मॉस्को प्रांतात शिरले होते.

युद्धापूर्वी केली असती, तशाच आरामात त्यानं दाढी केली, हात-चेहरा वगैरे धुतला आणि तो नाश्त्यासाठी डब्यात परत आला. त्याच्या विक्षिप्त सहप्रवाशानं त्याला नाश्त्याचं आमंत्रण दिलं होतं. आता युरीनं त्याच्याकडं नीट पाहिलं.

युरीला सर्वांत नवल वाटलं, ते त्याच्या चळवळ्या आणि कमालीच्या बडबड्या स्वभावाचं. त्याला बोलायला आवडत होतं. बोलण्यातून आपल्या कल्पनांची देवाणघेवाण

करण्यापेक्षा शब्द उच्चारणं आणि ध्वनी निर्माण करणं एवढाच त्याचा उद्देश होता. बोलताना तो स्प्रिंगवर बसल्यासारखा उड्या मारत होता. कारण नसतानाच कानठळ्या बसतील, इतक्या मोठ्यानं हसत होता. काही वेळा तो समाधानानं हातावर हात भराभर चोळत होता, सगळे आविर्भाव त्याचा आनंद व्यक्त करायला अपुरे पडताहेत, असं पाहून तो गुडघ्यांवर जोरात चापट्या मारून डोळ्यांत पाणी येईपर्यंत हसत होता.

त्याच्या संभाषणात काही सातत्य नव्हतं. एका वेळी तो वाजवीपेक्षा जास्त विश्वासानं बोलत होता, तर दुसऱ्या वेळी साध्या प्रश्नालाही उत्तर देत नव्हता. त्यानं स्वतःबद्दल अविश्वसनीय, असंबद्ध माहिती घडाघडा सांगितली. कदाचित तो थोडं खोटं बोलला असावा.

तो तरुण त्याच्या स्वतःच्या प्रदेशात शिकार करत होता. आपण पट्टीचे शिकारी आहोत, असं त्यानं अभिमानानं सांगितलं. शारीरिक दोषामुळं तो सैन्यात जाऊ शकला नाही, म्हणून, नाहीतर त्याच्या उत्कृष्ट निशाणबाजीमुळं त्यानं खूप नाव कमावलं असतं, असंही तो म्हणाला.

युरीच्या चेहऱ्यावर प्रश्नचिन्ह उमटलेलं बघताच तो उद्गारला,

"तुमच्या लक्षात नाही आलं? मला वाटलं, मला काय झालंय्, याचा तुम्ही अंदाज केला असेल."

त्यानं खिशातून दोन कार्डं काढली आणि युरीला दिली. एक त्याच्या स्वतःच्या नावाचं कार्ड होतं. दुसऱ्या कार्डावर काही चौरस आखलेले होते. प्रत्येक चौरसात, वेगळ्याच पद्धतीनं बोटांची घडी घातलेले दोन हात जुळवले असल्याचं चित्र होतं. ते मूकबधिरांसाठी असलेलं आद्याक्षर होतं. एकदमच सगळं स्पष्ट झालं. तो हार्टमन शाळेचा, आश्चर्यकारक देणगी लाभलेला विद्यार्थी होता. तो मूकबधिर होता, पण त्यानं शिक्षकांच्या गळ्यांच्या स्नायूंचं निरीक्षण करून बोलण्यात आणि इतरांनी बोललेलं समजण्यात, आश्चर्यकारक प्रगती केली होती.

हाच तो झिबुशिनोमध्ये आख्यायिका बनलेला, मूकबधिर तरुण होता, तर! आणि लोकांना वाटत होतं, त्याला अचानक वाचा फुटली!

झिबुशिनो प्रजासत्ताक स्थापण्यात त्याचा महत्त्वाचा वाटा होता. पण त्याचे विचार, बेबंदशाहीचं त्याचं तत्वज्ञान युरीला आवडलं नाही. तो जणू, आपण ईश्वरच आहोत, अशा थाटात म्हणत होता,

"नजीकच्या भविष्यात भयंकर उलथापालथ होणार आहे."

युरी म्हणाला,

"तसं कदाचित होईलही. पण सध्या सर्वत्र गोंधळ चालू आहे, सगळं विस्कळीत झालं आहे. शिवाय शत्रूचा दबाव अद्याप आहेच. असं असताना प्रजासत्ताकासारखे धोकादायक प्रयोग करायची ही वेळ नाही. दुसऱ्या वादळात उडी घेण्यापूर्वी देशाला

पहिल्यातून सावरायला वेळ दिला पाहिजे. किमान शांतता आणि सुव्यवस्था पुन्हा स्थापन होईपर्यंत आपण वाट बघायला हवी.''

तो म्हणाला,

''हे बालिशपणाचं आहे. हा सगळा विनाश म्हणजे एका विशाल सर्जनशील योजनेची अत्यंत नैसर्गिक आणि प्राथमिक अवस्था आहे. समाज अद्यापही पुरेसा ढवळला गेलेला नाही. त्याची लहान लहान शकलं व्हायला हवीत. तेव्हा मग नवीन क्रांतिकारी सरकार ती शकलं एकत्र करील आणि संपूर्ण नव्या पायावर राष्ट्राची उभारणी करील.''

युरी ते ऐकून बेचैन झाला. तो बाहेर पॅसेजमध्ये गेला.

गाडीनं वेग घेतला होता आणि ती मॉस्कोच्या जवळ जात होती. मधूनमधून उन्हाळी घरं असलेल्या बर्चच्या जंगलातून गाडी चालली होती. लहान, बिनछपराच्या उपनगरी स्टेशन्सवर सुटीतल्या प्रवाशांची गर्दी दिसत होती. गाडी त्या स्टेशनांवर न थांबता वेगानं पुढं निघून जात होती. गाडीनं उडवलेल्या धुळीच्या ढगांमध्ये ती स्टेशन्स खूप मागं पडली होती. गाडी भल्यामोठ्या चक्रासारखी गोल वळताना दिसत होती. इंजिन वरचेवर शिट्टी देत होतं आणि जंगलातून त्याचा प्रतिध्वनी खूप दुरून, पोकळ होऊन परतत होता.

गेल्या काही दिवसांमध्ये युरीला प्रथमच, तो कुठं आहे, त्याला काय वाटतंय् आणि येत्या एक-दोन तासांमध्ये काय होणार आहे, हे अगदी स्पष्टपणे समजलं.

तीन वर्षं. परिवर्तन, अनिश्चितता, सतत एका ठिकाणाहून दुसऱ्या ठिकाणी जाणं, उलथापालथ, युद्ध, क्रांती, विध्वंसाची दृश्यं, मृत्यूची दृश्यं, बॉम्बवर्षाव, उद्ध्वस्त होणारे पूल, विनाश, आग, गोळीबार यांनी भरलेल्या तीन वर्षांचं एकाएकी निरर्थक, भल्या मोठ्या पोकळ अवकाशात रूपांतर होऊन गेलं. फार मोठ्या संभ्रमावस्थेनंतर त्याला एकच घटना काय ती खरी वाटत होती– 'वेगानं धावणाऱ्या गाडीतून तो घरी चालला आहे. हा प्रवास हेच वास्तव आहे. अद्यापही मोडतोड न होता शाबूत असलेलं त्याचं घर अजूनही अस्तित्वात आहे. त्या घराचा प्रत्येक दगड त्याला प्रिय आहे. हे खरं आयुष्य आहे. अर्थपूर्ण अनुभव. सगळ्या तृष्णांचं प्रत्यक्ष शमन. एखाद्याचं घरी परतणं, कुटुंबाकडं परत येणं, स्वतःकडं, खऱ्या अस्तित्वाकडं परतणं हेच सगळ्या कलांचं लक्ष्य आहे.

जंगल मागं पडलं. झाडाझुडपांच्या बोगद्यांमधून बाहेर पडून गाडी आता मोकळ्या प्रदेशात आली. उतारांवरची शेतं दिसायला लागली. बटाट्यांच्या गडद हिरव्या वाफ्यांच्या क्षितिजसमांतर पट्ट्या दिसायला लागल्या. त्यापलीकडं उंचवट्याच्या वरच्या बाजूला काही बांधकाम दिसत होतं. शेतांच्या विरुद्ध बाजूला, गाडीच्या वळलेल्या शेवटच्या टोकाकडं जांभळ्या ढगांनी निम्मं आकाश व्यापलं होतं. त्यांना

छेदून सूर्यकिरण चक्राच्या आऱ्यांप्रमाणे बाहेर पडत होते आणि काचांवरून परावर्तित होऊन डोळे दिपतील, इतक्या प्रखरपणे चमकत होते.

टेकडीच्या कडेनं चर्च ऑफ ख्राइस्ट द सेव्हर दिसायला लागलं. काही क्षणांतच त्याचे घुमट, धुरांडी, छपरं आणि शहरातील घरं दिसायला लागली.

युरी डब्यामध्ये परत जाऊन म्हणाला,

''मॉस्को आलंय्. तयार राहायला हवं.''

तो सहप्रवासी एकदम उडी मारून उठला. त्याच्या शिकारी पिशवीत हात घालून त्यानं गुबगुबीत बदक बाहेर काढलं. तो म्हणाला,

''हे घ्या. आठवण म्हणून. इतक्या आनंददायी व्यक्तीच्या सहवासात मी क्वचितच कधी दिवस घालवला असेल.''

युरीनं ते घ्यायला नकार दिला; पण त्याच्या नकाराचा काही उपयोग झाला नाही.

''ठीक आहे. तुमच्याकडून माझ्या पत्नीला भेट, म्हणून मी हे स्वीकारतो.''

गाडी स्टेशनात शिरली. डबा अंधारात बुडून गेला. त्या मूकबधिरानं एका छापील पोस्टरच्या कागदात जंगली बदक गुंडाळून युरीला भेट दिलं.

◆

मॉस्को– लष्करी छावणी

गाडीत असताना युरीला वाटत होतं, की फक्त गाडीच पुढं जाते आहे; काळ थांबला आहे, फारतर दुपार झाली असेल.

पण सूर्य आधीच कलला होता. युरी घोडागाडीत बसला. त्याचं वाहन दाट गर्दीच्या स्मोलेन्स्की चौकातून वाट काढू लागलं.

पुढं काही वर्षांनी युरीला जेव्हा जेव्हा हा दिवस आठवत असे, तेव्हा त्याला असं वाटत असे की, त्या बाजाराच्या जागी त्या वेळी गर्दी उगाचच रेंगाळत होती. खरं म्हणजे, लोकांना तिथं असायचं काहीच कारण नव्हतं. कारण रिकामी दुकानं बंद होती. त्यांना कुलपंही घातलेली नव्हती. विकायला किंवा विकत घ्यायला दुकानांमध्ये काहीच नव्हतं. चौकात कचरा पडलेला होता, तो कधी झाडलाही जात नव्हता.

चौकाचं आठवणारं हे दृश्य म्हणजे त्याचं प्रथमदर्शनी मनात उमटलेलं मूळ चित्र होतं, की पुनःपुन्हा तसाच अनुभव आल्यामुळं ते तसं बनलेलं होतं, हे मात्र युरीला कळलं नाही.

आजूबाजूनं जाणाऱ्या लोकांकडं मूक निषेधानं बघणारे म्हातारे स्त्री-पुरुष भिंतीच्या कडेनं अंग आक्रसून उभे होते. त्यांच्या अंगांवर कपडे व्यवस्थित होते, पण सगळे लोक कृश दिसत होते. एक शब्दही न बोलता ते स्त्री-पुरुष कृत्रिम फुलं, काचेचं झाकण व शिट्टी असलेली कॉफीची गोल भांडी, काळे जाळीदार रात्रीचे पोशाख, बंद पडलेल्या कार्यालयांचे गणवेश अशांसारख्या वस्तू विकत होते. त्या वस्तूंची कोणालाही गरज नव्हती. कोणीही त्या विकत घेत नव्हतं.

युरीला हेही दृश्य पाहिल्याचं पुढं अनेकदा आठवत असे.

जास्त घाबरट असलेले लोक अधिक उपयुक्त गोष्टींचा व्यापार करत होते. रेशनवर मिळणाऱ्या काळ्या पावाची खरपुडी, ओलसर साखरेचे घाणेरडे तुकडे, जाड्याभरड्या तंबाखूचे पुडे अर्धे सोडून केलेल्या एकेका औंसाच्या पुड्या वगैरे.

बाजारभर अशा सर्व तऱ्हेच्या चित्रविचित्र वस्तूंची विक्री चाललेली दिसत होती. वस्तू एकाकडून दुसऱ्याच्या हाती गेली की, दरवेळी तिची किंमत वाढत होती.

चौकातून निघणाऱ्या एका अरुंद रस्त्यानं युरीची गाडी वळली. मागच्या बाजूनं मावळत असलेला सूर्य त्याची पाठ शेकत होता. मावळत्या सूर्यकिरणांत घोडा तांब्यासारखा चमकत होता. ते अधिक वेगानं रस्ता कापू लागले. रस्त्यावर, रस्त्याच्या दोन्ही बाजूंना पदपथांवर जुन्या वृत्तपत्रांचे अस्ताव्यस्त ढीग पडलेले पाहून युरी थक्कच झाला. फाटलेल्या कागदांचा कचरा भिंतीपासून कुंपणापर्यन्त सर्वत्र विखुरला होता. वाऱ्यामुळं तो एका बाजूला उडत होता, तर चालणाऱ्यांच्या पायांनी आणखी दुसऱ्याच बाजूला फेकला जात होता.

अनेक रस्ते एकमेकांना छेदत होते. ते सर्व पार केल्यावर कोपऱ्यावर युरीचं घर दिसलं. गाडी थांबली.

युरी श्वास घेण्यासाठी थांबला, कारण गाडीतून उतरताना त्याचं हृदय उत्कंठेमुळं अति वेगानं धडधडत होतं. तो घराच्या पुढच्या दारापाशी चालत गेला आणि त्यानं घंटी वाजवली. काहीच प्रतिसाद मिळाला नाही. त्यानं पुन्हा वाजवली. तरीही उत्तर नाही. मग तो अधीर झाला आणि वरचेवर किंचित थांबून-थांबून घंटी वाजवतच राहिला. स्वतः टोनिया दार सताड उघडून उभी होती, तरी तो घंटी वाजवतच होता! अशा अनपेक्षित भेटीनं दोघंही इतके आश्चर्यचकित झाले होते की, एकाचा आनंदी चीत्कार दुसऱ्याला ऐकू आला नाही. टोनियानं उघडून धरलेलं दार हेच एक मोठं स्वागत आणि गाढ आलिंगनच होतं.

लवकरच दोघं भानावर आले आणि आवेगानं परस्परांच्या मिठीत शिरले.

क्षणभरानं दोघंही एकदमच बोलायला लागले. एकमेकांचं बोलणं थांबवत काय बोलू, काय सांगू, काय विचारू, असं त्यांना झालं होतं.

"मला आधी सांग, सगळं ठीक तर आहे?"

"हो, हो. काळजी करू नकोस. सर्व काही व्यवस्थित आहे. मी तुला पत्रातून वेड्यासारखं बरंच काही लिहिलं. मला क्षमा कर. पण आपण त्याबद्दल नंतर बोलू. तू तार का पाठवली नाहीस? तुझं सामान मार्केल वर घेऊन जाईल."

"तू जास्त बारीक झाली आहेस. पण तू किती तरुण दिसतेस, आणि किती सुंदर! क्षणभर थांब. मी गाडीवाल्याला पैसे देऊन येतो."

"इगोरोव्हना पीठ आणायला बाहेर गेली आहे. बाकीच्या नोकरांना कामावरून कमी करून टाकलं आहे. सध्या घरात फक्त एकच मुलगी आहे. निउशा. तुला

माहीत नसेल. ती साशेन्काला सांभाळते. बाकी कुणी नाही. तू येणार आहेस, हे सगळ्यांना सांगितलं आहे. सर्वांना तुला भेटायची खूप इच्छा आहे. मिशा गोर्दन, निका दुदोरोव्ह, आणि प्रत्येकाला.''

''साशेन्का कसा आहे?''

''देवाच्या दयेनं चांगला आहे, तो आत्ताच झोपेतून उठला आहे. तू गाडीच्या प्रवासानं इतका मळलेला नसतास, तर आपण लगेच त्याच्या खोलीत गेलो असतो.''

''वडील घरातच आहेत?''

''पार्लमेंटमध्ये सभासद पाठवणाऱ्या परिषदेचे (बरो कौन्सिल) ते अध्यक्ष झाले आहेत. सकाळपासून रात्रीपर्यंत ते तिथंच असतात. खरं वाटत नाही ना? तू गाडीवाल्याचे पैसे दिलेस का? मार्केल! मार्केल!''

तरुण मालकाचं स्वागत करण्यासाठी मार्केल फाटकापासून धावत येतच होता. सुती शर्टावर त्यानं जाकीट घातलं होतं, आणि डोक्यावर हमालाची टोपी. धावता-धावताच तो ओरडत होता,

''युरोचका, युरी आंद्रेईविच, तू घरी परत आलास! आम्हांला विसरला नाहीस, तर?''

''कसा आहेस तू, मार्केल? ये, मला आलिंगन दे. तुझी पत्नी, मुली कशा आहेत?''

''त्या कशा असणार? देवाच्या दयेनं मोठ्या होत आहेत. इकडची बातमी म्हणशील, तर तू स्वतः आता बघशीलच. क्रांतीवाल्यांनी इथं इतका कचरा आणि पसारा करून ठेवला आहे की, राक्षसालाही तो गोळा करता येणार नाही. न झाडलेले रस्ते, नादुरुस्त छपरं, रंग न दिलेली घरं आणि मुख्य म्हणजे रिकामी पोटं. 'लेन्ट'च्या चाळीस दिवसांच्या उपवासासारखी. त्यांनी काहीही सुधारणा केल्या नाहीत. सगळं कसं शांत आहे. खरी शांती!''

टोनिया म्हणाली,

''आता गप्प बैस, मार्केल. युरी घरात यायच्या आधीच, इथं रस्त्यावरच तू तुझं नेहमीसारखं मूर्खपणाचं बोलणं सुरू केलंस. त्याचं सामान उचल.''

ते आत गेले. मार्केलनं युरीचं सामान आत नेलं. पुढचं दार लावून घेतलं.

मार्केलला तिथून घालवून देण्याच्या उद्देशानं टोनिया पुन्हा म्हणाली,

''थँक्यू, मार्केल. ते सामान खाली ठेव आणि जा. आता काही काम नाही. युरीला हवं असेल, तर तुला बोलावील.''

तो गेल्यावर टोनिया युरीला म्हणाली,

''अखेर त्याच्यापासून आपली सुटका झाली. मोठा चमत्कारिक माणूस आहे. सध्या जे चाललं आहे, त्याबद्दल त्याच्या मनात राग आहे. सदा सर्व काळ तो

गुप्तपणे सुरीला धार लावत बसतो. ती कोणावर चालवायची, ते मात्र त्यानं अद्याप निश्चित ठरवलं नाही. क्रान्तीच्या एका गाण्यासाठी आपण सगळे विकले गेलो आहोत, असं त्याला वाटतं."

"मला वाटतं, टोनिया, तो नुकताच प्यायलेला आहे आणि त्या अमलाखाली काहीतरी बरळतो आहे."

"तो दारूच्या अमलाखाली नसतो केव्हा? ते जाऊ दे. तू साशाला आता लवकर भेट. नाहीतर तो पुन्हा झोपून जाईल. गाडीतून प्रवास करून आल्यावर तुझ्याबरोबर टायफस या संसर्गजन्य रोगाचे जंतू तर आले नसतील ना? आणि तुझ्या अंगावर उवा आहेत का?"

"मला नाही वाटत, असतील. मी चांगल्या डब्यातून आरामात प्रवास केला. युद्धापूर्वी केला होता, तसाच. तरीपण मी पटकन स्वच्छ होऊन येतो. बारीकसारीक स्वच्छता नंतर करीन."

टोनिया मागच्या बाजूनं युरीला आतल्या खोल्यांकडं न्यायला लागली, तेव्हा त्यानं विचारलं,

"हे तू कुठून नेते आहेस मला? आपण आता या पुढच्या दिवाणखान्यातून आत जाणं-येणं करत नाही का?"

"नाही. पण अर्थात तुला काहीच माहीत नाही. वडिलांनी आणि मी खूप विचार केला आणि तळमजला कृषी अकादमीला देऊन टाकायचं ठरवलं. कारण हिवाळ्यात सगळं घर उबदार ठेवणं कठीणच आहे. वरचा मजलासुद्धा फारच मोठा आहे. काही खोल्या वगळता तोही आपण त्यांना देऊ केला आहे. अद्याप त्यांनी ताबा घेतला नाही, पण त्यांनी त्यांची पुस्तकं, बियाण्यांचे नमुने, वाळलेल्या वनस्पतींचा साठा इथं आणून ठेवला आहे. आणखी एक सांगायचं म्हणजे, आम्ही आता 'खोल्या' म्हणणं सोडून दिलं आहे. 'राहण्याची जागा' असं म्हटलं जातं. ये, या बाजूनं ये. तुझ्या पटकन लक्षात येत नाहीये नं? आपण मागच्या जिन्यानं वर जात आहोत. कळलं?"

"तू या खोल्या देऊन टाकल्यास, याचा मला फार आनंद झाला आहे. आपल्याला इतक्या खोल्यांची गरजच काय? श्रीमंत माणसं आतापर्यन्त ज्या पद्धतीनं राहत होती, ते खरोखरच बरोबर नव्हतं. अनावश्यक अशा अनेक गोष्टी, खूप फर्निचर, खूप पोकळ बडबड आणि पोकळ प्रतिष्ठा. आपण कमी खोल्या वापरतो आहोत, हे चांगलंच आहे. आणखीही काही खोल्या आपण सोडून देऊ शकतो."

"हे कसलं पुडकं आहे तुझ्याजवळ? त्यातून पक्ष्यासारखं काहीतरी बाहेर डोकावतं आहे. अरे वा, बदक! किती सुंदर! जंगली नर दिसतो आहे. कुठं मिळालं तुला? या दिवसांमध्ये हे म्हणजे मोठीच संपत्ती आहे."

''गाडीत एकानं मला भेट दिलं. त्याच्याबद्दल मी तुला नंतर सांगेन. याचं काय करू? स्वयंपाकघरात ठेवू?''

''हो, ठेव. मी लगेच निउशाला ते साफ करायला खाली पाठवते. लोक म्हणतात, या हिवाळ्यात भयानक काही तरी घडणार आहे. दुष्काळ, कडाक्याची थंडी.''

''होय, सर्वत्र लोक असंच बोलताहेत. आत्ता काही वेळापूर्वी मी गाडीच्या खिडकीतून बाहेर बघत होतो. माझ्या मनात विचार आला, सबंध जगात शांत कौटुंबिक जीवन आणि आपलं काम यांपेक्षा अधिक योग्य, अधिक चांगलं काय आहे? बाकीचं आपल्या हाती नाही. बहुसंख्य लोकांसाठी वाईट दिवस येणार आहेत, असं निश्चितच दिसतं आहे. काही लोक इथून बाहेर पडायचा प्रयत्न करत आहेत. ते दक्षिणेकडं जायचं म्हणतात. कॉकेशसकडं किंवा त्याही पलीकडं. मला स्वतःला मात्र असं करावंसं वाटणार नाही. प्रौढ माणसानं स्वतःच्या देशाच्या नशिबात सहभागी व्हायला हवं. माझ्यासाठी ते अगदी उघडच आहे. पण तुझी गोष्ट वेगळी आहे. या सगळ्यातून तू जावंस, असं मला वाटत नाही. मला तुला एखाद्या सुरक्षित जागी पाठवायला आवडेल– कदाचित फिनलंडला. पण आपण असं प्रत्येक पायरीवर अर्धा तास बोलत उभं राहिलो, तर वर कधी पोहोचणारच नाही.''

''क्षणभर थांब. मी तुला सांगायला विसरले. तुला सांगण्यासाठी माझ्याजवळ एक बातमी आहे– आणि केवढी छान बातमी! निकोलाय निकोलविच परत आले आहेत.''

''काय, निकोलाय निकोलविच?''

''कोलिया अंकल.''

''टोनिया! अगदी खरं सांगतेस? मला तर हे शक्य वाटत नाही.''

''अगदी खरं आहे. ते स्वित्झर्लंडला होते. इतक्या लांबून ते लंडन आणि फिनलंड मार्गे आले.''

''टोनिया! तू गंमत तर करत नाहीस ना? तू त्यांना भेटलीस? ते कुठं आहेत? आपण त्यांना इथं आत्ता, लगेच आणू शकणार नाही का?''

''इतका उतावीळ होऊ नकोस. ते कोणाबरोबर तरी गावाबाहेर राहत आहेत. परवा परत यायचं त्यांनी कबूल केलं आहे. ते खूप बदलले आहेत. त्यांना पाहून तू निराश होशील. ते येताना पीटर्सबर्गला थांबले. ते बोल्शेविक झाले आहेत. वडिलांचा आणि त्यांचा बरेचदा कडाक्याच्या वादविवाद होतो. पण आपण असं प्रत्येक पायरीवर कशाला थांबतो आहोत? चल, वर जाऊ. पुढं वाईट दिवस येणार आहेत, हे तूही ऐकलं आहेस, तर! कष्ट, धोके, संकटं, काहीही घडू शकेल.''

''मला स्वतःलाच असं वाटतं. पण जाऊ दे. त्याचं काय? आपण जमवून

घेऊ. ते म्हणजे काही सर्व गोष्टींचा शेवट असणार नाही. इतर लोकांप्रमाणेच आपणही वाट बघू, काय होतंय्, याची.''

''लोक म्हणतात, जळणासाठी लाकूड मिळणार नाही. पाणी नाही, उजेड नाही. ते पैसा नष्ट करतील. कुठूनच कसला पुरवठा होणार नाही. आपण पुन्हा थांबलो! ये माझ्यामागून. हे बघ, लोक म्हणतात, अरबॅटमध्ये खूप छान लोखंडी शेगड्या विकायला ठेवल्या आहेत. लहान लहान. तीत वर्तमानपत्रं जाळून सुद्धा स्वयंपाक करता येतो. मला पत्ता मिळाला आहे. त्या सगळ्या संपून जायच्या आत आपण एक मिळवायलाच हवी.''

''बरोबर. आपण एक शेगडी घेऊ. चांगली कल्पना आहे.'' युरी म्हणाला.

''माझ्या मनात काय आहे, ते मी तुला सांगते. आपण दुसऱ्या मजल्यावरचा एक कोपरा बाजूला राखून ठेवू. दोन किंवा तीन खोल्या. आपण त्या आपल्यासाठीच, आणि वडील, साशेन्का, निउशा यांच्यासाठी ठेवू आणि बाकीचं सगळं घर देऊन टाकू. मध्ये पार्टिशन टाकू आणि जायला-यायला आपलं स्वतःचं दार ठेवू. म्हणजे ते स्वतंत्र घरासारखंच होईल. मधल्या खोलीत आपण त्या लोखंडी शेगड्या ठेवू. खिडकीतून पाण्यासाठी पाइप आत आणू. आपण सगळे कपडे स्वतः धुऊ, स्वयंपाक करू आणि आपलं मनोरंजनही करू. सगळं या एकाच खोलीत. त्यामुळं इंधनाचा जास्तीत जास्त उपयोग करून घेता येईल. आणि कुणी सांगावं, देवाच्या दयेनं या हिवाळ्यातून आपण निभावून जाऊ.''

''निश्चितच आपण हा हिवाळा पार पाडू, याबद्दल शंकाच नाही. ही कल्पना छान आहे. आणि तुला माहीत आहे? आपण आपल्या या नव्या घराचं हाऊसवॉर्मिंग करू, हे बदक शिजवू आणि अंकल कोलियांना आमंत्रण देऊ.''

''व्वा! फारच छान. मी गोर्दनला मद्य आणायला सांगेन. त्याला कुठल्या तरी प्रयोगशाळेतून मिळू शकेल. हे बघ, मी विचार करत असलेली हीच ती खोली. ठीक आहे? ठेव तुझी सूटकेस खाली आणि बॅग आणायला जा. आपण हाऊसवॉर्मिंगला दुदोरोव्ह आणि शुरा श्लेसिंजरलाही बोलवू. तुझी हरकत नाही ना? न्हाणीघर कुठं आहे, ते तू विसरलेला दिसतोस. एखादं जंतुनाशक अंगावर फवारून घे. दरम्यान मी आत साशेन्काकडं जाते. निउशाला खाली पाठवते. आम्ही तयार झालो, की मी तुला बोलवीन.''

युरीसाठी मॉस्कोतली सर्वांत महत्त्वाची गोष्ट म्हणजे, त्याचा लहानसा मुलगा: साशेन्काचा जन्म झाल्यावर लगेचच युरीला आघाडीवर जावं लागलं. त्यामुळं साशेन्का युरीला ओळखत नव्हता.

टोनियाच्या प्रसूतीनंतर युरी तिला भेटायला जेव्हा हॉस्पिटलमध्ये गेला होता,

तेव्हाच त्याच्या लक्षात आलं होतं की, आपल्या मुलाच्या रडण्याचा आवाज इतर बाळांपेक्षा वेगळा आहे. तो आवाज सखोल होता. त्यात चिडखोरपणा आणि बंडखोरी होती. त्या आवाजात युरीला मुलाच्या भावी व्यक्तिमत्त्वाची चुणूक आधीच दिसली होती. त्याला आपल्या मुलाबद्दल कळलेली ही पहिली गोष्ट.

त्यानंतर युरीनं मॉस्को सोडलं होतं.

तो आघाडीवर असताना टोनियानं साशेन्काचे फोटो पाठवले होते. त्यांत तो एक आनंदी, देखणा, गुटगुटीत मुलगा दिसत होता. त्या वेळी तो एक वर्षाचा होता आणि पहिली पावलं टाकायचा प्रयत्न करत होता.

युरीनं सूटकेस उचलली. खिडकीजवळच्या टेबलावर ठेवून त्यांतून तो सामान काढायला लागला. ज्या खोलीत तो उभा होता, ती खोली त्याला ओळखू आली नाही. ही खोली पूर्वी कशासाठी वापरली जात होती, याचा तो विचार करू लागला. टोनियानं फर्निचर बदललं असावं किंवा वॉलपेपर बदलून खोली पुन्हा वेगळ्या पद्धतीनं सजवली असावी.

खिडकीच्या बाहेर चर्चच्या मनोऱ्याच्या खांबाआडून तेजस्वी पूर्ण चंद्र उगवला. त्याच्या प्रकाशात खोली उजळून निघाली आणि अचानक आपण कुठं आहोत, याचं युरीला भान आलं. ती ॲनाची अडगळीची खोली होती. ती तिथं तुटलेल्या खुर्च्या, टेबलं आणि जुनी वृत्तपत्रं ठेवीत असे. तिनं इथं कुटुंबाच्या सर्व पुरातन वस्तू जतन करून ठेवल्या होत्या.

हे सारं आठवत युरी उभा होता. मग मागच्या जिन्यानं वेताची बॅग आणायला खाली गेला.

स्वयंपाकघरात निउशा शेगडीच्यासमोर बसून वर्तमानपत्राच्या तुकड्यावर बदक सोलत होती. तो बॅग घेऊन आत आला, तेव्हा ती संकोचानं उभी राहिली. लाजून लाल झाली. तिनं आदरानं त्याच्या भेटीदाखल काही शब्द उच्चारले. त्याच्या हातातली बॅग घ्यायला पुढं झाली. पण तिचे आभार मानून युरी स्वतःच बॅग घेऊन वर आला. दोन खोल्यांच्या पलीकडून टोनियानं त्याला बोलावलं,

"युरा, तू आता आत येऊ शकतोस."

तो त्या खोलीत गेला. ती त्याची आणि टोनियाची पूर्वीची अभ्यासाची खोली होती. पाळण्यासारख्या बंदिस्त पलंगावर साशा डोळे उघडे ठेवून पडला होता. फोटोत दिसायचा, इतका आता तो देखणा वाटत नव्हता. पण युरीला वाटलं, अगदी आपल्या आईची, मारियाची प्रतिकृतीच. तिच्या कोणत्याही चित्राचं तिच्याशी नसेल, इतकं त्या मुलात आणि तिच्यात विलक्षण साम्य होतं.

टोनिया मुलाला म्हणत होती,

"बघ, तुझे डॅडी आले आहेत. शहाण्या मुलासारखं त्यांना भेट."

युरीला मुलाचं चुंबन घेता यावं आणि त्याला उचलून घेता यावं, म्हणून तिनं पाळण्याची मच्छरदाणी बाजूला केली.

साशेन्का निश्चितच घाबरला होता. तो दूर सरकला. दाढी वाढलेला हा अनोळखी माणूस मुका घ्यायला आता आपल्यावर वाकणार, हे बघून तो उसळी मारून उठून बसला. आईच्या स्कर्टचा पुढचा भाग त्यानं एका हातानं मुठीत घट्ट पकडला आणि दुसऱ्या हातानं युरीच्या गालावर रागानं चापट मारली. स्वतःच्याच त्या कृत्यानं घाबरून तो आईला बिलगला आणि हमसून रडायला लागला.

टोनिया त्याला रागावली,

"नाही, साशेन्का, असं करू नये. तुझ्या डॅडींना काय वाटेल? त्यांना वाटेल, साशा वाईट मुलगा आहे. वेडा! पुरे आता, रडू नकोस."

"असू दे, टोनिया. त्याला त्रास देऊ नकोस... आणि तूही अस्वस्थ होऊ नकोस. तुझ्याही मनात वेड्यासारखे विचार सुरू झाले असतील की, हे काहीतरी वाईट चिन्ह आहे. पण असा विचार करू नकोस. त्याचं वागणंही स्वाभाविकच नाही का? त्यानं मला कधीच पाहिलेलं नाही. उद्या तो मला नीट पाहील. आमची चांगली ओळख होईल. मग आम्हांला कोणीच दूर करू शकणार नाही."

तथापि, तो निराश होऊन आणि मनात अपशकुनाची भावना घेऊनच खोलीतून बाहेर पडला.

बरेच दिवस गेले. आपण किती एकटे आहोत, याची युरीला जाणीव व्हायला लागली. त्यानं कोणाला दोष दिला नाही. त्यानं जे नशीब जोडलं होतं, तेच त्यांना मिळालं होतं.

त्याचे मित्र देखील चमत्कारिक रीतीनं बदलले होते. फार गवाळ झाले होते. यांच्यापैकी एकानंही स्वतःचा दृष्टिकोन, स्वतःचं जग जपलं नव्हतं. युरीच्या आठवणीतले ते मित्र जास्त स्पष्ट होते. आता मात्र त्यांचं वागणं संदिग्ध झालं होतं. कदाचित भूतकाळात त्यानं त्यांना जास्त योग्यतेचं समजलं असेल. जुनी व्यवस्था नष्ट होताच किती झपाट्यानं त्यांचे रंग उडून गेले! आपल्या स्वतंत्र कल्पना किती सहज, पश्चात्तापही न होता त्यांनी सोडून दिल्या!

युरीला आता जवळची माणसं म्हणजे फक्त त्याची पत्नी, तिचे वडील आणि त्याचे दोन-तीन सहकारी. मध्यम श्रेणीचे, फायली सांभाळणारे कर्मचारी. त्यांना भव्यदिव्य कल्पनांशी आणि शब्दांशी काही देणं-घेणं नव्हतं.

त्या उपासमारीच्या दिवसांमध्ये एवढं मोठं बदक म्हणजे कधी न पाहिलेली चैन होती. पण त्याबरोबर खायला पाव नव्हता. त्यामुळं त्या बदकाचा दिमाख फिका पडला. कुणाचंही मन आनंदानं भरून आलं नाही.

गोर्दननं, काचेचं बूच असलेल्या एका औषधाच्या बाटलीतून अल्कोहोल आणलं. ते काळ्या बाजारातलं लोकप्रिय चलन होतं. टोनियानं थोडं-थोडं अल्कोहोल कमी-जास्त पाणी मिसळून सौम्य करून सगळ्यांना दिलं.

त्यांची ही पार्टी म्हणजे स्वतःची एक प्रकारची फसवणूकच होती. याच वेळी रस्त्याच्या पलीकडच्या घरांमध्ये खायला-प्यायला काही नसेल, ही जाणीव त्यांना अस्वस्थ करत होती. खिडक्यांच्या पलीकडं शांत, मूक, अंधारी उपाशी मॉस्को पसरलेलं होतं. या शहरातली दुकानं रिकामी होती. व्होडकासारख्या गोष्टीचा तर विचार करणंही लोक विसरून गेले होते.

आसपासच्या लोकांच्या जीवनासारखंच आपलं जीवन असायला पाहिजे, आपण त्यांच्यांत सर्वाथानं मिसळून जायला पाहिजे, असं त्यांना वाटलं. ज्या सुखात इतर लोक सहभागी होऊ शकत नाहीत, ते सुखच नव्हे, असं त्यांच्या लक्षात आलं. बदक आणि व्होडका मिळालेले फक्त आपणच आहोत, ही जाणीव जास्तच त्रासदायक व्हायला लागली. पाहुण्यांच्याही चेहऱ्यांवर उदास भावनेचं प्रतिबिंब उमटलं.

मिशा गोर्दन युरीचा जिवलग मित्र होता. शाळेत असताना आपले निराश विचार चिडखोरपणानं आणि ओबडधोबड पद्धतीनं तो व्यक्त करत असे. पण आता त्यानं स्वतःला नवीन व्यक्तिमत्त्व द्यायचं ठरवलं होतं. तो आनंदी आणि खुशाल माणसासारखा वाटायला लागला होता. खेळकर झाला होता. वरचेवर विनोद करून हसत होता. याआधी गोर्दननं आयुष्याकडं करमणूक म्हणून कधीच पाहिलं नव्हतं.

निका दुदोरोव्हची सक्तीच्या लष्करी नोकरीसाठी चुकीनं निवड झाली होती. तोही पहिल्यापेक्षा खूप बदलला होता. पूर्वी महत्त्वाच्या गोष्टीदेखील तो चेष्टेवारी नेत असे. हलक्या फुलक्या वृत्तीचा होता. आता मात्र तो गंभीर विद्वान झाला होता. त्याच्याजवळ दोन पदव्या होत्या. एक रशियन इतिहासाची आणि दुसरी सर्वसाधारण इतिहासाची. त्यानं दोन पुस्तकंही लिहिली होती. तो युरीला 'तुम्ही' म्हणायला लागला होता.

संध्याकाळ संपता-संपता शुरा एखाद्या झोतासारखी आत आली. तिच्या येण्यानं गप्पागोष्टींमध्ये आणि उत्साहामध्ये आणखी भर पडली.

दुदोरोव्हनं युरीला विचारलं,

"तुम्ही मायाकोव्हस्कीची 'वॉर ॲण्ड द वर्ल्ड' आणि 'फ्ल्यूट स्पाइन' ही पुस्तकं वाचली आहेत का?"

युरी म्हणाला,

"मला मायाकोव्हस्की हा लेखक नेहमीच आवडत आलेला आहे. तो म्हणजे डोस्टोव्हस्कीची पुढची सलग विचारधारा. सर्व काही आपल्यांत सामावून घेणारी केवढी अभिजात काव्यात्म ऊर्जा त्याच्या ठिकाणी आहे! थेट आणि तडजोड न

करणारी त्याची शैली. तो जणू काही त्याचे विचार समाजाच्या मनावर फेकतो. त्याही पलीकडं अवकाशात भिरकावतो.''

त्या संध्याकाळचं महत्त्वाचं आकर्षण अर्थातच अंकल कोलिया होते.

युरी मॉस्कोला परत आला, त्याच दिवशी तेही परत आले होते. दोघं दोन वेळा एकमेकांना भेटले होते. पोटभर गप्पा केल्या होत्या, मनसोक्त हसले होते.

युरी पहिल्यांदा त्यांना त्यांच्या हॉटेलवर भेटायला गेला, तेव्हा त्यांच्या खोलीच्या मोठ्या प्रशस्त खिडकीपाशी दोघं उभे राहिले. खिडकीतून तो प्रचंड चौक दिसत होता. त्या पिसाट दिवसांमधला तो चौक मोकळा, ओकाबोका आणि निशास्वप्नाप्रमाणे भीतिदायक वाटत होता.

युरीच्या दृष्टीनं निकोकाय मामांची भेट ही अविस्मरणीय घटना होती. तो बऱ्याच काळानं त्याच्या बालपणीच्या दैवताला बघत होता. त्यांचे पिकलेले केस त्यांना शोभत होते. परदेशी सैल सूट त्यांना चांगला बसला होता. वयाच्या मानानं ते फार तरुण आणि देखणे दिसत होते.

निकोलाय ज्या शांत, अलिप्त आणि सहज स्वरात राजकारणाबद्दल बोलले, ते पाहून युरीला आश्चर्य वाटलं. त्या काळातल्या बहुसंख्य रशियन माणसांपेक्षा ते अधिक आत्मसंयमी आणि विश्वासपूर्ण वाटले.

राजकारणाखेरीज इतर अनेक विषयांवर ते दोघं भारावून बोलले. कितीदा हसले, रडले, परस्परांच्या गळ्यात त्यांनी हात टाकले. दोघांचं अगदी जवळचं नातं असलं, तरी ती दोन कलावंतांची भेट होती. त्यांच्यांत गतकाळ पुन्हा जिवंत झाला. आठवणी दाटून आल्या. मधल्या वियोगाच्या काळात काय काय घडलं, ते दोघांनी एकमेकांना सांगितलं.

दोघं बोलायला लागल्यावर त्यांच्यांतलं वयाचं अंतर गळून पडलं. इतर सर्व बंध नाहीसे झाले, आणि मूलभूत शक्ती, स्रोत, तत्त्वं यांची परस्परांशी थेट भेट तेवढी उरली. गेल्या दहा वर्षांमध्ये ललित लिखाणाविषयी इतक्या जिव्हाळ्यानं आणि मोकळेपणानं बोलायची निकोलाय यांना संधीच मिळाली नव्हती. युरीनंही आताइतकी सखोल, स्फूर्तिदायी मतं ऐकली नव्हती. विचार तंतोतंत जुळले. कला म्हणजे काय, ते मनात स्पष्ट उमटलं. दोघंही परस्परांची तल्लख बुद्धिमत्ता पाहून थक्क झाले. आपण एकमेकांना किती चांगलं समजून घेतलं आहे, या समाधानानं काही वेळा ते अबोलही झाले.

त्यानंतर काही वेळा युरीनं निकोलाय मामांना लोकांच्या सहवासात पाहिलं. त्या वेळी ते फार वेगळे वाटले. आपण मॉस्कोला भेट देण्यासाठी आलेले पाहुणे आहोत, असं त्यांना वाटत होतं आणि दर वेळी ते हट्टानं तसंच वागले. राजकीय शहाणपण असलेली व्यक्ती आणि समाजाला मान्य असलेला विद्वान ही स्वतःची

भूमिका त्यांना आवडत होती.

मॉस्कोमध्ये ते परिचित स्त्रियांच्या घरी जात. ते बोल्शेविकांच्या बाजूचे होते.

निकोलाय त्या संध्याकाळी युरीच्या घरी मेजवानीला आले, तेव्हा अलेक्झांडरचा आणि त्यांचा चांगलाच वाद झाला.

निकोलाय म्हणाले,

"अनेक शतकं सर्वसामान्य लोक हलाखीचं जीवन जगत आले आहेत. कोणतंही इतिहासाचं पुस्तक घ्या. सरंजामशाही, भांडवलशाही आणि गुलाम शेतमजूर, कामगार– हे सगळं अनैसर्गिक आणि अन्याय्य आहे, हेच तुम्हांला आढळेल. जगात आता लोकांचं प्रबोधन घडवून आणणारी उलथापालथ होईल आणि ती सगळं काही योग्य जागी ठेवील. जुन्या बांधकामात केवळ ओबडधोबड पद्धतीनं दुरुस्ती करणं निरुपयोगी असतं, हे तुम्हांला चांगलं माहीत आहे. पायापर्यंत सगळं खणून काढलं, तरच काही होऊ शकेल. याचा परिणाम म्हणून जुनी इमारत कोसळूही शकेल. तसं झालं, तरी हरकत काय आहे? प्रश्न फक्त काळाचा आहे. यावर तुम्ही वाद कसा घालू शकता?"

अलेक्झांडर रागानं काही प्रत्युत्तर द्यायला लागले, पण त्यांना योग्य शब्दांत अंकल कोलियांच्या बोलण्याचं खंडन करता येईना. 'थांबा, मी तुम्हांला एक लेखच दाखवतो.' असं म्हणून ते टेबलाचे खण धडाधड उघडायला लागले, त्यातलं सामान उस्कटून पुन्हा बंद करायला लागले. त्याबरोबर तोंडानं त्यांची बडबडही सुरूच झाली.

सासऱ्याचं बोलणं ऐकताना युरीला मजा वाटली. ग्रोमिको कुटुंबातल्या या वृद्धाची ती कंटाळवाणी भुणभुणही त्याला आवडली. काही शोधण्याचा बहाणा करून आणि जोडीला सतत बोलणं चालू ठेवून, इतरांचं लक्ष दुसरीकडं वेधून घ्यायची त्यांना सवय होती. बारीक मिशा कापलेला त्यांचा वरचा ओठ खालच्या ओठावर पुढं आला होता आणि तो त्यांच्या टायच्या फुलपाखरासारखाच दिसत होता. त्यामुळं युरीला ते लहान मुलासारखे भाबडे आणि विश्वासू वाटले.

मेजवानीच्या त्या रात्री शुरा खूप उशिरा आली. एक सभा उरकून ती सरळ इथं आली होती. तिनं सूट आणि कामगाराची टोपी घातली होती. वेगातच ती खोलीत शिरली आणि प्रत्येकाशी हस्तांदोलन करत तिनं एकदमच प्रश्नांची सरबत्ती सुरू केली.

"तू कशी आहेस, टोनिया? हॅलो, अलेक्झांडर. युरी परत आला, हे सगळ्या मॉस्कोला कळलं आहे. प्रत्येक जण त्याबद्दलच बोलत आहे. मला मात्र सर्वांत शेवटी सांगितलं गेलं. हे फार वाईट आहे. ठीक आहे, मी इतकी चांगली नसेन. पण तो आहे कुठं? मला त्याला भेटायचं आहे. तुम्ही सगळे त्याच्याभोवती

भिंतीसारखे उभे आहात. कसा आहेस तू, युरी? मी तुझ्या कविता वाचल्या, पण मला एक अक्षरही कळलं नाही. पण त्यांत बुद्धिमत्ता आहे, हे कुणीही सांगेल.''

मिशा, निका यांना उद्देशून ती म्हणाली,

''तरुण मित्रांनो! तुम्ही कोणत्या गोष्टीला मुकणार आहात, याची तुम्हांला कल्पना नाही. बाहेर काय चाललं आहे, बघा. खरी जाहीर सभा कशी असते, खरे कामगार, खरे सैनिक कसे असतात, ते जाऊन बघा. विजय मिळेपर्यंत लढण्याचा त्यांना फक्त धारदार शब्दांत इशारा देऊन बघा. ते तुम्हांला युद्धाची विजयी अखेर निश्चित मिळवून देतील. केवढं झपाटलेपण, केवढी एकाग्रता!''

युरीचा हात हातात घेऊन ती म्हणाली,

''मी तुला एखाद्या दिवशी अशा सभेला नेईन, युरोचका! मी तुला खरे लोक दाखवीन. मात्र तू तुझे पाय जमिनीवरच ठेवायला हवेत. तू माझ्याकडं असा टक लावून का बघतो आहेस? मी तुरुंग आतून पाहिला आहे. काटेरी तारांच्या कुंपणावर आणि वाळूच्या पोत्यांवर मी लढले आहे. तुला काय वाटलं?''

शुरानं मद्य घेतलं आणि ती धुंद व्हायला लागली. युरीचं डोकंही गरगरायला लागलं. युरी टेबलापाशी उभा राहिला आणि बोलायला लागला–

''सभ्य स्त्री-पुरुषहो! मिशा, निका, टोनिया, माझ्याकडं लक्ष द्या. मला एक-दोन शब्द बोलू द्या. अभूतपूर्व, असामान्य घटना जवळ येत आहेत. त्या घटना आपल्यावर येऊन आदळण्यापूर्वी मला तुमच्यासाठी एक सदिच्छा व्यक्त करायची आहे. आपण एकमेकांना गमावू नये, आपला आत्मा गमावू नये, एवढं दान देवानं आपल्याला द्यावं. युद्धाच्या या तिसऱ्या वर्षात लोकांची खात्री पटली आहे की, आघाडीवरचे आणि पिछाडीवरचे यांच्यामधला फरक आज ना उद्या नष्ट होईल. रक्ताचा समुद्र निर्माण होईल. तो आपल्यापैकी प्रत्येकापर्यंत पोहोचेल आणि युद्धापासून दूर राहणाऱ्या आपणां सर्वांना विलीन करून घेण्याइतका तो भरतीला येईल. क्रांती म्हणजे हा पूर आहे.

''आघाडीवर आम्हांला जशी प्रचीती आली होती, तशीच प्रचीती क्रांतिकाळात तुम्हांला येईल. युद्ध थांबलं असलं, तरी व्यक्तिगत असं काहीच उरलेलं नाही. मरणं आणि मारणं यांखेरीज जगात काहीच घडत नाही. या काळातली वर्तमानपत्रं, कालक्रमानुसार वृत्तांत आणि आठवणी वाचण्याइतपत आपण जगलो, तर आपल्याला कळेल की, लोकांना शतकात मिळत नसेल, इतका अनुभव आपण या पाच किंवा दहा वर्षांत घेतला आहे. लोक स्वतःहून उठून उत्स्फूर्तपणे लाटेसारखे पुढं झेपावतील, की लोकांच्या नावानं हे सारं केलं जाईल, मला कळत नाही. अशा प्रचंड घटनेच्या अस्तित्वाला नाट्यमय पुराव्याची गरज नसते. पुराव्याशिवाय माझी खात्री पटेल. अतिप्रचंड घटनांची कारणं शोधून काढणं क्षुद्र काम आहे. त्या घटनांना काही कारण

नसतं. हे तुम्ही फक्त एखाद्या कौटुंबिक भांडणात करू शकता. भांडणाऱ्यांनी एकमेकांचे केस ओढून आणि बश्या फोडून झाल्यावर ते भांडणाची सुरुवात शोधतात. भांडण कुणी सुरू केलं, ते तपासण्यासाठी आपला मेंदू शिणवतात. मोठाल्या घटनांचं असं नसतं. ज्याला या विश्वाप्रमाणेच प्रारंभ नाही, तेच खरोखर महान. ते इतक्या अचानकपणे आपल्यापुढं येऊन उभं ठाकतं, की जणू ते याआधी नेहमीच तिथं होतं किंवा अनाम पोकळीतून एकाएकी कोसळलं.

"मला असंही वाटतं की, रशियानं पहिलं समाजवादी राष्ट्र व्हावं, हा जगाच्या प्रारंभापासून नियतीचा संकेत आहे. जेव्हा हे घडेल, तेव्हा ही घटना आपल्याला दीर्घकाळापर्यंत सुन्न करून टाकील; आणि त्यातून जाग आल्यावर आपल्या निम्म्या स्मृती आपण गमावलेल्या असतील. आधी काय झालं आणि त्यानंतर काय घडलं, हे आपण विसरलो असू; आणि आपण कारणांचा शोध घेणार नाही. आपल्या सभोवताली सर्वत्र नवीन व्यवस्था असेल. ती आपल्याला क्षितिजावरच्या जंगलांइतकी किंवा डोक्यावरच्या ढगांइतकी ओळखीची असेल. याखेरीज इतर काहीही शिल्लक उरलेलं नसेल."

युरी आणखी थोडं बोलला. तोपर्यंत त्याच्यावरचा मद्याचा अंमल पूर्णपणे निवळलेला होता. तथापि, लोक काय बोलत होते, ते त्याला स्पष्टपणे ऐकू येत नव्हतं. त्यांच्या प्रश्नांना तो मुद्देसूद उत्तरं देऊ शकला नाही. लोकांना त्याचं बोलणं आवडलं होतं, हे त्याला कळलं; पण त्याला घेरून टाकणाऱ्या दुःखाच्या भावनेतून तो बाहेर येऊ शकला नाही. तो म्हणाला,

"थँक यू. मला तुमच्या भावनांचं कौतुक वाटतं, पण मी त्या योग्यतेचा नाही. घाईघाईनं प्रेम अर्पण करणं चुकीचं असतं, कारण नंतर त्यातलं बरंच परत घ्यावं लागतं."

सगळे हसले. टाळ्या वाजवल्या. त्यांना ती आपण हेतुतः दाखवलेली विनोदबुद्धी वाटली. पण युरीला मात्र आपण केलेल्या संकटाच्या भाकितापासून सुटका करून घेऊन कुठं जावं, ते कळेना. चांगल्यासाठी चाललेली धडपड, आकलनशक्ती आणि सुख मिळवण्याची क्षमता असतानाही, भविष्यकाळावर आपली काहीही सत्ता नाही, ही भावना त्याला व्यथित करत होती. त्याही भावनेपासून सुटका कशी करून घ्यावी, ते त्याला कळेना.

पाहुणे जायला लागले. त्यांचे चेहरे थकलेले होते. जांभया, जबड्यांची फटाफट उघडझाप यांमुळं ते घोड्यांसारखे दिसत होते.

जाण्यापूर्वी त्यांनी पडदे बाजूला सारून खिडक्या उघडल्या. ओल्या आकाशात पिवळट पहाट होत होती. आकाश वाटाण्याच्या रंगाच्या घाणेरड्या ढगांनी भरलेलं होतं. कुणीतरी म्हणालं,

'आपण गप्पा करत असताना वादळ झालेलं दिसतंय्.'

शुरानं पुष्टी दिली,

'मी इकडं येत असतानाच पावसात अडकले होते. पण कशी-बशी पोहोचले.'

निर्मनुष्य रस्त्यावर अद्याप अंधार होता. चिमण्यांची चिवचिव आणि झाडांवरून गळणाऱ्या थेंबांची टपटप हे दोनच आवाज रस्त्यावर होते. मध्येच आभाळात ढगांचा गडगडाट गोलाकार घुमत गेला. मग शांतता.

जायला निघालेल्या पाहुण्यांच्या आवाजानं रस्ता भरून गेला. त्यांनी घरात जो वादविवाद आवेशानं सुरू केला होता, तोच रस्त्यावरही जोरजोरात चालू ठेवला.हळूहळू काही अंतरावर जाऊन ते आवाज मंद झाले आणि विरून गेले.

युरी टोनियाला म्हणाला,

"किती उशीर झाला आहे! मला जगात दोनच व्यक्ती प्रिय आहेत. तू आणि तुझे वडील."

ऑगस्ट संपत आला. जे अटळ होतं, ते समीप आलं- हिवाळा जवळ आला. माणसांच्या जगात अधांतरी अवस्थेतली अशी कुठलीतरी जीवनप्रेरणा हवेत तरंगायला लागली. प्रत्येक जण तिच्याबद्दल बोलू लागला.

हिवाळ्यासाठी तयारी करण्याचा, अन्नधान्य, लाकूड साठवून ठेवण्याचा हा काळ. पण भौतिकवादाच्या विजयाच्या त्या काळात, पदार्थ ही अशरीरी कल्पना झाली होती, आणि अन्न, जळणासाठी लाकडं यांची जागा इंधनपुरवठा, पोट भरण्याचे प्रश्न यांनी घेतली होती.

अपरिचित व्यक्तीसमोर लहान मुलं जशी भांबावलेली असतात, तसेच शहरातले लोक या घटनेच्या अनोळखी चेहऱ्यासमोर हताश झाले. या अज्ञात गोष्टीनं प्रत्येक प्रस्थापित सवय बाजूला सारली. हे अज्ञात म्हणजे या शहराचं अपत्य आणि शहरवासीयांची निर्मिती होती, तरी त्यानं आपल्यामागे उद्‌ध्वस्तता आणि औदास्य यांशिवाय काहीही ठेवलं नाही.

शहरात सर्वत्र लोकांचं अखंड बोलणं आणि स्वतःला फसवणं चालूच होतं. सवयीच्या बळावर रोजचा जीवनसंघर्ष लंगडत-खुरडत चालूच होता. पण युरीनं जीवन जसं होतं, तसं पाहिलं. जीवन शिक्षेच्या विळख्यात आहे, हे त्याला स्पष्ट दिसत होतं. तो आणि त्याचा परिसर प्रलयात बुडलेला त्याला दिसत होता. मोठं दिव्य पुढं होतं - कदाचित मृत्यू. त्यांचे दिवस थोडेच उरले होते आणि ते त्याच्या डोळ्यांसमोर संपत चालले होते.

दैनंदिन जीवनाच्या बारीक-सारीक कामांत तो व्यग्र राहिला नसता, तर त्याला वेडच लागलं असतं. त्याची पत्नी, त्याचा मुलगा, पैसा मिळवण्याची गरज, त्याची

रोजची विनम्र वैद्यकीय सेवा– ही त्याची मुक्ती होती.

भविष्यकाळाच्या राक्षसी यंत्रासमोर आपण अगदी खुजे आहोत, हे त्याच्या लक्षात आलं. त्याला स्वतःच्या भविष्याची चिंता वाटायला लागली. त्याबद्दल प्रेम आणि अभिमानही वाटायला लागला. जणू आपण शेवटचं बघतो आहोत, निरोप घेत आहोत, अशा तऱ्हेनं तो झाडांकडं, ढगांकडं आणि रस्त्यांवरून चालणाऱ्या माणसांकडं बघत असे. हे श्रेष्ठ असं रशियन शहर दुर्दैवी बिकट परिस्थितीशी संघर्ष करत होतं. ते पाहून युरी मानवाच्या सर्वंकष कल्याणासाठी स्वतःचं बलिदान द्यायला तयार झाला. तो दुसरं काही करू शकत नव्हता.

तो त्याच्या जुन्या हॉस्पिटलमध्ये पुन्हा कामाला जायला लागला. ते अद्यापही 'हॉस्पिटल ऑफ दि होली क्रॉस' या नावानंच ओळखलं जात होतं. या नावाची संस्था विसर्जित करण्यात आली असली, तरी हॉस्पिटलचं नावं बदललं नव्हतं. अजूनपर्यंत नवीन नावाचा कुणी विचार केला नव्हता.

तिथला कर्मचारी-वर्ग आधीच दोन गटांमध्ये विभागला गेला होता. ज्या मवाळ लोकांच्या बोथटपणाचा युरीला संताप येत असे, त्या लोकांना तो धोकादायक वाटत होता. ज्या लोकांची राजकीय दृष्टी प्रगत होती, त्यांना तो पुरेसा 'लाल' वाटत नव्हता. अशा प्रकारे तो कोणत्याच गटाचा नव्हता. पहिल्याच्या पुढं निघून गेलेला आणि दुसऱ्याच्या मागं रेंगाळलेला!

त्याच्या नेहमीच्या कामाव्यतिरिक्त वैद्यकीय प्रमुखानं त्याला सर्वसाधारण आकडेवारीच्या कामाचा ताबा दिला होता. असंख्य अर्ज आणि प्रश्नावली त्याच्या हातांखालून गेल्या. मृत्यूचं प्रमाण, आजाराचं प्रमाण, सेवकांची मिळकत, त्यांच्या राजकीय विचारशक्तीची पातळी, जळण, अन्नधान्य, औषधांचा सततचा तुटवडा या सर्व गोष्टी त्याला तपासून कळवाव्या लागत होत्या.

डॉक्टर युरी झिवागो स्टाफ-रूमच्या खिडकीपाशी असलेल्या त्याच्या जुन्या टेबलाशीच बसून काम करत होता. त्या खोलीत सर्व प्रकारचे आणि आकारांचे तक्ते आणि अर्ज भरलेले होते. त्यानं ते एका बाजूला सरकवून ठेवले. वैद्यकीय कामाची टिपणं काढण्याबरोबरच तो कधी कधी इतरही काही लिहीत असे. लोकांचं वर्णन, उदास रोजनिशी, कविता, गद्य, आणि इतर बरंच काही. निम्म्या लोकांनी आपलं स्वत्व गमावलं आहे आणि ते अज्ञात भूमिका करत आहेत, या जाणिवेतून ते लिखाण होत असे.

त्या खोलीच्या भिंती पांढऱ्या रंगात रंगवलेल्या होत्या. भरपूर उजेड आणि सूर्यप्रकाश असलेली ती खोली 'फिस्ट ऑफ द ॲझम्प्शन' नंतर आलेल्या सोनेरी शरद ऋतूतल्या दिवसांच्या मृदू पिवळसर रंगानं भरून गेली. सकाळी सुरुवातीला कडक थंडी आणि गोठलेलं दव पडलं होतं. मॅगपी आणि टिटमैससारखे गाणारे पक्षी

विरळ होत जाणाऱ्या चमकदार पानांच्या जंगलात सूर मारीत होते. अशा दिवसांमध्ये आकाश वाजवीपेक्षा जास्तच उंच भासत होतं. आकाश आणि पृथ्वी यांच्यामधल्या हवेच्या पारदर्शी स्तंभामधून उत्तरेकडून येणारा थंडगार गडद निळा तेजस्वी प्रकाश फिरत होता. जगातली प्रत्येक गोष्ट अधिक दृश्यमान आणि अधिक श्राव्य झाली होती.

आत्ता या वेळी स्टाफ-रूममधला उजेड तिन्हीसांजेच्या आधी येणाऱ्या वायुहीन प्रकाशाचा होता. शरदातल्या लवकर होणाऱ्या सूर्यास्ताचा तो प्रकाश काचेसारखा स्वच्छ, रसाळ आणि एक प्रकारच्या रशियन सफरचंदासारखा होता.

युरी टेबलाशी लिहीत बसला होता. विचार करण्यासाठी आणि टाक शाईत बुडवण्यासाठी तो मध्येच थांबला. बाहेर विलक्षण शांत पक्षी आवाज न करता उंच खिडक्या ओलांडून उडत होते. त्यांच्या सावल्या युरीच्या हातावर, टेबलावर, त्यावरच्या अर्जांवर, फरशीवर, भिंतींवर पडत होत्या आणि तितक्याच निःशब्दपणे दृष्टीआड होत होत्या.

एक सहायक आत आला. तो पूर्वी खूप लठ्ठ माणूस होता. आता त्याचं वजन इतकं कमी झालं होतं की, त्वचा त्याच्या हाडांवर पिशव्यांसारखी लोंबत होती. तो म्हणाला,

"मॅपलची पानं जवळ जवळ सगळी गळून पडली आहेत. गोठलेल्या दवाची एकच सकाळ त्यांची ही अवस्था करून टाकते."

युरीनं वर पाहिलं. खिडकीच्या बाहेरून शांतपणे झेप घेणारे ते पक्षी म्हणजे मॅपलची वाइनसारख्या रंगाची पानं होती. ती झाडांवरून उडाली, हवेतून तरंगत गेली अणि हॉस्पिटलची हिरवळ त्यांनी झाकून टाकली. ती पानं दुमडलेल्या केशरी ताऱ्यांप्रमाणे दिसत होती.

"तुमच्या घराच्या खिडक्यांना लांबी लावली आहे का?" सहायकानं विचारलं.

"नाही." युरीनं उत्तर दिलं आणि लिहिणं चालूच ठेवलं.

"खिडक्यांना लांबी लावायची हीच वेळ आहे."

कामात गढून गेलेल्या युरीनं उत्तर दिलं नाही.

"तारारका निघून गेला, वाईट झालं. तो लाख मोलाचा माणूस होता. बुटांना ठिगळ लावायचं असो किंवा घड्याळ दुरुस्त करायचं असो, तो सगळं करू शकत होता. जगातली कोणतीही गोष्ट तो आणून देऊ शकत होता. आता खिडक्यांची दुरुस्ती आपल्यालाच करावी लागेल."

"लांबी शिल्लक नाही."

"तुम्ही तयार करू शकाल. मी तुम्हांला कृती सांगतो."

खडू आणि सरकीचं तेल यांच्या मिश्रणातून लांबी कशी तयार करायची, ते

त्यानं स्पष्ट करून सांगितलं. मग म्हणाला,

“ठीक आहे, मी जातो. मला वाटतं, तुम्हांला तुमचं काम करायचं आहे.”

तो दुसऱ्या खिडकीपाशी गेला. बाटल्या आणि नमुने यांच्यांत त्यानं स्वतःला गुंतवून घेतलं. नंतर मिनिटभरानं म्हणाला,

“तुम्ही डोळे खराब करून घ्याल. अंधार पडायला लागला आहे. ते काही आपल्याला कुठला उजेड पुरवणार नाहीत. आपण घरी जाऊ.”

“मी आणखी वीसेक मिनिटं तरी काम करणार आहे.”

“त्याची बायको इथं नर्स आहे.”

“कुणाची बायको?”

“तारास्काची.”

“मला माहीत आहे.”

तो सहायक पुन्हा त्याच्या परीक्षा-नळ्यांकडं वळला. त्यानं काही वेळानं विचारलं,

“शेगडी दुरुस्त करणाऱ्याशी तुमचं जमलं, की नाही?”

“त्याला पाठवलंस, याबद्दल मी तुझा फार आभारी आहे. तो छान माणूस होता. पण आम्ही अनेक तास हेगेल आणि क्रोशेवर बोलण्यातच घालवले.”

“साहजिकच आहे. त्यानं हायडेलबर्ग विद्यापीठातून तत्त्वज्ञान विषयाची डॉक्टरेट मिळवली आहे. पण शेगडीचं काय झालं?”

“चांगली झाली नाही.”

“अजूनही धूर येतो?”

“हो. सतत येतच राहतो.”

“त्यानं पाईप नीट बसवला नसेल. तो धुरांड्यांच्या नळीला व्यवस्थित जोडायला हवा. त्यानं पाईप खिडकीतून बाहेर नेला?”

“नाही. धुरांड्याची नळी नेली. पण धूर येतोच आहे.”

“मग त्याला हवेसाठी बरोबर छिद्र सापडलं नसेल. या वेळी तारास्का असता, तर! पण तुमची शेगडी अखेर व्यवस्थित होईल. मॉस्को काही एका दिवसात बांधलं गेलं नाही. शेगडी दुरुस्त करणं म्हणजे पियानो वाजवणं नाही. त्याला कौशल्य लागतं. तुम्ही जळणासाठी लाकडं जमवून ठेवलीत का?”

“कुठून मिळवणार मी ती?”

“मी तुमच्याकडं चर्चचा हमाल पाठवीन. तो लाकूड चोरण्यात तरबेज आहे. तो कुंपणाचे तुकडे तोडतो आणि जळण्यासाठी लाकडं तयार करतो. पण तुम्हांला त्याच्याशी भाव करावा लागेल. नको, त्यापेक्षा तुम्ही लाकडांचा मोठा व्यवसाय करणाऱ्या एखाद्या वृद्ध स्त्रीला गाठा. अशी स्त्री जळणासाठी सगळी घरंच विकत घेते. तिनं या धंद्यात चांगलाच जम बसवलेला असतो.”

दोघं खाली सामानाच्या खोलीकडं गेले. त्यांनी कोट घातले आणि बाहेर पडले. चालता-चालता सहायक म्हणाला,

"पाय जपून टाका. पूर्वीचे दिवस असते, तर मी तुम्हांला डोळे झाकून जिल्ह्यात कुठंही नेलं असतं. प्रत्येक दगड मला माहीत आहे, पण लोकांनी आता कुंपण तोडायला सुरुवात केल्यामुळं मला दिवसादेखील रस्ता बरोबर सापडत नाही. अनोळखी गावात असल्यासारखं वाटतं. लहान लहान राजेशाही रिकामी घरं लोकांच्या लक्षात आली आहेत. अशा घरांमधलं फर्निचर, बागेतली गोल टेबलं, अर्धवट कुजलेली बाकं सरळ ते उचलून नेत आहेत. हे शहरच जंगलासारखं व्हायला लागलं आहे."

"तू कोणत्या जागेबद्दल बोलतो आहेस, माझ्या लक्षात आलं. सेरेब्रियनी आणि मोलचानोव्हका यांच्यामधला भाग, होय ना? माझ्याही बाबतीत सर्वांत विचित्र गोष्टी नेहमी याच भागात घडतात. काहीतरी सापडतं किंवा वीस वर्षांत मला न भेटलेली व्यक्ती तिथं भेटते. लोक म्हणतात, तो भाग धोक्याचा आहे. तिथं चोरांचं जाळंच पसरलेलं आहे. आपण कुठं आहोत, हे कळायच्या आतच चोर आपल्याला लुबाडून पसार होतात."

त्या जागी खरोखरच युरीच्या बाबतीत सर्व प्रकारच्या घटना घडल्या. ऑक्टोबरच्या लढाईच्या काही दिवस आधी एका थंड काळोख्या रात्री युरीला पदपथावर एक माणूस बेशुद्ध पडलेला दिसला. त्याचे पाय गटारीत लोंबत होते, हात पसरलेले होते आणि डोकं एका दगडावर होतं. मधून मधून तो क्षीणपणे कण्हत होता.

युरीनं त्याला उठवायचा प्रयत्न केला, तेव्हा तो काहीतरी पुटपुटला. चोरांनी त्याच्यावर हल्ला करून त्याला लुटलं होतं. त्याच्या डोक्यावर त्यांनी प्रहार केले होते.

युरीनं अरबॅटमधल्या औषधाच्या दुकानातून हॉस्पिटलला फोन लावला आणि गाडी मागवली. तीत घालून त्या माणसाला हॉस्पिटलच्या तातडीच्या उपचार विभागात नेलं.

तो जखमी मनुष्य म्हणजे एक नामांकित राजकीय नेता होता. तो बरा होईपर्यंत युरीनं त्याची काळजी घेतली. पुढं अनेक वर्षं त्यानं युरीला मदत केली, त्याचं रक्षण केलं. संशयानं भारलेल्या त्या दिवसांमध्ये अनेक वेळा त्यानं युरीला अडचणीतून बाहेर काढलं.

युरीनं टोनियाचा बेत अमलात आणला आणि ते कुटुंब हिवाळ्यासाठी सर्वांत वरच्या मजल्यावरच्या तीन खोल्यांमध्ये राहायला लागलं.

तो रविवारचा दिवस होता. कडाक्याची थंडी आणि सोसाट्याचे वारे होते.

हिमयुक्त जड ढगांमुळं अंधारून आलं होतं.

सकाळी लाकडं पेटवताना शेगडीतून धूर यायला लागला. दमट ओल्या लाकडांशी निउशा झटापट करत होती. टोनियाला शेगडी कशी पेटवायची, ते अजिबात माहीत नव्हतं, तरी ती निउशाला चुकीचे सल्ले देत राहिली. युरीला माहीत होतं, पण टोनियानं त्याच्या खांद्याला धरून त्याला बाजूला करत म्हटलं,

"तू यात लुडबूड करू नकोस. तू लाकडांवर फक्त तेल ओतशील."

"तेल ओतलेलं काय वाईट आहे, टोनिचका? शेगडीत एकदम जाळ तरी होईल! पण अडचण अशी आहे, की इथं तेलही नाही अन् जाळही नाही."

"विनोद करायची ही वेळ नाही! काही वेळा विनोद उपरे वाटतात."

शेगडीच्या त्रासानं प्रत्येकाचाच बेत फिसकटला होता. अंधार व्हायच्या आत सामूहिक प्रार्थना उरकली, म्हणजे संध्याकाळ मोकळी मिळेल, अशी प्रत्येकाची इच्छा होती. पण आता रात्रीच्या जेवणाला उशीर होणार होता. गरम पाणी नव्हतं, त्यामुळं इतर अनेक बेत सोडून द्यावे लागणार होते.

शेगडीतून जास्त जास्त धूर यायला लागला. जोराच्या वाऱ्यामुळं धूर उलटून तो काळ्या काजळीचा ढग परीकथेतल्या घनदाट जंगलातल्या राक्षसासारखा खोलीत उभा राहिला.

अखेर युरीनं सगळ्यांना बाहेर काढून इतर दोन खोल्यांमध्ये पाठवलं. त्यानं खिडकीची वरची झडप उघडली. शेगडीत कोंबलेली निम्मी लाकडं बाहेर काढली. शेगडीतल्या लाकडांमध्ये लहान लहान काटक्या आणि बर्च लाकडाच्या झिलप्या टाकून लाकडं थोडी मोकळी केली.

उघडलेल्या खिडकीतून ताजी हवा आत शिरली. त्या झोतामुळं पडदे झुलून वर उडाले. मेजावरचे कागद उडून गेले. खालच्या हॉलमधलं कुठलं तरी दार धाडकन आपटलं, खोलीत उरलेल्या धुराशी वारा पाठशिवणीचा खेळ खेळायला लागला.

शेगडीतल्या मोठ्या लाकडांनी एकदम पेट घेतला आणि ती तडतडायला लागली. शेगडी छान फुलली व पेटली. सर्व काही भस्मसात करणाऱ्या ज्वालेप्रमाणे शेगडीचा लोखंडी सांगाडा काही ठिकाणी तापून लाल झाला. खोलीतला धूर विरळ होत लवकरच नाहीसा झाला.

खोली पुन्हा उजळून निघाली. सहायकानं सांगितलेल्या कृतीनुसार युरीनं लांबी तयार करून नुकतीच खिडक्यांना लावली होती. त्या लांबीचा उबदार मेणचट वास येत होता. शेगडीतली लाकडं जाळामुळं सुकायला लागल्यावर त्यातून फर वृक्षाच्या सालींच्या कोळशाचा कडवट उग्र वास आणि आस्पेनच्या लाकडाचा ताजा स्वच्छ वास यायला लागला.

उघड्या खिडकीतून येणाऱ्या वाऱ्यासारखे निकोलाय निकोलविच आवेशानं खोलीत घुसले.

त्यांनी सांगितलं,

"लोक रस्त्यात लढताहेत. बोल्शेविकांना पाठिंबा देणारे शहरात ठेवलेले सैनिक आणि हंगामी सरकारला पाठिंबा देणारे लष्करी प्रशिक्षण घेतलेले विद्यार्थी यांच्यांत लढाई जुंपली आहे. संपूर्ण शहरात चकमकी चालू आहेत. इथं येताना मीही त्यांत सापडलो. तुम्ही आता सरळ कुठं जाऊ शकत नाही. वळसे घालून जावं लागतं. चल लवकर, युरा, कोट चढव. आपण जाऊ. तू ते बघायलाच हवं. हा इतिहास आहे. हे आयुष्यात एकदाच घडतं."

निकोलाय घाईनं हे म्हणाले खरे, पण त्यानंतरही ते दोन तास बोलत बसले. मग त्यांचं रात्रीचं जेवण झालं. शेवटी जेव्हा ते घरी जायला निघाले आणि युरीला खेचून बाहेर न्यायला लागले, तेव्हाच मिशा गोर्दन घाईघाईनं येऊन खोलीत घुसला. निकोलाय आले होते, तसाच, अगदी त्याच पद्धतीनं मिशा आला. त्यानंही तीच बातमी आणली होती. अर्थात त्याची बातमी आणखी पुढची होती. त्यात नवे तपशील होते. त्यानं सांगितलं की, बेछूट गोळीबारामुळं रस्त्यानं जाणारे लोक ठार होत आहेत. सगळी रहदारी थांबली आहे. रस्ते वाहतुकीला बंद करण्यात आले आहेत.

निकोलाय झपाट्यानं बाहेर गेले आणि मिनिटभरात लगेच परत आले. त्यांनी सांगितलं,

"रायफलींमधून सुटणाऱ्या गोळ्यांमुळं रस्त्याच्या विटांचे चिपोरे आणि कोपऱ्यावरच्या इमारतींचे प्लॅस्टर उखडत आहे. रस्त्यावर चिटपाखरूही नाही."

त्या आठवड्यात साशेन्काला सर्दी झाली. युरी टोनियाला रागावला.

"मी तुला शंभर वेळा सांगितलं आहे की, त्याला शेगडीजवळ खेळू देऊ नकोस. थंडीपेक्षा जास्त उष्णताच त्याच्यासाठी वाईट आहे."

साशेन्काचा घसा सुजला आणि त्याला ताप आला. त्याला उलटीची विलक्षण भीती वाटत असे. युरीनं त्याचा घसा आतून तपासायचा प्रयत्न केला, तेव्हा त्यानं युरीचा हात झटकून टाकला. साशेन्कानं दातांवर दात घट्ट रोवून ठेवले. तो तोंडच उघडेना. घुसमटून किंचाळायला लागला.

युरीनं त्याला समजावलं, धाक दाखवला, पण त्याच्यावर कशाचाच थोडाही परिणाम झाला नाही. एका क्षणी मात्र अनवधानानं त्यानं जांभई दिली. युरीनं चटकन ती संधी साधून त्याच्या तोंडात चमचा घातला. त्याची जीभ दाबून धरली. त्याच्या घशात डोकावून पाहिलं, तेव्हा युरीला त्याच्या सुजलेल्या टॉन्सिल्स आणि रासबेरीसारखा

लाल झालेला घसा दिसला. टॉन्सिल्सवर सर्वत्र धोकादायक असे पांढरे ठिपके आले होते.

काही वेळानं, तशीच काहीशी युक्ती करून युरीनं त्या पांढऱ्या ठिपक्यांचा नमुना मिळवला. घरी सूक्ष्मदर्शक यंत्र असल्यानं त्याखाली युरी लगेच तपासणी करू शकला, सुदैवानं साशेन्काला घटसर्प झालेला नव्हता.

पण तिसऱ्या रात्री साशेन्काची श्वासनलिका सुजली आणि ढास लागल्यासारखा खोकला सुरू झाला. खूप ताप चढला. त्याला श्वास घेता येईना. युरीला त्याची तडफड आणि वेदना बघवत नव्हत्या. पण तो त्या कमीही करू शकत नव्हता. टोनियाला तर वाटलं, साशा आता मरणारच. युरी आणि टोनिया दोघं आळीपाळीनं साशाला कडेवर घेऊन खोलीत फिरवत होते. त्यामुळं त्याला बरं वाटतंय्, असं दिसत होतं.

साशासाठी दूध, मिनरल वॉटर किंवा सोडावॉटर आणणं आवश्यक होतं. पण रस्त्यावरची लढाई अगदी शिगेला पोहोचली होती. बंदुका आणि रायफलींचा गोळीबार क्षणभरही थांबत नव्हता. स्वतःचा जीव धोक्यात घालून युरीनं तो लढाईचा टापू ओलांडलाही असता, तरी त्यापलीकडच्या रस्त्यावर त्याला काहीही मिळालं नसतं. शहरातलं सर्व जीवन, सगळे व्यवहार ठप्प झाले होते.

तरीही परिणामाबद्दल शंका नव्हती. सर्व बाजूंनी ज्या अफवा येत होत्या, त्यांवरून कामगार वरचढ ठरत होते. त्यांची सरशी होत होती. लष्करी प्रशिक्षण घेणाऱ्या विद्यार्थ्यांचे लहान गट लढत होते, पण त्यांचा परस्परांशी आणि त्यांच्या वरिष्ठ अधिकाऱ्यांशी संपर्क तुटत होता.

बोल्शेविक सैनिकांच्या तुकडीनं सिवत्झेव क्वार्टरचा ताबा घेतला होता आणि ते शहराच्या मध्यभागाकडं मुसंडी मारत होते. जर्मनीविरुद्ध लढलेल्या सैनिकांनी रस्त्यांवर खंदक खोदले होते आणि त्यांत ते बसले होते. जवळपास राहणारे जे लोक घराच्या फाटकापाशी येऊन उभे राहत होते, त्या लोकांशी सैनिक हास्यविनोद करत होते आणि त्यांचा लोकांशी त्यामुळं आधीच परिचयही व्हायला लागला होता. शहराच्या या भागातली रहदारी पूर्ववत करण्यात येत होती.

युरीच्या घरात तीन दिवस अडकून पडल्यावर अखेर गोर्दन आणि निकोलाय यांची सुटका झाली.

साशेन्काच्या आजारपणात त्यांची चांगली सोबत झाल्यामुळं युरीला आनंद झाला होता. घरात आधीच अव्यवस्था होती, तशात त्यांनी येऊन आणखी भर घातली होती. तरी टोनियाला त्याचं विशेष काही वाटलं नाही. पण तीन दिवसांच्या अखंड अर्थहीन बडबडीला युरी मात्र इतका कंटाळला होता की, दोघांना जाताना पाहून त्याला बरं वाटलं.

गोर्दन आणि निकोलाय घरी सुखरूप पोहोचल्याचं युरीला कळलं. पण लष्करी कारवाया सुरूच होत्या. अनेक रस्ते अद्यापही बंदच होते. त्यामुळं युरी हॉस्पिटलमध्ये कामाला जाऊ शकत नव्हता. कामावर जायला तो उतावीळ झाला होता. स्टाफ-रूममधल्या टेबलाच्या खणात ठेवलेल्या हस्तलिखितांची त्याला वारंवार आठवण येत होती. लिखाणाकडं परत वळावंसं वाटत होतं.

फक्त काही तुरळक ठिकाणी लोक सकाळी घराबाहेर पडत होते आणि पाव विकत घेण्यासाठी थोडंसं अंतर चालून जात होते. रस्त्यानं जाणाऱ्या एखाद्याकडं दुधाची बाटली दिसली, तर लोक त्याच्याभोवती घोळका करून त्यानं ती कुठून मिळवली, ते विचारत होते.

बोल्शेविक आणि हंगामी सरकार यांच्या वाटाघाटी सुरू होत्या. दोन्ही बाजूंचे समर्थक बाहेर रस्त्यांवर होते. वाटाघाटींचा कल जसा असेल, त्यानुसार त्या त्या बाजूचे लोक जोरात गोळीबार सुरू करत होते. त्या गोळीबारावरून वाटाघाटी कोणाच्या बाजूनं अनुकूल आहेत आणि कोणाच्या बाजूनं प्रतिकूल आहेत, ते कळत होतं.

ऑक्टोबरच्या शेवटी शेवटी एक दिवस युरी रात्री दहा वाजता त्याच्या एका मित्राला भेटायला गेला. रस्त्यांवर शुकशुकाट होता. त्या मोसमातलं पहिलं भुरभुरणारं बर्फ पडायला सुरुवात झाली होती. सोसाट्याच्या वाऱ्यानं बर्फ इतस्ततः विखरत होतं.

चालता-चालता युरीनं मुख्य रस्त्याच्या बाजूच्या अनेक लहान-लहान गल्ल्या पार केल्या. आता बर्फ दाट व्हायला लागलं आणि वाऱ्याचं रूपांतर हिमवादळात व्हायला लागलं. मोकळ्या जमिनींवर बर्फाचं जाड आवरण घालत शेताशेतांमधून शीळ घुमवत फिरणारं ते हिमवादळ. पण हेच हिमवादळ शहरात रस्ता चुकल्याप्रमाणे भिरभिरत राहिलं. युरीच्या पायांपाशी ओल्या रस्त्यांवर आणि पदपथांवर भोवऱ्यासारखं गरगर फिरत बर्फ पडत होतं. त्यातून वाफा निघत होत्या.

इथंतिथं झडणारे तोफांचे तुरळक प्रतिध्वनी अखेरचा क्षीण प्रतिकार करत होते. वृत्तपत्र विकणारा एक मुलगा ताज्या वृत्तपत्रांचा गठ्ठा काखेत धरून फिरत होता : 'ताजी बातमी!' युरीनं पैसे पुढं केले. त्या मुलानं गठ्ठ्यातून ओलसर-दमट असं वृत्तपत्राचं पान बाहेर काढून ते युरीच्या हातात कोंबलं. काही क्षणांतच तो मुलगा बर्फाच्या वादळात वेढला गेला.

ठळक बातम्या वाचण्यासाठी युरी रस्त्यावरच्या दिव्याखाली थांबला. वृत्तपत्राची ती उशिरा छापलेली जास्तीची पुरवणी होती. मजकूर पानाच्या एकाच बाजूला छापलेला होता. त्यात 'सोविएत ऑफ पीपल्स कमिसार' स्थापन झाल्याची आणि रशियात श्रमिक शेतकरी कामगार वर्गाची हुकुमशाही आणि सोवियत सत्ता स्थापन झाल्याची अधिकृत घोषणा पीटर्सबर्गहून करण्यात आली होती. आणखी त्या

पानावर नवीन सरकारचा पहिला जाहीरनामा दिला होता. टेलिफोन आणि टेलिग्राफद्वारे मिळालेल्या विविध बातम्याही थोडक्यात दिल्या होत्या.

युरीच्या डोळ्यांवर हिमवाऱ्यांचे तडाखे बसू लागले. त्याच्या हातांतलं छापील पान कबऱ्या रंगाच्या बर्फाच्या छोट्या छोट्या झंझावाती कणांनी झाकून गेलं. पण त्या क्षणाच्या ऐतिहासिक महानतेनं तो इतका भारावून गेला होता की, त्याला सावरायला थोडा वेळ लागला.

उरलेल्या बातम्या वाचण्यासाठी त्यानं आजूबाजूला अधिक चांगला उजेड असलेली, आडोसा असलेली जागा दिसते का, ते पाहिलं. तो बाजूच्या एका इमारतीपाशी गेला. त्या पाच मजली इमारतीला काचेचं मोठं दालन होतं. प्रशस्त लॉबी दिव्यांनी उजळलेली होती. युरी आत गेला आणि जिन्याच्या शेजारी विजेच्या दिव्यांखाली बातम्या वाचत उभा राहिला.

काही वेळानं जिन्यावर पावलं वाजली. कुणीतरी खाली येत होतं. पण अनिश्चित अवस्थेत, मधून मधून पायरीवर थांबत तो माणूस जिना उतरत होता. युरी वृत्तपत्र वाचण्यात गढून गेला होता. वर बघायची त्याची इच्छाही नव्हती. पण तो माणूस शेवटच्या पायरीपाशी इतक्या जोरात थांबला की, युरीला डोकं वर करावंच लागलं.

युरीच्या पुढ्यात अठरा वर्षांचा एक मुलगा उभा होता. त्यानं रेनडीअरच्या कातड्याची टोपी आणि तसाच कडक कोट घातला होता. सैबेरियातल्या कोटाप्रमाणे दोन्ही बाजूंनी फर बाहेर आली होती. त्या मुलाचा रंग सावळा होता आणि डोळे किर्घीज लोकांसारखे अरुंद होते. त्याच्या चेहऱ्यावर सरंजामीची लक्षणं, विझायला आलेल्या ठिणगीची धग आणि अबोल घुमेपणा होता. त्यातून त्याचा अलिप्तपणा प्रकट होत होता.

त्या मुलानं युरीकडं पाहिलं. तो गोंधळलेला आणि संकोचलेला वाटला.

तो युरीला ओळखत असावा, पण त्याच्या मनाची बोलण्याची तयारी होत नव्हती. युरीला वाटलं, त्या मुलाचा काहीतरी गैरसमज झाला असावा. चुकून तो आपल्याला ओळखीची व्यक्ती समजत असावा. गैरसमजाची ही अवस्था संपवण्यासाठी युरीनं त्याच्याकडं थंड आणि अनोळखी कटाक्ष टाकला.

मुलगा गोंधळून वळला आणि इमारतीच्या प्रवेशद्वाराकडं चालत गेला. बाहेर पडण्यापूर्वी त्यानं थांबून पुन्हा एकदा मागं वळून पाहिलं; आणि मग अवजड काचेचं दार पाठीमागं बंद करून तो निघून गेला.

तो मुलगा गेल्यावर काही मिनिटांनी युरी बाहेर पडला. त्याचं मन बातम्यांनी इतकं भरून गेलं होतं की, तो त्या मुलाला विसरला आणि ज्या मित्राकडं जायला निघाला होता, तेही विसरला. सरळ घराकडं चालायला लागला. पण रस्त्यात आणखी एका घटनेनं त्याचं लक्ष वेधून घेतलं. ती घटना दैनंदिन जीवनाशी संबधित

होती आणि त्या दिवसांमधे अशा घटनेला असामान्य महत्त्व प्राप्त झालं होतं.

घरापासून थोड्याच अंतरावर एका पदपथापाशी इमारती लाकडांचा प्रचंड मोठा ढीग होता! त्याला अडखळून युरी अंधारात कोलमडला.

रस्त्यावर कुठली तरी संस्था होती. त्या संस्थेला सरकारनं जळणासाठी लाकूड पुरवलं असावं. शहराच्या बाहेरच्या भागातल्या, सामानसुमान काढून घेतलेल्या घरांच्या त्या फळ्या असाव्यात. सगळंच लाकूड संस्थेच्या आवारात ठेवता आलं नसावं. उरलेलं तसंच बाहेर रस्त्यावर पडलं होतं. रायफलधारी शिपाई त्या ढिगाऱ्याकडं लक्ष ठेवण्याचं काम करत होता. तो आवारात इकडून तिकडं फेऱ्या मारत होता आणि मधून मधून बाहेर रस्त्यावरही येत होता.

जास्त विचार न करता युरीनं त्या क्षणाचा फायदा घेतला. शिपायांची रस्त्याकडं पाठ असताना युरी दिव्याचा उजेड टाळून अंधारात चाचपडत पुढं सरपटला आणि त्यानं त्या ढिगाऱ्याच्या अगदी तळाशी असलेली जाड फळी काळजीपूर्वक सैल केली. ती बाहेर ओढून काढली. मोठ्या मुश्किलीनं त्यानं ती वजनदार फळी पाठीवर टाकली. पण त्याला तिचं काहीच वजन वाटलं नाही. स्वतःसाठी उचलाव्या लागणाऱ्या वजनांचं ओझं वाटत नसतं. भिंतीच्या अंधारी सावलीतून चालत त्यानं ते लाकूड सुरक्षितपणे घरी नेलं.

अगदी योग्य वेळी ते लाकूड मिळालं होतं, कारण त्यांच्या घरातला जळणाचा साठा संपला होता. त्यांनी त्या लाकडाचे तुकडे केले आणि रचून ठेवले. युरीनं शेगडी पेटवली आणि तिच्यासमोर तो मूकपणे उकिडवा बसला. अलेक्झांडर यांनी आरामखुर्ची वळवली आणि तेही ऊब घेऊ लागले.

युरीनं त्याच्या कोटाच्या खिशातून मघाचं वृत्तपत्र काढलं आणि अलेक्झांडर यांच्या समोर धरलं.

"पाहिलंत हे? वाचून बघा."

युरी अजूनही टाचांवर उकिडवा बसला होता. शेगडीत ढलप्या खुपसत तो स्वतःशीच बोलायला लागला,

"या देशावर आणि समाजावर झालेली केवढी भव्य शस्त्रक्रिया आहे ही! एखाद्या निष्णात आणि कुशल डॉक्टरनं सुरीचा एकच घाव घालून सगळा जुनाट, कुजलेला अल्सर कापून टाकावा, तितक्याच सहजतेनं हे सगळं घडलं. कोणताही मूर्खपणा न करता. अन्यायाच्या जुनाट राक्षसाला त्यांनी पकडलं. ज्या राक्षसाला शतकानुशतक इतरांना नमवण्याची, नतमस्तक करण्याची आणि ओरबाडण्याची सवय लागलेली होती, त्या राक्षसाला मृत्युदंडाची शिक्षा दिली. घटनांच्या आरपार त्यांच्या शेवटापर्यंत बघण्याच्या या पद्धतीत मला निर्भयतेबरोबरच पुश्किनची तडजोडरहित स्पष्टता आणि टॉलस्टॉयची न ड़ळमळणारी श्रद्धा दिसते."

"तू पुश्किनचं नाव घेतलंस? क्षणभर थांब. मला वाचणं संपवू दे. एकाच वेळी मी वाचू आणि ऐकू शकत नाही."

जावई आपल्याशी बोलतो आहे, अशी अलेक्झांडर यांची चुकीची समजूत झाली होती. युरी स्वतःशी बोलतच राहिला,

"आणि प्रतिभेचा खरा प्रहार असाच असतो. तुम्ही एखाद्यावर नवीन विश्व निर्माण करायची, नव्या युगाचा प्रारंभ करायची कामगिरी सोपवली, तर तो तुम्हांला आधी भूमी स्वच्छ करायला सांगेल. नवीन शतकाची उभारणी करण्यापूर्वी तो जुन्या शतकाच्या संपण्याची वाट बघेल. त्याला नवा परिच्छेद सुरू करायचा असेल. नवं पान–

"पण इथं ते क्रांतिदूत अशा गोष्टींची पर्वा करत नाहीत. इतिहासाचं हे आश्चर्य कशाची वाट बघत नाही. जीवनाच्या प्रवाहाचा यत्किंचितही विचार न करता दैनंदिन आयुष्याच्या थेट घन अशा अंतर्भागातच या गोष्टींचा स्फोट घडवून आणला जातो. त्याची सुरुवात प्रारंभापासून नसते. कोणतंही वेळापत्रक न पाळता मध्यापासूनच ते सुरू होतं. आठवड्याचा पहिला कामाचा दिवस असताना, रस्त्यांवरची रहदारी ऐन भरात असतानाही ते घडतं. खरी महानता वेळ, काळ आणि संधीचा विचार करत नाही."

हिवाळा आला. आधी अंदाज वर्तवला होता, त्याच प्रकारचा हिवाळा. त्यानंतर आलेल्या दोन हिवाळ्यांइतका तो भयकारी नसला, तरी तशाच प्रकारचा व्हायला लागला होता. काळोखी, भुकेला आणि गारठून टाकणारा. परिचयाचं असलेलं सगळं मोडून तोडून टाकणारा. अस्तित्वाच्या सगळ्या आधारांची, पायाची समूळ फेररचना करणारा. जीवन माणसांच्या पकडींतून निसटून जात असताना जीवनाला लोंबकळत राहण्यासाठी माणसांकडून अमानवी प्रयत्न आणि परिश्रम करवून घेणारा.

असे तीन हिवाळे होते. एकामागे एक आलेले. १९१७ आणि १९१८ या काळात खरोखर जे काही घडलं, ते तेव्हाच घडलं असेल, असं नाही. कदाचित त्यापैकी काही नंतरही घडलं असेल. पण या सलग तीन हिवाळ्यांचा जणू एकच लांबलचक हिवाळा झाला होता आणि त्यांना वेगळं करून सांगणं कठीण होतं.

जुनी जीवनप्रणाली आणि नवीन व्यवस्था अद्याप परस्पर संपर्कात आली नव्हती. या दोन्ही गोष्टी पुढं एक वर्षानंतर यादवी युद्धाला तोंड फुटल्यावर अगदी उघडपणे आणि बंडखोरीनं परस्परांना सामोऱ्या आल्या. आता तितक्या नव्हत्या, पण या दोहोंमध्ये काही संबंधही नव्हता.

दोन्ही गोष्टी आपापल्या जागी अलगपणे उभ्या होत्या. एकमेकींकडं तोंड करून; पण अगदी विरुद्ध आणि विसंगत.

सर्वत्र नव्यानं निवडणुका झाल्या. सर्व प्रकारच्या संघटना, इमारतींचं व्यवस्थापन, सरकारी कचेऱ्या आणि सार्वजनिक सेवा यांच्या निवडणुका. हुकुमशाही सत्तेचा शोध लागलेले कमिसार प्रत्येक ठिकाणी नेमले गेले. पोलादी इच्छाशक्ती असलेले, काळं लेदर जॅकेट घालणारे, दहशत निर्माण करण्याच्या साधनांनी आणि बंदुकांनी सुसज्ज. ते क्वचितच दाढी करत आणि त्याहूनही क्वचितच झोपत.

चोरासारखे गुपचूप फिरणारे बूर्झ्वा लोक त्यांना माहीत होते. कमिसार या लोकांशी अत्यंत निर्दयपणे बोलत. बोलताना त्यांच्या चेहऱ्यांवर सैतानाचं हसू असे. चोरी करताना पकडल्या गेलेल्या क्षुल्लक चोराशी वागावं, तसं या बूर्झ्वा लोकांशी वागत.

याच कमिसारांनी नवीन योजनेनुसार प्रत्येक गोष्टीचं पुनःसंघटन केलं. कंपनीमागून कंपनी, उद्योगामागून उद्योग बोल्शेविकांच्या धोरणाचा झाला.

युरीचं 'होली क्रॉस हॉस्पिटल' आता 'सेकंड रिफॉर्म्ड' या नावानं ओळखलं जाऊ लागलं. त्यातल्या अनेक गोष्टी बदलल्या होत्या. सेवकवर्गापैकी काहींना कामावरून काढून टाकण्यात आलं होतं, तर काहींना काम पुरेसं फलदायी न वाटल्यामुळं त्यांनी स्वतःच सोडून दिलं होतं. काम सोडून गेलेले लोक म्हणजे भरमसाट फी घेणारे, आधुनिक प्रॅक्टिस करणारे आणि अखंड बोलणारे डॉक्टर्स होते. त्यांनी, खरं तर, स्वार्थासाठी काम सोडलं होतं; पण आपण नागरी निषेधाची कृती, म्हणून काम सोडलं, असं ते भासवत होते आणि जे अद्यापही हॉस्पिटलमध्ये टिकून होते, त्यांच्याकडं तुच्छतेनं बघत होते. हॉस्पिटलमध्ये कामावर राहिलेल्या डॉक्टरांवर त्यांनी जवळजवळ बहिष्कारच टाकला होता. डॉ. झिवागो हॉस्पिटलमध्येच काम करत राहिला होता.

संध्याकाळी झिवागो पती-पत्नीमध्ये बहुधा अशा प्रकारचं संभाषण होत असे

''टोनिया, बुधवार विसरू नकोस. डॉक्टरांच्या संघटनेच्या इमारतीतल्या तळघरात ते आम्हांला गोठवलेल्या बटाट्यांची दोन पोती देणार आहेत. मी कामातून केव्हा मोकळा होऊ शकेन, ते तुला सांगेन. आपण दोघं एकत्र जाऊन आपला वाटा आणू.''

''ठीक आहे, युरोचका, अजून पुष्कळ वेळ आहे. तू आता झोपत का नाहीस? खूप उशीर झाला आहे. तुला विश्रांती मिळावी, असं मला वाटतं. सगळं काही तू एकटाच करू शकणार नाहीस.''

''सध्या एक साथ पसरली आहे. थकव्यामुळं प्रतिकारशक्ती कमी होत चालली आहे. तू आणि वडील तर फारच थकलेले दिसतात. आपण काहीतरी करायलाच हवं; पण काय करावं, तेच कळत नाही. आपण आपली स्वतःची पुरेशी काळजी घेत नाही. ऐक. तुला झोप तर लागली नाही ना?''

“नाही.”

“मला माझी काळजी वाटत नाही. पण यदाकदाचित मी आजारी पडलो, तर तू एक शहाण्यासारखं काम कर. मला घरी ठेवू नकोस. ताबडतोब हॉस्पिटलमध्ये ने.”

“असं बोलू नकोस. देव करो आणि तू आजारी न पडो.”

“लक्षात ठेव. प्रामाणिक लोक आता शिल्लक उरलेले नाहीत... आणि मित्रही नाहीत. काही घडलंच, तर कोणावर विश्वास ठेवावा, असा तुला प्रश्न पडेल. तुला झोप लागली का?”

“नाही.”

“पगार चांगला नव्हता, म्हणून हॉस्पिटलमध्ये बहुतेक लोक काम सोडून गेले आहेत. त्यांची स्वतःची काही तत्त्वं आहेत, असं ते दाखवतात; पण ते खरं नाही. ते रस्त्यात भेटतात, पण हस्तांदोलनही करत नाहीत. फक्त भुवई उंचावून मला विचारतात, तू अजूनही 'त्यांच्यासाठी' काम करतो आहेस, तर!' मी उत्तर देतो, 'करतो आहे. तुमची हरकत नसेल, तर. मला आमच्या हालअपेष्टांचा आणि अन्नवस्त्राच्या अभावाचाही अभिमान वाटतो! ज्या लोकांनी आमच्यावर हे लादलं आहे, त्यांच्याबद्दलही मला आदर आहे.' ”

वर्षानुवर्ष बहुतेक लोकांच्या जेवणात पाण्यात मिलेट उकडून केलेली पातळ पेज, हेरिंग माशाच्या डोक्यापासून तयार केलेलं सूप किंवा जमिनीखालच्या गव्हाचा किंवा रायचा काशासारखा पदार्थ असंच काहीतरी होतं.

एक प्राध्यापक टोनियाची मैत्रीण होती. तिनं टोनियाला सुधारित डच शेगडीत ब्रेड भाजायला शिकवला. त्यातला थोडा ब्रेड विकून जळणाचा खर्च भागवावा, अशी टोनियाची कल्पना होती. आधी विटांची शेगडीच वापरात होती, पण नंतर जळणाचा खर्च परवडेनासा झाल्यावर लोखंडी शेगडी आली. त्यातून खूप धूर निघायचा आणि उष्णता मात्र फारच कमी मिळायची. ब्रेड विकून पैसे मिळाले, तर पूर्वीसारखी विटांची शेगडी वापरता येणार होती.

टोनियाचा ब्रेड चांगला होता. पण तिच्या ब्रेड विकण्याच्या व्यापारी योजनेतून निष्पन्न मात्र काही झालं नाही. त्यांना पुन्हा त्या तापदायक लोखंडी शेगडीकडं वळावं लागलं. झिवागो कुटुंबीयांना कठीण दिवस आले होते.

एक दिवस सकाळी युरी कामावर गेला होता. टोनियानं तिचा मळका हिवाळी कोट चढवला. ती इतकी अशक्त झाली होती की, उष्ण हवामानातही तिला तो कोट पुरत नसे. आता तर ती थंडीनं कुडकुडत होती. घरात लाकडाचे फक्त दोन ओंडके शिल्लक होते. आणखी काही लाकडं मिळवण्यासाठी ती घरातून बाहेर

पडली. सुमारे अर्धा तास ती जवळपासच्या बंदिस्त बोळांमधे फिरली. त्या काळात मॉस्कोबाहेरच्या खेड्यांमधले शेतकरी अशा बोळांमध्ये भाज्या किंवा बटाटे विकताना आढळत. मुख्य रस्त्यावर ते विकू शकत नसत, कारण स्वतःचा माल असलेल्या शेतकऱ्यांना अटक व्हायची शक्यता होती.

टोनिया जे शोधीत होती, ते लवकरच तिला मिळालं. एक तरुण मनुष्य स्लेजमध्ये बर्चच्या लाकडांचे ओंडके ठेवून उभा होता. त्यानं ते लाकूड पोत्यांनी झाकलं होतं. टोनियानं ती लाकडं पाहिली. त्यानं कितीही म्हटलं असलं, तरी ती लाकडं बर्चची नाहीत, हे तिच्या लक्षात आलं. ते अगदी हलक्या प्रतीचं आणि नुकतचं कापलेलं लाकूड होतं. त्यामुळं ते जळणाला योग्यही नव्हतं. पण दुसरा काही पर्याय नव्हता.

त्या तरुण शेतकऱ्यानं टोनियाच्या घराच्या मागच्या बाजूनं लाकडांचे पाच-सहा भारे बैठकीच्या खोलीपर्यंत आणून ठेवले आणि त्या बदल्यात टोनियाचा, आरसा असलेला लहान वॉर्डरोब नेला. यानंतरचा पुढचा बटाट्यांचा सौदा ठरवताना त्यानं किंमत म्हणून पियानोची मागणी केली.

युरी घरी आला, तेव्हा तो पत्नीच्या या खरेदीबद्दल काही म्हणाला नाही. त्यापेक्षा वॉर्डरोबचेच तुकडे करून जाळणं अधिक शहाणपणाचं ठरलं असतं! पण दोघंही तसं कधीच करू शकले नसते. तसं त्यांचं वळणच नव्हतं.

टोनिया म्हणाली,

"टेबलावर तुझ्यासाठी एक चिठ्ठी आहे. तू पाहिलीस ती?"

"हॉस्पिटलमधून पाठवली गेलेलीच न? हो, मला तो निरोप आधीच मिळाला आहे. एका आजारी व्यक्तीचं बोलावणं आहे. मी निश्चितच जाईन. पण आधी थोडी विश्रांती घेतो. ते ठिकाण ट्रायम्फल आर्चजवळ कुठंतरी आहे. बरंच दूर आहे. माझ्याजवळ पत्ता आहे."

"ते तुला जी फी देऊ करत आहेत, ती पाहिलीस का? तू वाचायला हवी होतीस ती चिठ्ठी. जर्मन कॉगनॅकची बाटली किंवा लांब पायमोज्यांचा जोड. काय तऱ्हेचे लोक आहेत हे, तुला कल्पना आहे? असभ्य. आपण सध्या कसे जगतो आहोत, त्याची त्यांना काहीच कल्पना नाही, असं दिसतं."

"हो. एका सप्लायरकडून आलेली ती चिठ्ठी आहे."

त्या काळात लहान व्यावसायिकांना 'पुरवठादार', 'अधिकृत दलाल', आणि 'मान्यताप्राप्त व्यापारी' अशी नावं दिली गेली होती. सरकारनं त्यांचा खाजगी व्यापार बंद करून टाकल्यामुळं सरकार काही वेळा, आर्थिक अडचणींच्या प्रसंगी त्यांच्या व्यवसायाला मान्यता देत असे आणि त्याची आकारणी म्हणून त्यांच्याकडून विविध प्रकारचा माल वसूल करत असे.

हे लोक म्हणजे व्यावसायिकांचा नव्यानं उदयाला आलेला वर्ग होता. ते पूर्वीचे धनवान नव्हते किंवा कामावरून काढून टाकलेले जुन्या पेढ्यांचे प्रमुखही नव्हते. त्यांची मुळं कुठं रुजलेली नव्हती. युद्धानं आणि क्रांतीनं त्यांना मुळापासून उखडून टाकलेलं होतं.

युरीनं गरम पाण्यात सॅकरीन टाकलेलं आणि दूध घालून पांढरेपणा आणलेलं पेय घेतलं आणि तो त्याच्या पेशंटला बघायला निघून गेला.

रस्त्यांवर एका भिंतीपासून दुसऱ्या भिंतीपर्यंत बर्फाचा दाट थर पसरलेला होता. काही ठिकाणी तर तळमजल्यावरच्या घरांच्या खिडक्यांपर्यंत बर्फाचा थर साचलेला होता. या बर्फाच्या विस्तारावर अर्धमेल्या माणसांच्या शांत सावल्या ये-जा करत होत्या. त्यांच्या हातांत थोडंसं अन्न असायचं. काही लोक आपल्या स्लेजबरोबरच थोडंफार धान्यही खेचून नेत असत. बाकी इतर कुठलीही रहदारी रस्त्यावर नव्हती.

जुन्या दुकानांच्या पाट्या अद्यापही इथं-तिथं लटकलेल्या दिसत होत्या. नव्यानं निर्माण झालेल्या सहकारी दुकानांशी किंवा ग्राहक भांडारांशी त्यांचा काही संबंध नव्हता. ही सहकारी दुकानं आणि ग्राहक भांडारंही रिकामी आणि कुलपं लावलेली होती. त्यांच्या खिडक्या लाकडी पट्ट्या ठोकून बंद करून टाकलेल्या होत्या.

ही दुकानं रिकामी किंवा बंद असण्याचं कारण मालाचा तुटवडा हेच एक नव्हतं. व्यापारासह जीवनाच्या सर्व बाजूंचं जे पुनःसंघटन झालं होतं, ते अद्यापपर्यंत तरी फक्त कागदावरच होतं; आणि त्याचा सर्वांत जास्त परिणाम या दुकानांवर झाला. ती बंद पडली.

युरी ज्या घराकडं जायला निघाला, ते घर त्वेर गेटजवळ ब्रेस्ट स्ट्रीटच्या टोकाला होतं.

जुन्या बराकीसारखी ती एक दगडी इमारत होती. युरी तिथं पोहोचला, तेव्हा इमारतीतल्या भाडेकरूंची सर्वसाधारण सभा सुरू होती. पार्लमेंटवर सभासद पाठवणाऱ्या परिषदेची (बरो कौन्सिल) एक प्रतिनिधी स्त्रीदेखील त्या सभेला आली होती.

दोघं दुसऱ्या खोलीत गेले. लांबरुंद, प्रशस्त अशा पलंगावर मोठाल्या काळ्या डोळ्यांची लहानशी स्त्री झोपली होती. हनुवटीपर्यंत ब्लँकेट पांघरलेलं होतं. तिनं दोघांना पाहिलं, तेव्हा पांघरुणाखालून एक हात बाहेर काढला आणि 'परत जा' अर्थानं हलवला. तिच्या गाऊनची सैल बाही खाली घसरली. खोलीत जणू एकटीच असल्याप्रमाणे ती दुःखी आणि मंद आवाजात गायला लागली. युरी तिच्या पलंगाजवळ गेला, तेव्हा तिनं त्याच्याकडं पाठ फिरवली. ती त्याला स्पर्शही करू द्यायला तयार नव्हती.

युरी लाकडी जिन्यानं वर गेला. ज्या घरी पेशन्टला तपासायला तो आला होता, त्या घराच्या मालकानं दार उघडलं. त्याची त्वचा निस्तेज आणि काळे डोळे दुःखी

दिसत होते. त्याची पत्नी आजारी होती. तिच्या आजारपणाबद्दल शक्य तितक्या थोडक्यात सांगण्याचा तो प्रयत्न करत होता, पण उलट त्याच्या घाईमुळं त्याचं बोलणं आणखीनच लांबत होतं. पत्नीचं आजारपण मानसिक आघातामुळं आलं आहे, असं त्याला वाटत होतं. ती काहीही खात नव्हती. नवऱ्यालाही ओळखत नव्हती.

युरी म्हणाला,

''मला त्यांना तपासायला हवं. पण तेही इतकं महत्त्वाचं नाही. त्यांना टायफस झाला आहे, हे अगदी उघडच दिसतं आहे. गंभीर अवस्था आहे. तुम्ही त्यांना ताबडतोब हॉस्पिटलमध्ये हलवा. काही आठवडे त्यांना सतत वैद्यकीय निरीक्षणाखाली ठेवणं आवश्यक आहे. तुम्हांला वाहतुकीचं एखादं साधन मिळवता येईल का? घोडागाडी किंवा हातगाडी तरी? त्यांना पांघरुणात नीट गुंडाळून न्या. हॉस्पिटलमध्ये त्यांना लगेच भरती करून घेण्याविषयी मी तुमच्याजवळ चिठ्ठी देतो.''

''मी प्रयत्न करतो. पण हा खरोखरच टायफस आहे का?''

''मला तरी तीच भीती वाटत आहे.''

युरी खाली आला. तिथं तळघरात भाडेकरूंची सभा अजूनही सुरूच होती. खुर्च्या पुरेशा नसल्यामुळं अंड्यांची खोकी उलटी करून एका ओळीत ठेवली होती. त्यांचे बाक तयार केले होते. एक ऑफिस-टेबल मात्र होतं. तळघराच्या दुसऱ्या टोकाला एका कोपऱ्यात रिकाम्या खोक्यांचा ढीग छतापर्यंत रचून ठेवलेला होता. त्यात उंदीर खुडबूड करत होते. मध्येच एखादा उंदीर खोलीच्या मध्यभागी फरशीवरून जोरात पळत जात होता आणि तितक्याच वेगानं माघारी वळत होता. असं झालं, की दरवेळी एक लठ्ठ बाई खोक्यांच्या ढिगांवर चढत होती आणि जोरात किंचाळत होती.

बरो कौन्सिलची ती प्रतिनिधी म्हणाली,

''आरडा-ओरडा करू नका. किंचाळणं बंद करा. आम्ही काम कसं करणार?''

तिनं खोलीत सर्वत्र दृष्टी फिरवली. पुरेसे लोक जमले आहेत, याची खात्री करून घेत छोटंसं भाषण करून सभेला सुरुवात केली. कामचुकारपणाबद्दल गृह-समितीचा निषेध केला. नवीन सफाई कामकऱ्याची निवड करण्यासाठी उमेदवारांची नावं सुचवायला सांगितलं आणि ती पुढच्या कामाकडं वळली.

समारोप करताना ती म्हणाली,

''तर हे असं आहे, कॉम्रेड्स. स्पष्ट सांगायचं, तर हे घर खूप मोठं आहे. होस्टेलसाठी योग्य. निरनिराळ्या बैठकींना उपस्थित राहण्यासाठी बाहेरगावचे खूप प्रतिनिधी शहरात येतात आणि त्यांना कुठं ठेवावं, आम्हांला कळत नाही. तेव्हा देशभरातून भेटीसाठी येणाऱ्या लोकांसाठी जिल्हा शेतकरी कामगार मंडळ होस्टेल म्हणून ही इमारत ताब्यात घेण्यात येत आहे. तसा निर्णय घेण्यात आला आहे आणि

इमारतींचं नाव 'तिवर्झिन होस्टेल' असं ठेवण्यात येत आहे. हद्‌पार होण्याआधी इथं कॉम्रेड तिवर्झिन राहत होता. सगळ्यांना माहीतच आहे. त्याच्याच सन्मानार्थ हे नाव देण्यात येत आहे. काही हरकत नाही ना? आता मुदतीविषयी. घाई नाही. संपूर्ण वर्ष तुमच्या हाताशी आहे. काम करणाऱ्या लोकांना पुन्हा घरं देण्यात येतील. इतरांनी स्वतःच्या राहण्याची सोय दुसरीकडं करावी. त्यांना एक वर्षाची नोटीस देण्यात येत आहे.''

सगळ्या रहिवाशांनी एकच गलका केला–

''आम्ही सगळे काम करणारे आहोत. आमच्यापैकी प्रत्येक जण! आम्ही सगळे कामगार आहोत.''

''एकदम सगळे बोलू नका कृपा करून! मी सर्वप्रथम कोणाला उत्तर देऊ? हा युद्धोन्मुख राष्ट्रवाद आहे, असं तुम्ही म्हणता. पण, नागरिकांनो, राष्ट्राला या गोष्टींशी काय करायचंय्? जे काम करत नाहीत, त्यांना आम्ही कायदेशीररीत्या इथून घालवून देणार आहोत.''

भाडेकरूंपैकी एक स्त्री किंचाळत ओरडली,

''हो हो! तुम्ही घालवून देणार आहात! तसा प्रयत्न तर करू बघा. मग आम्ही त्याबद्दल काय करायचं, ते बघून घेऊ!''

ती स्त्री संतापाच्या भरात आणि भांडणाच्या आवेशात त्या प्रतिनिधीला वाटेल तशी, सुचेल तशी, सुचेल ते निरर्थक अपशब्द बोलत होती. नावं ठेवत होती.

युरी त्या खोलीत आला, तेव्हा तिथला कोलाहल अगदी शिगेला पोहोचला होता. गृह समितीच्या सभासदाला भेटायचं आहे, असं त्यानं दाराजवळच्या एका माणसाला सांगितलं. त्या माणसानं दोन्ही हात कर्ण्यासारखे तोंडावर धरले आणि तो त्या कोलाहलावरही मात करणाऱ्या आवाजात ओरडला,

''गॅ-लि-उ-ल्लि-ना! इकडं या. तुम्हांला कुणी भेटायला आलं आहे.''

युरीचा आपल्या कानांवर विश्वास बसला नाही. एक वयस्कर, कृश, किंचित वाकलेली, इमारतीची हमाली कामं करणारी स्त्री त्याच्याकडं आली. तिचं तिच्या मुलाशी असलेलं साम्य पाहून युरी थक्क झाला. तथापि, स्वतःची लगेच ओळख करून न देता तो म्हणाला,

''तुमच्यापैकी एका भाडेकरूला टायफस झाला आहे. रोगाचा फैलाव रोखण्यासाठी काही काळजी घेणं आवश्यक आहे. सर्वांत महत्वाचं म्हणजे, रुग्णाला हॉस्पिटलमध्ये न्यायला हवं. मी हॉस्पिटलसाठी भरती हुकूम तयार करतो. त्यासाठी गृहसमितीचं प्रशस्तिपत्रक हवं. ते कुठं आणि कसं करून घेता येईल?''

तिनं फार प्रेमळपणे उत्तर दिलं. बरो कौन्सिलची प्रतिनिधी असणाऱ्या कॉम्रेड डेमिनाला नेण्यासाठी कामगार मंडळाकडून घोडागाडी येणार आहे आणि तिच्या

गाडीतून रुग्णाला सुखरूपपणे हॉस्पिटलमध्ये नेता येईल, असं तिनं सांगितलं.

युरी म्हणाला,

''तुम्हांला एक विचारू? तुम्ही लेफ्टनंट गॅलिउल्लिनच्या आई का? आम्ही आघाडीवर एकाच तुकडीत होतो.''

गॅलिउल्लिना आधी एकदम घाबरली. तिचा चेहरा फिकट पडला. तिनं युरीचा हात घट्ट पकडला. आणि ती म्हणाली,

''कॉम्रेड डॉक्टर, बाहेर चला. आपण अंगणात बोलू.''

दाराबाहेर निघताच ती चटकन म्हणाली,

''कृपा करून हळू बोला. युसुप्कानं सैन्यात जाऊन चूक केली. आधी तो साधा शिकाऊ कामगार होता. त्याला समजायला हवं होतं. साधी माणसंच आता इतरांपेक्षा चांगलं जीवन जगत आहेत. तुम्हांला स्वतःला याबद्दल काय वाटतं, मला माहीत नाही. युसुप्कानं केलं, ते ठीकच होतं, असंही कदाचित तुम्हांला वाटेल. पण मला तसं वाटत नाही. युसुप्काचे वडीलही सैनिक होते. त्यांना ठार मारण्यात आलं. लोक सांगतात की, त्यांचा चेहरा आणि हात, पाय गोळीनं उडवण्यात आले.''

तिचा आवाज कापरा झाला. तो पूर्ववत होईपर्यंत ती शांत राहिली. मग बोलायला लागली,

''मला माहीत आहे, तुम्ही कोण आहात, ते. युसुप्का दोन दिवसांसाठी इथं आला होता. त्यानं मला सांगितलं. तुम्ही लारा गीशरला ओळखता, असंही तो म्हणाला. ती चांगली मुलगी होती. मला आठवतं. ती इथं यायची आणि आम्हांला भेटायची. ती आता काय करते, कुणास ठाऊक. मलाही माहीत नाही. तुम्हां लोकांबद्दल कोण सांगू शकणार? कॉम्रेड डेमिना कोण, ते तुम्हांला माहीत आहे? तिचं नाव ओलिया. ती लाराच्या आईकडं शिवणाचं काम करायची.''

रात्र झाली. सभोवताली सर्वत्र अंधार पसरला. युरी आणि डेमिना चालत निघाले. डेमिनाच्या छोट्याशा टॉर्चमधून प्रकाशाचा लहान गोल तुकडा बर्फावरून पाच-सहा पावलं पुढं उड्या मारत जात होता. त्या टॉर्चमुळं रस्ता नीट दिसण्यापेक्षा उलट, आणखी गोंधळल्यासारखं वाटत होतं.

युरीच्या मनात अद्यापही त्या घराचे विचारच रेंगाळत होते. त्या घरातले अनेक लोक लाराला ओळखत होते. तरुण मुलगी असताना ती त्या घरी वरचेवर येत असे. लोकांनी सांगितलं की, तिचा नवरा पाशा ॲन्टिपॉव्ह त्याच ठिकाणी लहानाचा मोठा झाला होता.

डेनिमानं जिव्हाळ्यानं विचारलं,

''तुम्हांला टॉर्चशिवाय खरंच रस्ता सापडेल, कॉम्रेड डॉक्टर? नाहीतर मी

माझा टॉर्च तुम्हांला देते. तुम्हांला माहीत आहे? लारा आणि मी फार घनिष्ठ बालमैत्रिणी होतो. लाराच्या आईचा तयार कपड्यांचा व्यवसाय होता. मी शिकाऊ कामगार म्हणून काम करत होते. या वर्षात मला लारा भेटलीच नाही. आघाडीवरून युरिआटिनला जाण्यापूर्वी ती काही दिवस मॉस्कोत थांबली होती. मी तिला म्हटलं, 'वेडे, तू कुठं निघालीस? इथंच आमच्या बरोबर राहा. आम्ही तुला काम शोधून देऊ.' पण ती राहिली नाही. तिची इच्छा! तिनं पाशाशी लग्न केलं; पण ते प्राप्त परिस्थितीचा विचार करून, त्याच्यावर प्रेम होतं, म्हणून नव्हे. ती नेहमी वेड्यासारखंच वागत आली आहे. गेली निघून दूर कुठंतरी."

"तुम्हांला तिच्याबद्दल काय वाटतं?"

"मला तिच्याबद्दल काय वाटतं? मला विचार करायला वेळच मिळत नाही. माझं घर आलं. या ठिकाणी मी राहते. पुढं तुम्ही तुमच्या घरापर्यंत जपून जा. निसरडं झालं आहे. एक गोष्ट मी लाराला सांगितली नाही. तिचा भाऊ सैन्यात होता. मला वाटतं, त्यांनी त्याला गोळ्या घालून ठार केलं. तिची आई एकेकाळी माझी मालकीण होती. तिला वाचवायचा मात्र मी प्रयत्न करते आहे. चला, मला आता जायला हवं. गुड बाय."

डेमिना तिच्या घराच्या इमारतीत शिरली. तिच्या टॉर्चच्या थोड्याशाच प्रकाशात युरीला त्या इमारतीच्या डागाळलेल्या भिंती आणि अस्वच्छ जिने दिसले. अंधारानं वेढलेला युरी रस्त्यावर उभाच होता. काही वेळानं चालत तो घरी आला.

घरी मात्र उजेड आणि ऊब होती.

टोनियानं विचारलं,

"तुला इतका उशीर का झाला?"

त्यानं उत्तर द्यायच्या आतच तिनं सांगायला सुरुवात केली,

"तू बाहेर गेल्यावर एक विलक्षण गोष्ट घडली. काल रागाच्या भरात वडिलांनी आपलं एकुलतं एक अलार्मचं घड्याळ तोडलं. आज तू गेल्यावर त्यांनी ते दुरुस्त करायचा प्रयत्न केला; पण त्यांना ते जमलं नाही. कोपऱ्यावरच्या घड्याळ दुरुस्त करणाऱ्याला विचारलं, तर तो फारच मोठी रक्कम मागायला लागला- तीन पौंड ब्रेड. काय करावं, मला कळत नव्हतं. आणि अचानक एका तासापूर्वी त्यातून अलार्म वाजायला लागला! तुला खरं वाटणार नाही. अगदी आपण होऊनच पुन्हा सुरू झालं. तू अशा गोष्टीची कल्पना तरी करू शकतोस?"

युरीला नुकत्याच भेटलेल्या त्या रुग्ण स्त्रीची आठवण आली. तिचंही असंच एक घड्याळ होतं. तिच्या नवऱ्यानं सांगितलं होतं की, ते घड्याळ बंद पडल्यामुळं तिच्या मनावर आघात झाला होता आणि आपलीही हृदयक्रिया बंद पडणार, अशी भीती तिच्या मनात ठाण मांडून बसली होती.

युरी हसत म्हणाला,

"मला टायफस व्हायचा हा अलार्म आहे!" त्यानं टोनियाला त्या रुग्ण स्त्रीबद्दल आणि मंजुळ धून वाजवणाऱ्या त्या घड्याळाबद्दल सांगितलं.

पण युरीला त्यानंतर बऱ्याच दिवसांनी टायफस झाला.

दरम्यानच्या काळात झिवागो कुटुंबानं सहनशक्तीची मर्यादा ओलांडली. त्यांच्याजवळ खायला काहीच नव्हतं आणि त्यांची उपासमार सुरू झाली. युरीनं एकदा ज्या एका पक्ष-सभासदाला वाचवलं होतं, त्याला तो भेटायला गेला. तो सभासद, एकदा रस्त्यावर दरोड्याचा बळी ठरला होता. त्या माणसानं युरीसाठी त्याला शक्य ते सर्व केलं. पण आता यादवी युद्ध नुकतंच सुरू झालं होतं आणि तो माणूस क्वचितच मॉस्कोमध्ये असायचा. शिवाय त्याचं असं मत होतं की, अन्नपाण्याच्या तुटवड्यामुळं लोकांचे त्या दिवसांमध्ये जे हाल होत होते, ते अगदी नैसर्गिकच होते. ते तसं व्हायलाच हवं होतं. अनेकदा तर तो स्वतःही उपाशी राहत होता. फक्त ही गोष्ट तो लपवून ठेवत होता.

ब्रेस्ट स्ट्रीटवरच्या त्या सप्लायरशी संपर्क साधायचाही युरीनं प्रयत्न केला. पण मधल्या काळात तो तरुण मनुष्य नाहीसा झाला होता आणि टायफसमधून बऱ्या झालेल्या त्याच्या बायकोबद्दल कोणाला काहीच माहीत नव्हतं. युरी गॅलिउल्लिनाला भेटायला गेला, तेव्हा ती बाहेर गेली होती. बहुतेक भाडेकरू नवीन होते आणि डेमिना आघाडीवर गेली होती.

एक दिवस त्याला अधिकृत किमतीनं लाकडाचा नियंत्रित साठा मिळाला. त्याला तो विंदावा स्टेशनवरून घरी आणायचा होता. हा अनपेक्षित खजिनाच त्याला मिळाला होता. त्यानं तो भारा भाड्यानं ठरवलेल्या हातगाडीवर घातला आणि गाडीबरोबर तो चालायला लागला. मेझचॅनस्काइका हा लांबलचक रस्ता पार करत असताना तो गाडीवरही लक्ष ठेवून होता. त्याला रस्ता नेहमीपेक्षा काही वेगळाच दिसत होता. चालताना त्याचा तोल जात होता. पाय त्याचं वजन पेलू शकत नव्हते. आपला वाईट काळ आला आहे, हे त्याच्या लक्षात आलं. त्याला टायफस झाला होता. तो चक्कर येऊन खाली कोसळला, तेव्हा हातगाडीवाल्यानं त्याला उचललं. गाडीवरच्या लाकडांच्या भाऱ्यावर ठेवलं.

आपण घरी कसं पोहोचलो, ते युरीला कळलंच नाही.

तो दोन आठवडे जवळजवळ बेशुद्धावस्थेत होता. त्याला स्वप्न पडलं की, टोनियानं त्याच्या टेबलावर दोन रस्ते ठेवले होते. त्याच्या डाव्या बाजूला सॅदोवाईया कॅरेटनाइया आणि उजव्या बाजूला सॅदोवाइया टायम्फलनाइया. तिनं टेबललॅम्प

लावला होता. त्या उबदार केशरी प्रकाशात ते रस्ते उजळले होते आणि त्या उजेडात आता तो लिहू शकत होता, म्हणून तो लिहीत होता.

जे लिहायची त्याची कधीपासून इच्छा होती, ते तो आता लिहीत होता. ते फार पूर्वीच त्यानं लिहायला हवं होतं, पण लिहू शकला नव्हता. आता त्याला ते सहज सुचत होतं. तो उतावीळपणे लिहीत होता. त्याला नेमकं जे म्हणायचं होतं, ते म्हणत होता. फक्त एक मुलगा सारखा त्याच्या मध्ये मध्ये करत होता. त्याचे डोळे अरुंद किर्घीज होते. रेनडीअरच्या कातडीचा कोट त्यानं घातला होता. उरल किंवा सैबेरियात घालतात, त्याप्रमाणे फरची बाजू बाहेर होती आणि कोटाची बटणं उघडी होती.

युरीला माहीत होतं की, तो मुलगा म्हणजे त्याच्या मृत्यूचं जिवंत रूप होतं किंवा अगदी सरळ सांगायचं म्हणजे, तो त्याचा मृत्यूच होता. पण जर तो मुलगा त्याला कविता लिहायला मदत करत होता, तर तो त्याचा मृत्यू कसा असू शकेल? मृत्यू उपयुक्त कसा असू शकतो? मृत्यू म्हणजे साहाय्य, हे कसं शक्य आहे?

त्याच्या कवितांचा विषय मृतांचं दफन हा नव्हता किंवा मृतांचं पुन्हा जिवंत होऊन उठणं हाही नव्हता. तर या दोहोंमधल्या काळाचं ते काव्य होतं. त्याचं शीर्षक होतं 'उलथापालथ'.

दोन ओळी सारख्या त्याच्या डोक्यात येत राहिल्या.

'तुझ्याजवळ असण्यात आम्हांला आनंद आहे.' आणि

'जागं व्हायची वेळ.'

त्याच्या अगदी जवळ राहून त्याला स्पर्श करत होते - नरक, मोडतोड, विध्वंस, भ्रष्टाचार, मरण. आणि तितकेच निकट होते - वसंत ऋतू, मेरी मॅगडेलीन आणि जीवन. जागृत व्हायची ती वेळ होती. जागं होऊन उठण्याची. पुन्हा उदय पावण्याची, अस्तित्वात येण्याची वेळ.

युरी बरा व्हायला लागला. अर्धवट शुद्धीवर आल्याप्रमाणे त्याला प्रथम काहीच आठवेना. एका गोष्टीचा दुसऱ्या गोष्टीशी काही संबंध त्याला दिसेना. पण कशाचंही त्याला आश्चर्य वाटलं नाही. त्याची पत्नी त्याला पांढराशुभ्र पाव, लोणी, साखरेचा चहा, कॉफी वगैरे खाऊ-पिऊ घालत होती. या वस्तू त्यांच्यासाठी अस्तित्वातच नव्हत्या, हेही तो विसरला होता. एखाद्या कवितेप्रमाणं किंवा परीकथेप्रमाणं त्याला त्या पदार्थांची चव आवडत होती. आजारपणातून उठणाऱ्या मनुष्याच्या दृष्टीनं ते बरोबर आणि योग्यच होतं. तथापि, लवकरच तो विचार करायला लागला आणि त्याला आश्चर्य वाटायला लागलं.

त्यानं पत्नीला विचारलं,

“तुला हे सगळं कसं मिळालं?”

“तुझ्या ग्रॅनियानं हे आपल्याला दिलं.”

“कोण ग्रॅनिया?”

“ग्रॅनिया झिवागो.”

“ग्रॅनिया झिवागो?”

“होय. तुझा ओमास्कचा भाऊ ईव्हग्राफ. तुझा सावत्र भाऊ. तू आजारी असताना तो रोज येत होता.”

“तो रेनडीअरचा कोट घालतो?”

“बरोबर. तू त्याला पाहिलंस, तर! तू बहुतेक काळ बेशुद्धच होतास. त्यानं सांगितलं की, त्यानं तुला कुठल्या तरी इमारतीच्या जिन्यापाशी पाहिलं होतं. त्यानं तुला ओळखलं होतं. त्याला तुझ्याशी बोलायचीही इच्छा होती. पण तेव्हा तू त्याला अनोळखी कटाक्ष टाकून केवढं घाबरवलंस. तो तुझी अक्षरशः पूजा करतो. तू लिहिलेला प्रत्येक शब्द तो वाचतो. या वस्तू त्यानंच आपल्यासाठी आणल्या. तांदूळ, बेदाणे आणि साखर! तो आता उरलला परत गेला आहे. आपणही परत तिथं जावं, असं त्याला वाटतं. तो विलक्षणच मुलगा आहे. काहीसा गूढ. मला वाटतं, त्याचे सरकारशी काही तरी संबंध असावेत. तो म्हणाला, एक-दोन वर्षांसाठी तरी आपण मोठ्या शहरांपासून दूर जायला हवं. मी क्रूगर इस्टेटीबद्दल त्याला सांगितलं, तेव्हा त्याला ती कल्पना फारच आवडली. आपण तिथं भाज्या लावू शकू. तिथं आजूबाजूला सर्वत्र जंगल आहे. तो असंही म्हणाला की, एखाद्या मेंढीसारखं इथं मरण्यात काहीच अर्थ नाही.”

त्या वर्षाच्या एप्रिल महिन्यात डॉक्टर झिवागो आपल्या संपूर्ण कुटुंबासह दूरवरच्या उरल भागाकडं जायला निघाला. युरियाटिन शहराजवळच्या त्यांच्या पूर्वीच्या व्हॅरिकिनोमधल्या घराकडं. तिथं त्यांचा जमीन-जुमला होता.

◆

उरलकडे जाणारी गाडी

मार्चच्या शेवटी वर्षाचे उबदार दिवस सुरू झाले; पण वसंत ऋतूच्या आगमनाची ती चाहूल फसवीच होती.

झिवागो कुटुंबानं घाईघाईनं निघण्याची तयारी केली. घरातले भाडेकरू तर रस्त्यावरच्या चिमण्यांपेक्षाही जास्त झाले होते. आपल्या घाईगडबडीचं खरं स्वरूप त्यांना कळू नये म्हणून, ईस्टरसाठी घराची साफसफाई सुरू केली आहे, असं टोनियानं त्यांना सांगितलं.

युरीचा, खरं तर, या बेताला विरोध होता. आतापर्यंत त्यानं फारशी ढवळाढवळ केली नव्हती; पण आता जायची तयारी पूर्ण व्हायला आली होती आणि या गोष्टीची गांभीर्यानं चर्चा व्हायला हवी होती;

एकदा तो, टोनिया आणि अलेक्झांडर एकत्र बसले असता त्यानं विचारलं,

"अजूनही तुमचा जायचा आग्रह कायमच आहे का?"

टोनिया म्हणाली,

"म्हणजे तुझ्या म्हणण्याचा अर्थ आपण आणखी दोन वर्षं शक्य तेवढा प्रयत्न करून इथंच जमवायचं, असाच आहे ना? तुला असं वाटतं की, तोवर जमीनविषयक अटींची प्रकरणं मिटली असतील. मग आपल्याला मॉस्कोजवळ कदाचित भाजीची बाग मिळेल. पण तोवर आपण सगळं कसं सहन करणार? तोच महत्त्वाचा मुद्दा आहे. त्याबद्दल तू काहीच बोलत नाहीस."

तिच्या वडिलांनी तिला दुजोरा देत म्हटलं,

"अशा गोष्टींवर विसंबून राहणं हा शुद्ध वेडेपणा आहे."

युरी म्हणाला,

"तुमच्या दोघांचं एकमत झालेलं दिसतंय्. पण आपण अगदी डोळे झाकून जात आहोत, याचीच मला काळजी वाटते; आणि तेही, ज्याबद्दल आपल्याला काहीच माहिती नाही, अशा जागी. क्रूगर कुटुंबापैकी तुझी आई आणि आजी आता जिवंत नाही. आजोबांना ओलीस ठेवण्यात आलं आहे. अर्थात तेही आता जिवंत आहेत, की नाही, ते माहीत नाही. त्यांनी गेल्या वर्षी युद्धकाळात काही जंगलं आणि कारखाने विकले, असं म्हणतात. तेही सगळे व्यवहार त्यांनी खोट्या नावानं केले. ती इस्टेट सध्या कोणाच्या मालकीची आहे, त्याबद्दल आपल्याला काहीच माहिती नाही. मुख्य म्हणजे, देशाच्या त्या भागात कुणाची सत्ता आहे? त्याहीपेक्षा महत्त्वाचं म्हणजे, आपण तिथं पोहोचू, तोवर कोण सत्तेवर आलं असेल? कारण तिथं रेड आणि व्हाईट आर्मीची सतत आलटून पालटून सत्ता असते. क्रूगरचा जुना व्यवस्थापक मिकुलित्सिन याच्यावर विसंबून तू जायचा विचार करते आहेस, पण तो आपल्याला मदत करील का? तो अद्यापही तिथंच आहे का, जिवंत तरी आहे का? हे काहीच माहिती नाही. तथापि, आता चर्चा करण्यासारखं तरी काय आहे? तुम्ही निर्णय घेतला आहे आणि तो मला मान्य आहे. आता या दिवसांमध्ये प्रवास करण्यासाठी नेमकं काय करावं लागतं, ते आपल्याला बघावं लागेल."

चौकशी करण्यासाठी युरी यारोस्लावस्की स्टेशनवर गेला.

स्टेशनकडं जाणाऱ्या रस्त्यांवर प्रवाशांच्या न संपणाऱ्या लांबच लांब रांगा लागल्या होत्या. करड्या रंगाच्या लष्करी कोटातली असंख्य माणसं तिथं होती. ती माणसं खोकत होती आणि जवळच थुंकत होती. त्यांतले बहुतेक लोक टायफसमधून नुकतेच उठलेले होते. हॉस्पिटल्स इतकी तुडुंब भरली होती की, रुग्णांच्या प्रकृतीला असलेला धोका टळताच त्यांना हॉस्पिटलमधून बाहेर सोडून देण्यात आलं होतं. अशी दुर्दैवी माणसं संख्येनं इतकी असतील आणि त्यांना रेल्वे-स्टेशनांवर आश्रय घ्यावा लागत असेल, याची युरीला कल्पना नव्हती.

पांढरा डगला घातलेला हमाल त्याला म्हणाला,

"तुम्हांला रोज स्टेशनवर येऊन, गाडी आहे का, त्याची चौकशी करावी लागेल. या दिवसांत गाड्या फार कमी झाल्या आहेत. नशिबाचा भाग आहे. आणि अर्थात---- तुम्हांला तर माहीत आहे---- थोडंसं पीठ किंवा काहीतरी---- तेलाशिवाय चाकं चालणार कशी? थोडीशी व्होडका दिल्याशिवाय तुम्ही फार दूरवर जाऊ शकणार नाही."

हे बोलताना तो आंगठा आणि दोन बोटं सतत एकमेकांवर चोळत होता. त्याला थोडीशी लाच हवी होती.

त्याच सुमाराला अलेक्झांडर यांना हायर इकॉनॉमिक कौन्सिलमध्ये सल्लागार

म्हणून काम मिळालं आणि गंभीररीत्या आजारी असलेल्या एका सरकारी सभासदावर उपचार करण्याचं काम युरीला मिळालं. त्या बदल्यात दोघांनाही त्या वेळच्या सर्वोच्च चलनात पगार देण्यात आला. ते चलन म्हणजे, नव्यानं उघडण्यात आलेल्या पहिल्याच वितरण-केन्द्रातून वस्तू नेण्यासाठी क्रेडिट स्लिप्स.

सिमोनोव्ह मठाजवळच्या एका जुन्या लष्करी गुदामात ते केन्द्र सुरू करण्यात आलं होतं. युरी आणि त्याचे सासरे ठेंगण्या दगडी दारातून घुमटाकार बंदिस्त कोठीघरात गेले. तिथं एका भिंतीपासून दुसऱ्या भिंतीपर्यन्त फळी टाकलेली होती. आणि त्यामागे देखरेख करणारा नोकर उभा होता. तो अगदी सावकाशपणे वस्तू मोजत होता, त्यांचं वजन करत होता आणि गिऱ्हाइकांना देत होता.

गिऱ्हाइकं फार नव्हती. युरी आणि अलेक्झांडर यांनी पिशव्या म्हणून उशांच्या लहानमोठ्या आकाराच्या काही खोळी आणल्या होत्या. त्यात पडणाऱ्या वस्तूंकडं डोळे विस्फारून ते बघत राहिले. पीठ, डाळी, कडधान्यं, मॅक्रोनी, साखर, कडक चरबी, साबण, आगपेट्या आणि कॉकेशियन चीझ!

त्या बंदिस्त गुदामातून ते बाहेर आले, तेव्हा आनंदानं ते धुंद झाले होते. केवळ त्यांना मिळालेल्या अन्नधान्याच्या विचारानंच नाही, तर जगात त्यांचाही काहीतरी उपयोग होऊ शकतो, ते निरर्थक जगत नाहीयेत, या विचारानंही. घरी गेल्यावर टोनिया त्यांचे किती आभार मानेल आणि त्यांच्यावर स्तुतीचा केवढा वर्षाव करेल! त्या स्तुतियोग्य काम आपण केलं, या विचारानं तर त्यांना विशेषच आनंद झाला.

गेले काही दिवस ते दोघं कामानिमित्त सतत बाहेरच असत. प्रवासाची कागदपत्रं तयार करणं, मॉस्कोला परत आल्यावर घरात पुन्हा राहता यावं, म्हणून घराची नोंदणी करणं या कामांसाठी ते सरकारी कार्यालयांमध्ये जात. दोघं बाहेर पडले, की टोनिया कुटुंबाच्या मालकी वस्तूंची, सामानाची आवराआवर करत असे.

झिवागो कुटुंबाला आता अधिकृतपणे फक्त तीनच खोल्या वापरायची परवानगी होती. त्या खोल्यांमधून टोनिया दहा वेळा चकरा मारत होती. लहानशी वस्तू देखील पुन्हा पुन्हा हातांवर तोलून वजनाचा अंदाज घेत होती. बरोबर नेण्यासाठी काढून ठेवलेल्या वस्तूंच्या ढिगात ती वस्तू ठेवावी, की नाही, याचा विचार करत होती. एकूण सामानापैकी त्यांच्या व्यक्तिगत वापरासाठी फार थोडं सामान होतं. बाकीचं बहुतेक सामान प्रवासात आणि उरलला पोहोचल्यानंतर तिथं स्थिरावेपर्यन्त काही काळ चलन म्हणूनच वापरलं जाणार होतं.

अर्धवट उघड्या खिडकीतून वसंताची झुळूक आत आली. तिला नुकत्याच कापलेल्या ताज्या पांढऱ्या पावाची मंद चव होती. कावळे ओरडत होते. अंगणात मुलं आरडा- ओरडा करत खेळत होती. खोलीत हवा अधिक खेळायला लागली, तेव्हा गरम कपडे भरून ठेवलेल्या ट्रंकांमधला डांबरांच्या गोळ्यांचा वास जास्त

प्रकर्षानं येऊ लागला.

या आधी मॉस्को सोडून गेलेल्या लोकांनी मागं राहिलेल्या आपल्या परिचितांना आपले अनुभव सांगितले होते. काही सल्ले दिले होते. कोणत्या वस्तू बरोबर घ्यायच्या, कोणत्या इथंच ठेवून द्यायच्या, यासंबंधी हळूहळू नियमच तयार झाले होते. ते टोनियालाही चांगले माहीत झाले होते.– 'वाटेत सामान तपासलं जातं. तेव्हा पोशाखांसाठी नुसतं कापड नेणं धोक्याचंच आहे. ते शिवलेल्या कपड्यांसारखं दिसायला हवं. कपडे किंवा कोट असलेच, तर ते जुने, वापरलेले दिसायला हवेत. अवजड सामान नकोच. सामान उचलायला हमाल नसल्यामुळं पेट्यांमध्ये आणि पिशव्यांमध्ये काहीही अनावश्यक सामान भरायला नको. सगळं लहान लहान गठ्ठ्यांमध्ये बांधायचं. म्हणजे लहान मूल देखील ते उचलू शकेल. मीठ आणि तंबाखू फार उपयुक्त आहे, पण या वस्तू न्यायला तितक्याच धोक्याच्या. केरेनकास या कागदी चलनाच्या रूपातला पैसा, दस्तऐवज या वस्तू सुरक्षितपणे नेणं सर्वांत कठीण.'

याखेरीज आणखी बरंच काही टोनियाच्या मनात येत होतं.

ते निघाले, त्याच्या आदल्या दिवशी बर्फाचं वादळ झालं. पिंजून निघालेल्या बर्फाचे राखाडी रंगाचे ढग आकाशात वेगानं संचार करत होते आणि पांढऱ्या वावटळीच्या रूपानं जमिनीवर परत येत होते.

सगळं सामान बांधून झालं. काही वस्तू घरातच ठेवल्या. त्या वस्तूंसह ते घर एका वयस्कर जोडप्याच्या स्वाधीन केलं जाणार होतं. झिवागो कुटुंब परत येईपर्यन्त ते दोघं घराची काळजी घेणार होते. ते इगोरोव्हनाचे नातलग होते. गेल्या हिवाळ्यात त्या जोडप्यानंच टोनियाला कपडे आणि फर्निचर यांच्या मोबदल्यात बटाटे आणि लाकूड मिळवून दिलं होतं.

टोनियानं त्या जोडप्याला एकदा शेवटचं हिंडवून सर्व घर दाखवलं. ते करताना ती कुलपांमध्ये किल्ल्या बसवत होती, ड्रॉवर्स आणि कपाटं उघडत होती, बंद करत होती. त्यांना अगदी निघतानाच्या महत्त्वाच्या सूचना देत होती.

खुर्च्या आणि टेबलं भिंतींशी लावून ठेवली होती. खिडक्यांचे पडदे काढून टाकले होते. कोपऱ्यांमध्ये सामानाच्या गठ्ठ्यांचा ढीग जमा झाला होता. पडदे नसलेल्या खिडक्यांमधून बाहेरचं बर्फाचं वादळ दिसत होतं. ते पाहून झिवागोंपैकी प्रत्येकाच्या मनात गतकालातली दुःखद आठवण ताजी झाली. युरीला त्याचं बालपण आणि आईचा मृत्यू आठवला. टोनियाला आणि अलेक्झांडरना ॲनाचा मृत्यू आणि तिची अंत्ययात्रा आठवली. त्यांना वाटलं, ही या घरातली त्यांची शेवटची रात्र. पुन्हा त्यांना हे घर कधीच दिसणार नाही. प्रत्येकाच्या मनात हाच विचार दाटून येत असला, तरी दुसऱ्यानं व्यथित होऊ नये, म्हणून प्रत्येक जण तो

विचार स्वतःपुरताच ठेवत होता. या छताखाली घालवलेली अनेक वर्षं त्यांना आठवत होती. डोळ्यांत जमा होणारे अश्रू आवरताना त्यांना फार जड जात होतं.

ज्या स्त्रीवर टोनिया घरातलं सर्व काही सोपवून निघाली होती, त्या स्त्रीशी ती अखंड बोलत होती. ते जोडपं आपल्यावर उपकार करत आहे, आपण कृतघ्न वाटू नये, या विचारानं पुन्हा पुन्हा त्या जोडप्याची क्षमायाचना करत होती. दुसऱ्या खोलीत जाऊन त्या स्त्रीसाठी ब्लाऊजेस्, छापील रेशमी आणि पांढऱ्या सुती कापडाचे मोठाले तुकडे आणून तिला वरचेवर देत होती.

पहाटे ते स्टेशनवर जायला निघाले. घरातले इतर भाडेकरू या वेळी बहुधा झोपलेले असत. पण आज त्यांच्यांतल्या एकानं आरडाओरडा करून सर्वांना उठवलं–

'ऐका! कॉम्रेड्स, ग्रोमिको मंडळी निघाली आहेत. उठा, आणि त्यांना निरोप द्या.'

पुढचं दार फळी लावून बंद केलेलं होतं. त्यामुळं ते सगळे जण मागच्या पोर्चमध्ये भराभर गोळा झाले. फोटोसाठी उभं राहावं, तसे ते अर्धवर्तुळाकार उभे राहिले. ते जांभया देत होते. थंडीनं कुडकुडत होते. घाईघाईनं खांद्यांवर लपेटून आणलेले कोट घट्ट आवळत होते. उघड्या पायांमध्येच भले मोठे फेल्ट बूट चढवून ते बाहेर आले होते आणि आता थंडीमुळं पाय आपटत होते.

अजूनही अंधार होता. वारा थांबला होता आणि बर्फ काल रात्रीपेक्षाही दाट पडत होतं. रस्ता सोडून अरबॅटला पोहोचेपर्यन्त किंचित उजाडायला लागलं. या ठिकाणी बर्फ एखाद्या रंगमंचाच्या पांढऱ्या पडद्याप्रमाणे सावकाशपणे खाली उतरत होतं. रस्त्यावर त्यांच्याव्यतिरिक्त चिटपाखरूही नव्हतं. पण लवकरच एक घोडागाडी त्यांना ओलांडून पुढं जायला लागली. गाडीचा चालक तर पिठात घोळल्यासारखाच दिसत होता. चांगली घसघशीत रक्कम घेऊन (त्या दिवसांमध्ये कोपेकपेक्षा कमी मूल्याची) त्यानं त्यांना सामानासह स्टेशनवर नेलं. युरी मात्र स्वतःच्याच इच्छेनुसार पायी चालत गेला.

तो स्टेशनवर पोहोचला, तेव्हा दोन लाकडी कठड्यांमध्ये लोकांची न संपणारी भली मोठी रांग होती. त्या रांगेत टोनिया आणि तिचे वडील उभे असलेले त्याला दिसले. निऊशा आणि साशेन्का आजूबाजूला हिंडत होते. त्यांच्या अंगाला केरोसिनचा उग्र वास येत होता. उवांपासून संरक्षण व्हावं, म्हणून त्यांच्या मानेवर, मनगटांवर आणि पायांच्या घोट्यांवर भरपूर केरोसिन शिंपडलेलं होतं.

सफाई कामगार पुरेसे नसल्यामुळं स्टेशनात खूप घाण साचली होती. प्लॅटफॉर्मसमोरच्या रुळांवर बर्फ आणि कचरा साचल्यामुळं ते रूळ निरुपयोगी झाले होते. त्यामुळं गाड्या स्टेशनाच्या पलीकडं बऱ्याच दूर अंतरावर थांबत होत्या आणि प्रवाशांना रुळांवर चांगलं अर्धा मैल पळत जाऊन गाडीत चढावं लागत होतं.

युरीनं कठड्यावरूनच टोनियाच्या हाती प्रवासाला आवश्यक असलेली कागदपत्रं दिली. टोनियाच्या खांद्यावरून मागचा माणूस डोकावून बघत होता. तो म्हणाला,

"खास डब्यांमध्ये जागा मिळण्यासाठी हे कागद आहेत. या शिक्क्यामुळं तुम्हांला प्रवासी माणसांच्या अधिकृत डब्यात जागा मिळेल. अर्थात गाडीला असा डबा असला, तर!"

दुसरा म्हणाला,

"प्रवाशांचा डबा, म्हणे! सध्याच्या दिवसांत तुम्हांला दोन डब्यांना जोडणाऱ्या बफर्सवर बसायला मिळालं, तरी उपकार समजा."

आणखी एका माणसाला बोलावंसं वाटलं.

"त्यांच्याकडं लक्ष देऊ नका. मी काय सांगतो, ते ऐका. अगदी सरळ आहे. आजकाल फक्त एकाच प्रकारची गाडी असते आणि तिला नेहमी सैनिक, गुन्हेगार, गुरं आणि प्रवासी असे डबे जोडलेले असतात. तुम्हांला प्रवासी डब्यात जागा मिळेल."

पहिला माणूस ओरडून म्हणाला,

"त्यांना खास डब्यात जागा मिळवून देणारा शिक्का कागदावर मिळाला आहे, असं सांगून तुम्ही त्यांची दिशाभूल करत आहात! आधी या माणसाच्या चेहऱ्याकडं तरी बघा! अशा चेहऱ्याचा कुणी माणूस खास डब्यात कसा जाऊ शकणार? हे डबे खलाशांनी गच्च भरलेले असतात. त्या खलाशांपाशी तयार नजर आणि बंदूक असते. तो खलाशी लगेच ओळखेल की, हा माणूस जमीन-जुमला असलेल्या वर्गाचा एक सदस्य आहे. त्याहीपेक्षा वाईट. एक डॉक्टर. आणि तीही त्याची पूर्वीची गुणवत्ता! तो खलाशी त्याची बंदूक बाहेर काढेल आणि बस्स! कसला आला आहे खास डबा?"

लोकांची अशी उलटसुलट बोलणी युरी शांतपणे ऐकत होता. त्यांचं लक्ष इतर कशाकडं वेधलं गेलं नसतं, तर ते आणखी बराच वेळ असंच बोलत राहिले असते.

पण त्या लोकांचं लक्ष दूर अंतरावर उमटलेल्या एका ठिपक्याकडं गेलं. स्टेशनाच्या पलीकडच्या रुळांकडं लोक बऱ्याच वेळापासून उत्सुकतेनं पाहत होते. त्या दिशेला धुराचा एक लहानसा ढग दिसला. गाडी येत होती! सगळा जगाव झुंबड करत रुळांवर धावत सुटला. लोक गाडीवर झेपावले, तुटून पडले. दारांवर थापा मारत किंचाळू लागले,

'बदमाशांनो, दारं उघडा!'

प्रत्येक माणूस पुढच्याला ढकलू लागला. गर्दीत एकच हलकल्लोळ माजला.

जी माणसं रांग मोडून गाडीत शिरली, असं लोकांना वाटत होतं, ती माणसं म्हणजे सक्तीनं लष्करात भरती करण्यात आलेले लोक होते. पेट्रोग्राडहून सक्तीचे

मजूर म्हणून त्यांना बोलावून घेण्यात आलं होतं. त्यांना पूर्वेकडच्या आघाडीवर नेण्यात येणार होतं. ते त्यांच्या स्वतःच्या मर्जीनं प्रवास करत नव्हते. आघाडीवर त्यांना खंदक खणण्याचं काम करायचं होतं.

प्रवासाचा आजचा चौथा दिवस होता. पण अजूनही ते मॉस्कोपासून फार दूर गेले नव्हते. सर्वत्र हिवाळी भूप्रदेश दिसत होता. लोहमार्ग, शेतं, जंगलं आणि खेड्यांतल्या घरांची छपरं सगळं काही बर्फानं झाकलेलं होतं.

झिवागो मंडळी सुदैवी ठरली. त्यांना वरच्या फळ्यांवर कोपऱ्यात जागा मिळाल्या. गाडीच्या छताला लागूनच एक लांब धुरकट खिडकी होती. त्या खिडकीलगतच त्यांची जागा होती.

टोनियानं अशा मालवाहू डब्यातून पूर्वी कधी प्रवास केला नव्हता. पहिल्यांदा ते डब्यात चढले, तेव्हा युरीनंच तिला उचलून वर चढवलं आणि त्या उंच डब्याची भक्कम सरकती दारं ढकलून पूर्ण उघडून धरली. पण नंतर टोनिया स्वतः होऊन चढायला-उतरायला शिकली.

टोनियाला तो डबा म्हणजे चाकांवरचा लहान गलिच्छ डुक्करखानाच वाटला. तिला तर वाटलं, पहिल्या धक्क्यातच तो कोलमडून पडेल. पण तीन दिवस झाले, ते धक्के खात पुढं चाललेच होते. गाडी जशी दिशा किंवा वेग बदलेल, तसे त्यांना मागं-पुढं, या बाजूला, त्या बाजूला हादरे बसत होते. तीन दिवस त्यांच्या डब्याखाली, खेळण्यातला यांत्रिक ढोल बडवणाऱ्या काठ्यांप्रमाणे खडखडाट करत चाकं फिरत होती. आणि तरीही अपघात झाला नव्हता. आपली भीती व्यर्थ होती, हे तिच्या लक्षात आलं.

गाडीला तेवीस डबे होते. झिवागोंचा चौदावा होता. खेडेगावांसारख्या लहान स्टेशनांवरचे प्लॅटफॉर्म इतके अपुऱ्या लांबीचे होते की, अशा स्टेशनांवर गाडी थांबली, म्हणजे फक्त पुढचे, मधले किंवा शेवटचे काही डबे प्लॅटफॉर्मला लागत होते. बाकीचे प्लॅटफॉर्मच्या बाहेरच जात होते.

पुढच्या डब्यांमध्ये खलाशी, मधल्या डब्यांमध्ये नागरी सेवांमधले लोक, तर शेवटच्या आठ डब्यांमध्ये सक्तीनं लष्करात भरती करण्यात आलेले कामकरी होते. या समूहात एकूण पाचशे लोक होते. सगळ्या वयोगटांमधले, परिस्थितींमधले आणि व्यवसायांमधले. ते दृश्य मोठं प्रेक्षणीय होतं. पेट्रोग्राडचे श्रीमंत रुबाबदार वकील आणि स्टॉक-ब्रोकर्स यांच्या शेजारी गाडीवान, फरश्यांना पॉलिश करणारे, सार्वजनिक स्नान-गृहांचे नोकर बरोबरीनं बसले होते!

वकील आणि स्टॉक-ब्रोकर्स एकमेकांशी अखंड गप्पा करत होते, हसत होते, विनोद करत होते. त्यांना चिंता नव्हती. त्यांचे वरिष्ठ पातळीवर अनेक संबंध होते.

सरकारात वजन असलेले नातलग होते. ते नातलग मॉस्कोतून त्यांच्या सुटकेसाठी सर्व तऱ्हेचे प्रयत्न करणार होते. फारच झालं, तर पुढं ते स्वतःलाही विकू शकणार होते!

इतर काही जण मात्र अजिबात वारा नसलेल्या त्या डब्याच्या अर्धवट उघड्या दारात दांड्याला धरून उभे होते. ते अनवाणी होते आणि विजारींवर त्यांनी लांब शर्ट घातलेले होते. ते मूकपणे बाहेर पाहत होते. एकमेकांशी काहीच बोलत नव्हते. सरकारात प्रभाव असणारे त्यांचे कोणी मित्र नव्हते. आशा वाटावी, असं त्यांच्यापाशी काही नव्हतं.

जेव्हा जेव्हा गाडी थांबत होती, तेव्हा तेव्हा टोनिया गाडीच्या टपाला डोकं आपटू नये, म्हणून सावधपणे उठून बसत होती; आणि खाली उतरून बाहेर जाणं शक्य आहे का, ते किंचित उघड्या दारातून बघत होती. अर्थात खाली उतरणं तर स्टेशनाच्या लहान-मोठेपणावर, गाडी किती वेळ थांबणार, यावर आणि पैशांशिवाय वस्तूंची अदलाबदल करून एखादा लाभदायक सौदा होण्याची शक्यता आहे का, यावर अवलंबून असायचं.

असाच एकदा गाडीचा वेग कमी झाल्यामुळं तिला डुलकीतून जाग आली. गाडी धक्के खात, खडखडाट करत रूळ बदलत होती. बाजूला पुष्कळ रूळ दिसत होते. यावरून एखादं मोठं स्टेशन आल्याचं कळत होतं. गाडीही बराच वेळ थांबणार होती.

टोनियानं डोळे चोळले. केस बांधले आणि बॅगेच्या तळाशी हात खुपसून ती काहीतरी शोधू लागली. भरतकाम केलेला एक टॉवेल तिच्या हाताला लागला. तो तिनं ओढून बाहेर काढला.

दरम्यान युरी देखील जागा झाला. तो त्याच्या फळीवरून उडी मारून आधी खाली उतरला आणि त्यानं टोनियाला उतरायला मदत केली. गार्डाचे कक्ष आणि दिव्यांचे खांब हळूहळू मागे पडले. नंतर बर्फाच्या जाड थरांनी वाकलेली झाडं दिसली. गाडी थांबायच्या आधीच सैनिकांनी बर्फावर पटापट उड्या मारल्या. स्टेशनच्या इमारतीच्या कोपऱ्याकडं ते धावत सुटले. त्या ठिकाणी बहुधा शेतकऱ्यांच्या बायका बेकायदेशीर रीतीनं अन्नपदार्थ विकताना आढळत.

आसपासच्या खेड्यांतून आलेल्या बायका आणि मुली काकड्या, घरगुती चीज, उकडलेलं गोमांस आणि रायचे चवदार पॅनकेक्स, इत्यादी पदार्थ विकत होत्या. त्यांच्या चेहऱ्यावर पकडलं जाण्याची भीती होती.

टोनिया रुळांच्या कडेकडेनं चालायला लागली. तिच्याबरोबर युरीही होता. बॅगेतून काढलेला टॉवेल तिनं खांद्यावर सहज दिसेल, अशा तऱ्हेनं टाकला. स्टेशनच्या इमारतींची ओळ संपली, त्या ठिकाणी काळी शाल पांघरलेली एक स्त्री

उभी होती. टोनियाच्या खांद्यावरचा टॉवेल पाहून तिचे डोळे चमकले. आजूबाजूला सावध दृष्टिक्षेप टाकत तिनं हळूच तिच्याजवळ असलेल्या वस्तूवरचं आच्छादन बाजूला केलं. तो भाजलेला ससा होता. अगदी डोक्यापासून. शेपटीपर्यंत आख्खा. त्याचे कापून दोन भाग केले होते. त्यातला अर्धा तिनं टोनियाला देऊ केला.

दोघींनी वस्तूंची अदलाबदल केली. आपलाच सौदा फायद्याचा झाला, असं दोघींनाही वाटलं.

त्याच क्षणी गर्दीत आरडाओरडा सुरू झाला. एक म्हातारी स्त्री किंचाळून ओरडत होती. एका खलाशानं तिच्याकडून दूध आणि मिठाई घेऊन खाल्ली आणि पैसे न देताच तो निघून गेला होता. ती बिचारी रडायला लागली. लोकांना म्हणायला लागली,

"कुणीतरी पकडा त्याला. तो बघा चोर चालला. बदमाश माणूस! त्यानं मला लुबाडलं. कोणी त्याच्यामागं का धावत नाही?"

कोणीतरी म्हणालं,

"त्याच्या मागं जायचं? त्याच्या अंगावर काडतुसांनी भरलेले पट्टे आहेत. तोच तुमच्या मागं लागेल!"

युरीच्या डब्यात लष्करात सक्तीनं भरती करण्यात आलेले अनेक कामगार होते. त्यांच्यापैकी तिघं इतरांपेक्षा वेगळे उठून दिसत होते. एक प्रितुलीव्ह, दुसरा सोळा वर्षांचा मुलगा वासिया आणि तिसरा भुऱ्या केसांचा आमुरस्की. वासिया आणि प्रितुलीव्ह देशाच्या एकाच भागातले रहिवासी होते आणि गाडी त्यांच्या राहत्या गावातून जाणार होती. लष्करात सक्तीनं भरती व्हायच्या आधी प्रितुलीव्ह पेट्रोग्राडमध्ये कुणा एका पेलागिया नावाच्या स्त्रीबरोबर राहायला लागला होता. ती आता स्वेच्छेनं या तुकडीबरोबर निघाली होती. ती लठ्ठ होती. तोही तसा कुरूपच होता, पण त्याच्याकडं स्त्रिया आकर्षित होत होत्या. पुढच्या डब्यात त्याची आणखी एक मैत्रीण होती. पांढऱ्या पापण्यांची हडकुळी मुलगी. दोघी एकमेकींच्या कट्टर प्रतिस्पर्धी होत्या.

वासियाची गोष्ट तर फारच वेगळी होती. त्याचे वडील युद्धात मारले गेले होते आणि त्याच्या आईनं त्याला काकांकडं पाठवलं होतं. काकांनी फसवून त्या कोवळ्या पोराला स्वतःच्या जागी अटक करवून घेतली. काकांचा डाव त्याला कळला नाही. काकांनी स्वतःऐवजी वासियाला थोडा वेळ ओलीस ठेवण्यासाठी म्हणून डब्यात चढवलं. काका डब्याच्या बाहेर पडले. तीच त्याची आणि त्यांची शेवटची भेट. ते बनावट नाटक जेव्हा वासियाच्या लक्षात आलं, तेव्हा तो हुंदके देऊन रडायला लागला. कामगारांवर देखरेख ठेवणाऱ्या पहारेकऱ्याच्या पायांवर त्यानं लोळण घेतली. त्याच्या हातांची चुंबनं घेतली, आणि त्याला जाऊ देण्याची रडूनरडून भीक मागितली. पण कशाचाही उपयोग झाली नाही. पहारेकरी दुष्ट होता, अशातला भाग नाही. पण त्या अस्थिर काळात शिस्त खूपच कडक होती. त्यानं वासियावरचे अनेक 'आरोप' वाचून दाखवले.

क्रांतीला सहकार्य करणाऱ्या आमुरस्की यानं डब्याच्या त्या पहारेकऱ्यांशी वारंवार बोलणी केली. वासियाच्या क्लेशकारक अवस्थेबद्दल त्याला दुःख झालं. फार भयंकर असा समजुतीचा घोटाळा झाल्याचं त्या सुरक्षा अधिकाऱ्यानं मान्य केलं. पण मुक्कामाला पोहोचेपर्यंत काही करता येणार नव्हतं.

झिवागोंनी आमुरस्कीला रात्रीच्या जेवणासाठी बोलावलं. तो त्यांच्या कोपऱ्यातल्या बाकावर येऊन बसला आणि सशाची तंगडी चोखून मोठ्यानं आवाज करून खायला लागला. तो म्हणाला,

"शेतकरी सुस्थितीत आहेत, हे तुमचं म्हणणं चूक आहे, डॉक्टर झिवागो. माझ्या बोलण्याबद्दल मला क्षमा करा."

युरी म्हणाला,

"इकडं या आणि बघा सर्व स्टेशनांकडं. इथली झाडं कापलेली नाहीत. कुंपणं उखडलेली नाहीत आणि हे बाजार, या स्त्रिया! सगळं कसं छान आहे. याचा विचार करा. कुठंतरी जीवन अद्यापही चालू आहे. निदान काही लोक तरी सुखी आहेत. प्रत्येक जणच दुःखी-कष्टी नाही."

"तुमचं म्हणणं खरं असतं, तर चांगलंच झालं असतं. पण ते तसं नाही. रेल्वेमार्गापासून पन्नास मैल आत असलेल्या कोणत्याही खेडेगावात जा. तिथं शेतकरी सर्वत्र बंड करून उठले आहेत, असंच तुम्हांला दिसेल. तुम्ही विचाराल, कोणाविरुद्ध? तर ते लाल क्रांतिकारकांविरुद्ध आहेत किंवा पांढऱ्या क्रांतिकारकांविरुद्धही आहेत. जे कुणी सत्तेवर असतील, त्याच्याविरुद्ध. आपल्याला काय हवं आहे, हे शेतकऱ्यांना चांगलं ठाऊक आहे. जेव्हा क्रांतीनं त्यांना जागं केलं, तेव्हा त्यांना वाटलं, त्यांचं शतकाचं जुनं स्वप्न साकार होत आहे. स्वतःच्या मालकीच्या जमिनीवर राहावं, हातांनी कष्ट करावेत, कोणाचंही बंधन असू नये, असं त्यांचं स्वप्न होतं. पण त्याऐवजी त्यांच्या लक्षात आलं, की शोषण करणारी फक्त यंत्रणा बदलली आहे. क्रांतिकारी राज्यात गुलामीचं जोखड अधिक खडतर आहे. खेडी अस्वस्थ आहेत. तिथले प्रश्न मिटवता येत नाहीत आणि तुम्ही म्हणता, शेतकऱ्यांची भरभराट दिसते आहे! तुम्हांला माहीत नसलेल्या अनेक गोष्टी आहेत. माझ्या प्रिय मित्रा, मला तर असं वाटतं की, तुम्हांला माहीत करून घ्यायची इच्छाही नाही."

"ठीक आहे. तुमचं म्हणणं खरं आहे. प्रत्येक चांगल्या गोष्टीचं खरं रूप जाणून घेऊन मी कशाला चिंता करत बसू? का माझ्या डोक्याला त्रास करून घेऊ? इतिहासानं माझा सल्ला कधी घेतला नाही. जे घडतं आहे, त्याच्याशी मला जुळवून घ्यायचं आहे. तेव्हा मी वस्तुस्थितीकडं दुर्लक्ष का करू नये? तुम्ही मला सांगता की, माझ्या कल्पना वास्तवाशी जुळत नाहीत. पण आज रशियात वास्तव कुठं

आहे? मला तर असं दिसतंय् की, वास्तवाला निर्माण झालेल्या भयानक दहशतीमुळं, ते लपून राहिलं आहे. शेतकरी सुस्थितीत आहेत आणि त्यांची भरभराट होते आहे, यावर मला विश्वास ठेवावासा वाटतो. जर तो भ्रम असेल, तर मी काय करू? मी कशाच्या आधारे जगू? कुणावर विश्वास ठेवायचा मी? आणि मला तर जगत राहायचं आहे. मला माझं कुटुंब आहे.''

युरीनं निराश हावभाव केले आणि पुढचं संभाषण सासऱ्यावर सोपवून तो दूर सटकला. निजण्याच्या फळीवरून डोकं वाकवून तो खाली काय चाललं आहे, ते बघायला लागला.

प्रितुलीव्ह, पेलागिया, वासिया आणि सुरक्षा अधिकारी वोरोनिऊक एकत्र बसून बोलत होते. प्रितुलीव्हचा प्रदेश जवळ येत होता. त्याला त्याच्या गावाची आठवण आली. स्टेशन, गावाकडं जायचा रस्ता, सगळं आठवायला लागलं. खेडेगावांच्या परिचित नावांच्या उल्लेखासरशी वासियाचे डोळे चमकले आणि तो त्यांचा पुनरुच्चार करू लागला. जणू काही ती एक सुंदर परिकथा होती.

आतुरतेमुळं सद्गदित होऊन त्यानं विचारलं,

''ड्राय फोर्डलाच उतरावं लागलं नं? ते आपलं स्टेशन! मग आपण तिथून ब्युस्कीला जातो. बरोबर?''

''तिथून आपण ब्युस्कीच्या रस्त्याला लागतो.''

''तेच तर म्हटलं मी. ब्युस्की गाव... याच ठिकाणी आपण मुख्य रस्ता सोडून उजवीकडं वळतो. पुढं मात्र नदीपासून दूर, डावीकडचा मार्ग पकडायचा. होय ना? तुम्हांला पेलगा नदी माहीत आहे? असणारच! ती आपली नदी. त्या नदीच्या काठाकाठानं खूप पुढं जायचं. मग एक पठार लागतं. त्याच पठारावर आमचं गाव आहे. वेरेटेन्निकी. खालच्या बाजूला दगडांची खाण आहे. तिथंच माझी आई राहते आणि माझ्या दोन लहान बहिणी. वोरोनिऊक काका... प्लीज... मला जाऊ द्या... ख्रिस्ताच्या प्रेमासाठी... मी तुमच्यापुढं भीक मागतो... कृपा करून मला...''

सुरक्षा अधिकारी म्हणाला,

''काय काका काका करतोस? तुला माहीत आहे, मी काही करू शकत नाही. तुला जाऊ दिलं, तर माझा काय शेवट होईल, हेही तुला माहीत आहे. ते मला भिंतीपुढं उभं करून गोळी घालतील.''

पेलागिया ही प्रौढ स्त्री वासियाच्या लालसर केसांवर प्रेमानं थोपटायला लागली. मधून मधून त्याच्याकडं वाकून बघत ती स्मित करत होती. जणू तिला म्हणायचं होतं,

''वेडेपणा करू नकोस. सगळ्यांच्या समोर वोरोनिऊक यांच्याशी असं बोलणं बरोबर नाही. काळजी करू नकोस. धीर धर. सगळं काही ठीक होईल.''

त्यांचा प्रवास पूर्वेकडं चालू होता. मध्य रशिया मागं टाकून ते पुढं गेले, तेव्हा वाटेत चमत्कारिक गोष्टी घडायला लागल्या. एका अशांत, तणावग्रस्त प्रदेशातून ते जात होते. सशस्त्र सैनिकांच्या तुकड्या दिसत होत्या. काही गावांमधल्या दंगली नुकत्याच दडपून टाकल्या गेल्या होत्या. अशी गावंही मधून मधून दिसायला लागली.

कोणतंही स्टेशन नसताना गाडी वारंवार मध्येच थांबत होती. सुरक्षा गस्तवाले गाडीत शिरून प्रवाशांचं सामान आणि कागदपत्रं तपासत होते.

एकदा रात्री गाडी अशीच दोन स्टेशनांच्या मध्ये थांबली. दाट अंधार होता. जवळच मैदान होतं. रेल्वेमार्गाच्या दोन्ही बाजूंना फर वृक्षांची रांग होती. प्रवासी खाली उतरले. ड्रायव्हर पुढं गाडी न्यायला तयार नव्हता. तो म्हणत होता की, हा भाग अतिशय धोक्याचा आहे आणि पुढं जाण्यापूर्वी हॅण्डकारनं मार्गाची तपासणी व्हावी. प्रवासी त्याच्याशी बोलायला गेले. पैशांसाठीच तो अडला असेल, तर त्याचे हात ओले करायची त्यांची तयारी होती.

इंजिनातल्या कोळशाच्या भट्टीतून जळणाऱ्या कोळशांचा उजेड आजूबाजूच्या भागावर फाकला होता. वरच्या धुराच्या नळकांड्यातून बाहेर झेपावणाऱ्या ज्वालांचा प्रकाशही परिसर उजळून टाकत होता. एकाएकी ड्रायव्हर त्या मैदानाच्या बाजूला धावत गेला आणि पृथ्वीनं जणू गिळून टाकल्याप्रमाणे दिसेनासाच झाला! प्रवासी आणि बंदूकधारी खलाशी, त्याचा पाठलाग करत त्याच्या मागं धावत गेले.

इंजिनाचा ड्रायव्हर कमरेइतक्या बर्फात रुतून उभा होता. पाठलाग करत आलेल्या प्रवाशांना तो म्हणाला,

"धन्यवाद कॉम्रेड्स! हे खलाशी बंदुका घेऊन आपल्याच सहकाऱ्याचा पाठलाग करत आहेत! आणि हे कशासाठी? तर मी गाडी पुढं जाऊ शकत नाही, असं म्हटलं, म्हणून! तुम्हीच बघा, ही जागा कशी आहे ती! रुळांचे नट्स ढिले करण्यासाठी कुणीही या भागात भटकू शकतं आणि तुम्हांला वाटतं, मी मुद्दामच गाडी थांबवली. सैतानांनो, मी हे तुमच्यासाठी केलं! तुमच्या जिवाला अपाय होऊ नये, म्हणून. त्याच्या बदल्यात चांगले आभार मानताहात तुम्ही माझे! थांबलात कशाला? झाडा माझ्यावर गोळी. तुम्हांला काय वाटलं, मी पळून जात आहे?"

प्रवाशांनी त्याला शांत केलं.

"शांत हो. वृद्ध माणसा. या खलाशांचा तो उद्देश नव्हता. आम्ही त्यांना तसं करू देणार नाही. कॉम्रेड इंजिनीअर, बर्फाच्या बाहेर नीघ. आपण पुढच्या प्रवासाला लागू. नागरिकांनो! या थंडीत तुम्हांला सर्दी होणार नाही, याची काळजी घ्या. वारा फार आहे. तुम्ही आपापल्या जागी जाऊन उबेत का बसत नाही?"

हळूहळू गर्दी पांगली.

रुळांवरून घसरू नये, म्हणून गाडी गोगलगाईच्या गतीनं चालली होती. वाऱ्यानं वाहून आणलेला बर्फाचा भुगा रुळांवर पसरला होता. दोन्ही बाजूंना जळालेल्या गावांचे अवशेष दिसत होते.

एक स्टेशन आलं. स्टेशनच्या नावाच्या पाटीशिवाय तिथं काहीही शिल्लक नव्हतं. पाटी काळवंडलेली असली, तरी अक्षरं अस्पष्टपणे वाचता येत होती- निझनी केल्मेस. त्याही पलीकडं बर्फाखाली झाकलं गेलेलं आणखी एक ओसाड खेडं दिसत होतं. आगीमुळं याही खेड्याचा विध्वंस झाला होता. तुटलेल्या स्लेज गाड्या, मोडकी कुंपणं, धातूंचे गंजलेले तुकडे, चेंदामेंदा झालेलं फर्निचर, घरांची अर्धवट जळालेली लाकडं रस्त्यावर सर्वत्र विखुरलेली दिसत होती. धुराच्या काजळीमुळं बर्फ काळपट झालं होतं. गोठलेल्या डबक्यांच्या मधून जमिनीचे काळे तुकडे दिसत होते. त्या गोठलेल्या डबक्यांमध्ये रुतून बसलेले जळालेल्या लाकडांचे ओंडके बाहेर डोकावत होते. आग लागल्याचे आणि ती विझवण्याच्या प्रयत्न करण्यात आल्याचे ते सगळे पुरावे होते.

तथापि, ती जागा वाटली तेवढी काही अगदी निर्मनुष्य नव्हती. अद्यापही काही थोडे लोक तिथं होते. जळालेल्या अवशेषांमधून उडी मारून स्टेशनमास्तर बाहेर आला. गार्डानं गाडीतून उडी मारली. त्यानं दया येऊन स्टेशनमास्तरला विचारलं,

"सगळं गाव जाळलं गेलं?"

"गुड डे. तुमचं स्वागत असो. होय, इथं आग लागली होती. सगळं गाव जळालं. पण आगीपेक्षाही वाईट होतं ते..."

"काय? मला कळलं नाही."

"कळून घ्यायचा प्रयत्न न कराल, तर बरं."

"तुम्हांला म्हणायचं आहे की, स्ट्रेलनिकोव्हनं हे केलं..."

"होय."

"का? पण तुमचा गुन्हा काय?"

"आम्ही काहीच केलं नाही. शेजारच्या गावानं केलं. ते पलीकडं खेडं दिसतंय् न? निझनी केल्मेस. त्यांच्यामुळं सगळं झालं."

"त्यांनी काय गुन्हा केला होता?"

"सगळी, म्हणजे सातही महापापं केली होती- पहिलं, गरीब शेतकऱ्यांची समिती बरखास्त केली. दुसरं, रेड आर्मीला घोडे पुरवायला नकार दिला आणि लक्षात घ्या, हे घोडेस्वार होते. तिसरं, हुकुमनाम्याच्या अंमलबजावणीला प्रतिबंध केला."

"आलं लक्षात, म्हणून त्यांच्यावर बॉम्बफेक झाली?"

"साहजिकच."

"सशस्त्र गाडीतून?"

"अर्थातच."

"हे वाईट आहे. आम्हांला सहानुभूती वाटते. तरीही, आम्हांला त्याच्याशी काय करायचं?"

"पण ती आता जुनी गोष्ट झाली. मला जी बातमी मिळाली आहे, तीही काही चांगली नाही. तुम्हांला या ठिकाणी दोन दिवस थांबावं लागेल."

"तुम्ही चेष्टा करत आहात! या गाडीतून मी आघाडीवर बदली सैनिक घेऊन जात आहे. हे काम महत्त्वाचं आणि तातडीचं आहे."

"मी चेष्टा करत नाहीये. संपूर्ण आठवडाभर इथं बर्फाचं वादळ झालं. वाऱ्यानं वाहून आणलेल्या बर्फाचे थर रुळांवर सर्वत्र साचले. ते खणून काढून मार्ग मोकळा करायला कुणी नाही. गावातले निम्मे लोक पळून गेलेले. उरलेल्यांना मी या कामावर लावीन, पण तेवढे लोक पुरेसे नाहीत."

"अरे देवा! आता मी काय करू?"

"आपण काहीतरी करून मार्ग मोकळा करून घेऊ."

"बर्फाचा थर किती जाड आहे?"

"फार नाही. जाडी कमी-जास्त आहे. सगळ्यांत वाईट थर मध्यभागी जवळ जवळ दोन मैल लांबीचा आहे. तिथं आपल्याला नक्कीच त्रास होणार आहे. या बाजूकडं मोकळा प्रदेश आहे. वाऱ्यानं बरंचसं बर्फ आधीच वाहून नेलं आहे."

"बाप, रे! मध्येच कसा अडथळा आला! मी सगळ्या प्रवाशांना या कामी लावतो."

"मीही तोच विचार करत होतो."

"पण आपण खलाश्यांकडून आणि रेड आर्मीच्या लोकांकडून काम करून घ्यायला नको. सक्तीनं लष्करात भरती केलेल्या कामगारांची संपूर्ण पलटण गाडीत आहे. शिवाय इतर प्रवासी धरून एकूण सातशे लोक आहेत."

"खूप झाले. फावडी मिळताक्षणीच आपण काम सुरू करू. आमच्याकडं फावडी कमी आहेत. जवळच्या गावांतून आणखी आणायला पाठवलं आहे. आपण करून टाकू."

"केवढा हा वादळाचा तडाखा! तुम्हांला वाटतं, आपण हे साफ करू शकू?"

"अर्थातच. ते असं म्हणतात, पुरेशा तुकड्या असतील, तर आपण एखादं शहरही काबीज करू शकतो. हा तर रेल्वेमार्गाचा लहानसा भाग आहे! काळजी करू नका."

रेल्वेमार्ग मोकळा करायला तीन दिवस लागले. त्या कामात निउशासह सर्व झिवागो मंडळींनी भाग घेतला. त्यांच्या प्रवासातले ते सर्वांत उत्तम असे तीन दिवस होते.

तिथल्या भूप्रदेशात गूढतेची झाक होती. तो प्रदेश पुश्किनच्या पुगाचेवविषयीच्या कथेची आठवण करून देत होता. तिथला विनाश गूढतेत आणखीनच भर घालत होता. खेड्यातले लोक अबोल होते. आपली माहिती कोणी जाऊन सांगेल, या भीतीनं ते प्रवाशांना टाळत होते. आपापसांतही ते काही बोलत नव्हते.

सगळे प्रवासी संपूर्ण दिवस बाहेर उघड्यावर घालवत. रात्री फक्त झोपायला डब्यांमध्ये परत जात. दिवस तसे स्वच्छ आणि थंडगार होते. फावडी पुरेशी नसल्यामुळं कामाच्या पाळ्याही कमी वेळाच्या होत्या. ते दिवस निव्वळ आनंदाचे होते.

रेल्वेमार्गाच्या ज्या भागात झिवागो कुटुंब काम करत होतं, तिथून फार सुंदर दृश्य दिसत होतं. पूर्वेकडचा प्रदेश उतरत जाऊन दरीत बुडाला होता; आणि पुन्हा त्या दरीच्या पलीकडं क्षितिजापर्यंत लहान टेकड्यांच्या रूपात प्रगटला होता.

एका टेकडीच्या उतारावर एक घर होतं. वाऱ्या-वादळाला तोंड देत ते उभं होतं. त्या घराची बाग उन्हाळ्यात फारच आकर्षक असली पाहिजे. पण आता ती बाग म्हणजे केवळ बर्फाचं नक्षीकाम झाली होती. त्यामुळं कोणाला आसरा देऊ शकत नव्हती.

भूप्रदेशाच्या सर्व बाह्य रूपरेषा बर्फानं वेढून टाकून अस्पष्ट करून टाकल्या होत्या. पण एका नागमोडी झऱ्याचा पृष्ठभाग मात्र झाकला गेला नव्हता. तो झरा येत्या उन्हाळ्यात रेल्वेकाठच्या पुलाच्या कमानीखालून वाहायला लागेल. सध्यातरी तो बर्फात गोठून गेला होता. बदकाच्या पिसांच्या दुलईखाली डोकं झाकून एखाद्या लहान मुलानं पलंगावर झोपावं, तसा तो झरा बर्फाखाली स्वतःला दुमडून बसला होता.

युरीच्या मनात विचार आला, टेकडीवरच्या त्या घरात कोणी राहत असेल, की ते रिकामंच असेल? पडझडीमुळं हळूहळू नष्ट होऊन जाईल, की एखाद्या लँड कमिटीकडं मग त्याचा ताबा जाईल? त्या घरात एके काळी राहणाऱ्या लोकांचं काय झालं असेल? ते देश सोडून निघून गेले असतील, की शेतकऱ्यांनी त्यांना ठार केलं असेल? की ते लोकप्रिय असल्यामुळं त्यांना तंत्रज्ञ म्हणून एखाद्या जिल्ह्यात स्थायिक होऊ दिलं असेल? किंवा ते इथंच राहिले असतील, तर स्ट्रेलनिकोव्हनं त्यांना माफ केलं असेल का? की इतर जमिनदारांप्रमाणेच त्यांचीही गत झाली असेल?

त्या घरानं युरीची उत्सुकता चाळवली, पण दुःखपूर्ण मौन कायम ठेवलं. त्या

दिवसांमध्ये प्रश्न विचारण्याची मुभा नव्हती आणि कधी कोणी प्रश्नांना उत्तरही देत नसे.

पांढऱ्या शुभ्र बर्फावर सूर्याची किरणं विखुरली, तेव्हा त्या प्रखर प्रकाशानं डोळ्यांपुढं अंधारी आली. बर्फाचे पापुद्रे फावड्यानं किती सफाईदार निघत होते! गुळगुळीत बर्फाळ पृष्ठभागात फावडं सहज खुपसलं जात होतं आणि इन्द्रधनुष्यी रंग फेकत हिऱ्यांसारखा बर्फाचा चुरा फावड्यात गोळा होत होता. ते पाहून युरीला बालपणीच्या दिवसांची आठवण झाली. तो लहान असताना काळ्या मेंढीच्या केसाळ कातडीचा पोशाख घालून घराच्या अंगणातलं चमकदार बर्फ असंच उकरायचा. कधी बर्फाचे चौकोनी तुकडे कापायचा, तर कधी शंक्वाकृती. काही वेळा हलके गोळे तयार करायचा. त्यातून किल्ला, गुहेत राहणाऱ्या लोकांचं गाव तयार करायचा. त्या दिवसांमध्ये जीवनाला केवढा उल्हास होता! आता ते दिवस खूप मागं पडले. त्या वेळी प्रत्येक गोष्ट म्हणजे डोळ्यांना आणि पोटाला मेजवानी होती!

पण मोकळ्या हवेतल्या या तीन दिवसांनी सुद्धा मेजवानीचा अनुभव दिला. खरोखरच रोज रात्री त्यांना गरम ताज्या पावांचे मोठाले तुकडे मिळाले. तो पाव कुठून आणि कुणाच्या आज्ञेवरून येत होता, कुणालाच कळलं नाही. त्या पावाचा वरचा थर खुसखुशीत, चमकदार होता. बाजूला तडकलेला आणि कोळशावर भाजल्यामुळं खालच्या बाजूला कोळशाचे कण लागलेले. तो चविष्ट होता.

मोडतोड झालेलं ते स्टेशन त्यांना आवडायला लागलं. विश्रांतीसाठी काही दिवस मुक्काम केलेल्या जागेबद्दल प्रेम निर्माण व्हावं, तसंच त्यांचं झालं. त्या स्टेशनाचा आकार, ती जागा, त्या विध्वंसाचे तपशील त्यांच्या स्मृतीवर ठसले.

स्टेशनाची वेटिंग-रूम दाराला खिळे ठोकून बंद करण्यात आली होती. फेब्रुवारी क्रांतीच्या सुरुवातीच्या दिवसांमधली किंवा त्याच्या थोडी आधीची सूचना त्या दारावर अद्यापही लटकत होती. त्या सूचनेचा मजकूर असा होता :

'काही काळासाठी प्रवाशांना विनंती करण्यात येत आहे की, त्यांनी औषधांसाठी आणि मलमपट्टीसाठी त्रास देऊ नये. काही कारणांसाठी हे दार बंद करण्यात येत आहे आणि इथं त्यासंबंधी सूचना लावण्यात येत आहे.'

रोज संध्याकाळी काम आटोपल्यावर प्रवासी त्या स्टेशनाच्या इमारतीत येत. भूतकाळाविषयी निष्ठा म्हणून. जुन्या बर्च वृक्षाआड सूर्य ठरावीक ठिकाणी मावळला, की ते परत गाडीत जात. जिथवर दृष्टी पोहोचू शकत होती, तिथवर थोड्या थोड्या अंतरावर हातांत फावडी घेतलेले प्रवाशांचे घोळके दिसत. असं सगळ्यांना एकदम पाहताना आपली एवढी मोठी संख्या आहे, हे पाहून त्यांना आश्चर्य वाटत असे.

संध्याकाळ संपून रात्र व्हायला आली. तरीही गाडी लवकरच सुरू करण्यात

येणार आहे, असं प्रवाशांना सांगण्यात आलं. युरी आणि टोनिया मोकळ्या झालेल्या रेल्वेमार्गाचं दृश्य पुन्हा एकदा बघायला बाहेर पडले. दोघं दूरवर बघत थोडा वेळ उभे राहिले, थोडं-फार बोलले आणि त्यांच्या डब्यामध्ये परत आले.

गाडी सुरू झाली.

अचानक सगळं काही बदललं. हवामान आणि भूप्रदेश. मैदानी सखल प्रदेश संपून डोंगराळ भाग सुरू झाला. त्या भागातून टेकड्यांवरून गोल वळत रेल्वे-मार्ग गेला होता. आतापर्यंत सतत वाहणारा उत्तरेकडचा वारा थांबला. एखाद्या शेगडीतून यावी, तशी उबदार हवेची झुळूक दक्षिणेकडून यायला लागली.

युरीला खूप झोप यायला लागली. गेले कित्येक दिवस तो त्याच्या फळीवर झोपत होता, जागा होत होता, विचार करत होता, ऐकत होता. पण अद्याप खरोखर ऐकण्यासारखं काही नव्हतं. ते याच प्रवासात; पण पुढं घडणार होतं.

युरी झोपला, तेव्हा वसंत ऋतूत ऊब निर्माण व्हायला लागली. त्या उष्णतेनं हिमाचे जाड थरच्या थर वितळायला लागले. संपूर्ण रशियाभर पडलेलं ते बर्फ नाहीसं व्हायला लागलं. मॉस्कोतून निघाल्या दिवसापासून रस्ताभर सतत बर्फ पडतच होतं. अमर्याद अंतरांना व्यापून तो जाड घट्ट थर सर्वत्र जमून बसला होता.

पण आता वसंत ऋतूनं आपलं काम सुरू केलं. प्रथम बर्फ गाभ्यापाशी आत हळूच कुणाला नकळत वितळलं. आतल्या थरांवर एवढं प्रचंड काम सुरू झाल्यावर ते फार काळ लपून राहू शकलं नाही आणि ते आश्चर्य लवकरच बाहेर प्रकट झालं. पाण्याचे प्रवाह गर्जना करत वाहायला लागले. दाट जंगलांच्या अंतर्भागात खोलवर खळबळ झाली आणि सृष्टीतल्या प्रत्येक वस्तुमात्राला जाग आली!

ते जसजसे खाणींच्या प्रदेशांजवळ यायला लागले, तसतशा अधिकाधिक वस्त्या दिसू लागल्या.

दोन स्टेशनामधलं अंतर कमी व्हायला लागलं. लहानशा स्टेशनावरही अधिक लोक चढत होते आणि उतरत होते. ते लोक डब्याच्या आत येऊन जागा शोधून झोपण्यापेक्षा दाराजवळ कुठंतरी बसत होते. कारण त्यांना लवकरच उतरायचं असे. बसल्या-बसल्या ते हळू आवाजात स्थानिक गोष्टींविषयी चर्चा करत होते. ते फक्त त्यांचं त्यांनाच समजत होतं.

अशा स्थानिक प्रवाशांकडून गेल्या तीन दिवसांत जे काही थोडं-फार कानांवर पडलं, त्यावरून युरीच्या लक्षात आलं की, उत्तरेकडं व्हाईट आर्मीचं वर्चस्व असून त्यांनी युरिआटिनवर कब्जा मिळवला आहे किंवा मिळवायच्या बेतात आहेत. त्याखेरीज युरीला हेही कळलं की, त्याचा जुना मित्र गॅलिउल्लिन व्हाईट आर्मीचं नेतृत्व करतो आहे. युरीनं त्याला मेलिउझीवोमध्ये शेवटचं पाहिलं होतं.

अर्थात या अफवा खऱ्याच असतील, असं नव्हे. आपल्या कुटुंबीयांना काळजी

वाटू नये, म्हणून युरीनं ऐकलेल्यापैकी त्यांना काहीच सांगितलं नाही.

मध्यरात्रीनंतर युरीला अचानक जाग आली. त्या वेळी त्याच्या मनात एका अबोध सुखाची भावना दाटून आली. कदाचित ती सुखाची भावनाच इतकी प्रबळ असावी की, त्या भावनेनंच त्याला झोपेतून जागं केलं असावं.

गाडी निश्चल उभी होती. पांढऱ्या शुभ्र रात्रीच्या चमकदार उजेडात स्टेशन न्हाऊन निघालं होतं. त्या उजळलेल्या अंधारात अथांग, विशाल आणि शक्तिमान असं काहीतरी अस्तित्वात होतं, पण ते दिसत नव्हतं.

प्लॅटफॉर्मवरून लोक जा-ये करत होते. हळुवार आवाजात बोलत होते. सावल्यांसारखे अलगद आणि शांतपणे चालत होते. युरी डब्याच्या दाराशी आला, तेव्हा त्याला कळलं की, लोकांच्या चालण्या-बोलण्यातला शांतपणा फसवा आहे. बाहेर ओरडण्याऱ्या आवाजांचा तोच कोलाहल होता. इतर कोणत्याही स्टेशनांवर असतो, तसाच चालणाऱ्यांच्या पायांतल्या बुटांचा खडखडाट होता. पण जवळच एक धबधबा होता आणि त्याच्या रोरावणाऱ्या आवाजात बाकी सगळे आवाज मिटून गेले होते. तो पांढराशुभ्र धबधबा ताजा आणि मुक्त श्वास घेत होता. याच धबधब्यानं युरीला झोपेत सुखानं भारून टाकलं होतं. हेच ते अंधारातलं काहीतली अथांग आणि शक्तिमान होतं! त्याच्या अविरत आवाजानं इतर सर्व आवाजांवर मात केली होती आणि निश्चलतेचा भ्रम निर्माण केला होता.

त्या धबधब्याच्या अस्तित्वाबद्दल आणखी काहीही माहीत नव्हतं. तरी त्याच्यामुळं युरी शांत झाला. त्यानं युरीला जणू मुलायमपणे कवळलं होतं आणि त्यामुळं युरी गाढ झोपी गेला.

थोड्याच वेळात पाठीमागून दुसऱ्या एका गाडीचा खडखडाट ऐकू आला. ती जवळ यायला लागली, तेव्हा तिचा धाडधाड आवाज इतका वाढला की, लोकांच्या कानठळ्या बसल्या. त्या आवाजानं धबधब्याचाही आवाज अस्पष्ट होऊन गेला. जुन्हा पद्धतीची ती एक्सप्रेस गाडी शेजारच्या रुळांवरून अतिशय वेगात, जोरात शिट्टी वाजवत पुढं निघून गेली. तिच्या मागच्या दिव्यांची उघडझाप झाली आणि ती पुढं काही अंतरावर दिसेनाशी झाली.

युरीच्या फळीखाली दोन माणसं बोलत होती-

"याच गाडीसाठी आपल्याला थांबवून ठेवलं असावं. आपण आत्ता लढण्यासाठी आघाडीवर निघालो आहोत. बहुधा परत जाणार नाही."

"हो, निदान लवकर तरी नाही."

"ती शस्त्रसाठ्याची एक्सप्रेस होती. त्यात स्ट्रेलनिकोव्ह असावा."

"तोच असणार,"

"प्रतिक्रांतिवाद्यांशी संबंध आला, की तो अगदी रानटी पशू होऊन जातो."

“तो गॅलीव्हच्या मागावर आहे.”

“कोण गॅलीव्ह?”

“हेटमन गॅलीव्ह. असं म्हणतात की, तो युरिआटिनच्या बाहेर झेक सैन्य दलासह तळ ठोकून आहे. त्यानं बंदरांवर कब्जा केला आहे.”

“कधी ऐकलं नाही त्याच्याबद्दल.”

पहाटेच्या सुमाराला युरी दुसऱ्यांदा जागा झाला. त्याला छान स्वप्न पडलं होतं. मुक्ततेची आणि परमानंदाची भावना अद्यापही त्याच्या मनात भरून राहिली होती. मघापेक्षाही आता हवा जास्त प्रसन्न होती. हवेत कसल्यातरी नवीन जाणिवेची झुळूक होती. याआधी कधीच न अनुभवलेलं असं काहीतरी होतं. काहीतरी पारदर्शक, मधुर वासाचं.

दुसऱ्या दिवशी सकाळी टोनिया म्हणाली,

“तू अगदी विलक्षणच आहेस, युरा. काही वेळा एखाद्या साध्या माशीमुळं सुद्धा तुझी झोप मोडते आणि इथं तू एवढ्या गोंधळातही गाढ झोपला होतास. मी तुला उठवूही शकले नाही. तुला माहीत आहे, प्रितुलीव्ह आणि वासिया पळून गेले आहेत! एवढंच नाही, तर वोरोनिऊक आणि पेलागिया देखील निसटले आहेत. ते त्यांनी कसं जमवलं, एकेकटे पळाले, की एकत्र, हे गूढच आहे. सुरक्षा-पथकाचा कमांडर डोकं फिरल्यासारखा गाडीच्या या टोकापासून त्या टोकापर्यंत धावतो आहे. त्यांचा शोध घेतो आहे. तो म्हणतो, ‘मला माझे कैदी परत मिळेपर्यंत गाडी सुरू करता येणार नाही. कायद्यानुसार हा माझा हुकूम आहे.’ कमांडिंग ऑफिसर उलट ओरडतो, ‘मी या गाडीतून आघाडीवर बदली सैनिक घेऊन जात आहे. तुझ्या त्या क्षुल्लक लोकांची वाट बघत मी थांबणार नाही.’ मी तुला बघून जोरजोरानं हालवत होते; पण काही उपयोग झाला नाही. तुझ्या कानाशी बंदूक चालवली असती, तरी तुला काही ऐकू आलं नसतं.”

अखेर गाडी सुरू झाली.

बाहेर एक तळं दिसलं. अलेक्झांडर एकदम ओरडले,

“ते बघा! बदकांचं कुटुंब!”

“कुठं?”

“ते, त्या बेटाजवळ.”

“होय, आता मला ते दिसलं.”

युरी अलेक्झांडरना म्हणाला,

“मला तुमच्याशी बोलायचं आहे. पण पुन्हा केव्हातरी. त्या पळून गेलेल्यांविषयी म्हणाल, तर मला वाटतं, त्यांचा खून वगैरे काहीही झालेला नाही. सक्तीनं

लष्करात भरती झालेले ते कामगार आणि ती स्त्री... सर्व बंध तोडून मुक्त होणाऱ्या पाण्याप्रमाणे ते पळून गेले.''

गाडी उभा चढ चढत होती. झुडपांची पातळी रुळांच्या खालीच होती. त्याच्याही खाली शेतं होती.

बर्च वृक्षांना नवे धुमारे फुटले होते. जंगलातल्या कोवळ्या झाडांना सर्वत्र फुटलेल्या कळ्या मेणबत्तीच्या वितळलेल्या मेणाच्या थेंबासारख्या दिसत होत्या.

इंजिनानं कर्कश शिट्टी वाजवली, गाडीला हादरे बसले आणि टेकडीच्या वळणावरच गाडी थांबली. थांबलेली गाडी किंचित अर्धगोलाकार दिसत होती.

इंजिनातून काही आखूड शिट्ट्या वाजल्या. पण प्रवाशांना आता अशा इशाऱ्यांची गरज नव्हती. इंधन भरण्यासाठी गाडी थांबली आहे, हे त्यांना इतक्या दिवसांच्या अनुभवानं माहीत झालं होतं.

मालडब्यांची दारं उघडली गेली आणि एखाद्या लहानशा गावाच्या लोकसंख्येइतका प्रवाशांचा जमाव त्यातून भराभर बाहेर पडला. खलाशी मात्र डब्यातच बसून राहिले. त्यांना अशा सर्व सामुदायिक कामांतून सुटका मिळत असे.

गाडीला इंधनाचा डबा जोडला होता. त्यात लाकडाचे लहान लहान तुकडे करून भरायचे होते. त्यासाठी जंगलातलं लाकूड कापायचं होतं. प्रवाशांना करवती देण्यात आल्या. दोन दोन प्रवाशांच्या जोड्या करण्यात आल्या. युरी आणि त्याचे सासरे अलेक्झांडर यांची एक जोडी झाली.

डब्यांच्या दारात उभं राहून खलाशी हसत होते. ते खलाशी म्हणजे कामकऱ्यांचं अजब मिश्रण होतं. त्यांच्यांतले काही आणीबाणी काळात लागणारं प्रशिक्षण संपवून सरळ बाहेर पडलेले मध्यम वयाचे लोक होते, तर काही नाविक महाविद्यालयातून नुकतेच बाहेर पडलेले कोवळे तरुणही होते. त्रासदायक विचारांपासून दूर राहता यावं, म्हणून ते हास्यविनोद करत होते. तथापि, आपली कसोटीची घडी जवळ आली आहे, हे त्यांना माहीत होतं.

कामासाठी निघालेल्या प्रवाशांना त्यांचे हास्यविनोद ऐकू येत होते.

''आजोबा! मी काम टाळत नाहीये. हे काम करायला अद्याप मी फार लहान आहे!''

''ए मार्वा, तुझा स्कर्ट करवतीनं कापून घेऊन नकोस.''

''तरुण मुली, जंगलात जाऊ नकोस. त्याऐवजी माझी पत्नी हो!''

लाकडाच्या तात्पुरत्या फळ्या टाकून प्रवाशांनी बरीच मचाणं त्या जंगलात उभी केली. युरी आणि अलेक्झांडर त्यांपैकीच एकावर चढले आणि करवतीनं लाकूड कापू लागले.

युरी म्हणाला,

''इतक्या जोरात करवत चालवू नका. तुम्ही दमाल.''

त्यांनी करवत चालवण्याचा वेग कमी केला.

इतर करवतींचा कठोर नाद होत होता आणि जंगलात तो घुमत होता. कुठंतरी नाइटिंगेलचा मधुर आवाज आणि ब्लॅक बर्डची शीळ ऐकू येत होती.

अलेक्झांडरनी विचारलं,

"तुला माझ्याशी काय बोलायचं होतं? तुला आठवतं? आपली गाडी त्या बेटाजवळून चालली होती, तळ्यात आपल्याला बदकं दिसली, तेव्हा तू म्हणालास की, तुला माझ्याशी काही बोलायचं आहे."

"हां... ते. बरोबर आहे. पण ते थोडक्यात कसं सांगावं, मला कळत नाही. मी विचार करत होतो की, आपण मॉस्कोपासून जास्त जास्त दूर चाललो आहोत. हा सबंध प्रदेश अशांततेनं खदखदत आहे. आपण तिथं पोहोचू, तेव्हा आपल्याला काय बघावं लागेल, माहीत नाही. म्हणून आपण काही गोष्टी बोलायलाच हव्यात. आपल्या अपराधाबद्दल म्हणा, हवं तर. वसंत ऋतूतल्या जंगलात त्या अपराधाची अशी पाच मिनिटांत व्याख्या करणं कठीणच आहे. पण, मला वाटतं, आपण असं दूर पळून जाऊन जगणार आहोत, हे चुकीचं आहे. आपण तिघं- तुम्ही, मी, टोनिया एकमेकांना चांगलं ओळखतो. आपल्यासारखेच इतर अनेक लोक या दिवसांमध्ये स्वतःचं एक जग निर्माण करण्याचा प्रयत्न करत आहोत. या विशिष्ट परिस्थितीत आपण एकमेकांशी कसं वागावं, याबद्दल आधीच एकमत करायला हवं."

"तुला काय म्हणायचं आहे, ते मला कळलं, यावर मी काय सांगतो, ते ऐक. तुला आठवतं, मॉस्कोत असताना एका हिवाळ्यात बर्फाच्या वादळाच्या दिवशी संध्याकाळी तू एक वृत्तपत्र घरी घेऊन आला होतास. त्यात नव्या सरकारचा पहिला जाहीरनामा होता. तो वाचून आपण दोघंही भारावून गेलो होतो. पण दुसऱ्याच दिवशी समस्या हाताळण्याच्या त्यांच्या राजकारणानं सगळं उलटं-पालटं करून टाकलं. त्यांचं तत्त्वज्ञान मला परकं आहे. त्यांची राजवट, या कम्युनिस्टांची धोरणं आपल्याशी बंडखोर आहेत. या सर्व परिवर्तनाला आपल्यासारख्यांची संमती आहे किंवा नाही, ते आपल्याला कुणी विचारलं नव्हतं. पण आपल्यावर त्यांनी विश्वास टाकला. आपल्या कृती आपण स्वतंत्रतेनं निवडलेल्या असल्या, तरी एक प्रकारच्या दडपणाखाली आपण आहोत. आपण आपलं स्वतंत्र जग निर्माण करायला जात आहोत, म्हणून तुला अपराधी वाटत असणार.

"टोनिया प्रवासाच्या दरम्यान मला सारखी विचारत असते, भाज्यांची लागवड करण्याच्या वेळेत आपण तिथं पोहोचू का. मला माहीत नाही. उरलमधली जमीन कशी आहे, तिथलं हवामान कसं आहे, माहीत नाही.

"अर्थात एवढं प्रचंड अंतर कापून आपण तिथं काही बागा लावायला जात नाही आहोत. आपण परिस्थितीला प्रामाणिकपणे तोंड द्यायला पाहिजे. आपला हेतू

पूर्णतः वेगळा आहे. आधुनिक जगात आपण जिवंत राहण्याचा, तग धरून राहण्याचा प्रयत्न करणार आहोत. अर्थात हे करताना क्रूगरची संपत्ती, मालमत्ता, कारखाने, यंत्रसामग्री हे सारं मूर्खासारखं खर्च करण्यात, उधळण्यात आपणही आपला वाटा उचलणार आहोत. म्हणूनही मला अपराधी वाटतं. आपण त्याची संपत्ती पुन्हा उभारणार नाही आहोत. खाजगी मालमत्ता बाळगण्याचं रशियातलं युग संपलं आहे आणि तसंही पाहिलं, तर एखादी वस्तू मिळवण्याची तीव्र इच्छा आपण ग्रोमिकोंनी एका पिढीपूर्वीच गमावली आहे.''

डब्यात खूप उकडत होतं. कोंदट हवेमुळं झोप लागत नव्हती. युरीची उशी घामानं ओलसर झाली होती. इतरांना जाग येणार नाही, याची काळजी घेत तो हळूच फळीवरून खाली उतरला. त्यानं डब्याची दारं ढकलून उघडली. दमट, चिकट उष्णतेचा तडाखा त्याच्या चेहऱ्यावर बसला.

बाहेरच्या हवेचा अंदाज घेत तो स्वतःशी म्हणाला,

''हवेच्या खालच्या थरात गरम वाफ आहे. उद्याचा दिवस अंगाची लाही करणारा, तापलेला असेल. म्हणूनच आता हवेचं नावही नाही. सगळं जड आणि स्तब्ध झालं आहे.''

ते एक मोठं स्टेशन होतं. बहुधा जंक्शन असावं. गरम वाफ आणि स्तब्धता यांखेरीज वातावरणात एक प्रकारची रितेपणाची भावना होती. दुर्लक्षित केल्याची. जणू काही ती गाडी हरवून गेली होती आणि कुणाला तिची आठवणही नव्हती. स्टेशनाच्या अगदी दूरच्या दुसऱ्या टोकाला ती उभी होती. स्टेशनाच्या इमारतीपासून गाडीला अलग करणारा मधला लोहमार्गांचा व्यूह इतका मोठा होता की, त्या यार्डाच्या पलीकडच्या टोकाला पृथ्वीनं आपला जबडा उघडून स्टेशन गिळंकृत केलं असतं, तरी गाडीतल्या कुणाला ते कळलंही नसतं.

युरीच्या पाठीमागच्या बाजूनं पाणी डुचमळल्याचा तालबद्ध आवाज येत होता. कुणीतरी कपडे खळबळत असल्याप्रमाणे किंवा खांबावरचा ओलसर जाड झेंडा वाऱ्यानं फडफडत असल्याप्रमाणे.

पुढच्या बाजूनं एकसारखा गडगडाट झाल्याप्रमाणं आवाज येत होता. युरीनं कान टवकारले. तो युद्धाच्या आघाडीवर राहून आलेला असल्यामुळं त्याला तो आवाज पटकन ओळखू आला. त्यानं मनाशी नोंद घेतली- 'लांब पल्ल्याच्या बंदुका.' सातत्यानं येणारा तो आवाज घुमत होता.

'बरोबर आहे. आम्ही अगदी आघाडीवरच आलो आहोत.' पुन्हा तो मनाशी म्हणाला.

त्यानं डब्यातून खाली उडी मारली. तो काही पावलं पुढं चालत गेला. पुढं

आणखी फक्त दोन डबे होते आणि गाडी संपली होती. बाकीचे डबे सुटे करण्यात येऊन इंजिनासह निघून गेले होते.

युरीनं विचार केला,

'म्हणूनच काल ते लोक इतके उत्कंठित झाले होते. पोहोचल्याबरोबर आघाडीवर नेलं जाईल, असं त्यांना वाटतच होतं.'

युरी पहिल्या डब्याच्या भोवतालून चालत गेला. रूळ ओलांडून स्टेशनाचा पुढचा भाग बघायचा त्याचा इरादा होता. पण एक रायफलधारी सैनिक वाटेत आडवा आला.

"कुठं जात आहेस तू? पास आहे?"

"हे कोणतं स्टेशन आहे?" युरीनं विचारलं.

"तुला काय करायचं आहे? कोण आहेस तू?"

"मी मॉस्कोचा एक डॉक्टर आहे. मी आणि माझं कुटुंब या गाडीतून प्रवास करत आहे. हे बघा माझे कागद."

"खड्ड्यात घाल तुझे कागद! या अंधारात वाचायचा प्रयत्न करायला मी काही इतका मूर्ख नाही. दमट, गरम वाफ भरली आहे हवेत. दिसत नाही तुला? तू कोणत्या प्रकारचा डॉक्टर आहेस, हे जाणून घ्यायला मला कागदांची गरज नाही. तुमच्यासारखे डॉक्टर्सच आमच्यावर बारा इंची बंदुका चालवत आहेत. मी तुझा इथल्या इथं शेवट करू शकतो. पण ते फार घाईचं होईल. तुझे तुकडे होण्यापूर्वीच तू डब्यात परत जा."

युरी मागं वळला आणि गाडीच्या दुसऱ्या बाजूनं चालायला लागला. आता गोळीबाराचा आवाज त्याच्या पाठीमागून यायला लागला. त्याच्या मागं पूर्व दिशा होती. आकाशात दाटलेल्या बाष्पाआडून सूर्योदय झाला होता. स्नान करताना गरम वाफांच्या आडून दिसणाऱ्या नग्न माणसासारखा तो दिसत होता.

युरी गाडी ओलांडून पुढं गेला. शेवटच्या डब्याजवळून चालताना त्याचे पाय मऊ वाळूत रुतत होते.

मघाचा पाणी डुचमळल्याचा आवाज आता जवळ आला. तिथून जमिनीचा उतार एकदम तीव्र झाला. पुढ्यातले अस्पष्ट आकार जाणून घ्यायचा प्रयत्न करत तो थांबला. तुषारमय अंधूक वाफेमुळं सगळे आकार अस्वाभाविक असे मोठे झाले होते. त्यानं एक पाऊल पुढं टाकलं आणि किनाऱ्यावर उपड्या टाकलेल्या नावांचे आकार अंधारातून स्पष्ट झाले. ती एक रुंद नदी होती. पात्रावरचे मंद तरंग आणि लाटा सावकाशपणे किनाऱ्यावर आदळत होत्या.

किनाऱ्यावरून एक आकृती पुढं आली.

"असं सावधपणे इकडं तिकडं भटकण्याची परवानगी तुला कुणी दिली?"

दुसऱ्या एका रायफलधारी सैनिकानं विचारलं.

प्रश्न विचारायचे नाहीत, असं पक्कं ठरवलं असूनही, युरीच्या तोंडून प्रश्न निसटून गेला-

"ही कोणती नदी आहे?"

त्याच्या प्रश्नाला उत्तर म्हणून त्या सैनिकानं शिट्टी तोंडात धरली. पण त्याला शिट्टी वाजवायची वेळच आली नाही. कारण तो शिट्टी वाजवून ज्याला बोलावणार होता, तो आणखी दुसरा सैनिक युरीच्या मागोमाग आवाज न करता येतच होता. दोन सैनिक बोलत उभे राहिले.

"यात काहीच संशय नाही. असली माणसं एका दृष्टिक्षेपात ओळखू येतात. ही नदी कोणती आहे, हे कोणतं स्टेशन आहे, असं विचारून ते तुमच्या डोळ्यांत धूळ फेकतात. काय करायचं आपण? त्याला सरळ धक्क्यावर न्यायचं, की आधी 'त्या' गाडीत न्यायचं?"

"मी म्हणतो, 'त्या' गाडीत नेऊ. बॉस काय म्हणतो, बघू."

तो खेकसला,

"तुझे कागद दाखव."

युरीनं पुढं केलेला कागदांचा गठ्ठा हातात पकडत कुणाला तरी हाक मारून तो म्हणाला,

"याच्यावर लक्ष ठेव."

मग तो पहिल्या सैनिकाबरोबर स्टेशनच्या दिशेनं निघून गेला.

तिसरी आकृती अद्याप युरीला दिसली नव्हती; पण तो उघडच एक कोळी होता. तो किनाऱ्यावर लोळत पडला होता. तो आळस देत उठला आणि म्हणाला,

"तुम्ही भाग्यवान आहात. ते तुम्हांला बॉसकडं नेणार आहेत. त्यामुळं कदाचित तुम्ही वाचाल. गेले काही दिवस ते एका विशिष्ट माणसाचा शोध घेत आहेत. त्यांना वाटलं असेल, तुम्हीच तो. तो कामगारांच्या राज्याचा शत्रू आहे. त्यांचा दोष नाही. ते त्यांचं कर्तव्यच पार पाडत आहेत. राजकीय दृष्ट्या जागरूक आहेत."

त्या कोळ्याकडून युरीला नदीचं नाव कळलं. रिनवा नदी. प्रसिद्ध जलमार्ग. नदीजवळचं ते स्टेशन म्हणजे रॅझविली. युरिआटिन शहराचं औद्योगिक उपनगर. त्याला हेही कळलं की, नदीच्या वरच्या बाजूला दोन मैलांवर असलेलं युरिआटिन व्हाइट आर्मीनं पुन्हा ताब्यात घेतलं होतं. रॅझविली इथंही लढाईचा तणाव होता. काही चकमकी झाल्या होत्या. आजूबाजूला एवढी शांतता असण्याचं कारण म्हणजे, स्टेशनाच्या जवळपासच्या भागातून सगळ्या नागरिकांना हटवून लष्करी ठाण्यांची साखळी तयार करण्यात आली होती. शेवटी युरीला असंही कळलं की, स्टेशनवर काही गाड्याच लष्करी कार्यालयं म्हणून वापरल्या जात होत्या. त्यांच्यापैकी

एक गाडी आर्मी कमिसार स्ट्रेलनिकोव्हची होती. ते दोन सैनिक त्यालाच युरीची खबर द्यायला गेले होते.

ज्या दिशेनं ते दोघं गेले, त्याच दिशेनं तिसरा एक रायफलधारी सैनिक आला. त्यानं युरीला स्ट्रेलनिकोव्हकडं नेलं.

रेल्वेचे दोन आरामशीर डबे एकमेकांना जोडलेले होते. युरीला घेऊन आलेल्या सैनिकानं आतल्या दोन शिपायांना परवलीचा शब्द दिला. त्यांनी युरीला आत घेतलं.

पहारेकऱ्यानं एका अरुंद मार्गानं त्याला मधल्या प्रशस्त डब्यात नेलं. ती एक स्वच्छ आरामशीर खोली होती. नीटनेटक्या पोशाखांतले लोक शांतपणे आपापली कामं करत होते.

स्ट्रेलनिकोव्ह. प्रसिद्ध अपक्ष लष्कर-तज्ज्ञ. त्या भागात त्याच्याबद्दल आदर आणि भीतियुक्त दरारा होता. त्याच्या कामाचं खरं केंद्र स्टाफ हेडक्वार्टरच्या आणि लष्करी कारवायांच्या जवळ होतं. हे डबे म्हणजे त्याचं व्यक्तिगत निवासस्थान आणि खाजगी ऑफिस होतं.

युरी डब्याच्या दारात उभा राहिला. कुणीही त्याच्याकडं लक्ष दिलं नाही. डब्याच्या पार दुसऱ्या टोकाला असलेल्या टेबलावर त्याचे कागद पडलेले त्याला इथूनही स्पष्ट दिसले. एका टेबलावर जुन्या काळच्या कर्नलसारखा दिसणारा माणूस संदर्भासाठी काही पुस्तकं चाळत होता, युद्धक्षेत्राचे नकाशे अभ्यासत होता. लष्कराचा इलेक्ट्रिशियन तुटलेली वायर दुरुस्त करण्यासाठी जमिनीवर सरपटत होता. कारण वायर टेबलांखालून गेली होती. पलीकडच्या टेबलावर लेदर जॅकेट घातलेली टायपिस्ट बसली होती. तिचा टाइपरायटर बिघडला होता आणि एक अधिकारी तो दुरुस्त करून देत होता. युरीचं अस्तित्व विसरून सगळे क्षुल्लक गोष्टींमध्ये गुंतले होते. तो त्यांना सर्वनाश ओढवून घेतलेला दुर्दैवी माणूस वाटत होता.

युरीनं मनाशी विचार केला, ते का माझ्याकडं इतकं दुर्लक्ष करत आहेत? स्वतःलाही कशात तरी गुंतवावं, म्हणून तो समोरच्या खिडकीतून बाहेर पाहू लागला.

टेकडीवर उंच जागी स्टेशन आणि रॅझविली हे उपनगर दिसत होतं.

लोहमार्गाच्या दुसऱ्या टोकाला जुन्या इंजिनांची एक प्रचंड मोठी 'स्मशानभूमी' होती. इंधन साठवायचा डबा नसलेली इंजिनं तिथं ठेवली होती. धूर बाहेर टाकणारी त्यांची नळकांडी एकमेकांना भिडली होती.

टेकडीच्या खाली इंजिनांची स्मशानभूमी आणि वर माणसांच्या घरांची गंजलेली छपरं, दुकानांच्या जीर्णशीर्ण पाट्या यातून दुर्लक्षितपणाचं एक चित्र आकाराला आलं होतं. युरी ज्या पाट्या बघत होता, त्यांच्यावरची अक्षरं इतकी मोठी होती की, तो

उभा असलेल्या जागेवरूनही त्याला ती सहज वाचता आली. बहुतेक लहान घरं आणि इमारती त्या मोठाल्या पाट्यांनी झाकल्या गेल्या होत्या.

रॅझविलीच्या आणखी वरती टेकडीवर साधारण दोन मैल उंचीवर एक मोठं गाव दिसत होतं. परगण्याच्या राजधानीच्या आकाराचं. युरी उत्कंठित होऊन मनाशी म्हणाला,

'ते युरिआटिन! याच गावाबद्दल ॲना नेहमी सांगत असे. लाराही त्याचं वर्णन नेहमी करत असे. ते गाव मी अशा परिस्थितीत बघावं, हे किती विचित्र!'

त्याच क्षणी दुसऱ्या खिडकीतून एक विलक्षण दृश्य दिसलं. सगळ्यांचं लक्ष तिकडं वेधलं गेलं.

काही कैद्यांना सैनिक कडक पहाऱ्यात स्टेशनच्या जिन्याकडं नेत होते. त्या कैद्यांमध्ये एक शाळकरी मुलगा होता. त्यानं शाळेचा गणवेश घातला होता. त्याच्या डोक्याला जखम झाली होती. त्याच्यावर प्रथमोपचार झालेले दिसत होते, पण पट्टीमधूनही रक्ताचा ओघळ वाहतच होता. तो मुलगा आपल्या काळसर घामेजल्या चेहऱ्यावरून हातांनीच रक्त पुसून काढत होता. त्याच्या दोन्ही बाजूंना रेड आर्मीचे सैनिक होते. चेहऱ्यावरचा दृढ निर्धार, देखणं रूप, आणि इतक्या लहान वयातल्या त्या बंडखोराची झालेली दुर्दशा यांमुळं तो सर्वांचं लक्ष वेधून घेत होता. त्याच्या हालचालीही मोठ्या गमतीशीर होत्या. गणवेशाची टोपी त्याच्या डोक्यावरून सारखी घसरत होती. ती काढून हातात घेण्याऐवजी तो पुन्हा पुन्हा डोक्यावर सरकवत होता. सैनिकही तितकेच विनोदी हावभाव करत त्याला टोपी वर सरकवायला मदत करत होते.

युरीला त्या मुलाला आणि डब्यातल्या लोकांना ओरडून सांगावंसं वाटलं, खरी मुक्ती ही रूढ चौकटींशी निष्ठा ठेवण्यात नसून, त्या मोडून टाकण्यात असते!

युरी खिडकीपासून मागं वळला. स्ट्रेलनिकोव्ह दमदार पावलं टाकत आवेशानं आत आला आणि डब्याच्या मध्यभागी उभा राहिला.

असंख्य व्यक्ती परिचित असताना स्ट्रेलनिकोव्हसारख्या माणसाच्या संपर्कात युरी आजपर्यंत आला नसावा, हे केवढं आश्चर्य! त्याच्यासारखं खंबीर व्यक्तिमत्त्व युरीला कसं माहीत नव्हतं? ते दोघं कधीच एकत्र कसे आले नव्हते? त्यांचे मार्ग परस्परांना छेदून कधीच कसे गेले नव्हते?

तो माणूस म्हणजे इच्छाशक्तीचं संपूर्णपणे प्रबळ असं व्यक्त रूप होतं! त्यानं जे व्हायचं ठरवलं होतं, ते तो झाला होता. त्याचं ते परिपूर्ण स्वत्व होतं. त्याच्या बाबतीत प्रत्येक गोष्ट अटळ, अचूक वाटत होती. त्याच्या बुद्धिमत्तेचा आणि स्वाभाविकपणे वावरण्याचा प्रभाव अनिर्बंध होता.

युरीनं विचार केला, या माणसाजवळ नक्कीच लक्षणीय देणगी असली पाहिजे. पण ती मूलभूत, अस्सल वाटत नव्हती. ती त्याच्या प्रत्येक हालचालीतून जाणवत होती, पण बरीचशी अनुकरणात्मक, प्रयत्नपूर्वक कमावलेली वाटत होती. त्या

दिवसांमध्ये प्रत्येक जण कोणाचा तरी आदर्श समोर ठेवून त्याप्रमाणे स्वतःला घडवत होता. इतिहासातल्या वीरांचं अनुकरण करत होता. आघाडीवर लढून कीर्ती मिळवलेल्या त्या माणसांनी प्रत्येकाच्या कल्पनाशक्तीचा ताबा घेतला होता. त्या काळात लोक फक्त एकमेकांचं, समाजात प्रतिष्ठा असणाऱ्यांचं, आणि या किंवा त्या कॉम्रेडचं अनुकरण करत होते.

त्याचं युरीकडं लक्ष गेलं. एका अनोळखी व्यक्तीच्या उपस्थितीमुळं आलेला त्रासिकपणा त्यानं विनम्रपणे लपवला. हातांखालच्या स्टाफशी बोलायला सुरुवात केली. युरीही जणू त्यांच्यांतलाच होता, अशा तऱ्हेनं तो म्हणाला,

"अभिनंदन! आपण त्यांना परतवून लावलं आहे. ज्यांच्याशी आपण लढत आहोत, ते आपल्यासारखेच रशियन्स आहेत. मूर्खपणानं भरलेले. ते सहजासहजी हा भाग सोडणार नव्हते. त्यामुळं आपल्याला त्यांच्यावर वार करून तो सोडवून घ्यावा लागला. त्यांचा कमांडर माझा मित्र होता. त्याचं मूळ माझ्यापेक्षाही अधिक श्रमिक वर्गातलं आहे. आम्ही एकाच घरात वाढलो. गॅलिउल्लिन. त्यानं माझ्यासाठी खूप केलं आहे. आणि मी त्यासाठी त्याचा फार ऋणी आहे. गुरियन, वायर लवकर जोडून दे. आपल्याला फोनची गरज आहे. हवेत केवढी उष्णता आहे! मी रात्री फक्त एकच तास झोपू शकलो—"

तो युरीकडं वळला. या माणसाशी संबंधित असलेलं काहीतरी निरर्थक प्रकरण हाताळण्यासाठीच आपण इथं आलो, हे त्याच्या लक्षात आलं. युरीकडं भेदक दृष्टीनं बघत तो म्हणाला,

"हा माणूस? हा मुळीच त्याच्यासारखा नाही. मला हवा असलेला माणूस हा नाही. तुम्ही मूर्ख आहात!"

तो हसला आणि युरीला म्हणाला,

"कॉम्रेड, माफ करा. माझ्या सैनिकांचा गैरसमज झाला. तुम्ही जायला मोकळे आहात. तुमचे कागद कुठं आहेत? हां, इथंच आहेत टेबलावर. मी फक्त त्यावर एक नजर टाकतो.

"झिवागो– झिवागो– डॉक्टर झिवागो– मॉस्को. आपण थोडा वेळ माझ्या खोलीत जायचं का? हे सचिवालय आहे. मी पुढच्या खोलीत राहतो. इकडून या. मी तुमचा फार वेळ घेणार नाही."

स्ट्रेलनिकोव्ह खरोखर कोण होता?

या पदापर्यंत पोहोचून मानाची जागा त्यानं मिळवली होती, हे कौतुकास्पद होतं. कारण तो कम्युनिस्ट पार्टीचा नव्हता. मॉस्कोमध्ये जन्माला येऊनही तो कोणाला माहीत नव्हता, कारण विद्यापीठातून पदवी घेऊन तो सरळ एका परगण्यात

शिक्षक म्हणून गेला. युद्धात कैदी म्हणून त्याला पकडण्यात आलं. तो ठार झाला, अशीच सर्वांची समजूत झाली. पण जर्मनांच्या कैदेतून सुटून तो परत आला. तिवर्झिननं त्याची पार्टीकडं शिफारस केली. तिवर्झिन हा रेल्वे कामगार असला, तरी त्याची राजकीय मतं पुढारलेली होती. लहानपणी याच तिवर्झिन कुटुंबात तो राहिला होता. स्ट्रेलनिकोव्हचं क्रांतीविषयीचं अमर्याद वेड आणि झपाटलेपण पाहून नेमणुका करणारे पार्टीचे अधिकारी प्रभावित झाले. ते वेड खरं होतं. कोणाचं अनुकरण नव्हतं. ते त्याचं स्वतःचं होतं. तो त्याच्या सबंध पूर्वायुष्याचा सहज परिपाक होता. अतिशय तथ्यहीन वक्तृत्वाच्या आणि राजकीय अतिरेकाच्या त्या काळात त्याचा सच्चेपणा उठून दिसला.

अधिकाऱ्यांचा विश्वास स्ट्रेलनिकोव्हनं सार्थ ठरवला. पार्टीत न जाताही त्यानं गेल्या काही महिन्यांत यशस्वी लढाया केल्या. धान्याच्या वसुलीविरुद्ध शेतकऱ्यांनी केलेला सशस्त्र उठाव त्यानं मोडून काढला. धान्याचा सुरक्षित साठा लुटणाऱ्या चौदाव्या तुकडीतल्या सैनिकांचा बीमोड केला. तुर्कातुई शहरातले स्टेन्का रेझिन सैनिक बंड करून व्हाइट आर्मीला जाऊन मिळायला लागले होते. त्यांच्याशीही त्यानं दोन हात केले. प्रत्येक प्रकरणी त्यानं शत्रूवर पूर्ण मात केली. पूर्ण तपास केला, खटले भरले, त्यांना शिक्षा केल्या. विलंब न करता, ठामपणानं शिक्षा अमलातही आणल्या.

हा संपूर्ण भाग ओसाड, निर्मनुष्य व्हायला लागला होता. त्यानं माणसांना इकडं परत वळवलं, सैन्यभरती करणाऱ्या कचेऱ्या पुन्हा संघटित केल्या. त्याचा परिणाम म्हणून सक्तीची लष्कर-भरती चालू राहिली आणि रेड आर्मीच्या या कचेऱ्या वाजवीपेक्षा जास्त वेळ काम करू लागल्या.

अखेर, जेव्हा उत्तरेकडून व्हाइट आर्मीचं अतिक्रमण वाढायला लागलं, आणि परिस्थिती गंभीर झाली, तेव्हा स्ट्रेलनिकोव्हवर ही जबाबदारी सोपवण्यात आली. लष्करी कारवाई, डावपेच आणि प्रत्यक्ष लढाईत त्यानं हस्तक्षेप करताच लगेच अनुकूल परिणाम दिसून आले.

आपल्याला लोकांनी 'ठार मारणारा', 'मृत्यू देणारा' अशी टोपणनावं दिली होती, हे त्याला अफवांमधून कळलं होतं. ही नावं त्यानं स्तुती म्हणून स्वीकारली. तो कशानंही विचलित होत नसे.

तो मॉस्कोचा रहिवासी. त्याचे वडील कामगार होते. त्याच्या वडिलांनी, पावेल ॲन्टिपॉव्ह यांनी १९०५ च्या क्रांतीत भाग घेतल्याबद्दल त्यांना तुरुंगात पाठवण्यात आलं होतं. त्या काळात त्यानं क्रांतिकारी चळवळींमध्ये भाग घेतला नाही. कारण त्या वेळी तो फार लहान होता. गरीब परिस्थितीतून विद्यापीठात शिकायला आलेली मुलं शिक्षणाला अधिक महत्त्व देत असत आणि श्रीमंत मुलांपेक्षा जास्त अभ्यास,

कष्ट करत असत. इतर मुलांमध्ये क्रांतीनं उत्साह संचारला असला, तरी तो मात्र त्यात गुंतला नव्हता. तथापि, त्यानं क्रांतीविषयीच्या माहितीचा प्रचंड साठा गोळा करून ठेवला होता. मानवशास्त्रात पदवी घेतल्यानंतर तो गणित आणि विज्ञान या विषयांमध्येही पारंगत झाला होता.

लष्करातून तेव्हा त्याला सूट मिळाली होती. पण त्यानं पुढं स्वेच्छेनं लष्करात नाव दाखल केलं. त्याच्यावर कामगिरी सोपवण्यात आली आणि त्याला आघाडीवर पाठवण्यात आलं. शत्रूच्या कैदेतून निसटून आल्यावर त्याच्या व्यक्तिमत्त्वाला आणखीनच झळाळी चढली. जगाला परिपूर्ण करायचं, हे त्याचं स्वप्न होतं. जीवन विकृत करणाऱ्या दुष्ट प्रवृत्ती आणि शक्ती यांचा त्याला संहार करायचा होता. जीवनाचा अजिंक्य कैवारी व्हायचं होतं.

निराशेच्या एका कडवट क्षणी क्रांतीनं त्याच्या हाती शस्त्र दिलं.

स्ट्रेलनिकोव्हच्या खोलीत दोघं येऊन बसले. त्यानं पुन्हा तेच शब्द उच्चारले,

"झिवागो---- मला वाटतं, व्यापारी किंवा उच्च वर्गीय– बरोबर. मॉस्कोतले डॉक्टर. व्हॅरिकिनोला निघालेले. विचित्रच आहे! राजधानी सोडून तुम्ही अशा लहानशा परगण्यात कशाला जात आहात?"

"सध्या तरी ती केवळ कल्पना आहे. प्रसिद्धीपासून दूर, शांततेच्या आणि एकांताच्या शोधात आम्ही तिथं जात आहोत."

"वा वा! किती रम्य कल्पना! व्हॅरिकिनो? इथल्या आजूबाजूच्या बहुतेक सर्व जागा मला माहीत आहेत. ही एके काळी क्रूगर्सची मालमत्ता होती. तुम्ही त्यांच्या नात्यातले तर नाही ना? तुम्ही त्यांचे वारसदार तर वाटत नाहीत."

"असं उपहासानं का बोलता? त्यांचे वारस असण्याचा आणि आम्ही इथं येण्याचा काही संबंध नाही. पण हे खरं आहे, की माझी पत्नी–"

"हां! तरीच! पण तुमच्या मनात जर अजूनही व्हाइट आर्मीविषयी भावुक आठवणी असतील, तर मी तुमची निराशा करणार आहे. तुम्हांला यायला फार उशीर झाला आहे. आम्ही या जिल्ह्यातून व्हाइट आर्मीची पाळंमुळं उखडून टाकली आहेत."

"तुम्ही अजूनही माझी चेष्टा करत आहात?"

"आणि शिवाय तुम्ही डॉक्टर! लष्करातले वैद्यकीय अधिकारी. आम्ही युद्धात पडलेले. लढाई हाच खरोखर माझा व्यवसाय. तुम्ही फरारी झालेले. रेड आणि व्हाइट दोन्हींशीही लढणारे ग्रीन्स देखील जंगलांमध्ये आश्रय घेत आहेत. तुम्ही लढाई सोडण्याचं कारण?"

"मी दोनदा जखमी झालो. अपंग, अशक्त म्हणून मला सोडून देण्यात आलं."

''आपण क्रांतीविषयी सहानुभूती असलेले सोविएत नागरिक आहोत, हे सिद्ध करण्यासाठी, पीपल्स कमिसरिएटच्या शिक्षण किंवा आरोग्य– खात्याचाही तुम्ही संदर्भ द्याल! माय डिअर सर, हा साक्षात्काराचा काळ आहे. हातांत तलवारी घेणाऱ्यांचा. तुमच्यासारख्या एकनिष्ठ डॉक्टरचा किंवा क्रांतीविषयी केवळ सहानुभूती असणाऱ्यांचा नाही! तथापि, मी तुम्हांला सांगितलं आहे की, तुम्ही जायला मोकळे आहात. मी माझा शब्द फिरवणार नाही. पण लक्षात ठेवा. हे या वेळी एकदाच. आपण पुन्हा भेटणार आहोत, असं मला मनातून वाटतं आहे. त्या वेळी मात्र आपलं संभाषण वेगळं असेल. लक्षात ठेवा. सावध राहा.''

त्याच्या धमकीनं किंवा आव्हानानं युरी विचलित झाला नाही. तो म्हणाला,

''तुम्हांला माझ्याबद्दल काय वाटतं, ते मला माहीत आहे. तुमच्या दृष्टीनं विचार केला, तर तुमचं बरोबर आहे. पण ज्या विषयावर तुम्हांला माझ्याशी चर्चा करायची इच्छा आहे, त्याच विषयावर मी माझ्यातल्या काल्पनिक आरोपकर्त्याशी आयुष्यभर चर्चा करत आलो आहे. आजतागायत मी एखाद्या विशिष्ट निर्णयाप्रत आलो नाही, असं म्हणणं तुम्हांला विचित्र वाटेल. फक्त एकच अडचण आहे की, मी तो निर्णय दोन-चार शब्दांमध्ये सांगू शकत नाही. तेव्हा मी जर खरोखर जायला मोकळा असेन, तर मला ते न सांगताच जायची परवानगी द्या. मी जाऊ शकत नसेन, तर माझं काय करायचं, ते ठरवा. मी कोणत्याही सबबी तुम्हांला सांगत नाहीये.''

मध्येच फोनची घंटी वाजल्यानं त्यांच्या संभाषणात व्यत्यय आला. टेलिफोन लाईन दुरुस्त झाली होती. स्ट्रेलनिकोव्हनं रिसीव्हर उचलला.

''थँक्स, गुरियन. आता एक काम कर. कॉम्रेड झिवागोंना त्यांच्या गाडीपर्यंत पोहोचवून देण्यासाठी कोणाला तरी पाठव. मला आणखी अपघात नको आहेत. आणि मला रॅझविली चेका ट्रान्सपोर्ट डिपार्टमेंटला फोन जोडून दे.''

युरी निघून गेल्यावर स्ट्रेलनिकोव्हनं रेल्वे स्टेशनला फोन केला. त्यानं सांगितलं–

''त्यांनी एका शाळकरी मुलाला आणलं आहे. त्याच्या डोक्यावर पट्टी बांधलेली आहे आणि तो टोपी सारखी कानांवर ओढून घेतो आहे. बरोबर, तोच. त्याला आवश्यकता असेल, तर वैद्यकीय उपचार करावे लागतील. हो, निश्चितच. डोळ्यातल्या बाहुलीसारखं त्याला जपा. तुम्ही व्यक्तिशः त्यासाठी जबाबदार असाल. जेवण---- गरज असेल, तर तेही द्या. ठीक आहे, आता आपण कामाचं बोलू–''

लाईन मध्येच तोडली गेली.

''गुरिअन! गुरिअन! मी अद्यापही बोलतो आहे. तू मध्येच लाईन तोडू नकोस. छे! मध्येच कुणीतरी आलं. त्यांनी तोडली लाईन.''

स्ट्रेलनिकोव्हनं पुढचं बोलणं आणि संभाषण पूर्ण करण्याचा बेत तात्पुरता

सोडून दिला. तो विचार करत होता,

'तो मुलगा म्हणजे माझा माजी विद्यार्थी असण्याचीही शक्यता आहे. आता तो मोठा झाला आहे. आमच्याशी लढतो आहे!'

त्यानं शिकवणं सोडून किती वर्षं झाली, याचा मनाशी हिशेब केला. तो मुलगा त्याचा विद्यार्थीच असावा का, याचा त्याला अंदाज घ्यायचा होता. मग त्यानं खिडकीतून दूरवर दिसणाऱ्या क्षितिजाच्या दृश्याकडं पाहिलं. युरिआटिनच्या ज्या भागात ते राहत होते, तो भाग तो दृष्टीनंच शोधायला लागला. समजा, त्याची पत्नी लारा आणि मुलगी अजूनही तिथं असतील, तर? तो त्यांच्याकडं जाऊ शकणार नाही का? आत्ताच, या क्षणाला? हो, पण कसं जाऊ शकणार तो? त्यांचं जीवन वेगळं होतं, ते निराळं आयुष्य जगत होते. आधी त्यानं स्वीकारलेलं हे नवं आयुष्य त्याला पूर्ण करायला हवं. मग त्यानं अर्धवट सोडलेल्या त्या पाशाच्या आयुष्याकडं तो जाऊ शकेल. केव्हा तरी तो ते करील. एक दिवस. पण केव्हा? केव्हा?

पाशाला उत्तर मिळालं नाही.

◆

आगमन

गाडी अद्यापही इतर गाड्यांच्या मागं दुसऱ्या रुळांवर उभी होती.

मॉस्कोशी आपले संबंध अजूनही जुळलेले आहेत, अशी जी भावना झिवागो कुटुंबाच्या मनात प्रवासाच्या दरम्यान होती, ती या भागात आल्यावर एकदमच नष्ट झाली. इथं पूर्णपणे वेगळा प्रदेश सुरू झाला होता. परगण्यांचा प्रदेश. राजधान्यांपेक्षा इथले लोक एकमेकांच्या अधिक जवळ होते. त्यांना एकमेकांबद्दल आपुलकी वाटत होती.

खूप माणसं दिसत होती. लोक स्टेशनांवर गर्दी करत होते. वास्तविक स्टेशनांच्या आसपासच्या परिसरातल्या नागरिकांना हलवून तो भाग रेड आर्मीच्या पथकांनी ताब्यात घेतला होता. पण कुठल्या तरी अगम्य मार्गानं येऊन लोक स्टेशनांवर गाड्यांसाठी थांबतच होते.

प्रत्येक जण प्रत्येकाला ओळखत होता. एकमेकांना बघताच लोक हात हलवत होते, नावांनी हाका मारत होते, सदिच्छांची देवाणघेवाण करत होते. त्यांचं बोलणं-चालणं, वागण्याची पद्धत, जेवण– सगळंच राजधानीतल्या लोकांपेक्षा वेगळं होतं.

युरीला मनात नवल वाटलं.

'ते आपली उपजीविका कशी करत असतील? त्यांच्या आवडी काय असतील? भौतिक गरजा भागवण्याची साधनं कोणती असतील? या कठीण काळाशी ते कसं जुळवून घेत असतील? कायद्यांना कसं चुकवत असतील?'

या सर्वच प्रश्नांची उत्तरं युरीला लवकरच अतिशय स्पष्टपणे मिळणार होती.

युरीच्या डब्यातही गर्दी झाली होती. अनेक नवे प्रवासी चढले होते. तो डब्यापाशी आला, तेव्हा त्यांनी त्याला वर चढवण्यासाठी हात पुढं केले.

''थँक्स. मी चढू शकतो.''

युरीनं स्वतःला वर उंचावून डब्यात झेप घेतली, आणि तोल सावरल्यावर आधी पत्नीला आलिंगन दिलं. ती म्हणाली,

''देवाची कृपा! शेवट चांगला झाला. खरं तर, तू सुखरूप आहेस, हे आम्हांला माहीत होतं.''

''तुम्हांला माहीत होतं, म्हणजे?''

''आम्हांला सगळं कळलं होतं.''

''कसं?''

''सैनिकांनी आम्हांला सांगितलं. अन्यथा आम्ही तुझं अचानक नाहीसं होणं कसं सहन करू शकलो असतो? आधी तर माझा आणि वडिलांचा धीरच खचला. ते बघ, इतक्या काळजीनंतर आता ते तिथं गाढ झोपले आहेत. आपल्या डब्यात जे नवीन प्रवासी आले आहेत, त्यांच्याशी मी तुझी ओळख करून देते. तुझी स्ट्रेलनिकोव्हच्या तावडीतून सुखरूप सुटका झाली, म्हणून सगळे तुझं अभिनंदन करताहेत.''

अचानक टोनिया एका प्रवाशाकडं वळून म्हणाली,

''हा सॅमदेविआतोव्ह.''

युरीनं त्या नावाचा मनाशी उच्चार केला. त्याला वाटलं, हे नाव नक्कीच जुन्या रशियन गाण्यांमधून आलं असलं पाहिजे.

सॅमदेविआतोव्ह आपली हॅट उंचावत गर्दीतून वाट काढत पुढं आला. सैल अंगरखा, मणी जडवलेला पट्टा, पांढरे कुरळे केस, मिशा आणि हनुवटीवरची छोटी चिंचोळी दाढी. त्यानं विचारलं,

''खरं सांगा, तुम्हांला स्ट्रेलनिकोव्हनं भीती दाखवली का?''

''नाही. का? आमची छान बोलणी झाली. त्याचं व्यक्तिमत्त्व खरोखरच फार प्रभावशाली आहे.''

''मलाही तसंच वाटतं. तो या भागातला नाही. तो तुम्हां मॉस्कोच्या लोकांपैकीच असला पाहिजे. इतर निरुपयोगी वस्तूंप्रमाणेच या लोकांनाही राजधानीतून इकडं आणलं गेलं. स्वतःहून इकडं येण्याचा त्यांनी विचारही केला नसता.''

टोनियानं मध्येच त्याला विचारलं,

''तुम्ही लारा ॲन्टिपॉव्हला भेटला असालच ना? ती शिक्षिका आहे या भागात.''

त्यानं सहजतेनं उत्तर दिलं.

''हो. पण तिच्याबद्दल काय?''

मध्येच झालेलं हे लाराबद्दलचं संभाषण युरीनं ऐकलं, पण तो काही बोलला नाही.

सॅमदेविआतोव्ह म्हणाला,

“माझ्या वडिलांची खाणावळ होती. पण मला शिकायचं होतं, म्हणून मी विद्यापीठात गेलो. मी सोशल डेमोक्रॅट आहे.”

“युरोचका, हे काय म्हणाले, ऐक. आपण अतिशय भाग्यवान आहोत. आपल्याला युरिआटिनला गाडी बदलायची आता आवश्यकता नाही. या गावाच्या काही भागाला आग लागली आहे आणि पूल उडवला गेला आहे. आपली गाडी दुसऱ्या मार्गावर नेली जाईल आणि तो मार्ग आपल्याला हवा तोच आहे. आपल्याला तोरफिआनिआला जायचं आहे. तो मार्ग आपल्याला तिथंच घेऊन जाईल. छान आहे, की नाही? गाडी बदलायची गरजच नाही. सगळं सामान घेऊन एका स्टेशनवरून दुसऱ्या स्टेशनवर जायला नको. फक्त आपल्या डब्याचं अनेक तास शंटिंग होईल.”

टोनिया म्हणाली, ते बरोबर होतं. डबे जोडले गेले, पुन्हा वेगळे केले गेले. गाडी सारखी या रुळांवरून दुसऱ्या रुळांवर जात मार्ग बदलत होती. मोकळ्या प्रदेशाकडं जाणारा मार्ग इतर गाड्यांनी अडवला होता.

युरी आणि सॅमदेविआतोव्ह त्या मालडब्याच्या दारात पायऱ्यांवर पाय सोडून बसले. दूर अंतरावरचं जे जे दिसत होतं, ते ते सॅमदेविआतोव्ह युरीला स्पष्ट करून सांगत होता. शंटिंगमुळं गाडीला प्रचंड आवाजांसह हादरे बसत होते आणि त्या आवाजात युरीला त्याचं बोलणं ऐकू येत नव्हतं. तो युरीच्या कानापाशी तोंड आणून कर्कश ओरडून बोलत होता.

“ते जळताना दिसतंय्, ते ‘जायन्ट’ टॉकीज. अद्यापही लढाई संपलेली नाही. चर्चच्या मनोऱ्यावरचे काळे ठिपके दिसताहेत? ते आपले लोक आहेत. झेक लोकांना ते कापून काढताहेत.”

“मला तर काहीच दिसत नाही. तुम्हांला इतक्या दुरून सगळं कसं दिसतं?”

“ती तिथं जळते आहे, ती कारागिरांची क्वार्टर. त्याच्यापुढं शॉपिंग सेंटर आहे. गला एवढी आस्था वाटते, कारण आमची खाणावळ तिथं आहे. सुदैवानं आग फार पसरलेली नाही. गावाचा मध्यभाग सुरक्षित आहे.”

“तुम्ही काय म्हणालात? मला काही ऐकू येत नाही.”

“आमचं नाव हे सॅन डोनॅटोचं विपर्यस्त रशियन रूप आहे. आम्ही डेमिडोव्ह वंशाचे आहोत. राजकन्या डेमिडोव्ह सॅन डोनॅटो.”

समोर दिसणाऱ्या मैदानात टेलिग्राफचे खांब क्षितिजापर्यंत दूरवर पसरलेले होते. एक रुंद हमरस्ता वळणं घेत गेला होता आणि क्षितिजापलीकडं दिसेनासा

झाला होता. तो हमरस्ता रिबिनीसारखा सुंदर दिसत होता.

"तो आमचा प्रसिद्ध हायवे. सैबेरियातूनच जातो. पूर्वी शिक्षा झालेले कैदी या रस्त्याची गाणी गात असत. आता तो पक्षाच्या कडव्या समर्थकांच्या हालचालींचा तळ बनला आहे. तुम्हांला इथं राहायला आवडेल. तसं सगळं काही इतकं वाईट नाही. तुम्हांला त्याची सवय होईल. गावातल्या लोकांच्या गप्पा, चौकशा आवडतील. चौकाचौकांत पाण्याचे पंप आहेत. तिथं पाण्यासाठी स्त्रिया रांगा लावतात. तो त्यांचा खुला क्लब आहे!"

"आम्ही या गावात राहणार नाही. व्हॅरिकिनोला जाणार आहोत."

"मला माहीत आहे. तुमच्या पत्नीनं सांगितलं. तरी तुम्ही युरिआटिनला कामानिमित्त वरचेवर यालच. तुमची पत्नी कोण, ते मी त्यांना पाहताक्षणीच ओळखलं. क्रूगरची जिवंत प्रतिमाच जणू! डोळे, नाक, कपाळ अगदी त्यांच्या आजोबांसारखंच. या भागातली प्रत्येक व्यक्ती क्रूगरची आठवण काढते."

मैदानाच्या पलीकडं मोठाले जाहिरात-फलक दिसत होते. एका जाहिरातीनं युरीचं लक्ष वेधून घेतलं. त्यावरची अक्षरं ठळकपणे दिसत होती :

'मोरोऊ ॲण्ड व्हेटचिनकिन. पेरणी आणि मळणीची यंत्रे.'

"ती एक चांगली कंपनी होती. त्यांची यांत्रिक शेती-अवजारं उत्तम प्रतीची होती."

"मला ऐकू येत नाही. काय म्हणालात तुम्ही?"

"मी म्हटलं, ती चांगली कंपनी होती. ऐकू आलं? चांगली कंपनी. ते शेतीची अवजारं तयार करत. माझ्या वडिलांचे त्यात शेअर्स होते."

"पण तुम्ही म्हणालात, की त्यांची खाणावळ होती."

"तीही होती. याचा अर्थ असा नाही की, त्यांचं भाग-भांडवल असू नये. त्यांनी गुंतवणूक देखील फार धूर्तपणानं केली. त्यांचा 'जायन्ट' टॉकीज्मध्येही पैसा होता."

"तुमच्या बोलण्यावरून असं वाटतं, की तुम्हांला त्याचा अभिमान आहे."

"माझ्या वडिलांच्या धूर्तपणाचा? अर्थातच आहे."

"मग तुमच्या समाजवादाचं काय?"

"त्याचा याच्याशी काय संबंध? एखादा माणूस केवळ मार्क्सवादी आहे, म्हणून तो निरर्थक बडबड करणारा मूर्खच असतो का? मार्क्सवाद हे निश्चित एक शास्त्र आहे. वास्तवाची संकल्पना, इतिहासाचं तत्त्वज्ञान."

"मार्क्सवाद हे शास्त्र आहे? ज्याला त्याबद्दल काहीच माहिती नाही, त्याच्याशी याविषयी चर्चा करणं, वाद घालणं धोक्याचंच आहे. तथापि, मी असं म्हणेन की, शास्त्र म्हणण्याइतका मार्क्सवादाला निश्चित पाया नाही. शास्त्रं अधिक संतुलित

असतात, अधिक वस्तुनिष्ठ. मला तर मार्क्सवादाइतकी आत्मकेंद्री, वास्तवतेपासून दूर गेलेली दुसरी चळवळ आढळत नाही. सत्तेवरच्या माणसांविषयी म्हणाल, तर त्यांना स्वतःचंच बरोबर वाटतं. खोट्या कल्पना प्रस्थापित करायला ते इतके उतावीळ झाले आहेत की, सत्याकडंही दुर्लक्ष करण्याचा आटोकाट प्रयत्न करताहेत. राजकारणाचं मला आकर्षण नाही. ज्या लोकांना सत्याची पर्वा नाही, ते लोक मला आवडत नाहीत.''

सॅमदेविआतोव्हनं स्मित करत सगळं ऐकून घेतलं. त्याला विरोध केला नाही. एका चतुर, पण विक्षिप्त माणसाचा वेडेपणा याच दृष्टीनं त्यानं युरीच्या बोलण्याकडं पाहिलं.

गाडीचं शंटिंग अजूनही चालूच होतं. सिग्नलपाशी एक प्रौढ स्त्री बसली होती. ती काहीतरी विणत होती. दरवेळी गाडी त्या सिग्नलपाशी गेली की, हातांतलं विणकाम बाजूला ठेवून, खाली वाकून ती तरफ सरकवत होती आणि गाडी मागं पाठवत होती.

सॅमदेविआतोव्हला तिचा चेहरा ओळखीचा वाटला. ती तंतसेवा तर नसेल? बरीच म्हातारी दिसते आहे. ती ग्लाशा असेल, असं वाटत नाही. पण ती या डब्याकडं रागानं का बघते आहे? रशियामध्ये सध्या जी उलथापालथ चालू आहे, गाड्यांचा जो गोंधळ चालू आहे, त्यामुळं बिचारीची अवस्था फार वाईट झाली असणार.

अखेर एकदाचा तिनं झेंडा हलवला आणि गाडीला सिग्नलच्या पलीकडं जाऊ दिलं. इतर गाड्यांच्या गर्दीतून बाहेर पडून गाडी आता मोकळ्या भागाकडं जाऊ लागली.

चौदावा डबा त्या स्त्रीसमोरून जायला लागला, तेव्हा दारात बसून गप्पा करणाऱ्या या दोन माणसांकडं पाहून तिनं जीभ बाहेर काढली.

जळणाऱ्या त्या शहराचे बाहेरचे भाग, गोलाकार ऑइल टँक्स, टेलिग्राफचे खांब, जाहिरातींचे फलक हे सगळं मागे पडून दूर अंतरात दिसेनासं झालं. जंगलांचा आणि लहान टेकड्यांचा भूप्रदेश सुरू झाला. टेकड्यांच्या उतारांवर वळत जाणारे रस्ते दिसू लागले होते. सॅमदेविआतोव्ह म्हणाला,

''आपण आपल्या जागांवर परत जाऊ. मला लवकरच उतरायचं आहे आणि येणाऱ्या स्टेशनच्या पुढचं स्टेशन तुमचं, नीट लक्ष द्या, नाहीतर स्टेशन चुकेल.''

''तुम्हांला हा प्रदेश चांगलाच माहीत आहे, असं दिसतं.''

''होय. अगदी माझ्या घराच्या मागच्या अंगणाप्रमाणे. शंभर मैलांच्या परिघातलं सगळं मला माहीत आहे. मी वकील आहे. वीस वर्षं झाली प्रॅक्टिस करतो आहे.

व्यवसायाच्या निमित्तानं मी सतत प्रवास करत असतो.''

''सध्याच्या दिवसांमध्येही?''

''अर्थातच.''

''पण या दिवसांमध्ये कसला व्यवसाय असू शकणार?''

''कोणताही, तुम्हांला आवडेल, तो. जुने, निकाली न निघालेले व्यवहार, व्यावसायिक कामकाज, करारभंग. खटले तर चालूच असतात. मी तर या कामांमध्ये गळ्यापर्यंत बुडालो आहे.''

''पण या सगळ्या कामांवर बंदी आली आहे ना?''

''अर्थातच त्यांनी बंदी घातली आहे, पण फक्त नाममात्र. प्रत्यक्षात मात्र लोकांना सर्व तऱ्हेची कामं करायला सांगितलं जातं. काही वेळा ती कामं अगदी वेगळ्या प्रकारची असतात. माझा लाकडाचा उद्योग आहे. सर्व उद्योगांचं राष्ट्रीयीकरण झालं आहे, पण म्युनिसिपल सोविएतला इंधन हवं आणि प्रोव्हिन्शियल इकॉनॉमिक कौन्सिलला दळणवळण हवं, आणि प्रत्येकाला जगायची इच्छा आहे! हा स्थित्यंतराचा काळ आहे. त्यामुळं अद्यापही संकल्पना आणि प्रत्यक्ष अंमलबजावणी यांत अंतर राहिलं आहे. अशा प्रकारच्या काळात माझ्यासारख्या धूर्त आणि युक्तिबाज हिकमती माणसांची गरज आहे. अडचणीतून मार्ग कसा काढायचा, तो मला माहीत आहे. जो माणूस फार काही पाहत नाही, तो सुदैवी. माझे वडील म्हणायचे, त्याप्रमाणे तुमच्या तोंडावर ठोसा काही चुकीनं बसत नसतो. हा निम्मा परगणा उपजीविकेसाठी माझ्यावर अवलंबून आहे. येत्या काही दिवसांमध्ये मी इमारती लाकडांच्या कामासाठी व्हॅरिकिनोमध्ये येण्याची शक्यता आहे. नक्की नाही. तिथं जायला घोड्याशिवाय दुसरं साधन नाही. आणि माझा घोडा लंगडा झाला आहे. नाही तर या खटारा गाडीतून धक्के खात जाताना मी तुम्हांला दिसलो नसतो. बघा, ती कशी सरपटत चालली आहे! स्वतःला रेल्वे गाडी म्हणवून घेते! व्हॅरिकिनोमध्ये मी तुमच्या उपयोगी पडू शकेन. मला तुमची ती मिकुलित्सिन मंडळी माहीत आहेत. मी त्यांना चांगलं ओळखतो.''

''तुम्हांला माहीत आहे, आम्ही तिथं का जात आहोत? आम्हांला काय करायची इच्छा आहे?''

''थोडं-फार. मला कल्पना आहे. आपल्या भूमीकडं परत जायची माणसाला नेहमीच इच्छा असते. कपाळाचा घाम गाळून जगण्याचं स्वप्न!''

''पण हरकत काय आहे? तुम्हांला ते आवडलेलं दिसत नाही.''

''ते अगदी साधं सरळ आणि आदर्श आहे. आणि का नसावं? गुड लक! फक्त माझा त्यावर विश्वास नाही. ते एक आदर्श मनोराज्य आहे. कला आणि कारागिरी!''

“मिकुलित्सिन आमचं कसं स्वागत करील, असं तुम्हांला वाटतं?”

“तो आधी तुम्हांला आत येऊ देणार नाही. झाडूच्या काठीनं बाहेर हाकलून देईल. आणि त्याचीही त्यात काही चूक नाही. तोही विचित्र परिस्थितीत सापडला आहे. कारखाने बंद पडलेले, कामगार सोडून गेलेले, उपजीविकेची साधनं नाहीत. अन्न नाही. त्यात तुम्ही आलेले. त्यानं तुमचा खून केला, तरी मी त्याला दोष देणार नाही.”

“हे तुमचं खरं रूप! तुम्ही बोल्शेविक आहात; आणि तरीही आपल्या आयुष्यात सध्या जे चाललं आहे, तो वेडेपणा आहे, हे तुम्हांलाही मान्य आहे. हे एक भयानक निशास्वप्न आहे.”

“अर्थातच ते तसं आहे. पण ऐतिहासिक दृष्ट्या ते अटळ आहे. यातून आपण जायलाच हवं.”

“ते का अटळ आहे?” युरीनं विचारलं.

“तुम्ही लहान मूल आहात का? की तुम्ही अजाणपणाचं ढोंग करत आहात? तुम्ही चंद्रावरून उतरला आहात? खादाड, अधाशी आणि दुसऱ्याच्या जिवावर जगणारी बांडगुळं उपासमार होणाऱ्या कामगारांच्या मानगुटीवर बसली आणि त्यांनी कामगारांना मृत्यूच्या दारात नेलं, तरी तुम्हांला वाटतं, परिस्थिती आहे तशीच राहावी? तुम्हांला लोकांच्या रागाचं औचित्य, त्यांची न्यायाची, सत्याची इच्छा समजत नाही? की आपलं हुकुमशाहीशिवाय चालतं, ड्यूमाच्या द्वारे, लोकशाही पद्धतीनं आमूलाग्र बदल शक्य होता, असं तुम्हांला वाटतं?”

“आपण परस्परविरुद्ध हेतूंवर बोलत आहोत. आपली भूमिकाच परस्परांना छेदणारी आहे. त्यामुळं आपण शंभर वर्षं जरी चर्चा करत बसलो, तरी आपलं मत कधीच जुळणार नाही. एके काळी मीही फार क्रांतिकारी विचारांचा होतो. पण आता मला वाटतं की, क्रूर दडपशाही करून काहीच साध्य होणार नाही. लोकांना चांगुलपणानंच चांगल्याकडं नेलं पाहिजे. पण आपण हा विषय सोडून देऊ. मिकुलित्सिनकडं वळू– जर इथं येऊन आमच्या वाट्याला हेच येणार असेल, तर कशाला जातो आहोत आम्ही तिथं? आम्ही परत फिरतो.”

“हा वेडेपणा आहे! मिकुलित्सिन पराकोटीचा प्रेमळही आहे. तो आधी उगाच बडबड करील, नकार देईल, पण नंतर सौम्य होईल. दयाळूपणानं तो तुम्हांला अंगातला शर्टही काढून देईल. घासातला घास देईल.”

आणि सॅमदेविआतोव्हनं मिकुलित्सिनविषयी सांगितलं,

“मिकुलित्सिन पंचवीस वर्षांपूर्वी पीटर्सबर्गहून इथं आला. तो तंत्रज्ञान संस्थेचा विद्यार्थी होता. इथं त्याला क्रूगर मंडळींचा व्यवस्थापक म्हणून काम मिळालं. इथं चार बहिणी राहत होत्या. त्यांच्यापैकी सर्वांत मोठ्या बहिणीशी त्यानं लग्न केलं.

त्यांना मुलगा झाला. मिकुलित्सिन स्वातंत्र्याची पूजा करत असे. त्यानं मुलाचं नाव आगळंवेगळं ठेवलं– लिबेरियस. तो मोठा झाल्यावर आक्रमक बनला. युद्ध सुरू झालं, तेव्हा तो मुलगा फक्त पंधरा वर्षांचा होता. पण त्यानं आपल्या जन्मदाखल्यावर खोटी तारीख घातली आणि तो आघाडीवर गेला. त्याची आई नेहमी आजारी असायची. तिला हा धक्का सहन झाला नाही. तिनं अंथरूण धरलं, ते पुन्हा उठलीच नाही. क्रांतीच्या दोन वर्षं आधी ती वारली. लिबेरियस आघाडीवरून परतला, तेव्हा लेफ्टनंट झाला होता. त्याला तीन पदकं मिळाली होती आणि तो युद्धवीर बनला होता. क्रांतीचं तत्त्वज्ञान ऐकून तो अंतर्बाह्य बोल्शेविक झाला होता. तुम्ही 'फॉरेस्ट ब्रदरहूड' बद्दल ऐकलं आहे?''

''नाही.''

''मग तुम्हांला सांगण्यात काही अर्थ नाही. तरी सांगतो. तो महामार्ग दिसतो आहे ना, त्या महामार्गावर, त्याच्या आसपासच्या जंगलांमध्ये 'फॉरेस्ट ब्रदरहूड'-मधल्या सैनिकांचा वावर आहे. हे लोक कम्युनिस्ट पक्षाचे कडवे अभिमानी आहेत. त्या सैन्यात कोण कोण आहेत? तर मागच्या युद्धापासून जुन्या सत्तेची आज्ञा पाळायला नकार देणारे सामान्य सैनिक, मध्यमवर्गीय शेतकरी, गरीब शेतकरी, वडिलांविरुद्ध गेलेली जमिनदारांची मुलं, खालच्या वर्गातले मवाली, शाळेतून काढून टाकलेले विद्यार्थी, आणि जर्मन, तसंच, ऑस्ट्रियन युद्धकैदीही आहेत. अर्थात या युद्धकैद्यांना मुक्त करून त्यांच्या देशात परत पाठवण्याचं प्रलोभन दाखवण्यात आलं आहे. अशा या जनतेनं बनवलेल्या सैन्याच्या एका विभागाला 'फॉरेस्ट ब्रदरहूड' म्हणतात. हा विभाग मिकुलित्सिनचा मुलगा लिबेरियसच्या आधिपत्याखाली आहे.''

''खरंच सांगताहात?''

''खरंच सांगतो आहे. पण मिकुलित्सिनची गोष्ट पूर्ण करायचीच राहिली. पहिल्या पत्नीच्या मृत्यूनंतर त्यानं दुसरं लग्न केलं. ही एलेना स्वभावानं फार निष्कपट आहे. अजून वयानं खूप लहान आहे. शेतातल्या लिलीसारखी शुद्ध. कुणी भेटलं, तर अद्यापही शाळेतले भूमितीतले प्रश्न घालते! आता मिकुलित्सिन या भागातून कॉन्स्टिट्युअन्ट असेंब्लीवर निवडून आला आहे.''

''हे नक्कीच फार महत्त्वाचं आहे! म्हणजे वडील आणि मुलगा एकमेकांचे राजकीय शत्रू आहेत, तर!''

''तात्त्विक दृष्ट्या अर्थातच ते शत्रू आहेत. पण प्रत्यक्षात फॉरेस्ट सैन्य व्हॅरिकिनोविरुद्ध युद्ध करत नाही. मिकुलित्सिनच्या तीन मेहुण्या, म्हणजे पहिल्या पत्नीच्या बहिणी अद्याप युरिआटिनमध्येच आहेत. त्यांच्यापैकी ग्लॅफिरा अतिशय उत्साही आणि कामसू आहे. कोणतंही काम करायची तिची तयारी असते. एक

दिवस कपड्यांच्या दुकानात शिवणकाम करत असेल, तर दुसऱ्या दिवशी मोज्यांच्या कारखान्यात काम करताना दिसेल. आज हेअर ड्रेसर असेल, तर उद्या सिग्नलवर काम करताना दिसेल! म्हणूनच मघाशी मला ती सिग्नलवरची स्त्री तीच वाटली. चला, मला बोलणं थांबवलंच पाहिजे. आपण आपल्या मुक्कामाला जवळ जवळ पोहोचलोच आहोत. हे माझं स्टेशन आलं. तुमचं पुढचं. तुम्ही तयारीत राहा.''

सॅमदेविआतोव्ह उतरून गेल्यावर टोनिया म्हणाली,

''तुला काय वाटतं, मला माहीत नाही, पण मला वाटतं, देवानंच या माणसाला आपल्या मदतीला पाठवलं. तो आपल्या इथल्या आयुष्यात महत्त्वाची भूमिका बजावणार आहे.''

''शक्य आहे, टोनिया, पण मला वेगळीच काळजी वाटते आहे. इथं तुला प्रत्येक जण क्रूगरची नात म्हणून ओळखतो. आणि इथं लोक क्रूगरला विसरलेले नाहीत. स्ट्रेलनिकोव्हनं सुद्धा मला उपहासानं 'तुम्ही क्रूगरचे वंशज आहात का' असं विचारलं होतं.''

''मलाही तीच भीती वाटते. कुणी आपल्याला ओळखू नये, म्हणून आपण मॉस्को सोडलं. पण इथं तर आपण जास्तच संशयित ठरणार आहोत. त्याबद्दल आपल्याला काहीच करता येणार नाही आणि त्याचं दुःख करण्यातही अर्थ नाही. पण आपण लोकांच्या डोळ्यांत भरणार नाही, अशा तऱ्हेनं शांतपणे राहू. काही बोलायचं नाही. एकूण मला हे सगळं काही फारसं सुखावह वाटत नाही. पण आता आपण मुक्कामाच्या अगदी जवळ आलो आहोत. आपण इतर प्रवाशांना उठवू आणि उतरायची तयारी करू.''

टोर्फिआनाइया स्टेशनच्या प्लॅटफॉर्मवर टोनिया सामान मोजत उभी राहिली. एखादी वस्तू गाडीतच राहिली नाही ना, याची खात्री करून घेण्यासाठी तिनं पुन्हा पुन्हा सामान मोजलं. तिच्या पायांखालची वाळूची जमीन घट्ट होती, तीवर ती पाय रोवून उभी होती. पण स्टेशन निघून जाईल, ही काळजी अद्यापही तिच्या मनात होती आणि गाडी तिच्या डोळ्यांसमोर स्थिर उभी असूनही तिच्या कानांत गाडीच्या चाकांचा खडखडाट घुमत होता. त्यामुळं तिला काहीच नीट कळत नव्हतं, दिसत नव्हतं, ऐकू येत नव्हतं, विचार करता येत नव्हता.

जे प्रवासी आणखी पुढं जाणार होते, त्यांनी डब्यातून तिच्याकडं बघून हात हालवले, निरोप दिला, पण तिचं तिकडं लक्षच नव्हतं. गाडी सुरू झाली, हेही तिला कळलं नाही. रिकाम्या रुळांच्या पलीकडून हिरवी शेतं आणि निळं आकाश दिसलं, तेव्हा कुठं तिला गाडी निघून गेल्याची जाणीव झाली.

स्टेशनाची इमारत दगडांची होती. प्रवेशदाराच्या दोन्ही बाजूंना बाकं होती. या स्टेशनवर फक्त झिवागोच उतरले होते.

स्टेशन नीटनेटकं आणि स्वच्छ होतं. तिथली शांतता त्यांच्या मनांत भरली. आजूबाजूला धावपळ करणारा, एकमेकांवर आदळणारा जमाव नाही, याचं त्यांना नवल वाटलं. या दूरवरच्या परगण्यातल्या जीवनाला अद्याप इतिहासानं घेरलं नव्हतं. राजधान्यांप्रमाणे इतिहास या अनाघ्रात रानांकडं वळला नव्हता.

बर्चच्या दाट जंगलात ते स्टेशन गुरफटून गेलं होतं. मंदपणे हालणाऱ्या त्या वृक्षांच्या सावल्या त्यांच्या चेहऱ्यांवर, जमिनीवर, स्टेशनच्या भिंतींवर आणि छपरांवर झुलत होत्या. पक्ष्यांचा निनादणारा आवाज ऐकताच अचानक टोनियाचे डोळे आणि कान उघडले. आपण खरोखरच इथं सुखरूप पोहोचू, यावर तिचा विश्वासच बसत नव्हता. विशेषतः युरीला स्ट्रेलनिकोव्ह भेटल्यानंतर तर तिला असं वाटत होतं की, त्यानं युरीला सोडून देण्यात मोठेपणाचा कितीही आव आणला असला, तरीही, इथं उतरल्याबरोबर सगळ्यांना अटक करण्यासंबंधी त्यानं आधीच तार पाठवली असेल.

सभोवतालचं मोहक दृश्य आणि मनावरचा हलका झालेला ताण यांमुळं तिला रडू फुटलं. ती काही बोलू शकली नाही.

तिला रडताना पाहून स्टेशन-मास्तरच्या गणवेशातला एक लहानखुरा म्हातारा माणूस बाहेर आला. त्यांच्या जवळपास घुटमळत त्यानं नम्रपणानं विचारलं,

"यांना काय झालं? काही औषध हवं आहे का?"

"थँक्यू. काही विशेष नाही. थोड्याच वेळात ती ठीक होईल." अलेक्झांडर म्हणाले.

"माझं चुकत नसेल, तर तुम्ही मध्य रशियातले, होय ना?"

"होय. मध्य रशियाच्या गाभ्यातले."

"मॉस्को! मग या स्त्रीच्या मनावर ताण आला, यात काहीच आश्चर्य नाही. आम्ही ऐकलं आहे की, तिथं त्यांनी एकही दगडसुद्धा चांगल्या अवस्थेत ठेवलेला नाही."

"इतकी काही वाईट परिस्थिती नाही. लोक वाढवून सांगतात. पण आम्ही निश्चितच खूप सोसलं आहे. ही माझी मुलगी. तो तिचा नवरा. पलीकडं आहे, तो त्यांचा लहान मुलगा साशेन्का आणि ही त्याची दाई निऊशा."

"तुमच्या भेटीनं मला आनंद झाला. मला तुमची थोडी अपेक्षा होतीच. सॅमदेविआतोव्हनं सॅक्माहून फोन केला होता. त्यानं सांगितलं होतं की, डॉक्टर झिवागो कुटुंबासह मॉस्कोहून येत आहेत. त्यांना शक्यतो सर्व मदत करा. तेच तुम्ही आहात, तर?"

"नाही. डॉक्टर झिवागो माझा जावई. तो पलीकडं उभा आहे. मी ग्रामीण अर्थशास्त्राचा प्रोफेसर. माझं नाव अलेक्झांडर ग्रोमिको. तुम्ही सॅमदेविआतोव्हला ओळखता तर?"

"त्याला कोण ओळखत नाही? तो खरोखरच चमत्कार घडवून आणतो. तो नसता, तर आम्ही काय केलं असतं, सांगता येत नाही. केव्हाच मरून गेलो असतो. तेव्हा त्यानं झिवागोंना लागेल ती मदत कर, असं सांगितल्यावर मी त्याला आनंदानं कबूल केलं. तुम्हांला घोडा किंवा आणखी काही हवं असेल, तर सांगा. तुम्हांला कुठं जायचं आहे?"

"आम्हांला व्हॅरिकिनोला जायचं आहे. फार दूर आहे का इथून?"

"व्हॅरिकिनो! तरीच तुमच्या मुलीकडं बघून मला क्रूगर्सची आठवण आली आणि आश्चर्य वाटलं. तुम्हांला व्हॅरिकिनोला जायचं आहे, तर! आता सगळं स्पष्ट झालं. वृद्ध क्रूगर आणि मी, आम्ही दोघांनी मिळूनच तो रस्ता बांधला. मी लगेच घोडा मिळतो का, ते बघतो. माणसांना बोलवतो आणि आम्ही गाडीचीही सोय करू. डोनट! डोनट! हे सामान थोड्या वेळासाठी वेटिंग रूममध्ये नेऊन ठेव आणि घोड्याचं काय? चहाच्या खोलीकडं धावत जा आणि काय करता येईल, ते बघ. आज सकाळीच बॅकस इथं आसपास घोटाळत होता. तो अद्यापही तिथं आहे का, बघ. त्याला सांग, व्हॅरिकिनोसाठी चार प्रवासी आहेत, ते इथं नवीन आहेत. आत्ताच आले आहेत. त्यांच्या जवळ फारसं सामान नाही. सगळं झटपट कर."

मग तो म्हातारा स्टेशन-मास्तर टोनियाकडं वळून म्हणाला,

"मुली, तुला मी वडिलकीचा एक सल्ला देऊ का? तुझं इव्हान अर्नेस्नोविच क्रूगरशी किती जवळचं नातं आहे, हे मी तुला मुद्दामच विचारलं नाही. तू त्याबद्दल बोलताना खूप काळजी घे. या अशा काळात तू त्याबद्दल सर्वांशी फार बोलू नकोस."

बॅकसचं नाव ऐकताच झिवागो मंडळी एकमेकांकडं चकित होऊन बघायला लागली. ॲनानं, टोनियाच्या आईनं बॅकस नावाच्या लोहाराबद्दल सांगितलेल्या गोष्टी त्यांना आठवल्या. ज्यानं आपली आतडी नाश न पावणाऱ्या लोखंडाची करून घेतली होती, तोच हा बॅकस लोहार तर नसेल ना? ॲनानं सांगितलेल्या इतर रंजक अशा स्थानिक आख्यायिकाही त्यांना आठवल्या.

गाडीला एक घोडी जुंपलेली होती. तिनं नुकताच एका शिंगराला जन्म दिला होता. ते शिंगरू काळं कुळकुळीत होतं. रंगवलेल्या खेळण्यासारखंच दिसत होतं. आपले कोवळे पाय झाडत ते आईमागून पळत होतं.

चाकोरीतून धावताना गाडीला खूप हादरे बसत होते. पण झिवागो मंडळींची मनं मात्र शांत होती. त्यांचं स्वप्न खरं ठरत होतं. प्रवासाचा हा अखेरचा टप्पा होता. दिवस मध्यावर आला होता आणि त्या स्वच्छ दिवसाचे काही तासच शिल्लक उरले

होते. जणू आपल्या वैभवाचा काळ लांबवण्यासाठी दिवसही रेंगाळत सरत होता.

त्यांचा रस्ता कधी जंगलातून जात होता, तर कधी मोकळ्या शेतातून. तो डोंगराळ प्रदेश होता. शेतांवर, टेकड्यांवर, जंगलावर सूर्याचा गुलाबी प्रकाश पडला होता. त्या प्रकाशानं झिवागोंना धीर दिला. त्यांच्या मनांत आशा निर्माण केली. त्यांना इथलं सर्वच आवडलं.

म्हातारा गाडीवान अखंड बडबड करत होता. त्याच्या बोलण्यात प्रचारात नसलेली रशियन शब्दरूपं, तार्तार म्हणी, स्थानिक बोली भाषेचा विचित्र हेल यांचं मिश्रण झालं होतं.

टोनियानं युरीला विचारलं,

"ज्या बॅकसबद्दल आई सांगायची, तो हाच तर नसेल? लोखंडी पोटाचा बॅकस!"

"हा तो अर्थातच नसणार आणि ही एक निव्वळ आख्यायिका आहे. तुझ्या आईनं आपल्याला असंही सांगितलं होतं की, ही आख्यायिका तिनं ऐकली, तेव्हाच ती शंभर वर्षांपूर्वीची होती. तेव्हा यात काही अर्थ नाही."

एकाएकी गाडीवान मागं वळला. त्यानं थेट टोनियाच्या डोळ्यांत पाहिलं. ते म्हणाला,

"तू कोण आहेस, ते मला माहीत आहे. माझा माझ्या डोळ्यांवर विश्वासच बसत नाही. तू क्रूगरची नात तर नाहीस? अगदी त्याचीच जिवंत प्रतिमा दिसतेस. क्रूगरविषयी माझ्याइतकी माहिती आणखी कोणाला असणार? त्याच्याकडं काम करण्यात मी आयुष्य घालवलं. सर्व तऱ्हेची कामं केली. मघाशी तू विचारत होतीस की, मीच तो बॅकस लोहार असेल का? तुझा तो बॅकस पन्नास वर्षांपूर्वी मेला. त्याला 'आयर्न बेली' असं म्हणत. आमची नावं सारखीच असली, तर आडनावं वेगळी आहेत."

संध्याकाळ व्हायला आली. झिवागोंच्या लांबलांब होत जाणाऱ्या सावल्या त्यांच्या पुढंपुढं धावू लागल्या. आता ते उजाड सपाट प्रदेशातून जात होते. पण खूप दूरवर उंच टेकड्यांची रांग दिसली. त्या डोंगररांगेच्या शिखरावर एकमजली पांढरं घर दिसलं.

बॅकस म्हणाला,

"ते डोंगरावरचं घर दिसतं आहे? तिथंच मिकुलित्सिन राहतो. डोंगराच्याखाली एक घळ आहे. तिला शुत्मा म्हणतात."

टेकड्यांवरून बंदुकींचे दोन बार ऐकू आले. त्यांचा प्रतिध्वनी घुमत गेला.

"हा गोळीबार कशाचा? पार्टिझन्स सैनिक आमच्यावर गोळ्या तर झाडत नसतील ना?"

"पार्टिझन्स? छे! घळीतल्या लांडग्यांना घाबरवण्यासाठी मिकुलिच बार काढतो आहे."

त्यांची मिकुलित्सिनशी पहिली भेट त्याच्या घराच्या अंगणात झाली.

एलेना, त्याची पत्नी जंगलातून नुकतीच फिरून आली होती. मिकुलित्सिन बिघडलेली बंदूक दुरुस्त करत बसला होता.

त्याच वेळी गारगोट्यांवर घोडागाडींच्या चाकांचा खडखडाट करत बॅकस त्या ठिकाणी येऊन पोहोचला. त्यानं सफाईनं गाडी वळवून उभी केली.

झिवागो मंडळी गाडीतून खाली उतरली. अलेक्झांडर आपली हॅट डोक्यावरून काढत, पुन्हा ठेवत, अडखळत बोलायला लागले. मिकुलित्सिनला काहीतरी सांगण्याचा प्रयत्न करू लागले.

मिकुलित्सिन आणि एलेना आश्चर्यानं थक्क होऊन अगदी गप्प झाले. त्यांच्या पुढ्यात प्रवासातून नुकतेच आलेले हे पाहुणे शरमेनं लज्जित होऊन उभे राहिले. कठीण परिस्थितीत सापडल्यामुळं ते गोंधळून, घाबरून गेले. युरी आणि टोनिया तर हताशच झाले. साशेन्का आणि निऊशालाही परिस्थितीचं गांभीर्य जाणवलं.

अखेर मिकुलित्सिननं शांततेचा भंग केला.

"मला काहीच कळत नाही! हे कोणतं गाव आहे, असं तुम्हांला वाटलं? दक्षिणेतलं चांगलं गाव आहे, इथं व्हाईट्स आहेत, आणि खायला भरपूर पाव आहे, असं वाटलं? तुम्ही आमच्यावरच का येऊन आदळलात? सबंध जगात तुम्हांला हीच जागा सापडली यायला?"

एलेना म्हणाली,

"इथं येऊन तुम्ही मिकुलित्सिनवर केवढी जबाबदारी टाकत आहात, याची कल्पना तरी आहे का तुम्हांला?"

"तू मध्ये काही बोलू नकोस, एलेना. पण तिचं बरोबर आहे. तुम्ही आमच्यावर केवढं ओझं लादत आहात, याचा विचारच केला नाही का तुम्ही?"

"तुमचा आमच्याबद्दल गैरसमज झाला आहे. तुमचं शांत जीवन विस्कळीत करायचा किंवा तुमच्यावर आमचं ओझं टाकायचा आमचा मुळीच हेतू नाही. आम्हांला अगदी लहानशी गोष्ट हवी आहे. कोणत्याही मोडक्या, जुन्या रिकाम्या इमारतीतला एक कोपरा आणि जमिनीचा छोटा तुकडा. तोही कुणाला नको असल्यामुळं वाया जाणारा. आम्ही तिथं भाज्या लावू आणि जळणासाठी जंगलातून गाडीभर लाकडं आणण्याची परवानगी हवी. कारण लाकूड नेताना आम्हांला पाहणारं कुणी नाही. हे मागणं फार आहे का? यात आम्ही तुमच्यावर काय लादत आहोत?"

"खरं आहे! पण जग खूप मोठं आहे. या तुमच्या मागण्यांशी आमचा काय संबंध? या सन्मानासाठी इतर सगळ्यांना सोडून आमचीच का निवड केली तुम्ही?"

"कारण आम्ही तुमच्याबद्दल ऐकलं आहे आणि आम्हांला आशा आहे, की तुम्हीही आमच्याबद्दल ऐकलं असावं. त्यामुळं पूर्णतया अनोळखी असं आम्ही तुमच्यासमोर येणार नाही, असं वाटलं."

"ओह! म्हणजे क्रूगरमुळं हे सगळं आहे, तर! कारण तुम्ही त्याचे नातलग आहात! पण अशा या काळात तुम्ही हे उघड सांगू कसं शकता?"

"केवळ तुम्ही क्रूगरच्या नात्यातल्या आहात; या एकाच कारणासाठी तरी तुम्ही तुमच्या या परिचयापासून आम्हांला दूर ठेवायला हवं होतं." एलेना पुन्हा मध्ये बोलली."

मिकुलित्सिन म्हणाला,

"एलेना, तू मध्ये बोलू नकोस. पण माझ्या पत्नीचं अगदी बरोबर आहे. तुम्ही क्रूगरच्या नात्यातल्या आहात, म्हणूनच मी तुम्हांला ठेवून घेऊ शकत नाही."

तो सगळा प्रसंगच इतका ओशाळवाणा होता, की सॅमदेविआतोव्हनं रंगवलेलं मिकुलित्सिनचं चित्र आणि हे त्याचं आत्ताचं रूप यांची तुलना करायला युरीला वेळच मिळाला नाही.

तो 'आय्'चा उच्चार पोलिश पद्धतीनं 'ऑ' असा करत होता. तोंडातला पाईप क्षणभरही बाहेर काढत नव्हता. तो पाईप जणू त्याच्या चेहऱ्याचा अविभाज्य भाग होता. मानेला झटका देऊन केस मागे सारायची त्याची लकब होती. उन्हाळा असल्यानं त्यानं रेशमी झालर असलेला रशियन शर्ट घातलेला होता. जुन्या काळात असता, तर व्होल्गा नदीवरचा चाचा झाला असता. त्यानं आपलं तारुण्य क्रांतीला वाहिलं होतं. क्रांती झालेली बघायला आपण जिवंत राहणार नाही, अशी त्याला भीती वाटत होती. पण आता क्रांती झाली होती. त्यानंतर मात्र घडामोडींच्या गर्दीत न राहता तो इथं दूर खेड्यात आला होता. जात्याच शेतकरी-कामगार वर्गाचा असल्यामुळं त्यानं फॅक्टरी कमिटी स्थापन केली होती. पण इथून कामगार पळून गेले होते. त्यांच्यापैकी काही मेन्शेविक होते आणि सर्वांत कहर म्हणजे, आता हे लोक आले होते! क्रूगर कुटुंबाचे अवशेष विनाआमंत्रण येऊन उभे राहिले होते! तो म्हणाला,

"तुम्ही मला किती धोक्यात घालता आहात, याची तुम्हांला जाणीव आहे का? आधीच आमचं जगणं कठीण झालं आहे. मी दोन्ही बाजूंनी आगीत वेढलो आहे. एका बाजूला माझा मुलगा रेड असल्यानं लोक माझं आयुष्य त्रासदायक करून टाकत आहेत. कारण तो बोल्शेविक आहे, लोकांचा आवडता. दुसऱ्या बाजूला असे लोक आहेत, ज्यांना मी कॉन्स्टिट्युअंट असेंब्लीवर का निवडून गेलो, ते जाणून घ्यायची इच्छा आहे. दोन्ही बाजूंचे लोक असंतुष्ट. मी कोणाच्याच जवळ जाऊ शकत नाही."

काही वेळानं मिकुलित्सिन शांत झाला.

"ठीक आहे. इथं अंगणात भांडण्यात काहीच अर्थ नाही. आपण आत जाऊ. अर्थात त्यातून काही चांगलं निष्पन्न होईल, असं वाटत नाही. आम्ही दुष्ट माणसं नाही आहोत. तुम्हांला लांडग्यांच्या तोंडी देण्यासाठी आम्ही जंगलात हाकलून देणार नाही. मला वाटतं, एलेना, आपण सध्यापुरतं त्यांना माझ्या स्टडीशेजारच्या खोलीत ठेवू. त्यांना कुठं राहता येईल, ते आपण नंतर पाहू. आपण त्यांच्यासाठी बागेत एखादी जागा पाहू. या, आत या. बॅकस, त्यांचं सामान आत आण. पाहुण्यांना मदत कर."

सामान उचलताना बॅकस पुटपुटला,

"फारच कमी सामान आहे. फक्त लहान गठ्ठे. एकही ट्रंक नाही."

रात्र थंड होती. त्यांनी हातपाय धुतले. टोनिया आणि निऊशा या दोघींनी रात्रीसाठी खोली तयार केली.

मिकुलित्सिननं सगळ्यांना चहाचं आमंत्रण दिलं.

युरी आणि अलेक्झांडर मोकळी हवा घेण्यासाठी आधी व्हरांड्यात गेले. खूप अंधार होता. त्यांच्या मागून खिडकीतून आलेला दिव्याचा प्रकाशझोत घळीमध्ये उतरत गेला होता. पण दोघं त्या उजेडाच्या पट्ट्याच्या बाहेर होते. त्यामुळं त्यांना भोवतालचा अंधार जास्तच गडद वाटत होता.

"आपल्याला पलीकडचं घर राहायला द्यायचं मिकुलित्सिनच्या मनात आहे. उद्या आपण जाऊन आधी ती जागा बघून येऊ. आवश्यक असेल, तर ताबडतोब तिची दुरुस्ती सुरू करू. जराही वेळ न घालवता वाफे तयार करण्यासाठी जमीन खणायला लागू. बटाट्याचं बियाणं देईन, असं तो म्हणाला नं?"

"हो. त्यानं इतर बियाणं द्यायचंही आश्वासन दिलं आहे. तो आपल्याला मदत करणार आहे. येताना मला ते घर दिसलं होतं. चला. आपण परत आत जाऊ. नाहीतर त्यांना वाटेल, आपण असभ्य आहोत."

ते डायनिंग रूमकडे निघाले. वाटेत एक खोली लागली. ती मिकुलित्सिनची अभ्यासिका होती. त्या खोलीला भिंतीएवढ्या मोठ्या आकाराची खूप लांबरुंद खिडकी होती. त्या खिडकीतून दरी दिसत होती. खोलीच्या मध्यभागी भिंतीइतकंच लांबरुंद टेबल होतं. टेबलाचा आकार, त्याचा गुळगुळीत पृष्ठभाग, त्याची जागा– सगळंच हेवा करण्यासारखं होतं. कारण तिथून दरीचं विशाल दृश्य दिसत होतं.

डायनिंग रूममध्ये आल्याबरोबर प्रथम युरीनं आपल्या यजमानांजवळ त्या अभ्यासिकेची स्तुती केली.

“किती सुंदर जागा आहे तुमची! किती भव्य अभ्यासिका. खरोखर इथं बसून काम करण्यात आनंद वाटत असेल.”

“चहा कडक, की सौम्य?”

“कुकीज् फारच छान आहेत. सॅक्रीनपासून बनवल्या आहेत?”

“नाही. या जंगलात सॅक्रीन कुठून मिळणार? साध्या साखरेच्या आहेत. तुम्ही मला चहात साखर घालताना पाहिलं नाही का?”

“मी फोटो बघत होतो आणि चहा खरा आहे, होय ना?”

“अर्थातच. जस्मिन चहा आहे.”

“कसा मिळतो तुम्हांला तो?”

“आमचा एक मित्र आहे. जादूगारच म्हणा ना! या नवीन समाजव्यवस्थेतली ती प्रसिद्ध आणि सर्वमान्य व्यक्ती आहे. अगदी कडवा डावा. प्रोव्हिन्शियल इकॉनॉमिक कौन्सिलचा तो प्रतिनिधी आहे. तो आमचं लाकूड गावात नेतो आणि त्याच्या मित्रांमार्फत आमच्यासाठी चहा, साखर, लोणी, पीठ पाठवतो. आणखी चहा हवा?”

“नको, थँक्यू.”

एलेनाचं पदार्थविज्ञानानं ज्ञान पाहून युरीनं विचारलं,

“तुम्हांला पदार्थविज्ञानाची इतकी माहिती कशी?”

‘युरिआटिनमध्ये आम्हांला एक उत्तम विज्ञान शिक्षक मिळाला होता. तो मुलांच्या शाळेत आणि आमच्या शाळेत असं दोन्ही ठिकाणी शिकवत असे. तो किती चांगला होता, ते मी तुम्हांला सांगू शकत नाही. त्यानं समजावून सांगितलं की, सगळं अगदी स्पष्टपणे लक्षात यायचं. त्याचं नाव अँन्टिपॉव्ह होतं. त्याचं लग्न एका शिक्षिकेशीच झालं होतं. इथल्या मुली त्याच्यासाठी वेड्या झाल्या होत्या. सगळ्या त्याच्या प्रेमात पडल्या. तो स्वयंसेवक म्हणून युद्धावर गेला आणि आघाडीवर मारला गेला. काही लोक म्हणतात, सध्याचा तो त्रासदायक कमिसार स्ट्रेलनिकोव्ह आहे, तोच अँन्टिपॉव्ह. मृतांमधून उठलेला. पण ती अर्थातच अफवा आहे. ते अगदीच असंभवनीय वाटतं. तरी कोणी सांगावं? ते शक्यही असेल. आणखी एक कप चहा?’

◆

व्हॅरिकिनो

हिवाळ्यात युरीला अधिक मोकळा वेळ मिळाला. त्यानं एक वही लिहायला सुरुवात केली :

'पहाटेपासून संध्याकाळपर्यंत कुटुंबासाठी आणि स्वतःसाठी काम करण्यात केवढं सुख आहे! त्यांच्या डोक्यावर छप्पर बांधायचं, त्यांना खायला घालता यावं, म्हणून जमीन नांगरायची, विश्वाच्या निर्मात्याचं अनुकरण करून रॉबिन्सन क्रूसोप्रमाणे स्वतःचं एक जग निर्माण करायचं आणि स्वतःला वेळोवेळी नवा जन्म द्यायचा.

'शारीरिक कष्टाचं कामं करण्यात हात गुंतलेले असले, म्हणजे कितीतरी नवे विचार डोक्यात येतात. कष्टांतून आणि परिश्रमांतून साध्य झालेलं काम आनंदाचं आणि यशाचं बक्षीस घेऊन येतं. भर उन्हात सहा तासांपेक्षाही जास्त वेळ माती खणताना किंवा घाव घालताना आनंदच मिळतो. अशा वेळी मनात येणारे क्षणिक विचार, प्रेरणा, तर्क कागदावर उतरवता येत नाहीत. पण हा तोटा नसून, उलट लाभच आहे.

'सध्या मी शेती करत असलो, तरी मी काही टॉलस्टॉयचं भूमीकडं परत जाण्याचं तत्त्वज्ञान शिकवत नाहीये. समाजवादात सुधारणा करायचा प्रयत्नही मी करत नाहीये. शेतीविषयक समस्यांची उत्तरं मला समाजवादातून शोधून काढायची नाहीत. आम्हांला शेतीचा आलेला हा अनुभव अगदी अनपेक्षित आहे. त्यातून मला एखादी विचारप्रणाली उभी करायची नाहीये.

'आम्ही करत असलेला जमिनीचा वापर बेकायदा आहे. आम्ही कायदा स्वतःच्या हातांत घेतला आहे. आम्ही इथं जे काही करत आहोत, ते संघराज्यापासून लपून-छपूनच. आम्ही लाकूड तोडतो, ते चोरलेलं असतं.

मिकुलित्सिन सहिष्णुवृत्तीचा आहे, म्हणूनच आम्ही हे करू शकतो, त्यासाठी त्याचे आभारच मानायला हवेत. तोही आमच्या सारखाच राहतो.

'आम्ही हे बिनबोभाट करू शकतो, कारण आम्ही गावापासून दूर राहतो. सुदैवानं या ठिकाणी कोणाला काही कळू शकत नाही. अजून तरी आमच्या बेकायदा कृत्यांचा कोणाला सुगावा लागलेला नाही.

'दुसऱ्या कोणावर औषधोपचार करणं मी सोडून दिलं आहे. मी डॉक्टर आहे, हे सुद्धा कोणाला सांगत नाही. कारण मला माझ्या स्वातंत्र्यावर बंधनं नको आहेत. पण व्हॅरिकिनोमध्ये, मी डॉक्टर आहे, ही बातमी वाऱ्यावर उडत-उडत काही लोकांपर्यंत पोहोचली आहे. ते पंधरा-वीस मैल पायपीट करत माझा सल्ला घ्यायला येतात आणि मोबदला म्हणून कोंबडी, अंडी, लोणी किंवा काहीतरी माझ्यासाठी आणतात. 'मला फी म्हणून काही नको' हे त्यांना पटवून देता येत नाही. कारण मोफतचा वैद्यकीय सल्ला परिणामकारक ठरतो, यावर त्या लोकांचा विश्वास नाही! त्यामुळं माझ्या या प्रॅक्टिसमधून थोडं-फार मिळतं. पण आमचा आणि मिकुलित्सिनचाही मुख्य आधार आहे, तो सॅमदेविआतोव्ह.

'सॅम म्हणजे विलक्षण गुंतागुतीचा माणूस आहे. मला तो कळू शकत नाही. क्रांतीला त्याचा मनापासून पाठिंबा आहे. युरिआटिन सोविएतनं त्याच्यावर जो विश्वास टाकला आहे, त्यासाठी तो पूर्णपणे योग्य आहे. त्यांनी त्याला काही अधिकार दिले आहेत, त्यांआधारे ते आम्हांला किंवा मिकुलित्सिनला न सांगताही व्हॅरिकिनोतल्या लाकडाची कायदेशीर मागणी पूर्ण करू शकतो, आणि पुरवठाही करू शकतो. आम्ही तक्रार किंवा निषेध करणार नाही, हे त्याला माहीत आहे. दुसऱ्या बाजूनं, त्याला संघराज्याला लुटावंसं वाटलं, तर तो लुटेलही आणि स्वतःचे खिसे भरील. त्याबद्दल त्याला एक शब्दानंही कोणी काही म्हणणार नाही! तो आम्हांला, मिकुलित्सिनला, जिल्ह्यातल्या इतरांना किंवा त्या स्टेशनमास्तरला का मदत करतो? साम्यवादी जाहीरनाम्याशी त्याचा जेवढा परिचय आहे, तेवढाच डोस्टोव्हस्कीच्या 'पझेसड्' या कादंबरीशीही आहे. दोन्हींबद्दल तो तितक्याच चांगल्या शब्दांत बोलतो. त्यानं स्वतःचं आयुष्य असं चौफेर केलं नाही, तर तो कंटाळेल आणि एक दिवस मरून जाईल!'

काही दिवसांनी युरीनं पुन्हा लिहिलं :

'या जुन्या घरामागच्या दोन लाकडी घरांमध्ये आम्ही राहत आहोत. ॲना लहान होती, तेव्हा क्रूगर या घराचा वापर निवृत्त आया आणि खास घरगड्यांसाठी करत असे.

'आम्ही आलो, तेव्हा हे घर चांगलंच मोडकळीला आलं होतं. आम्ही खूप झपाट्यानं त्याची दुरुस्ती केली. शेगड्या, शेकोट्या दुरुस्त करून घेतल्या. त्यामुळं दोन्ही खोल्यांमध्ये ऊब राहू लागली.

'जुनी बाग नष्ट झाली आहे. झाडाझुडपांच्या अस्ताव्यस्त वाढीमुळं दिसेनाशी झाली आहे.

'थंडी आणि पावसाळा यांच्या मधल्या काळात जमिनीतून बटाटे काढायला आम्हांला वेळ मिळाला. आम्ही ते न मोजताच मिकुलित्सिनला दिले. सर्वांत मोठ्या कोठीघरात ठेवले. त्यावर ब्लँकेट्स आणि वाळलेलं गवत पसरलं. टोनियानं तयार केलेल्या, दोन पिंप भरून खारवलेल्या काकड्याही साठवल्या. कोरड्या वाळूत गाजरं, मुळे, सलगम आणि भरपूर वाटाणे, शेंगदाणे माळ्यावर साठवून ठेवले आहेत. ताज्या कोबीचे गड्डे जोडीजोडीनं तुळईला लटकवून ठेवले आहेत. वसंत ऋतूपर्यंत पुरेल, एवढा जळाऊ लाकडांचा साठाही तळघरात आणि माळ्यावर करून ठेवला आहे.

'सुरुवातीला वसंत ऋतूत आणि उन्हाळ्यात आम्हांला खूप काम होतं. आता मात्र हिवाळ्यातल्या संध्याकाळी आम्ही आराम करू शकतो. सॅमदेविआतोव्ह आम्हांला केरोसीन आणून देतो. आम्ही दिव्याभोवती बसतो. टोनिया विणकाम किंवा शिवणकाम करते. मी आणि अलेक्झांडर मोठ्यांदा वाचतो. आम्ही 'वॉर ॲण्ड पीस', पुश्किनच्या कविता, स्टेन्धलच्या दरेडऽ ॲण्ड द ब्लॅक'चं, डिकन्सच्या 'टेल ऑफ टू सिटीज्'चं रशियन भाषांतर वाचत असतो.

'शेगडीत एखादीच ढलपी तडतडत असते. चांगली पेटत नाही. ती धूर करणारी ढलपी मी उचलतो आणि पळत-पळत बाहेर जाऊन शक्य तितक्या दूरवर बर्फात फेकून देतो. तेव्हा ती पेटत्या मशालीसारखी दिसते. तिच्यातून ठिणग्या बाहेर पडत असतात. चुर्रर्र आवाज करत ती बर्फात गाडली जाते.'

वसंत ऋतू जवळ येत होता, तेव्हा युरीनं लिहिलं,

'टोनियाला दिवस गेले आहेत. माझ्या ते लगेच लक्षात आलं. मी तिला तसं सांगितलंही, पण तिचाच विश्वास बसत नाही.'

'दिवस गेले, की स्त्रीचा चेहरा बदलतो. ती स्वतःमध्ये एक भविष्यकाळ वाहून नेत असते. ती कधी एकटी नसते. ती कृश होते. चेहरा निस्तेज होतो. त्वचा राठ होते, डोळ्यांत एक वेगळीच चमक येते.

'टोनिया आणि मी एकमेकांच्या मनापासून कधीच दूर गेलो नव्हतो. भरपूर कष्टांच्या या काळानंच आम्हांला परस्परांच्या अधिकच जवळ आणलं. ती किती कार्यक्षम, खंबीर आणि न थकता काम करणारी आहे, ते मी याच काळात पाहिलं.

'काल सॅमदेविआतोव्ह आला. त्यानं आमच्यासाठी काही भेटवस्तू, खाद्यपदार्थ आणि दिव्यांसाठी केरोसीन आणलं. काही वेळानंतर आम्ही दोघांनी कला या विषयावर प्रदीर्घ चर्चा केली.

'कलेकडं आकार, आकृती म्हणून मी कधीच पाहिलेलं नाही, तर आशयाचा स्रोत म्हणून पाहलं आहे. एखादी साहित्यकृती सर्व अंगांनी आपल्या मनाला भिडत असते. तिची मध्यवर्ती, कल्पना, विषय, त्यातली परिस्थिती, व्यक्तिरेखा हे सगळं आपल्या मनापर्यंत पोचत असतं. पण अधिक परिणाम करतं, ते तिच्यातलं कलेचं अस्तित्व. 'क्राइम ॲण्ड पनिशमेंट' मधल्या रॅसकोलनिकोव्हच्या गुन्ह्याच्या गोष्टीपेक्षा त्यातील कलेचं अस्तित्वच आपल्याला हलवून टाकतं. आदिवासी कला, इजिप्तची, ग्रीसची, आणी आमची स्वतःची कला ही हजारो वर्षांपासून सारखी आणि एकच आहे, असं मला वाटतं. आपण तिला जीवनाचं भाष्य म्हणू शकतो. भाष्यामधून मांडलं गेलेलं सत्य म्हणजे कला. ती इतकी सर्वात्मक आणि सर्वसमावेशक आहे की, वेगवेगळ्या शब्दांमध्ये तिचे तुकडे पाडता येत नाहीत. ती कलाकृतीतल्या इतर सर्व घटकांचं महत्त्व बाजूला करते आणि त्या कलाकृतीचा आत्मा होऊन जाते.''

'मला किंचित थंडी वाजतेय्, खोकला येतोय्, कधी थोडा तापही असतो. दिवसभर धाप लागलेली असते आणि घशात काहीतरी अडकल्यासारखं वाटतं. प्रकृती वाईट झाली आहे. आईच्या कमजोर हृदयाचा वारसा मी पुढं चालवत आहे. आयुष्यभर तिनं हृदयाचं दुखणं सहन केलं. मलाही खरोखर तेच दुखणं असेल का? इतक्या लवकर? असं असेल, तर या जगातली माझी कारकीर्द फारच कमी असेल.

'खोलीत कोळशाचा मंद वास. टोनिया इस्त्री करते आहे. अधूनमधून ती शेगडीतले कोळसे इस्त्रीत टाकते आणि झाकण जोरात लावते. झाकण दातांच्या ओळीसारखं दिसतं.

'सॅमदेविआतोव्हनं साबण आणून दिला होता. साबणाचा आनंद साजरा करण्यासाठी आम्ही दोन दिवस कपडे धुतले! आत्ता टोनिया कपड्यांना इस्त्री करते आहे. मी टेबलापाशी लिहीत बसलो आहे. साशेन्का मस्ती करत इकडं तिकडं फिरतो आहे.

'मला जरा बरं वाटताच मी युरिआटिनच्या लायब्ररीत जाईन. या प्रदेशाचा इतिहास आणि मानववंशशास्त्रावरची पुस्तकं वाचेन. ही लायब्ररी फारच चांगली आहे, असं लोक म्हणतात. मला लिहायची खूप इच्छा आहे. घाई करायला हवी. बघता-बघता वसंत ऋतू सुरू होईल आणि पुन्हा कामांची इतकी गर्दी उसळेल की, लिहायला वाचायला वेळच मिळणार नाही.

'माझी डोकेदुखी जास्तच वाढली आहे. झोप नीट लागत नाही. काल अशाच अशांत झोपेत स्वप्न पडलं. उठल्याबरोबर विसरून जावं, असंच ते अर्थहीन स्वप्न होतं. पण त्या स्वप्नातला एक भाग माझ्या आठवणीत जाऊन बसला आणि मी जागा झालो. तो एका स्त्रीचा आवाज होता. मी तो स्वप्नात ऐकला. मला तो

आठवत होता आणि मनातल्या मनात मी तो पुन्हापुन्हा ऐकत राहिलो. सखोल, मुलायम आवाजात बोलणाऱ्या व्यक्ती मी आठवून पाहिल्या. तो आवाज त्यांच्यापैकी कुणाचाच नव्हता. मग तो आवाज कुणाचा असेल? दिवसभरात एखादा विचार मनात येतो. त्याकडं आपण लक्ष देत नाही. अशा गोष्टी रात्री स्वप्नात परत येतात. रक्तमांसाची वस्त्रं घालून ते विचार स्वप्नांचे विषय होतात. दिवसा त्यांच्याकडं दुर्लक्ष केल्याची भरपाई रात्री करतात.

'डॉक्टर किंवा शेतकरी म्हणून माझा उपयोग झाला, तर ते मला आवडेलच, पण त्याच वेळी काहीतरी मूलभूत, शाश्वत असं काम माझ्या हातून व्हावं, असं मला वाटतं. एखादी साहित्यकृती निर्माण करावी किंवा विज्ञानविषयक संशोधनपर पुस्तक लिहावं.

'लेखक होण्यात मला कशाची आडकाठी येते आहे? आमची ही भ्रमंती, हे अस्थिर आयुष्य, गुप्त खाजगी वास्तव्य एवढीच कारणं त्यामागं नाहीत. तर आसपास सर्वत्र पसरलेली अर्थहीन भाषा आणि तथ्यहीन विचारप्रणालीही त्याला कारणीभूत आहे. 'भविष्याची पहाट', 'नव्या जगाची उभारणी', 'मानवतेची मशाल वाहून नेणारे' असले वाक्यप्रयोग मला अगदी फोल आणि दिखाऊ वाटतात. जे नित्याचं परिचयाचं असतं, त्याचं जेव्हा प्रतिभेच्या स्पर्शानं कलेत रूपांतर होतं, तेच खरं श्रेष्ठ असतं. याचं उत्तम उदाहरण म्हणजे पुश्किन; त्याच्या सगळ्या साहित्यकृती म्हणजे दैनंदिन जीवनाचा महान मंत्रोच्चार आहे! मानवतेचं अंतिम उद्दिष्ट आणि मानवाची मुक्ती अशांसारख्या गहन बोजड विषयांच्या बाबतीत त्यानं विनम्र मौन धारण केलं आहे. याचा अर्थ असा नाही, की त्यानं या गोष्टींचा विचार केला नाही. पण त्याला या गोष्टींविषयी बोलणं ढोंगीपणाचं आणि खोटं वाटत होतं. रोजच्या जीवनाबद्दल त्यानं लिहिलं. हिरवी असतानाच तोडलेल्या आणि मग सावकाशपणे पिकत आणि मधुर रसानं भरत गेलेल्या सफरचंदांप्रमाणे त्याच्या साहित्यकृती आता समृद्ध वाटतात.

'वसंत ऋतूची पहिली लक्षणं. बर्फ वितळायला लागलं आहे. हवेला लोण्यात केलेल्या पॅनकेक्सचा आणि व्होडकाचा वास येतो आहे. झोपाळू स्निग्ध सूर्य जंगलाकडं डोळे उघडमीट करून बघत आहे. पाईन वृक्षाची सूचिपर्ण पापण्यांसारखी दिसत आहेत. मागच्या वसंत ऋतूच्या प्रारंभी इथं आलो. आता पुन्हा आम्ही पेरणीची तयारी करत आहोत. वही लिहायला वेळ नाही. पुढच्या हिवाळ्यापर्यंत लिहिणं थांबवावं लागेल.

'एक दिवस वसंत ऋतूतल्या वितळणाऱ्या बर्फातून, चिखलातून एक स्लेज येऊन अंगणात उभी राहिली. माझा सावत्र भाऊ इव्हग्राफ आला होता. ध्यानीमनी नसताना अचानकच आम्हांला भेटायला आला. टोनिया, साशेन्का, अलेक्झांडर

सर्वांना खूपच आनंद झाला. आम्ही त्याच्यावर प्रश्नांचा भडिमार केला. तो कुठून आला, कसा आला? नेहमीप्रमाणे त्यानं टाळाटाळ केली. खांदे उडवले. स्मित केलं आणि कोड्यात बोलला. तो दोन आठवडे राहिला. त्या दरम्यान वरचेवर युरिआटिनला गेला. मग एक दिवस अचानकच नाहीसा झाला. तो आमच्या समवेत राहत असताना एक गोष्ट माझ्या लक्षात आली की, त्याचा सॅमदविआतोव्हपेक्षाही जास्त प्रभाव होता. त्याचं काम आणि त्याचे संबंध सॅमपेक्षाही अधिक गूढ होते. तो कोण आहे? काय काम करतो? तो इतका शक्तिमान कसा? आमचं इथलं जीवन अधिक सुकर करण्याचं त्यानं आम्हांला वचन दिलं. त्यामुळं टोनियाला साशेन्कासाठी आणि मला लिखाणासाठी तसंच वैद्यकीसाठी जास्त वेळ देता येणार होता. तो हे कसं करणार, असं आम्ही त्याला विचारल्यावर तो फक्त हसला. पण तो फार सज्जन होता. त्यानं त्याचा शब्द पाळला. आमचं जीवनमान खरोखर सुधारणार, अशी लक्षणं दिसायला लागली आहेत.

'हे खरंच विलक्षण आहे. तो माझा सावत्र भाऊ आहे. आमचं आडनाव सारखंच आहे. तरीही मला त्याच्याबद्दल अक्षरशः काही माहिती नाही.

'दुसऱ्यांदा तो माझ्या आयुष्यात एकाएकी आला. माझा उपकारकर्ता होऊन. माझ्या सर्व अडचणी त्यानं दूर केल्या. किंबहुना प्रत्येकाच्या आयुष्यात अशी एक अज्ञात गुप्त शक्ती असते. ती न बोलावता सुटका करायला, मदत करायला येते. माझ्या आयुष्यात माझा भाऊ इव्हग्राफ अशा छुप्या हितचिंतकाची भूमिका करतो आहे.'

या ठिकाणी युरीची डायरी संपते.

त्यानंतर त्यानं पुन्हा कधीही डायरी लिहिली नाही.

युरिआटिनच्या सार्वजनिक ग्रंथालयाच्या वाचन-खोलीत युरी एका टेबलापाशी बसला. त्यानं मागवलेल्या पुस्तकांची पानं तो चाळत होता. त्या ऐसपैस खोलीला अनेक खिडक्या होत्या. तिथं शंभर माणसं बसू शकत होती. लांब टेबलं ओळीनं मांडलेली होती. त्यांची एक बाजू खिडकीला टेकलेली होती. वसंत ऋतूत लायब्ररी सूर्यास्ताच्या वेळी बंद होत असे! कारण गावात विजेचे दिवे नव्हते. युरी नेहमी अंधार व्हायच्या आतच तिथून निघायचा. रात्रीच्या जेवणाच्या वेळेच्या पुढं तो गावात कधी थांबतच नसे. मिकुलित्सिननं त्याला उसना दिलेला घोडा तो सॅमदेविआतोव्हच्या खाणावळीपाशी ठेवायचा, सकाळभर वाचायचा आणि दुपारी घोड्यावरून व्हॅरिकिनोला परत जायचा.

लायब्ररीत यायला सुरुवात करण्यापूर्वी तो युरिआटिनला क्वचितच कधी तरी

आला होता. त्याला यायचं कधी कामही पडलं नव्हतं. त्यामुळं गावाची त्याला फारशी माहिती नव्हती. आता लायब्ररीची ही वाचन-खोली गावातल्या माणसांनी गजबजायला लागल्यावर, त्याला धावपळ करणाऱ्या स्थानिक रहिवाशांचा एक नमुना बसल्या जागेवरून दिसू लागला. फक्त लोकच नाही, तर ते ज्या घरांमध्ये राहत होते, ती घरं आणि रस्तेही जणू त्या खोलीत यायला लागले.

वाचक दोन प्रकारचे होते. बहुसंख्य वाचक स्थानिक बुद्धिवंतांपैकी वयस्कर लोक होते. बाकीचे सामान्य, सर्वसाधारण वाचन करणारे होते.

पहिल्या प्रकारात स्त्रिया जास्त होत्या. त्यांचे कपडे अव्यवस्थित आणि दुर्लक्षित, चुरगळलेले होते. चेहऱ्यांवर खजील भाव आणि चेहरे लांब, आजारलेले, भूक, कावीळ किंवा जलोदर यांपैकी कुठल्यातरी कारणानं सुजलेले. या स्त्रिया नेहमीच या लायब्ररीत येणाऱ्या होत्या; त्यामुळं इथल्या सेवक-वर्गाला त्या व्यक्तिशः ओळखत होत्या; आणि इथं त्यांना घरच्यासारखंच वाटत होतं.

सामान्य लोक दिसायला चांगले देखणे होते. त्यांचे पोशाखही उत्तम कापडाचे, नीटनेटके होते. चर्चमध्ये आल्यासारखे ते भीत-भीत आत येत. हे लोक जास्त आवाज करत. त्यांना नियम माहीत नव्हते, अशातला भाग नव्हता, पण आवाज न करण्याच्या प्रयत्नात त्यांच्या दमदार पावलांचा आणि बोलण्याचा अधिकच आवाज होत होता.

ग्रंथपालाच्या दोन सहायक स्त्रिया होत्या. एका स्त्रीनं काळं रेशमी ब्लाऊज घातलं होतं. तिची छाती कमजोर असावी, असं वाटत होतं. कारण ती सतत नाकाशी आणि तोंडावर रुमाल धरून बसली होती. रुमाल जराही बाजूला न करता त्यातूनच श्वास घेत आणि बोलत होती.

इतर वाचकांप्रमाणेच या सेवकवर्गाचे चेहरेदेखील तसेच फुगलेले, सुजलेले, लांब होते. तशीच सैल त्वचा. लोणचं घातलेल्या काकडीसारखी मातकट आणि तिखट. ते तिघं आळीपाळीनं नवीन आलेल्या वाचकांना हळू आवाजात लायब्ररीचे नियम स्पष्ट करून सांगत होते. वाचकांकडून आलेल्या पुस्तकांच्या मागणीच्या चिठ्ठ्या निवडून वेगळ्या करत होते, त्यांनुसार पुस्तकं देत होते, परत घेत होते आणि मधल्या वेळात कुठल्यातरी अहवालाचं काम करत होते.

खिडकीतून युरिआटिनचं होणारं प्रत्यक्ष दर्शन, आजूबाजूला गंडमाळा झाल्याप्रमाणे दिसणारी थुलथुलीत चेहऱ्यांची माणसं, यातून युरीला सॅमदेविआतोव्हनं या गावाचं केलेलं वर्णन आठवत होतं. युरिआटिनमध्ये प्रवेश करताना रेल्वे सिग्नलपाशी दिसलेली रागावलेली ती स्त्री त्याला आठवली. सॅमदेविआतोव्हनं गावाबाहेर केलेली सगळी विधानं, सगळी स्पष्टीकरणं युरी आता लायब्ररीत त्याच्या भोवती वावरणाऱ्या गावाशी जुळवून बघत होता. तो आता या चित्राच्या मध्यभागी होता. तेव्हा ते गावाचं

दृश्य वरून दिसलं होतं, आता तो त्या दृश्याचा एक भाग झाला.

खोलीच्या एका टोकाला युरी बसला होता. त्याचा पुढ्यात टेबलावर स्थानिक आकडेवारीचे अनेक अहवाल आणि त्यानं मागितलेली मानववंशशास्त्रावरची पुस्तकं पडलेली होती. त्यानं पुगाचोव्ह बंडखोराच्या इतिहासाची दोन पुस्तकंही मागितली होती. पण काळ्या ब्लाऊजमधल्या त्या स्त्रीनं रुमालाआडून कुजबुजत्या आवाजात सांगितलं होतं की, कोणत्याही वाचकाला इतकी पुस्तकं एका वेळी दिली जात नाहीत. त्यानं काही संदर्भ-ग्रंथ परत केल्यावरच त्याला हवी असलेली इतर पुस्तकं मिळतील.

त्यामुळं तो पुस्तकांचा ढीग बघण्यात गुंतून गेला. अत्यंत आवश्यक पुस्तकं त्यानं बाजूला काढली आणि इतर कोणत्या पुस्तकांच्या बदली त्याला ती हवी असलेली इतिहासाची पुस्तकं घेता येतील, ते बघायला लागला. पुस्तकांची पानं उलटवून, प्रकरणांची शीर्षकं बघण्यात तो इतका दंग झाला की, इकडंतिकडं त्याचं लक्षच नव्हतं. तिथली वाचकांची गर्दी त्याचं लक्ष विचलित करू शकली नाही.

सर्दी झालेली ती ग्रंथपाल स्त्री खिडक्यांकडं चालत गेली. भरपूर चुण्या असलेले पांढरे पडदे तिनं सरकवले. त्यामुळं उजेड प्रसन्नपणे मंद झाला. शेवटची खिडकी मात्र वगळली. कारण ती खिडकी अद्याप सावलीत होती. त्या खिडकीपाशी येऊन तिनं वरच्या झडपेला बांधलेली दोरी ओढली आणि ती झडप उघडण्याचा प्रयत्न करू लागली. त्याबरोबर तिला फटाफट शिंका यायला लागल्या.

ती दहा-बारा वेळा शिंकल्यावर युरीच्या लक्षात आलं की, ती मिकुलित्सिनची मेहुणी होती. सॅमदेविआतोव्हनं वर्णन केलेल्या चार बहिंणींपैकी एक. त्यानं डोकं वर उचलून त्या दिशेनं पाहिलं.

त्याला खोलीत थोडा बदल झालेला दिसला. खोलीच्या विरुद्ध टोकाला नवीन वाचक येऊन बसली होती! युरीनं ताबडतोब तिला ओळखलं. ती स्त्री लारा होती! तिची त्याच्याकडं पाठ होती. शिंकणाऱ्या त्या स्त्रीशी ती हळू आवाजात काहीतरी बोलत होती. ती लाराच्या टेबलाशी वाकून उभी होती. दोघींच्या संभाषणाचा तिच्यावर चांगला परिणाम झालेला दिसला. तिला एकदम बरं वाटायला लागलं. छळणाऱ्या सर्दीतूनच नव्हे, तर मानसिक ताणातूनही तिची सुटका झाली. तिनं लाराकडं स्नेहपूर्ण, कृतज्ञतेचा दृष्टीक्षेप टाकला. आतापर्यंत सतत नाकापुढं दाबून धरलेला रुमाल तिनं बाजूला केला आणि खिशात ठेवून दिला. काऊंटरच्यामागं जाऊन तिच्या जागेवर बसली. आनंदी, आत्मविश्वास परत आलेली आणि हसतमुख.

हा प्रसंग त्या खोलीतल्या अनेकांप्रमाणे युरीनं देखील सर्व तपशिलांसह पाहिला. लोकांच्या चेहऱ्यांवरही हसू उमटलं. त्यांनी लाराकडं कौतुकानं बघितलं.

या लहानशा घटनेवरून युरीनं मनाशी अंदाज बांधला की, लारा गावात सगळ्यांना माहीत आहे आणि ती सर्वांना आवडते.

त्याच्या मनानं एकदम उसळी घेतली. त्याची पहिली इच्छा उठून तिच्याजवळ जाऊन तिच्याशी बोलण्याची होती. संकोच आणि घमेंड, अबोल घुमेपणा त्याच्या स्वभावातच नव्हता. पण मागच्या काळात त्या दोघांच्या संबंधांत विचित्र असा ताण शिरला होता आणि म्हणूनच आता याच भावनेनं त्याला मागं खेचलं. तिच्या कामात व्यत्यय आणायचा नाही आणि स्वतःचं काम थांबवायचं नाही, असं त्यानं ठरवलं. तिच्याकडं बघायचा मोह होऊ नये, म्हणून त्यानं खुर्ची बाजूला वळवली व टेबलाकडं जवळजवळ पाठ करूनच तो बसला. त्यानं वाचनावर लक्ष एकाग्र करण्याचा प्रयत्न केला. एक पुस्तक हातात, तर दुसरं गुडघ्यांवर धरलं.

पण त्याचे विचार अभ्यासापासून खूप दूर भरकटायला लागले. एकाएकी त्याला जाणीव झाली, की त्यानं व्हॅरिकिनोमध्ये त्या एका हिवाळी रात्री स्वप्नात ऐकलेला आवाज लाराचा होता! या जाणिवेमुळं तो आश्चर्यानं थक्क झाला. लाराला नीट बघता यावं, म्हणून त्यानं खुर्ची इतकी जोरात मागं सरकवली की, त्याच्या आजूबाजूचे वाचक दचकले. युरी लाराकडं बघायला लागला.

तो तिला पाठीमागून बघत असला, तरी तिच्या चेहऱ्याची एक चतुर्थांश बाजू त्याला दिसत होती. फिक्या रंगाचा, चौकटीचा, पट्टा असलेला ब्लाऊज तिनं घातला होता. ती वाचण्यात पूर्णपणे बुडून गेली होती. वाचताना लहान मुलाप्रमाणे तिचं डोकं किंचित उजव्या बाजूला खांद्यावर झुकलं होतं. मधून मधून ती विचार करण्यासाठी थांबत होती. वर छताकडं किंवा सरळ तिच्या समोर बघत होती; पुन्हा डाव्या तळव्यावर गाल टेकवत होती आणि उजव्या हातानं ती वाचत असलेल्या पुस्तकातून काही उतारे भराभर उतरवून काढत होती. तिच्या हाताची हालचाल वेगात होत होती.

मेलिझीवोला आघाडीवर असताना बऱ्याच काळापूर्वी युरीला लाराचं जे वैशिष्ट्य लक्षात आलं होतं, तेच आताही जाणवलं. 'ती कोणाला खूश करू इच्छित नाही किंवा सुंदर दिसायचीही तिला इच्छा नाही.' त्याच्या मनात विचार आला, 'स्त्रीरूपाच्या, स्वभावाच्या सर्व बाजू ती तुच्छ मानते. जणू काही सुंदर असल्याबद्दल ती स्वतःलाच शिक्षा करून घेत आहे. पण स्वतःविरुद्धची तिची ही बंडखोरी तिला आणखी दसपट सुंदर आणि आकर्षक करून टाकते. ती प्रत्येक गोष्ट किती चांगल्या तऱ्हेनं करते! वाचणं ही माणसाची उच्च कोटीची आणि कठीण कृती आहे, अशा पद्धतीनं ती वाचतच नाही. उलट, वाचणं ही तिला सर्वांत सोपी गोष्ट वाटते. जणू काही ती विहिरीतून पाणी भरून नेत आहे किंवा बटाट्यांची सालं काढत आहे!'

या विचारांमुळं युरीला शांत वाटलं. त्याच्या आत्म्यावर अपूर्व अशी शांती पसरली. त्याच्या मनाचं या विषयावरून त्या विषयावर झेप घेणं थांबलं. चेहऱ्यावर हसू उमटलं. स्मित केल्याशिवाय त्याला राहवेना. लाराच्या अस्तित्वाचा परिणाम ज्या तऱ्हेनं त्या स्त्रीवर झाला होता, तसाच त्याच्यावरही झाला.

खुर्चीच्या कोनाची किंवा इतर व्यत्ययांची चिंता न करता युरीनं, लारा येण्याच्या आधीपेक्षाही जास्त एकाग्रचित्तानं तासभर काम केलं. त्याच्या समोरच्या पुस्तकांचा सगळा ढीग त्यानं चाळून हातावेगळा केला, सर्वांत महत्त्वाची पुस्तकं बाजूला काढली, शिवाय त्यात आढळलेले दोन महत्त्वाचे लेखही वाचून काढले. आजच्या दिवसापुरतं भरपूर काम झालं आहे, असं वाटून त्यानं पुस्तकं गोळा केली. सहज जाणिवेनं आणि मनात असूनही उघडपणे मान्य न केलेल्या अशा कुठल्याशा अंतःप्रेरणेनं त्यानं विचार केला की, सकाळभर इतके परिश्रम केल्यानंतर आता आपल्या जुन्या मैत्रिणीला भेटायला हरकत नाही. त्या आनंदासाठी वेळ काढणं हा आता आपला हक्क आहे. त्यासाठी आपण स्वतःला तेवढी मुभा देऊ शकतो. पण जेव्हा तो उभा राहिला आणि त्यानं वर पाहिलं, तेव्हा लारा तिथं नव्हती!

तिनं नुकतीच परत केलेली पुस्तकं अद्याप काऊंटरवरच पडलेली होती. त्यानं स्वतःची पुस्तकंही तिथं ठेवली. तिनं घेतलेली पुस्तकं म्हणजे मार्क्सवादाची पाठ्यपुस्तकं होती.

तिनं मागवलेल्या पुस्तकांच्या यादीचा कागद पुस्तकांच्या पानांमधून डोकावत होता. त्यावर तिचा पत्ता होता. युरीनं तो लिहून घेतला. तो विचित्र पत्ता पाहून त्याला नवल वाटलं, 'मर्चंट स्ट्रीट. शिल्पं असलेल्या घरासमोर.' त्यानं एका वाचकाला त्याचा अर्थ विचारला. त्यानं सांगितलं की, मॉस्कोमध्ये एखाद्या विभागीय चर्चवरून रस्त्याला जसं नाव दिलं जातं, किंवा पीटर्सबर्गमध्ये 'द फाइव्ह कॉर्नर्स' हा वाक्प्रचार जितका परिचित आहे, तितकंच युरिआटिनमध्ये हे नाव परिचित आहे.

त्या नावामागे एका घराचा संदर्भ होता. पोलादासारख्या काळसर रंगाचं ते घर निरनिराळ्या पुतळ्यांनी, आकृत्यांनी आणि शिल्पांनी सजवलेलं होतं. खांबांमध्ये स्त्रियांच्या आकृती कोरलेल्या होत्या. गेल्या शतकात एका व्यापाऱ्यानं त्याचं खाजगी थिएटर असलेलं ते घर व्यापाऱ्यांच्या संघाला विकलं. व्यापारी संघानं त्या रस्त्याला स्वतःचंच नाव दिलं. त्या रस्त्याच्या आसपासचा सगळा भाग त्या घराच्या नावानंच ओळखला जात होता. सध्या त्या घराचा वापर कम्युनिस्ट पक्षाच्या गाव-समितीसाठी होत होता. त्या घराच्या दर्शनी भागावर पूर्वी कार्यक्रमाची पोस्टर्स लावली जात. तिथं आता सरकारी जाहीरनामे आणि घोषणा दिसत होत्या.

मे महिन्याच्या सुरुवातीची ती दुपार होती. सोसाट्याचा वारा सुटला होता. युरीनं गावातली कामं संपवली, तो लायब्ररीत डोकावून आला आणि घरी परत जायचा विचार एकाएकी बदलून त्यानं लाराला भेटायला जायचं ठरवलं.

वाऱ्याचा वेगवान झोत त्याची वाट अडवत होता. धुळीचे आणि वाळूचे लोट उठत होते. डोळे गच्च मिटून आणि डोकं खाली घालून तो धुळीचा तेवढा झोत संपायची वाट बघत होता, दोन वावटळींच्या मधल्या वेळात पुन्हा पुढं चालत होता.

मर्चंट स्ट्रीटच्या कोपऱ्यावर, शिल्पाकृती असलेल्या त्या पोलादी घराच्या समोर लारा रहात होती. युरीनं ते घर प्रथमच पाहिलं. खरोखरच ते नावाला साजेसंच होतं. त्या घरात अस्वस्थ करणारं विलक्षण असं काहीतरी होतं.

लाराच्या घराला दोन दारं होती. एक मुख्य दार मर्चंट स्ट्रीटच्या बाजूनं होतं आणि दुसरं कोपऱ्यावरून वळून गेल्यावर बाजूच्या लहान गल्लीतून होतं. पुढच्या मुख्य दाराकडं लक्ष नसल्यानं युरी बाजूच्या दारातून आत शिरला.

त्यानं आत पाऊल ठेवताच धुळीचा पुन्हा एक मोठा लोट उडाला आणि घराचं अंगण आणि युरी यांच्यामध्ये धुळीचा पडदा तयार झाला. या काळ्या पडद्यातून कोंबड्यांचा पाठलाग करणारे कोंबडे आणि पिलं त्याच्या पायांमधून धावत गेली.

धुळीचा लोट ओसरून खाली दबल्यावर युरीला विहिरीपाशी लारा दिसली. तिनं दोन बादल्या भरल्या होत्या. त्या एका लाकडी दांड्याला अडकवून डाव्या खांद्यावर तिनं तो दांडा कावडीसारखा ठेवला होती. धूळ बसू नये, म्हणून रुमालानं घाईघाईनं कसेतरी केस बांधले होते. उडणारा स्कर्ट गुडघ्यांच्या खाली पायांमध्ये दाबून धरला होता. भरलेल्या बादल्या घेऊन ती घराकडं निघालीच होती. तेवढ्यात धुळीचा आणखी एक लोट आला. तिनं केसांना बांधलेला रुमाल त्यामुळं उडून गेला आणि कुंपणाच्या पार दुसऱ्या टोकाला जाऊन अडकला. तिथं कोंबड्या अद्यापही कलकलाट करत होत्या.

युरी रुमालाच्या मागं धावला, त्यानं तो उचलला आणि विहिरीजवळ जाऊन तिला नेऊन दिला. नेहमीचं स्वाभाविक वागणं तिनं तसंच राखलं. साध्या उद्गारातूनसुद्धा आश्चर्य किंवा गोंधळ दर्शवला नाही. ती फक्त म्हणाली,

"झिवागो!"

"लारिसा फिओदोरोव्हना!"

"तुम्ही इथं काय करताहात?"

"बादल्या खाली ठेवा. मी उचलून नेतो."

"मी अर्ध्यातच कधी थांबत नाही. जे काम करायला घेते, ते न संपवता मध्येच सोडत नाही. तुम्ही मला भेटायला आला असाल, तर चला, आपण घरात जाऊ."

"दुसऱ्या कोणाला भेटायला येणार?"

"ते मला कसं कळणार?"

"ते जाऊ द्या, मला बादल्या नेऊ द्या. तुम्ही काम करत असताना मी फक्त उभा राहून बघू शकत नाही."

"तुम्ही याला काम म्हणता? मला सवय आहे. तुम्ही मात्र जिना ओला कराल. त्यापेक्षा तुम्ही इथं कसे आलात, ते मला सांगा. एक वर्ष होऊन गेलं, तुम्ही याच भागात राहता आणि आतापर्यंत तुम्हांला यायला वेळ मिळाला नाही."

"तुम्हांला कसं कळलं?"

"अशाच बातम्या पसरतात. शिवाय त्या दिवशी मी तुम्हांला लायब्ररीच्या रीडिंग रूममध्ये पाहिलं."

"मग तुम्ही माझ्याशी बोलत का नाहीत?"

"तुम्हीही तर मला बघितलं होतंच!"

किंचित हेलकावे खाणाऱ्या बादल्यांचं ओझं लाराच्या खांद्यावर होतं. त्यामुळं चालताना तिचा थोडासा तोल जात होता. दाराच्या ठेंगण्या कमानीखालून ती युरीला घेऊन आत गेली. तिथं तिनं पटकन् गुडघ्यांवर बसून बादल्या खाली ठेवल्या. खांद्यावरचा दांडा काढून टाकला आणि उठून ती पुन्हा सरळ झाली. लहान रुमालानं हात पुसून कोरडे केले.

"या. मी तुम्हांला आतल्या बाजूनं मुख्य हॉलमध्ये घेऊन जाते. तिथं उजेड आहे. तुम्हांला इथं क्षणभर थांबावं लागेल. मी मागच्या जिन्यानं बादल्या वर नेते आणि जरा तयार होऊन येते. जास्त वेळ लागणार नाही. बघा, आमचा जिना किती छान आहे! ओतीव लोखंडाच्या जाळीदार पायऱ्या. तुम्ही वरून खालपर्यंत त्यांच्यांतून सगळं पाहू शकता, हे जुनं घर आहे. बॉम्बवर्षावामुळं जरा हादरलं आहे. तुम्हांला दिसत असेल, गवंडीकाम सैल झालं आहे. या पाहिल्या विटांमधल्या भेगा? मी आणि कातेन्का बाहेर जाताना एकमेकींसाठी विटांच्या या फटीतच घराची किल्ली ठेवतो. तुम्हीही लक्षात ठेवा. मी नसताना तुम्ही कधी आलात, तर या इथल्या किल्लीनं घर उघडून खुशाल आत जा. मी येईपर्यंत आरामात बसा. थांबा, मी मागच्या बाजूनं जाऊन दार आतून उघडते. एकच त्रास आहे– उंदरांचा. त्यांच्या झुंडीच्या झुंडी आहेत. त्यांच्यापासून सुटकाच करून घेता येत नाही. या जुन्या भिंती आहेत. त्यामुळं सर्वत्र भेगा आणि चिरा आहेत. मला शक्य होतील, तेवढी उंदरांची बिळं मी बुजवते. पण मला ते काम नीट जमत नाही. तुम्ही एखादे दिवशी येऊन मला मदत कराल? हं, या ठिकाणी थोडा वेळ थांबा. मी एक मिनिटात तुम्हांला बोलावते."

जिन्याजवळच्या त्या जागेत लाराची वाट बघत असताना युरीनं आजूबाजूच्या पोपडे निघालेल्या भिंतींकडं आणि जिन्याच्या लोखंडी पायऱ्यांकडं पाहिलं. तो स्वतःही विचार करत होता :

‘रीडिंग रूममध्ये मला वाटलं होतं की, शारीरिक कष्टाची कामं ती ज्या उत्साहानं करील, त्याच उत्साहानं ती वाचनात बुडून गेली होती. आता मला दिसतं आहे, की याउलट सुद्धा खरं आहे. ती ज्या सहजतेनं वाचते, तेवढ्याच सहजतेनं विहिरीवरून पाणीही वाहून नेते. ती जे काही करते, त्यात सारखाच डौल असतो.''

''झिवागो!'' जिन्याच्या वरच्या पायरीवरून लारानं हाक मारली.

तो वर गेला.

''तुमच्या हात माझ्या हातात द्या आणि मी सांगते, तसं करा. फर्निचरनं भरलेल्या दोन अंधाऱ्या खोल्यांमधून आपल्याला जायचं आहे. तुम्ही कशाला तरी अडखळून पडाल आणि तुम्हांला लागेल.''

''खरं आहे. हे चक्रव्यूहासारखंच दिसतं. मला एकट्याला तर कधीच रस्ता सापडला नसता. हे असं का आहे? हा फ्लॅटची पुन्हा नव्यानं सजावट केली जात आहे का?''

''नाही. तसं काहीच नाही. हे घर दुसऱ्या कुणाच्या तरी मालकीचं आहे. मला त्यांचं नावही माहीत नाही. शाळेच्या इमारतीत माझा स्वतःचा फ्लॅट होता. पण ती शाळा टाऊन हौसिंग डिपार्टमेंटनं ताब्यात घेतल्यावर मला आणि काटेन्काला राहायला या घराचा काही भाग देण्यात आला. घरमालक त्यांचं सगळं फर्निचर तसंच टाकून निघून गेले होते. खूप मोठं फर्निचर होतं. मला दुसऱ्यांच्या वस्तू वापरायला आवडत नाही. म्हणून मी ते सगळं या दोन खोल्यांमध्ये रचून ठेवलं. उन्हाचा त्रास होऊ नये, म्हणून खिडक्यांना पांढरा रंग दिला. हं, आता उजवीकडं वळायचं.हा माझा हॉल. क्षणभरात तुम्हांला नीट दिसायला लागेल. इथं पुरेसा उजेड आहे.''

त्या हॉलच्या खिडकीतून दिसणारं दृश्य पाहून युरी चकित झाला. त्याजागी एक परिचित फलक होता. मॉस्कोहून येताना गाडीतून त्यानं तो वाचला होता :

''मोराऊ ॲण्ड व्हेटचिनकिन, मळणी आणि पेरणी करणारी यांत्रिक अवजारं.’

मॉस्कोहून इथं आल्याचा दिवस युरीला आठवला आणि तो लाराला त्या दिवसाचं वर्णन करून सांगायला लागला. स्ट्रेलनिकोव्ह हा तिचा नवरा असल्याची अफवा विसरून त्यानं त्या कमिसारशी गाडीत झालेली भेट तिला सांगितली.

लारावर त्याच्या सांगण्याचा खूप खोलवर परिणाम झाला.

तिनं उत्सुकतेनं विचारलं,

''तुम्ही स्ट्रेलनिकोव्हला पाहिलं? मी तुम्हांला आत्ता सांगणार नाही. पण खरोखर ही भेट असामान्य आहे. केव्हातरी मी तुम्हांला त्याबद्दल सांगेन. ऐकून तुम्हांलाही आश्चर्य वाटेल. माझं जर चुकत नसेल, तर तुमचंही त्याच्याबद्दल चांगलंच मत झालं असेल, होय ना?''

"होय. सर्वसाधारणपणे. ज्या भागात त्यानं मृत्यू आणि विनाश घडवून आणला होता, त्याच भागातून आम्ही गेलो. माझी अपेक्षा होती की मला एक क्रूर सैनिक किंवा कट्टर क्रांतिकारक बघायला मिळेल. पण तो यांपैकी काहीही नव्हता. आपल्या कल्पनेपेक्षा एखादी व्यक्ती वेगळी निघते, तेव्हा चांगलं वाटतं. खरं म्हणजे, स्ट्रेलनिकोव्ह निश्चित स्वरूपाचा असा माणूस नाहीच, असं दिसतं. तो तसा असता, तर माणूस म्हणून त्याचा शेवट झाला असता. आपण त्याला एका विशिष्ट वर्गीकरणात टाकू शकत नाही."

"लोक म्हणतात, की तो पार्टीचा सभासद नाही."

"हो. मला वाटतं, ते खरं आहे. लोकांना आवडावं, असं त्याच्यात काय आहे? पण तो दुर्भागी माणूस ठरणार आहे. मला खात्री आहे, त्याचा शेवट वाईट होणार आहे. त्यानं केलेल्या दुष्कृत्यांचा त्याला पश्चात्ताप होईल. जे क्रांतिकारक स्वतःच्या हातांत कायदे घेतात, ते फार भयंकर असतात. ते गुन्हेगार आहेत, म्हणून नव्हे, तर नियंत्रण सुटलेल्या यंत्रासारखे, रुळांवरून घसलेल्या गाड्यांसारखे असतात, म्हणून. स्ट्रेलनिकोव्ह देखील इतरांसारखाच वेडा आहे. फरक इतकाच आहे की, त्याचा वेडेपणा हा पुस्तकांमधून उगवलेला नाही, तर तो स्वतः ज्या दिव्यांमधून गेला, त्यातून तो वेडेपणा आलेला आहे. मला त्याचं रहस्य माहीत नाही, पण मला खात्री आहे, काहीतरी गूढ असलंच पाहिजे. बोल्शेविकांशी त्याची हातमिळवणी अचानक झालेली आहे. त्यांना जोवर त्याची गरज आहे, तोवर ते त्याला ठेवून घेतील. ज्या क्षणी त्यांना त्याची गरज उरणार नाही, त्या वेळी जराही दया न दाखवता ते त्याला फेकून देतील. इतर अनेक लष्करी तज्ज्ञांना त्यांनी चिरडून टाकलं, तसंच ते त्यालाही चिरडून टाकतील."

"तुम्हांला असं वाटतं?"

"माझी तशी खात्री आहे."

"त्याची सुटका होणार नाही? तो पळून जाऊ शकणार नाही?"

"तो कुठं पळून जाणार, लॅरिसा फिओदोरोव्हना? तुम्ही पूर्वी झार राजवटीत हे करू शकत होतात. आता तसं फक्त करून बघा!"

"फार वाईट. तुम्ही असं म्हटल्यामुळं मला त्याची अतिशय काळजी वाटायला लागली आहे. तुम्ही बदलला आहात, माहीत आहे? तुम्ही क्रांतीबद्दल आजच्यापेक्षा अधिक शांतपणे तेव्हा बोलत होता. क्रांतीविषयी इतके कठोर नव्हतात तुम्ही तेव्हा."

"अगदी बरोबर आहे. प्रत्येक गोष्टीला मर्यादा असते. एवढ्या काळात काही तरी निश्चित असं प्राप्त व्हायला हवं होतं. पण असं दिसतंय् की, क्रांतीची प्रेरणा ज्यांनी दिली, ते फक्त बदल आणि खळबळ यांशिवाय कशातच समाधानी नाहीत. प्रत्येक गोष्टीला ते जागतिक मापानं आणि त्याच परिमाणात मोजत आहेत. त्यापेक्षा

कमी अशा कोणत्याच गोष्टीत त्यांनी आनंद वाटत नाही. त्यांच्यासाठी जगाच्या नवनिर्माणाचा हा अस्थैर्याचा काळ म्हणजेच सर्व काही आहे. तोच त्यांच्या महत्त्वाकांक्षेचा शेवट आहे. त्यांनी तेवढंच प्रशिक्षण घेतलं आणि तुम्हांला माहीत आहे, कधी न संपणारी त्यांची ती पूर्वतयारी का इतकी क्षुल्लक ठरते आहे? कारण या माणसांजवळ खरीखुरी क्षमताच नाही! ते अकार्यक्षम, अयोग्य, अपात्र आहेत. माणूस जगण्यासाठी जन्माला आला आहे. जीवनाची तयारी करण्यासाठी नाही. खुद्द जीवन, आयुष्याची ही देणगी, जीवनाची इंद्रियगोचरता, जीवनाची लोकोत्तर अशी दृश्यमानता ही विलक्षण गंभीर बाब आहे! म्हणून, अशा बालिश कल्पना, शाळकरी मुलांप्रमाणे पलायनवादी गोष्टी, मूक नाटकाच्या विनोदी पात्रांप्रमाणे अपरिपक्व कृती जीवनाला पर्याय म्हणून कशासाठी आणायच्या? पण जाऊ द्या आता ते. खूप झालं. आता तुम्हांला प्रश्न विचारायची माझी पाळी. इथं ज्या दिवशी चकमकी झाल्या, त्याच दिवशी सकाळी आम्ही येऊन पोहोचलो होतो. तुम्ही त्यांत सापडलात?''

''होय. मी त्यांतच होते. आमच्या आजूबाजूला सर्वत्र आगी लागल्या होत्या, बॉम्ब पडत होते. आमचं घर कसं जळालं नाही, याचंच आश्चर्य वाटतं. पण मी तुम्हांला सांगितल्याप्रमाणे घराला चांगलेच हादरे बसले. आजही दाराच्या आत अंगणाच्या कोपऱ्यात न फुटलेल्या बॉम्बचं कवच पडलेलं आहे. लूटमार, बॉम्बवर्षाव असे सर्व भयानक प्रकार प्रत्येक सरकारच्या बदलागणीक होत असतात. पण तुम्ही आलात, तोपर्यंत आम्हांला या गोष्टींची सवय झाली होती. त्या दिवशीची ती काही पहिलीच वेळ नव्हती. व्हाईट आर्मीच्या ताब्यात हा प्रदेश असताना आम्ही काय काय नाही सहन केलं! जुने हिशेब चुकते करणारे खून, ब्लॅकमेल, अत्याचार, बळजबरीनं होणारी लुबाडणूक– तो दारुड्यांचा धिंगाणाच होता! पण मी तुम्हांला एक सगळ्यांत अपूर्व गोष्ट तर सांगितलीच नाही. आपला गॅलिउल्लिन! झेक सैन्याला घेऊन तो सर्वांत महत्त्वाचा अधिकारी म्हणून इथं आला. गव्हर्नर जनरलसारखाच कुणीतरी.''

''मला माहीत आहे. मी त्याच्याबद्दल ऐकलं आहे. तुम्ही त्याला भेटलात?''

''अगदी वरचेवर भेटत होते. मी कितीतरी लोकांना वाचवू शकले, ते त्याच्याचमुळं. तुम्हांला कल्पना येणार नाही. अनेक लोकांना मी लपवून ठेवलं. गॅलिउल्लिन फार चांगला वागला. भूतदया, स्त्रीदाक्षिण्य सर्वच सद्गुणांचा त्याच्या ठिकाणी मिलाफ झालेला आहे. तो इतर कोवळ्या तरुण कोसॅक्सप्रमाणे नव्हता. ही तरुण पोरं कोसॅक, कॅप्टन्स, पोलिस आणि काय काय आहेत! पण शेवटी अशाच एका कोवळ्या पोरानंच परिस्थिती आटोक्यात आणली– प्रतिष्ठित म्हणवणाऱ्या लोकांनी नाही. गॅलिउल्लिननं मला खूप मदत केली. देव त्याचं भलं करो. आम्ही जुने मित्र आहोत, माहीत आहे? मी लहान असताना त्याच्या घरी नेहमी जात असे. त्या इमारतीतले बहुतेक भाडेकरी रेल्वे-कामगार होते. मी लहानपणी खूप गरिबी पाहिली.

म्हणून क्रांतीकडं बघण्याची माझी दृष्टी तुमच्यापेक्षा वेगळी आहे. क्रांती मला जवळची वाटते. मला क्रांतीच्या आतलं समजू शकतं, असं बरंच काही आहे. पण तो गॅलिउल्लिन– एका हमालाचा मुलगा– व्हाईट आर्मीचा कर्नल व्हावा! कदाचित जनरलही होईल. माझ्या कुटुंबात कुणी सैनिक नाही. मला लष्करातल्या हुद्द्यांबद्दल विशेष माहिती नाही. आणि व्यवसायानं मी इतिहासाची शिक्षिका आहे. काहीही असो, आम्ही दोघांनी आपापसांत ठरवून अनेक लोकांना वाचवलं, मदत केली. मी त्याला भेटायला जात असे. आम्ही तुमच्याबद्दल बोललो होतो. प्रत्येक सरकारात माझे मित्र आहेत, संबंध आहेत. त्या सर्वांकडून मला दुःखं आणि निराशा मिळाली. फक्त पुस्तकांमधलीच माणसं दोन गटांमध्ये विभागलेली असतात आणि त्यांचा एकमेकांशी काही संबंध नसतो. प्रत्यक्ष जीवनात असं नसतं. तिथं सगळ्या गोष्टी एकमेकांमध्ये मिसळून गेलेल्या असतात. अस्तित्वात नसलेल्या एखाद्या वस्तूप्रमाणे तुम्हांला समाजात असं एकाच एका भूमिकेत राहता येतं का? एकाच तत्त्वाला चिकटून बसता येतं का?''

इतक्यात दारातून आठ वर्षांची एक मुलगी आत आली. तिच्या केसांची आखूड शेपटीसारखी सुंदर वेणी घातलेली होती. तिच्या गोल डोळ्यांमध्ये मिश्किल भाव होते. ती हसतच हॉलच्या कोपऱ्याकडं गेली. आपल्या आईला भेटायला कुणी आलं आहे, हे तिला कळलं होतं. दाराबाहेरच तिनं आवाज ऐकला होता. पण आश्चर्य वाटल्याचं दाखवणं आवश्यक आहे, असं तिला वाटलं. तिनं युरीला अभिवादन केलं आणि ती त्याच्याकडं पापणी न हालवता निर्भय दृष्टीनं बघायला लागली. लहान वयातच विचार करायला लागलेल्या एकाकी मुलीची तिची ती दृष्टी होती.

''माझी मुलगी काटेन्का. तुमची चांगली मैत्री होईल, असं वाटतं.''

''मेलिऊझीवोमध्ये तुम्ही तिचा फोटो दाखवला होता. तेव्हापेक्षा आता किती मोठी झाली आहे आणि बदलली आहे!''

लारा तिला म्हणाली,

''मला वाटलं, तू बाहेर गेली आहेस. तू आत येताना मला काही आवाज आला नाही.''

काटेन्कानं उत्तर दिलं,

''भिंतीच्या फटीतून मी किल्ली घेतली आणि तिथं हा एवढा मोठ्ठा उंदीर होता! इतका– इतका मोठा. मला उडी मारताना तू बघायला हवं होतंस. मी तर भीतीनं मरूनच जाणार होते.''

बोलताना काटेन्कानं मजेदार चेहरा केला. डोळे मोठे मोठे केले आणि पाण्याबाहेर काढलेल्या माशाप्रमाणे ओठ गोल केले.

''जा तू आता खेळायला. मी या काकांना रात्रीच्या जेवणासाठी थांबवून घेणार

आहे. काशा तयार झाला, की तुला हाक मारीन.''

युरी म्हणाला,

''थँक यू. मला जेवण्यासाठी थांबायला आवडलं असतं. पण मी या गावातल्या लायब्ररीत यायला लागल्यापासून आम्ही सहा वाजताच जेवतो. मी काम संपवून घरी परत जातो, तेव्हा टोनिया स्वयंपाक करून माझी वाट बघत असते. मीही उशीर करत नाही. तुम्हांला तर माहीत आहे, इथून घरी पोचायला तीन तासांपेक्षाही जास्त वेळ लागतो– जवळ जवळ चार तास. म्हणून मी इतक्या लवकर लायब्ररीत येतो. मला लवकर निघायला हवं.''

''आणखी अर्धा तास तरी थांबा.''

''हो. आनंदानं.''

''तुम्ही माझ्याशी मोकळेपणानं बोललात, म्हणून मीही मोकळेपणानं सांगते. ज्या स्ट्रेलनिकोव्हला तुम्ही भेटलात, तो माझा नवराच आहे! पाशा ॲन्टिपॉव्ह. त्यालाच शोधायला मी आघाडीवर गेले होते. तो युद्धात मेला, यावर माझा विश्वास नव्हता. तो जिवंत आहे, हा माझा विश्वास किती खरा ठरला!''

''तुमच्या बोलण्याचं मला आश्चर्य वाटलं नाही. अशाच तऱ्हेचं काहीतरी ऐकायची माझी तयारी होती.''

''स्ट्रेलनिकोव्ह हे आपले वडील आहेत, हे काटेन्कालाही माहीत आहे. तिला वडिलांचा अभिमान वाटतो. हे त्याचं टोपणनाव. इतर सर्व क्रांतिकारकांप्रमाणेच त्यानंही टोपणनावाखालीच राहायला आणि काम करायला हवं. त्यानंच युरिआटिन ताब्यात घेतलं. आमच्यावर बॉम्ब टाकले. आम्ही इथं असूनही आम्ही जिवंत आहोत किंवा नाही, ते जाणून घ्यायचा त्यानं कधी प्रयत्न केला नाही. आपली खरी ओळख पटू नये, म्हणून त्यानं तसं केलं. अर्थात ते त्याचं कर्तव्य होतं. त्यानं मला विचारलं असतं, तर मीही त्याला तेच करायला सांगितलं असतं. ज्याअर्थी मी सुरक्षित आहे आणि टाऊन सोविएतनं मला राहायला जागा दिली आहे, त्याअर्थी तो गुप्तपणे आमच्यावर लक्ष ठेवून आहे, असं मला वाटतं. पण तो प्रत्यक्ष इथंच होता आणि तरीही त्यानं आम्हांला भेटायचा मोह टाळला, हे अनाकलनीय आहे! अनैसर्गिक आहे.''

''तो सध्या कुठं असतो?''

''सैबेरियात. तुमचं म्हणणं खरं आहे. त्याच्यावर बरेच आरोप आहेत. मीही ते ऐकले, तेव्हा माझं रक्त गोठून गेलं. तो तिथं मोठ्या हुद्द्यावर आहे आणि बिचाऱ्या म्हाताऱ्या गॅलिउल्लिनशी लढतो आहे. त्याचा लहानपणीचा मित्र, जर्मन युद्धातला त्याचा साथीदार. मी स्ट्रेलनिकोव्हची पत्नी आहे, हे गॅलिउल्लिनला माहीत आहे.

पण त्याचा चांगुलपणा पाहा, त्यानं कधीच तसा उल्लेख केला नाही. पण स्ट्रेलनिकोव्हचं नाव काढताच तो रागानं बेभान होतो. मला खूप आशा वाटत होती, कधी तरी अपघातानं माझी आणि स्ट्रेलनिकोव्हची गाठ पडेल. गाडीच्या डब्यात राहत असताना काही वेळा तो इथल्या स्टाफ हेडक्वार्टरमध्ये येत असे. ज्या इमारतीत कॉन्स्टिट्युअन्ट असेंब्लीचं आर्मीचं ऑफिस होतं, त्याच इमारतीत स्टाफ हेडक्वार्टर होतं. मीही बरेचदा गॅलिउल्लिनला भेटायला तिथं जात असे. कारण मला त्याची कुठल्या तरी कारणासाठी मदत हवी असायची. एकच आशा असायची, कधीतरी पाशा येताना किंवा जाताना दिसेल!

''झारच्या काळात या इमारतीच्या एका भागात गव्हर्नर जनरलचं ऑफिस होतं. तुम्ही पहिली ही इमारत? फार सुंदर आहे. गावातली सर्वांत सुंदर जागा. इमारतीसमोरच्या चौकात विविध आकारांचे लाकडी ठोकळे बसवले आहेत. चौकापलीकडं गावातलं उद्यान आहे. तिथं मेपल्स, हॅथॉर्न, हॅनीसकलची भरपूर झाडं आहेत. इमारतीच्या दारासमोर लोकांची नेहमीच रांग लागलेली असे. मी रांगेत उभी राहून माझा नंबर यायची वाट बघत असे. मी स्ट्रेलनिकोव्हची पत्नी आहे, असं सांगून कधी रांग सोडून पुढं घुसण्याचा प्रयत्न केला नाही.

''हे रेड, कट्टर कम्युनिस्ट क्रांतिकारी लोक भावनांनी द्रवू शकतील, असं मला वाटत नाही. तुम्हांला माहीत आहे, स्वतः पाशाचे वडील, पॉवेल अँन्टिपॉव्ह महामार्गावरच्या एका वसाहतीत राहतात. त्यांना राजकीय कारणासाठी हद्दपार करण्यात आलं. ते आता खूप म्हातारे झाले आहेत. इथून जवळच राहतात. अजूनही ते हद्दपारच आहेत. त्यांचा जुना मित्र तिवर्झिन सुद्धा तिथंच आहे. दोघंही स्थानिक क्रांतिकारी कोर्टाचे सभासद आहेत. पाशा त्याच्या वडिलांना भेटायला एकदाही गेला नाही. त्याचे वडील पाशाचं वागणं समजू शकतात. त्याच्या वागण्यानं ते दुखावले जात नाहीत. त्यांना वाटतं, मुलाला अज्ञात रूपानं राहायचं असेल, तर तसंच असू दे. ते त्याला भेटू शकत नाहीत. सध्या असं चाललं आहे. ते लोक दगडाचे बनलेले आहेत. ही माणसं नाहीतच. त्यांची तत्त्वं आणि त्यांची शिस्त–

''मी त्याची पत्नी आहे, हे सिद्ध करू शकले असते, तरी त्याचा काही उपयोग झाला नसता. सध्याच्या काळात पत्नीचं काय महत्त्व? जगातले कामगार, विश्वाची निर्मिती, याला महत्त्व आहे! पत्नी– दोन पायांचा प्राणी. तिचं महत्त्व पिसवा किंवा उवांपेक्षा जास्त नाही.

''आम्ही रांगेत उभं असताना त्याचा लष्करी मदतनीस बाहेर यायचा आणि 'कोणत्या कामासाठी भेटायचं आहे', असं रांगेतल्या लोकांना विचारायचा. मी माझं खरं नाव कधी सांगितलं नाही. 'माझं व्यक्तिगत काम आहे', असंच सांगितलं. तो मदतनीस खांदे उडवायचा आणि माझ्याकडं संशयानं बघायचा. मला पाशाला

एकदाही भेटता आलं नाही.

"त्याला आमची पर्वा नाही, त्याचं आमच्यावर प्रेम नाही, असं मात्र नाही. मी त्याला चांगलं ओळखते. त्याला काय हवं आहे, ते मला कळतं. त्याचं आमच्यावर प्रेम आहे, म्हणून त्याला आमच्याकडं रिकाम्या हातानं यायला आवडत नाही. विजयी वीर होऊन तो आमच्याकडं परत येईल. मानसन्मान आणि यशाचं वैभव घेऊनच तो येईल! त्याचं विजयचिन्ह आमच्या पायांवर ठेवील, आम्हांला अमर करील, तेजस्वी करील!"

यावर दोन महिने उलटून गेले.

एक दिवस युरी घोड्यावरून व्हॅरिकिनोला परत जात होता. या रस्त्यानं तो असंख्य वेळा गेला होता. त्यामुळं तो रस्ता त्याच्या पूर्ण परिचयाचा होता. या रस्त्याची त्याला इतकी सवय झाली होती की, स्वतःलाही नकळत तो रस्ता पार करत असे.

जंगलात जायचा रस्ता जिथं छेदून जात होता, तिथं तो पोहोचला. हा चौरस्ता ओलांडला, की नेहमीचा रस्ता सरळ व्हॅरिकिनोला जात होता. त्या ठिकाणी तो तिसऱ्या जाहिरात-फलकापाशी थांबला. शेती-अवजारांचीच ती जाहिरात होती. तो या चौरस्त्यावर आला, तेव्हा नेहमीप्रमाणेच दिवस मावळायला आला होता.

त्या गोष्टीला दोन महिने उलटून गेले होते. दोन महिन्यांपूर्वी सरळ घरी न जाता त्यानं युरिअटिनमध्येच लाराच्या घरी रात्र घालवली होती. कुटुंबीयांना मात्र असं सांगितलं होतं की, त्या गावी काही काम निघाल्यामुळं रात्री तो सॅमदेविआतोव्हच्या खाणावळीतच राहिला. त्यानं तिला कधीपासूनच 'लारा' म्हणायला सुरुवात केली होती. 'तू' म्हणायला लागला होता. युरी टोनियाला फसवत होता आणि त्याची लारामधली गुंतवणूक अधिकाधिक सखोल, अर्थपूर्ण व्हायला लागली होती. हे धक्कादायक होतं, अशक्यप्राय.

त्याचं टोनियावर प्रेम होतं. तो तिची पूजा करत होता. जगातल्या इतर कोणत्याही गोष्टीपेक्षा तिच्या मनाची शांती त्याला जास्त महत्त्वाची वाटत होती. तिच्या स्वतःपेक्षा किंवा तिच्या वडिलांपेक्षाही तो तिच्या सन्मानाचं रक्षण एकनिष्ठेनं करत होता. तिच्या स्वाभिमानाला धक्का लावणाऱ्याचे त्यानं स्वतःच्या हातानं दोन तुकडे केले असते. आणि तरीही आता तो स्वतःच अपराधी होता.

घरी त्याला गुन्हेगारासारखं वाटत होतं. त्याचं गुपित कुटुंबीयांना माहीत नव्हतं. त्यांचं युरीवर पूर्वीइतकंच प्रेम होतं. त्यांचं वागणं बदललं नव्हतं. त्यामुळं त्याला जास्तच मनस्ताप होत होता. त्यांच्या चांगुलपणानं त्याला मानसिक क्लेश होत

होते. संभाषण चालू असताना मध्येच त्याला स्वतःच्या अपराधाची आठवण येत असे आणि आजूबाजूला चालू असलेल्या बोलण्यातला एक शब्दही ऐकू येत नसे.

हेच जेवायच्या वेळी झालं, तर अन्न घशात अडकून बसत असे. चमचा आणि बशी दूर सारून अश्रू आवरण्याच्या प्रयत्नात त्याचा श्वास गुदमरत असे. टोनिया गोंधळून विचारी,

"युरा, काय झालं तुला? गावात गेल्यावर तू नक्कीच एखादी वाईट बातमी ऐकली असणार. कोणाला अटक झाली का? की गोळी घालून ठार केलं? मला सांग. मी अस्वस्थ होईन, याची चिंता करू नकोस. मला सांगितल्यावर तुला बरं वाटेल."

दुसऱ्या स्त्रीमध्ये गुंतला, म्हणून तो अप्रामाणिक होता का? नाही. स्वतःच्या अपराधी भावनेखाली तो आता तर चिरडून निघत होता. पुढं काय होईल, याची त्याला काळजी वाटत होती. काहीतरी अतर्क्य, अनपेक्षित असं घडून ही समस्या सुटेल, अशी तो असहायपणे आशा करत होता.

आज व्हॅरिकिनोला तो परत निघाला, तेव्हा समस्येवरचा उपाय घेऊन तो घरी परतत होता. ही गाठ स्वतःच्या हातानं कापायची, असं त्यानं ठरवलं होतं. तो टोनियापुढं सगळं कबूल करणार होता. तिची क्षमायाचना करणार होता आणि पुन्हा लाराला कधीही भेटणार नव्हता.

सकाळी युरिआटिनला गेला, तेव्हा त्यानं लाराला सांगितलं की, टोनियाशी स्वच्छ संबंध असावेत, असं त्याला वाटतं आणि म्हणून आपण परस्परांना भेटणं थांबवू.

पण ते सांगणं त्याला हव्या त्या पद्धतीनं घडलं नव्हतं. लाराच्या भल्यासाठीच तो हे संबंध तोडत आहे, हे पुरेसं स्पष्ट झालं नव्हतं. त्यानं सगळं फारच सौम्य करून टाकलं होतं. पुरेशा अलिप्तपणे आणि ठामपणे त्यानं लाराला सगळं सांगितलं नव्हतं. ते सांगताना युरीला फार दुःख होत आहे हे लाराला कळलं होतं आणि आणखी रडून त्याला दुःखी करावं, असं तिला वाटेना. तिनं आधी शांतपणे त्याचं म्हणणं ऐकून घ्यायचा प्रयत्न केला. नंतर मात्र तिच्या डोळ्यांतून अश्रू वाहू लागले. तिच्या गालांवरून अश्रू वाहत होते, पण तिला त्यांची जाणीव नव्हती. दगडाच्या मूर्तीच्या चेहऱ्यावरून पावसाचं पाणी वाहावं, तसं तिच्या अश्रूंचं वाहणं तिला कळत नव्हतं. ती हळुवार आवाजात पुन्हा पुन्हा म्हणत होती,

"तुला योग्य वाटेल, तसं कर. माझी काळजी करू नकोस. मी यातूनही बाहेर पडेन, सावरेन."

ती मनापासून सांगत होती. त्यात खोटा आविर्भाव नव्हता.

लाराचा आपल्या बोलण्यानं कदाचित गैरसमज झाला असेल, आपण तिचं

चुकीचं मत करून निघालो, तिच्या मनात खोटी आशा ठेवली, या विचारानं त्यानं घोडा परत मागं युरिआटिनच्या दिशेला वळवला. तो दौडत निघाला. जे सांगायचं राहिलं होतं, ते त्याला लाराला सांगायचं होतं. निरोप कायमचा, पण अधिक प्रेमानं कोवळेपणानं घ्यायचा होता. अखेरच्या निरोपात साजेल, अशा पद्धतीनं ते करायचं होतं. मोठ्या कष्टानं स्वतःवर ताबा ठेवत तो पुढं जात राहिला.

सूर्य बुडाला, तेव्हा जंगलात अंधार आणि गारठा दाटून आला. पानांचा दमट वास यायला लागला. डासांच्या झुंडी हवेत तरंगू लागल्या. दूरवर, जिथं सूर्यास्ताचं तेज नेहमीसाठीच राहील, असं वाटत होतं, तिथून नाइटिंगेल गायला लागला.

'उठा, जागे व्हा!'

तो निरंतर असंच गात होता. युरीला तो ईस्टर संडेच्या पूर्वसंध्येला होणारा पुकाराच वाटला :

'माझ्या आत्म्या! जागा हो. तू का झोपतोस?'

एकाएकी युरीच्या मनात अगदी साधा विचार चमकून गेला– इतकी घाई कशाला? त्यानं टोनियाला अद्याप काही सांगितलं नव्हतं. अपराधाची कबुली तो देणार होताच, पण ते आत्ताच करायला पाहिजे, असं कुणी सांगितलं? लाराशी होणाऱ्या पुढच्या भेटीपर्यंत तो ती कबुली पुढं ढकलू शकतो. लाराला पुन्हा भेटायचं नाही, या निश्चयापासून तो मागं फिरणार नव्हताच; पण फक्त एकदाच भेटून आधी सगळं बोलणं संपवणार होता. त्या बोलण्यातून तिला त्याच्या शब्दांमधली ऊब, भावनांची खोली जाणवायला हवी. त्या भावनाच दोघांचं दुःख हलकं करतील. किती उदात्त विचार आहे हा! तो आधीच कसा सुचला नाही, याचं त्याला नवल वाटलं.

लाराला पुन्हा एकदा भेटायला मिळणार, या विचारानं युरीचं हृदय आनंदानं उचंबळून आलं. त्यानं कल्पनेतच तिची पुढची भेट रंगवली :

तो त्या रस्त्यानं लाराच्या घरी निघाला आहे. त्याच्या चालण्याचा वेग इतका आहे की, त्याला धाप लागली आहे. रस्त्याच्या दुसऱ्या टोकाला तिचं घर आहे. वाटेत इतर लहानलहान घरं आहेत. तिच्या घराच्या वाटेवरची ही लहान घरं त्याला फार आवडतात. उचलून त्यांचं चुंबन घ्यावंसं वाटतं. आकाशाच्या पांढऱ्या कमानीखाली तिचं घर. देवानं निर्माण केलेल्या सौंदर्याची ती झळाळती भेट लाराच्या रूपानं तिथं पुन्हा मिळेल! गडद रंगाचं मफलर घातलेली एक सुंदर आकृती दार उघडेल. तिच्या निकट सहवासाचं ते आश्वासन असेल. जगात कुणालाही न लाभलेलं. उत्तरेकडच्या रात्रीच्या पांढऱ्या प्रकाशाप्रमाणे शीतल. तिची ती जवळीक समुद्राच्या पहिल्या लाटेप्रमाणे त्याच्यापर्यंत पोहोचेल...

युरीनं घोड्याचे लगाम हातांतून सोडले. तो पुढं झुकला आणि घोड्याच्या मानेभोवती दोन्ही हात टाकून चेहरा त्याच्या आयाळीत घुसळला. युरीचं प्रेम आणि

आनंद घोड्यालाही कळला. त्यानं एकदम वेगानं दौड सुरू केली.

घोड्याचे पाय जणू जमिनीला स्पर्शच करत नव्हते. युरीचं हृदय आनंदानं धडधडत होतं. त्याला आणखी कसले तरी आवाज ऐकू आले. ते बंदुकीचे बार होते! आधी त्याला वाटलं, आपल्याला भास झाला असेल. पण नाही.

अचानक कानठळ्या बसवणारा एक बार त्याच्या अगदी जवळच ऐकू आला. घोड्याच्या पाठीवर वाकलेला युरी सरळ उठून बसला; लगाम हातांत घेतले आणि खेचले. पूर्ण झेप घ्यायच्या तयारीनिशी घोडा मागं, किंचित मागं सरकला आणि पळण्याचा वेग पकडण्यासाठी त्यानं आपला पार्श्वभाग खाली केला.

युरीच्या समोर पुन्हा तो चौरस्ता आला. तीच पाटी. शेतीच्या यांत्रिक पेरणी–मळणी अवजारांची जाहिरात. 'मोरोऊ ॲण्ड व्हेटचिनकिन. मेकॅनिकल सीडर्स. थ्रेशिंग मशीन्स. ती पाटी मावळत्या सूर्यकिरणांमध्ये चमकत होती. त्या ठिकाणी तीन सशस्त्र घोडेस्वारांनी युरीचा मार्ग अडवला.

"पुढं जाऊ नका, कॉम्रेड डॉक्टर!" फर कॅप घातलेला घोडदळातला माणूस म्हणाला. त्या तिघांमध्ये तोच सर्वांत वयस्कर होता.

"तुम्ही आमचा हुकूम पाळलात, तर तुम्हांला काहीही इजा होणार नाही, याची आम्ही हमी देतो. नाही पाळला, तर तुमचा काही गुन्हा नसतानाही आम्ही तुम्हांला ठार करू. आमच्या तुकडीत असलेला सर्जन मारला गेला आहे आणि आम्ही तुम्हांला वैद्यकीय सेवक म्हणून सक्तीनं लष्करात भरती करत आहोत. घोड्यावरून खाली उतरा. या तरुण माणसाच्या हाती लगाम द्या. मी तुम्हांला पुन्हा आठवण करून देतो. तुम्ही पळून जायचा प्रयत्न केला, तर आम्ही तुम्हांला मरण्यापूर्वी पापांची कबुली द्यायलाही वेळ शिल्लक ठेवणार नाही."

"तुम्ही कॉम्रेड फॉरेस्टर म्हणजे मिकुलित्सिनचा मुलगा लिबेरियस आहात का?"

"नाही. मी त्याचा प्रमुख संपर्क अधिकारी आहे."

◆

महामार्ग

महामार्गाच्या बाजूबाजूनं गावं, शहरं, कोसॅक वसाहती होत्या. तो जुन्या काळचा टपालाचा मार्ग होता. सैबेरियातला सर्वांत प्राचीन महामार्ग. मोठ्या पावाचे दोन भाग करणाऱ्या सुरीप्रमाणे तो रस्ता शहरांना उभा कापत गेला होता. शहरांकडं जाणाऱ्या डाव्या-उजव्या बाजूंच्या आडव्या रस्त्यांच्या मध्ये लहान लहान खेडी विखुरलेली होती.

फार पूर्वी, रेल्वे येण्यापूर्वी या रस्त्यानं तीन घोड्यांच्या गाड्यांमधून टपाल नेलं जात असे. एका बाजूनं चहा, पाव, लोखंडाच्या कांबी भरून गाड्यांचे काफले जात असत, तर दुसऱ्या बाजूनं रक्षकांच्या ताब्यातले गुन्हेगार पायी चालत असत. त्यांच्या पायांतल्या बेड्या खळखळ वाजत असत. वाट चुकलेले, भटकलेले आत्मे! ते दृश्य बघणाऱ्याचं हृदय भीतीनं भरून जात असे आणि त्यांच्या आजूबाजूला निबिड, घनदाट जंगल सळसळत असे.

महामार्गाच्या बाजूनं राहणारे लोक एका कुटुंबासारखे होते. मैत्री, लग्नं यांमुळं गावं, शहरं एकमेकांशी जोडली गेली होती. रस्त्याला छेदून जाणाऱ्या रेल्वेमार्गापाशी खोदॅत्स्कोई हे गाव वसलेलं होतं. तिथं इंजिनं दुरुस्त करण्याची दुकानं होती, रेल्वेमार्गाची देखभाल करण्यासाठी आवश्यक असणाऱ्या वस्तूंची दुकानं होती. आणि तिथं बराकींमध्ये गरिबांतले गरीब लोक दाटीवाटीनं राहत होते. आयुष्य वाया घालवून मरत होते. राजकीय कारणासाठी हद्दपार केलेल्या ज्या लोकांजवळ तांत्रिक ज्ञान होतं, ते इथं येऊन राहिले होते आणि आपल्या सश्रम हद्दपारीच्या शिक्षेचा कालावधी पूर्ण करत होते.

मूळची जी संघराज्यं या सबंध रेल्वेमार्गावर वसली होती, ती कधीचीच झुगारून देण्यात आली होती. काही काळपर्यंत हा प्रदेश सैबेरियन प्रोव्हिजनल

गव्हर्नमेंटच्या आधिपत्याखाली होता. पण सध्या स्वतःला 'सुप्रीम रूलर' असा किताब देणाऱ्या ॲडमिरल कोलचॅक याची इथं सत्ता होती.

रस्ता लांबच लांब, चढणीचा होता. असं वाटत होतं, त्याला काही अंतच नाही. क्षितिज दिसतच नव्हतं. पण थकलेले घोडे आणि ते चौघं जरा विश्रांती घ्यायला थांबले, तेव्हा त्यांच्या लक्षात आलं की, ते टेकडीच्या शिखरावर पोहोचले होते. पुढचा रस्ता पुलावरून जात होता. त्या पुलाखालून केझमा नदी खळाळत वाहत होती.

नदीपलीकडं, गावाबाहेर असलेला एक मठ दिसत होता. त्याचं बांधकाम विटांचं होतं. मठही टेकडीवर होता. टेकडीवरून रस्ता मठापर्यंत गोलाकार चढत गेलेला होता आणि गावाबाहेरच्या भागातून वाकडातिकडा वळत पुढं गावात शिरला होता.

चर्चच्या भिंतीवर लावलेला, सुप्रीम रूलर कोलचॅकचा हुकुमनामा वाचण्यासाठी माणसं थांबत होती. भिंतींवर ठिकठिकाणी हुकमाचे पांढरे कागद चिकटवले होते. त्यांत सक्तीनं लष्करात भरती करण्यात येणाऱ्या तीन वयोगटांची घोषणा होती.

तो 'होली वीक' होता. 'लेंट'चा अखेरचा आठवडा. उपवास करणारा समुदाय सामूहिक प्रार्थनेसाठी चर्चकडं निघाला होता.

काही वेळानं गावातल्या धान्य दुकानदाराची बायको ओल्गा गॅलुझिना बाहेर मोकळ्या हवेत आली. चर्चमध्ये तिचा जीव फार गुदमरायला लागला. प्रार्थना सुरू झाली असूनही ती घरी जायला निघाली. पण आपण प्रार्थनेला थांबलो नाही, याची लाजही तिला वाटत होती. गेल्या दोन वर्षांत तिनं 'लेंट'चे उपवासही केले नव्हते.

चालताना तिच्या मनात आणखी दुःखी विचार येत होते. चर्चच्या भिंतीवर लावलेल्या हुकुमनाम्यानुसार तिच्या लहानशा मुलाला, तेरिओश्काला सक्तीनं लष्करात भरती व्हावं लागणार होतं. तिनं तो विचार डोक्यातून काढून टाकायचा प्रयत्न केला, पण भिंतींवर सर्वत्र चिकटवलेले ते पांढरे कागद रस्त्याच्या प्रत्येक वळणावर तिला त्या गोष्टीची आठवण करून देत होते. उदास विचारांनी ती अस्वस्थ झाली.

ईस्टर अगदी जवळ येऊन ठेपला होता आणि घरात कोणीही नव्हतं. सगळे तिला सोडून निघून गेले होते. नाही म्हणायला घरात स्किऊशा होती. गॅलुझिनाच्या नवऱ्याच्या पहिल्या बायकोच्या आणखी दुसऱ्याच लग्नाची मुलगी! गॅलुझिनाच्या नवऱ्यानं तिला दत्तक घेतलं होतं. म्हटलं, तर स्किऊशा गॅलुझिनाची मैत्रीण होती, म्हटलं तर प्रतीस्पर्धी, शत्रू.

गॅलुझिनाचा नवरा व्लास गॅलुझिन. तो महामार्गावर सैन्याबरोबर सतत मागंपुढं प्रवास करत होता. लष्करात नव्यानं भरती झालेल्यांसमोर भाषणं देत होता, शस्त्रांची

ताकद समजावून सांगत होता. विनाशकारी संकटापासून स्वतःच्या मुलाला वाचवण्याऐवजी तो शस्त्रांनी फत्ते केलेल्या मूर्ख कामगिऱ्या सांगत फिरत होता!

मुलगा तेरिओश्का ग्रेट फीस्टच्या आदल्याच दिवशी घरातून निघून गेला होता. स्वतःच्या काळज्या विसरण्यासाठी आणि मौजमजा करण्यासाठी तो शेजारच्या गावातल्या नातलगांकडं गेला होता. आठवीत शिकणाऱ्या त्या बिचाऱ्या मुलाला शाळेतून काढून टाकण्यात आलं होतं.

हे सगळं किती दुःखद होतं! प्रत्येक गोष्ट अशी वाईटच का झाली आहे? गॅलुझिनाला जगायची इच्छाच उरली नाही. ही विपदावस्था कशामुळं आली? क्रांतीमुळं? नाही, युद्धामुळं हे सारं झालं. युद्धानं रशियाच्या पौरुषाचं फूल चिरडून टाकलं. आता शिल्लक उरला आहे, तो फक्त गाळ, कुजलेला कचरा.

तिच्या वडिलांच्या काळात किती वेगळं होतं! तिचे वडील कंत्राटदार होते. सौम्य स्वभावाचे, सुशिक्षित. सुपीक जमिनीवर ते जगले, वाढले. ती आणि तिच्या दोन बहिणी. पोलिया आणि ओलिया. फार सुंदर अशी मुलींची जोडी होती ती. तिघी बहिणी विणकामात तरबेज होत्या. त्यांनी विणलेले सहा रंगांच्या लोकरीचे स्कार्फ संपूर्ण परगण्यात प्रसिद्ध झाले होते!

त्या दिवसांमध्ये प्रत्येक गोष्ट सुंदर होती. चर्चमधल्या प्रार्थना, नृत्यं, लोक, त्यांचे रीतीरिवाज. तिचं हृदय या सर्वांमुळं आनंदानं भरून येत असे. सर्वांत महत्त्वाचं म्हणजे, तिचं स्वतःचं कुटुंब अतिशय साधं होतं. शेतकरी आणि कामगार वर्गातून आलेले साधे लोक होते ते. त्या काळात रशिया हीच जणू एक उपवर कन्या होती. तिचा अनुनय करणारे उत्तम पुरुष होते. असे पुरुष, जे या उपवर कन्येच्या पाठीशी उभे राहत. आतासारखा तो दंगा करणारा जमाव नव्हता. आता तर प्रत्येक गोष्टीचं तेज हरपून गेलं आहे. सगळे लोक दिवस-रात्र अखंड वटवट करत आहेत. तिच्या नवऱ्याला, व्लासला वाटतं, पूर्वीचे सोनेरी दिवस आपण परत आणू शकू. भाषणांच्या आणि सदिच्छांच्या द्वारे! पण हरवलेलं प्रेम पुन्हा जिंकण्याचा हा मार्ग आहे का? त्यासाठी अफाट आणि वेगळेच परिश्रम करायला हवेत!

शांततेच्या काळात गॅलुझिना नवऱ्याच्या दुकानावरही स्वखुशीनं बसत असे. गल्ला सांभाळत असे. दुकानांच्या ओळींच्या मध्यभागी व्लास गॅलुझिनचं किराणा मालाचं खूप मोठं दुकान होतं. गॅलुझिना तेव्हा तरुण होती. फिकट जांभळा हा तिचा आवडता रंग होता. लैलक कळ्यांचा रंग. तो सुखाचा रंग होता आणि तिच्या स्मृतींचा. क्रांतिपूर्व रशियाच्या कौमार्याचाही तोच रंग होता.

तिचा नवरा गॅलुझिन ज्यूंचा द्वेष करत असे. पण तिला वाटलं, तो ज्यू-द्वेष फारच ताणतो आहे. ज्यू हे रशियाचं खरं दुर्दैव नाहीच. रशियाचं दुर्दैव म्हणजे तर शहरं होती. एखादा देश शहरांमुळं टिकून राहू शकतो किंवा नष्ट होऊ शकतो, असं

नाही. पण शहरं सुशिक्षित होती आणि खेड्यांतल्या लोकांची डोकी फिरलेली होती. त्यांनी शहरांच्या शिक्षणाचा हेवा केला; आणि शहरी लोकांच्या पद्धतींचं मात्र अनुकरण करण्याचा प्रयत्न केला. त्यात ते त्यांची बरोबरी करू शकले नाहीत. त्यामुळं ते आता धड हेही नाहीत आणि धड तेही नाहीत.

सुशिक्षित मनुष्य भिंतीतूनही आरपार पाहू शकतो. त्याला आधीच सर्व कळतं. उलट, बाकीचे अंधारात चाचपडत असतात. आमची डोकी उडवली गेल्यानंतरच आम्हांला डोक्यावर टोपी नाही, याची जाणीव होते! याचा अर्थ असा नाही की, सुशिक्षित लोक सध्याच्या काळात आरामात राहत आहेत. दुष्काळामुळं त्यांनाही शहरं सोडून जावं लागत आहे. ही सर्व परिस्थिती किती गोंधळाची आहे! सैतानालासुद्धा त्यातून काहीही निर्माण करता येणार नाही. त्यालाही मार्ग सापडणार नाही.

असं असलं, तरीही जगायचं कसं, ते खेड्यातल्या लोकांनाच कळलं होतं. गॅलुझिनाचे सर्व नातलग त्यांच्या स्वतःच्या हातांवर आणि डोक्यांवर विसंबून राहिले. ते स्वतःच स्वतःचे मालक होते. लागवडीयोग्य जमीन, तीवरच्या शेळ्या-मेंढ्या, गाई-घोडे, आणि पुढची तीन वर्षं पुरेल, इतकं मक्याचं पीक धान्याच्या कोठारांमध्ये साठवलेलं. कोलचॅक त्यांना फूस लावून स्वतःच्या बाजूला वळवण्याचा प्रयत्न करत होता. तसंच कमिसारसुद्धा त्यांना फॉरेस्ट आर्मीत ओढण्याचा प्रयत्न करत होते.

अखेर गॅलुझिना घरी पोहोचली. इतक्या उशिरापर्यन्त एखाद्या स्त्रीनं असं रस्त्यात भटकत राहणं सभ्यतेचं नव्हतं. ती तिच्याच बागेत फिरत असती, तर हरकत नव्हती. काहीही असो, भटकल्यामुळं थोडंसं बरं वाटलं, असा विचार करत ती क्षणभर पोर्चसमोर थांबून घरात शिरली.

ती सरळ तिच्या बेडरूममध्ये गेली. कोट काढण्यासाठीही हॉलमध्ये थांबली नाही. डोक्याला बांधलेला रुमाल आणि कोट काढता-काढता तिच्या मनात आणखी एक विचार आला– खोदॅत्स्कोई गावात सध्या वेगळेच लोक मालक बनलेले होते. ते लोक राजकीय कारणांसाठी हद्दपारीची शिक्षा झालेले, राजधान्यांमधून आलेले होते. तिवर्झिन, अँटिपॉव्ह आणि कुलपं दुरुस्त करणारा गोर्शेनी. ते धूर्त होते. त्यांना स्वतःच्या मनाची पूर्ण ओळख पटलेली होती. त्यांनी त्यांच्या त्यांच्या भागात बऱ्याच चळवळी केल्या होत्या; आणि आता इथंही पुन्हा काहीतरी करण्याचा त्यांचा बेत होता. काहीतरी केल्याशिवाय ते जगूच शकत नव्हते. त्यांनी त्यांचं आयुष्य यंत्रांबरोबर काम करण्यात घालवलं होतं. ते यंत्रांप्रमाणेच निर्दय आणि थंड होते. बिचारा व्लास त्याचा वेळ उगाच वाया घालवत होता. ही माणसं सगळं काही उलटंपालटं करू शकतात. त्यांना त्यांचा मार्ग नेहमीच सापडतो, सापडेल.

तिनं कडवटपणे उसासा टाकला. खोलीतले धूळभरले पडदे मऊ पडून लोंबले होते. हिवाळा संपल्यातच जमा होता. खोलीत लाल रत्नाच्या रंगाचा एक दिवा

होता. दिव्याचा आकार स्त्रीशिल्पात घडवलेला होता.

जवळच्या खुर्चीत बसता-बसता ग्लॅलुझिनानं शरीराची वाकडी तिकडी हालचाल केली. तिला जुनाट वेदना पुन्हा जाणवली. खांद्याच्या खाली पाठीत उसण भरली होती. ती घाबरून विव्हळली आणि प्रार्थना म्हणायला लागली. देवाची करुणा भाकत असताना मध्येच हुंदके देऊन रडायला लागली.

स्किऊशा त्या आवाजानं जागी झाली आणि खोलीत आली.

''आई, तू अंधारात काय करते आहेस? मी दिवा आणू?''

''नको. पुरेसा उजेड आहे.''

''मी तुझा पोशाख काढायला मदत करते. तू दमली आहेस.''

''माझ्या पाठीत पुन्हा उसण भरली आहे. इथं आणि इथंही वेदना होताहेत. सगळीकडंच दुखतं आहे. फार त्रास होतो आहे. काय करावं, कळत नाही.''

''गेल्या वेळी होमिओपॅथीच्या औषधांनी तुला बरं वाटलं होतं.''

''पण तो डॉक्टर गाव सोडून निघून गेला आहे. गावात सध्या डॉक्टरच नाही. एक हंगेरियन डॉक्टर होता, त्यालाही रेड आर्मीनं सक्तीनं भरती करून घेतलं आहे.''

''पण तुला एक माहीत आहे का आई? तू सगळ्या गोष्टींचा कल्पनेनंच फार बाऊ करते आहेस. तू मनानं खचली आहेस. तुझ्यासारख्या रुग्णांच्या बाबतीत औषधांपेक्षा नुसत्या उपयुक्त सूचनाही खूप मोठा चमत्कार घडवून आणू शकतात.''

''मी तुला सांगते, प्रत्येक जण या गावातून पळून गेला आहे! व्लास आणि तेरिओश्का, तुझी मावशी पोलियादेखील. आपलं जाऊ दे. आपण दोघी तर मूर्खच आहोत. पण गावात आता एकही प्रामाणिक स्त्री शिल्लक राहिलेली नाही. मी गंमत करत नाहीये. कोणत्याही तऱ्हेची वैद्यकीय मदत इथं आता मिळत नाही. काही झालं, तर आता डॉक्टरही गिळू शकत नाही. पण लोक सांगतात की, युरिआटिनमध्ये एक डॉक्टर आहे. तोच तो मॉस्कोचा प्रसिद्ध प्रोफेसर. आत्महत्या केलेल्या सैबेरियन व्यापाऱ्याचा मुलगा. मी त्याला बोलावणं पाठवायचा विचार करत असतानाच रेड आर्मीनं महामार्ग बारा ठिकाणी अडवला. आता तू झोपायला जा. मीही थोडी झोप घ्यायचा प्रयत्न करते.''

गावातल्या धान्यकोठारालगतच्या अंगणात ठेवलेले लाकडाचे ओंडके हलवून बाजूला रचण्यात आले होते. त्या लाकडाच्या ओंडक्यांची उंच भिंतच तयार झाली होती. त्या ठिकाणी आडोशाला एक बेकायदा सभा भरवण्यात आली होती. सेंट्रल कमिटीचा प्रतिनिधी लिडोचका, पार्टिझन सैन्याचा नेता, बारा-पंधरा लोक आणि खुर्चीवर बसलेले तीन-चार सन्माननीय पाहुणे त्या सभेला हजर होते. सन्माननीय

पाहुणे म्हणजे १९०५ च्या क्रांतीतल्या व्यक्ती होत्या. त्या वृद्ध कामगारांपैकी एक होता तिवर्झिन. दुर्मुखलेल्या चेहऱ्याचा. मॉस्कोतल्या दिवसांपेक्षा तो आता खूप बदलला होता. दुसरा होता त्याचा म्हातारा मित्र अँटिपॉव्ह. पाशाचे वडील. तिवर्झिनच्या प्रत्येक शब्दाशी तो सहमत होता. हे वृद्ध लोक देव मानले जात होते. ते मूर्तीसारखे गंभीर आणि शांत बसले होते.

पोलिस अचानक येऊन त्या ठिकाणी धडकले, तर भुयारी मार्गानं पळून जायची प्रत्येकाची तयारी होती. लिडोचका थकलेल्या आवाजात बोलत होता. त्याचा चेहरा थकलेला आणि घामेजलेला, डोळे जागरणांनी सुजलेले. त्याला विश्रांतीची गरज होती. त्याची त्वचा निस्तेज होती. या कानापासून त्या कानापर्यन्त त्याला दाढी होती.

बाहेर कुत्रा जोरजोरात भुंकत होता आणि लिडोचकाचं भाषण चालूच होतं :

"सैबेरियामधली लष्करी युद्धखोर राजवट लुटालूट आणि हिंसाचार करत आहे. ही राजवट केवळ कामगार-वर्गाच्या बाबतीतच आक्रमक आहे, असं नाही, तर सबंध कष्टकरी, शेतकरी जमातीच्या बाबतीतही आक्रमक आहे..."

कुत्र्याचं भुंकणं वाढलं, तेव्हा पार्टिझन नेत्यानं त्याला बोलणं थांबवायला सांगितलं. पण त्याचं तिकडं लक्षच नव्हतं. तो फार नर्व्हस झाला होता. त्याला खूप घाम येत होता. रॉकेलच्या दिव्यावर सिगारेट धरून तो पुन्हा पुन्हा पेटवत होता आणि अधाश्यासारखा झुरके घेत होता. अधू दृष्टीमुळं त्याला जवळचं दिसत नव्हतं. त्यामुळं विस्कटलेल्या कागदांच्या अगदी जवळ डोळे नेऊन तो घाबऱ्या घाबऱ्या वाचत होता. जणू तो ते कागद हुंगतच होता–

"या गावातल्या तसंच देशातल्या गरिबांचं एकत्र येणं फक्त सोविएत्सच्या द्वारेच साध्य होऊ शकेल. कामगार आणि शेतकरी दोघांचं ध्येय समान आहे. आणि ते म्हणजे, ॲडमिरल्सची तिरस्करणीय एकाधिकारशाही आणि प्रस्थापित सत्ता उलथवून देणं त्यासाठी सशस्त्र दंगली व्हायला हव्यात. हा लढा दीर्घ आणि चिवट असेल."

पार्टिझनचा नेता, अधिक नेमकेपणानं सांगायचं, तर ट्रान्सउरल पार्टिझन युनिटच्या कझेन्स्क गटाचा कमांडर, लिडोचकाच्या अगदी समोरच बसला होता. तो अगदी कोवळा तरुण सैनिक होता. पण अतिशय उद्धटपणे म्हाताऱ्या लिडोचकाला मध्येमध्ये थांबवत होता.

लिडोचका सेंट्रल कमिटीच्या लष्करी मोहिमेवर सैबेरियाचा दौरा करायला निघाला होता. आणखी आपल्याला केवढ्या मोठ्या विशाल भागाचा दौरा करायचा आहे, याची त्यानं मनाशीच नोंद घेतली. ज्या लोकांना उद्देशून तो भाषण करत होता, त्यांच्यांत त्याला रस नव्हता. पण तो जुन्या काळातला क्रांतिकारक असल्यानं समोर बसलेल्या तरुण कमांडरला मान देत होता. त्या कमांडरला वागण्याचे रीतिरिवाज नव्हते. पण त्या वृद्ध वक्त्यानं अस्सल क्रांतिकारकाच्या वृत्तीतून त्याला क्षमा केली.

पार्टिझन कमांडर म्हणजे मिकुलित्सिनचा मुलगा लिबेरियस होता आणि वक्ता होता आमुरस्की. कॉम्रेड लिडोचका हे नाव धारण करून तो सध्या वावरत होता. एके काळी तो सहकारी कामगार चळवळीचा माजी सदस्य आणि सामाजिक क्रांतिकारी होता. पण त्यानं अलीकडंच आपली मतं बदलली होती. मागच्या चुका कबूल केल्या होत्या. कम्युनिस्ट पार्टीनं त्याला फक्त स्वीकारलंच नाही, तर नंतर लगेचच त्याच्यावर सध्याचं महत्त्वाचं कामही सोपवलं होतं. क्रांतिकार्याची त्यानं केलेली प्रदीर्घ सेवा, झारच्या तुरुंगात सहन केलेल्या हालअपेष्टा, सहकारी चळवळीचा माजी सदस्य म्हणून त्याला माहीत असलेली शेतकऱ्यांची मनोवृत्ती– या सगळ्या गोष्टी विचारात घेऊन बंडखोरी माजलेल्या सैबेरियात त्याला पाठवण्यात आलं होतं.

त्याच्या राजकीय मतांमध्ये परिवर्तन झाल्यामुळं त्यानं आपलं दिसणं आणि वागणंही ओळखू न येण्याइतपत बदललं होतं. आपली पूर्वीची ओळख उघड करू नये, अशी पार्टीची त्याला सक्त ताकीद होती.

पार्टिझन्सच्या सैन्याच्या तुकडीची संघटना, त्यांचे कमांडर्स, त्यांचा बाह्य जगाशी संबंध, स्थानिक लोकांशी त्यांचं वागणं, शत्रूच्या प्रदेशात घातपात, यांबद्दल लिडोचका बोलायला लागला, तेव्हा लिबेरियसनं त्याला मध्येच थांबवलं. तो उपरोधानं म्हणाला,

''फार सुंदर भाषण आहे! मी ते लक्षात ठेवीन. आपण एका शब्दानंही हरकत न घेता त्याचा स्वीकार करायलाच हवा. अन्यथा रेड आर्मीचा आधार आपण गमावून बसू!''

लिडोचका म्हणाला,

''तुम्ही ते सर्व करायलाच हवं.''

''वा! अद्भुत माणसा! माझं सैन्य, तीन फलटणी आणि घोडदळ गेले कित्येक महिने मोहिमेवर आहे. आम्ही शत्रूचा पराभव करत आहोत. तुझ्या या बालिश पाठांतराचा आम्हांला काय उपयोग?''

तिवर्झिननं त्याचं बोलणं मध्येच अडवलं. त्याला लिबेरियसचा उद्धट स्वर आवडला नाही.

जमलेल्यांमधून ओरडा सुरू झाला.

''पुरे झाली ही चर्चा! ठराव करा! आपण काहीतरी ठराव करायला हवा. घरी जायची वेळ झाली आहे. फार उशीर झाला आहे.''

लोक आणखी थोडा वेळ बोलले. पण त्यात विशेष तथ्य नव्हतं. अखेर पहाटेच्या सुमाराला ती बैठक संपली. पकडले जाणार नाही, याची काळजी घेत एकेक करून लोक नेहमीप्रमाणे आपापल्या घरी गेले.

महामार्गावर एक अतिशय विलोभनीय जागा होती. खळाळत वाहणाऱ्या पॅझिंका या लहानशा नदीनं कुटिनी आणि अर्मोलाई ही दोन खेडी अलग केली होती.

त्यांपैकी एक खेडं टेकडीच्या उतारावर होतं, तर दुसरं दरीत होतं. कुटिनी गावात नव्यानं लष्करात भरती केलेल्या लोकांना निरोपाची मेजवानी आयोजित केली होती. अर्मोलाई गावात लष्करात भरती झालेल्या शिपायांची आणि कोसॅक्सची वैद्यकीय तपासणी करण्यात येणार होती.

ईस्टरनंतरचा तो तिसरा दिवस होता. नव्यानं लष्करात भरती झालेल्यांसाठी मद्य आणि विविध खाद्यपदार्थ टेबलांवर मांडलेले होते. दोन भाजलेले हॅम्स, अनेक 'कुलिच' बन्स, दोन-तीन मोठाले पास्का केक्स, मशरूम्सचं लोणचं, काकड्या, खाऱ्या पाण्यात भिजवलेला कोबी, घरी तयार केलेल्या पावाचे मोठाले तुकडे आणि ईस्टरची अंडी या पदार्थांनी बश्या भरलेल्या होत्या.

गुलाबी शर्ट आणि गळ्यात शोभेचा लोकरीपट्टा घातलेला व्लास गॅलुझिन टेकडीच्या उतारावरून धावतच त्या ठिकाणी आला आणि टेबलापाशी उभं राहून त्यानं भाषण सुरू केलं.

"मुलांनो, शॅम्पेन नसल्यानं मी तुम्हांला आमच्या घरी बनवलेली व्होडकाच आज पाजत आहे. आज जी तरुण मुलं कामगिरीवर निघणार आहेत, त्यांना मी दीर्घायुष्य, यश आणि सुखाचा काळ चिंतितो. मी काय सांगतो, इकडं लक्ष द्या. तुमच्या समोर पसरलेला हा जो महामार्ग आहे, तोच आपल्या मातृभूमीच्या रक्षणासाठी जाणारा रस्ता आहे. आपल्याच बांधवांच्या रक्ताचा सडा तिच्या शेतात घालणाऱ्या लुटारूंविरुद्ध आपल्याला लढायचं आहे. क्रांतीचा परिणाम शांततेत उपभोगायला मिळावा, अशी आशा लोकांनी उराशी बाळगली. पण या बोल्शेविकांच्या पक्षानं निःशस्त्र, असुरक्षित लोकांना बंदुकीच्या टोकांवर धरलं आहे. या निरपराध लोकांचं रक्त नद्यांमधून वाहत आहे. केवळ रेड आर्मीच नव्हे, तर जर्मनी आणि ऑस्ट्रियासुद्धा त्यांची निलाजरी डोकी पुन्हा वर काढत आहेत. पण, मुलांनो, आपल्याबरोबर देव आहे."

गोश्का आणि तेरिओश्का हे दोन तरुण मित्र व्लासचं भाषण ऐकत होते. तेरिओश्का हा तर व्लासचा मुलगाच. गोश्का मित्राला म्हणाला,

"तुझे वडील चांगलं भाषण करतात. मला वाटतं, त्यामागं काहीतरी उद्देश असावा. आपल्या भाषणांनी कदाचित ते तुला लष्कर-भरतीतून वगळू शकतील."

"तुला लाज वाटायला पाहिजे, गोश्का! तू अशा गोष्टींचा विचार तरी कसा करू शकतोस? तुला ज्या दिवशी आघाडीवर जायची सूचना मिळेल, त्याच दिवशी मलाही मिळेल. आपण एकाच तुकडीत काम करू. त्यांनी मला शाळेतून काढून टाकलं आहे. आई तिकडं हृदय जाळते आहे. वडिलाचं म्हणशील, तर उत्तम भाषण कसं द्यायचं, ते त्यांना माहीत आहे."

एकाएकी व्लासचा आवाज एका स्फोटाच्या मोठ्या आवाजात बुडून गेला. जवळच कुठं तरी स्फोट झाला होता आणि त्याचा गडगडाट काही वेळ ऐकू येत

होता. क्षणभर टेबलाजवळचं खाणं-पिणं थांबलं.

गुन्हेगाराचा अंदाज घेत व्लास इकडंतिकडं बघत उभा राहिला. त्याच्या गळ्याच्या शिरा तट्ट फुगल्या! तो तारस्वरात ओरडत,

"आपल्यांत ज्यू कोण आहेत? कुणी हा गोंधळ निर्माण केला? मी स्वतःच्या हातांनी त्या विषारी सापाचं नरडं आवळीन. माझा स्वतःचा मुलगा असला, तरी गय करणार नाही."

दरीतल्या अर्मोलाई गाळातून धूर वर येताना दिसला. लोक व्लासचं बोलणं ऐकायचं सोडून दरीच्या काठाकडं धावले.

तिथल्या इमारतीला आग लागली होती. कर्नल स्ट्रेस आणि इतर अधिकारी, कोसॅक सैनिक घोड्यांवर स्वार होऊन गुन्हेगाराचा शोध घेण्यासाठी लगेच बाहेर पडले आणि लष्कराचा वेढा प्रत्येक घराला घालत ते कुटिनीला पोहोचले.

या वेळेपर्यंत मेजवानीची मजा लुटणारे बहुतेक लोक पिऊन तर्रर झाले होते. अनेक लोक एकमेकांच्या अंगावर आदळत, धक्के देत धान्य-कोठारात शिरले आणि तिथं लपून बसले. ज्यांना मुळीच शुद्ध उरलेली नव्हती, ते मेजवानीच्या जागीच टेबलांखाली जमिनीवर आडवे झाले.

बॉम्बचा स्फोट कुणी केला, काही सांगता येत नव्हतं. कोण गुंडगिरी करत होतं, ते कळत नव्हतं. त्या दिवसांमध्ये प्रत्येक गोष्टीला राजकीय रंग होता. सोविएत भागात गुंडगिरी ही कडवट प्रतिक्रिया समजली जात होती, तर व्हाइट भागात तो बोल्शेविझम मानला जात होता.

त्या धान्य-कोठारात इतरही खूप लोक आधीच येऊन लपले होते. दोन्ही गावांमधून आलेल्यांची तिथं दाटी झाली होती. त्या जागी मिट्ट अंधार होता, अजिबात हवा नव्हती.

आर्मेलाईचा कोस्का आणि दोन मित्र गोश्का आणि तेरिओश्काही तिथं होते. सगळे अगदी हळू आवाजात कुजबुजत होते. कर्नल स्ट्रेसच्या घोड्याच्या टापा ऐकू आल्या, की कुजबुजणंही थांबवून श्वास रोखून बसत होते. लपून बसलेल्यांपैकी कुणीतरी खेकसत होतं,

"गप्प बसा, मूर्खांनो! हळू बोला. चुळबूळ करू नका. तुम्हांला माहीत आहे, कर्नल स्ट्रेस अशा का फेऱ्या मारतो आहे? त्याला पॅझिन्स्कमधला सॅन्का हवा आहे. सैन्यभरतीच्या वेळी वैद्यकीय तपासणीसाठी त्यानं कपडे काढायला नकार दिला. उर्मटासारखी उत्तरं दिली आणि टेबल उलथवून खिडकीतून पळून गेला. कर्नल स्ट्रेस आता त्यालाच शोधतो आहे आणि त्या दणकट कोस्काला."

"पण त्या बॉम्बचं काय?"

"बॉम्बचं काय... म्हणजे?"

"कुणी फेकला तो? बॉम्ब, हातबॉम्ब, काय असेल ते."

"बाप, रे! तुम्हांला वाटतं, आम्ही ते केलं?"

"मग कुणी केलं?"

"मला कसं माहीत असणार? ते दुसऱ्याच कुणाचं तरी काम असणार. बोलू नका, व्हाइट सैन्याच्या कर्नल स्ट्रेसची माणसं पुन्हा इकडंच येत आहेत. त्यांना आपण सापडलो, तर तोच आपला शेवट!"

तेवढ्यात कर्नल स्ट्रेसचा आवाज आला,

"जास्त हुशारी करू नका! तुम्ही मला फसवू शकणार नाही. आत्ता मी आवाज ऐकला. इथं कुणीतरी बोलत होतं."

अर्मोलाई गावाचा महापौर हा एक म्हातारा कोळी होता. तो म्हणाला,

"महाशय, तुम्हांला भास झाला असेल. आणि गावात लोक बोलणार नाहीत, असं कसं होईल? हे काही चर्चचं आवार नाही."

"या गावाचा मूर्खपणा मला दाखवू नका! हे दुकान वरपासून खालपर्यंत तपासा. आतल्या सगळ्या वस्तू बाहेर काढा."

"हो, महाशय."

"मला सॅन्का, कोस्का आणि गोश्का हवे आहेत. जिवंत किंवा मेलेले. तुम्हांला त्यांना समुद्राच्या तळातून ओढून काढावं लागलं, तरी पर्वा नाही आणि तो व्लास गॅलुझिनचा बच्चा तेरिओश्का सुद्धा! त्याचे वडील किती देशभक्तिपर भाषणं करतात, याच्याशी मला कर्तव्य नाही. तो आम्हांला गाफील करू शकणार नाही. तो साधा दुकानदार. दुकानदार भाषणं देत फिरतो, म्हणजे नक्कीच काहीतरी घोटाळा असला पाहिजे. हे संशयास्पद आहे. गॅलुझिन त्याच्या दुकानात राजकीय गुन्हेगारांना लपवतो आणि त्याच्या घरी बेकायदा मीटिंग घेतो, असं आम्हांला कळलं आहे. मला तो त्याचा पोरटाही सापडूच दे. त्याचं काय करायचं, ते मी अद्याप ठरवलेलं नाही. पण त्याच्याविरुद्ध मला काही आढळलं, तर इतरांना धडा शिकवण्यासाठी मी त्याची मुंडी मुरगळायला मागं पुढं पाहणार नाही."

तो दूर निघून गेल्यावर कोस्का कुजबुजत म्हणाला,

"ऐकलंस ते?"

"हो." तेरिओश्काच्या तोंडून शब्द फुटत नव्हता. तो भीतीनं अर्धमेला झाला होता. त्याचा आवाजही बदलला होता. कसंबसं तो म्हणाला, "आता माझ्यासाठी, तुझ्यासाठी, सॅन्का आणि गोश्कासाठी एकच जागा आहे आणि ती म्हणजे जंगल. तिथं कायमचं राहावं, असं मला म्हणायचं नाही. फक्त ते शांत होईपर्यंत आपल्याला राहावं लागेल. नंतर बघू. कदाचित आपण परतही येऊ."

◆

जंगलातला बंधुभाव

पार्टिझन्सनी युरी आन्द्रेईविचला कैदी म्हणून पकडून आणलं, त्या घटनेला आता वर्ष होऊन गेलं. त्याच्या स्वातंत्र्यावर असलेली बंधनं तशी फार कडक नव्हती. ज्या ठिकाणी त्याला कैद करून ठेवलं होतं, ती जागा भिंतींनी वेढलेली नव्हती. त्याच्यावर पहारा बसवलेला नव्हता. कोणीही त्याच्या हालचालींवर लक्ष ठेवून नव्हतं. पार्टिझन्स सैन्य सतत कूच करत असायचं आणि युरीला त्यांच्याबरोबर जावं लागायचं. ज्या भागातून हे सैन्य जात असे, त्या भागातल्या लोकांमध्ये मिसळून जात असे.

वरवर बघता युरीची ही कैद, हे पारतंत्र्य अस्तित्वातच नाही, असं वाटत होतं. जणू काही युरी मुक्त होता, पण स्वतःच्या मुक्ततेचा फायदा करून घेऊ शकत नव्हता. आयुष्यातल्या इतर सक्तींप्रमाणे हे पारतंत्र्यही अदृश्य स्वरूपातलं होतं. स्पष्ट करून सांगता येत नव्हतं. पण ते होतंच. त्याचं अस्तित्व दिसत नव्हतं. आयुष्यात अनेक बंधनं अशी असतात. तशीच ही कैद केवळ कल्पनेतली बनावट गोष्ट वाटत होती, असंभवनीय कल्पना. पण त्याच्या पायांत बेड्या आणि साखळदंड नसले, त्याच्यावर कुणाची सक्त नजर नसली, तरी युरीला आपलं पारतंत्र्य मान्य करावंच लागलं. मग ते कितीही काल्पनिक वाटत असो.

पार्टिझन्सच्या तावडीतून सुटण्याचा युरीनं तीन वेळा प्रयत्न केला; पण दरवेळी तो पुन्हा पकडला गेला. त्याबद्दल त्याला शिक्षा झाली नाही. पण आपण विस्तवाशी खेळतो आहोत, हे त्याला कळलं आणि त्यानं पुन्हा प्रयत्न केला नाही.

पार्टिझन्सचा प्रमुख लिबेरियस मिकुलित्सिन याची युरीवर विशेष मर्जी होती.

त्याला युरीच्या सहवास आवडत होता आणि तो युरीला आपल्या स्वतःच्या तंबूत झोपायला लावत होता. पण त्याची ही लादलेली संगत युरीला तापदायक वाटत होती.

या काळात पार्टिझन्स सैन्य सतत पूर्वेकडं कूच करत होतं. काही वेळा आगेकूच म्हणजे पश्चिम सैबेरियातून व्हाइट सैन्याच्या कोलचॅकला हुसकावून लावण्याच्या सर्वसाधारण मोहिमेचा भाग असायची, तर काही वेळा व्हाइट सैन्य पार्टिझन्सना वेढण्यासाठी मागच्या बाजूनं हल्ला करून त्यांना घाबरावयाचं, तेव्हा हीच पूर्वेकडची आगेकूच पुन्हा मागं फिरून सैन्य उलट दिशेनं म्हणजे पश्चिमेकडं जायला लागायचं. बराच काळ युरीला यातला सूक्ष्म फरक कळला नाही.

पार्टिझन्स सैनिक महामार्गाला समांतरच जात असत. क्वचित प्रसंगी ते महामार्गाचाही उपयोग करीत. युद्धाच्या भवितव्यानुसार महामार्गाच्या दोन्ही बाजूंची गावं रेड किंवा व्हाइट असत. एखाद्या विशिष्ट क्षणी ती गावं कोणाच्या सत्तेखाली आहेत, ते गावांच्या बाह्यरूपावरून सांगणं कठीण होतं.

एक दिवस अशाच एका लहान गावात युरीला एका कामगिरीवर जायचा हुकूम मिळाला. जनरल कॅपेलच्या नेतृत्वाखालची व्हाइट सैन्याची तुकडी ते गाव सोडून निघून गेली होती. त्यांनी टाकून दिलेला ब्रिटिश औषधसाठा आता पार्टिझन्सच्या ताब्यात होता, आणि तो हस्तगत करण्यासाठी त्यांनी युरीला पाठवलं.

ती पावसाळ्यातली कुंद दुपार होती. फक्त दोनच रंग असलेली. जिथं प्रकाश पडला होता, तिथं पांढरा रंग आणि इतरत्र काळा रंग. युरीची मनःस्थितीही अशीच विषण्ण, उदास होती.

सैन्याच्या तुकड्यांच्या सततच्या वर्दळीमुळं रस्ता पूर्णपणे उखडला गेला होता. रस्ता म्हणजे केवळ काळ्या चिखलाची नदीच झाली होती. अगदी थोड्या ठिकाणांहून रस्ता ओलांडून पलीकडं जाता येत होतं. अशा परिस्थितीतच पॅझिन्स्क गावी युरी पेलागिआ तिआगुनोव्हाला (पोलिआ) भेटला. मॉस्कोहून येणाऱ्या गाडीत ती युरीची सहप्रवासी होती.

तिनंच त्याला आधी ओळखलं. रस्त्याच्या पलीकडून ती त्याच्याकडं सारखं बघत होती. त्या स्त्रीला ओळखायला युरीला थोडा वेळ लागला. अखेर त्याला आठवलं. खचाखच भरलेला मालगाडीचा तो डबा, सक्तीनं लष्करात भरती करण्यात आलेले ते कामगार आणि त्यांचे पहारेकरी, खांद्यावर वेणी असणारी स्त्री या सर्व चित्रासह त्याला ती आठवली आणि त्याचबरोबर कुटुंबाची आठवण आली. कुटुंबाची प्रतिमा त्याच्या अंतश्चक्षूंसमोर तीव्रतेनं तरळून गेली. त्या प्रदीर्घ प्रवासातले सगळे तपशील त्याला स्पष्टपणे आठवले. ज्या प्रियजनांची हताश करणारी आठवण त्याला सतत येत होती, त्या प्रियजनांचे चेहरे त्याच्या स्मृतीत स्पष्टपणे तरळले.

ज्या ठिकाणाहून दगडांवरून रस्ता ओलांडून जाणं सोपं होतं, त्या ठिकाणी

यायची त्यानं तिला खूण केली. दोघं त्या एकाच दिशेनं थोडं चालत गेले. मग तो तिच्यापाशी आला आणि त्यानं तिला अभिवादन केलं.

तिनं त्याला गेल्या दोन वर्षांमधल्या अनेक गोष्टी सांगितल्या. देखण्या चेहऱ्याच्या वासियाची आठवण करून दिली. त्याला बेकायदेशीरपणे लष्करात भरती करण्यात आलं होतं आणि तो त्यांच्याच डब्यात होता. ती वेरेटेनिकी गावात त्याच्या आईजवळ जाऊन राहिली होती. तिथं ती फार सुखात होती. पण गावचे लोक तिला परक्यासारखी वागणूक देत होते. तिचं वासियाबरोबर प्रेमप्रकरण असल्याचा खोटा आरोप त्यांनी तिच्यावर केला. गाव सोडून ती निघून गेली नाही, तर तिला जिवे मारण्याची त्यांनी धमकी दिली. ओल्गा गॅलुझिना या तिच्या विवाहित बहिणीच्या घरी ती काही काळ राहिली. शेजारच्या गावात प्रितुलीव्ह असल्याच्या अफवा ऐकून ती पॅझिन्स्कला आली. पण त्या अफवा खोट्या निघाल्या आणि ती त्याच गावात स्थिरावली. नंतर तिला तिथं कामही मिळालं. दरम्यानच्या काळात, अन्नपुरवठा अडवल्याचा बदला म्हणून वेरेटिनिकी गावावर छापा पडला. लोक म्हणत होते, की वासियाचं घर जाळून टाकण्यात आलं आणि त्यांचे कुटुंबीय त्यात नष्ट झाले. तिनं सांगितलं की, तिचा मेहुणा क्लास गॅलुझिन याला कैदेत तरी ठेवण्यात आलं असावं किंवा ठार मारलं असावं. त्याचा मुलगा तेरिओश्का, म्हणजे तिचा भाचा नाहीसा झाला आहे. त्याचा काही ठावठिकाणा नाही. तिच्या बहिणीची, ओल्गा गॅलुझिनाची काही काळ उपासमार झाली, पण आता ती झोनारस्काइया या गावी तिच्या नातातल्या एका शेतकरी कुटुंबात नोकर म्हणून काम करते आहे.

पेलागिआ तिआगुनोव्हा पॅन्झिस्क फॉर्मसीमध्ये सहायक म्हणून काम करत होती. तिथलाच औषधसाठा जप्त करायला युरी आला होता.

युरीची गाडी दुकानाच्या मागच्या बाजूला गेली. औषधांची खोकी, पिशव्या, बाटल्या वगैरे वेताच्या वेष्टनात बांधलेल्या होत्या. त्या गाडीत भरण्यात आल्या.

दुकानात काम करणारे लोक हताशपणे हे सगळं बघत होते. त्यांच्या भावनांचा परिणाम दुकानदाराच्या घोडीवरही झाला होता. ती अशक्त कृश घोडीही तबेल्यातून दुःखानं ते बघत होती. पावसाळी दिवस मावळायला आला होता. आकाश जरा स्वच्छ झालं होतं. भोवती असलेल्या ढगांमधून मावळता सूर्य किंचित डोकावला, आणि तांब्याच्या गर्द रंगाची किरणं त्यानं अंगणात शिंपडली. चिखलाच्या डबक्यांवर त्यानं अमंगल, अशुभ असा प्रकाश टाकला. डबकी वाऱ्यानं हालत नव्हती. चिखलाचे उतार घट्ट होते. पण रस्त्यावरच्या पावसाच्या पाण्यावर वाऱ्याच्या झुळकीसरशी तरंग उठत होते आणि ते पाणी गडद लाल रंगद्रव्यासारखं चमकत होतं.

रस्त्याच्या कडेनं सैन्याच्या तुकड्या पुढं सरकत होत्या. काही चालत होते, काही घोड्यांवर बसले होते. त्यांना अन्नाचा जो कायदेशीर पुरवठा होत होता, त्यात कोकेनचा सबंध डबा असायचा. पार्टिझन्सच्या प्रमुखाला, लिबेरियसला अलीकडं कोकेनचं व्यसनच जडलं होतं.

युरी कामात आकंठ बुडाला होता. हिवाळ्यात टायफस पसरत असे आणि उन्हाळ्यात डिसेंट्री. त्याशिवाय आणखी भरीला जखमी लोक होतेच. त्यांची संख्या वाढतच होती. कारण लढाई नव्यानं सुरू झाली होती.

हार होत असली आणि वरचेवर माघार घ्यावी लागत असली, तरी पार्टिझन्सचं सैन्य सारखं फुगतच होतं. कारण ज्या वस्तीमधून ते जात होते, त्या वस्तीतले बंडखोर आणि शत्रूचा पक्ष सोडून दिलेले लोक या सैन्यात सामील होत होते. युरीला पार्टिझन्समध्ये येऊन आता अठरा महिने झाले होते. तो आला, तेव्हापेक्षा आता सैन्याची संख्या दहा पटींनी वाढली होती.

युरीच्या हाताखाली अनेक डॉक्टर्स होते आणि दोन मुख्य सहायक होते. दोघंही माजी युद्ध-कैदी होते. लाजोस हा हंगेरियन, तर अँजेलर क्रोएशियाचा. लाजोस पूर्वी ऑस्ट्रियन सैन्यात डॉक्टर होता. युरी त्याच्याशी जर्मन भाषेत बोलत असे, तर अँजेलरला बरंचसं रशियन समजत असे.

रेड क्रॉस इंटरनॅशनल कनव्हेन्शननुसार लष्करातल्या वैद्यकीय अधिकाऱ्यानं युद्धग्रस्त प्रदेशातल्या लष्करी कारवायांमध्ये भाग घ्यायचा नाही, असा दंडक होता. पण एका प्रसंगी युरीला हा नियम मोडावा लागला. परस्पर हल्ला सुरू झाला, तेव्हा तो शेतात होता. जंगलाच्या सीमेवर आघाडी होती आणि पुढं शेत होतं. तिथं गोळीबार सुरू झाला, तेव्हा युरी त्यात सापडला. मोकळ्या शेतातून व्हाइट सैन्य हल्ला करत होतं.

सैनिक युरीच्या अगदी जवळ आले. त्याला त्यांचे चेहरे दिसले आणि ते ओळखीचे वाटले. ती कोवळी तरुण मुलं होती. राजधान्यांमधल्या नागरिकांमधून स्वेच्छेनं युद्धात दाखल झालेली. विद्यापीठांच्या पहिल्या वर्षाचे आणि शाळांच्या अखेरच्या वर्षाचे ते विद्यार्थी होते. त्यांना पाहून युरीला आपल्या वर्गमित्रांची आठवण झाली. ही मुलं कदाचित त्यांचे लहान भाऊ असतील.

आगेकूच करत असताना कर्तव्यभावनेतून ते उत्साह आणि धैर्य दाखवत होते. उन्नत माथ्यानं ताठ चालत होते. पार्टिझन्स सैनिकांच्या बंदुकांच्या गोळ्या त्यांना गवताप्रमाणे कापून काढत होत्या.

युरीजवळ रायफल नव्हती. पार्टिझन्स आणि व्हाइट्स यांच्यांतली चकमक बघत युरी गवतावर दबून पडला होता. त्याची सगळी सहानुभूती शूरपणानं मरणाऱ्या त्या कोवळ्या तरुण मुलांच्या बाजूनं होती. त्यानं अंतःकरणापासून त्याचं यश

चिंतिलं. कारण ती मुलं त्याच्यासारख्याच कुटुंबांतून आलेली होती. शिक्षण, शिस्त, नैतिक मूल्यं यांबाबतींत ती त्याच्यासारखीच होती.

एकाएकी युरीच्या मनात त्यांच्यापुढं शरणागती पत्करण्याचा विचार आला. तसं करून तो स्वतःची त्या कैदेतून सुटका करून घेऊ शकणार होता. पण ते धोक्याचं होतं. फार धोक्याचं होतं. प्रतारणा केल्याबद्दल शिक्षा म्हणून पार्टिझन्सनी आणि त्याचा हेतू न कळल्यामुळं गैरसमजातून व्हाइट्सनी त्याला गोळ्या घातल्या असत्या. अशा द्विधा मनःस्थितीत तो गवतावर पालथा पडून होता.

आजूबाजूला मृत्यूचं तांडव चालू असताना निष्क्रियपणे बघत राहणं अशक्यच होतं. ते माणुसकीला सोडून होतं. कोणत्या बाजूला त्याची निष्ठा होती, हा प्रश्न नव्हता. समोर लढाई सुरू होती आणि प्रत्युत्तर म्हणून त्यानं उलट गोळीबार करणं आवश्यकच होतं.

युरीच्या शेजारी थोड्या अंतरावर एक सैनिक आचके देऊन निष्प्राण होऊन पडला. युरी हळूच त्याच्याजवळ सरपटत गेला. त्याच्या जवळची रायफल आणि काडतुसांची पिशवी घेतली. स्वतःच्या जागी परत जाऊन त्यानं अविरत गोळीबार करून रायफल रिकामी केली.

त्या कोवळ्या तरुणांवर गोळीबार करायचा त्याचा मुळीच इरादा नव्हता. ओसाड शेताच्या मध्यभागी असलेल्या एका वठलेल्या झाडाचं लक्ष्य करून तो गोळ्या सोडत होता. पण त्याच्या गोळीबाराच्या कक्षेत येऊन दोन तरुण जखमी झाले.

अखेर व्हाइट सैन्याला या हल्ल्याची निरर्थकता लक्षात आली आणि त्यांच्या वरिष्ठ अधिकाऱ्यांनी माघार घ्यायचा हुकूम सोडला.

शेतात मोकळ्या जागी पडलेल्या जखमींवर उपचार करण्यासाठी युरी पुढं सरसावला. त्याच्या मदतीला अँजेलर स्ट्रेचर्स घेऊन आला. त्याला जखमींकडं लक्ष द्यायला सांगून युरी पुन्हा त्या मृत सैनिकाकडं गेला. त्याच्या गळ्यात रेशमी धाग्यात ओवलेला मंतरलेला ताईत होता. युरीनं तो काढून घेतला. कागदाच्या एका तुकड्याला खूप बारीक घड्या घालून तो कागद कपड्याच्या तुकड्यात गुंडाळलेला होता. त्या कागदावर रशियन लिपीत सॅव्हॉनिक चर्चच्या पुस्तकातलं पवित्र प्रार्थनास्तोत्र लिहिलं होतं. त्याचा अर्थ असा होता :

'ईश्वराजवळ राहणाऱ्यांना कसलंच भय नाही. युद्धातल्या बाणांना घाबरू नको. संकटाच्या वेळी मी तुझ्याजवळ असेन आणि तुझी अंधारातून मुक्तता करीन.'

हे पवित्र शब्द म्हणजे चमत्कार असून, ते आपलं बंदुकीच्या गोळ्यांपासून संरक्षण करतात, अशी लोकांची श्रद्धा होती.

व्हाइट सैन्यातला एक कोवळा तरुण युरीच्या गोळीबारानं जखमी झाला होता.

युरी त्याच्याजवळ गेला. त्या मुलाच्या देखण्या चेहऱ्यावर निष्पाप आणि क्षमाशील अशा वेदनांच्या खुणा होत्या. युरीनं त्या मुलाचा कोट काढून उलगडला. आतल्या बाजूला अस्तरावर कुणीतरी प्रेमळ हातांनी त्याचं नाव रेशमानं भरलं होतं. कदाचित ते हात त्याच्या आईचे असतील. त्याच्या शर्टाच्या खिशातून एक साखळी लोंबत होती. त्याला क्रॉसचं लॉकेट होतं आणि सोन्याची लहानशी चपटी डबी होती. डबीत एक कागद होता. युरीनं घड्या उलगडून वाचला. त्याचा स्वतःच्या डोळ्यांवर विश्वास बसेना. तेच ते सॅव्हॉनिक चर्चच्या पुस्तकातलं प्रार्थनास्तोत्र!

त्या मुलाचं नाव सेरिओझा. ते कण्हला. त्याची हालचाल झाली. तो जिवंत होता! त्या मंतरलेल्या ताइतानंच त्याचं बंदुकीच्या गोळ्यांपासून रक्षण केलं होतं. पण आता त्या बेशुद्ध मुलाचं काय करायचं?

ते काळच असा होता की, त्या वेळी क्रूरपणा पराकोटीला पोहोचला होता. शत्रूचे जखमी सैनिक शेतात सुरीनं कापले जात होते.

युरीला प्रश्न पडला. पण एक मार्ग दिसला. शत्रु-पक्षाकडं गेलेले आणि शत्रुपक्ष सोडून आलेले अशा सैनिकांची पार्टिझन्समध्ये त्या वेळी मोठ्या प्रमाणावर अदलाबदल चालू होती. आत्यंतिक गुप्तता पाळली, तर सेरिओझाला नुकताच यादीत समाविष्ट झालेला मित्र पक्षातला सैनिक म्हणून सामावून घेणं शक्य होतं.

युरीनं आधीच्या मेलेल्या त्या सैनिकाचे कपडे काढले आणि अँजेलरला विश्वासात घेऊन त्याच्या मदतीनं त्या मुलाच्या अंगावर चढवले.

पुढं काही दिवस युरीनं आणि अँजेलरनं सेरिओझाची शुश्रूषा केली. त्याची प्रकृती सुधारली. तो पूर्ण बरा झाल्यावर त्यांनी त्याला सोडून दिलं. कोलचॅकच्या व्हाईट सैन्यात पुन्हा परत जाऊन रेड आर्मीविरुद्ध तो लढणार आहे, असं त्यानं स्पष्ट सांगितलं होतं, तरी युरीनं त्याला सोडून दिलं!

शरद ऋतूत पार्टिझन्सनी 'फॉक्सेस् थिकेट' मधल्या क्वार्टर्समध्ये मुक्काम केला. 'फॉक्सेस् थिकेट' हे एका तीव्र उताराच्या टेकडीवरचं लहानसं जंगल होतं. टेकडीच्या तिन्ही बाजूंनी एक खळाळत वाहणारा झरा होता.

मागच्या वर्षीच्या हिवाळ्यात व्हाईट आर्मीनं त्या ठिकाणी निवारे उभारले होते. वसंत ऋतू आल्यावर त्या तटबंद्या नष्ट न करताच ते निघून गेले होते. त्यांनी खणलेली भुयारं, तळघरं आणि दळणवळणाचे खंदक आता पार्टिझन्स वापरत होते.

एका तळघरात युरीबरोबर लिबेरियस मिकुलित्सिन राहत होता. त्यानं बडबड करून युरीला गेल्या दोन रात्री सलग जागवलं होतं. तो म्हणाला,

"या क्षणी माझे आदरणीय आई-वडील काय करत असतील? आपल्या आधीच्या बोलण्यावरून असं वाटतं की, तुमची आणि माझ्या वडिलांची चांगली ओळख झाली आहे. तुम्ही त्यांच्याविषयी प्रतिकूल मत करून घेतलेलं दिसत नाही. यावर तुम्हांला काय म्हणायचं आहे?"

"उद्या आपली निवडणूकपूर्व बैठक आहे. व्होडका तयार करणाऱ्या डॉक्टरांवरचा खटला उद्या सुरू होणार आहे. लाजोसला आणि मला अद्याप पुरावे तपासायचे आहेत आणि मी गेल्या दोन रात्री झोपलेलो नाही. आपण हे संभाषण पुढं ढकलू शकणार नाही का? मी अतिशय थकलो आहे."

"ठीक आहे. फक्त माझ्या वडिलांविषयी काय वाटतं, ते सांगा."

"मी तुम्हांला या आधी वारंवार सांगितलं आहे की, समाजवादाच्या विविध छटा मला नीट कळत नाहीत. बोल्शेविक्स आणि इतर समाजवाद्यांमध्ये मला फारसा फरक दिसत नाही. रशियातली अलीकडची अव्यवस्था आणि अस्वस्थता ज्यांच्यामुळं आली, त्यांच्यापैकी तुझे वडील एक आहेत. ते क्रांतिवादी आहेत. तुमच्याप्रमाणेच ते रशियन जीवनातल्या क्षोभाच्या तत्त्वाचं प्रतिनिधित्व करतात."

"याचा अर्थ ही स्तुती आहे, की दोषारोपण?"

"मी तुम्हांला पुन्हा विनंती करतो की, ही चर्चा आपण नंतर केव्हातरी करू. आता मला तुम्हांला हे सांगायचं आहे की, तुम्ही प्रमाणाबाहेर कोकेनचं सेवन करत आहात. माझ्या ताब्यात असलेला साठा तुम्ही झपाट्यानं कमी करत आहात. त्याची इतर कारणांसाठी गरज असते, हे तुम्हांला माहीत आहे."

"कालही तुम्ही पुन्हा अभ्यास-गटाच्या कामातून मध्येच निघून गेलात. एखाद्या कट्टर बूर्ज्वाप्रमाणे तुमच्यापाशी वाया गेलेली सामाजिक जाण आहे. आणि तरीही तुम्ही डॉक्टर आहात, बहुश्रुत आहात. मला कळलं आहे, की तुम्ही लिहिता सुद्धा. या सगळ्याचं स्पष्टीकरण कसं देणार तुम्ही?"

"मी काही स्पष्टीकरण करत नाही. त्याला काही उपाय नाही. माझ्याविषयी तुम्हांला खेद वाटायला हवा."

"कशाला हा खोटा विनय? असं औपरोधिक स्वरात बोलण्यापेक्षा आम्ही आमच्या अभ्यास-वर्गात काय करतो, ते बघण्याचे श्रम तुम्ही घेतले, तर इतकं तुच्छतेनं बोलणार नाही."

"देवाशपथ सांगतो, लिबेरियस, मी तुच्छतावादी नाही. तुमच्या अभ्यास-वर्गाविषयी मला नितान्त आदर आहे. तुमच्या चर्चांची टिपणं मी वाचली आहेत. सैनिकांचं मनोधैर्य वाढावं, म्हणून तुम्ही राबवत असलेल्या कल्पना मला माहीत आहेत. आदर आणि पावित्र्याची शिकवण, सगळा टॉलस्टॉयवाद मला पाठ आहे. माझ्या नवतारुण्याचा काळ चांगल्या आयुष्याबद्दलच्या अशाच आकांक्षांनी भरलेला

होता. मी या गोष्टींना कशाला हसू? पण ऑक्टोबर क्रांतीपासून समाजाच्या कल्याणाची त्यांची जी कल्पना मला समजली, त्यामुळं माझ्यात आता उत्साह निर्माण होत नाही. दुसरं म्हणजे, अजूनही ती कल्पना प्रत्यक्ष आचरणात येण्यापासून खूप दूर आहे. तिच्याविषयीच्या नुसत्या बोलण्यांनीच रक्ताचा समुद्र निर्माण केला! आणि साध्य हे साधनांना न्याय्य ठरवील, याबद्दल मला खात्री नाही. आणि शेवटचं, पण सर्वांत महत्त्वाचं म्हणजे, हे लोक जीवनाला नवा आकार देण्याविषयी बोलतात, तेव्हा माझा संयम सुटतो. जे लोक बोलतात, त्यांनी जीवन कधी अनुभवलेलंच नसतं. जीवनाचा श्वास, त्याचं स्पंदन त्यांना जाणवलेलं नसतं. त्यांना जीवन म्हणजे कच्च्या द्रव्याचा गोळा वाटतो. त्यावर त्यांनी प्रक्रिया करण्याची गरज आहे, असं त्यांना वाटतं! पण जीवन म्हणजे पदार्थ नाही. त्याचा साचा कधीच तयार होऊ शकणार नाही. तुम्हांला समजून घ्यायचं असेल, तर सांगतो, जीवन हे स्वयंनिर्माणाचं तत्त्व आहे. ते सतत पुन्हा पुन्हा घडत असतं, बदलत असतं. ते तुमच्या किंवा माझ्या बोथट संकल्पनांच्या कितीतरी पलीकडचं, अनंत आणि अमर्याद आहे.''

लिबेरियस म्हणाला,

''तरीही मी तुम्हांला सांगतो, तुम्ही आमच्या बैठकांना आलात, आमच्यासारख्या उदात्त आणि महान लोकांच्या संपर्कात राहिलात, तर तुम्हांला इतकं निराश वाटणार नाही. मला कळतं, तुम्हांला उदास का वाटतं, ते. तुम्ही आम्हांला सतत पराभूत होताना बघता, म्हणून तुम्हांला आशेचा किरण कुठं दिसत नाही. पण, मित्रा, माणसानं कधी खचून जाऊ नये. आमची पीछेहाट ही तात्पुरती आहे. अखेर कोलचॅक हरणारच आहे. तुम्ही माझे शब्द लक्षात ठेवा. अंतिम विजय आमचाच होणार आहे. तेव्हा आनंदी राहा!''

युरीच्या मनात आलं, याच्याशी बोलण्यात काही अर्थच नाही. एखादा माणूस इतका बालिश कसा असू शकतो?

युरी काहीच बोलत नाही, असं बघून लिबेरियस म्हणाला,

''तुम्ही रागावलेले दिसता. याचा अर्थ तुमचं मत चूक आहे.''

''कृपा करून समजून घ्यायचा प्रयत्न करा की, या कशालाच माझ्या दृष्टीनं काहीही अर्थ नाही. मी कबूल करतो, की तुम्हीच रशियाचे मुक्तिदाते आहात, तेजस्वी प्रकाश आहात! तुमच्यावाचून रशिया नष्ट होईल, अज्ञान आणि अपेष्टांमध्ये बुडून जाईल. पण मला तुम्ही लोक आवडत नाही. तुम्ही मला कैदी म्हणून ठेवल्याबद्दल, माझ्या पत्नीपासून, मुलापासून, घरापासून, माझ्या कामापासून, किंबहुना जे जे मला प्रिय होतं, त्या सर्वांपासून मला दूर केल्याबद्दल तुमचे आभारच मानायला हवेत! काही परकीय अज्ञात शक्तींनी व्हॅरिकिनोवर छापे घालून ते गाव उद्‌ध्वस्त केलं आहे, अशा अफवा पसरल्या आहेत. तुमचे आणि माझे कुटुंबीय पळून

जाण्यात यशस्वी ठरले, असं मला कळलं आहे. तुम्हांला याबद्दल काही माहिती आहे का? हे खरं आहे?''

''सगळं खोटं आहे. निराधार अफवा.''

''तुम्ही दावा करता, त्याप्रमाणे खरोखरच दयाळू असाल, तर कृपा करून मला इथून जाऊ द्या. माझ्या कुटुंबीयांना भेटू द्या. ते कुठं आहेत, मला माहीत नाही. जिवंत आहेत, की मेले, तेही माहीत नाही. मला जाऊ देणार नसाल, तर कृपा करून गप्प बसा. मला एकट्याला राहू द्या. कारण मला इतर कशात स्वारस्य नाही. मला झोपायचा अधिकार आहे का?''

युरी त्याच्या फळीवर उताणा झोपला. तोंडावर उशी घेतली. लिबेरियस मात्र पुन्हापुन्हा त्याला सांगत होता,

''येत्या वसंत ऋतूपर्यंत पार्टिझन्सना व्हाइट सैन्यावर नक्की विजय मिळणार आहे. मग हे यादवी युद्ध संपेल. सर्वत्र शांतता, स्वातंत्र्य आणि सुबत्ता नांदेल. मग क्षणभरही तुम्हांला डांबून ठेवण्याची आम्हांला गरज वाटणार नाही. तोपर्यंत धीर धरा. इतका प्रदीर्घ काळ तुम्ही प्रतीक्षा केली, सर्वस्वाचा त्याग केला. आता काही महिन्यांचाच प्रश्न आहे. तुमच्या भल्यासाठीच सांगतो, अशा परिस्थितीत एकट्यानं कुठं जाऊ नका.''

युरीला प्रियजनांची अनावर आठवण आली.

''टोनिया! प्रिये, साशा, माझ्या छोट्याशा मुला, तुम्ही कुठं असाल? तुम्ही जिवंत आहात का? टोनियाला कितीतरी दिवसांपूर्वी मूल होणार होतं. ती कशी प्रसूत झाली असेल? त्या बंदिवासात तिचं कसं झालं असेल? आम्हांला मुलगा झाला, की मुलगी? टोनिया, तुझ्यासाठी माझ्या मनाला सदैव टोचणी लागून राहील. तुझा मी अपराधी आहे. हे शल्य चिरकाल माझ्या मनात राहील. माझा श्वास बंद पडून आयुष्य संपेल, या भीतीनं, लारा, मी तुझं नावही उच्चारू शकत नाही.''

उन्हाळा संपला होता. शरद ऋतूतला तो स्वच्छ सोनेरी दिवस होता. युरी ठरलेल्या ठिकाणी लाजोसची भेट घ्यायला गेला.

काळसर रंगाच्या तुरेदार पाईन वृक्षांच्या ओळींच्या मध्ये हिरव्या पानांच्या वृक्षांनी आच्छादलेली दरी दिसत होती. त्या अरुंद दरीतल्या वृक्षांचे झळझळीत ज्योतीसारखे पिवळे किंवा वाइनसारखे रंग उठून दिसत होते. दाट जंगलात एखादं मध्ययुगीन गाव असावं आणि त्या गावातले रंगवलेले सोनेरी छतांचे राजवाडे दिसावेत, तसं ते दृश्य दिसत होतं.

युरीच्या पायांखालची खंदकांमधली जमीन गोठलेल्या हिमामुळं टणक झाली होती. जमिनीवर जागोजागी विलोच्या पानांचे लहान लहान ढीग साचले होते.

कडाक्याच्या थंडीनं गोठलेली सफरचंदं, कडवट वाळक्या फांद्या, गोड ओलसर माती, सप्टेंबरचं निळं दहिवर या सगळ्यांचा संमिश्र वास युरीनं हावरेपणानं श्वासांवाटे आत ओढून घेतला.

लाजोस त्याच्या मागं येऊन उभा राहिल्याचं त्याला कळलंच नाही.

त्यांनी कामाच्या मुद्द्यांची चर्चा केली.

"तीन मुद्दे आहेत. एक, व्होडका तयार करणाऱ्यांनी लष्करी कायदा मोडला, म्हणून त्यांच्यावर खटले भरायचे. दोन, युद्धभूमीवरच्या रुग्णवाहिका आणि औषधं यांचं पुनर्गठन करायचं; आणि तीन, मानसिक आजारांवर उपचार करण्याचा माझा प्रस्ताव आहे. माझं निरीक्षण असं आहे की, वेडेपणाचे हे आधुनिक प्रकार साथीसारखे पसरत आहेत."

"मी तुझ्याशी सहमत आहे, डॉक्टर झिवागो. आणखी एका प्रश्नाकडं मी तुझं लक्ष वेधतो. आपल्या गोटात असंतुष्टता पसरते आहे. व्होडका तयार करणाऱ्यांविषयी काहींना सहानुभूती आहे. याशिवाय, व्हाइट सैन्याच्या तावडीतून सुटून पळून निघालेल्या कुटुंबांविषयी आपल्या पार्टिझन्स सैनिकांना काळजी वाटते आहे. या सैनिकांच्या बायका, मुलं, वृद्ध माणसं यांचे ताफे इकडं जंगलाकडे येत आहेत. ते येईपर्यंत इथून हलायचं नाही, हा तळ सोडायचा नाही, असा अनेक पार्टिझन्सचा निर्धार आहे."

"मला माहीत आहे. आपण त्यांची वाट बघायला हवी."

"आपल्या पथकाच्या जॉइन्ट कमांडरच्या निवडणुका तोंडावर आल्या आहेत. मला वाटतं, लिबेरियस हाच एकमेव उमेदवार आहे. पण काही तरुण मंडळी व्होदोविचेन्कोला पुढं करत आहेत."

"व्होडका तयार करणाऱ्यांचं काय होईल, असं तुला वाटतं, लाजोस?"

"मला वाटतं, त्यांना मृत्युदंडाची शिक्षा होईल, पण ती तहकूब केली जाईल."

"बरं, आपण कामाचं बोलू, जखमी होऊन युद्धभूमीवर पडलेल्यांकरिता फिरता दवाखाना आवश्यक आहे."

"ही सूचना आपण लगेच अमलात आणू. मला तुझी मानसोपचाराची सूचनाही आवडली. सध्याच्या राजकीय उलथापालथीशी या आजाराचा संबंध आहे. आपल्याच या छावणीत पॅम्फिलची अशी केस आहे. तो पूर्वी झारच्या सैन्यात होता. नंतर त्याची वर्गजाणीव तीव्र झाली आणि तो क्रांतीशी एकनिष्ठ झाला. आता त्याला त्याच्या कुटुंबाची काळजी वाटते. आपण व्हाइट सैन्याच्या हाती सापडू आणि ठार मारले जाऊ, या विचारानं तो सतत अस्वस्थ असतो."

युरी म्हणाला,

"मी पॅम्फिलला चांगलं ओळखतो. आर्मी सोविएतमध्ये आम्ही वरचेवर भेटत

असू. तो फार क्रूर आहे. त्या वेळी तो नेहमीच अतिरेकी कठोर उपाय, देहांत शासन यांच्याच बाजूचा होता. त्याला तपासून त्याच्याविषयी आता काय करता येईल, ते बघतो.''

त्या मोठ्या लष्करी तळावर नित्याच्या गडबडीचे संमिश्र आवाज रेंगाळत होते. मोठ्यानं बोलण्याचे, खाडखाड पावलांचे आणि जंगलात कुऱ्हाडीनं लाकडं कापल्याचे आवाज. कुत्र्यांचं भुंकणं, कोंबड्यांचं आरवणं, घोड्याचं खिंकाळणं, ऐरणींचा खणखणाट. हसणाऱ्या माणसांचे घोळके जंगलात इकडे तिकडे फिरत होते.

आपापली कुटुंबं येऊन मिळेपर्यंत फॉक्सेस् थिकेट न सोडण्याचा पार्टिझन्स सैनिकांचा निर्धार होता. व्हॅरिकिनोमधून पळून निघालेले लोक लवकरच त्यांना येऊन मिळण्याची शक्यता होती. तोवर ते इतर कामं करत होते. वस्तू, हत्यारं स्वच्छ करत होते, दुरुस्त करत होते. खोक्यांना खिळे ठोकत होते, गाड्या तपासून मोजत होते.

जंगलाच्या मध्यभागी बराच मोठा मोकळा भाग होता. त्या ठिकाणी बहुधा पार्टिझन्स सैन्याच्या बैठका व्हायच्या. आजही तिथं सर्वसाधारण बैठक बोलावली होती, आणि त्या वेळी महत्त्वाची घोषणा केली जाणार होती.

मुख्य लष्कर भरती अधिकारी तंबूसमोरच्या मोकळ्या जागेत कागद जाळत बसला होता. जनरल कॅपेलच्या नोंदी त्याच्या हाती पडल्या होत्या आणि त्यातली टाकून दिलेली रद्दी तो जाळून टाकत होता. पार्टिझन्सच्या फायलींमधले काही कागदही त्यात होते. सूर्यप्रकाशात जाळ दिसतच नव्हता. फक्त धुरावरून आणि चमकदार उष्णतेवरून काहीतरी जळतंय्, हे कळत होतं.

अजूनही जंगलाच्या अंतर्भागातली काही झाडं ताजी आणि हिरवीगार होती. ठिकठिकाणी पिकलेल्या बोरांमुळं जंगलही झळाळत होतं. विटांच्या रंगाच्या लाल आल्डरबेरीज् आणि व्हायबर्नमचे पुंजके पांढऱ्या रंगापासून जांभळ्या रंगापर्यंत सर्व रंगच्छटांमध्ये चमकत होते.

मावळत्या सूर्यप्रकाशातलं जंगल बघायला युरीला नेहमीच आवडत असे. अशा वेळी, प्रकाशाच्या शलाका आपल्याही शरीरात घुसत आहेत, जिवंत चैतन्याचं तेज आपल्या छातीतून आत प्रवेश करत आहे, आपल्या अस्तित्वाला भेदत जाऊन, ते तेज खांद्यामधून बाहेर पडताना आपल्या खांद्यांना तेजस्वी पंखांची जोडी फुटत आहे, असं त्याला वाटत असे.

त्याचं आतलं व्यक्तिमत्त्व पूर्ण सामर्थ्यानिशी त्याच्यात जागं झालं आणि निसर्ग, जंगल, सूर्याचा सांध्यप्रकाश आणि इतर सर्व वस्तुजातामधून संपूर्णाला कवळणारा सुंदर चेहरा त्याच्या मनात आकाराला आला. डोळे मिटून त्यानं ते शब्द उच्चारले : लारा!

त्याचं संपूर्ण जीवन, देवाची ही पृथ्वी, सभोवतीचं सूर्यप्रकाशात उजळलेलं जंगल आणि अवकाश या सर्व गोष्टींना त्यानं त्या एकाच शब्दानं संबोधलं!

पण रोजचं वास्तव निराळं होत, आणि ते तिथंही होतंच. रशिया ऑक्टोबर क्रांतीमधून जात होती. तो पार्टिझन्सचा कैदी होता.

युरी विमनस्कपणे चालत कागद जाळणाऱ्या लष्कर भरती प्रमुखाकडं गेला.

''जुनी कागदपत्रं जाळताहात? अजून संपलं नाही?''

''भरपूर रद्दी आहे. काही दिवस जाळली, तरी पुरेल.''

त्या प्रमुखानं खिशातून एक कागद काढला आणि युरीच्या हाती दिला. युरी वाचायला लागला.

''वैद्यकीय पथकानं आगेकूच करण्याबद्दलचा हा हुकूम. पार्टिझन्सच्या कुटुंबांचे ताफे आता अगदी जवळच आले आहेत. छावणीतल्या सैनिकांमधले मतभेद आणि असंतोष संध्याकाळपर्यंत मिटवले जातील.''

भरती प्रमुख म्हणाला,

''आपण आता कोणत्याही दिवशी इथून निघायची तयारी ठेवायला हवी.''

युरीनं त्या कागदावरून नजर फिरवली आणि तक्रार केली.

''पण तुम्ही मला मागच्या वेळेपेक्षा वाहनं कमी देत आहात आणि जखमी लोक तर जास्त आहेत. चालू शकणारे चालतील, पण असे फार कमी आहेत. स्ट्रेचर्स, इतर उपकरणं, औषधांचे साठे, अंथरुण-पांघरुणं यांचं काय करू?''

''ते तुम्हांलाच कसंतरी जगवावं लागेल, आपण परिस्थितीशी जुळवून घ्यायलाच हवं. आणखी एक गोष्ट. आमच्या सर्वांतर्फे ही विनंती आहे. आमच्या एका कॉम्रेडकडं लक्ष द्याल का? तो अतिशय शूर सैनिक आहे. पण त्याचं काहीतरी बिघडलं आहे.''

''पॅम्फिल? लाजोसनं मला त्याच्याबद्दल सांगितलं.''

''होय. त्याला भेटायला जा. त्याला तपासा.''

''तो मनोरुग्ण आहे का?''

''मला तसं वाटतं. तो म्हणतो, त्याला काही भास होतात. उघडच भ्रमिष्टपणाचाच प्रकार आहे तो. शिवाय डोकेदुखी, निद्रानाश.''

''ठीक आहे. मी कदाचित आताच जाऊन त्याला बघेन. मी आता मोकळा आहे. मीटिंग केव्हा सुरू होणार आहे?''

''मला वाटतं, सगळे इकडं यायला लागलेच आहेत. पण हरकत नाही. मीही मीटिंगला जाणार नाही. आपल्याशिवाय ती होऊ शकेल.''

''तर मग मी जाऊन पॅम्फिलला बघतो. खरं तर, मला फार झोप येते आहे. डोळे देखील उघडे ठेववत नाहीत. लिबेरियस रात्रभर मला तत्त्वज्ञान ऐकवतो.

त्याच्या बोलण्यानं मला शिणवून टाकलं आहे. पॅल्फिल कुठं भेटेल?''

''त्या उकिरड्याच्या खड्ड्यापलीकडं बर्च वृक्षांची दाटी आहे, माहीत आहे?''

''होय. माहीत आहे.''

''तिथं मोकळ्या जागेवर काही कमांडर्सचे तंबू दिसतील. पॅम्फिलच्या तैनातीसाठी आम्ही ते कमांडर्स ठेवले आहेत. त्याचं कुटुंब ताफ्याबरोबर येत आहे. तिथं एका तंबूत तुम्हांला तो भेटेल. त्याची क्रांतिकार्यातली गुणवत्ता पाहून आम्ही त्याला बटालियन कमांडरचा दर्जा दिला आहे.''

युरी पॅम्फिलला भेटायला निघाला. वाटेत त्याला विलक्षण थकवा आला. अनेक रात्री न झोपल्याचा तो परिणाम होता. तो त्याच्या तंबूत जाऊन पडून विश्रांती घेऊ शकला असता. पण तिथं लिबेरियस कोणत्याही क्षणी येऊन त्याच्या झोपेत व्यत्यय आणेल, अशी त्याला भीती वाटली. एका मोकळ्या जागी आजूबाजूच्या वृक्षांची असंख्य सोनेरी पानं गळून पडली होती. त्या ढिगावर सूर्यकिरण पडल्यानं त्यांना सोनेरी गालिचाची शोभा प्राप्त झाली होती. ते पाहून युरीचं डोकं झोपेनं भोवळल्यासारखं झालं.

मुलायमपणे सळसळणाऱ्या त्या पानांवर युरी निजला. एका वृक्षाच्या मुळापाशी असलेल्या मऊ शेवाळीवर त्यानं दंड ठेवला आणि दंडावर डोकं टेकवून तो झोपला. क्षणात त्याला झोप लागली. हलणाऱ्या ऊन-सावल्यांच्या आकृती त्याच्या शरीरावर नक्षीकाम करत होत्या. भोवतालच्या परिसराशी त्याच्या शरीराचा मेळ साधला गेला. झोपेत त्याचं विचारचक्र विविध रंगीबेरंगी आकार धारण करत होतं.

काही वेळानं त्याला जाग आली. जवळच कुठंतरी कुजबुजत्या, दबक्या आवाजात संभाषण चालू होतं आणि त्यामुळंच त्याची झोपमोड झाली होती. जे काही थोडे शब्द त्याच्या कानांवर पडले, त्यावरून काही गुप्त कट शिजतो आहे, एवढं त्याला कळलं. आसपास कुणी आपलं बोलणं ऐकत असेल, असा बोलणाऱ्यांना संशयही आला नव्हता. युरी निश्चलपणे पडून राहिला आणि त्यांचं बोलणं लक्षपूर्वक ऐकायला लागला.

काही आवाज त्यानं ओळखले. पार्टिझन्सच्या दृष्टीनं क्षुद्र असे ते लोक होते. सॅन्का, कोस्का, गोश्का, तेरिओश्का यांच्यासारखे कोणत्याही कामाचे नसलेले तरुण. फक्त दंगल घडवून आणणं आणि हिंसक प्रकार करणं एवढंच त्यांना माहीत होतं.

एक भसाडा आवाज येत होता :

''इकडं लक्ष द्या. आपण अगदी गप्प राहायचं. काही कुठं बोलायचं नाही. आपल्याला कळून चुकलं आहे, की आपण इथं फसलो, अडकलो. इथून बाहेर

पडायचा मार्ग नाही. त्यांचा प्रतिनिधी गॅलिउल्लिन येत आहे. त्याला लिबेरियस जिवंत हवा आहे.''

मग लिबेरिअसला जिवंत कसं पकडायचं, याची योजना ते आखायला लागले.

''लिबेरियसला ठार मारण्याचा किंवा व्हाइट सैन्याच्या हाती जिवंत देण्याचा त्यांचा कट दिसतो. नीच लोक!''

युरीच्या मनात भीती आणि संताप दाटून आला. आपला छळ करणाऱ्या लिबेरियसचा खून करावा, असा विचार याआधी कितीदा तरी त्याच्या मनात आला होता. पण ते विसरून आता त्याला त्या विश्वासघातक्यांचा राग आला. कोणच्याही नावाचा उल्लेख न करता लिबेरियसला सावध करायचं, असं त्यानं ठरवलं.

पण तो कट पार्टिझन्स अधिकाऱ्यांना माहीत होता, असं आढळून आलं. त्या तरुणांमधलाच एक फुटीर निघाला आणि कट करणाऱ्यांना लवकरच पकडण्यात आलं.

पार्टिझन्सची कुटुंबं आता छावणीपासून दोन दिवसांच्या प्रवासाच्या अंतरावर आली होती. त्यांचं स्वागत करण्यासाठी पार्टिझन्स तयारी करत होते. त्यानंतर ते आगेकूच करणार होते.

युरी पॅम्फिलला भेटायला गेला.

पॅम्फिल त्याच्या तंबूसमोर बसला होता. तंबूच्या दारात कापलेल्या बर्चच्या फांद्यांचा ढीग पडला होता. पॅम्फिल हातातल्या कुऱ्हाडीनं त्यांचे आणखी लहान तुकडे करत होता.

''माझी पत्नी आणि मुलं येत आहेत. हा तंबू फार ठेंगणा आहे. त्यातून पाऊस आत येतो. फांद्या जोडून आणखी मोठं छत करण्यासाठी मी ही झाडं तोडली आहेत.''

''पॅम्फिल, तुमच्या माणसांना तुमच्या तंबूत येऊ देतील, असं वाटत नाही. या लष्करी छावणीच्या आत कुणा नागरिकांना, मुलांना, स्त्रियांना येऊ दिल्याचं कधी ऐकलं आहे का? ते रेल्वे डब्यात, छावणीच्या अगदी जवळच, पण बाहेर राहतील. तुम्ही त्यांना हवं तेव्हा भेटू शकाल. अर्थात मी तुम्हांला भेटायला आलो, ते वेगळ्या कारणासाठी. मला कळलं आहे की, तुम्ही फार अशक्त झाला आहात. खात नाही, झोपत नाही. हे खरं आहे?''

पॅम्फिल चांगला गलेलठ्ठ माणूस होता. त्याच्या चेहरा उग्र आणि रागीट होता. क्रांतीच्या सुरुवातीच्या दिवसांमध्ये त्यानं सभ्य कुळातल्या लोकांचा, बुद्धिवंतांच्या हिरिरीनं तिरस्कार केला होता. क्रूरपणा हा त्याचा गुण ठरला होता. पार्टिझन्सचे प्रमुख आणि पक्षाचे नेते यांनीही त्याला मोठ्या मानानं सैन्यात सांभाळून ठेवलं होतं.

युरीला तो आत्मा नसलेला. कोत्या मनाचा, अधःपतन झालेला आणि खालच्या पातळीवरचा माणूस वाटला.

पॅम्फिल म्हणाला,

"तंबूत या."

"नको. कशाला? इथं मोकळ्यावरच चांगलं वाटतं आणि तंबूत जाणार तरी कसं? दारातच फांद्यांच्या ढीग पडला आहे."

"ठीक आहे. तुम्हांला योग्य वाटेल, तसं. हा तंबू म्हणजे तरी काय, घाण वासाचं भगदाड आहे. आपण या तोडलेल्या फांद्यांवर बसू शकतो."

ते बर्चच्या तोडलेल्या ओल्या झुडपांवर बसले.

पॅम्फिलनं युरीला त्याच्या आयुष्याची कहाणी सांगितली.

तो म्हणाला,

"माझी गोष्ट फार मोठी आहे. पूर्ण सांगायला तीन वर्षंही पुरणार नाहीत. कुठून सुरुवात करावी, कळत नाही. बरं, मी प्रयत्न करतो. माझी पत्नी आणि मी तेव्हा तरुण होतो. ती घर सांभाळायची, मी शेतात काम करायचो. ते आयुष्य वाईट नव्हतं. आम्हांला मुलं होती. पक्षाच्या लोकांनी मला सक्तीनं लष्करात भरती केलं. युद्धावर पाठवलं. तुम्हांला मी युद्धाबद्दल काय सांगावं? कॉम्रेड डॉक्टर झिवागो, तुम्ही युद्ध पाहिलं आहे. नंतर क्रांती आली. सैनिकांचे डोळे उघडले. आता आमचे शत्रू जर्मन्स नव्हते. आमचे स्वतःचेच लोक होते. आपल्याच देशातले. मग यादवी युद्ध सुरू झालं. मी पार्टिझन्स सैन्यात प्रवेश केला.

"इतकं सगळं झाल्यावर आता या क्षणी मला काय दिसतं आहे? रेड आर्मीवर वाढलेल्या या बांडगुळानं, कोलचॅकनं, रशियन आघाडीवरून दोन स्टॅव्हरोपोलस्की तुकड्या आणि पहिला ओरेनबर्ग कोसॅकही आणला आहे. मी काही लहान मूल नाही. मला कळत नाही का? मी सैन्यात नोकरी केलेली नाही का? आपण सगळेच अडचणीत आहोत, डॉक्टर. त्या डुकराला आता एकच गोष्ट करायची आहे. क्षुद्र लोकांना बरोबर घेऊन आपल्यावर तुटून पडायचं आहे. आपल्याला सर्व बाजूंनी वेढून टाकायची त्याची इच्छा आहे.

"पण मला माझी पत्नी आणि मुलं आहेत. ते निरपराध आहेत. त्यांना बाकी कशाशी काही कर्तव्य नाही. पण तो ऐकणार नाही. तो माझ्या पत्नीला दोरानं बांधेल. तिचा जीव जाईपर्यंत तिला छळेल. माझ्या मुलांना सुद्धा. त्यांच्या शरीरातलं एकेक हाड तो तोडेल. त्यांचे तुकडे तुकडे करेल. आणि तुम्ही विचारता, की मला झोप का लागत नाही! मनुष्य लोखंडाचा बनलेला असला, तरी अशा गोष्टी त्याच्या मनावरचा ताबा घालवतात."

"किती विचित्र आहात तुम्ही, पॅम्फिल! मला तुमचं काही कळतच नाही. इतकी वर्षं तुम्ही बायको-मुलांपासून दूर होतात. त्या वेळी ते कुठं होते, तेही तुम्हांला माहीत नव्हतं. त्या वेळी तुम्हांला त्यांची काळजी वाटली नाही. आणि आता एक-दोन दिवसांत तुम्ही त्यांना भेटणार आहात. अशा वेळी आनंदी राहायचं

सोडून तुम्ही असं वागत आहात, जणू त्यांची प्रेतयात्राच निघणार आहे.''

''ती पूर्वीची गोष्ट होती. आताची परिस्थिती वेगळी आहे. तो व्हाइट राक्षस आपल्याला ठोकून काढतो आहे. ते जाऊ दे. आपण माझ्याबद्दल बोलत नव्हतो. मी लवकरच मरून जाईन. पण मी माझ्या लहान मुलांना माझ्याबरोबर दुसऱ्या जगात नेऊ शकत नाही. ते माझ्यामागं राहतील आणि या क्रूर माणसाच्या पंजात सापडतील. तो थेंबाथेंबानं त्यांचं रक्त शोषून घेईल.''

''तुम्हांला डोळ्यांसमोर काहीतरी दिसतं, भास होतात, भ्रम होतो, तो याचमुळं का? मला असं सांगण्यात आलं आहे, की तुम्हांला सतत काहीतरी दिसत राहतं.''

''डॉक्टर, मी तुम्हांला अजून सगळं सांगितलेलं नाही. सर्वांत महत्त्वाची गोष्ट तर मी अद्याप राखूनच ठेवली आहे. तुम्हांला हवं असेल, तर मी सगळं सत्य तुम्हांला सांगतो. पण तुम्ही त्याचा वापर माझ्याविरुद्ध करू नका.

''तुमच्यासारख्या अनेक अधिकाऱ्यांना मी ठार केलं आहे. अनेक अधिकारी, बूर्झ्वा यांच्या रक्तानं माझे हात भरले. पण मला त्याची फिकीर वाटली नाही. पाण्यासारखं रक्त सांडलं मी. त्यांची नावं आणि संख्याही मी आता विसरून गेलो आहे. पण एक लहान मुलगा मात्र अद्याप माझ्या मनातून जात नाही. मी त्या कोवळ्या मुलाला ठार मारलं आणि मी त्याला विसरू शकत नाही. मी त्याला का मारलं? त्यानं मला हसवलं, म्हणून! गंमत म्हणून मी त्याला मारलं. मूर्खासारखं काहीच कारण नव्हतं...

''फेब्रुवारीच्या क्रांतीच्या वेळी हे घडलं. केरेन्स्कीच्या नेतृत्वाखाली आम्ही बंड केलं होतं. आम्ही रेल्वे-स्टेशनच्या जवळ होतो. आघाडी सोडून आलो होतो. त्यांनी एका युवकाला पाठवलं. आम्ही आघाडीवर परत जावं, विजय मिळेपर्यंत लढावं, म्हणून त्यांनी त्याला आमच्याशी बोलायला पाठवलं. तो छोटासा कमिसार चांगल्या हेतूनं आमच्याशी बोलायला आला. कोंबडीच्या पिलासारखाच होता तो. 'विजय मिळेपर्यंत लढा' ही त्याची घोषणा होती. ती घोषणा देत तो एका पाण्याच्या पिंपावर चढला. ते पिंप रेल्वे-प्लॅटफॉर्मवर होतं. अचानक त्या पिंपाचं झाकण आत घुसलं आणि तो सरळ त्या पिंपात कोसळला. त्या अवस्थेत तो फारच विनोदी दिसत होता. मला हसू आवरलं नाही. माझ्या हातात रायफल होती. मी सारखा हसतच होतो. हसणं थांबवू शकत नव्हतो. आणि मग मी त्याच्यावर नेम धरला आणि त्याला जागीच ठार केलं. ते कसं घडलं, मला समजतच नाही. जणू कुणीतरी मला ते कृत्य करायला पुढं ढकललं होतं, प्रवृत्त केलं होतं.

''तर हा माझा भास आणि भ्रम. रात्री मला डोळ्यांसमोर ते स्टेशन दिसतं. त्या वेळी ते सगळं मजेदार वाटलं होतं. पण आता मला फार दुःख होतं.''

''मेलिऊझीव्हो गावाजवळचं ते बिरीउची स्टेशन होतं का?''

“आठवत नाही.”

“झिब्युशिनोच्या बंडात तुम्ही होतात?”

“आठवत नाही.”

“कोणत्या आघाडीवर होतात तुम्ही? पश्चिमेकडची आघाडी होती? तुम्ही पश्चिमेला होतात का?”

“असंच कुठंतरी. ती पश्चिम आघाडी असू शकेल. मला नक्की आठवत नाही.

◆

लाल बोरांचं जंगली झाड

स्त्रीवर्गाचं आगमन झाल्यावर छावणीत एक नवीन व्यक्ती दिसायला लागली. तिचं नाव कुबारिखा. एका सैनिकाची पत्नी. ती जनावरांची देखभाल करत असे. खरं सांगायचं, तर ती चटक चांदणीच होती. डोक्यावर पसरट हॅट आणि अंगात हिरव्या रंगाचा 'रॉयल स्कॉट्स फसिलिअर्स' ओव्हरकोट घालून छावणीत सर्वत्र फिरत असे. सुप्रीम रूलर कोलचॅकला पुरवण्यात येणाऱ्या ब्रिटिश कापडापासून तो कोट तयार केलेला होता. पण कैद्यांच्या टोप्या आणि गणवेशापासून तिनं तो तयार केला, असं ती प्रत्येकाला सांगत असे. कोलचॅकनं तिला कोझेम्स्क तुरुंगात ठेवलं होतं आणि तिथून तिथून रेड आर्मीनं तिची सुटका केली, असंही ती सांगत असे.

पार्टिझन्सनी आता आपला मुक्काम एका नव्या भागात हालवला. ही छावणी आधीच्या छावणीपेक्षा अगदी वेगळी होती. भोवतालचं जंगल खूप दाट होतं. अतिशय दुर्गम असं तैगा जंगल. हमरस्त्यापासून आत गेलं, तर वाटायचं, या जंगलाला कुठं शेवटच नाही. इथं तळ पडला, तेव्हा सुरुवातीला तंबू उभारण्याचं काम सुरू होतं. त्यामुळं युरीला बराच मोकळा वेळ मिळाला. या काळात त्यानं जंगलाचा अनके दिशांनी शोध घेतला. त्याच्या लक्षात आलं की, कोणीही या जंगलात सहज हरवून जाईल.

त्याच्या भटकंतीच्या या काळात दोन जागा त्याच्या लक्षात राहिल्या. एक जागा छावणीच्या अगदी बाहेरच, तैगाच्या कडेला होती. तिथं एक भलंमोठं लाल बोरांचं झाड एकाकी उभं होतं. सभोवती शरद ऋतूची पानझड असूनही, तांबूस रंगाच्या त्या झाडावर मात्र भरपूर पानं होती. शरदातल्या जडशीळ आकाशाखाली त्या झाडानं तांबड्या टणक बोरांच्या गोल सपाट ढाली तयार

केल्या होत्या. बुलपिन्च आणि टॉमटिट यांसारखे पक्षी त्या झाडावर बसून सर्वांत मोठी फळं खात होते. पक्ष्यांचे पंख पहाटवेळेच्या रंगाचे झळझळीत लाल होते. त्या झाडामध्ये आणि पक्ष्यांमध्ये दीर्घ काळापासून जिवंत प्रेमाचं नातं निर्माण झालं होतं.

दुसरी जागा तर आणखी वैशिष्ट्यपूर्ण होती. तीव्र उतार असलेला तो एक कडा होता. दुरून बघताना तळाशी झरा किंवा खूप वाढलेल्या रानवट गवताचं शेत असेल, असं वाटत होतं. पण प्रत्यक्षात वरच्यासारखी झाडी खालीही होती. जंगलाची तीच वाढ खालीही दरीच्या तळापर्यंत विस्तारली होती.

जंगलातली ही उंच जागा आणखी एका कारणासाठी वेगळी होती. त्या जागेच्या कडेकडेनं ग्रॅनाइट खडक उभे होते. एखाद्या इतिहासपूर्व काळातल्या थडग्यावरच्या न घडवलेल्या मोठाल्या शिळांसारखे. युरी प्रथम या खडकाळ पठारावर आला, तेव्हा त्याला खात्रीनं असं वाटलं की, ही जागा पूर्णतः नैसर्गिक दिसत नाही. मानवी हातांनी काही रचना केल्याच्या खुणा तिथं असल्याच पाहिजेत. प्राचीन काळी कुणा अज्ञात मूर्तिपूजक लोकांचं ते मंदिर असावं. तिथं पूजा-प्रार्थना होत असल्या पाहिजेत.

लिबेरियसला जिवंत किंवा मृत पकडण्याच्या कटाचे मुख्य अकरा सूत्रधार आणि व्होडका तयार केल्याबद्दल अपराधी ठरलेले दोन पुरुष परिचारक यांना याच जागी एका हिमगार उदास पहाटे मृत्युदंड देण्यात आला. कमांडरचा अंगरक्षक आणि अत्यंत निष्ठावान अशा इतर वीस पार्टिझन्सनी अपराध्यांना या जागी आणलं. हातांत रायफली घेऊन ते गुन्हेगारांभोवती अर्धवर्तुळाकार उभे राहिले. त्यांना मागे रेटत त्यांनी पठाराच्या अशा काठावर आणलं, जिथून उंच कडा चढण्याशिवाय अन्य मार्ग नव्हता. सतत चौकशा, प्रश्न, दीर्घ काळ कैद, क्रूर वागणूक यांमुळं ते अपराधी लोक माणसांचं रूप हरवून बसले होते. झोप न मिळाल्यामुळं श्रांत झालेले काळवंडलेले चेहरे, डोक्यावरचे केस वाढलेले अशा रूपात ते भुतांसारखे भयानक दिसत होते. त्यांना अटक केली, तेव्हाच त्यांच्याजवळची शस्त्रं जप्त करण्यात आली होती. त्यामुळं आता मृत्युदंडाच्या शिक्षेची अंमलबजावणी करण्यापूर्वी त्यांची तपासणी करावी, असं रक्षकांच्या मनात आलं नाही. कारण मृत्यूच्या इतक्या जवळ गेलेल्यांची ती क्रूर थट्टा ठरली असती.

तेरिओश्काच्या डोक्यावर अद्यापही शाळेची पिवळी टोपी होती. त्यानं टोपी काढली. तो गुडघ्यांवर बसला. रक्षकांपुढं जमिनीवर पुन्हा पुन्हा वाकून त्यांची विनवणी केली. करुण स्वरात रडला.

"कॉम्रेड्स, मला क्षमा करा! मी चुकलो. मी पुन्हा असं करणार नाही. कृपा करून मला सोडून द्या. मी अद्याप काहीच जगलो नाही. मला आणखी काही काळ जगायचं आहे. मला ठार मारू नका. मला फक्त एकदाच माझ्या आईला भेटायचं

आहे. कृपया मला जाऊ द्या, कॉम्रेड्स, मला क्षमा करा. मी तुमच्यासाठी काहीही करायला तयार आहे. तुमच्या पायांखालच्या जमिनीचं मी चुंबन घेईन. आई, आई, मला मदत कर. मी मरतो आहे!''

गर्दीत लपलेल्या कुणीतरी मंत्र म्हटल्यासारखं तसंच बोलायला सुरुवात केली.

''कॉम्रेड्स, तुम्ही चांगले आहात, दयाळू आहात! दोन युद्धांमध्ये आपण एकत्र लढलो. आपण एकाच बाजूनं उभे राहिलो आणि एकाच गोष्टीसाठी लढलो. आम्हांला सोडून द्या, कॉम्रेड्स, आमच्यावर दया करा. आम्ही तुमच्या दयाळूपणाची परतफेड करू. आयुष्यभर तुमचे ऋणी राहू. आम्ही ऋणी आहोत, हे सिद्ध करून दाखवू. तुम्ही काहीच का बोलत नाही?''

मरणाच्या दारात उभं असूनही त्यांच्यांतल्या वोदविचेन्कोचं मस्तक उन्नत होतं. तो स्वतःशी प्रामाणिक होता. त्याचे पांढरे केस वाऱ्यावर भुरभुरत होते. सर्वांना ऐकू येईल, अशा मोठ्या आवाजात तो आपल्या साथीदारांशी बोलला,

''स्वतःला इतकं लाचार, नम्र करू नका. तुमचा निषेध, तुमची प्रार्थना त्यांच्यापर्यंत पोहोचणार नाही. हे महाभयंकर खुनी, नव्या छळछावणीतले हे कसलेले मारेकरी तुम्हांला कधीच समजून घेऊ शकणार नाहीत. पण धीर सोडू नका. इतिहास सत्य सांगेलच. येणाऱ्या पिढ्या या कमिसारांची जाहीर निंदानालस्ती करतील. हे ज्यू! ख्रिस्ताचा वध करणारे! आपण प्रतारक असू, तर हे आपल्यापेक्षा तिप्पट प्रतारक आहेत! झारशी एकनिष्ठेची शपथ घेतली, त्याला ठार मारलं. आपल्याशी एकनिष्ठेची शपथ घेतली, आपल्याशी प्रतारणा केली. त्यांना म्हणा, जा, कुत्र्यांनो, त्या तुमच्या फॉरेस्टर लिबेरियसचे पाय चाटा! सैतान कुठला! हे त्याच्याशीही प्रतारण करतील! आपण आपल्या आदर्शांसाठी जागतिक क्रांतीच्या या पहाटकाळी हुतात्मे होऊन मरण पत्करत आहोत. आत्म्याची क्रांती चिरायू होवो!''

त्यानंतर रायफलधाऱ्यांनी वीस गोळ्यांची फैर झाडली. निम्म्या अपराध्यांना जमिनीवर लोळवलं. तेरिओश्का गॅलुझिन सर्वांत जास्त काळ तडफडत, वळवळत होता. पण अखेर तोही शांत झाला.

हिवाळ्यासाठी आणखी पूर्वेकडं दुसऱ्या जागी स्थानांतर करण्याचा पार्टिझन्सचा इरादा कायम होता. त्यासाठी महामार्गाच्या पलीकडच्या प्रदेशाची पाहणी करण्यासाठी टेहळणी पथक पाठवण्यात आलं. लिबेरियस बहुधा तंबूत नसायचाच. त्यानं युरीला एकट्याला सोडून दिलं होतं.

पण पुढं जाण्यासाठी आता उशीर झाला होता. पार्टिझन्सना जायला कुठं जागा नव्हती. हा त्यांचा सर्वांत वाईट पीछेहाटीचा काळ होता. सतत पराभव होत होता. अखेरचं चिरडून टाकण्यासाठी व्हाइट सैन्यानं त्यांना चहूबाजूंनी वेढून टाकलं होतं.

पण वेढ्याचा परीघ प्रचंड मोठा होता, कारण पार्टिझन्स सैन्यही अफाट होतं. केवळ याच कारणानं ते वाचले. हिवाळा जवळ आल्यामुळं तैगा जंगलात शिरकाव करणं अशक्य झाल्यानं व्हाइट सैनिक त्यांचा वेढा अधिक आवळू शकले नाहीत. तथापि, तिथून हलणं आता पार्टिझन्सना अशक्य झालं होतं.

कनिष्ठ अधिकाऱ्यांचा धीर सुटला. वरिष्ठ कमांडर्स रात्री बैठक घेत आणि एकमत होऊ न शकणारे उपाय सुचवत. शेवटी छावणी हलवण्याची कल्पना सोडून देण्यात आली आणि सध्या तैगा जंगलाच्या अंर्तभागात जिथं त्यांचा मुक्काम होता, तिथंच मजबूत नाकेबंदी करायचं ठरलं. त्यात एक फायदा हा होता की, बर्फाच्या जाड थरांमुळं त्यांच्यापर्यंत पोहोचणं व्हाइट्सना शक्य नव्हतं. व्हाइट सैन्याजवळ स्कीज् पण पुरेशा नव्हत्या.

आता पार्टिझन सैन्याचं मुख्य काम म्हणजे खंदक खणून त्यांत राहायचं आणि भरपूर अन्नसाठा करायचा. पण बटाटे आणि पिठाचा तीव्र तुटवडा होता. गुरं मात्र भरपूर होती. त्यामुळं दूध आणि मांस हेच सैनिकांचं प्रमुख अन्न राहणार होतं. हिवाळ्यासाठी लागणारे कपडेही पुरेसे नव्हते. त्यामुळं छावणीतल्या सगळ्या कुत्र्यांना मारून टाकण्यात आलं आणि त्या कातड्यांची जाकिटं तयार करण्यात आली.

युरीला वाहन वापरायला त्यांनी बंदी केली. अधिक गरजेच्या कामासाठी गाड्या राखून ठेवण्यात आल्या. मागच्या वेळीही पार्टिझन्सनी आपला तळ हालवला, तेव्हा जखमींना स्ट्रेचर्सवरूनच तीस मैल वाहून नेण्यात आलं होतं.

क्विनाईन, आयोडिन आणि ग्लॉबर्स सॉल्ट एवढीच औषधं शिल्लक होती. आयोडिनही स्फटिकांच्या रूपात होतं. जखमेसाठी किंवा शस्त्रक्रियेसाठी वापरायचं असलं, तर ते आधी अल्कोहोलमध्ये विरघळून घ्यावं लागत होतं. व्होडका तयार करण्याचा अड्डा उद्ध्वस्त केल्याचा आता पार्टिझन्सना पश्चात्ताप होत होता. व्होडका गाळणाऱ्यांपैकी ज्यांना कमी दोषी म्हणून त्या वेळी सोडून देण्यात आलं होतं, त्यांना आता पुन्हा ते काम सुरू करण्याविषयी सांगण्यात आलं. नवी भट्टी बांधायला सांगितली. अल्कोहोलची निर्मिती पुन्हा सुरू करण्यात आली, कारण त्याचा औषधासाठी उपयोग होत होता. छावणीत सगळ्यांना हे कळलं, तेव्हा लोकांनी एकमेकांकडं अर्थपूर्ण कटाक्ष टाकले. पुन्हा मद्यपान जोरात सुरू झालं. सर्वसाधारण नीतिमत्ता ढासळायला त्यामुळं आणखीनच हातभार लागला.

हिवाळ्याबरोबर टायफस आला आणि त्याच्या उपचारासाठी आयोडिनचे स्फटिक विरघळण्यासठी आणि क्विनाईनचा अर्क तयार करण्यासाठी अल्कोहोलचा वापर सुरू झाला.

युरी सकाळीच पॅम्फिल आणि त्याच्या कुटुंबाला भेटायला गेला. त्याच्या बायकोनं आणि मुलांनी गेला संपूर्ण उन्हाळा उघड्या आकाशाखाली, धूळभरल्या रस्त्यावर निर्वासित म्हणून काढला होता. त्यांना सोसाव्या लागलेल्या भयानक त्रासामुळं त्यांना खूप भीती वाटत होती. कधीही न संपणाऱ्या वणवण भटकंतीनं त्यांच्या शरीरांवर कायमच्या, कधी न पुसता येण्यासारख्या खुणा उमटल्या होत्या. पॅम्फिलची बायको, दोन मुली आणि एक लहान मुलगा यांच्या केसांचा रंग सततच्या उन्हामुळं उडून गेला होता आणि आता फिकट पिंगट, भुरकट झाला होता. उन्हानं काळवंडलेल्या आणि हवेनं रापलेल्या त्यांच्या चेहऱ्यांवरच्या भुवया पांढऱ्याच दिसत होत्या. या भीषण अनुभवांच्या खुणा शरीरावर कायमच्या उमटायला मुलं तशी फार लहान होती. कधी काळी त्या खुणा नाहीशा होतीलही, पण त्यांच्या आईचा चेहरा मात्र पूर्णतया निर्जीव झाला होता. ताणामुळं आणि भीतीमुळं तिचे ओठ आक्रसून दोऱ्यासारखे बारीक झाले होते. सर्वसामान्यांसारखे असलेले तिचे नाक-डोळे जणू गोठून गेले होते आणि त्यांवर हालअपेष्टा आणि सोशिकतेचे भाव घट्ट झाले होते.

पॅम्फिलचा सर्वांवर खूपच जीव होता आणि लक्ष गुंतवण्यासाठी तो मुलांवर प्रेम करत होता. त्यानं त्याच्या कुऱ्हाडीच्या धारदार पात्याच्या टोकाचा वापर करून मुलांसाठी लाकडापासून ससे, कोंबडे, अस्वलं अशी खेळणी कोरून तयार केली. ती पाहून युरीलाही कौतुक वाटलं. कुटुंब आल्यापासून पॅम्फिल आनंदी दिसायला लागला. त्याची प्रकृती सुधारायला लागली. पण आता अशी बातमी कळली की, कुटुंबाची उपस्थिती सैनिकांच्या शिस्तीच्या दृष्टीनं वाईट असल्यानं त्यांना व्यवस्थित संरक्षण देऊन छावणीपासून काही अंतरावरच्या हिवाळी निवाऱ्यांमध्ये पाठवून दिलं जाणार आहे. त्यामुळं नागरी शरणार्थींचं इथलं ओझं कमी होईल. या योजनेच्या तयारीपेक्षा बोलणीच जास्त होत होती. ही योजना कधीच अमलात येणार नाही, असं युरीला वाटलं. पण या बातमीमुळं पॅम्फिलचा आनंद नष्ट झाला आणि पुन्हा भास व्हायला लागले.

हिवाळा सुरू झाला. पार्टिझन्सच्या छावणीला अनेक बिकट आणि अतिशय कठीण प्रसंगांमधून जावं लागलं. अस्थिरता, अनिश्चितता, चिंता, गोंधळाचा तो काळ होता.

व्हाइट सैन्यानं पार्टिझन्सभोवतीचा वेढा पूर्ण केला. वेढ्यामध्ये पार्टिझन्स तसे सुरक्षित असले, तरी निदान लष्करी कारवाई म्हणून वेढा घातलेल्या सैन्यावर आतून

हल्ला करणं आवश्यक होतं. या कामासाठी बळकट कणखर असं सैन्यदल वेगळं करण्यात आलं.

व्हाइट सैन्याचं नेतृत्व क्वाद्री, बॅसिलिगो, वित्सिन यांच्यासारखे जनरल्स करत होते. ते त्यांच्या क्रूरपणाबद्दल आणि दृढ निर्धाराबद्दल प्रसिद्ध होते. तथापि, पार्टिझन्सनी काहीच न करता स्वस्थ बसणं म्हणजे शत्रूचं मनोधैर्य वाढवण्यासारखं होतं.

अनेक दिवस लढाई केल्यावर पार्टिझन्सनी व्हाइट सैन्याच्या वेढ्याला एका ठिकाणी खिंडार पाडण्यात यश मिळवलं. त्यातून निर्वासितांचे लोंढे आत यायला लागले. ते सगळेच काही पार्टिझन्स सैनिकांचे नातलग नव्हते. व्हाइट सैन्याच्या अत्याचारांना घाबरून आजूबाजूच्या ग्रामीण भागातले सगळे शेतकरी गावं सोडून पळून निघाले आणि जंगलात पार्टिझन्सच्या आश्रयाला आले.

या नव्यानं आलेल्या अनोळखी लोकांसाठी सैन्याजवळ जागा नव्हती. चिलिम्का नदीकाठच्या द्वोरी गावात या सगळ्यांची व्यवस्था करावी, निर्वासितांचं पुनर्वसन करावं, असा अधिकाऱ्यांचा विचार होता.

पण वेढ्याला पडलेलं खिंडार व्हाइट सैन्यानं पुन्हा बुजवलं. त्यामुळं कामानिमित्त तैगातून बाहेर पडलेल्या पार्टिझन्स पथकाचं परत आत येणं अशक्य होऊन बसलं. आलेल्या लोकांनी जंगल भरून गेलं. त्यांनाही बाहेर पडणं अशक्य झालं.

पार्टिझन्स सैन्यातला स्विरिद सापळे रचून जनावरं पकडण्याचं काम करत असे. वोदविचेन्कोला गोळ्या घालून ठार केल्याच्या बातमीनं स्विरिदला खूप धक्का बसला. वोदविचेन्कोचा गुन्हा एवढाच होता, की छावणीत त्याचा प्रभाव लिबेरियसइतकाच वाढला होता. या हत्येमुळं छावणीत असंतोष पसरला. पार्टिझन्सना सोडून पुन्हा आपल्या जुन्या स्वतंत्र आयुष्याकडं परत जाता यायलाच हवं, ही स्विरिदची उत्कट इच्छा होती. पण आता ते सर्वस्वी अशक्य होतं. त्यानंच इथं यायचा मार्ग निवडला होता, आता त्यानं 'फॉरेस्टर ब्रदर्स'ना सोडायचा विचारही केला असता, तरी त्याला पळपुट्या म्हणून ठारच करण्यात आलं असतं.

जंगलात नव्यानं आलेल्या ज्या स्त्रियांना स्विरिद भेटला, त्यांच्यांतल्या काही खूप अशक्त, दुर्बल होत्या. आत्यंतिक निराश अवस्थेत पाठीवर जड गाठोड्यांची आणि पिशव्यांची ओझी घेऊन त्या खुरडत चालत होत्या. काहींच्या पाठीवर लहान मुलं होती.

त्या तरुण मातांचं दूध आटून गेलं. प्रवासाच्या भयानक हालअपेष्टांमुळं त्या भ्रमिष्ट झाल्या. त्यांनी आपापली मुलं सोडून दिली. पिशव्यांमधलं धान्य जमिनीवर फेकून दिलं. उपासमारीनं मरण्यापेक्षा शत्रूच्या हाती पडून मरणं बरं, या विचारानं त्या परत मागं वळल्या. जंगलातून बाहेर पडायचा प्रयत्न करू लागल्या.

काही स्त्रिया मात्र पुरुषांपेक्षाही धीराच्या होत्या. त्या सशक्त होत्या आणि संयमानं राहत होत्या. त्यांनी वृक्ष तोडले, रस्ते आणि पूल बांधले आणि उपजीविकेची साधनं शोधली.

स्विरिदनं लिबेरियसला सांगितलं,

"तुमच्या विरुद्ध मागं जो एक कट रचला गेला होता, त्याहीपेक्षा जास्त धोक्याचं बंड बहुधा केलं जाणार आहे, असं दिसतं. आपल्या छावणीत एक राक्षसीण आली आहे. तिचं नाव कुबारिखा. ती कोण, कुठली, देवालाच ठाऊक. ती म्हणते, छावणीतल्या जनावरांची, गुरांची देखभाल करायला तिला ठेवून घ्या. ती इतर स्त्रियांना सांगते, 'तुमच्या सध्याच्या दुर्दशेला तुम्ही स्वतःच जबाबदार आहात. आपले स्कट्र्स फलकारत रेड फ्लॅगच्या मागं धावलं, तर हेच होणार. पुन्हा असं करू नका.' ती आपल्याविरुद्ध बोलते."

लिबेरियसनं स्विरिदला विचारलं,

"तू कोणत्या स्त्रियांबद्दल बोलत आहेस? आपल्या छावणीतल्या, की दुसऱ्या कुठल्या प्रकारच्या?"

"अर्थातच दुसऱ्या नवीन. अनोळखी."

"पण त्यांनी द्वोरी गावात जाऊन राहावं, असा हुकूम दिला होता, त्या इथं कशा आल्या?"

"द्वोरी! ते काय गाव आहे? द्वोरी जळून गेलं आहे. गिरण्या वगैरे सर्व. तिथं आता कोळशाशिवाय काही शिल्लक उरलेलं नाही. तिथं गेलेल्या स्त्रियांना हेच दिसलं. जिवंतपणाची एकही खूण नाही. त्यांच्यापैकी निम्म्या स्त्रिया वेड्या झाल्या. आरोळ्या ठोकत, किंचाळत त्या सरळ व्हाइट सैन्यात जाऊन मिळाल्या. उरलेल्या निम्म्या स्त्रिया या बाजूला आल्या."

"तैगाचं निबिड अरण्य आणि दलदल पार करून त्या आल्या तरी कशा?"

स्विरिदनं सांगितलं,

"आपली काही माणसं त्यांच्या संरक्षणासाठी पाठवली होती. त्यांनी मदत केली. त्या स्त्रियांनी कुऱ्हाडींनी वृक्ष कापून वीस मैलांचा रस्ता तयार केला, म्हणतात. पूल वगैरे सुद्धा बांधले. या स्त्रियांबद्दल काय सांगावं? जे करायला आपल्याला महिने लागले असते, ते त्यांनी काही दिवसांत केलं."

"फारच छान! वीस मैलांचा रस्ता! आणि गाढवा, तुला एवढा आनंद कशाचा झाला आहे? व्हाइट सैन्याला हेच हवं आहे. तैगा जंगलातून महामार्ग. आता त्या रस्त्यावरून ते त्यांचं घोडदळ अलगद आणू शकतील."

"त्या रस्त्यावर पहारा ठेवण्यासाठी सैन्यदल पाठवा."

"ते तू सांगू नकोस! मी स्वतः विचार करू शकतो. थँक्यू."

दिवस लहान होत चालले. पाच वाजताच अंधार पडला. काही दिवसांपूर्वी लिबेरियस ज्या ठिकाणी स्विरिदशी बोलत उभा होता, त्याच ठिकाणी युरीनं महामार्ग ओलांडला. तो छावणीकडं परत येत होता. ज्या मोकळ्या जागी जमिनाचा उंचवटा आणि त्यावरच्या लाल बोरांच्या झाडानं छावणीची सीमा निश्चित केली होती, त्याच जागी त्यानं कुबारिखाचा धीट आणि आव्हानपूर्ण, आवाज ऐकला. तो गमतीनं तिला 'प्रतिस्पर्धी' म्हणत असे. कारण तो माणसांचा डॉक्टर आणि मी जनावरांना बरी करणारी. ती एक आनंदी, रुणझुणतं गाणं गात होती. तिच्या आवाजाला भरदार अशी धार होती. मधून मधून पसंतीदर्शक हशे ऐकू येऊ आले. त्यावरून युरीला अंदाज आला की, तिच्यासमोर स्त्री-पुरुषांचा घोळका जमला असावा. काही वेळानं शांतता पसरली. लोक निघून गेले असावेत.

एकटीच राहिलेली कुबारिखा आता वेगळंच गाणं म्हणायला लागली. स्वतःशी गुणगुणल्यासारखी. संध्याकाळच्या काळोखात युरी काळजीपूर्वक वाट काढत चालला होता. त्या लाल बोरांच्या झाडासमोरच्या दलदलीला वळसा घालून तो जायला लागला, तेव्हा त्याच्या कानांवर त्या जुन्या रशियन गाण्याचे शब्द पडले. तो थांबला.

एखाद्या धरणानं अडवलेल्या पाण्यासारखं ते रशियन लोकगीत. न वाहणाऱ्या संथ पाण्यासारखं ते दिसतं, पण पाण्याचा वरवर दिसणारा संथपणा फसवा असतो. कारण खोल तळाशी ते सतत वेगानं वाहतच असतं. तसं हे गीत आपला अर्थ सावकाशपणे व्यक्त करतं आणि मग एका वळणावर संपूर्ण अर्थ व्यक्त करून थक्क करून टाकतं! गीतातला दुःखपूर्ण आशय असा व्यक्त होतो. शब्दांच्या साहाय्यानं काळाला थांबवण्याचा एक वेडा प्रयत्न म्हणजे हे गीत.

ससा धावला सैरावैरा जंगलातून
जंगलातून, पांढऱ्या बर्फावरून
बोराच्या झाडापाशी धावत गेला
धावत गेला आणि झाडाला म्हणाला,
माझं हृदय नाजूक, भित्रं, छोटंसं
छोटासा मी, लांडग्याचं पोट राक्षसी
भीती वाटते, झाडा, माझ्यावर दया कर
दया कर, दुष्टाला बोरं देऊ नकोस.
वाऱ्यावर विखरून टाक लाल लाल बोरं
घरंगळत जाऊ दे माझ्या गावाकडं
रस्त्यावरचं शेवटचं घर आहे माझं
माझ्या घराच्या खिडकीत दुःखी प्रिया

दुःखी प्रिया एकटीच राहते
मला तिचं प्रेम फार हवं आहे.
तिच्या कानात तू हळुवार बोल
बोल प्रेमाचे, गाढ जिव्हाळ्याचे
इथं दूरदेशी मी घरासाठी आसुसलेला
आसुसलेला सैनिक, किती कठीण काळ!
सगळं सोडून जाईन बोराच्या झाडाकडं
बोराच्या झाडाकडं, माझ्या वधूकडं.

ॲगाफियानं, म्हणजे पॅम्फिलच्या पत्नीनं तिची आजारी गाय कुबारिखाकडं आणली. गाईच्या पुढच्या पायांच्या बाजूला एका झाडाच्या बुंध्यावर ॲगाफिया बसली; आणि कुबारिखा गाईच्या मागच्या पायांजवळ दूध काढण्याच्या स्टुलावर बसली.

बाकीच्या असंख्य गाईंचे कळप रानातल्या मोकळ्या जागी दाटीवाटीनं ठेवले होते. बहुतेक गाई काळ्या रंगावर पांढरे ठिपके असलेल्या, सैबेरियात प्रसिद्ध असलेल्या एका स्विस जातीच्या होत्या. अखंड भटकंतीमुळं त्याही दमल्या होत्या. इथल्या अपुऱ्या जागेमुळं बावचळल्या होत्या. आपलं स्त्रीलिंग विसरून बैलांप्रमाणे डुरकावत, भारावलेली आचळं हालवत त्या एकमेकींवर चढत होत्या.

काही अंतरावर उत्सुक बघे जमले. त्यांच्यामुळं कुबारिखा त्रासली. तिनं त्यांच्याकडं रागानं पाहिलं. पण त्याचा त्यांच्यावर काहीच परिणाम झाला नाही. त्यांच्यामुळं आपल्याला अवघडल्यासारखं वाटतंय्, हे मान्य करणं कमीपणाचं वाटल्यामुळं तिनं मग त्यांच्याकडं दुर्लक्षच केलं. गर्दीच्या पाठीमागं उभा राहून युरी तिच्याकडं बघत होता. तो तिला प्रथमच पाहत होता.

तिनं तिची नेहमीची इंग्लिश कॅप आणि हिरवा ओव्हरकोट घातला होता. वयस्कर चेहऱ्यावर गर्विष्ठ आणि कामुक भाव होते. डोळ्यांत तारुण्यमय अंगार आणि त्यामुळं त्यांचा रंग गहिरा झाला होता.

युरीला ॲगाफिया लवकर ओळखू आलीच नाही. गेल्या काही दिवसांमध्ये ती जास्तच म्हातारी आणि खंगलेली दिसायला लागली होती. बटबटीत डोळे खोबणींतून बाहेर पडतील, की काय, असं वाटत होतं. तिची मान गाडीला जोडलेल्या दांड्यासारखी बारीक आणि लांब दिसत होती.

ती कुबारिखाला म्हणाली,

''ही गाय काहीच दूध देत नाही. मला वाटलं, अजून हे वासरूच असेल. पण आतापर्यंत तिनं दूध द्यायला हवं होतं.''

“ती वासरू कशी असेल? तिच्या आचळांवर त्वचारोगाच्या खपल्या दिसत आहेत. मी तुम्हांला झाडपाल्याचं एक मलम देते. ते तिथं चोळून लावा. आणखी मी तिच्यावर एक जादूचा मंत्रही टाकीन.”

“माझी आणखी एक काळजी आहे. माझ्या नवऱ्याची.”

“मी त्याला परत आनंदी करीन. म्हणजे तो तुम्हांला आणि तुमच्या मुलांना सोडणार नाही.”

“तसं नाही. त्याला वाटतं, त्याची आणि आमची छावणी वेगवेगळी होईल. आम्ही बॅसिलिगोच्या माणसांच्या हाती पडू. ते आमचा छळ करतील. या विचारानं माझा नवरा आत्महत्या करील, की काय, अशी मला भीती वाटते.”

“याबद्दल मी विचार करीन. तुमचं दुःख दूर करण्याचा मार्ग शोधून काढीन. तुमची तिसरी अडचण काय आहे?”

“तिसरी अडचण वगैरे काही नाही. बस, इतकंच.”

“तुम्ही किती सुदैवी आहात! देव तुमच्या बाबतीत दयाळू आहे. तुमच्या हृदयात फक्त दोनच दुःखं आहेत. गाय आणि तुमचा नवरा. ठीक आहे, आपण उपचार करू. तुम्ही गाईसाठी मला काय द्याल?”

“तू काय घेशील?”

“मला पावाचा मोठा तुकडा आणि तुमचा नवरा हवा.”

बघ्यांमध्ये हास्याचा एकदमच स्फोट झाला.

“तू चेष्टा करते आहेस?”

“फार जास्त मागितलं का मी? ठीक आहे. पावाचा तुकडा नाही मिळाला, तरी चालेल, पण आपण तुमच्या नवऱ्याविषयी निश्चित काय ते ठरवू.”

हास्याचा स्फोट आणखी मोठा झाला.

“नाव काय आहे? तुमच्या नवऱ्याचं नाही, या गाईचं.”

“ब्यूटी.”

कुबारिखानं गाईसाठी काही जादूचे शब्द मंत्रासारखे उच्चारले.

युरीनं ते शब्द ऐकले आणि तो खिळून उभा राहिला.

तो मॉस्कोहून प्रथम उरलला आला, तेव्हा घोडागाडीचा चालक बॅकस आलंकारिक भाषेत अशीच काहीतरी बडबड करत होता; आणि युरी भारावून ती ऐकत होता.

कुबारिखा म्हणत होती.

“मार्गेस्ता मावशी, ये आणि आमची पाहुणी हो. बुधवारी ये. त्वचेवरच्या या खपल्या आणि कोड घेऊन जा. खरूज आणि नायट्या, या गाईच्या आचळांना सोडून दे. ब्यूटी, स्तब्ध उभी राहा. बादलीला धक्का लावू नकोस. शांत उभी राहा टेकडीसारखी. दुधाची धार वाहील ओढ्यासारखी. क्रौर्या! तुझं सामर्थ्य दाखव.

खपल्या घेऊन जा आणि खाजकुयलीच्या झाडात फेकून दे. जादूगारणीचा शब्द देवाइतकाच शक्तिमान असतो.''

नंतर ती ॲगाफियाला म्हणाली,

''तुम्हांला मी सांगते, ॲगाफिया, सध्याच्या दिवसांमध्ये आपल्याला प्रत्येक गोष्ट माहीत असायला हवी. सुटण्यासाठी आणि स्वसंरक्षणासठी शब्द माहीत असायला हवेत. मी उगाच बढाया मारत नाही. बर्फाच्या ढिगाऱ्यात सुरा खुपसून मी परत काढते, तेव्हा तो रक्तानं माखलेला असतो! हे कसं घडतं? आणखी पुष्कळ गोष्टी आहेत. उदाहरणार्थ, आकाशातून दगडांचा पाऊस पाडणं. एकदा एका चेटकिणीनं भाकीत केलं की, कुणा एका विशिष्ट स्त्रीमध्ये दोन दाणे आहेत. एकात मध आणि दुसऱ्यात मार्टेनची फर आहे. सरदारानं त्या स्त्रीचा खांदा तलवारीनं उघडला. जणू तिचा खांदा म्हणजे छोटीशी डबीच होती. त्यानं तिच्या खांद्याच्या हाडाचा दाण्याएवढा तुकडा कापून काढला.''

युरीचं वाचन भरपूर होतं. त्याला लगेच शंका आली, की कुबारिखानं उच्चारलेले शेवटचे शब्द म्हणजे नॉव्हगोरोद किंवा इपातीव्हो या प्राचीन बखरींच्या प्रारंभीचे उतारे आहेत. पण काळाच्या ओघात अनेक शतकं ते मौखिक वाङ्मय एकाकडून दुसऱ्याकडं जात राहिलं आणि त्यात इतका बदल झाला की, त्याचं मूळ रूप हरवून गेलं. पण मग तो या आख्यायिकेला कसा भुलला? त्या स्त्रीची ती निरर्थक बडबड त्याला का प्रभावित करून गेली? खऱ्या घटनेचंच ती वर्णन करते आहे, असं का वाटलं?

कारण, लारा अशी अद्‌भुत स्त्री होती.

त्याचं किती प्रेम होतं लारावर! ती किती सुंदर होती! त्याला जशी हवी होती, त्यानं जसा विचार केला होता, जसं स्वप्न पाहिलं होतं, अगदी तशाच पद्धतीचं तिचं रूप होतं. कशामुळं ती इतकी मोहक होती? तिच्यात असं काहीतरी होतं, ज्याला नाव देता येत नव्हतं, त्याचं विश्लेषण करता येत नव्हतं. हजार वेळा प्रयत्न करूनही ते जमत नव्हतं. विधात्यानं त्याच्या कुशल हातानं एकच सरळ, साधी पण अद्वितीय अशी रेघ एकाच झटक्यात तिच्याभोवती काढली आणि लहान बाळाला आंघोळ घातल्यावर कपड्यात घट्ट गुंडाळावं, त्याप्रमाणे तिला मिळालेल्या दैवी आकारात विधात्यानं आपला आत्मा तिच्या देहात गुंडाळून तिच्या हाती सोपवला.

–आणि युरीचं आता काय झालं होतं? कुठं होता तो? पार्टिझन्सबरोबर एका सैबेरियन जंगलात. त्यांना शत्रूनं वेढलं होतं आणि त्यांचं नशीब, तेच युरीचंही नशीब झालं होतं. किती अविश्वसनीय, अतर्क्य अशी त्याची क्लेशकारक अवस्था होती! पुन्हा एकदा त्याच्या डोक्यातलं आणि डोळ्यांपुढचं सगळं पुसट दिसायला लागलं. कारण त्या क्षणी बर्फ पडेल, अशी अपेक्षा असताना त्याऐवजी पावसाची सर आली.

जादूगारीण कुबारिखा ॲगाफिआला म्हणत होती,

"जा आता. मी तुमच्या गाईवर जादू केली आहे. ती बरी होईल. ईश्वराच्या मातेची प्रार्थना कर. तीच प्रकाशाचं उगमस्थान आणि जिवंत शब्दांचा ग्रंथ आहे."

तैगा अरण्याच्या पश्चिम बाजूला लढाई झाली. पण ते अरण्य इतकं दाट होतं की, लढाई एखाद्या विशाल राज्याच्या सीमेवर कोपऱ्यात कुठंतरी व्हावी, त्याप्रमाणे वाटली. जंगलाच्या अंतर्भागात लपलेली छावणी माणसांनी इतकी भरलेली होती की, अनेक लोक लढायला गेले, तरी आणखी खूप माणसं उरलेलीच होती.

एक दिवस अचानक बंदुकांचे अनेक बार ऐकू आले. जिथून गोळीबाराचा आवाज ऐकू आला, तिथं सगळा जमाव गोळा झाला.

त्या जागी एका माणसाचं धड पडलेलं होतं. त्यातून रक्त वाहत होतं. त्याचा उजवा हात आणि डावा पाय छाटलेला होता. उरलेल्या एका हातानं आणि पायानं सरपटत तो छावणीपर्यंत कसाबसा पोहोचला होता. त्याचा तोडलेला हात आणि पाय त्याच्या पाठीवरच बांधलेला होता. सोबत एक चिठ्ठी होती. त्यात खूप अपशब्द आणि शिव्या होत्या. त्यात म्हटलं होतं की, अमुक अमुक रेड युनिटनं केलेल्या अत्याचाराचा बदला म्हणून हा अत्याचार आहे.

त्या युनिटचा, खरं तर, फॉरेस्ट ब्रदरहूडशी काही संबंध नव्हता. चिठ्ठीत पुढं असंही लिहिलं होतं की, दिलेल्या विशिष्ट तारखेपर्यंत पार्टिझन्सनी आपली शस्त्रं खाली ठेवून जनरल वित्सिनच्या सेनेच्या प्रतिनिधींपुढं शरणागती पत्करली नाही, तर सर्व पार्टिझन्सची अशीच अवस्था केली जाईल.

फार रक्तस्राव झाल्यानं तो माणूस सारखा बेशुद्ध होत होता. मरायला टेकला होता. त्याच्यावर झालेल्या विलक्षण अत्याचारांविषयी त्यानं अडखळत सांगितलं. त्याचा किती छळ झाला, शोधपथकानं त्याला किती क्रूर शिक्षा केल्या, ते सांगितलं. त्याला ठोठावण्यात आलेली मृत्युदंडाची शिक्षा पुराव्याविनाच बदलण्यात आली, आणि त्याला फाशी देण्याऐवजी त्यांनी त्याचा हात आणि पाय कापला. पार्टिझन्समध्ये दहशत निर्माण व्हावी, म्हणून त्याला तशा अवस्थेत छावणीत पाठवलं. छावणीच्या बाहेरच्या सैनिकांच्या पहाऱ्यापर्यंत त्यांनी त्याला उचलून आणलं. तिथं त्याला खाली ठेवलं आणि त्याला सरपटत पुढं जायला सांगितलं. त्यानं हुकूम पाळावा, म्हणून हवेत गोळीबार केला.

त्या माणसाला बोलणं कठीण जात होतं. त्याचे खोल जाणारे शब्द कळत नव्हते. त्याच्या भोवतीचे लोक त्याच्यावर खाली वाकले. कान त्याच्या तोंडापाशी आणले. तो म्हणत होता,

"कॉम्रेड्स, सावध राहा. तो जंगलात घुसला आहे."

“गस्ती पथकं मोठ्या प्रमाणावर रवाना झाली आहेत. खूप मोठी लढाई चालू आहे. आपण त्याला थोपवू.” पार्टिझन्स सैनिक म्हणाले.

“पण मध्ये अंतर पडलं आहे. तो येऊन धडकेल आणि तुम्हांला आश्चर्याचा धक्का बसेल. मला माहीत आहे... मी आता बोलू शकत नाही. तोंडात रक्त येतं आहे. एका क्षणात मी मरून जाईन.”

“किंचित विश्रांती घे. शांत राहा. बोलू नकोस. तुम्ही बाकीचे तर हृदयशून्य पशू आहात. दिसत नाही त्याला किती त्रास होतोय्, ते? त्याला बोलायला लावू नका.”

तो माणूस पुन्हा बोलायला लागला,

“त्या सैतानानं मला कापून काढायला सुरुवात केली. तो म्हणाला, तू कोण आहेस, ते सांगेपर्यंत तुझ्याच रक्तानं तुला स्नान घालत राहीन. मी त्याला सोडून तुमच्याकडं पळून यायला निघाले होतो, हे त्याला मी कसं सांगणार होतो?”

“त्याला म्हणजे कोणाला? तुझे हात-पाय कोणी कापले?”

“मला जरा श्वास घेऊ द्या. मी सांगतो तुम्हांला. वित्सिनची माणसं– हेरमन, बेकेशिन आणि कर्नल स्ट्रेस. जंगलाच्या बाहेर काय चाललं आहे, तुम्हांला माहीत नाही. सगळं गाव वेदनांनी विव्हळतं आहे. व्हाइट सैनिक लोकांना उकळत्या पाण्यात टाकून जिवंत मारत आहेत. लोकांच्या शरीराचे ते तुकडे तुकडे करतात. मानगुटीला धरतात आणि एका मिट्ट काळोखाच्या जागी आत ढकलतात. आपण कुठं आहोत, ते कळत नाही. मालगाडीच्या एका डब्यात पिंजऱ्यात टाकतात. एका पिंजऱ्यात चाळीसपेक्षा जास्त माणसं कोंबलेली असतात. त्यांच्या अंगांवर फक्त आतले कपडे. वेळोवेळी सैनिक दरवाजा उघडून, जो कोणी दाराशी हाती सापडेल, त्याला बाहेर खेचतात. कोंबडीला कापण्यासाठी तिची मान पकडावी, तसं पकडतात. देवाशपथ मी खरं सांगतो आहे. ते कोणाला फाशी देतात, कुणाला गोळ्या घालून ठार करतात, कुणाला सतत प्रश्न विचारतात. रक्त निघेपर्यंत मारझोड करतात. मग जखमांवर मीठ टाकतात. अंगावर उकळतं पाणी टाकतात. उलटी किंवा जुलाब झाला, तर ते खायला लावतात. हे देवा!”

तो माणूस अखेरचा श्वास घेत होता. त्याला रडू फुटलं आणि वाक्य न संपवताच तो मेला. भोवती उभ्या असलेल्या माणसांना ते कळलं, त्यांनी त्यांच्या टोप्या काढल्या आणि क्रॉसची खूण केली.

त्या रात्री याहीपेक्षा भयंकर घटनेची बातमी छावणीत पसरली.

त्या मरणाऱ्या माणसाच्या भोवती जमलेल्या गर्दीत पॅम्फिल होता. त्यानं त्या माणसाला पाहिलं होतं, त्याचं बोलणं ऐकलं होतं, त्याच्या पाठीवर बांधलेल्या लाकडी फळीवरचे भयप्रद शब्द वाचले होते. पॅम्फिलला त्याच्या कुटुंबाविषयी जी सतत भीती वाटत होती, ती त्या रात्री अगदी टोकाला पोहोचली. त्यानं कल्पनेनंच

त्याच्या कुटुंबाला छळासाठी शत्रूच्या हाती सोपवलं गेलेलं पाहिलं; त्यांचे वेदनांनी पिळवटलेले चेहरे पाहिले, त्यांचं आर्त विव्हळणं ऐकलं, मदतीसाठी चाललेला त्यांचा आकांत ऐकला.

कुटुंबाचे पुढचे हाल वाचावेत, म्हणून त्याच्या आत्यंतिक निराश, हताश आणि विफल मनःस्थितीत, त्यानं पत्नीला आणि तीन मुलांना त्याच्या धारदार कुऱ्हाडीनं स्वतःच मारून टाकलं! मुलं त्याची खूप लाडकी होती. त्या कुऱ्हाडीनं तो लाकडं कोरून त्यांच्यासाठी खेळणी तयार करत असे!

आश्चर्याची गोष्ट म्हणजे, त्यानं त्यानंतर लगेच आत्महत्या केली नाही. तो कशाचा विचार करत असेल? कशाची अपेक्षा करत असेल? त्याचा काय हेतू किंवा बेत असेल? मी सरळसरळ वेडाची केस होती. आता त्याला त्यापासून कोणीही वाचवू शकणार नव्हतं.

लिबेरियस, युरी, आणि आर्मी सोविएतच्या सदस्यांनी, पॅम्फिलचं काय करायचं, याविषयी चर्चा केली. तो छावणीत मुक्तपणे भटकत होता. त्याचं डोकं खाली वाकून छातीवर झुकलं होतं. कळकट पिवळ्या रंगाचे डोळे काहीच बघत नव्हते. अमानुष यातनांच्या भीतीनं त्याचा चेहरा विकृत झाला होता.

कुणाला त्याच्याविषयी दुःख वाटलं नाही. प्रत्येक जण त्याला टाळत होता. कोणी म्हणालं, त्याला ठार करावं. पण त्यांच्याकडं इतरांनी लक्ष दिलं नाही.

त्याच्यासाठी करण्यासारखं जगात काहीच उरलं नव्हतं. एका पहाटे तो छावणीतून नाहीसा झाला. रेबीज झालेल्या कुत्र्याप्रमाणे तो स्वतःपासून दूर पळाला.

कडाक्याचा हिवाळा सुरू झाला. त्याबरोबर गोठलेलं हिमही आलं. सूर्यही वेगळाच वाटत होता. त्याचा तांबूरा गोळा जंगलावर लोंबकळत होता. त्याच्यातून निघालेले तांबूस-पिवळे प्रकाशकिरण मधासारखे घट्ट होते. मध्ये हवेतच वृक्षांमध्ये अडकून ते जणू गोठून जात होते.

पदपथाच्या बाजूनं युरी आणि लिबेरियस चालत होते. त्यांच्या दाढ्या वाढल्या होत्या. बोलताना तोंडातून वाफांचे पुंजके बाहेर पडत होते. थंडीनं गारठल्यामुळं आणि दातांवर दात आपटल्यामुळं शब्द चावल्यासारखे येत होते.

लिबेरियस म्हणाला,

"आज संध्याकाळी माझ्या भुयारात ये. रात्र तिथंच घालव. आपण छान बोलू. एक बातमी आहे."

"जासूद परत आला? व्हॅरिकिनोची काही बातमी?"

"तुझ्या किंवा माझ्या माणसांबद्दल काहीही कळलेलं नाही. पण त्यामुळं मी दिलासा देणाऱ्या अशा निष्कर्षाप्रत आलो आहे की, आपली माणसं वेळेवर तिथून

बाहेर पडली असणार. नाहीतर आपल्याला नक्कीच काहीतरी कळलं असतं. आपण त्याबद्दल रात्री बोलू. मी तुझी वाट बघतो.''

संध्याकाळी लिबेरियसच्या भुयारात गेल्यावर युरीनं तोच प्रश्न पुन्हा विचारला,

''आपल्या कुटुंबांबद्दल काय कळलं आहे तुम्हांला? मला फक्त तेवढं सांगा.''

''तुला तुझ्या नाकापुढचंच फक्त बघायचं असतं! त्यापलीकडं जायची तुझी इच्छा नसते. माझ्या माहितीप्रमाणे ते अगदी सुखरूप आणि सुरक्षित आहेत. पण मुद्दा असा, की ही माहिती अगदी विश्वसनीय आहे. माझ्याजवळ वासराचं थंड मांस आहे. थोडं खातोस?''

''नको. थँक्स, तुम्ही पूर्ण सांगा, विषय बदलू नका.''

''तुला नक्की नको? ठीक आहे. मी थोडासा तुकडा खातो. आपल्याला, खरं तर, भाज्या आणि ब्रेडची गरज आहे. सगळ्या छावणीत स्कर्व्ही रोगाचा मोठ्या प्रमाणावर प्रादुर्भाव झाला आहे. मागच्या शरद ऋतूत जेव्हा आपल्या छावणीत स्त्रिया होत्या, तेव्हा त्यांच्याकडून आपण भरपूर बोरं आणि सुकी फळं वेचून घ्यायला हवी होती. तर, मी काय म्हणत होतो, आपल्या सैन्याची परिस्थिती, आपल्या हालचाली अगदी उत्तम आहेत. मी जे नेहमी भाकीत केलं होतं, ते खरं ठरत आहे. सर्वांत वाईट अवस्था संपली. कोलचॅकचं सैन्य सगळीकडून माघार घेत आहे. मी तुला सांगत नव्हतो? तू मात्र नेहमी दुःख करत बसायचा. आठवतं?''

''मी केव्हा दुःख केलं?''

''नेहमीच. विशेषतः जेव्हा वित्सिन आपल्यावर मात करत होता, तेव्हा.''

युरीला शरद ऋतू आठवला. बंडखोरांना घातलेल्या गोळ्या, पॅम्फिलनं त्याच्या बायकोची आणि मुलांची केलेली हत्या, सगळं पिसाट खूनसत्र. त्याचा कुठं अंतच दिसत नव्हता. व्हाइट आणि रेड सैन्य परस्पर स्पर्धेतून क्रौर्याची परिसीमा गाठत होतं. क्रोधाला क्रोध, सूडाला सूड जन्म देत होता. युरीच्या नाकात आणि घशात रक्ताचा वास दाटला होता. त्यामुळं त्याचा जीव गुदमरत होता, त्याला शिसारी येत होती. तो वास त्याच्या मस्तकात भिनला होता. त्यामुळं त्याच्या डोळ्यांत पाणी तरळत असे. ते दुःख करणं नव्हतं. ते पूर्णपणे काहीतरी वेगळंच होतं. पण तो ते लिबेरियसला कसं स्पष्ट करून सांगणार होता?

भुयारात काडीला बांधलेल्या मशाली जळत होत्या. त्यामुळं उजेड पडला होता, पण जळणाऱ्या दगडी कोळशाचा उबग आणणारा वासही त्यातून बाहेर पडत होता. काडी जळाली, की त्याचा निखारा खाली ठेवलेल्या पाण्याच्या भांड्यात पडत होता. लिबेरियस पुन्हा नवीन काडी पेटवत होता.

''बघितलं, मला काय जाळावं लागतंय्? तेल अजिबात शिल्लक नाही. लाकूड इतकं वाळलेलं आहे, की ते फारच पटकन जळतं. तुला मांसाचा तुकडा

नक्की नको? तर आता स्कर्व्हीबद्दल. तू कशाची वाट बघतो आहेस! स्टाफ मीटिंग बोलावून तू या स्कर्व्हीला कसं तोंड द्यायचं, त्याचे उपाय आम्हांला केव्हा सांगणार आहेस?''

''कृपा करून मला असं छळू नका. तुम्हांला आपल्या कुटुंबीयांबद्दल निश्चित काय कळलं आहे?''

''ते मी तुला सांगितलं आहे. माझ्याकडं आलेल्या माहितीत नक्की असा काहीच उल्लेख नाही. अलीकडच्या सरकारी जाहीरनाम्यावरून मला जे कळलं, ते तुला मी अद्याप पूर्ण कुठं सांगितलं आहे? यादवी युद्ध संपलं आहे! कोलचॅकच्या सैन्याला चिरडून टाकण्यात आलं आहे. रेड आर्मीचा प्रमुख विभाग त्याचा पाठलाग करून त्याला पूर्वेकडं रेल्वेच्या बाजूबाजूनं समुद्रामध्ये पिटाळून लावत आहे. रेड आर्मीचा दुसरा विभाग या बाजूला येत आहे. पिछाडीवर बऱ्याच प्रमाणावर विखुरलेल्या व्हाइट सैन्याचा ते नायनाट करणार आहेत. संपूर्ण दक्षिण रशिया शत्रूच्या ताब्यातून मुक्त झाला आहे! तुला आनंद नाही झाला? एवढं तुला पुरेसं नाही?''

''मला आनंद झाला आहे. पण आपली कुटुंब कुठं आहेत?''

''ती व्हॅरिकिनोमध्ये नाहीत आणि ती फार सुदैवाची बाब आहे. मागच्या उन्हाळ्यातली ती अफवा आठवते? कोणी अनोळखी लोक गूढ रीतीनं व्हॅरिकिनोवर छापे घालत असल्याची? सगळे लोक गाव सोडून गेले आहेत. त्यावरून असं वाटतं की, काहीतरी नक्कीच घडलं असणार. आपली माणसं अगदी योग्य वेळी तिथून बाहेर पडली, हे फार चांगलं झालं.''

''आणि युरिआटिन? तिथं काय झालं? सध्या ते कुणाच्या ताब्यात आहे?

''ती आणखी एक वेगळीच अनिश्चितता आहे. पण ते खरं नसावं.''

''काय घडलं तिथं?''

''असं म्हणतात, की व्हाइट सैन्य अद्यापही तिथं आहे. पण ती केवळ शक्यता असावी.''

लिबेरियसनं मशालीच्या लोखंडी मुठीमध्ये दुसरी काडी ठेवली. एक जीर्ण झालेला नकाशा त्यानं बाहेर काढला. त्याची अशी घडी घातली की, दोघं ज्या जिल्ह्याबद्दल बोलत होते, तो जिल्हा नकाशाच्या वरच्या बाजूला आला. हातात पेन्सिल घेऊन त्यानं त्या जागा दाखवल्या.

''बघ, या सगळ्या भागांमधून व्हाइट सैन्याला आपण मागं रेटलं आहे. इथं, इथं आणि इथं हा सगळा भाग. कळतं आहे तुला?''

''हो.''

''याचा अर्थ ते युरिआटिनच्या जवळ असण्याची शक्यता नाही. कारण जर ते तिथं असते, तर त्यांचा सगळा संपर्क तुटल्यामुळं ते रेड सैन्याच्या तावडीत

सापडले असते. व्हाइट सैन्याचे कमांडर्स कितीही अकार्यक्षम असले, तरी त्यांच्याही हे लक्षात यायला हवं. तू कोट का घालतो आहेस? कुठं निघालास?''

''थोड्या वेळात परत येतो. इथं फार धूर आहे. माझं डोकं दुखायला लागलं आहे. बाहेर जाऊन थोड्या मोकळ्या हवेत श्वास घेतो.''

युरी भुयारातून बाहेर आला. एका लाकडाच्या ओंडक्यावरचं बर्फ त्यानं झटकलं. भुयाराच्या प्रवेशाजवळची बसायची जागा म्हणून त्या ओंडक्याचा उपयोग होत असे. तो त्या ओंडक्यावर बसला. गुडघ्यांवर ढोपरं टेकवीत आणि चेहरा हाताच्या मुठींवर ठेवला.

हे तैगाचं जंगल, ही छावणी,पार्टिझन्स सैन्याबरोबरचे त्याचे अठरा महिने, सगळं त्याच्या डोक्यातून निघून गेलं. त्याच्या मनात प्रियजनांच्या आठवणी दाटी करू लागल्या. त्यांचं पुढं काय झालं असेल, याचा तो अंदाज करू लागला. त्याच्या डोळ्यांसमोर अनेक प्रतिमा तरळायला लागल्या. एकापेक्षा दुसरी भयानक...

साशाला कडेवर घेऊन टोनिया बर्फाच्या वादळात मोकळ्या शेतातून चालत निघाली आहे. ती वरचेवर त्याला ब्लँकेटनं झाकते आहे. तिचे पाय खोल बर्फात रुतत आहेत. पाय ओढत कसंबसं चालणंही तिला अशक्य होत आहे. सगळी शक्ती पणाला लावून ती चालते आहे. ती अडखळते, पडते, पुन्हा उठून उभी राहते. सोसाट्याचा वारा तिच्या चालण्यात अडथळा आणतो आहे आणि बर्फ तिला वेढून टाकतं आहे. पण एक गोष्ट युरी विसरतो आहे. तिच्याबरोबर दोन मुलं आहेत. दुसऱ्या लहान मुलाला ती मधून मधून पाजते आहे. तिचे दोन्ही हात गुंतलेले आहेत.

तिला मदत करायला आसपास कुणीही नाही. साशाचे वडील नाहीसे झाले आहेत. ते कुठं आहेत, कुणालाच माहीत नाही. ते दूर कुठंतरी आहेत. नेहमीच दूर राहिले आहेत. आयुष्यभर कुटुंबापासून वेगळेच राहिले आहेत. असे कसे वडील आहेत ते? खऱ्या वडिलांना मुलांपासून नेहमीच दूर राहणं शक्य आहे का? आणि टोनियाचे वडील कुठं आहेत? अलेक्झांडरांचं काय झालं? आणि निऊशा? त्याबद्दल न विचारणंच चांगलं. काहीही विचार करायला नको त्याबद्दल.

युरी उठला आणि पुन्हा भुयाराकडं जाण्यासाठी वळला. पण अचानक त्याच्या विचारांनी वेगळं वळण घेतलं. लिबेरियसकडं परत जायचा विचार त्यानं बदलला.

खूप दिवसांपूर्वी युरीनं स्कीज्‌ची एक जोडी, बिस्किटांची पिशवी आणि इतर काही वस्तू, जमिनीत खड्डा खणून त्यात लपवून ठेवल्या होत्या. यदाकदाचित पळून जायची संधी मिळालीच, तर या वस्तू त्याच्या उपयोगी पडणार होत्या. छावणीच्या अगदी बाहेरच, एका उंच पाइन वृक्षाच्या मुळाशी बर्फात त्यानं या वस्तू पुरल्या होत्या. ती जागा नक्की कळावी, म्हणून त्यानं त्या पाइन वृक्षाच्या वर खिळ्यानं खुणाही करून ठेवल्या होत्या. आता युरी वळून पदपथाच्या कडेनं त्याच्या पुरलेल्या

खजिन्याकडं चालायला लागला. पदपथाला लागून वाऱ्यानं वाहून आणलेल्या बर्फाचा बंधारा तयार झाला होता. ती रात्र स्वच्छ होती. आकाशात पूर्ण चंद्र उगवला होता. पहाऱ्यावरचे, गस्त घालणारे शिपाई कोणत्या जागी असतात, ते युरीला माहीत होतं. त्यांना चुकवण्यात तो प्रथम काही वेळ यशस्वी झाला. पण तो जेव्हा त्या मातीच्या ढिगाऱ्यावरच्या लाल बोरांच्या रोवन वृक्षाजवळ, जंगलातल्या मोकळ्या जागी आला, तेव्हा एका शिपायानं त्याला दुरून हटकलं. ताबडतोब आपल्या स्कीज्‌च्या साहाय्यानं घसरत तो शिपाई वेगानं युरीजवळ आला.

"थांबा! कोण आहे? थांबा, नाहीतर गोळ्या घालीन. कोण आहात तुम्ही? पासवर्ड सांगा."

"अरे, तुला काय झालं आहे? तू मला ओळखत नाहीस? मी छावणीचा डॉक्टर, झिवागो."

"सॉरी, कॉम्रेड! मी तुम्हांला ओळखलं नाही. तुमचा अपमान करण्याचा उद्देश नव्हता. पण तरीही मी तुम्हांला यापलीकडं पुढं जाऊ देणार नाही. हुकूम म्हणजे हुकूम."

"जशी तुझी इच्छा. पासवर्ड आहे 'रेड सैबेरिया' आणि उत्तर आहे- 'डाऊन विथ द इंटरव्हेन्शनिस्ट'"

"ठीक आहे. तुम्ही पुढं जाऊ शकता. पण तुम्ही अशा रात्री कोणाच्या मागं धावताहात? कोणी आजारी आहे?"

"मला तहान लागली होती; आणि झोप येत नव्हती. मी विचार केला, बाहेर जावं आणि थोडं बर्फ खावं, मोकळ्या हवेत श्वास घ्यावा. मग मला बर्फानं झाकलेला हा रोवन वृक्ष दिसला. मला काही बोरं तोडायची इच्छा आहे."

"ही सभ्य माणसाची कल्पना वाटत नाही! भर हिवाळ्यात कोणाला बोरं तोडताना ऐकलं आहे? तुमच्यासारख्या बाहेरच्या लोकांच्या डोक्यातल्या वेडगळ कल्पना काढून टाकण्यासाठी आम्ही तीन वर्षं आटापिटा करतो आहोत, पण तुम्ही आहात, तसेच आहात. ठीक आहे, जा आणि खुशाल बोरं तोडा. वेडा माणूस! मी कशाला पर्वा करू तुमची?"

जेवढ्या वेगानं तो शिपाई युरीजवळ आला, तेवढ्याच वेगानं, लांब स्कीज्‌वर सरळ उभा राहून, न तुडवलेल्या बर्फावरून घसरत निघून गेला. निष्पर्ण हिवाळी झुडपांच्या पलीकडं जाऊन त्याची आकृती दिसेनाशी झाली.

पदपथावरून चालत युरी रोवन वृक्षाजवळ आला. तो वृक्ष निम्मा बर्फात बुडलेला होता. त्याची पानं आणि बोरं बर्फानं गोठून गेली होती. त्याच्या दोन पांढऱ्या फांद्या युरीच्या दिशेनं झेपावल्या होत्या. त्याला लाराच्या शुभ्र बाहूंची आठवण आली. त्यानं त्या फांद्या स्वतःजवळ ओढून घेतल्या. जणू उत्तर म्हणून वृक्षानं

त्याच्या सर्वांगावर बर्फाचा वर्षाव केला. तो स्वतःशीच पुटपुटला,

'माझ्या सौंदर्या! ती तुला शोधून काढीन. माझ्या प्रेमा, माझ्या रोवन वृक्षा, तू आणि मी एकच आहोत.'

ती पूर्ण चंद्राची निरभ्र रात्र होती. युरी तैगाच्या जंगलातून आणखी पुढं चालत गेला. त्यानं खूण करून ठेवलेल्या वृक्षापाशी तो आला. जमीन उकरून त्याच्या पुरलेल्या वस्तू काढल्या; आणि त्यानं छावणी सोडली!

◆

शिल्पाकृतींच्या घरासमोर

मर्चंट स्ट्रीट हा रस्ता टेकडीवरून खाली वळण घेत उतरला होता. वरून युरिआटिनची घरं आणि चर्च दिसत होतं.

शिल्पाकृती असलेलं गडद राखाडी रंगाचं घर कोपऱ्यावर होतं. त्या घराच्या भल्यामोठ्या दर्शनी भागाच्या चौकोनी दगडांवर ताजी वृत्तपत्रं चिकटवली होती. ही वृत्तपत्रं म्हणजे सरकारी हुकुमनामे होते. त्यांनी सगळी भिंत भरून गेली होती. लोक पदपथावर उभे राहून, लहान लहान घोळके करून, शांतपणे ती वृत्तपत्रं वाचत होते.

काही दिवसांपूर्वी या वेळीदेखील अंधार असायचा. पण आज उजेड होता. हवा थंड पण कोरडी होती. हिवाळ्यानं मागं ठेवलेल्या रितेपणात आता प्रकाश भरला होता. तो संध्याकाळपर्यंत रेंगाळत राहत होता. पण त्या उजेडानं अस्वस्थ वाटत होतं. दुरून येणाऱ्या हाकेप्रमाणं तो बेचैन करणारा होता.

व्हाइट सैन्य नुकतंच गावातून निघून गेलं होतं. आता गावावर रेड आर्मीचा कबजा होता. व्हाइट सैन्य रेड आर्मीला शरण आलं होतं. बॉम्बवर्षाव, रक्तपात आणि युद्धकाळातल्या विवंचना संपल्या होत्या. पण सध्याची परिस्थितीही अस्वस्थ करणारी होती. लोक अधिकच सजग आणि दक्ष झाले होते.

भिंतीवर चिकटवलेला एक हुकुमनामा असा होता :

'पात्र व्यक्तींनी भरायची वर्कबुक्स प्रत्येकी पन्नास रूबल्सना उपलब्ध आहेत. मिळण्याचे ठिकाण–अन्न कार्यालय, युरिआटिन सोविएत, ५ ऑक्टोबर स्ट्रीट (पूर्वीचा गव्हर्नर स्ट्रीट), खोली क्रमांक १३७.

'ज्या कुणाजवळ वर्कबुक नसेल किंवा चुकीचं भरलेलं असेल, आणि त्याहीपेक्षा

वाईट म्हणजे फसवून, खोटेपणा करून भरलं असेल, तर त्या व्यक्तीला युद्धकालीन कडक नियमांनुसार मृत्युदंडाची शिक्षा दिली जाईल. वर्कबुक्सच्या अचूक उपयोगासंबंधीच्या तपशीलवार सूचना-चालू वर्षासाठी IYIK No. ३८ (१०१३) यात छापलेल्या आहेत आणि त्या युरिआटिन अन्न कार्यालयाच्या खोली क्रमांक १३७ मध्ये लावल्या आहेत.'

दुसऱ्या एका हुकुमनाम्यात म्हटलं होतं, की गावात अन्नधान्याचा साठा भरपूर आहे. धान्याच्या वितरण-व्यवस्थेत गोंधळ निर्माण करण्याच्या हेतूनंच केवळ बूर्झ्वा लोकांनी अन्नधान्याचे साठे करून ठेवले आहेत. साठा करून ठेवणाऱ्याला जागच्या जागी गोळ्या घालून ठार केलं जाईल.

तिसरा हुकुमनामा असा होता :

'जे शोषक वर्गातले नाहीत, त्यांना कंझ्यूमर असोसिएशनमध्ये सभासद म्हणून प्रवेश दिला जाईल. या संबंधीचे तपशील अन्न कार्यालय, युरिआटिन सोविएत, ५ ऑक्टोबर स्ट्रीट (पूर्वीचा गव्हर्नर स्ट्रीट), खोली क्रमांक १३७ इथं मिळू शकतील.'

लष्करातल्या माजी सदस्यांसाठी सूचना होती,

'जो कुणी स्वतःजवळची शस्त्रं परत करणार नाही आणि योग्य अशा नवीन परवान्याशिवाय जो ती शस्त्रं जवळ बाळगत राहील, अशा व्यक्तीला कायद्याच्या सर्व कठोरतेसह सर्वांत क्रूर मृत्युदंड दिला जाईल. नवीन परवाने युरिआटिनच्या रिव्होल्यूशनरी मिलिटरी कमिटीच्या कार्यालयात, ६, ऑक्टोबर स्ट्रीट, खोली क्रमांक ६३ या ठिकाणी मिळू शकतील.'

वृत्तपत्रं वाचणाऱ्यांच्या घोळक्यात एक माणूस येऊन उभा राहिला. अतिशय कृश झालेला, घाणीची पुटं चढून काळवंडलेला. त्याच्या हातात काठी होती आणि खांद्यावर पिशवी लोंबकळत होती. वाढलेल्या राठ केसांमध्ये पांढरा केस एकही नव्हता, पण त्याची आखूड, भुऱ्या केसांची दाढी मात्र पांढरी व्हायला लागली होती. तो युरी आन्द्रेईविच होता.

त्याचा फर कोट रस्त्यात कुणीतरी काढून घेतला असावा किंवा त्यानं अन्नाच्या बदल्यात कोटाचा सौदा केला असावा. त्याच्या अंगावर असलेला पातळ, लक्तरं झालेला कोट थंडीपासून त्याचं रक्षण करू शकत नव्हता.

खांद्यावरच्या पिशवीत फक्त जनावराच्या कठीण चरबीचा तुकडा आणि ब्रेडच्या वरच्या पापुद्र्याचा उरलेला भाग होता. तोही त्याला गावाजवळच्या खेड्यात कुणीतरी दयाबुद्धीनं दिला असावा. तो काही वेळापूर्वीच युरिआटिनमध्ये पोहोचला होता. पण प्रवासातल्या गेल्या काही दिवसांत तो इतका थकला होता आणि त्याला इतका अशक्तपणा आला होता की, गावाबाहेरून या मर्चंट स्ट्रीटवर खुरडत हेलपाटत यायला त्याला एक तास लागला. किती तरी वेळा तो चालता-चालता मध्येच

थांबला. गुडघ्यांवर बसून या गावातल्या दगडांचं चुंबन घ्यायचा मोह कितीतरी वेळा झाला, पण त्यानं तो आवरला. हे गाव पुन्हा बघायला मिळेल, याची आशाच त्यानं सोडून दिली होती. पण या गावाच्या दर्शनानं मित्र दिसताच आनंद व्हावा, तसं त्याचं मन आनंदानं भरून गेलं.

जवळजवळ निम्मा प्रवास युरीनं पायीच केला. रेल्वेमार्गाच्या कडेकडेनं तो चालत आला. तो रेल्वे-मार्ग दुर्लक्षित, निरुपयोगी आणि बर्फानं झाकलेला होता. व्हाइट सैन्यानं टाकून दिलेल्या कितीतरी गाड्या वाटेत दिसल्या. त्या निकामी अवस्थेत उभ्या होत्या. कोलचॅकच्या पराभवामुळं थांबलेल्या, इंधन नाही, म्हणून किंवा बर्फाच्या बंधाऱ्यांमुळं थांबलेल्या. धावणं, चालणं विसरून त्या बर्फात गाडल्या गेल्या होत्या. मैलोन् मैल लांबवर त्या पसरलेल्या दिसत होत्या. त्यांच्यापैकी काहींचा उपयोग महामार्गावरच्या सशस्त्र पथकांनी सुरक्षित जागा म्हणून केला होता. पळून गेलेले गुन्हेगार आणि राजकीय निर्वासित त्यांत लपून बसत. राजकीय निर्वासित त्या काळात अनिच्छेनं भटके झालेले होते. बहुतेक गाड्या म्हणजे थंडीमुळं गारठून मेलेल्यांची सामुदायिक थडगीच झाल्या होत्या. किंवा पुरण्यापूर्वी प्रेतं त्यांत आणून ठेवली जात. रेल्वे-मार्गाच्या दुतर्फा असलेल्या गावांमध्ये टायफस पसरला होता आणि गावच्या गावं त्यामुळं ओस पडली होती.

माणसं माणसाला भीत होती. एक प्रवासी दिसला, की दुसरा त्याच्यापासून दूर पळत होता. आपण ठार मारले जाऊ, या भीतीनं एक अनोळखी व्यक्ती दुसऱ्या अनोळखी व्यक्तीला आधीच ठार करत होती. माणसांनी नरमांस खाल्ल्याच्या काही तुरळक घटनाही घडल्या होत्या.

रस्त्यानं युरीला दिसलेले काही चेहरे ओळखीचे वाटले होते. त्याला वाटलं, आपण यांना पार्टिझन्सच्या सैन्यात कुठंतरी पाहिलं आहे. युरीनं कटाक्षानं त्यांना टाळलं होतं. प्रवासाच्या दरम्यान त्यानं जी दृश्यं, ज्या घटना पाहिल्या होत्या, त्यांना एक प्रकारचा अलौकिक, मानवी अनुभवापलीकडचा अपरिचितपणा होता. जणू काही कुठल्या तरी परग्रहावरच्या जीवनाचे तुकडे मोडून पडले होते आणि ते कोणत्या तरी मार्गानं पृथ्वीवर येऊन पोचले होते.

एक-दोन तासांत युरिआटिनवर शांत, सौम्य प्रकाशाची संध्याकाळ दाटून येईल. नितळ, थंडगार आणि विलोसारखी मुलायम.

शिल्पाकृतींच्या त्या घरावर चिकटवलेल्या सगळ्या घोषणा वाचायची युरीची इच्छा होती. पण त्याचे डोळे रस्त्यापलीकडं असलेल्या लाराच्या घराच्या खिडक्यांकडं पुन्हा पुन्हा वळत होते. त्या खिडक्यांचा पांढरा रंग आता काढून टाकलेला दिसत होता. याचा अर्थ काय? आधीचे रहिवासी परत आले होते आणि त्यांनी घरात हवे तसे बदल करून घेतले होते? लारा हे घर सोडून गेली, की काय?

ही अनिश्चितता युरीला असह्य झाली. रस्ता ओलांडून तो त्या इमारतीत शिरला. पुढचा जिना चढून वर गेला. हा जिना त्याला किती प्रिय होता! जाळीदार पायऱ्यांमधून खालच्या तळघरात रचून ठेवलेल्या मोडक्या खुर्च्या, जुन्या बादल्या, पत्र्याच्या नळ्या त्याला दिसल्या. त्या अद्याप तिथं तशाच होत्या.

दाराला कुलूप होतं. ते लाकडी फळ्यांच्या साहाय्यानं कडीला कसंबसं अडकवलं होतं. दारावर एके काळी घंटी होती. ती आता दिसत नव्हती. दाराची चौकट मोडकळीला आली होती. या सगळ्या गोष्टी एकूण परिस्थितीच्या ऱ्हासाच्या निदर्शक होत्या.

लारा आणि काटेन्का घरी नाहीत, याबद्दल युरीची खात्री पटली. कदाचित दोघी युरिआटिन सोडून गेल्या असतील. कदाचित जिवंतही नसतील.

वाईट गोष्टींसाठी त्यानं मनाची तयारी केली. तथापि, कोणताही प्रयत्न करायचा शिल्लक ठेवला, असं होऊ नये, म्हणूनच त्यानं विटांच्या मधल्या त्या मोकळ्या जागेत किल्ली आहे का, ते बघायचं ठरवलं. याच ठिकाणी काटेन्का एकदा उंदराला खूप घाबरली होती. आपला हात एखाद्या उंदरावर पडणार नाही, याची खात्री करून घेण्यासाठी युरीनं भिंतीला आधी पायानं धक्का मारला. त्या मोकळ्या जागेत काही मिळण्याची यत्किंचितही आशा त्याला नव्हती. मोकळी जागा कुणीतरी नुसतीच वीट ठेवून बंद केली होती. त्यानं ती वीट बाहेर काढली आणि आत हातानं चाचपडलं. आश्चर्य! तिथं किल्ली आणि चिठ्ठी होती. मोठ्या कागदावर लिहिलेली ती मोठीच चिठ्ठी होती. जिन्याजवळच्या जागेवर खिडकीपाशी उजेडात त्यानं ती चिठ्ठी नेली. दुसरं आश्चर्य! पहिल्या आश्चर्यापेक्षाही अविश्वसनीय. ती चिठ्ठी त्यालाच उद्देशून लिहिली होती. त्यानं झटकन ती वाचली :

'देवा! केवढा आनंद! त्यांनी सांगितलं, की तू जिवंत आहेस आणि इकडं आलेला आहेस. कुणीतरी तुला शहराच्या जवळ पाहिलं, आणि मला ते सांगायला धावतच आले. मला वाटलं, तू सरळ व्हॅरिकिनोला जाशील. म्हणून मीही काटेन्काला घेऊन तिथं जात आहे. पण यदाकदाचित चुकामूक झालीच, तर तुला घर उघडता यावं, म्हणून आपल्या नेहमीच्या जागी किल्ली ठेवत आहे. माझी वाट बघ. कुठंही जाऊ नकोस. मी सध्या पुढच्या दोन खोल्या वापरत आहे, हे तुझ्या लक्षात येईलच. फ्लॅट काहीसा रिकामा झाला आहे. मला थोडं फर्निचर विकावं लागलं. तुझ्यासाठी थोडं अन्न ठेवलं आहे. बहुतेक उकडलेले बटाटेच. भांड्यावर झाकण ठेवून त्यावर वजन ठेव. नाहीतर उंदीर खाऊन टाकतील. मी तर आनंदानं वेडी झाले आहे!'

युरीनं कागदाच्या तळापर्यंत वाचलं. कागदाच्या मागच्या बाजूलाही पत्र पुढं चालू होतं, हे त्याच्या लक्षातच आलं नाही. त्यानं ते पत्र ओठांवर दाबलं, त्याची घडी केली आणि किल्लीबरोबर खिशात ठेवलं. त्याच्या मनात आत्यंतिक आनंदाबरोबर एक तीव्र वेदनादेखील खोलवर रुतली. ज्या अर्थी लारा व्हॅरिकिनोला जात आहे

आणि त्याचं स्पष्टीकरणही देत नाही, त्या अर्थी नक्कीच त्याचं कुटुंब तिथं नसणार. या विचारानं तो अतिशय चिंतित झाला. प्रियजनांच्या आठवणीनं त्याला अनावर दुःख झालं. त्यांची काळजी वाटायला लागली. ते कसे आहेत, कुठं आहेत, याबद्दल लारानं एक शब्दही का लिहिला नाही? जणू काही ते अस्तित्वातच नाहीत!

अंधार पडायला लागला. उजेड असेपर्यंत त्याला इतर अनेक गोष्टी करायच्या होत्या. सर्वांत महत्त्वाचं म्हणजे, रस्त्यावर लावलेल्या हुकुमनाम्यांचे शब्द नीट वाचायचे होते. नियमांची माहिती नसणं ही त्या दिवसांमध्ये वाईट गोष्ट होती. त्या अज्ञानासाठी कदाचित आयुष्याची किंमत मोजावी लागली असती. फ्लॅटमध्ये न जाता, खांद्यावरची पिशवीही न उतरवता युरी पुन्हा खाली उतरून रस्त्यावर आला. रस्ता ओलांडून, जाहीर सूचनांनी गच्च भरलेल्या भिंतीपाशी गेला.

नव्या सत्ताधाऱ्यांनी शहरात प्रवेश केल्यावर लावलेले ते कायदे, नियम होते. कोणत्याही प्रकारची तडजोड मान्य नसलेल्या नव्या राजवटीनं लोकांना आठवण करून देण्याच्या हेतूनं हे नियम चिकटवले होते, यात शंकाच नाही, असा विचार युरीच्या मनात आला. तीच ती कंटाळवाणी, न संपणारी पुनरावृत्ती. वाचता-वाचता युरीचं डोकं गरगरायला लागलं. हे नवे सत्ताधारी लोक कोणत्या काळातले? अगदी सुरुवातीच्या उलथापालथीच्या काळातले, की व्हाइट बंडखोरांच्यानंतर पुनःस्थापना झालेल्या राजवटीच्या काळातले? तडजोड मान्य न करणाऱ्या भाषेनं आणि एकाधिकारी वृत्तीनं युरीला आयुष्यात एकदाच उत्साहानं भारून टाकलं होतं. त्या उत्साहाची किंमत त्याला अशी आयुष्यभर चुकवावी लागणार होती का? वर्षानुवर्ष त्याच उन्मत्तासारख्या मागण्या, न बदलणारे कर्कश उद्गार ऐकावे लागणार होते? त्याशिवाय दुसरं काही ऐकायलाच मिळणार नव्हतं? काळाच्या ओघात या मागण्या आणि हे उद्गार अर्थहीन आणि अव्यवहार्य झाले होते, त्यांची पूर्तता होणं शक्य नव्हतं. तरी त्यात काही बदल होत नव्हता. केवळ एका क्षणाच्या उदार प्रतिसादामुळं त्याला कायमचं गुलाम करून टाकलं गेलं होतं. हे कसं शक्य झालं होतं?

एका वृत्तपत्रात बैठकीतल्या भाषणाचा मसुदा होता. त्यात दुष्काळ, स्थानिक संघटना, खरेदी-विक्रीचे घोटाळे, कारखाना समित्या, व्यापारी वगैरे नेहमीचेच मुद्दे आले होते.

युरी स्वतःशी म्हणाला,

'संताप यावा, असा अंधळेपणा! पृथ्वीच्या पाठीवरून ब्रेड केव्हाच नाहीसा झाला असताना त्याबद्दल बोलू शकणं यापरता अंधळेपणा कोणता? जमीनजुमला असलेल्या आणि खरेदी-विक्री करणाऱ्या वर्गाबद्दल हे लोक कसं बोलू शकतात? कारण आधीच्या हुकुमनाम्यांनी हे वर्ग तर समाजातून केव्हाच नष्ट करून टाकले आहेत. शेतकरी आणि खेडी आता अस्तित्वातच नाहीत! शेतकऱ्यांबद्दल आणि

खेड्यांबद्दल बोलताना त्यांना कसं आठवत नाही, की त्यांच्याच योजनांमुळं आणि उपायांमुळं सगळ्यांचं आयुष्य उलटंपालटं होऊन गेलं? कोणत्या प्रकारचे लोक आहेत हे? वर्ष येतं आणि संपूनही जातं. तरी त्यांचे तेच ते विषय संपत नाहीत. ते स्वतःच्या आजूबाजूला बघायला तयारच नाहीत. काही जाणून घेण्याची त्यांची इच्छा नाही. वर्षानुवर्ष तेवढ्याच उत्साहानं त्याच त्या विषयावर त्यांची मूर्खासारखी बडबड चालू आहे. वास्तविक ते विषय केव्हाच नष्ट झाले आहेत. ते आता अस्तित्वातही नाहीत. पण यांचा उत्साह कधी थंड होत नाही.'

युरीचं डोकं भणभणायला लागलं. त्याला चक्कर आली आणि तो रस्त्याच्या बाजूला पदपथावर बेशुद्ध होऊन पडला.

काही वेळानं शुद्ध आली, तेव्हा रस्त्यावरचे लोक त्याला उठायला मदत करत होते. त्याला जिथं जायचं होतं, तिथं नेऊन पोहोचवायची त्यांनी तयारी दर्शविली. त्यानं त्यांचे आभार मानले आणि विनम्रपणे त्यांची मदत नाकारली.

रस्ता ओलांडून तो पुन्हा वर गेला. या वेळी त्यानं लाराच्या फ्लॅटचं दार उघडलं. जिन्यात अजूनही उजेड होता. सूर्य मावळायची घाई करत नाहीये, याचा त्याला आनंद झाला.

दार करकरत उघडलं आणि आतला अव्यवस्थितपणा जणू अंगावर धावून आला. काही दिवस कुणीच तिथं नसल्यानं उंदरांचंच राज्य होतं. उंदरांच्या अचानक उडालेल्या धावपळीनं भांडी खाली पडली. कपाटांवरून उंदीर भराभर धावत खाली उतरले आणि फरशीवरून पळत इकडंतिकडं पांगले. दिसेनासे झाले. इथं त्यांची हजारोंच्या संख्येनं उत्पत्ती झाली असणार. युरीला खूप आजारल्यासारखं आणि असहाय वाटलं. दार पक्कं बंद होणाऱ्या एखाद्या खोलीत आजची रात्र काढायची, असं त्यानं ठरवलं. कारण या भयंकर प्राण्यांशी सामना करण्याचं त्राण त्याच्यात नव्हतं.

युरी फ्लॅटच्या डाव्या बाजूला गेला. त्याला चांगला उजेड असलेली खोली दिसली. रस्त्याच्या बाजूला उघडणाऱ्या दोन खिडक्या होत्या. त्यांतून युरीला दिसलं, लोकांचे घोळके अद्यापि हुकुमनामे वाचत रस्त्यावर उभेच होते. त्यांची त्याच्याकडं पाठ होती.

खोलीत उजेड बाहेरच्या उजेडाइतकाच भरपूर होता. वसंत ऋतूच्या प्रारंभीचा ताजा, नवा सांध्यप्रकाश. बाहेर आणि घरात सारखाच उजेड आहे, हे पाहून तो उल्हसित झाला. दुपारी तो जेव्हा या गावापर्यंत येऊन पोहोचला, तेव्हा त्याला एकाएकी खूप अशक्त, श्रमांमुळं आजारल्यासारखं वाटलं होतं. गळून गेल्यामुळं

मन भीतीनं भरून गेलं होतं. पण आता तोही बाहेरच्या लोकांप्रमाणे थंडगार हवेत न्हाऊन निघाला.

त्यांच्याबद्दल त्याला आपलेपणा वाटला. शहरातल्या लोकांची मनोवस्था, जगातलं जीवन आणि तो स्वतः यांच्यांत त्याला सारखेपणा जाणवला. त्यामुळं त्याच्या मनातली भीती पांगली. आपण आजारी पडू, हा विचार त्याच्या मनातून निघून गेला. वसंत ऋतूतली ती स्वच्छ पारदर्शी संध्याकाळ, सर्वत्र शिरकाव करणारा प्रकाश हे त्याला शुभशकुन वाटले. दूरवरच्या आशांची उदार मनानं पूर्ती करणारी ही वचनं वाटली. सगळं काही ठीक होईल. त्याला आयुष्यात हवं असलेलं सगळं मिळेल! त्याला त्याचे प्रियजन भेटतील. त्याचं त्यांच्याशी पुन्हा मिलन होईल. सर्व आशांची तो पुनर्रचना करू शकेल. आपले विचार तो व्यक्त करू शकेल आणि त्यासाठी त्याला योग्य शब्द सापडतील. लवकरच लाराची भेट होणार होती. तो मोठाच आनंद होता. त्या आनंदाची तो प्रतीक्षा करायला लागला. मागाहून घडणाऱ्या सगळ्या चांगल्या गोष्टींचं आश्वासन म्हणून तो लाराच्या भेटीची वाट बघू लागला.

आधीचा थकवा आणि शीण जाऊन त्याच्या मनात अमाप उत्साह आणि अनावर अधीरता संचारली. वास्तविक हा त्याचा उत्साह हेच त्याच्या येणाऱ्या आजाराचं निश्चित लक्षण होतं. युरीला स्वस्थ बसणं अशक्य झालं. पुन्हा एकदा त्याला बाहेर जाण्याची तीव्र इच्छा निर्माण झाली.

घरात विसावून आराम करण्यापूर्वी त्याला केस कापून घ्यायचे होते. वाढलेली दाढी कापून टाकायची होती. शहरातून येत असताना त्यानं न्हाव्याचं दुकान शोधलंही, पण पूर्वी त्याला माहीत असलेली काही दुकानं रिकामी दिसली. इतर काहींनी कुणाशी तरी हातमिळवणी करून वेगळ्या कारणांसाठी दुकानं वापरायला सुरुवात केली होती. ज्यांचा धंदा अद्यापही चालू होता, त्यांना कुलपं लागलेली होती. युरीजवळ स्वतःचं रेझर नव्हतं. कात्रीनंही काम भागलं असतं. त्यानं लाराच्या ड्रेसिंग टेबलावरच्या सगळ्या वस्तू उस्कटून पाहिल्या; पण घाईत त्याला काहीच सापडलं नाही.

त्याला आठवलं, स्पास्की रस्त्यावर एके काळी एक शिंप्यांचं दुकान होतं. ते अजूनही तिथंच असेल, तर ते बंद व्हायच्या आत त्याला तिथं जायला हवं. तिथून एखादी कात्री उसनी आणता येईल.

तो बाहेर पडला.

त्याची आठवण बरोबर होती. शिंप्याचं दुकान अजूनही तिथंच होतं. काचेची भलीमोठी खिडकी. त्यातून आत शिवणकाम करणाऱ्या स्त्रिया दिसल्या. त्यांच्यांत

काही वयस्कर स्त्रियाही होत्या. हुकूमनाम्यात उल्लेख केल्याप्रमाणे वर्कबुकात नाव नोंदवण्यासाठी त्यांना काहीतरी काम मिळणं आवश्यक होतं. ते त्यांनी इथं मिळवलं होतं. त्या दुकानात फक्त सैनिकांचे कपडे शिवले जात. आतून कपड्यांचे तुकडे भरून जाडजूड केलेल्या विजारी, जाकिटं आणि मुख्यत्वे कुत्र्यांच्या कातडीचे, विचित्र रंगांचे फर कोट्स. असे कोट्स युरीनं पार्टिझन्सच्या अंगांवर पाहिले होते.

युरीनं खिडकीवर टकटक केलं. त्याला आत यायचं आहे, अशा अर्थी खुणा केल्या. स्त्रियांनी खुणांनीच सांगितलं, की इथं खाजगी काम स्वीकारलं जात नाही. तो पुन्हा तेच खुणेनं सांगत राहिला. स्त्रियांनी त्याला निघून जायला सांगितलं. त्यांना खूप काम आहे. ते करू द्यावं, अशा खुणा केल्या. गोंधळलेल्या चेहऱ्याच्या एका स्त्रीनं त्रासिक हावभाव केले आणि त्याला काय हवं आहे, ते डोळ्यांनीच विचारलं. त्यानं कात्रीच्या पात्यांसारखी दोन बोटं चालवून दाखवली. स्त्रियांना त्याचा अर्थ कळला नाही. त्यांना वाटलं, तो त्यांची नक्कल करून खोडसाळपणा करतो आहे, त्यांची चेष्टा करतो आहे. त्यांच्या अंगावरचे फाटके-मळके कपडे, वाढलेल्या दाढी-मिशा आणि केस, त्याचे विक्षिप्त हातवारे यांमुळं तो वेड्या माणसासारखा दिसत होता. मुली खिदळून हसल्या आणि त्याला हाकलून द्यायला लागल्या. शेवटी त्यानं दुकानाच्या मागच्या बाजूनं जाऊन दार वाजवायचं ठरवलं.

अखेर एका काळ्या, वयस्कर आणि उग्र दिसणाऱ्या स्त्रीनं दार उघडलं. ती मुख्य शिंपीण असावी.

"किती हट्टी आहात तुम्ही! आम्हांला काम का करू देत नाही? ठीक आहे, सांगा तुम्हांला काय हवं आहे?"

"मला कात्री हवी आहे. केस आणि दाढी कापायला. मी इथंच ते काम करून तुम्हांला कात्री लगेच परत देतो. फार वेळ लागणार नाही. मी अतिशय आभारी होईन."

युरीच्या बोलण्यावर त्या स्त्रीचा विश्वास बसला नाही. त्याच्या खरेपणाबद्दल तिला शंका वाटली.

"मी खूप मोठा प्रवास करून आताच आलो आहे. केस कापण्यासाठी मला न्हाव्याकडंच जायचं होतं. पण एकही दुकान उघडं नाही."

"ठीक आहे. मीच तुमचे केस कापून देते. पण तुम्हांला स्पष्ट ताकीद देते. राजकीय कारणांसाठी वेषांतर करून रूप बदलून टाकायचं तुमच्या मनात असेल, तर आम्ही ताबडतोब तुमचं नाव कळवू. मग आम्हांला दोष देऊ नका. तुमच्यासाठी आम्ही आमचं आयुष्य धोक्यात घालणार नाही."

"काय कल्पना आहे! देवाशपथ तसं काही नाही."

तिनं त्याला आत घेतलं. खुर्चीत बसवून, त्याच्या खांद्याभोवती चादर गुंडाळली. कात्री, कंगवा, रेझर, वस्तरा, धार लावायचा चामड्याचा पट्टा घेऊन आली.

"मी आयुष्यात सर्व प्रकारची कामं केली आहेत. एके काळी मी हेअर-ड्रेसर होते."

"तुम्ही केस अगदी बारीक कापू शकाल?"

"प्रयत्न करते. तुम्ही सुशिक्षित दिसता. तुम्हांला काहीच कसं माहीत नाही? सध्या आपण काळ आठवड्यांमध्ये नव्हे, तर दशकांमध्ये मोजतो आहोत. आज महिन्याची सतरा तारीख आहे. ज्या तारखेत सात आकडा येतो, त्या प्रत्येक तारखेला न्हाव्यांना सुट्टी असते.

"खरंच सांगतो. मला माहीत नव्हतं. मी आताच तुम्हांला सांगितलं, की मी लांबच्या प्रवासावरून आलो आहे. काही माहीत नसल्याचं ढोंग कशाला करू?"

"हलू नका. नाहीतर कापेल. तुम्ही या शहरात आताच येत आहात, तर! कसे आलात?"

"चालत."

"हायवेच्या बाजूबाजूनं?"

"थोडं अंतर हायवेच्या बाजूनं, थोडं रेल्वेमार्गाच्या बाजूनं."

"काही व्यवसाय करता?"

"नाही. सहकारी पतपेढीच्या आधीच्या संघटनेसाठी त्यांचा प्रवासी इन्स्पेक्टर म्हणून काम करीत होतो. त्यांनी मला पाहणी-दौऱ्यासाठी पूर्व सैबेरियात पाठवलं. तिथं अडकून पडलो. तुम्हांला माहीतच आहे, गाडी मिळण्याची शक्यता नव्हती. चालत येण्याशिवाय दुसरा पर्यायच नव्हता. सगळ्या रेल्वेगाड्या बर्फात गाडलेल्या बघितल्या. सहा आठवडे लागले इथं यायला. रस्त्यानं काय काय पाहिलं, ते सांगत नाही."

"काहीही सांगू नका. तोंड बंद ठेवणंच चांगलं. सहकारी पतपेढ्या, पाहणी-दौरा हे सगळं आता विसरा. सध्याची ही वेळ असल्या गोष्टींसाठी नाही. त्यामुळं तुम्ही कधीही न संपणाऱ्या अडचणींमध्ये सापडाल. तुम्ही डॉक्टर किंवा शाळा-शिक्षक असल्याचं सगळ्यांना सांगा. थांबा, दाढी गुळगुळीत करण्यासाठी किटलीत पाणी उकळून आणते."

ती आत गेली.

युरी मनाशी विचार करू लागला. ही कोण असावी? तिला कुठंतरी पाहिल्यासारखं वाटू लागलं. निदान तिच्याविषयी ऐकलं तरी आहे. तिच्यावरून त्याला आणखी कोणाची तरी आठवण आली. पण तो कोण, त्याचं नाव काय, ते आठवेना.

ती गरम पाणी घेऊन आली.

"मी तुम्हांला सांगत होते, त्याप्रमाणे एक शब्दही न बोलणं शहाणपणाचं आहे. बोलणं चांदीसारखं असेल, तर मौन सोन्यासारखं आहे. लोकांनी काय काय नाही पाहिलं? आम्हीही त्रासाचे दिवस काढले. दुखतंय् का?"

"हं, थोडंसं."

"थोडं सहन करा. खरवडताना दुखतंच. तुमचे दाढीचे केस फार राठ झाले आहेत. आम्ही लूटमार, खून, बलात्कार, माणसांची शिकार... सगळं पाहिलं. अत्याचार करणाऱ्या एका अधिकाऱ्याला पकडून त्यांनी हत्येसाठी रॅझविलीला नेलं. त्याची बायको भ्रमिष्ट झाली. ती वरिष्ठाकडं, म्हणजे जनरल गॅलिउल्लिनकडं गेली. पण तिला त्याची भेट सहज मिळाली नाही. रस्त्याच्या पलीकडं एक प्रेमळ स्त्री राहते. त्याच्यापर्यंत कसं पोचायचं, ते तिला माहीत होतं. ती स्त्री फार संवेदनशील आहे. इतर कुणासारखी ती नाही. तिनं त्या अधिकाऱ्याच्या बायकोला गॅलिउल्लिनकडं नेलं. बाकी सर्वत्र अत्याचार सुरू होते. तुम्ही कल्पनाही करू शकणार नाही."

युरी मनाशी म्हणाला,

'बहुधा ती लाराबद्दल बोलते आहे.'

धूर्तपणानं तो गप्प बसला. त्यानं तपशील विचारले नाहीत.

"आता अर्थात परिस्थिती वेगळी आहे. थोड्या-फार प्रमाणात शोध, तपास, गोळीबार होतो, पण त्यामागची कल्पना वेगळी आहे. मुख्य म्हणजे, सरकार नवं आहे. नुकतंच सत्तेवर आलं आहे. अद्याप त्याला गती आली नाही. तुम्ही काहीही म्हणा, हे सरकार सर्वसामान्य लोकांच्या बाजूनं आहे. तेच त्याचं सामर्थ्य आहे. आम्ही चार बहिणी. सगळ्या कामधंदा करतो. एक वारली. तिचा नवरा राजकीय हद्दपारीची शिक्षा झालेला होता. एका स्थानिक कारखान्यात व्यवस्थापक म्हणून तो काम करत होता. त्याचा मुलगा म्हणजे माझा भाचा शेतकरी सैन्यदलाचा प्रमुख आहे. जंगलात असतो. मोठा नावाजलेला माणूस आहे."

युरी मनात म्हणाला,

'आता लक्षात आलं, ही कोण ते, लिबरेअसची मावशी. मिकुलित्सिनची मेहुणी. गावात आख्यायिका झालेली हीच ती स्त्री. न्हावी, शिंपी, सिग्नल देणारी, जॅक ऑफ ऑल ट्रेड्स!"

"माझा भाचा लहानपणापासून लोकांमध्येच वाढला. त्याला कामगार-शेतकऱ्यांचं आकर्षण. तुम्ही व्हॅरिकिनोमधल्या कारखान्यांबद्दल ऐकलं असेल न?"

"व्हॅरिकिनो... ते देशाच्या टोकाला अनेक मैल दूर आहे न? या सर्व गदारोळावरून ते लहानसं गाव सुरक्षित राहिलं असेल!"

"अगदी सुरक्षित म्हणता येणार नाही. आमच्यापेक्षाही वाईट परिस्थिती तिथं होती. रस्त्यावर सशस्त्र सैनिकांची पथकं फिरत होती. ते कोण होते, ते कोणालाच

नक्की कळलं नाही. ते आपली भाषा बोलत नव्हते. ते घराघरांत घुसले, दिसेल त्याला गोळ्या घालून ठार केलं आणि निघून गेले. प्रेतं तशीच बर्फात पडली होती. त्या वेळी अर्थात हिवाळा होता.''

''तुम्ही म्हणालात, की तुमचा मेहुणा व्हॅरिकिनोमध्ये राहत होता. हे सगळं घडलं, तेव्हा तो तिथंच होता?''

''नाही. देव दयाळू आहे. तो आणि त्याची बायको अगदी योग्य वेळी गावातून बाहेर पडले. ते कुठं गेले, कुठं आहेत, कुणालाच माहीत नाही. पण त्यांनी तिथून स्वतःची सुटका करून घेतली, एवढं खरं. त्याच्याजवळ मॉस्कोहून आलेले कुणी अनोळखी नवे लोकही राहत होते. ते तर त्याच्याही आधी पळून गेले. त्यांच्या कुटुंबाचा प्रमुख, डॉक्टर बेपत्ता आहे. अर्थात 'बेपत्ता' ही एक बोलण्याची पद्धत आहे. त्यांच्या भावना दुखावू नयेत, म्हणून. प्रत्यक्षात तो मेलाच असणार! नक्कीच त्याला कुणीतरी ठार मारलं असणार. त्यांनी त्याचा खूप तपास केला, शोधलं, वाट पाहिली. पण तो परत आलाच नाही. दरम्यान त्या कुटुंबातला दुसरा जो एक वृद्ध पुरुष होता, त्याला मॉस्कोला परत बोलावून घेण्यात आलं. तो प्रोफेसर होता. शेतीतज्ज्ञ. मला असं कळलं, की सरकारनं त्याला परत बोलावलं. मॉस्कोला जाताना ते सगळे युरिआटिनला थांबले होते. व्हाइट्स येण्याच्या फक्त काही दिवस आधी.''

टोनिया, अलेक्झांडर, साशा मॉस्कोमध्ये पोहोचले होते, तर!

लोखंडी जिन्याच्या पायऱ्या चढता-चढता प्रत्येक पायरीवर युरीच्या मनात शब्द घुमत होते : 'ते मॉस्कोमध्ये आहेत, ते मॉस्कोमध्ये आहेत!' तो या पायऱ्या एवढ्यात तिसऱ्यांदा चढत होता.

रिकाम्या फ्लॅटमध्ये पुन्हा त्याला इतस्ततः पळणारे उंदीर दिसले. तो कितीही दमलेला असला, तरी या भयंकर उंदरांचा बंदोबस्त केल्याशिवाय आपण झोपूच शकणार नाही, हे त्याच्या लक्षात आलं. रात्रीसाठी अंथरुणावर पडण्यापूर्वी त्याला निदान बेडरूममधली तरी बिळं बुजवणं आवश्यक होतं. सुदैवानं बेडरूममध्ये उर्वरित फ्लॅटपेक्षा बिळं कमी होती. बाकी इतर खोल्यांमध्ये जमिनीच्या फळ्या वाईट अवस्थेत होत्या. त्याला घाई करायला हवी होती. अंधार पडायला लागला होता. स्वयंपाकघरातल्या टेबलावर एक दिवा होता. युरी येईल, या अपेक्षेनं लारानं तो दिवा भिंतीवरच्या चौकटीतून काढून टेबलावर ठेवला होता. त्यात कोरोसीनही भरून ठेवलं होतं. जवळच आगपेटी होती.

फुटलेल्या काचांच्या तुकड्यांनी फटी बुजवायला युरीला तासापेक्षा थोडा जास्तच वेळ लागला. आता बेडरूममध्ये उंदीर शिरू शकणार नव्हते.

खोलीच्या कोपऱ्यात डच पद्धतीची शेगडी होती. लाकडांचे तुकडे साठवून

ठेवले होते. बेडरूमच्या दाराचं लॅच तुटलं होतं. त्यामुळं त्यानं कागदांच्या जाड घड्या पाचर मारल्यासारख्या घट्ट बसवून दार पक्कं बंद केलं. शेगडीत थोडी लाकडं टाकून ती पेटवली.

आणखी लाकडं टाकताना एका लाकडावरच्या अक्षरांकडं त्याचं लक्ष गेलं. 'के.डी.' त्यानं ती अक्षरं ओळखली आणि त्याला आश्चर्य वाटलं. क्रूगरच्या जुन्या काळात कारखान्यांनी नाकारलेलं इमारती लाकूड जळण्यासाठी विकलं जात असे. ती लाकडं कुठून आली, ते कळण्यासाठी त्यावर शिक्का मारला जात असे. के. डी. ही अक्षरं व्हॅरिकिनोमधल्या कुलाबिश डिव्हिजनची निदर्शक होती.

हा शोध लागताच युरी अस्वस्थ झाला. लाराच्या घरात ही लाकडं आली, याचा अर्थ लाराचा सॅमदेविआतोव्हशी संपर्क असला पाहिजे. एके काळी त्यानं युरीच्या कुटुंबाला घरगुती गरजेच्या वस्तू पुरवल्या होत्या, तशाच लारालाही पुरवल्या असल्या पाहिजेत. त्याची मदत घेणं युरीला नेहमीच नकोसं वाटत असे. आपण त्याच्या ऋणात आहोत, ही भावना युरीच्या मनात आधीच होती. आता आणखी इतर भावनांची गुंतागुंत निर्माण झाली.

सॅमदेविआतोव्हनं लाराला अगदी चांगल्या अंतःकरणानं मदत केली असण्याचीच शक्यता आहे. पण त्याचा मोकळेपणा आणि लाराचा स्त्री म्हणून धाडसी-उतावीळ स्वभाव बघता, दोघांमध्ये काहीतरी असलंच पाहिजे, असं युरीला वाटलं.

कुलाबिश लाकडाचे कोरडे तुकडे तडतडत छान जळत होते आणि त्यांतून ज्वाळा निघत होत्या. ज्वाळा वाढायला लागल्या, तसा युरीच्या मनातला मत्सरही वाढला. केवळ शंकेच्या रूपात असलेली समजूत पक्की झाली.

पण तो सर्वच बाजूंनी इतका संत्रस्त होता की, मनात एकामागून एक चिंता यायला लागल्या. या नव्यानं निर्माण झालेल्या संशयापासून त्याची सुटका होऊ शकली नाही, पण त्याचं मन एका विषयावरून दुसऱ्या विषयाकडं धावू लागलं. त्याच्या मनात कुटुंबाचे विचार पुरासारखे भरून आले. त्याखाली त्याचा मत्सर बुडून गेला.

त्याच्या मनात पुन्हा कुटुंबाचे विचार सुरू झाले. शिवणकाम करणाऱ्या त्या स्त्रीनं जणू त्याला त्यांच्या सुरक्षिततेची खात्री दिली होती.

'माझ्या प्रियजनांनो, तुम्ही मॉस्कोमध्ये आहात ना? तो प्रदीर्घ प्रवास तुम्ही पुन्हा एकदा केला! या वेळी माझ्याशिवाय केला. रस्त्यानं सगळं तुम्हांला कसं जमलं असेल? अलेक्झांडरना परत का बोलावून घेतलं? अकादमीमधली त्यांची जागा त्यांना पुन्हा देण्यासाठी का? आपल्या मॉस्कोमधल्या घराची अवस्था कशी होती? माझा किती वेडेपणा! ते घर अजूनही उभं आहे किंवा नाही, हेही मला माहीत नाही. देवा! किती दुःखद आणि कष्टदायक! माझे विचार थांबले असते, तर किती बरं झालं

असतं. मी सरळ विचारही करू शकत नाही. टोनिया, मला काय झालं आहे? मला वाटतं, मी आजारी आहे. आपलं काय होईल? टोनिया, टोनिया, प्रिये, तुझं काय होईल? साशेन्काचं, अलेक्झांडरांचं आणि माझं? तू मला का सोडून दिलंस? हे चिरंतन प्रकाशरूपी परमेश्वरा! एकमेकांना अत्यंत प्रिय असलेल्या आम्ही व्यक्ती-आम्हांला सतत वियोगच का सहन करावा लागला? का आम्ही नेहमीच परस्परांपासून दूर राहिलो? पण आपण पुन्हा एकत्र येऊ. आपलं पुन्हा मीलन होईल. होईल ना, प्रिये? मला हे प्रचंड अंतर चालत यावं लागलं, तरी मी तुझ्यापर्यंत पोहोचेन. तुला शोधून काढीन. आपण एकमेकांना भेटू. सगळं चांगलं होईल, होय ना?

'ही पृथ्वी मला गिळून का टाकत नाही? टोनियाला दुसरं मूल होणार होतं, ते नक्कीच झालं असेल, हे मी सतत का विसरतो? हे विसरण्याची ही काही पहिलीच वेळ नाही. तिची प्रसूती कशी पार पडली असेल? मॉस्कोला परत जाताना ते युरिआटिनला थांबले होते! लारा त्यांना ओळखत नव्हती, हे खरं आहे; पण पूर्णतः अनोळखी अशा, शिवणकाम करणाऱ्या त्या स्त्रीनं त्यांच्याविषयी सर्व काही ऐकलेलं आहे आणि लारानं मात्र तिच्या चिठ्ठीत त्यांच्याविषयी काहीच लिहिलेलं नाही. ती इतकी निष्काळजी, अलिप्त कशी असू शकते? सॅमदेविआतोव्हशी असलेल्या तिच्या परिचयाबद्दल तिनं काही न सांगण्याइतकंच हेही विचित्र आहे.'

आपण या बेडरूममध्ये परके आणि नकोसे आहोत, अशी भावना युरीच्या मनात निर्माण झाली. स्वतःच्या घराची त्याला अनावर आठवण आली. घराची उणीव भासली, म्हणूनच तो इतर खोल्या सोडून याच खोलीत हक्क असल्यासारखा आला होता का? या खोलीत प्रवेश करून त्यानं जणू लाराविषयीच्या तीव्र इच्छेच्या गाभ्यातच प्रवेश केला होता? पण हा त्याचा किती वेडेपणा होता! या खोलीत सॅमदेविआतोव्हसारखी देखणी, व्यवहारी, कार्यक्षम आणि सशक्त माणसं राहून बोलून गेली असणार. युरीचा अशक्त दुबळेपणा, त्याच्या प्रेमाची संदिग्ध, निराश भाषा लाराला आवडेल, अशी अपेक्षा त्यानं का ठेवावी? तिला अशा संभ्रमाची गरज नव्हती.

ती त्याच्यासाठी कोण आणि काय होती? या प्रश्नाचं उत्तर मात्र तो नेहमीच देऊ शकत होता.

ती वसंत ऋतूतली संध्याकाळ होती. हवेत विविध तऱ्हेचे आवाज भरून राहिले होते. वेगवेगळ्या अंतरांवरून रस्त्यात खेळणाऱ्या मुलांचे आवाज येत होते. सभोवतालचा संपूर्ण परिसर जिवंत आहे, याचं ते निदर्शक होतं. हा प्रचंड विस्तार म्हणजे रशिया, त्याची अतुलनीय मातृभूमी. चहूं दिशांनी किर्ती पसरलेली. हुतात्म्यांची, चिवट, हट्टी, झपाटलेली, उधळपट्टी करणारी, बेजबाबदार, पूजनीय अशी मदर रशिया! अतिभव्य, विनाशकारी, अतर्क्य, अनाकलनीय अशा साहसांचा देश.

जिवंत असणं किती मधुर आहे! जीवनावर, जगण्यावर प्रेम करणं किती चांगलं आहे! जीवनाचे आभार मानण्याची इच्छा मनात सततच असते. अस्तित्वाचेच आभार मानावेसे वाटतात. एक अस्तित्व दुसऱ्या अस्तित्वाचे आभार मानतं.

लारा म्हणजे अगदी हेच होती. आपण जीवनाशी आणि अस्तित्वाशी संवाद साधू शकत नाही. पण लारा या दोन गोष्टींची प्रतिनिधी होती. त्यांची अभिव्यक्ती होती. तिच्या साध्यासुध्या अस्तित्वातून जणू समग्र अस्तित्वाला संवेदना लाभली होती. तिच्या द्वारे ते बोलू शकत होतं.

असं असूनही त्यानं संशयग्रस्त अशा एका क्षणी तिला दूषणं दिली होती! ती दूषणं खोटी होती, शतवार खोटी होती! तिची प्रत्येक गोष्ट निर्दोष आणि परिपूर्णच होती.

त्याच्या डोळ्यांत पश्चात्तापानं आणि लाराविषयीच्या कौतुकानं अश्रू आले. त्यानं शेगडीचं दार उघडून पूर्ण पेटलेली लाकडं मागं ढकलली आणि कमी जळणारी पुढं ओढली. शेगडीचं दार उघडंच ठेवून तो ज्वाळांसमोर बसला. त्याच्या चेहऱ्याला आणि हातांना मिळणाऱ्या उबेमुळं तो आनंदित झाला. त्या उबेमुळं मनातले विचार शांत होऊन तो भानावर आला. त्याला लाराची आठवण असह्य व्हायला लागली. त्या क्षणी त्याला अशी काही वस्तू हवी होती, जी त्याला तिचा स्पर्श मिळवून देईल.

त्यानं खिशातून तिची चुरगळलेली चिठ्ठी काढली. मागच्या बाजूला लिहिलेला मजकूर वर येईल, अशी आता त्या चिठ्ठीची घडी घातलेली होती. कागदाच्या मागच्या बाजूलाही काहीतरी लिहिलेलं होतं. कागद सरळ करून तो ज्वाळांच्या नाचऱ्या उजेडात वाचायला लागला.

'तुझ्या कुटुंबाचं काय झालं, ते तुला निश्चितच माहीत असणार. ते मॉस्कोमध्ये आहेत. टोनियाला मुलगी झाली आहे.'

त्यानंतर अनेक ओळी लिहून खोडून टाकल्या होत्या. आणखी पुढं होतं, 'मी ते खोडून टाकलं, कारण त्याबद्दल आत्ताच लिहिणं वेडेपणाचं ठरेल. आपण भेटल्यावर त्याबद्दल पोटभर बोलू. मी घाईघाईनं बाहेर पडत आहे. घोडा मिळवायला हवा. नाही मिळाला, तर मी काय करणार, माहीत नाही. काटेन्काला घेऊन जाणं फारच कठीण आहे...'

युरीच्या मनात संथपणे विचार आला,

'तिला सॅमदेविआतोव्हकडून घोडा मिळाला असेल. तिला काही लपवायचं असतं, तर तिनं त्याचा उल्लेखच केला नसता.'

शेगडी पूर्ण फुलल्यावर युरीनं शेगडीची झडप बंद केली. त्यानं थोडसं काहीतरी खाऊन घेतलं. त्याला इतकी झोप यायला लागली की, कपडेही न काढता तो सोफ्यावर पडला आणि क्षणात गाढ झोपी गेला.

झोपेत त्याला एकापाठोपाठ अशी दोन वाईट स्वप्नं पडली.

तो मॉस्कोमध्ये, काचेचं दार असलेल्या एका खोलीत होता. दार पक्कं बंद होतं. बाहेरच्या बाजूनं त्याचा मुलगा साशेन्का दार वाजवत होता. तो रडत होता. युरीनं दार उघडावं, म्हणून गयावया करत होता. साशेन्काच्या मागं प्रचंड आवाज करत कोसळणारा पाण्याचा प्रवाह होता. त्या आवाजाला आणि पाण्याला तो खूप घाबरला होता. त्याच्या ओठांच्या हालचालींवरून तो 'डॅडी डॅडी' अशा मोठ्यानं हाका मारतो आहे, हे युरीला दिसत होतं.

आपलं सगळं अस्तित्व पणाला लावून त्याला आत घ्यावं, असं युरीला वाटत होतं. त्याला हृदयाशी धरावं आणि जितक्या वेगानं त्या राक्षसी प्रवाहापासून दूर पळता येईल, तितकं पळावं, असंही वाटत होतं. तरीही, डोळ्यांतून अश्रू वाहत असतानाही त्यानं दाराचं हॅण्डल गच्च धरून ठेवलं होतं. मुलाला आत येऊ देत नव्हता. कारण त्या मुलाची आई नसलेल्या दुसऱ्या एका स्त्रीची तो वाट बघत होता. ती स्त्री दुसऱ्या दारानं कोणत्याही क्षणी आत येणार होती.

युरीला जाग आली. तो घामानं निथळत होता. डोळे अश्रूंनी डबडबले होते. त्याच्या मनात आलं,

'मला ताप चढला आहे. मी आजारी पडलो आहे. हा टायफस नाही. अतिशय थकव्यानं भयानक आजाराचं रूप घेतलं आहे. कोण जिंकणार? जीवन, की मृत्यू?'

तो पुन्हा झोपेच्या अधीन झाला. ती गाढ ग्लानी होती.

दुसऱ्या स्वप्नात त्यानं मॉस्कोच्या गजबजलेल्या रस्त्यावरची हिवाळ्यातली अंधारी पहाट पाहिली. खूप खिडक्या असलेल्या एका मोठ्या घरात तो होता. आतल्या बाजूला काही लोक झोपलेले होते. त्यांच्या अंगांवर प्रवासातले कपडे होते. खोल्या रेल्वेच्या डब्याप्रमाणे अस्वच्छ आणि अव्यवस्थित होत्या. त्या लोकांनी अर्धवट खाऊन टाकलेल्या कोंबडीच्या पायांचे तुकडे, पिसं आणि इतर काही अन्न तेलकट अशा वर्तमानपत्राच्या कागदांवर विखुरलेलं होतं. कंबरेभोवती गाऊनचे पट्टे घाईघाईनं बांधून लारा या खोलीतून त्या खोलीत वेगानं ये-जा करत होती. युरी तिच्या मागं मागं जात होता, पण त्याच्याकडं लक्ष द्यायला तिला क्षणाचीही उसंत नव्हती. चांदीसारखं शुभ्र स्वच्छ हसू हसण्यापलीकडं तिनं त्याची दखल घेतली नव्हती. त्याला वाईट वाटत होतं. ज्या स्त्रीच्या तुलनेत त्याला इतर सारं काही तुच्छ वाटत होतं, ती स्त्री किती थंडपणे आणि परक्यासारखी वागत होती!

युरीच्या झोपेत, ग्लानीत जेव्हा मध्ये मध्ये थोडा खंड पडत होता, तेव्हा त्याला जाणीव होत होती की, तो आजारी पडला आहे. उठून त्यानं काही खाल्लं नाही, तर तो भुकेनं मरून जाईल.

पण त्यानं स्वतःच्या हातांवर जोर देऊन उठायचा प्रयत्न केला, तेव्हा त्याच्या लक्षात आलं, की तो हलू सुद्धा शकत नव्हता. त्याची शुद्ध हारपली.

मध्येच एकदा शुद्ध परत आली, तेव्हा त्याच्या मनात विचार आला,

'मी किती काळापासून इथं पडलो आहे? किती तास झाले? किती दिवस? मी इथं निजलो, तेव्हा वसंत ऋतू नुकताच सुरू झाला होता. पण आता खिडक्यांवर पांढऱ्या हिमकणांचा इतका दाट थर जमला आहे, की त्यामुळं खोलीत अंधार झाला आहे.'

स्वयंपाकघरात उंदीर बश्यांचा आवाज करत त्यांवरून धावत होते. भिंतीवरून वेगानं पळत होते. जडपणे खाली आदळत होते आणि त्यांच्या कंटाळवाण्या बद्द आवाजात ओरडत होते.

तो पुन्हा झोपला. जाग आली, तेव्हा त्याला दिसलं, बर्फानं झाकलेल्या खिडक्या गुलाबी प्रकाशानं भरून गेल्या होत्या. स्वच्छ बिलोरी काचेच्या पात्रात असलेल्या लाल मद्यासारख्या तो प्रकाश चमकत होता. ती संध्याकाळ आहे, की सकाळ, त्याला कळेना.

एकदा त्याला त्याच्या अगदी जवळ आवाज ऐकू आले आणि तो अतिशय घाबरला. आपल्याला वेड लागत आहे, अशी त्याची कल्पना झाली. स्वतःचीच दया येऊन तो रडायला लागला. ओठांबाहेर आवाज येऊ न देता तो कुजबुजला,

'ईश्वरा! तू मला टाकून दिलं आहेस. हे चिरंतन प्रकाशा! तू माझा का त्याग केलास? नरकाच्या काळोखात मला का फेकून दिलंस?'

अचानक त्याला जाणीव झाली की, तो चित्तभ्रमात बरळत नव्हता. त्याच्या अंगावर त्याचे फाटके-मळके कपडे नव्हते. कुणीतरी त्याचं अंग स्वच्छ धुऊन त्याला पांढरा शुभ्र शर्ट घातला होता. तो सोफ्यावर झोपलेला नव्हता, तर नुकत्याच तयार केलेल्या नीटनेटक्या बिछान्यावर होता. त्याच्या शेजारी लारा बसली होती. पुढं झुकून त्याच्या चेहऱ्याकडं बघत होती. ती त्याच्या चेहऱ्यावर इतकी वाकली होती की, तिचे केस त्याच्या केसांमध्ये मिसळून गेले होते. त्याच्या अश्रूबरोबर तिचेही अश्रू वाहत होते. अत्यानंदानं त्याला भोवळ आली.

स्वर्गानं त्याला दूर सारलं आहे, अशी त्यानं तक्रार केली होती. पण आता स्वर्गच संपूर्ण विस्तारासह त्याच्यावर वाकला होता. दोन गोरेपान, कणखर असे स्त्रीचे बाहू त्याला आधार देण्यासाठी पुढं झाले होते. अथांग अशा आनंदाच्या पोकळीत तो बुडून गेला.

आजवरच्या आयुष्यात त्यानं सतत काम केलं होतं. घरासाठी अनेक गोष्टी केल्या होत्या. रुग्णांना तपासून त्यांची काळजी घेतली होती. विचार, अभ्यास, लिखाण केलं होतं. आता काम, धडपड, संघर्ष थांबवून लाराच्या स्वाधीन होणं किती चांगलं वाटत होतं! तिच्या काळजीचा विषय होणं, तिच्या दयाळू, अतिसुंदर

हातांनी शुश्रूषा करून घेणं, सर्वस्वी तिचं होऊन जाणं, सर्व काही निसर्गावर सोपवून देणं हे किती अद्भुत होतं!

आजारातून तो झपाट्यानं बरा झाला. प्रकृती भराभर सुधारली. लारानं त्याला भरवलं, त्याची सेवा केली. त्याच्या भोवती तिच्या जिव्हाळ्याचा, झळाळत्या सौंदर्याचा कोमल वेढा पडला होता. दोघांची सतत प्रश्नोत्तरं चालू असत. हळुवार आणि आपलेपणानं ओथंबलेल्या आवाजातलं तिचं बोलणं सतत त्याच्या आसपास ऐकू येत असे. त्यांचं संभाषण कितीही सहज असलं, तरी त्याला प्लेटोच्या संवादांची अर्थपूर्णता लाभत असे.

ज्या गोष्टींमुळं ते जगापासून वेगळे झाले होते, त्याच गोष्टींनी त्यांना जवळ आणलं. आधुनिक माणसांच्या ठरावीक आणि दुःखद विचारांचा दोघांनाही उबग आला होता. या माणसांचा उत्साह कृत्रिम, उसना आणि बटबटीत होता. त्यामुळं अस्सल, नैसर्गिक गोष्टी दुर्मीळ होऊन गेल्या होत्या.

मात्र या दोघांचे विचार, भावना नैसर्गिक आणि सहज होत्या. त्यांचं प्रेम महान होतं. बहुतेक लोक या प्रेमभावनेचा असामान्य गुणधर्म लक्षात न घेताच प्रेमाचा अनुभव घेतात. उलट, या दोघांच्या उत्कट भावना म्हणजे जणू शाश्वताची झुळूक होती. त्या भावनेनं त्यांनी दैन्यपूर्ण मानवी अस्तित्वाला ज्या ज्या वेळी स्पर्श केला, त्या त्या वेळी त्यांना स्वतःचा आणि जीवनाचा नवा शोध लागला.

लारा एकदा म्हणाली,

"तू तुझ्या कुटुंबाकडं अर्थातच परत जायला हवं. मी तुला आवश्यकतेपेक्षा एक दिवसही जास्त ठेवून घेणार नाही. पण सध्या काय घडतंय्, इकडं तू जरा लक्ष दे. आपण सोविएत रशियाचा भाग बनल्याबरोबर देशाच्या विनाशात सापडलो आहोत. कारभार चालवण्यासाठी ते आपल्यापासून प्रत्येक गोष्ट हिरावून घेत आहेत. तुझ्या आजारपणाच्या काळात युरिआटिन किती बदललं, तुला कल्पना नाही. आपल्याला होणारा सगळा अन्नपुरवठा मॉस्कोला पाठवला गेला. पण त्यांच्यासाठी तो पुरवठा म्हणजे समुद्रात थेंब. जहाजं भरभरून केला गेलेला अन्नपुरवठा कुठंतरी तळाशी गडप होऊन जातो, इतका अपुरा! दरम्यानच्या काळात आपल्यासाठी इथं काहीही शिल्लक उरलेलं नाही. रेल्वे गाड्यांमधून पत्रं नेली-आणली जात नाहीत, त्यांत प्रवासीही नसतात. सगळ्या गाड्या फक्त पावांनी भरलेल्या! तेवढ्यासाठीच गाड्यांचा वापर होतो. गावात त्याबद्दल खूप कुरबूर सुरू आहे. हैदा उठावाच्या आधी होती, तशी; आणि आता किंचित जरी कुठं असंतोष दिसला, तरी चेका पुन्हा एकदा तो दडपून टाकतो आहे.

“तू इतका अशक्त झाला आहेस, तुझ्या शरीरात फक्त हाडंच शिल्लक राहिली आहेत. तू कसा प्रवास करणार? पायी चालत जाऊ शकशील, अशी तुझी कल्पना आहे, की काय? तू तिथं कधीच पोहोचू शकणार नाहीस, शक्ती भरून आली, म्हणजे गोष्ट वेगळी.

“तुला सल्ला द्यायचा माझा हेतू नाही. पण तुझ्या जागी सध्यापुरती मी नोकरी करीन. तुमच्या स्वतःच्या व्यवसायातच काम करा, असं ते म्हणतात. त्यांना तेच आवडेल. प्रादेशिक आरोग्य सेवेत तुलाही काही काम मिळेल.

“तुला काहीतरी करावंच लागेल. तुझे वडील सैबेरियन लक्षाधीश होते. त्यांनी आत्महत्या केली. तुझी बायको इथल्या जमिनदाराची आणि उद्योगपतीची मुलगी आहे. तू पार्टिझन्सबरोबर होतास आणि पळून आलास. क्रांतिकारी सैन्यातलं पद तू सोडलं आहेस. तू फरारी आहेस. कोणत्याही परिस्थितीत तुला नुसतं बसून राहता येणार नाही. माझीही अवस्था फारशी चांगली नाही. मलाही काहीतरी करायलाच पाहिजे. तसं पाहिलं, तर मीही ज्वालामुखीच्या तोंडावरच राहते आहे.”

“तू असं कसं म्हणतेस? स्ट्रेलनिकोव्ह असताना... ”

“त्याच्यामुळंच माझी अशी परिस्थिती झाली आहे. मी तुला आधी सांगितलंच होतं, की त्याला पुष्कळ शत्रू आहेत. आता तर रेड आर्मीचा विजय झाल्यामुळं जे पक्षाबाहेरचे सैनिक होते, पक्षाच्या वरिष्ठांच्या अगदी निकट होते, ज्यांना अनेक गुप्त गोष्टी माहीत होत्या, त्यांचे दिवस भरलेच, म्हणून समजा. त्यांना फक्त पक्षातून हाकलून दिलं, तर ते नशीबवानच म्हणायचे. पण पक्ष अशा लोकांना ठार मारून, त्यांचं नावनिशाण मिटवून टाकील, असं मला वाटतं. विशेषतः, पाशावर असा घाव सहज बसू शकतो. त्याला फार मोठा धोका आहे. तुला माहीत आहे, तो पूर्वेकडं कुठंतरी गेला आहे. पळून जाऊन लपून बसला आहे, असं मी ऐकलं. ते त्याच्या मागावर आहेत. पण आपण त्याबद्दल नको बोलायला. मला रडू येईल.”

“तुझं त्याच्यावर खूप प्रेम होतं न? आताही आहे?”

“मी त्याच्याशी लग्न केलं. तो माझा नवरा आहे, युरोचका! त्याला अतिशय आकर्षक, कणखर आणि तेजस्वी व्यक्तिमत्त्व लाभलं आहे. त्याच्याशी लग्न करून मी फार मोठी चूक केली. पण मी त्याला कधी दुखवलं नाही. तो इतका वेगळा आहे, इतका मोठा आहे, की मी त्याच्यासाठी मुळीच चांगली नाही. त्याच्या तुलनेत मी काहीच नाही. माझा दोष हाच आहे. तुझी टोनिया सुद्धा किती सुंदर आहे! तिला दुसरं मूल झालं, तेव्हा मी तिच्याजवळ होते. आमचं खूप छान पटलं.

“पण आपण ते सगळं नंतर बोलू. आधी आपल्या कामाविषयी. रोज सकाळी आपण कामासाठी बाहेर पडू. महिन्याच्या शेवटी आपला पगार नव्या नोटांमध्ये घेऊ. नव्या छापील नोटांनी भरलेली संबंध रेल्वेगाडी आलेली आहे, म्हणतात. तू आजारी

होतास, त्या काळात मी कसंतरी भागवलं.''

''मी त्या प्रकारच्या नोटा पाहिल्या आहेत. लाल आणि निळ्या रंगांतल्या. आम्ही मॉस्को सोडायच्या काही दिवस आधी त्या वापरात आल्या होत्या.''

त्यानंतर मध्ये काही दिवस गेल्यावर युरीनं लाराला विचारलं,

''तू व्हॅरिकिनोमध्ये इतके दिवस का राहिलीस? तिथं कुणी माणसं आहेत का? मला वाटत होतं. ते गाव आता पूर्ण निर्मनुष्य झालं असेल; उजाड झालं असेल. कशासाठी इतकी थांबलीस तिथं?''

''मी काटेन्काच्या मदतीनं तुझं घर स्वच्छ करत होते. मला वाटलं, आधी तू सरळ तिथंच जाशील. तशा त्या वाईट अवस्थेत तू घर पाहावंस, असं मला वाटत नव्हतं.''

''का? कशा अवस्थेत आहे ते घर? फार वाईट आहे का?''

''ते अव्यवस्थित, अस्वच्छ होतं, आम्ही ते चांगलं आवरलं.''

''किती तुटक आणि उडवाउडवीची उत्तरं देते आहेस! मला वाटतं, तू काहीतरी लपवते आहेस. पण तुझी इच्छा. मी तुझ्याकडून काढून घेणार नाही. मला टोनियाबद्दल सांग. लहान मुलीचं नाव काय ठेवलं त्यांनी?''

''माशा. तुझ्या आईची आठवण म्हणून.''

''मला त्यांच्याबद्दल सांग.''

''आत्ता नाही. सांगायला लागले, तर मला खूप रडायला येईल.''

''ज्या सॅमदेविआतोव्हनं तुला घोडा भाड्यानं मिळवून दिला, तो फार छान गृहस्थ आहे, असं तुला नाही वाटत?''

''फारच छान आहे तो.''

''मी त्याला चांगलं ओळखतो. आम्ही तिथं राहत असताना नेहमी आमच्या घरी यायचा. आम्हांला सगळंच नवीन होतं आणि त्यानं आम्हांला स्थिरावायला मदत केली.''

''मला माहीत आहे. त्यानं मला सांगितलं.''

''तुमच्या दोघांचीही छान मैत्री असेल. कारण त्यानं तुलाही मदत केली न?''

''तो तर माझ्यावर स्नेहाचा अक्षरशः वर्षाव करतो. त्याच्याशिवाय मी काय करीन, ते मलाच कळत नाही.''

''मला कल्पना आहे. मला वाटतं, तुमच्यांत अनौपचारिक साथीदाराचे, मित्रत्वाचेच संबंध असतील. तो तुझ्या मागं सारखा लागतो का?''

''नेहमीच. स्वाभाविकच आहे ते.''

''आणि तुला तो आवडतो? सॉरी. मी तुला हे विचारायला नको होतं. तुला

हा प्रश्न विचारण्याचा मला काहीच अधिकार नाही. मी क्षमा मागतो.''

''ठीक आहे. आमच्यांत कोणत्या प्रकारचे संबंध आहेत, तेच तुला जाणून घ्यायचं आहे न? आमच्यांत मैत्रीखेरीच दुसरं काही असू शकतं का? पण मैत्रीही नाही. त्यानं माझ्यासाठी इतकं केलं आहे की, मी त्याच्या ऋणात आहे. पण त्यानं मला माझ्या वजनाइतकं जरी सोनं दिलं, तरी मी त्याच्यावर प्रेम करू शकणार नाही. अशा प्रकारच्या माणसांबद्दल माझ्या मनात कधीच आवड निर्माण होऊ शकणार नाही. त्यांच्यांत आणि माझ्यात काहीच समान नाही. अशी युक्तिबाज आणि हिकमती माणसं व्यवहारात अमूल्य असतात; पण भावनांच्या बाबतीत मी त्यांचा विचारही करू शकत नाही. त्याला पाहिलं, की मला दुसऱ्याच कुणा एका माणसाची घृणास्पद आठवण येते. मी त्याच्यामुळं अशी झाले.''

''अशी... म्हणजे कशी? मला नीट स्पष्ट करून सांग. तू कशी आहेस, असं तुला वाटतं? मला तर तू जगातली सर्वांत उत्तम व्यक्ती वाटतेस.''

''युरोचका! असं कसं म्हणतोस? माझी स्तुती करतो आहेस तू! मी कशी आहे, ते तुला कसं सांगू? माझ्यात काहीतरी मोडून पडलं आहे. माझ्या संपूर्ण आयुष्याचीच मोडतोड झाली आहे. मला फार लहान वयात जीवनातल्या नको त्या गोष्टींचा शोध लागला. जणू जीवनाची वाईट बाजू बघण्यासाठीच मी जन्माला आले होते. मला जे जीवन दिसलं, ते सवंग आणि विकृत होतं. एका वयस्कर, अहंमन्य, प्रत्येक गोष्टीचा फायदा स्वतःसाठी करून घेणाऱ्या आणि मनात आलेली प्रत्येक गोष्ट मिळवणाऱ्या माणसाच्या डोळ्यांनी मी जीवन पाहिलं.''

''मला समजतंय्, तू काय म्हणतेस, ते. मला वाटतच होतं, असं काहीतरी असावं. लहान वयात तुला झालेले क्लेश मी समजू शकतो. वयाच्या मानानं तू जास्तच सोसलं. तुझ्यासारख्या निरागस, अननुभवी मुलीच्या मनाची हिंसाच होती ती. पण ते सगळं भूतकाळात घडलं आहे. त्यासाठी तू आता दुःख करू नकोस. जे लोक तुझ्यावर खरंच प्रेम करतात, माझ्यासारखे लोक, त्यांचा विचार कर. त्या गोष्टीचं तुला अजूनही इतकं दुःख होत असेल, तर मलाच वाईट वाटायला हवं. ते सगळं थांबवायला मी तुझ्याबरोबर नव्हतो, यासाठी मला माझाच राग येतो.

''मी फार विचित्र आहे. वेगळ्या प्रकारानं अतिशय मत्सरी आहे. जे पुरुष माझ्यापेक्षा कमी योग्यतेचे आहेत, त्यांचा मला मत्सर वाटतो. पण जो मनुष्य मला समजलेला आहे, जो माझ्यापेक्षा जास्त योग्यतेचा आहे, त्याचा मी द्वेष करणार नाही. मला आवडणाऱ्या स्त्रीच्या तो प्रेमात पडला, तर मला दुःख निश्चित होईल, पण त्याचा द्वेष वाटणार नाही. ती स्त्री माझ्या वाट्याला यावी, असं मला स्वप्नातही वाटणार नाही. उलट, मी त्या स्त्रीला त्याच्यासाठी सोडून देईन. माझा मनस्ताप हा मत्सरापेक्षा वेगळा असेल. मनात राग नसेल. मी त्याच्याशी स्पर्धा करणार नाही.

"पण आपण बोलत होतो, ते हे नव्हतं. तुझ्याजवळ पश्चात्ताप करण्यासारखं काहीच नसतं, तर मी तुझ्यावर इतकं प्रेम केलंच नसतं. ज्या माणसाचं कधीच पतन झालं नाही, अशी माणसं मला आवडत नाहीत. मग त्यांचा गुण निर्जीव आणि मूल्यहीन ठरतो. याचा अर्थ जीवनानं त्यांना आपलं सौंदर्य उघड करून दाखवलंच नाही."

"याच सौंदर्याचा मी विचार करते. ते बघण्यासाठी दृष्टी लहान मुलाप्रमाणे निर्मळ हवी. माझ्यापासून हेच नेमकं हिरावून घेतलं गेलं. प्रारंभीच एखाद्या असभ्य विकृतीचा शिक्का बसला नसता, तर मीही जीवनाविषयी माझा स्वतःचा दृष्टिकोन विकसित केला असता. त्या माणसाचा माझ्या आयुष्यात सक्तीनं शिरकाव झाला. अगदी सुरुवातीलाच हा स्वार्थी, अनैतिक, यःकश्चित माणूस माझ्या आयुष्यात आला. नंतर जेव्हा मी खरोखरच मोठ्या, गुणी, माझ्यावर प्रेम करणाऱ्या आणि माझाही प्रेमविषय असणाऱ्या माणसाशी लग्न केलं, तेव्हा ते लग्न उद्ध्वस्त झालं."

"मला पाशाचा द्वेष वाटत नाही. तुला मी आधीच सांगितलं, की मला माझ्यापेक्षा निकृष्ट माणसांचा द्वेष वाटतो. आता मला या दुसऱ्या माणसाविषयी सांग."

"कोणता माणूस?"

"तो नीच, ज्यानं तुझं आयुष्य नासवलं... कोण होता तो?"

"मॉस्कोमधला चांगल्यापैकी वकील. माझ्या वडिलांचा मित्र. माझे वडील वारले, तेव्हा आमची परिस्थिती फार वाईट होती. तेव्हा त्यानं आईला पैशांची मदत केली. तो अविवाहित होता, श्रीमंत होता. तुला हवं असेल, तर त्याचं नाव सांगते."

"काही आवश्यकता नाही. मला माहीत आहे. मी त्याला एकदा पाहिलं आहे."

"खरंच?"

"तुझ्या आईनं विष घेतलं, तेव्हा हॉटेलमधल्या एका खोलीत. रात्र बरीच झाली होती. तेव्हा तू आणि मी दोघंही शाळेत शिकत होतो."

"हं, आठवतं मला. तू दुसऱ्या कोणाबरोबर आला होतास. हॉलच्या दारात दिव्याच्या सावलीत तू उभा होतास. मला स्वतःला आठवलं असतं, की नाही, कोण जाणे. तू आठवण करून दिल्यावर एकदम आठवलं."

"कॉमरॉव्हस्की तिथं होता."

"होता? शक्य आहे. आम्ही एकाच जागी असणं नेहमीचंच झालं होतं. आम्ही बरेचदा एकमेकांना भेटत असू."

"तू का लाजते आहेस?"

"तुझ्या तोंडून कॉमरॉव्हस्कीचं नाव ऐकलं, म्हणून... मला ते नाव ऐकायची सवय उरली नाही. मला एकदम आश्चर्य वाटलं."

"त्या रात्री माझ्याबरोबर माझा शाळामित्र होता. मिशा गोर्दन त्याचं नाव. त्यानं तिथं मला सांगितलं, की तो या माणसाला ओळखतो. कॉमरॉव्हस्कीला त्यानं पूर्वी

एकदा पाहिलं होतं. मिशा तेव्हा लहान होता. प्रवासात गाडीच्या डब्यात त्यानं कॉमरॉव्हस्कीला पाहिलं. माझ्या वडिलांची आत्महत्याही त्यानं पाहिली. लक्षाधीश उद्योगपती. ते सगळे एकाच गाडीत होते. वडिलांनी मुद्दाम चालत्या गाडीतून उडी टाकली आणि ते ठार झाले. प्रवासात त्यांच्याबरोबर कॉमरॉव्हस्की होता. तो त्यांचा वकील होता. त्यानं वडिलांना मद्याची सवय लावली. त्यांचा व्यवसाय गोत्यात आणला; त्यांना दिवाळखोरीच्या टोकापाशी आणून ठेवलं; आणि त्यांना आत्महत्येच्या वाटेवर नेलं. माझ्या वडिलांनी आत्महत्या केली, हा त्यांचा दोष होता. त्याच्यामुळंच मी अनाथ झालो.''

''हे फारच विलक्षण आहे! शक्य वाटत नाही. हे खरं असू शकेल? तो तुझ्याही बाबतीत दुष्ट सैतान होता, तर! यामुळं आपण आणखी जवळ येतो. हा नियतीचा पूर्वसंकेत असला पाहिजे.''

''हा असा माणूस आहे, ज्याचा मी सदैव, वेड्यासारखा द्वेष करत राहीन.''

''तू असं का म्हणतोस? मी त्याच्यावर प्रेम करत नाही. एवढंच फक्त नाही, तर मी त्याचा तिरस्कार करते, त्याला तुच्छ लेखते.''

''तू स्वतःला किती चांगल्या तऱ्हेनं ओळखलं आहेस! पण मला वाटतं, तुझ्या तिरस्कारही असं काही असावं, की जे तुला कॉमरॉव्हस्कीच्या बंधनातच अधिक ठेवतं आहे.''

''किती भयंकर बोलणं! ज्या पद्धतीनं तू हे सांगितलंस, त्यावरून मलाही असं वाटायला लागलं आहे, की ते खरं असावं. ते तसं असेल, तर किती भयानक!''

''अस्वस्थ होऊ नकोस. मला फक्त इतकचं म्हणायचं होतं, की जे अशुद्ध, मलिन, क्षुद्र आहे, त्याचा मला मत्सर वाटतो. कॉमरॉव्हस्की एखादा संसर्गजन्य रोग असल्याप्रमाणे मला त्याचा द्वेष वाटतो. एक दिवस तो तुला माझ्यापासून कायमचं हिरावून घेऊन जाईल. पण एवढंच सांगतो, की मी तुझ्यावर अमर्यादपणे, वेड्यासारखं कोणत्याही तर्कसंगतीपलीकडं जाऊन प्रेम करतो.''

लारा आणि युरीचं बोलणं संपत नव्हतं.

''तुझ्या नवऱ्याविषयी सांग.''

''मेलिऊझीव्होमध्ये मी पाशाचा शोध घेत होते, तेव्हा मी त्याच्याबद्दल तुला पुष्कळ सांगितलं आणि मग इथं एकदा ऐकलं, की त्याच्या माणसांनी तुला पकडून गाडीत त्याच्याकडं नेलं. तेव्हाही मी त्याला शोधलं. त्याला एकदा दूर अंतरावरून पाहिलं. तो गाडीत चढत होता. पण त्याच्याभोवती खूप पहारेकरी होते. मला त्याच्यात काहीच बदल आढळला नाही. तोच देखणा, प्रामाणिक, करारी चेहरा होता. माझ्या आयुष्यात मी पाहिलेला सर्वांत प्रामाणिक चेहरा. तेच ते पुरुषी, निर्भीड व्यक्तिमत्त्व. प्रेमाची किंवा खोटेपणाची छटाही नाही. पण एक फरक माझ्या लक्षात

आला आणि मी घाबरले.

"काहीतरी अमूर्त असं त्याच्या चेहऱ्यावर सरपटत चढलं होतं, आणि त्याला रंगहीन करून टाकलं होतं. त्याचा चेहरा म्हणजे जणू तत्त्वाचं मूर्त स्वरूप होतं. त्यानं स्वतःला श्रेष्ठतर अशा शक्तींच्या हवाली केलं होतं, याची मला जाणीव झाली. पण ती शक्ती मरणकारी, निर्दय आहे. ती त्याला सोडणार नाही."

"क्रांतीपूर्वी पाशाबरोबरचं तुझं आयुष्य कसं होतं?"

"अगदी लहानपणी शुद्धता हा माझा आदर्श होता. तो शुद्धतेचं मूर्त रूप होता. आम्ही जवळ जवळ एकाच घरात वाढलो. पाशा, मी आणि गॅलिउल्लिन. पाशा माझ्या मोहात पडला होता. मला पाहिलं, की त्यानं भानच हरपत असे. त्याच्या चेहऱ्याकडं एक कटाक्ष टाकताच माझ्या ते लक्षात येत असे. आम्ही एकमेकांना खूप जवळून पाहिलं. तू आणि मी सारखे आहोत, पण तो आणि मी अगदी वेगळे होतो. तरीही मनात मी त्याचीच निवड केली आणि ठरवलं, की मोठं झाल्यावर याच असामान्य मुलाशी लग्न करायचं.

"केवढा गुणी आहे तो! त्याचे वडील सिग्नलमन होते किंवा रेल्वे-क्रॉसिंगवरचे गार्ड. निव्वळ तीव्र बुद्धिमत्ता आणि परिश्रम यांच्या जोरावर पाशा ज्ञानाच्या उच्च पातळीवर पोहोचला. पातळीही म्हणता येणार नाही. ज्ञानाची शिखरंच त्यानं सर केली. वाङ्मय आणि गणित."

"तुम्ही एकमेकांवर इतकं प्रेम करत असताना तुमचं लग्न अयशस्वी का ठरलं?"

"याचं उत्तर देणं कठीण आहे. मी सांगायचा प्रयत्न करते. पण माझ्यासारख्या सामान्य स्त्रीनं तुला स्पष्ट करून सांगावं, हे विचित्रच आहे. तू इतका शहाणा, हुशार आहेस! सर्वसाधारण मानवी जीवनाच्या बाबतीत आणि रशियातल्या जीवनाच्या बाबतीत काय घडतं आहे, कुटुंबं का मोडताहेत, हे तुला माहीत आहे. तुझं आणि माझं कुटुंब का मोडलं? व्यक्तींचे विचार, स्वभाव सारखे आहेत, की भिन्न आहेत, त्या एकमेकांवर प्रेम करतात, की नाही करत, हा प्रश्नच नाहीये. आपल्या जीवनपद्धती, सगळ्या रूढी, रीतिरिवाज, घराशी आणि सुव्यवस्थेशी संबंधित असं सर्व काही या पुनर्रचनेत चिरडून गेलं. सबंध मानवी जीवनच उद्ध्वस्त करण्यात आलं आहे. उरला फक्त आत्मा. एकाकी आणि उघडा. पृथ्वीच्या प्रारंभी माणसांजवळ पांघरायला काही नव्हतं. आता जगाच्या अंतकाळीही आपण तसेच नग्न आणि बेघर आहोत. गेल्या हजारो वर्षांमध्ये या विश्वात ज्या महानतेची निर्मिती झाली, त्याची तू आणि मी शेवटची स्मृती आहोत. नष्ट झालेल्या श्रेष्ठतेच्या स्मृतीत आपण जगतो, प्रेम करतो, शोक करतो आणि एकमेकांना लोंबकळून राहतो."

काही वेळ लारा गप्प राहिली. मग जास्तच शांतपणे बोलायला लागली.

"मी तुला सांगते. स्ट्रेलनिकोव्ह पुन्हा पाशा झाला, त्यानं बंडखोरी सोडून

दिली, काळ मागे फिरून ते जुने दिवस परत आले, तर माझ्यातलं सारं काही त्याच्यासाठीच असेल. काहीतरी चमत्कार घडून आमच्या घराची खिडकी उजळलेली दिसली, पाशाच्या टेबलावर दिवा लागलेला दिसला, तर तो जगाचा अंत जरी असला, तरी मी धडपडत त्या घरी जाईन. कितीही मौल्यवान गोष्ट असली, तरी मी ती त्याच्यासाठी सोडून देईन. मी तुझादेखील त्याग करीन. आपलं नैसर्गिक, उत्स्फूर्त प्रेमही त्याच्यासाठी सोडेन.''

लारा हे बोलली आणि तिनं एकदम स्वतःला युरीच्या बाहूंमध्ये झोकून दिलं. ती हुंदके देऊन रडायला लागली. पण लवकरच तिनं स्वतःला सावरलं.

''मला क्षमा कर. मला असं म्हणायचं नव्हतं. 'तुलाही, सोडून देईन'... पण हे कर्तव्य आहे. तू टोनियाकडं परत जावंस, हीही त्याच कर्तव्याची मागणी आहे. आपण दोघंही किती दीन, दुःखी आहोत! आपलं काय होईल?''

पूर्ण सावरल्यानंतर लारा पुढं बोलायला लागली,

''मी तुझ्या प्रश्नाचं उत्तर दिलंच नाही. आमचं लग्न अयशस्वी का ठरलं, असं तू विचारलं होतंस. पण ती फक्त आमचीच कहाणी नाही, इतर अनेकांचं नशीब असंच झालं होतं.''

''तू फार शहाण्यासारखं बोलतेस, लारा. मला सगळं सांग. बोलत राहा.''

''युद्धाच्या दोन वर्षं आधी आमचं लग्न झालं. आम्ही आमचं आयुष्य उभारायला नुकतीच सुरुवात केली होती, त्याच वेळी युद्ध झालं. नंतरच्या सगळ्या दुर्दैवी घटना युद्धामुळंच घडल्या. आजतागायत हे युद्ध शिकारी कुत्र्यासारखं आमच्या पिढीच्या मागं लागलं आहे. मला माझं बालपण आठवतं. एका माणसाला दुसऱ्या माणसाच्या हातून मृत्यू येणं ही अपवादात्मक घटना होती. खून फक्त नाटकांत आणि हेरकथांमध्ये घडत. नित्याच्या जीवनात नाही.

''मग परिस्थितीनं एकदमच वळण घेतलं. शांतता, शुद्धता, सौम्यता, मर्यादा यांतून परिस्थितीनं एकदम क्रौर्य, रक्तपात, अश्रू, माथेफिरूपणा, कत्तल या गोंधळात उडी मारली.

''अशा गोष्टींची किंमत प्रत्येकाला चुकवावी लागते. एकाएकी सगळं कसं मोडून पडायला लागलं, शहरांमधला अन्नपुरवठा, गाड्या, कुटुंबाचा पाया, नैतिक मूल्यं कशी मोडून पडली, तुला माहीत आहे.''

''बोल पुढं. तू काय सांगणार आहेस, मला माहीत आहे. तुला या सर्व गोष्टींचं आकलन किती चांगलं झालं आहे! तुझं बोलणं ऐकण्यात फार मोठा आनंद आहे.''

''त्या वेळी आपल्या रशियाच्या भूमीवर असत्य अवतरलं. लोकांनी आत्मविश्वास गमावला. स्वतःच्या मूल्यांना अनुसरण्यापेक्षा लोक इतरांच्या कल्पनांप्रमाणे राहायला लागले. या कल्पना सक्तीनं गळी उतरवलेल्या होत्या. त्यातून 'झारवादी', 'क्रांतिवादी'

अशा चमकदार संज्ञा उदयाला आल्या.

"ही सामाजिक दुष्प्रवृत्ती साथीसारखी पसरली. तिनं सर्वांवर परिणाम केला. प्रत्येक जण दुसऱ्या कुणाचं तरी अनुकरण करत होता. आमच्या घरालाही त्याचा संसर्ग लागला. घरात काहीतरी बिघडलं. आम्ही दोघंही एकमेकांशी खोटेपणानं वागू लागलो. सहजपणा, मनमोकळेपणा गेला. आमच्या बोलण्यात काहीतरी कृत्रिम, औपचारिक असं शिरलं. जागतिक महत्त्वाच्या संकल्पनांविषयी माहिती असायलाच हवी, असं वाटायला लागलं. इतका बुद्धिमान पाशा, पण त्यालाही आमच्या आयुष्यात शिरलेला खोटेपणा कसा कळला नाही?

"नेमक्या त्याच वेळी त्यानं घातक निर्णय घेतला. काळाचं मर्म चुकीच्या पद्धतीनं स्वीकारलं. जागतिक, सामाजिक दुष्टता त्यानं खाजगी, घरगुती संदर्भात पाहिली. आमच्या वागण्यात आलेली कृत्रिमता पाहून त्याला वाटलं की, तो क्षुद्र मनुष्य आहे आणि अशा बालिश, मूर्ख समजुतीमुळंच तो निघून गेला.

"कुणीही त्याला युद्धावर जायला सांगितलं नव्हतं. पण त्याला वाटत होतं की, तो आमच्यावर ओझं झाला आहे आणि आम्ही त्याच्यापासून मुक्त व्हावं. ती त्याच्या निव्वळ वेडेपणाची सुरुवात होती. त्याच्या जागी दुसरा एखादा असता, तर परिस्थितीवर इतका रुष्ट झाला नसता. तो इतिहासाशी भांडत होता. आजही तो इतिहासाशी बरोबरी करण्याचा प्रयत्न करतो आहे. त्याची ही मूर्ख महत्त्वाकांक्षाच त्याला मृत्यूकडं ओढून नेत आहे. मी त्याला वाचवू शकले असते, तर!"

"तुझं त्याच्यावरचं प्रेम आत्यंतिक शुद्ध आणि दृढ आहे! त्याच्यावर असंच प्रेम करत राहा. मला त्याचा हेवा वाटत नाही. मी तुझ्या वाटेत येणार नाही."

उन्हाळा आला आणि न कळताच निघून गेला. युरी आजारातून पूर्ण बरा झाला. मॉस्कोला जाण्याचा बेत आखत असताना त्यानं तीन तात्पुरत्या नोकऱ्या केल्या. पण पैशाचं झपाट्यानं अवमूलन होत होतं, त्यामुळं महिन्याची तोंडमिळवणी होणंही कठीण व्हायला लागलं.

रोज सकाळी दिवस उजाडताच तो उठत असे. घरातून बाहेर पडत असे. मर्चन्ट स्ट्रीटवरून चालत जाऊन, 'जायंट' सिनेमागृह पार करून उरल्स कोसॅक आर्मीच्या पूर्वीच्या छापखान्यापाशी पोचत असे. आता त्या छापखान्याचं नाव 'रेड कंपोझिटर' असं झालं होतं. सिटी स्ट्रीटच्या कोपऱ्यावर टाऊन हॉलचं दार होतं. त्यावर 'तक्रारी' अशी सूचना लागलेली होती. चौक ओलांडून तो बुआनोव्हका रस्त्यावर वळत असे आणि मग आर्मी हॉस्पिटलमध्ये येऊन मागच्या बाजूला बाह्यरुग्ण विभागात जात असे. तिथलं काम हे त्याचं मुख्य काम होतं.

लाराच्या घरापासून हॉस्पिटलपर्यंतचा त्याचा मार्ग विस्तीर्ण पसरलेल्या वृक्षांनी

झाकलेला होता.

आठवड्यातून तीन किंवा चार वेळा युरी मियास्की रस्त्यावरच्या युरिआटिन हेल्थ सर्व्हिस बोर्डाच्या बैठकांना हजर राहत असे.

शहराच्या दुसऱ्या भागाला जुनी गायनाकॉलॉजी इन्स्टिट्यूट होती. सॅमदेविआतोव्हच्या वडिलांनी, प्रसूतीच्या वेळी मृत्यू पावलेल्या आपल्या पत्नीच्या स्मरणार्थ ती बांधली होती. आता त्या संस्थेचं नाव रोझा लक्झेंबर्ग इन्स्टिट्यूट असं होतं. तिथं युरी चिकित्सा शास्त्रावर व्याख्यानं देत असे.

रात्री दमून आणि भुकेला होऊन तो परत यायचा, तेव्हा त्याला लारा स्वयंपाक, कपडे धुणं यांसारख्या कामांत गुंतलेली आढळायची. रूक्ष आणि नीरस काम. केस विस्कटलेले, ब्लाऊजच्या बाह्या दुमडून वर सरकवलेल्या, स्कर्ट खोचलेला. पण अशा अवतारात असूनही ती आकर्षक दिसायची. काही वेळा तिच्या असामान्य सौंदर्याची युरीला भीतीच वाटायची. तिचं रूप राजकन्येसारखं होतं. घोळदार झुळझुळीत स्कर्ट आणि उंच टाचांचे बूट घालून, नटून सजून ती बॉलनृत्याला निघाली असती, तरी इतकी सुंदर दिसली नसती.

ती स्वयंपाक करायची, कपडे धुवायची, साबणाच्या पाण्यानं फरश्या घासायची, शांतपणे तिघांच्या सुती कपड्यांना इस्त्री करायची. ही सगळी कामं संपली, की काटेन्काला धडे शिकवायची. किंवा स्वतःच्याच राज्यशास्त्रावरच्या पुस्तकात डोकं खुपसून बसायची. नवी व्यवस्था असलेल्या शाळेत शिकवताना आपण या विषयात कुठं मागं असू नये, या उद्देशानं ती स्वतःचं ज्ञान अद्ययावत करायची.

युरी लाराच्या आणि काटेन्काच्या जितका जवळ जात होता, तितका तो त्यांना स्वतःचं कुटुंब मानायला घाबरत होता. त्याची तेवढी हिंमत होत नव्हती. तो स्वतःच्या विचारांवरची बंधनं कडक करत होता. त्यामागं त्याच्या स्वतःच्या कुटुंबाविषयीची कर्तव्यभावना आणि आपली निष्ठा दुभंगल्याचं दुःख होतं. या मर्यादेमुळं लारा किंवा काटेन्काचा अधिक्षेप होईल, असं त्याच्या वागण्यात काहीच नव्हतं. उलट, त्याच्या या वृत्तीमुळं असभ्यतेला थारा नसलेलं असं एक सुरक्षित जग त्या घरात निर्माण झालं.

पण या जगाचा त्याच्या मनातला भाग दुःखाचा आणि क्लेशाचा होता. पुन्हा पुन्हा ताजी होऊन वाहणाऱ्या, भरून न येणाऱ्या जखमेची एखाद्याला सवय व्हावी, तशी त्याला या गोष्टींची सवय झाली होती.

दोन-तीन महिने गेले. ऑक्टोबर महिना आला.

एक दिवस युरी लाराला म्हणाला,

"माझ्या नोकऱ्या मला नाइलाजानं सोडाव्या लागणार, असं दिसतंय्. तेच ते पुन्हा पुन्हा घडतं आहे. सुरुवातीला सगळंच भव्यदिव्य वाटतं. सगळे म्हणतात, की

आम्ही चांगल्या प्रामाणिक कामाचं स्वागत करू. नव्या कल्पना आम्हांला हव्याच आहेत. तुम्ही तुमचं काम करा, मेहनत करा.

"प्रत्यक्षात असं आढळतं, की नव्या कल्पना वगैरे त्यांच्या लेखी निव्वळ शब्द आहेत. क्रांती आणि नव्या राजवटीच्या नावाखाली त्यांनी रचलेला तो फक्त एक सापळा आहे. मला या गोष्टींचा कंटाळा आला आहे. अशा ठिकाणी मी चांगल्या प्रकारे काम करू शकत नाही.

"त्यांचंही बरोबरच आहे. मी त्यांच्या बाजूचा नाही, हे त्यांना माहीत आहे. ते लोक म्हणजे सध्याच्या दिवसांमधले तळपणारे नेते, नायक आणि मी निश्चितपणे कोणतीच बाजू न घेणारा क्षुद्र दरिद्री माणूस! त्यांच्या विचारांशी जुळवून घेणं मला कठीण जात आहे. ते मला हाकलून देत नाहीत, तोवर मी हॉस्पिटलमध्ये राहीन. पण मी संस्थेचा आणि हेल्थ सर्व्हिसचा राजीनामा देईन. मला तुला काळजीत टाकायचं नाही, पण कधी कधी असं वाटतं, की ते कोणत्याही दिवशी मला अटक करतील."

"युरोचका! देव तसं होऊ देणार नाही. सुदैवानं अजून इतक्या थराला गोष्टी गेलेल्या नाहीत. पण तुझं बरोबर आहे. जपून राहणं केव्हाही चांगलंच. जेव्हा जेव्हा नवीन राजवट सत्तेवर येते, तेव्हा तेव्हा ती काही निश्चित अवस्थांमधून जात असते. पहिला टप्पा हेतूचा विजय आणि पूर्वग्रहांविरुद्ध लढा. दुसऱ्या टप्प्यात अधांतरी लटकणाऱ्यांवर प्रहार होतो. सर्वांकडं अधिक संशयानं पाहिलं जातं. आपण सध्या दुसऱ्या टप्प्याच्या प्रारंभापाशी आहोत. याचा पुरावा शोधायला फार दूर जायला नको. स्थानिक क्रांतिकारी कोर्टानं खोर्दत्स्कोई इथून दोन नवे सभासद बदली करून आणले आहेत. ते म्हणजे कामगारांमधले जुने राजकीय गुन्हेगार- तिवर्झिन आणि ॲन्टिपॉव्ह. ते दोघं मला चांगलं ओळखतात. ॲन्टिपॉव्ह तर माझा सासराच आणि तरीही अगदी अलीकडं ते आल्यापासूनच मला माझ्या आणि काटेन्काच्या आयुष्याची भीती वाटायला लागली आहे. भीतीनं माझा थरकाप होतो. ते काहीही करू शकतात. ॲन्टिपॉव्हला मी आवडत नाही. क्रांतीच्या उच्च न्यायाच्या नावाखाली ते मला आणि पाशाला नष्ट सुद्धा करू शकतील. हे अशक्य नाही."

या संभाषणाच्या पाठोपाठ एक तशी घटना खरोखरच घडली. जणू तो संभाषणाच्या पुढचा, कृतीचा भाग होता. हॉस्पिटलच्या शेजारी राहणाऱ्या एका विधवेच्या घराची झडती घेण्यात आली. तिथं शस्त्रांचा साठा सापडला आणि प्रतिक्रांतिवादी संघटना कार्यरत असल्याचं उघडकीस आलं. अनेक लोकांना अटक झाली. त्यानंतर धाडीचं आणि अटकेचं सत्रच सुरू झालं. काही संशयित लोक नदी पार करून पळून गेले, अशी कुणकुण सुरू झाली.

लारा म्हणाली,

"वातावरणात सर्वत्र दहशत भरली आहे. आपला सुरक्षिततेचा काळ संपला

आहे. ते नक्कीच तुला आणि मला अटक करतील. मग कातेन्काचं काय होईल? मी एक आई आहे. असं दुर्दैव माझ्या मुलीवर ओढवू देणार नाही. मला काहीतरी विचार केलाच पाहिजे. दुसरी योजना तयार केली पाहिजे. पण माझं मन थाऱ्यावर नाहीये.''

''आपण विचार करू. पण, आपण काय करू शकतो? हा आघात टाळणं आपल्या हाती आहे का? तो नशिबाचाच भाग आहे.''

''आपण पळूनही जाऊ शकत नाही. कारण जायला काही मार्गच नाही, ठिकाणही नाही. पण आपण थोडंसं दूर, या सरकारच्या अगदी डोळ्यांसमोर राहणार नाही, अशा ठिकाणी जाऊ शकतो. व्हॅरिकिनोला. मी तिथल्याच घराचा विचार करत असते. ते घर अगदी एकाकी आणि दुर्लक्षित आहे. पण आपण इथल्यापेक्षा तिथं कमी लोकसंपर्कात राहू. आपल्याकडं त्यांचं इतकं लक्ष वेधलं जाणार नाही. हिवाळा येतो आहे. हिवाळा तिथं घालवायलाही माझी काही हरकत असणार नाही. ते आपल्यापर्यंत पोचतील, तोवर आपल्याला आयुष्यातलं एक वर्ष आणखी मिळालं असेल आणि तो फायदा काही कमी नाही. सॅमदेविआतोव्ह हा आपल्यामधला आणि शहरातला दुवा असेल. कदाचित तो आपल्याला अज्ञातवासात जायलाही मदत करील. तुला काय वाटतं? ते गाव ओसाड आहे. ती जागा अगदी निर्मनुष्य आहे, हे खरं आहे. मी मार्चमध्ये तिथं गेले होते, तेव्हा तरी तसंच होतं. लोक म्हणतात, तिथं लांडगे असतात. त्यांची काहीशी भीती वाटते. पण तिवर्झिन आणि ॲन्टिपॉव्हसारखे लोक लांडग्यापेक्षाही अधिक भीतिदायक आहेत.''

''काय म्हणावं, मला कळत नाही. आतापर्यंत नेहमी तू मला मॉस्कोला जायचा आग्रह करत होतीस न? मॉस्कोला जाणं मी लांबणीवर टाकू नये, असं तूच म्हणत होतीस. आता माझं जाणं सोपं झालं आहे. मी स्टेशनवर चौकशाही केल्या आहेत. कागदपत्रं व्यवस्थित नसलेल्या सर्वांनाच ते आता काही गाडीतून खाली उतरवून देत नाहीत. अधिकारीही आता थकले आहेत, कंटाळले आहेत.

''मॉस्कोला मी इतकी पत्रं पाठवली, एकाचंही उत्तर नाही, म्हणून मला काळजी वाटते. मला तिथं जाऊन त्यांच काय झालं, ते बघायलाच हवं. तुझंही तेच मत होतं. आता तू व्हॅरिकिनोचं म्हणतेस- यावर मी काय बोलू? त्या जागी तू एकटी जाऊन राहू शकणार नाहीस न?''

''अर्थातच नाही. तुझ्याशिवाय ते शक्यच नाही.''

''पण तू तर तू म्हणतेस, मी मॉस्कोला जावं?''

''हो. तू जायला हवंस. पण...''

''मला एक छान कल्पना सुचली. आपण तिघंही मॉस्कोला जाऊ.''

''तिघं मॉस्कोला? तू वेडा आहेस! मी काय करणार तिथं येऊन? मला इथं जवळपासच राहायला हवं. याच ठिकाणी पाशाचं नशीब ठरणार आहे. मी इथं

राहूनच त्याची वाट बघेन. त्याला माझी गरज वाटली, तर मी इथं असायला हवं.''

''ठीक आहे. आपण काटेन्काचा विचार करू.''

''मी काटेन्काविषयी सिमाशी बोलले. सिमा तन्तसेवा. ती काही वेळा मला भेटायला येते.''

''मला माहीत आहे. मीही तिला अनेकदा भेटलो आहे.''

''मला तुझं आश्चर्य वाटतं, युरी. तुझ्या जागी मी असते, तर लगेच तिच्या प्रेमात पडले असते. ती इतकी चांगली आहे! सुंदर, आकर्षक, बुद्धिमान, बहुश्रुत, प्रेमळ आणि स्पष्ट विचारांची.''

''मी या शहरात आलो, तेव्हा तिच्या बहिणीनं, ग्लॅफिरानंच माझे केस कापून दिले.''

''त्या दोघी त्यांच्या मोठ्या बहिणीजवळ राहतात. तिथं नाव ॲवदोतिया. ती लायब्ररीत काम करते. ते एक प्रामाणिक, कष्टाळू कुटुंब आहे. दुर्दैवानं अगदी वाईट घडलंच, म्हणजे तुला आणि मला अटक झाली, तर काटेन्काचा सांभाळ कराल का, असं मी त्यांना विचारलं आहे. अद्याप मी निश्चित ठरवलं नाही.''

''देव करो आणि तशी वेळ न येवो.''

पुन्हा एकदा युरी स्टेशनवर गेला आणि काहीही काम न झाल्यामुळं तसाच परत आला. अजूनही सगळंच अनिर्णीत होतं. तो आणि लारा पुन्हा एकदा अज्ञात भवितव्याला सामोरे गेले. पहिलं बर्फ पडण्यापूर्वी असतं, तसं हवामान थंड आणि अंधारी होतं. जे आकाशाचे तुकडे दिसत होते, त्यांचं रंगरूप हिवाळी होतं.

युरी घरी परत आला, तेव्हा त्याला दिसलं, सिमा लाराला भेटायला आली होती. त्या दोघींचं बोलणं सुरू होतं. बोलणं म्हणण्यापेक्षा सिमाच लाराला भाषण देत होती. त्या दोघींमध्ये जायची युरीची इच्छा नव्हती. त्यालाही जरा एकटंच बसावंसं वाटत होतं. दोघी शेजारच्या खोलीत बोलत होत्या. खोलीचं दार उघडं होतं. दाराला पडदा असला, तरी त्यांचं बोलणं युरीला ऐकू येत होतं.

''माझं शिवणकाम चालू असलं, तरी लक्ष देऊ नकोस, सिमा. तुझं बोलणं चालू ठेव. गी ऐकते आहे. मला इतिहास आणि तत्त्वज्ञानावरची व्याख्यानं ऐकायची सवय आहे. तुझी विचार करण्याची पद्धत मला फार आवडते. शिवाय जरा वेगळा विषय असल्यानं बरं वाटतं. कारण गेल्या काही रात्री आम्ही फक्त काटेन्काचाच विचार करत होतो. त्यामुळं झोपू शकलो नाही. आमचं काही बरंवाईट झालं, तर ती सुरक्षित राहील, याची काळजी घेणं तर हे आई म्हणून माझं कर्तव्य आहे. मी शांतपणे याचा विचार करायला हवा. पण मी तो तसा करू शकत नाही. मी त्या जाणिवेनं फार दुःखी होते. झोप नसल्यानं आणि थकल्यानं मी पार हताश झाले आहे. तुझं बोलणं ऐकताना

माझं मन जरा स्थिर होतं. कोणत्याही क्षणी बर्फ पडायला सुरुवात होईल. बर्फ पडत असताना असं दीर्घ, विद्वत्तापूर्ण भाषण ऐकणं छान वाटतं. बर्फ पडताना डोळ्यांच्या कोपऱ्यांतून खिडकीकडं पाहिलं, की वाटतं, अंगण ओलांडून कुणीतरी दाराकडं येत आहे. तुझ्या लक्षात आलं हे? तू बोल. मी ऐकते आहे.''

आत युरीही ऐकत होता.

सिमा खूप वेळ बोलत होती. ओल्ड टेस्टॅमेंट, न्यू टेस्टॅमेंट, ख्रिश्चॅनिटी ख्राइस्ट, मदर मेरी, ज्यू लोक, ख्रिस्ताचा पक्ष, आदम आणि ईव्ह, गॉस्पेल यांविषयी तिनं अत्यंत प्रगाढ अभ्यास आणि बुद्धिमत्ता दर्शवणारं विवेचन केलं.

युरी स्टेशनवरून घरी आला, तेव्हा दमला होता. आजचा त्याचा सुट्टीचा दिवस होता. एरव्ही सुट्टीच्या दिवशी तो भरपूर झोप आणि विश्रांती घेत असे. कारण दहा दिवसांच्या आठवड्यातले उरलेले नऊ दिवस त्याला शक्ती टिकवून ठेवायची असे.

स्टेशनवरून घरी येऊन तो झोपल्यावर आडवा पडला. कधी अर्धवट टेकून, तर कधी पाय पूर्ण लांबवून तो विश्रांती घेत होता. त्याला मधून मधून झापड येत होती. त्यातूनही तो सिमाचं बोलणं ऐकत होता. तिचं विश्लेषण ऐकून त्याला आनंद वाटला. त्याच्या मनात आलं,

'हे नक्कीच तिनं अंकल निकोलायकडून आत्मसात केलं असणार. पण ती किती बुद्धिमान, गुणवान आहे!'

तो उठला आणि खिडकीपाशी गेला. तिथून अंगण दिसत होतं. शेजारच्या खोलीतलं बोलणं त्या ठिकाणी फक्त कुजबुजल्यासारखं ऐकू येत होतं.

हवामान वाईट होत चाललं होतं. अंगणात अंधार दाटून आला. रस्त्यावरून दोन मॅगपी पक्षी उडत आले आणि आसरा शोधण्यासाठी इकडं तिकडं बघत पंख फडफडायला लागले. त्यांचे पंख वाऱ्यामुळं विस्कटले होते. कचऱ्याच्या डब्याच्या झाकणावर ते बसले; पुन्हा उडून कुंपणावर बसले, पुन्हा उडून जमिनीवर उतरले आणि अंगणात चालायला लागले.

युरी मनात म्हणाला,

'मॅगपीज् म्हणजे बर्फ.'

त्याच वेळी पलीकडच्या खोलीतून सिमा मोठ्यानं म्हणाली,

'मॅगपीज म्हणजे काहीतरी बातमी. तुझ्याकडं पाहुणे येतील किंवा पत्र.'

काही वेळानं दारावरच्या घंटीचं हॅण्डल कुणीतरी ओढलं. काही दिवसांपूर्वीच युरीनं ते दुरुस्त केलं होतं. लारा पडद्यामागून झटकन बाहेर येऊन दार उघडायला गेली. सिमाच्या बहिणीशी, ग्लॅफिराशी सुरू असलेलं लाराचं बोलणं युरीला ऐकू येत होतं.

''तू तुझ्या बहिणीसाठी आलीस न? ती इथंच आहे.''

''नाही. मी तिच्यासाठी आले नाही. मात्र, ती यायला तयार असेल, तर आम्ही दोघी मिळून घरी जाऊ. मी तुझ्या मित्रासाठी मॉस्कोहून पत्र आणलं आहे. मी मागं एकदा पोस्टात काम केलं होतं, हे त्याचं नशीबच म्हणायचं. हे पत्र किती जणांच्या हातांखालून गेलं असेल, कोण जाणे! पण पाच महिन्यांचा प्रवास करून ते अखेर आलं आहे! त्यांना पत्ता सापडला नाही. शेवटी त्यांनी मला विचारलं. अर्थातच मला पत्ता माहीत होता. तुझा मित्र एकदा माझ्याकडं केस कापून घ्यायला आला होता.''

अनेक कागदांवर लिहिलेलं ते दीर्घ पत्र चुरगळलेलं होतं. पाकिटावर डाग पडले होते. पाकीट पोस्ट ऑफिसात उघडलं गेलं होतं. ते पत्र टोनियाचं होतं. युरीनं ते हातात घेतलं. लारानं ते त्याच्या हाती दिलं, याचंही भान त्याला नव्हतं. तो ते वाचायला लागला, तेव्हा आपण युरिआटिनमधल्या लाराच्या घरी आहोत, याची त्याला सुरुवातीला जाणीव होती. पण हळूहळू पुढं वाचू लागला, तेव्हा तो आसपासचं विसरायला लागला. सिमा बाहेर आली, त्याला अभिवादन केलं, त्याचा निरोप घेतला, त्यानंही आपोआपच सवयीनं योग्य ते शब्द उच्चारले, पण तिच्याकडं लक्ष दिलं नाही. ती केव्हा बाहेर गेली, ते त्याला कळलंच नाही. काही क्षणांनी तर तो आजूबाजूचं सगळंच विसरून गेला.

टोनियानं लिहिलं होतं,

'युरा, आपल्याला मुलगी झाली आहे, हे तुला माहीत आहे? आम्ही तुझ्या आईच्या स्मृत्यर्थ तिचं नाव माशा ठेवलं आहे.

'आता अगदी वेगळं सांगते. ज्या अनेक मान्यवर व्यक्ती,आणि प्राध्यापक कॅडेट पार्टी आणि उजव्या समाजवादी गटाचे होते, त्या सर्वांना हद्दपार करण्यात येत आहे. त्यांत तुझे अंकल निकोलाय, माझे वडील आणि बाकीचे आम्ही अशा सर्वांचाच समावेश आहे.

'विशेषतः तुझ्या अनुपस्थितीत हे घडतं आहे, हे दुर्दैव आहे. पण आपण ते स्वीकारायलाच हवं. सध्याच्या भयानक परिस्थितीत आपल्या बाबतीत आणखी खूप वाईट घडण्याची शक्यता आहे. आमची हद्दपारीची शिक्षा फारच सौम्य रूपात आहे, याबद्दल आपण देवाचे आभार मानायला हवेत. पण तू कुठं आहेस? मी हे पत्र लारा ॲन्टिपॉव्हच्या पत्त्यावर पाठवत आहे. तिला तू सापडलास, तर ती ते तुला देईल. देवाच्या दयेनं पुढंमागं तुझा ठावठिकाणा कळला, तर देशत्यागाच्या आमच्या परवान्यात आमच्या कुटुंबातला म्हणून तुझा समावेश ते करतील, की नाही, ते माहीत नाही. याचंच मला तीव्र दुःख होत आहे. तू जिवंत आहेस आणि सापडशील, ही आशा मी सोडून दिलेली नाही. माझं प्रेमासक्त हृदय मला सांगतं आहे, की तू आम्हांला भेटशील आणि माझा त्यावर विश्वास आहे. कदाचित तोवर, तू पुन्हा

प्रकट झाल्यावर, रशियातली परिस्थिती निवळलेली असेल. तुला स्वतंत्र व्हिसा मिळू शकेल आणि आपण त्याच जागी पुन्हा सगळे एकत्र येऊ. पण तरीही हे लिहीत असताना या सुखाच्या शक्यतेवर माझा विश्वास बसत नाही.

'सर्वांत मोठं दुःख हेच आहे, की माझं तुझ्यावर प्रेम आहे, पण तुझं माझ्यावर नाही. या निष्कर्षाचा माझ्या बाजूनं अर्थ लावायचा मी प्रयत्न करत राहते. माझ्यावर त्याचा काय परिणाम होईल, त्याचा विचार करते. तो निष्कर्ष योग्यच आहे, असं मी स्वतःला सांगत राहते. मी स्वतःमध्ये डोकावून बघते; आपण एकत्र घालवलेल्या आयुष्याकडं बघते. माझ्यातलं जे जे मला माहीत आहे, त्याकडं बघते. मला प्रारंभ सापडतच नाही. मी असं काय केलं, म्हणून हे दुर्दैव माझ्यावर ओढवलं. हे मला कळत नाही. माझ्या मनात अशी भावना आहे की, तू माझी चुकीची पारख केलीस, माझ्याशी कठोर झालास. तुकडे तुकडे झालेल्या आरशात तू मला बघितलंस.

'माझ्यापुरतं सांगायचं, तर मी तुझ्यावर प्रेम करते. माझं तुझ्यावर किती प्रेम आहे, ते तुला कळलं असतं. तर! तुझ्यामध्ये जे जे वेगळं आहे, ते ते मला आवडतं-चांगलं आणि वाईट. तुझ्या व्यक्तिमत्त्वातल्या सामान्य गुणांचं असामान्य मिश्रण मला अतिशय प्रिय आहे. तुझ्या विचारांनी उन्नत झालेला तुझा चेहरा. अन्यथा तो इतका देखणा दिसला नसता. तुला मिळालेली कलेची दैवी देणगी आणि बुद्धिमत्ता यांनी तुझ्यातल्या इच्छाशक्तीची उणीव भरून काढली आहे. मला हे सगळं फार प्रिय आहे. तुझ्यापेक्षा चांगला पुरुष मला माहीत नाही.

'पण तू मला इतका प्रिय नसतास, इतका आवडत नसतास, तरीही मी शांतपणानं तुझा दुरावा सहन केला असता. मी तुझ्यावर प्रेम करते, असाच माझा विश्वास कायम राहिला असता. प्रेम नष्ट होणं, प्रेमातलं अपयश ही सगळ्यांत अवमानकारक शिक्षा. या शिक्षेच्या भीतीनंच आणि कदाचित तुझं माझ्यावर प्रेम उरलं नाही, हे कळल्यावर 'माझंही तुझ्यावर प्रेम नाही,' या जाणिवेकडं मी दुर्लक्ष केलं असतं. तुला किंवा मलाही ते कधीच कळलं नसतं. माझ्या स्वतःच्या हृदयानंच ती गोष्ट माझ्यापासून लपवून ठेवली असती. कारण प्रेमातलं अपयश हे जवळजवळ हत्येसारखंच भयंकर असतं आणि मी असा आघात कोणावरही करायला समर्थ नाही.

'अजून निश्चित काही ठरलं नाही. पण बहुधा आम्ही पॅरिसला जाऊ. ज्या ठिकाणी माझे वडील आणि माझे काका वाढले, जिथं तुला अगदी लहानपणी नेण्यात आलं होतं, अशा त्या दूरच्या भूमीवर आम्ही जात आहोत. वडिलांनी तुला आशीर्वाद दिले आहेत. साशा आता खूप मोठा झाला आहे. दिसायला खास सुंदर म्हणता येणार नाही, पण छान सशक्त आणि उंचापुरा मुलगा आहे. आम्ही तुझ्याबद्दल बोलतो, तेव्हा तो अनावर दुःखानं रडतो. त्याची समजूत घालताच येत नाही. मीही आता आणखी पुढं लिहू शकत नाही. मला रडू आवरत नाहीये. ठीक

आहे, गुडबाय्. मी तुझ्यावर क्रॉसची खूण करते आणि तुझ्या पुढच्या सगळ्या वर्षांसाठी शुभचिंतन करते. आपला चिरविरह, आपली सत्त्वपरीक्षा, सगळ्या अनिश्चितता, तुझा लांबच लांब काळोखी मार्ग या सगळ्यांसाठी ईश्वराची करुणा भाकून मी सदिच्छा व्यक्त करते. मी कोणत्याही गोष्टीसाठी तुला दोष देत नाही; तुझा निषेध करत नाही. तुझ्या आयुष्याचं तू तुला हवं ते करू शकतोस. तुझं सगळं कुशल असलं, तर मला आनंदच होईल.

'उरल ही आपल्यासाठी किती भयंकर आणि दुदैवी जागा ठरली! आम्ही उरल सोडायच्या आधी लाराशी माझी चांगली ओळख झाली. त्या अडचणींच्या वेळी ती सतत माझ्याजवळ होती, याबद्दल मी तिची आभारी आहे. माझ्या प्रसूतिकाळात तिनं सर्वतोपरी मदत केली. ती फार चांगली आहे, हे मला प्रामाणिकपणे मान्य करायलाच हवं. पण एक निश्चित सांगते. ती माझ्या अगदी विरुद्ध आहे. माझ्यापेक्षा पूर्णपणे वेगळी. आयुष्य सोपं करण्यासाठी आणि समजुतदार उपाय शोधण्यासाठी माझा जन्म झाला आहे. याउलट, आयुष्य गुंतागुंतीचं करण्यासाठी आणि त्यात गोंधळ निर्माण करण्यासाठी तिचा जन्म आहे.

'तर, आता निरोप घेते. लिहिणं थांबवायलाच हवं. ते पत्र न्यायला आले आहेत. सामान बांधायची वेळ झाली आहे. ओह! युरा, युरा, माझ्या प्रियतमा, माझ्या प्रियकरा, माझा पती, माझ्या मुलांचा पिता, आपल्याबाबतीत हे काय घडतं आहे? आपण पुन्हा एकमेकांना कधीच, कधीच भेटणार नाही, याची तुला जाणीव आहे का? मी जे लिहिलं, त्याचा अर्थ तुला कळतो का? तुला समजतं ना? ते मला घाई करायला लागले आहेत. जणू काही ते मला माझ्या मृत्यूकडं घेऊन जात आहेत. युरा! युरी!'

युरीनं पत्र वाचून संपवलं आणि मान वर केली. त्याची दृष्टी हरवलेली, भकास होती. त्याचे डोळे कोरडे होते. अति दुःखानं ते कोरडे झाले होते. यातनांनी दृष्टी उद्ध्वस्त झाली होती. त्याला आजूबाजूचं काहीच दिसत नव्हतं. त्याला कशाचीच शुद्ध नव्हती.

बाहेर बर्फ पडत होतं. वेगानं वाहणारा वारा बर्फाला बाजूला ढकलत होता. जणू वाऱ्याला पुढं जाऊन दुसरं काहीतरी पकडायचं होतं. युरीनं खिडकीतून बाहेर पाहिलं. पण तो बर्फाकडं बघत नव्हता. त्याची दृष्टी अशी होती, जणू तो अद्यापही टोनियाचं पत्रच वाचत होता. बाहेरचे पांढरे लहान लहान स्फटिक बर्फाचे नव्हेतच. जणू त्या टोनियाच्या पत्रातल्या काळ्या अक्षरांमधल्या रिकाम्या पांढऱ्या जागा होत्या. पांढऱ्या पांढऱ्या... अनंत... अनंत.

करुण आवाज करून तो कण्हला आणि त्यानं छाती घट्ट दाबून धरली. त्याला वाटलं, आपल्याला चक्कर येणार. तो काही पावलं हेलपाटत सोफ्याकडं गेला आणि बेशुद्ध होऊन खाली कोसळला.

◆

व्हॅरिकिनोला परत

हिवाळा स्थिरावला होता. युरी हॉस्पिटलमधून घरी परत आला, तेव्हा बर्फ जोरात पडत होतं. त्याला लारा हॉलमध्येच भेटली.

ती हळू घोगऱ्या आवाजात म्हणाली,

''कॉमरॉव्हस्की इथं आला आहे.''

विजेनं आघात केल्याप्रमाणे ती भयभीत दिसत होती.

''कुठं? घरात आहे?''

''नाही. तो सकाळी आला होता. रात्री परत येईन, म्हणाला. तो लवकरच इथं येईल. त्याला तुझ्याशी काही बोलायचं आहे.''

''कशाला आला तो?''

''त्यानं जे काही सांगितलं, ते सगळं मला समजलं नाही. तो म्हणाला की, तो अतिपूर्वेकडं जायला निघाला आहे आणि जाताना आपल्याला भेटायला आला आहे. मुख्यतः तुला आणि पाशाला भेटायला. तो तुम्हां दोघांबद्दल खूप बोलला. तो पुन्हा पुन्हा म्हणाला, की तू, मी आणि पाशा– आपण तिघंही मृत्युसंकटात आहोत. त्याच्या म्हणण्याप्रमाणे आपण वागलो, तर फक्त तोच आपल्याला वाचवू शकेल.''

''मी बाहेर जातो. मला त्याला भेटायची इच्छा नाही.''

लारा एकाएकी हुंदके देऊन रडायला लागली. त्याच्या पायांवर कोसळली. त्याच्या गुडघ्यांना मिठी मारली.

युरीनं तिला उठवलं.

तिनं विनवणी केली,

''प्लीज, जाऊ नकोस. माझ्यासाठी. त्याच्याबरोबर एकटं राहायची मला भीती

वाटते, असं नाही. पण ते क्लेशकारक आहे! त्याला एकटं भेटण्याच्या संकटातून मला वाचव. शिवाय तो अनुभवी आहे, व्यवहारी आहे. कदाचित खरोखरच त्याच्याच जवळ काही उपाय असेल. तो आपल्याला सल्ला देईल. तुला त्याच्याबद्दल वाटणारा तिटकारा स्वाभाविक आहे. पण या तुझ्या भावना बाजूला ठेव. जाऊ नकोस.''

''तुला काय झालं आहे, लारा? इतकी अस्वस्थ होऊ नकोस. ऊठ, आता शांत हो. तू खरोखर या विकृत माणसापासून सुटका करून घ्यायला हवीस. त्यानं आयुष्यभर तुला घाबरवलं. आता मी तुझ्याबरोबर आहे. तू म्हणशील, तर मी त्याला ठार मारून टाकीन.''

अर्ध्या तासानं रात्र झाली. बाहेर मिट्ट काळोख होता.

कॉमरॉव्हस्कीची वाट बघता-बघता लारानं रेशनवरच्या ब्राऊन ब्रेडचे तुकडे आणि जोडीला उकडलेले बटाटे टेबलावर ठेवले. त्यांच्या पूर्वीच्या जेवणखोलीत त्यांनी कॉमरॉव्हस्कीला बसवायचं ठरवलं. ते अद्यापही जेवणासाठी तीच खोली वापरत होते. तिथं ओक लाकडाचं प्रशस्त जाडजूड टेबल होतं. अन्नपदार्थ ठेवण्यासाठी त्याला फळ्या जोडलेल्या होत्या. वात असलेली एरंडेल तेलाची बाटली टेबलावर होती. इकडून तिकडं नेता येण्यासारखा दिवा म्हणून ते तिचा उपयोग करीत.

डिसेंबरच्या त्या गारठलेल्या अंधाऱ्या रात्री कॉमरॉव्हस्की आला. त्याच्या कपड्यांवर सर्वत्र बर्फ जमलेलं होतं. त्याच्या हॅटमधून, कोटातून, पावसाळी रबरी बुटांतून, बर्फाचे गोळे खाली पडले आणि ते वितळून फरशीवर त्यांची छोटी छोटी थारोळी झाली. त्याची दाढी-मिशी बर्फानं झाकलेली होती. त्यामुळं तो विदूषकासारखा दिसत होता. पूर्वी तो दाढी-मिशी काढून चेहरा गुळगुळीत ठेवत असे. त्यानं चांगल्यापैकी सूट घातला होता. युरी आणि लाराशी भेटीदाखल काही बोलण्याआधी बराच वेळ तो विस्कटलेल्या केसांचा भांग पाडत राहिला. रुमालानं दाढी-मिशा पुसून कोरड्या केल्या. मग शांतपणे, चेहऱ्यावर गंभीर भाव आणून त्यानं दोन्ही हात पुढं केले. डावा लारासाठी आणि उजवा युरीसाठी.

तो युरीला म्हणाला,

''आपली जुनी ओळख आहे. मी तुझ्या वडिलांचा जिवलग मित्र होतो. तुला कदाचित माहीत असेल. त्यांना माझ्याच बाहूंमध्ये मृत्यू आला. तुझ्यात आणि त्यांच्यांत काही साम्य आहे का, ते मी बघत असतो. पण मला तसं काही आढळत नाही. तो चटकन भावनाप्रधान होणारा, मनमोकळा आणि उत्साही माणूस होता. तू तुझ्या आईसारखा दिसतो आहेस. ती स्वप्नं बघणारी, सौम्य स्वभावाची स्त्री होती.''

युरी म्हणाला,

"लारानं मला तुम्हांला भेटायला सांगितलं. ती म्हणाली की, तुमचं माझ्याकडं काही काम आहे. मी भेटायला तयार झालो, पण ही भेट माझ्या इच्छेवरून नाही आणि आपली ओळख आहे, हे मी मानत नाही. तेव्हा आपण कामाचं बोलू. तुम्हांला काय हवं आहे?"

"तुम्हां दोघांना पाहून मला फार आनंद झाला आहे. मला सगळं कळतं. अक्षरशः सगळं कळतं! माझ्या धीटपणाबद्दल क्षमा करा, पण तुम्ही दोघं एकमेकांना खूप शोभता. अगदी उत्तम जोडी."

"क्षमा करा, मला तुमचं बोलणं मध्येच तोडावं लागत आहे. कृपा करून ज्या गोष्टीशी तुमचा संबंध नाही, त्यात ढवळढवळ करू नका. आम्ही तुमची सहानुभूती मागितली नव्हती; तुम्ही विसरता आहात." युरी म्हणाला.

"तरुण माणसा, इतका हळवा होऊ नकोस. कदाचित तू तुझ्या वडिलांसारखाच असावास. तेही असेच चटकन् चिडायचे. बरं, तर, मुलांनो, मी माझ्या सदिच्छा तुम्हांला देतो. दुर्दैवानं तुम्ही खरंच लहान मुलं आहात. फक्त बोलण्याच्या बाबतीतच नाही, तर खरोखरच अविचारी आणि अज्ञान मुलं. माझ्या इथल्या दोन दिवसांच्या वास्तव्यात, तुम्हांला स्वतःबद्दल जितकी माहिती आहे, त्यापेक्षा अधिक मला कळली; पण ते जाणून घ्यायची तुमची इच्छा दिसत नाही. तुम्ही आताच काही उपाय केले नाहीत, तर तुमच्या स्वातंत्र्याचे, त्याहीपेक्षा महत्त्वाचं म्हणजे, तुमच्या आयुष्याचे दिवस भरलेच, म्हणून समजा!

"युरी आन्द्रेईविच, साम्यवादाची एक निश्चित पद्धत आहे. काही थोडे लोक ती पचवू शकतात. पण तुझ्यासारखा कोणी उघडपणे तिचा उपहास करत नाही. तुला धोक्याशी खेळायला का आवडतं, मला कळत नाही. तू या साम्यवादी जगाची चालतीबोलती कुचेष्टा आहेस. तिचा तू अपमान करतो आहेस. निदान तुझा भूतकाळ तरी तुझं स्वतःचं एकट्याचं रहस्य असायला हवं होतं. पण तसंही नाही. मॉस्कोमधले अनेक लोक तुला जवळून ओळखतात. कॉम्रेड तिवर्झिन आणि अँटिपॉव्ह तुझ्यावर आणि लारावर वार करण्यासाठी शस्त्रं परजत आहेत.

"तथापि, युरी, तू पुरुष आहेस. स्वतःचा मालक. तुला वाटलं, तर तुझ्या आयुष्याशी जुगार खेळायचा तुला अधिकार आहे. पण लारा तशी मुक्त नाही. ती आई आहे. तिच्या मुलीचं आयुष्य तिच्यावर अवलंबून आहे. भलत्याच कल्पना डोक्यात भरून ती बेजबाबदारपणे वागू शकत नाही.

"मी सकाळी तिच्याशी बोललो. परिस्थितीचं गांभीर्य तिला पटवून देण्यात सकाळ घालवली. पण ती माझं ऐकत नाही. तू तुझं वजन खर्ची घालून तिला समजावून सांगशील का? तिला तिच्या मुलीच्या सुरक्षिततेशी खेळायचा काही

अधिकार नाही. तिनं माझ्या युक्तिवादाचा अनादर करायला नको.''

युरी म्हणाला,

''माझ्या आयुष्यात मी कधीही माझी मतं कोणावर लादली नाहीत. जे माझ्या जवळचे आहेत, त्यांच्यावर तर मुळीच नाहीत. तुमचं म्हणणं मान्य करायचं किंवा नाही, ते ठरवायला लारा स्वतंत्र आहे. तो तिचा प्रश्न आहे. ते राहू द्या. तुम्ही तिला काय सांगितलं, ते मी ऐकलेलं नाही. तुम्ही ज्याला युक्तिवाद म्हणता, तोही मी ऐकलेला नाही.''

''खरोखरच तू मला तुझ्या वडिलांची अधिकाअधिक आठवण करून देत आहेस. तेही असेच दुराग्रही होते. ठीक आहे. मी तुला सांगतो; पण तो सगळा गुंतागुंतीचा मामला आहे आणि ऐकताना तुला शांत राहायला हवं. माझ्या बोलण्यात व्यत्यय आणू नकोस.

''वरिष्ठ पातळीवर मोठ्या बदलांची योजना आखली जात आहे. मी खरंच सांगतो. मला अगदी विश्वसनीय सूत्रांकडून ही माहिती कळली आहे आणि ती तू खरी मानायला हरकत नाही. अधिक लोकशाही मार्गानं जायचं, कायदेशीर बाबींमध्ये सवलती द्यायच्या, असं त्यांच्या मनांत आहे. लवकरच हे घडून येईल.

''पण याचमुळं, नष्ट करण्यात येणारे जुने जुलमी घटक अधिक जोमानं कार्यरत होतील. कारण त्यांना आपलं अस्तित्व संपण्यापूर्वी स्थानिक हिशेब घाईनं चुकते करायचे असतील. ते जास्तच क्रूर होतील. युरी आन्द्रेईविच, तुझं नाव त्यांच्या यादीवर आहे. तुझा संपूर्ण विनाश करायचं त्यांनी ठरवलं आहे. मी यातलं गांभीर्य तुझ्या निदर्शनाला आणतो आहे, कारण मी स्वतः ती यादी पाहिली आहे. फार उशीर होण्यापूर्वी तू स्वतःचा जीव वाचवायचा विचार केलाच पाहिजे.

''पण ही फक्त प्रस्तावना झाली. मूळ मुद्द्याकडं मी आता येतो आहे.

''ज्या राजकीय शक्ती अद्यापही हंगामी सरकार आणि पांगलेल्या विधिमंडळाशी एकनिष्ठ आहेत, त्या पॅसिफिक महासागराच्या किनाऱ्यावर मॅरिटाइम प्रॉव्हिन्समध्ये एकत्र येत आहेत. ड्यूमाचे प्रतिनिधी, जुन्या झेमस्तोव्ह्जचे महत्त्वाचे सदस्य, आणि इतर मान्यवर व्यक्ती, उद्योगपती, व्यावसायिक हे सगळे एकत्र येत आहेत. रेड आर्मीविरुद्ध लढलेल्या सैन्यांमधले उरलेले सैनिक, त्यांच्या तुकड्याही तिथं जमत आहेत.

''फार ईस्ट रिपब्लिक (अति पूर्वेकडचं प्रजासत्ताक) स्थापन करायचा त्यांचा हेतू आहे. सोविएत सरकारही तिकडं काणाडोळा करत आहे. कारण या क्षणी त्यांनाही ते सोयीचं आहे. रेड सैबेरिया आणि बाहेरचं जग यांच्यांत 'बफर' निर्माण झालं, तर ते त्यांना हवंच आहे. ही योजना अगदी स्पष्ट, स्वच्छ आहे. त्यामुळं आपल्याला थोडी सवडही मिळते आहे. आपण या संधीचा जास्तीत जास्त फायदा करून घ्यायला हवा.

"क्रांतीपूर्वी मी व्हॅलॅडिव्होस्टॉक इथल्या अनेक बँका आणि व्यापारी पेढ्यांचं कामकाज सांभाळत असे. ते सगळे मला ओळखतात. फार ईस्ट रिपब्लिकचं शॅडो कॅबिनेट तयार झालं आहे. या मंत्रिमंडळाच्या वतीनं एक दूत मला भेटायला आला होता. त्यानं मला भावी सरकारात न्यायमंत्र्याचं पद देऊन केलं आहे. याला अर्थात सोविएतची अधिकृत मान्यता होती, पण हे काम अगदी गुप्तपणे केलं गेलं. मी ते पद स्वीकारलं आहे; आणि तिकडं जायला निघालो आहे. सोविएत सरकारच्या परवानगीनंच हे होत असलं, तरी त्याबद्दल अगदी उघडपणे बोलणं योग्य ठरणार नाही.

"मी तुला आणि लाराला माझ्याबरोबर घेऊन जाऊ शकतो. तिथून तू सहज बोट पकडून समुद्रापलीकडं असलेल्या तुझ्या कुटुंबाकडं परत जाऊ शकशील. त्यांना हद्दपार करण्यात आल्याचं तुला माहीतच असेल. त्या घटनेनं मॉस्कोमध्ये खूप खळबळ माजली. आजही तिथं याच विषयाची चर्चा आहे.

"स्ट्रेलनिकोव्हचा जीव वाचवीन, असं मी लाराला वचन दिलं आहे. मॉस्कोनं मान्यता दिलेल्या स्वतंत्र सरकारचा प्रतिनिधी म्हणून मी त्याचा पूर्व सैबेरियात शोध घेईन; आणि सीमा ओलांडून आमच्या स्वायत्त प्रदेशात त्याला यायला मदत करीन. तिथून सुटका करून घेण्यात त्याला यश आलं नाही, तर मी मॉस्को सरकारला असं सुचवीन की, त्यांच्या दृष्टीनं महत्त्वाच्या असलेल्या, संयुक्त कैदेतल्या व्यक्तीला त्यांनी स्ट्रेलनिकोव्हच्या बदली ताब्यात घ्यावं आणि त्याला सोडून द्यावं."

कॉमरॉव्हस्कीचं सगळं स्पष्टीकरण समजणं लाराला कठीणच जात होतं. पण तो जेव्हा युरी आणि पाशाच्या सुरक्षिततेबद्दल बोलला, तेव्हा तिनं कान टवकारले. किंचित लाजत ती म्हणाली,

"युरोचका! हे तुझ्यासाठी आणि पाशासाठी किती महत्त्वाचं आहे!"

"तू फारच सहज विश्वास ठेवते आहेस यावर, लारा! अर्धवट तयार असलेल्या योजनेला तू खरं मानू नकोस. व्हिक्टर कॉमरॉव्हस्की आपली हेतुपुरस्सर दिशाभूल करत आहेत, असं मी म्हणत नाही. पण आतापर्यंत त्यांनी फक्त हवेतच किल्ले बांधले आहेत."

मग युरी कॉमरॉव्हस्कीकडे वळून म्हणाला,

"माझ्याबद्दल तुम्ही इतकी आस्था दाखवली, त्याबद्दल आभारी आहे. पण मी लारा आणि पाशाला तुमच्यामागं पळायला लावीन, अशी कल्पना करून घेऊ नका. पाशाच्या बाबतीतला विचार लारानं करायचा आहे."

लारा म्हणाली,

"प्रश्न फक्त इतकाच आहे की, आपण दोघांनी त्याच्याबरोबर जायचं किंवा नाही. तुझ्याशिवाय मी जाणार नाही, हे तुला चांगलं माहीत आहे."

युरीनं हॉस्पिटलमधून आणलेलं, पाणी टाकून पातळ केलेलं अल्कोहोल

कॉमरॉव्हस्की लहान घोट घेत प्यायला. उकडलेले बटाटे खाल्ले. त्याचा तोल सुटायला लागला.

खूप रात्र झाली. लारा वरचेवर दिव्याची वात कापत होती. कापल्यावर ती व्यवस्थित जळत होती व खोली उजळून निघत होती. युरी आणि लारा अतिशय दमले होते, कंटाळले होते. त्यांना झोप येत होती. या गोष्टींविषयी दोघांनीच चर्चा करावी, असं त्यांना वाटत होतं. पण कॉमरॉव्हस्की अजूनही तिथंच होता. त्याचं अस्तित्वही त्या दोघांवर दडपण आणत होतं.

कॉमरॉव्हस्की दोघांकडं बघत होता, पण त्यांच्या डोक्यावरून दूरच्या कुठल्या तरी बिंदूकडं त्याचे झोपाळू डोळे लागले होते. कंटाळवाण्या, भसाड्या आवाजात तो तेच ते बोलत होता. कधीही न संपणारी बडबड. दळण दळल्यासारखे, त्याचे शब्द येत होते. त्याचं वेड एकच होतं : 'फार ईस्ट.' मंगोलियाचं राजकीय महत्त्व तो पटवून देत होता.

''सैबेरिया म्हणजे खरोखरच नवी अमेरिका आहे. नेहमी त्याला तसचं संबोधलं जातं. या सैबेरियात प्रचंड शक्यता दडलेल्या आहेत. रशियाच्या भावी श्रेष्ठत्वाचं ते उगमस्थान ठरणार आहे. मंगोलिया हा आपला शेजारी. तुम्हांला त्याच्याबद्दल काय माहिती आहे? तुम्ही निर्लज्जपणे डोळे मिचकावता आणि जांभया देत आहात. दशलक्ष चौरस मैलांचा हा प्रदेश. तिथं अमाप खनिज संपत्ती आहे. अनाघ्रात भूमीचा मोह चीन, जपान आणि अमेरिकेलाही पडला आहे. त्यांनी आधीच तिथं कब्जा करायला सुरुवात केली आहे.

''चीन मंगोलियामधल्या सरंजामी मागासलेपणाचा फायदा उठवत आहे, तर जपान तिथल्या स्थानिक राजपुत्रांना पाठिंबा देत आहे. रेड रशियानं तिथं 'रिव्होल्यूशनरी असोसिएशन ऑफ इनसर्जन्ट मंगोलियन हर्ड्समेन' स्थापन केली आहे. माझी स्वतःची फार इच्छा आहे की, तिथं मुक्त वातावरणातलं निर्वाचित सरकार स्थापन व्हावं आणि मंगोलियाची खूप भरभराट व्हावी. एकदा तुम्ही मंगोलियाची सरहद्द ओलांडून आत शिरलात, की तुम्ही एखाद्या स्वच्छंद पक्ष्याप्रमाणे राहू शकाल. जग तुमच्या पायांशी लोळण घेईल.''

कॉमरॉव्हस्कीच्या अखंड बडबडीचा लाराला कंटाळा आला. त्याचं बोलणं तिला इतकं तापदायक वाटायला लागलं की, तिला रडू आलं. ती कमालीची दमली होती. ती एकदम उभी राहिली आणि तुटकपणे, स्पष्ट व कठोर शब्दांत म्हणाली,

''रात्र फार झाली आहे. तुम्ही जा आता. मला झोप येते आहे.''

''मला वाटतं, रात्री इतक्या उशिरा मला बाहेर हाकलून देण्याइतकी आतिथ्यशून्य

तू नक्कीच नाहीस. या वेळी रस्ता सापडेल, अशी मला खात्री वाटत नाही. मला या गावाची माहिती नाही आणि बाहेर गडद अंधार आहे.''

''याचा विचार तुम्ही आधी करायला हवा होता. इतका वेळ बोलत कशाला बसलात? तुम्हांला इतका वेळ थांबायला कुणी म्हटलं नव्हतं.''

''तू माझ्याशी इतकी कठोरपणे का वागतेस? मला इतरत्र कुठं राहायला जागा आहे, की नाही, तेही तू विचारलं नाहीस.''

''मला त्यात मुळीच स्वारस्य नाही. स्वतःची काळजी घ्यायला तुम्ही पूर्ण समर्थ आहात. इथं रात्र घालवण्याचं आमंत्रण तुम्हांला माझ्याकडून हवं असेल, तर आम्ही आणि काटेन्का झोपतो, त्या खोलीत मी तुम्हांला नक्कीच झोपू देणार नाही. इतर खोल्या उंदरांनी भरलेल्या आहेत.''

''माझी हरकत नाही. मी झोपेन तिथं. मला चालेल.''

''जशी तुमची इच्छा.''

''तुला काय झालंय्, डार्लिंग? अनेक रात्री तू झोपलेली नाहीस. जेवत नाहीस, दिवसभर वेड्यासारखी फिरत असतेस. सतत कसला तरी विचार करत असतेस. तुला कशाची चिंता वाटते? मन मोकळं केलं, तर तुला बरं वाटेल.''

''तुझ्या हॉस्पिटलचा वॉचमन या भागात पुन्हा आला होता. तो घरी आला आणि त्यानं मला एक बातमी सांगितली. तो म्हणाला, 'अतिशय गुप्त बातमी आहे. तुझ्या मित्राला तुरुंगात टाकणार आहेत. कोणत्याही दिवशी.' नंतर मलाही टाकतील, असंही तो म्हणाला. मी त्याला विचारलं, तुला कसं कळलं? तर तो म्हणाला, एक्झिक्यूटिव्ह कमिटीमध्ये काम करणाऱ्या एका मित्रानं सांगितलं.''

युरी म्हणाला,

''बातमी खरीच आहे. त्याचं बरोबर आहे. संकट आपल्या जवळ येऊन पोहोचलं आहे. आता इथून निघून जायची वेळ आली आहे. प्रश्न एवढाच आहे, की कुठं जायचं. मॉस्कोला जायचा तर प्रश्नच उद्भवत नाही. आपण प्रवासाची तयारी सुरू केली, तरी लोकांचं लक्ष वेधलं जाईल. आपल्याला जाताना कुणीही बघणार नाही, अशा तऱ्हेनं निसटायला हवं. तू पहिल्यांदा जे म्हणाली होतीस, तेच आपण करू. व्हॅरिकिनोला जाऊ. त्यांच्या दृष्टीपासून दूर.''

''थँक्यू, थँक्यू! मला किती आनंद झाला आहे. युरी! तुला ही कल्पना मनापासून आवडलेली नाही, याची मला कल्पना आहे. पण आपण तुझ्या घरी राहणार नाही. त्या रिकाम्या खोल्या कदाचित तुला बघवणार नाहीत. टोनियाची, साशाची आठवण येईल. इतरांच्या दुःखावर स्वतःचं सुख उभारणं, इतरांना प्रिय, पवित्र असणारं पायदळी तुडवणं मलाही आवडणार नाही. आपण मिकुलित्सिनच्या घरात राहू.''

"तुझ्या समंजसपणाबद्दल मी तुझा आभारी आहे. पण क्षणभर थांब. मी तुला विचारायचं म्हणतो आणि विसरतो. कॉमरॉव्हस्कीचं काय झालं? तो अद्यापही या गावात आहे, की गेला? मी त्याच्याशी भांडून त्याला हाकलून दिल्यापासून त्याच्याबद्दल काही ऐकलं नाही."

"मलाही माहीत नाही. पण कोणाला पर्वा आहे त्याची? तुला काय काम आहे त्याच्याशी?"

"मी असा विचार करतो आहे, की आपण दोघांनीही त्याची योजना धुडकावून लावायला नको होती. तू आणि मी सारख्याच परिस्थितीत नाही. तू तुझ्या मुलीचा विचार करायला हवा. तुला माझ्या नशिबात सहभागी व्हायचं असलं, तरी तसं करायचा तुला अधिकार नाही. शिवाय भर हिवाळ्यात आपण व्हॅरिकिनोसारख्या ओसाड, निर्मनुष्य प्रदेशात जायचं का? आपल्याजवळ शक्ती नाही, अन्न नाही, कसलीही आशा नाही. हा शुद्ध वेडेपणा आहे. पण वेडेपणाखेरीज जवळ काही शिल्लकच उरलं नसेल, तर आपण का वेडं व्हायचं नाही? आपण पुन्हा एकदा आपला स्वाभिमान विसरू आणि एक घोडा उधार देण्याची सॅमदेविआतोव्हला विनंती करू. त्याला भीक मागू. त्याच्यावर अवलंबून असणाऱ्या व्यापाऱ्यांना थोडं पीठ आणि बटाटे उधारीवर मागू. तेवढी आपली पत अजूनही आहे. आपल्यावर उपकार केल्याचा फायदा सॅमदेविआतोव्हनं घेऊ नये, लगेच आपल्याला भेटायला येऊ नये, घोड्याची गरज पडेपर्यंत त्यानं थांबावं, असं आपण त्याला समजावून सांगू. आपल्याला काही काळ एकट्यानं राहू द्यावं. आपण तिथं जाऊ!

"आणि पुन्हा एकदा, माझ्या गोंधळलेल्या बोलण्याबद्दल मी तुझी क्षमा मागतो मूर्खासारखं इतकं गंभीर न होता तुझ्याशी बोलायची खरोखर इच्छा होती. काहीही असलं, तरी आपल्यापुढं आता पर्याय नाही, हे खरं आहे. मृत्यू आपलं दार ठोठावतो आहे. आपले दिवस भरत आले आहेत. तेव्हा आपल्या पद्धतीनं त्या दिवसांचा लाभ घेऊ या. जीवनाचा निरोप घेण्यासाठी त्यांचा उपयोग करू. आपली कायमची ताटातूट होण्यापूर्वी एकमेकांच्या जवळ राहू. आपली जीवनाची स्वप्नं, आपल्या आशा, आपल्याला जे जे प्रिय होतं, त्याचा, आपल्या विवेकबुद्धीनं जे सांगितलं, त्याचा आणि एकमेकांचा निरोप घेऊ या. रात्री जी गुपितं आपण परस्परांना सांगतो, ते शब्द पुन्हा एकदा बोलू या. आशियाई महासागराप्रमाणे ते शब्द शांतवणारे असतील. माझ्या आयुष्यात यायला मनाई असलेली, अप्रगट राहिलेली तू देवदूत आहेस. आयुष्याच्या शेवटी तू माझ्याजवळ येण्यात निश्चितच काही हेतू आहे. युद्ध आणि उलथापालथीच्या आकाशाखाली तू भेटलीस; पण त्याहीपूर्वी बालपणाच्या शांततामय आकाशाखाली तू प्रगट झालीस.

"त्या रात्री, हॉटेलमधल्या अर्धवट अंधाऱ्या खोलीत शाळेच्या तपकिरी गणवेशात

तू मला प्रथम दिसलीस. आता तू जितकी सुंदर आहेस, तितकीच तेव्हाही होतीस. हेच ते थक्क करणारं सौंदर्य.

"त्या रात्री तू माझ्यावर जी मोहिनी घातलीस, तिला नाव देण्याचा आणि तिची व्याख्या करण्याचा मी तेव्हापासून अनेक वेळा प्रयत्न केला. तो क्षीण प्रकाश, तो दूरचा नाद– त्यानं नंतर माझं सगळं अस्तित्व व्यापून टाकलं, जगातली प्रत्येक गोष्ट समजून घेण्याची किल्ली माझ्या हाती दिली.

"शाळेच्या गणवेशातली तू त्या खोलीच्या अंधारातून जेव्हा एखाद्या सावलीसारखी बाहेर आलीस, तेव्हा मी एक शाळकरी मुलगा तुला समजू शकलो. तू कोण आहेस, हे मला माहीत नव्हतं, तरी तू मला समजलीस. माझ्यात एक तीव्र खळबळ निर्माण झाली आणि मला जाणीव झाली, की या कृश, सडसडीत मुलीला जगातल्या समग्र स्त्रीत्वानं विजेप्रमाणे भारून टाकलं आहे. मी तुला माझ्या बोटाच्या टोकानं जरी स्पर्श केला असता, तरी ठिणगी बाहेर पडली असती. तिनं सगळी खोली उजळून निघाली असती किंवा मी जागच्या जागी जळून गेलो असतो किंवा आयुष्यभरासाठी मला इच्छा आणि दुःखाच्या चुंबकीय लहरींनी भारून टाकलं असतं. त्या वेळी माझे डोळे अश्रूंनी काठोकाठ भरून आले. मी रडलो आणि आतून उजळून निघालो. एक मुलगा म्हणून मला स्वतःसाठी आणि त्याहीपेक्षा एक मुलगी म्हणून तुझ्यासाठी दुःख झालं. माझं अवघं अस्तित्व आश्चर्यचकित झालं होतं आणि मी स्वतःलाच विचारलं, प्रेम करणं आणि त्या विद्युत्प्रवाहानं भारून जाणं जर इतकं क्लेशकारक असेल, तर एक स्त्री असणं, प्रेम स्फुरवणं आणि स्वतःच तो विजेचा प्रवाह असणं किती दुःखदायक असेल!"

युरी ते बोलत असताना लारा पलंगावर निजली होती. तिला बरं वाटत नव्हतं. तिनं अंगावर शाल पांघरली होती. युरी तिच्या पलंगाजवळ खुर्चीवर बसला होता. तो शांत स्वरात बोलत होता, मध्येच थांबत होता. ती मध्येच हातांच्या कोपरांवर अर्धवट उठत होती, हातांवर हनुवटी टेकवत होती, त्याच्याकडं टक लावून पाहत होती. तिचे ओठ विलग होत होते. मध्येच एकदा तिनं त्याच्या दंडावर डोकं टेकवलं आणि ती आनंदानं रडली. तिला अश्रूंचंही भान नव्हतं. शेवटी ती पलंगावरून पुढं झुकली. त्याला बाहूंची मिठी घातली आणि सुखानं कुजबुजली,

"युरोचका! तू किती समंजस आहेस! तुला सारं काही माहीत आहे. तू अचूक भाकीत करतोस. तू माझा आधार आणि शक्ती आहेस. पवित्र गोष्टीची टवाळी केल्याबद्दल ईश्वर मला क्षमा करो. मी किती सुखी आहे! आपण तिथं जाऊ, डार्लिंग! तिथं मी तुला माझ्या मनात असलेलं आणखी काही सांगेन."

त्याला वाटलं, तिला तिच्या गर्भारपणाविषयी सांगायचं असेल. ते खोटं गर्भारपण असण्याची शक्यता होती. म्हणून तो म्हणाला,

"मला माहीत आहे."

हिवाळ्यातल्या एका अंधारलेल्या दिवशी सकाळी त्यांनी ते शहर सोडलं. तो सुट्टीचा दिवस नव्हता. लोक रस्त्यावरून आपल्याला कामाला निघाले होते. ज्या घरांना विहिरी नव्हत्या, त्या घरातल्या स्त्रियांनी जुन्या पंपावरून पाणी भरण्यासाठी रांगा लावल्या होत्या. प्रत्येकीच्या जवळ जमिनीवर बादल्या आणि कावड होती. सॅमदेविआतोव्हनं दिलेला पिवळा चपळ घोडा युरी काळजीपूर्वक हाकत होता. पाणी सांडलेल्या रस्त्यावरच्या बर्फाळ उतारावरून स्लेज घसरत पुढं निघाली. स्लेज उतार सोडून बरेचदा भरकटली. रस्त्याच्या बाजूच्या पदपथावर गेली. दिव्याच्या खांबांवर आणि रस्त्याच्या कडेला लावलेल्या दगडांवर आदळली.

नंतर स्लेज भरधाव वेगानं निघाली. सॅमदेविआतोव्ह रस्त्यानं चालला होता. पण त्यांनी त्याला मागं टाकून जोरात स्लेज हाकलली. त्यानं त्यांना आणि स्वतःच्या घोड्याला ओळखलं, की नाही, हे बघण्यासाठीही त्यांनी मागं पाहिलं नाही. त्याला त्यांच्याशी काही बोलायचं असेल, याचाही विचार केला नाही. आणखी काही अंतर गेल्यावर त्यांना कॉमरॉव्हस्की दिसला. त्यालाही त्यांनी असंच न बोलता मागं टाकलं.

ग्लॅरिफा तन्तसेवा मात्र रस्त्याच्या दुसऱ्या बाजूनं ओरडली,

"लोक किती खोटं बोलतात! ते म्हणाले, तुम्ही कालच गेलात. बटाटे आणायला चाललात?"

त्यांनी काहीतरी उत्तर दिलं; पण ते ऐकू आलं नाही, अशा अर्थाची खूण करून तिनं निरोपादाखल हात हालवला.

सिमा दिसली, तेव्हा त्यांनी स्लेजचा वेग कमी केला; पण त्या वेळी स्लेज वेड्यावाकड्या उतारावर असल्यानं तिथं थांबवणं अशक्यच होतं, आणि घोडा लगाम खेचतच राहिला. सिमानं पायापासून डोक्यापर्यंत अनेक लोकरी कपडे घातले होते, अंगावर शाली लपेटल्या होत्या. त्यामुळं ती लाकडी ओंडक्यासारखी ताठ दिसत होती. ती उड्या मारत धावत रस्त्याच्या मध्यभागी आली आणि तिनं त्यांना निरोप देऊन प्रवासासाठी सदिच्छा व्यक्त केल्या.

ती युरीला म्हणाली,

"तुम्ही परत आल्यावर आपण गप्पा करू."

अखेर त्यांनी गाव मागं टाकलं. युरी या रस्त्यानं हिवाळ्यातही पूर्वी आला होता. पण त्याला जास्त करून उन्हाळ्यातलाच रस्ता आठवत होता. त्यामुळं त्याला आता तो रस्ता नीट ओळखू आला नाही.

स्लेजच्या पुढच्या भागात ठेवलेल्या गवताखाली त्यांनी खाद्यपदार्थांच्या पिशव्या दडवल्या होत्या. युरी पुढं बसून एखाद्या स्थानिक शेतकऱ्यासारखा गाडी हाकत होता; किंवा सॅमदेविआतोव्हच्या फेल्ट बुटांत पाय घालून ते एका बाजूला लोंबते ठेवत होता.

हिवाळा असल्यानं सूर्यास्तापूर्वीच कितीतरी आधी दिवस कलायला लागला. युरी घोड्याला निर्दयपणे चाबकानं मारायला लागला. मग मात्र घोडा बाणासारखा वेगात पळू लागला.

काही वेळा युरीनं मुद्दामच गंमत म्हणून स्लेजला धक्के देत पळवलं. लारा आणि कातेन्का गाडीच्या दोन्ही बाजूंवर आलटून पालटून आदळल्या. त्या जोरजोरात हसल्या.

काही वेळानं युरी म्हणाला,

"ज्या ठिकाणी मला पार्टिझन्सनी पकडून नेलं, ती जागा तुम्हांला दाखवतो."

पण तो दाखवू शकला नाही. कारण हिवाळ्यामुळं उजाड झालेलं जंगल, अवतीभवतीची नीरव शांतता, ओसाडपणा यांमुळं तो भाग ओळखून न येण्याइतका बदलला होता. 'मोराऊ ॲण्ड वेटचिनकिन' ही खुणेची पाटी सॅकमा चौरस्त्यावर असूनही त्याला दिसली नाही. कारण ती पाटी आणि आसपासची झाडी बर्फानं पूर्णपणे झाकून गेली होती.

ते व्हॅरिकिनोमध्ये शिरले, तेव्हा दिवसाचा थोडा उजेड शिल्लक होता. युरी पूर्वी राहत होता, ते घर दिसलं. ते तिथं थांबले. युरी अधीर मनानं घरात शिरला. पण घरात आधीच खूप अंधार दाटला होता. त्यामुळं घराचा झालेला विध्वंस त्याला दिसू शकला नाही. त्याला आठवत असलेलं थोडं-फार फर्निचर अजूनही तिथं होतं. व्हॅरिकिनो निर्मनुष्य झालं होतं आणि विनाश पूर्ण करायलाही आता तिथं कुणी उरलं नव्हतं. युरीला तिथं व्यक्तिगत वस्तू सापडल्या नाहीत. त्याच्या कुटुंबानं ते घर सोडलं, तेव्हा काय काय बरोबर नेलं असेल, तेही त्याला आठवेना.

लाराला युरीच्या मनःस्थितीचा जाणीव झाली. ती म्हणाली,

"आपण इथून लवकर निघायला हवं, युरी. आत्ता अंधार पडेल. विचार करत उभं राहायला आपल्याला वेळ नाही. इथंच राहायचा तुझा विचार असेल, तर घोडा सोडू आणि अन्नधान्याच्या पिशव्या आत घेऊ. पण इथं राहणं तुझ्यासाठी आणि माझ्यासाठीही दुःखदायक ठरेल. शिवाय घर फार मोडकळीला आलं आहे. पण तुझा आग्रहच असेल, तर मी कोट काढते आणि कामाला लागते. शेगडी छान आहे. मी ती लगेच पेटवते."

"क्षणभर थांब. मी आता जरा सावरलो आहे. सॉरी, ठीक आहे, आपण मिकुलित्सिनच्या घरातच राहू."

ते पुढं निघाले.

मिकुलित्सिनच्या घराचं दार फक्त फळ्या लावून बंद केलं होतं. युरीनं त्या फळ्या स्क्रूसह पिरगाळून तोडल्या आणि ते तिघंही भराभर आत घुसले. अंगावरचे कोट्स, हॅट्स, फेल्ट बूट न काढता त्यांनी आतल्या खोल्यांकडं धाव घेतली.

घराचा काही भाग अतिशय स्वच्छ आणि नीटनेटका होता. तो पाहून त्यांना फार आश्चर्य वाटलं. विशेषतः मिकुलित्सिनची अभ्यासिका छान होती. अगदी अलीकडंपर्यंत तिथं कुणीतरी राहत असावं. पण कोण? मिकुलित्सिनचं कुटुंब कुठं गेलं असेल? त्यांनी कुलूप लावून किल्ल्या बरोबर नेण्याऐवजी फक्त फळी ठोकून दार बंद का केलं? मिकुलित्सिन कुटुंबापैकीच जर कुणीतरी इथं दीर्घकाळ राहत असेल, तर घराचा थोडासाच भाग व्यवस्थित कसा? सगळं घर का नाही? इथं कुणीतरी घुसखोर राहत असणार, याचा पुरावा प्रत्येक गोष्ट देत होती. पण तो कोण असेल? ते एक गूढच होतं. तथापि, लारा किंवा युरीला त्याची चिंता वाटली नाही. ते गूढ उकलण्याचा त्यांनी प्रयत्न केला नाही. अर्धवट लुटलेली अशी असंख्य घरं होती. असंख्य लोक निर्वासित होते. रस्त्यानं जाणारा एखादा व्हाइट अधिकारी कदाचित इथं राहिला असेल.

"तो पुन्हा आला, तर आपण आपली वेगळी काहीतरी सोय करू." युरी म्हणाला.

अभ्यासिकेच्या दारात युरी पुन्हा एकदा संमोहित झाल्यासारखा उभा राहिला.

किती प्रशस्त आणि आरामशीर होती ती! खिडकीपाशी अतिशय सोयिस्कर असं मोठं टेबल.

त्याच्या मनात आलं, इतकं शांत निवांत वातावरण, आणि हा साधासुधा अनलंकृत परिसर लिखाणाच्या कामासाठी, सुफल निर्मितीसाठी अतिशय योग्य असा आहे.

घराबाहेरच्या इमारतींमध्ये धान्याच्या कोठाराशेजारी एक तबेला होता. त्याला कुलूप होतं; पण युरी ते फोडण्याच्या भानगडीत पडला नाही. कदाचित तो तबेला लगेच वापरण्याच्या अवस्थेत नसेलही. कोठार सहज उघडलं. घोडा रात्रभर तिथं राहू शकत होता. युरीनं घोड्याचं खोगीर काढलं आणि तो शांत झाल्यावर त्याला विहिरीचं पाणी काढून पाजलं. त्यांनी बरोबर आणलेलं गवत, चारा घोड्याला द्यावासं त्याला वाटलं, पण तो त्यांच्या पायांखाली तुडवल्यानं खूप घाण झाला होता. सुदैवानं कोठाराच्या माळ्यावर भरपूर चारा होता.

कपडे न बदलताच ते आडवे झाले. फर कोट्सच ब्लँकेट म्हणून पांघरले. लवकरच त्यांना गाढ, शांत, सुखाची झोप लागली. दिवसभर खेळून धावून दमलेल्या लहान मुलांप्रमाणे ते लगेच झोपी गेले.

सकाळी उठल्यापासून युरी त्या देखण्या, मोह पाडणाऱ्या टेबलाकडं वारंवार बघत होता. त्याची बोटं पेन आणि कागदासाठी शिवशिवत होती. पण त्यानं संध्याकाळपर्यंत लिहिणं लांबणीवर टाकलं. तोवर लारा आणि काटेन्का झोपी जाणार होत्या दोनपेक्षा अधिक खोल्या राहायला योग्य, स्वच्छ करण्याचं त्याचं कामही पूर्ण होणार होतं.

संध्याकाळची वाट बघत असताना त्याच्या मनात विशेष काही करण्यासारखं महत्त्वाचं काम नव्हतं. लिहिण्याच्या जबरदस्त इच्छेनं तो झपाटून गेला होता.

त्याला जसं सुचेल, तसं काहीतरी लिहायचं होतं. सुरुवातीला तो मनातले जुने विचार उतरवून काढणार होता. फक्त सवय लागावी, म्हणून. नंतर तो आणि लारा तिथं कायमचे राहू, शकले, तर आणखी महत्त्वाचं लिखाण हाती घ्यायला वेळ मिळेल, अशी त्याला आशा वाटत होती.

"तू कामात आहेस? काय करतो आहेस?"

"काही नाही. फक्त शेगडीत लाकडं घालून घालून ती पेटती ठेवतो आहे."

"मला कपडे धुण्यासाठी टब हवा होता."

"आपण या वेगानं लाकडं जाळत राहिलो, तर तीन दिवसांतच साठा संपून जाईल. आमच्या जुन्या घराच्या माळ्यावर कदाचित काही लाकडं शिल्लक असतील. मी जाऊन बघेन. असतील, तर घेऊन येईन . पण ते काम मी उद्या करीन. आणि टब हवा म्हणतेस .... मला तो कुठंतरी बघितल्याचं आठवतं."

"मलाही आठवतं. पण नक्की कुठं, ते सांगता येत नाही. पण हरकत नाही. मी भरपूर पाणी तापवते आहे. स्वच्छता करण्यासाठी आणि माझ्या आणि काटेन्काच्या काही वस्तू धुण्यासाठी. तू तुझेही कपडे धुवायला मला दे. आपण रात्री झोपण्यापूर्वी अंघोळी करू. तोवर घर बरंचसं लागलेलं असेल."

"थँक्यू. तुला हवं होतं, त्याप्रमाणे मी सगळं अवजड फर्निचर भिंतीपासून दूर सरकवून ठेवलं आहे."

"छान. सध्या बश्या धुवायच्या बेसिनचाच मी कपडे धुण्यासाठी उपयोग करते. टब सापडत नाहीये. बेसिन ओशट आहे. मला ते घासून स्वच्छ करावं लागेल."

"शेगडी एकदा नीट पेटली, की मी आणखी ड्रॉवर्स शोधतो. बऱ्याच उपयुक्त वस्तू सापडताहेत मला. आगपेट्या, साबण, कागद, पेन्सिल, पेन, शाई. टेबलावरचा दिवा रॉकेलनं भरलेला आहे. मिकुलित्सिन जवळ असा दिवा नव्हता, हे मला निश्चित माहीत आहे. तो दुसऱ्या कुणीतरी आणला असला पाहिजे."

"कोण राहून गेलं असेल इथं? गूढच आहे. ज्यूल व्हर्नच्या कादंबरीप्रमाणेच. बघ, आपण पुन्हा गप्पा करायला लागलो. माझं पाणी तिकडं उकळून चाललंय्."

त्या दोघांचीही दिवसभर या खोलीतून त्या खोलीत धावपळ सुरू होती. हात क्षणभरही रिकामे नव्हते. काटेन्का सारखी मध्ये मध्ये येत होती आणि दोघं तिच्यावर आदळत होते. ती इकडं तिकडं फिरत होती. त्यांच्या वाटेतच धडपडत होती. दोघं तिला रागावले, की रुसून गप्प बसत होती. थंडी वाजते, अशी तक्रार करत ती सारखी थरथर कापत होती.

युरीच्या मनात विचार आला,

"ही बिचारी नव्या पिढीची मुलं, आमच्या भटक्या जीवनाची बळी ठरली आहेत. दीनवाणी अशी ही छोटी बालकं आमच्या पिढीबरोबर भटकताहेत."

तो मोठ्यानं म्हणाला,

"कातिया, तू आता हसतमुख राहा बरं! थंडी वगैरे काही वाजत नाही. वेड्यासारखं बोलू नकोस. शेगडी चांगली तापून लाल झाली आहे."

"शेगडीला उबदार वाटत असेल, पण मला थंडी वाजते आहे!"

"ठीक आहे. तू संध्याकाळपर्यंत धीर धर. संध्याकाळी मी शेगडीत छान जाळ तयार करीन आणि ममा आत्ता काय म्हणाली, ते ऐकलंस न? ती तुला गरम पाण्यानं अंघोळ घालणार आहे. तोवर तू याच्याशी खेळ. हे घे, पकड."

युरीनं लिबेरियसच्या साठवणाच्या थंडगार खोलीतून काही जुनी खेळणी काढली व ती फरशीवर ओतली. काही खेळणी चांगली होती, काही तुटलेली. ठोकळे, गाड्या, इंजिनं, चित्रं, मणी व आकडे असलेले छोटे फळे, सोंगट्या, आणखी काही आकडे मोजता येतील, असे खेळ. ते पाहून काटेन्का म्हणाली,

"तुम्ही मला काय समजलात, युरी आन्द्रेईविच? ही खेळणी अगदी लहान मुलासाठी आहेत. मी आता पुष्कळ मोठी झालेली आहे."

पण दुसऱ्याच क्षणी ती दुलईत शिरून आरामात बसली आणि तिनं ती सर्व खेळणी रचून बाहुलीच्या घरासाठी भिंती करून टाकल्या. ती बाहुली तिनं युरिआटिनहून स्वतः बरोबर आणली होती. बाहुलीनं आजवर इतर लोकांच्या ज्या तात्पुरत्या घरांमधे आयुष्य घालवलं होतं, त्यापेक्षा हे घर खूपच समजुतदार आणि स्थिर होतं!

लारा स्वयंपाकघरातून हे पाहत होती. तिच्या मनात विचार आला, घराबद्दलची सहजप्रेरणा पाहा कशी असते! निवाऱ्याची, नीटनेटक्या घराची आणि समाजातल्या सुव्यवस्थेची इच्छा कशानंही नष्ट होत नाही. मुलं जास्त प्रामाणिक असतात. त्यांना सत्याची भीती वाटत नाही; पण आपण मात्र काळाच्या मागे पडण्याच्या विचारानं इतके ग्रासलेले असतो की, जे समजत नाही, त्याला होकार देतो. ज्याचा तिटकारा आहे, त्याची स्तुती करतो. प्रिय व्यक्तीची वंचना करतो.

लारानं काही अन्नपदार्थ बरोबर आणले होते. त्यांपासून तिनं तीन दिवस पुरेल इतका भरपूर स्वयंपाक करून ठेवला. मेजवानीच होती ती. बटाट्याचं सूप,

भाजलेलं मटण आणि उकडलेले बटाटे. खाणं अशक्य होईपर्यंत काटेन्कानं त्या पदार्थांवर ताव मारला. जेवताना तिनं खूप दंगामस्ती केली. खोड्या करून हसली, खिदळली. अंगात ऊब आल्यावर आणि पोट भरल्यावर लाराची शाल गुंडाळून ती झोपी गेली.

लारा दमली होती. ओव्हनपाशी सतत उभं राहून गरम झाली होती. काटेन्काइतकीच तिलाही झोप येत होती. पण आपण चांगला स्वयंपाक करू शकतो, या विचारानं तिला आनंद झाला होता. त्यामुळं बश्या उचलून टेबल आवरण्याची घाई न करता ती तिथंच खुर्चीवर थोडी विश्रांती घ्यायला बसली. काटेन्काला झोप लागली, याची खात्री पटल्यावर ती टेबलावर किंचित पुढं झुकली. तळहातावर हनुवटी ठेवून म्हणाली,

"यातून काही चांगलं निष्पन्न होणार आहे, एवढं जरी कळलं, तरी मी वाटेल तेवढे कष्ट करायला तयार आहे. मी खूप सुखी होईन. हे सगळं व्यर्थ जायला नको. तुला मला सतत आनंदी ठेवावं लागेल, आपण इथं दोघं एकत्र राहायला आलो आहोत, याची मला आठवण करून देत राहा. मला विचार करायची सवडच देऊ नकोस. कारण प्रामाणिकपणे पाहिलं, तर आपण हे काय करत आहोत? कुणाचं तरी घर आपण लुबाडलं आहे. ते फोडून आपण आत घुसलो आणि इथं विसावलो. हे आपलं खरं जीवन नाही, याची टोचणी मनाला लागू नये, म्हणून आपण घरात उगाचच इकडं तिकडं पळतो आहोत. नाटकासाठी उभारलेला हा रंगमंच आहे. लहान मुलांचा खेळ. मला सगळं हास्यास्पद वाटतं."

"पण, डार्लिंग, इथं यायचं, हा तुझाच आग्रह नव्हता का? मी बराच काळ याला विरोध केला, हे तुला आठवत नाही का?"

"मला निश्चितच आठवतं, मी ते नाकारत नाही. चूक माझीच आहे. तर्कशुद्ध विचार मीच करायला हवा! दुःख करण्याचा अधिकार तुला आहे, मला नाही! दरवेळी माझ्या विचारांमध्ये सातत्य कसं राहील? काटेन्काची, तिच्या भविष्याची काळजी मी करू नये? तिचा विचार करण्याची, भविष्याचा विचार करण्याची मला मुभा नाही. माझ्या तुझ्याविषयीच्या प्रेमापुढं या सगळ्या गोष्टी मार्गातून बाजूला व्हायला हव्यात."

"लारुशा! स्वतःला सावर. विचार कर. तुझा निर्णय तू अजूनही फिरवू शकतेस. अजूनही उशीर झालेला नाही. कॉमरॉव्हस्कीच्या योजनेचा तू गांभीर्यानं विचार करावा, असं तुला सांगणारा मीच पहिला होतो. आपल्याजवळ घोडा आहे. तुला, हवं तर, आपण उद्याच सरळ युरिआटिनला परत जाऊ. कॉमरॉव्हस्की अद्यापही तिथं आहे. आपल्याला तो दिसला होता. सुदैवानं त्यानं आपल्याला पाहिलं नाही, असं मला वाटतं. आपण त्याला नक्की शोधून काढू, याची मला खात्री वाटते."

"मी एखादा शब्द नुसता बोलले, तरी तू चिडतोस. मला सांग, माझं इतकं चुकलं आहे का? इथल्यापेक्षा अधिक चांगल्या तऱ्हेनं आपण लपून राहू शकलो असतो, तर युरिआटिनमध्येच राहिलो असतो. आपल्याला खरोखरच स्वतःला वाचवायचं असतं, तर आपण नीट विचार करून, अधिक शहाणपणाची योजना आखली असती. कॉमरॉव्हस्कीनं सुचवलेला उपायच शेवटी चांगला वाटतो. कितीही घृणास्पद असला, तरी तो माहितगार आणि व्यवहारी माणूस आहे. आपण इथं एकटे. भोवताली मोकळं मैदान आणि सोसाट्याचा वारा. आपल्याला तर इतर कुठल्याही ठिकाणापेक्षा इथंच जास्त धोका आहे. रात्री बर्फाखाली गाडले गेलो, तर सकाळी बाहेर सुद्धा निघू शकणार नाही. इथं आपल्या आधी राहून गेलेला एखादा दरोडेखोर असला, तर तो येऊन आपले गळे कापून टाकील. तुझ्याजवळ किमान बंदूक तरी आहे का? तू काहीच विचार करत नाहीस, याचीच मला भीती वाटते."

"पण तुला काय हवं आहे? मी आत्ता काय करावं, अशी तुझी इच्छा आहे?"

"काय सांगावं, ते माझं मलाच कळत नाही. तुझी टोनिया आणि माझा पाशा आपल्या दोघांपेक्षा हजार पटींनी बरे आहेत. तुला आणि मला स्वर्गात प्रेम करायला शिकवलं गेलं आणि पृथ्वीवर पाठवलं गेलं. या ठिकाणी तर प्रत्येक क्षणाला रानटी आणि रौद्रभीषण असं काहीतरी आपली वाट बघत आहे."

लारानं युरीच्या गळ्यात हात टाकले. अश्रू आवरण्याचा ती आटोकाट प्रयत्न करत होती.

"तुला कळतंय् ना? आपली दोघांची अवस्था सारखी नाही. आकाशात झेप घेण्यासाठी तुला पंख मिळाले आहेत; पण मी स्त्री आहे. मला पंख मिळाले आहेत, ते जमिनीवर राहून माझ्या लहान मुलीला आसरा देण्यासाठीच."

लारा जे बोलली, त्यातल्या प्रत्येक शब्दानं तो खोलवर हेलावून गेला. पण भावनाविवश होऊ नये, म्हणून त्यानं तसं दाखवलं नाही.

"आपण हे जे वनवासी आयुष्य सुरू करत आहोत, त्यात काही प्रमाणात ताण आणि खोटेपणा आहे, हे खरं आहे. तुझं म्हणणं अगदी बरोबर आहे. पण हे आपण शोधून काढलेलं नाही. आज प्रत्येकजण हेच करतो आहे. वेड्यासारखा दारोदार, रानोमाळ भटकतो आहे. हे राध्याच्या काळाचं गमक आहे.

"मी स्वतःही दिवसभर या गोष्टीचा विचार करत होतो. इथं काही काळ राहण्यासाठी शक्य ते सर्व करायला मला आवडेल. काम परत सुरू करण्याची माझी किती तीव्र इच्छा आहे, ते मी तुला सांगू शकत नाही. शेती मी करणार नाही. कारण आम्ही इथं होतो, तेव्हा तेच करत होतो. आम्हांला त्यात यशही मिळालं. पण आता माझ्यात तेवढी शक्ती नाही. माझ्या मनात दुसरंच काही आहे.

"हळूहळू परिस्थिती निवळते आहे. कदाचित एक दिवस पुस्तक-प्रकाशन

पुन्हा सुरू होईल.

"आपण सॅमदेविआतोव्हशी करार करू. अर्थात त्याला फायद्याच्या ठरतील, अशाच अटींवर. त्यामुळं तो आपल्याला इथं त्याच्या खर्चानं सहा महिने ठेवू शकेल. याच अटीवर, की हे सहा महिने मी पुस्तकं लिहिण्यात घालवीन. औषधशास्त्रावरचं एखादं पाठ्यपुस्तक म्हणा, किंवा काहीतरी साहित्यिक स्वरूपाचं किंवा कवितांचा संग्रह, किंवा काही प्रसिद्ध अभिजात साहित्यकृतींचा मी अनुवाद करीन. मला भाषा चांगल्या येतात. एक दिवस मी जाहिरात पाहिली. पीटर्सबर्गमध्ये एक प्रकाशक आहे. तो फक्त अनुवादच प्रकाशित करतो. माझ्या या कामाचा पैशात भरपूर मोबदला मिळेल, याची मला खात्री आहे. अशा तऱ्हेचं काम करण्यात मला आनंद मिळेल."

"मला खूप आनंद वाटला हे ऐकून. तू मला ही चांगली आठवण करून दिलीस. कारण मी आज याचाच विचार करत होते. पण आपल्या इथल्या भविष्यावर माझा विश्वास नाही. माझा असा कयास आहे, की आपण इथूनही हाकलले जाऊ आणि आपल्यांत आणखी मोठं अंतर निर्माण होईल. पण जोवर आपण इथं आहोत आणि जरा श्वास घ्यायला वेळ आहे, तोवर तू लिही. तू मला वेळोवेळी ऐकवलेल्या कविता उतरवून काढ. त्यांतल्या निम्म्या तू हरवल्या आहेस आणि बाकीच्या कधीच लिहून काढल्या नाहीस. तू त्या विसरून जाशील, अशी मला भीती वाटते. आधी अनेक वेळा घडलं, तसं याही वेळी त्या कविता नष्ट होऊन जातील."

संध्याकाळी त्यांनी भरपूर गरम पाण्यानं अंघोळी केल्या. लारानं कात्येन्काला अंघोळ घातली. स्वच्छपणाची, ताजेपणाची सुखद अनुभूती घेऊन युरी टेबलापाशी लिहायला बसला. लाराच्या खोलीकडं त्याची पाठ होती. त्या खोलीत साबणानं सुगंधित झालेली, अंगाभोवती टॉवेल गुंडाळलेली लारा कात्येन्काला पांघरुणात लपेटून झोपवत होती. लारानं ओले केस दुसऱ्या टॉवेलात डोक्यावर उंच बांधले होते. लिहिण्यावर लक्ष केंद्रित होतंय्, या आनंदाची चव चाखत युरी आजूबाजूला घडणाऱ्या गोष्टींची सुखानं पण लक्ष विचलित न करता दखल घेत होता.

रात्रीचा एक वाजला. इतका वेळ झोपेचं सोंग करत असलेली लारा अखेर खरोखरच झोपी गेली. पलंगावरच्या चादरी स्वच्छ धुतलेल्या होत्या. दोघींच्या अंगांवरचे, लेस असलेले कपडेही असेच शुभ्रपणे चमकत होते. त्याही दिवसांमध्ये लारा कपड्यांना स्टार्च करत असे.

युरीच्या अवतीभोवतीची शांतता सुखाचा आणि जिवंततेचा श्वास घेत होती. दिव्यांचा मंद पिवळा प्रकाश पांढऱ्या कागदांवर पसरला होता. दौतीतली शाई सोन्याचा मुलामा दिल्यासारखी चमकत होती. बाहेर हिवाळ्यातली बर्फाळ रात्र फिकट निळी होती. रात्रीचं ते दृश्य आणखी चांगलं दिसावं, म्हणून युरी पलीकडच्या

खोलीत गेला. ती खोली थंड आणि अंधारी होती. त्यानं खिडकीतून बाहेर पाहिलं, पूर्ण चंद्राचा प्रकाश जंगलातल्या मोकळ्या जागी जमलेल्या बर्फावर दाट पांढऱ्या रंगाप्रमाणे पसरला होता. त्या हिमगार रात्रीची भव्यता अवर्णनीय होती.

युरीच्या हृदयात अथांग शांती भरून आली. तो पुन्हा त्या उजळलेल्या उबदार खोलीत गेला आणि लिहायला लागला.

कवितांमध्ये सावकाशपणे सुधारणा करत तो एकामागे एक कागदांवर उतरवून काढत होता. तसं करताना तो मूळ कवितेपासून बराच दूरही जात होता. ज्या कविता त्याला चांगल्या आठवत होत्या, ज्यांचं निश्चित स्वरूप त्याच्या मनात होतं, त्या 'ख्रिसमस स्टार', 'विंटर नाइट' या आणि इतर कविता त्यानं आठवून आठवून लिहून काढल्या. नंतर तो अर्धवट राहिलेल्या कवितांकडं वळला. त्या कवितांच्या आशयात शिरला आणि पुढची रूपरेषा मनाशी आखून ठेवली. त्या लगेच पूर्ण होतील, अशी त्याला मुळीच आशा नव्हती. शेवटी तो खोलीत लांब पावलं टाकत फिरायला लागला.

त्याला चांगलं काहीतरी सुचलं आणि तो नवीन कविता लिहायला लागला. दोन-तीन कड़वी लिहून झाली. काही कल्पनांनी त्याच्या मनाचा ताबा घेतला. तो लिखाणाशी इतका एकरूप झाला की, ज्याला स्फूर्ती, प्रेरणा म्हणतात, त्याची त्याला जाणीव झाली. अशा वेळी कलावंताची मनोवस्था महत्त्वाची नसते, तर त्याला जे व्यक्त करायचं आहे, ती भाषा महत्त्वाची असते. सौंदर्य आणि अर्थ यांचं आश्रयस्थान असलेली भाषा स्वतःच विचार करायला लागते आणि माणसांसाठी बोलायला लागते.

अशा क्षणी युरीला जाणवत असे की, त्याच्या कामाचा मुख्य भाग त्याच्याकडून नव्हे, तर कुणा श्रेष्ठ शक्तीकडून पार पाडला जात आहे. ती शक्ती त्याच्यापेक्षा उच्च आहे आणि त्याला दिशा दाखवते आहे. ती एक वैश्विक, ऐतिहासिक चालना आहे आणि तो फक्त एक निमित्त आहे.

या जाणिवेनं त्याला फार हलकं वाटलं. त्याच्या मनातली अपराधीपणाची, असमाधानाची, स्वतःच्या निषेधाची, क्षुद्रत्वाची भावना काही काळ नाहीशी झाली. त्यानं दृष्टी वर केली, आजूबाजूला पाहिलं. पांढऱ्याशुभ्र उश्यांवर दोन निद्रित डोकी होती. त्यांचे चेहरे, खोली, चादर, रात्र, बर्फ, तारे, चंद्र या सगळ्यांमधली शुद्धता त्याच्या हृदयातून आत शिरली. एका लाटेसारखी. त्या लाटेनं त्याच्या मनात आनंद निर्माण झाला आणि आपल्या अस्तित्वाच्या शुद्धतेच्या विजयानं तो शांत होत गेला.

तो हळुवार आवाजात म्हणाला,

"देवा! हे सगळं माझ्यासाठी? तू मला इतकं का दिलंस? तू तुझं अस्तित्व माझ्यात का सामावलंस? तुझ्या विश्वात भ्रमंती करायची तू मला मुभा दिलीस. तुझं

हे जग, तुझा हा खजिना, तुझे तारे आणि लाराचं निरपेक्ष, अमर्याद प्रेम. त्यामुळं माझे डोळे शाश्वत प्रकाशानं सतत उजळून निघत आहेत.''

पहाटे तीन वाजता युरीनं कागदांमधून डोकं वर केलं. स्वत्व विसरायला लावणाऱ्या दूरवर लागलेल्या तंद्रीतून तो स्वतःकडं, त्याच्या घराकडं, वास्तवाकडं परत आला. त्या वेळी तो सुखी, शांत आणि सबल झालेला होता. अचानकच, खिडकीच्या बाहेर दूरवर पसरलेल्या खुल्या भूप्रदेशाच्या शांततेला शोकपूर्ण, दुःखी आवाजानं तडा गेला.

युरी शेजारच्या अंधाऱ्या खोलीत जाऊन तिथल्या खिडकीतून बाहेर बघायला लागला. पण तो काम करत असताना गेल्या काही तासांत खिडकीची काच बर्फानं पूर्ण झाकून गेली होती. बाहेरच्या हिमवृष्टीचा झोत आत येऊ नये, म्हणून त्या खोलीच्या दाराला जाड गालिचा अडकवला होता. युरीनं ओव्हरकोट खांद्यावर चढवला आणि दारावरचा गालिचा बाजूला सारून तो बाहेर आला.

पांढरंशुभ्र बर्फ पसरलं होतं. चंद्राच्या प्रकाशात ते चमकत होतं. जराही कुठं सावली नसलेला तो तेजस्वी विस्तार पाहून त्याचे डोळे दिपले. त्यामुळं त्याला आधी काही दिसलंच नाही. मग पुन्हा तोच दीर्घ, भीतीनं रडल्यासारखा, पोटाच्या देठापासून निघालेला आवाज ऐकू आला. आवाज दुरून येत असल्यामुळं काहीसा क्षीण झाला होता. पण त्याला दूरवर चार लांब सावल्या दिसल्या. त्या सावल्याही फार दाट नव्हत्या. पेन्सिलीनं काढल्यासारख्या फिकट होत्या.

लहान घळीच्या काठावर जरा पलीकडं जंगलात मोकळी जागा होती. त्या ठिकाणी लांडगे एका ओळीत उभे होते. त्यांची डोकी वर उंचावलेली होती आणि नाकं घराच्या दिशेनं वळलेली होती. चंद्राकडं किंवा खिडक्यांवर पडलेल्या त्याच्या चंदेरी प्रतिबिंबाकडं बघत त्यांनी ओरडून रान उठवलं होतं. ते वळून कुत्र्यांप्रमाणे दुडक्या चालीनं पळत दूर निघून गेले. त्यांना जणू युरीच्या मनातले विचार कळले होते. ते लांडगे आहेत, हे त्याच्या लवकर लक्षात आलंच नाही. कोणत्या दिशेनं नाहीसे होताहेत, हे युरीला कळायच्या आतच ते दिसेनासे झाले.

युरीला वाटलं,

'ही आपली अखेरच म्हणायची. लांडग्याची गुहा जवळपासच कुठंतरी असेल का? कदाचित या घळीतच? किती भयानक! सॅमदेविआतोव्हचा घोडा बाहेर कोठारात आहे. त्यांना त्याचा वास आला असावा.'

सध्या तरी लाराला यातलं काही सांगायचं नाही, तो असं युरीनं ठरवलं. ती फार काळजीत पडेल. आत परत जाऊन त्यानं बाकीच्या थंड खोल्या आणि घराचा उबदार केलेला भाग यांतली सगळी दारं लावून घेतली. बर्फाच्या झोताला थोपवण्यासाठी

त्यानं फटींमध्ये कपडे दाबून घुसवले, आणि टेबलापाशी परत आला. दिव्याचा प्रकाश आधीसारखाच तेजस्वी आणि स्वागतोत्सुक होता. पण युरी आता लिहिण्याच्या मनःस्थितीत नव्हता. चित्त एकाग्र करणं त्याला जमेना. त्याच्या मनात केवळ एकच विचार येत होता. ते लांडगे, घिरट्या घालणारी संकटं, आणि सर्व प्रकारची गुंतागुंत. शिवाय तो शिणलाही होता.

लाराला जाग आली. ती झोपभरल्या घोगऱ्या आवाजात म्हणाली,

"तू अद्यापही माझा मौल्यवान दिवा जाळतो आहेस? ये, माझ्याजवळ क्षणभर बैस. मला तुला माझं स्वप्न सांगायचं आहे."

युरीनं दिवा घालवला.

तिथं राहायला येणं हा त्यांचा वेडेपणाच होता.

दुसरा दिवस शांतपणे निघून गेला.

युरीला घरात लहान मुलांची एक घसरगाडी सापडली. युरीनं काटेन्कासाठी बर्फ चोपून, त्यावर पाणी ओतून छोटा रस्ता तयार केला. काटेन्का त्या गाडीतून बर्फावरून घसरली. तिला खूप मजा वाटली. तिचा चेहरा स्मितानं उजळून निघाला आणि लालबुंद झाला.

हवा अधिकाधिक थंड होत गेली. भुसभुशीत बर्फ गोठायला लागलं. तरी अद्याप सूर्य आकाशात होता. दुपारच्या वेळी बर्फ पिवळं दिसू लागलं. थेंबाथेंबानं हळूहळू गळणाऱ्या बर्फाला मधासारखी केशरी छटा आली. सूर्यास्तानंतरच्या आकाशासारखा तो रंग होता.

आदल्या दिवशी लारानं कपडे धुण्याचं आणि इस्त्रीचं काम केल्यामुळं घर दमट झालं. वाफेचे हिमकण होऊन त्यांचा दाट थर खिडक्यांवर जमला. वॉलपेपरवरदेखील ओलसरपणाच्या रेषा उमटल्या. खोल्या अंधारी आणि उदास होत्या. युरीनं लाकडं आणि पाणी घरात आणून टाकलं आणि तो घरात आणखी काही वस्तूंचा शोध घ्यायच्या कामाला लागला. लाराच्या कधीही न संपणाऱ्या घरकामात तो लागेल ती मदत करू लागला.

कुठल्यातरी कामाच्या घाईत किंवा एखादी वस्तू उचलताना युरी आणि लाराचे हात एकमेकांना स्पर्श करत होते. मग हातातली वस्तू खाली ठेवून ते हात हातात घेऊन बसत होते. दमलेले आणि मरगळलेले. दिवसभराचं काम त्यांच्या नाजूकपणावर भयानक हल्ला करत होतं. त्यांच्या डोक्यातून सगळे विचार निघून गेले होते.

खूप उशिरापर्यंत त्यांचं काम चालू होतं. अचानक त्यांना आठवण झाली, की काटेन्काला त्यांनी बराच वेळ एकटंच सोडून दिलं होतं! या विचारानं ते हादरले. घोड्याला पाणी किंवा चाराही दिला नव्हता. या जाणिवेनं एकदम भानावर येऊन ते

दोघं ही राहिलेली दोन कामं करायला आधी धावले.

काल रात्री युरीनं पुरेशी झोप घेतली नव्हती. त्याच्या डोक्यात एक प्रकारची गोड धुंदी होती. नशेचा अंमल चढल्यासारखी. श्रमानं आणि अशक्तपणानं त्याचं शरीर सारखं ठणकत होतं. पण ती वेदनाही त्याला आनंददायी वाटली. काल अर्धवट राहिलेलं लिखाण पूर्ण करण्यासाठी रात्र केव्हा होते, याची तो अधीरपणानं वाट बघू लागला.

त्याच्या कामाचा प्राथमिक भाग त्याच्या जाणिवेच्या नकळतच पूर्ण झाला. झापड येत होती. त्या सुस्तीनं त्याचे विचार आणि त्याच्या आजूबाजूचा परिसर यांच्यामध्ये पडदा निर्माण केला. सगळं काही धूसरपणानं लपेटलं असतानाची ती अवस्था कल्पनेनं अंतिम मूर्तरूप धारण करण्याची होती. दिवसभराची थकव्याची आणि निष्क्रियतेची अवस्था म्हणजे रात्रीची आवश्यक ती पूर्वतयारी होती.

युरी दमला असला, तरी सर्व लिखाणावरचे संस्कार पूर्ण झाले. काही कविता बदल केल्यानं पूर्णतया बदलून गेल्या.

युरीला मनातून वाटत होतं, व्हॅरिकिनोमध्ये राहायचं त्याचं स्वप्न पूर्ण होणार नाही. लारापासून कायमचं दूर जायचा क्षण जवळ आला आहे. तो अटळपणं तिला गमावून बसणार आहे आणि त्या बरोबरच जगायची इच्छा आणि कदाचित जीवनही. त्याच्या हृदयात दुःखाची कळ आली. तरीही त्याचा सर्वांत मोठा मनस्ताप म्हणजे त्या रात्रीसाठी असलेली त्याची अधीरता होती. प्रत्येकाच्या डोळ्यांत अश्रू यावेत, अशा तऱ्हेनं स्वतःचं दुःख शब्दांतून व्यक्त करण्याची त्याची तळमळच त्याच्या जिवाची घालमेल करत होती.

दिवसभर त्याला ते लांडगे आठवत होते. चंद्रप्रकाशात, बर्फाळ मैदानावर जमलेले ते लांडगे नव्हते, तर ते आता त्याच्या मनात, लाराचा आणि त्याचा नाश करणाऱ्या शक्तीचं प्रतीक झाले होते. ती शक्ती त्या दोघांना व्हॅरिकिनोबाहेर हाकलून लावणार होती. एखाद्या क्रूर पशूप्रमाणे किंवा राक्षसाप्रमाणे हा विचार त्याच्या मनात घोटाळत होता. त्या ड्रॅगनचा मार्ग दरीतून त्यांच्यापर्यंत पोचत होता आणि त्याला युरीच्या रक्ताची तहान आणि लाराची हाव होती.

रात्र झाली. पुन्हा एकदा युरीनं टेबलावरचा दिवा लावला. काटेन्का आणि लारा कालच्यापेक्षाही लवकर निजल्या.

लिहिणं हे त्याच्या आयुष्याचं स्वप्न होतं. मूलगामी विचार नित्याच्या परिचित शैलीतदेखील उत्तम तऱ्हेनं व्यक्त व्हावेत, असं त्याला वाटत होतं. आयुष्यभर तो अशा साध्या सरळ शैलीसाठी झगडला होता. वाचकाला तो विचार पूर्णपणे, आपण तो कसा आत्मसात केला, याची जाणीवही न होता समजायला हवा. आपण

अद्यापही त्या आदर्श शैलीपासून फार दूर आहोत, हे पाहून तो निराश झाला.

गेल्या रात्री त्यानं अगदी सोप्या शब्दांत त्याला जे वाटतं, ते, आणि त्याच्या भावना मांडण्याचा प्रयत्न केला होता. प्रेम, भीती, इच्छा, धैर्य यांविषयी त्यानं अशा पद्धतीनं लिहायचा प्रयत्न केला होता की, शब्द गळून पडावेत आणि अर्थ थेट व्यक्त व्हावा.

लारा पलंगावरून उठून त्याच्या शेजारी टेबलापाशी येऊन उभी राहिल्याचंही त्याला समजलं नाही. लांब नाईटड्रेसमध्ये ती खूप कृश आणि प्रत्यक्षात होती त्यापेक्षाही उंच दिसत होती. तिचा चेहरा फिकट आणि भ्यायलेला होता. बाहेरच्या बाजूला बोट दाखवत तिनं हलक्या आवाजात विचारलं,

"तुला ऐकू आलं? कुत्र्याचं रडणं. मला वाटतं, दोन असावेत. किती भयानक! हा फार मोठा अपशकुन असतो. आपण सकाळपर्यंत कसातरी वेळ काढू. त्यानंतर इथून जाऊ. यापुढं मी इथं राहणार नाही."

युरीनं तिची खूप समजूत घातल्यावर तासाभरानंतर ती शांत झाली आणि झोपी गेली. युरी बाहेर गेला. लांडगे काल रात्रीपेक्षा आज अधिक जवळ आले होते. कुठल्या दिशेनं गेले, ते कळायच्या आतच ते क्षणार्धात झपाट्यानं नाहीसेही झाले. ते घोळका करून उभे होते. किती होते, ते त्याला मोजताही आलं नाही. पण दोन पेक्षा जास्तच असावेत.

व्हॅरिकिनोमधला तो त्यांचा तेरावा दिवस होता. त्या दिवशी नवीन विशेष असं काही घडलं नाही. लांडगे गेले काही दिवस नाहीसे झाले होते; पण त्या दिवशी रात्री पुन्हा ओरडले. पुन्हा एकदा लारा घाबरली. त्यांना कुत्री समजली, आणि दुसऱ्याच दिवशी इथून निघून जायचं, असं तिनं ठामपणे सांगितलं. तीव्र निराशेचे झटके वरचेवर येऊन ती नेहमीचं संतुलन गमावून बसली.

सकाळ झाल्यावर लारा परतीच्या प्रवासासाठी सामान बांधायला लागली. ते काम या आधी तिनं कितीदा तरी केलं होते. जणू गेलेले तेरा दिवस अस्तित्वातच नव्हते.

खोल्यांमध्ये आज अंधार आणि दमटपणा भरून आला होता. कारण आज आभाळ ढगांनी व्यापलेलं होतं. थंडी कमी होती. पण खाली लोंबलेल्या ढगांकडं बघता कोणत्याही क्षणी बर्फवृष्टी सुरू होईल, असं वाटत होतं. अनेक रात्री न झोपल्यामुळं युरीला प्रचंड शारीरिक आणि मानसिक थकवा आला होता. त्याच्या पायांमधलं त्राण गेलं होतं आणि डोक्यात विचारांचा गुंता झाला होता. थंडीनं कुडकुडत, हातावर हात घासत तो या खोलीतून त्या खोलीत जात होता. लारा काय

ठरवते आणि त्यानुसार त्याला काय करायला हवं, याची तो वाट बघत होता.

तिला स्वतःलाच काही कळत नव्हतं. असल्या अस्ताव्यस्त स्वातंत्र्यापेक्षा तिला, ताणाचा असला, तरी निश्चित असा रोजचा दिनक्रम आवडला असता. ठरावीक असं काम तिला हवं होतं, जेणेकरून ते प्रामाणिक, अर्थपूर्ण आणि प्रतिष्ठेचं आयुष्य जगू शकतील.

तिनं नेहमीप्रमाणं पलंग आवरण्यापासून दिवसाच्या कामाला प्रारंभ केला. नंतर झाडलोट, धूळ पुसणं, नाश्ता तयार करणं, त्यानंतर तिनं सामान आवरायला सुरुवात केली. तिनं युरीला घोड्यावर खोगीर चढवायला सांगितलं. इथून जायचा पक्का निर्धार तिनं केला.

युरीनं वाद घातला नाही. शहरात जाणं वेडेपणाचं होतं. तिथं अटकसत्र शिगेला पोहोचलं असणार. पण त्याचबरोबर भर हिवाळ्यात या ओसाड रानात इथं एकटं, निःशस्त्र राहणंही तितकंच धोक्याचं आणि वेडेपणाचं होतं.

अर्थात इथं दीर्घ काळ राहण्याची शक्यता असती तर युरीनं अन्न, वैरण मिळवण्याचे नवे मार्ग शोधून काढलेही असते. पण काही थोड्या अनिश्चित दिवसांसाठी एवढं करण्यात अर्थही नव्हता. त्यानं तो विचार सोडून दिला आणि तो घोड्यावर खोगीर चढवायला गेला.

त्याला ते नीट जमत नव्हतं. सॅमदेविआतोव्हनं त्याला खोगीर कसं चढवायचं, ते शिकवलं होतं. पण दरवेळी तो विसरून जात होता. आताही त्यानं खोगीर जमेल तसं कसंतरी चढवलं. गाडीच्या फळ्यांना लगाम बांधला. लगामाच्या दुसऱ्या टोकाची गाठ बांधली. घट्ट कॉलर घोड्याच्या पोटाखाली पक्की केली. घोडा गाडीला जुंपून त्यानं गाडी पोर्चसमोर आणली, आणि लाराला बोलवायला तो घरात गेला.

तिनं आणि कात्येन्कानं कोट घातले होते. सर्व सामान बांधून झालं होतं. पण लारा अत्यंत दुःखी दिसत होती. ती हात चोळत होती आणि अगदी रडायच्या बेतात होती. तिनं त्याला क्षणभर बसायची विनंती केली. नंतर तिनं स्वतःला खुर्चीत झोकून दिलं, पुन्हा उठली आणि ती उंच आवाजात करुणार्त स्वरात असंबद्ध असं बोलायला लागली. शब्दाशब्दावर ती अडखळत होती.

युरीनं विचारलं,

"काय विचार आहे तुझा?"

'कसं, काय होतंय्, तेच मला कळत नाही. पण तूच बघ, आता आपण निघू शकणार नाही. फार उशीर झाला आहे. लवकरच अंधार पडेल. या भयंकर दाट जंगलात आपण अंधारात अडकून पडू. तुला काय वाटतं? तू म्हणशील, ते मी करीन. पण आता निघायची माझ्या मनाची तयारीच होत नाहीये. काहीतरी मला 'जाऊ नको' असं सांगतंय्. पण तुला जे योग्य वाटेल, ते करू. तू काहीच का

बोलत नाहीस? आपण अर्धा दिवस वाया घालवला. उद्या आपण अधिक काळजी घेऊ. नीट विचारपूर्वक ठरवू. उद्या अगदी पहाटेच लवकर उठू आणि दिवस उजाडताच सहा-सात वाजता निघू. आणखी आजची एक रात्र इथं राहिलं, तर? तू शेगडी पेटव. आणखी एक रात्र आपल्याला इथं मिळेल. तू लिहू शकशील. हे चांगलं नाही का होणार, डार्लिंग? देवा! मी पुन्हा काही चुकीचं बोलले का? तू काहीच म्हणत नाहीस?''

''तू अतिशयोक्ती करते आहेस. संध्याकाळ व्हायला अजून पुष्कळ अवकाश आहे. पण तुला वाटतं, तसंच करू. आपण इथं राहू. फक्त तू शांत हो. इतकी अस्वस्थ होऊ नकोस. चल, आपण कोट काढून सामान पुन्हा सोडू. काटेन्काला भूक लागली आहे. आपण काहीतरी खाऊ. तुझं बरोबर आहे. इतक्या अल्प तयारीनिशी असं अचानक जाण्यात अर्थ नाही. तू रडू नकोस. मी काही क्षणांतच शेगडी पेटवतो. पण त्याआधी गाडी परत छपरीत नेऊन ठेवतो आणि आमच्या जुन्या माळ्यावर उरलेली लाकडं घेऊन येतो. आता डोळे पूस. मी आलोच.''

युरीच्या जुन्या घराच्या छपरीपर्यंत स्लेज गाडीच्या अनेक चाकोऱ्या तयार झाल्या होत्या. आधीच्या जाण्यायेण्यात युरीनंच त्या तयार केल्या होत्या. दोन दिवसांपूर्वी तो त्या छपरीपर्यंत गेला होता त्यामुळं दाराच्या उंबरठ्यावरचं बर्फ पायांखाली तुडवलं गेलं होतं.

आज सकाळपासून ढगाळ असलेलं आकाश आता निवळलं होतं.

त्या घराजवळची जुनी बाग बघताना त्याला तिथं घालवलेल्या दिवसांची पुन्हा आठवण आली. ती बागही जणू युरीच्या चेहऱ्याकडं डोकावून बघत होती आणि टोनियाची आठवण करून देत होती.

दिवसाचा भरपूर उजेड अजून शिल्लक होता. तरी युरीला वाटलं, आपण आपल्या आयुष्याच्या दाट काळोखी जंगलात रात्री उशिराच्या प्रहरी उभे आहोत. इतका त्याच्या मनात अंधार होता, इतकी त्याच्या हृदयात निराश उदासीनता होती!

तो इतका थकला होता की, उभाही राहू शकत नव्हता. त्यानं अगदी थोडी थोडी लाकडं छपरीतून उचलून स्लेजमध्ये टाकली. नेहमीप्रमाणे लाकडांचे मोठे भारे त्याला उचलता आले नाहीत. त्या ओंडक्यांनाही बर्फ चिकटलेलं असल्यानं ते हाताळताना त्याच्या हातांमध्ये ठणका सुरू झाला. कामामुळं त्याला ऊब आल्यासारखंही वाटलं नाही. त्याच्या आतलं काहीतरी मोडून पडलं होतं. त्यानं आपल्या दुर्दैवाला दूषणं दिली. तो लारावर प्रेम करत होता. या साध्या-सरळ मनाच्या, दुःखी, विनम्र आणि सुंदर स्त्रीला जीवदान द्यावं, अशी त्यानं देवाला प्रार्थना केली.

आकाशातली चंद्रकोर छताच्या घुमटामागं चमकत होती. तिचं एक टोक जणू घुमटावरच्या बर्फात घुसलं होतं. तिच्या कडेला निळसर प्रकाशाचं तेज होतं. पण तो नवा चंद्र प्रकाश न देताच चमकत होता. त्याच्याकडं पाहून युरीला कोणताही दिलासा मिळाला नाही.

घोडा मिकुलित्सिनच्या घराकडं मान वळवून आनंददर्शक असं फुरफुरत होता. युरीच्या मनात आलं,

'हे कशासाठी असेल? हे घोड्याचं ओरडणं भीतीचं नाही. लांडग्यांना त्याचा वास आला असेल, तर आनंदानं असं खिंकाळून त्यांना आपला सुगावा देण्याइतका घोडा मूर्ख नाही. तो कदाचित घरी जायची वाट बघत असेल.'

युरीनं लहान ढलप्याही स्लेजमध्ये टाकल्या आणि त्यावर पोतं झाकलं. घोडा पुन्हा खिंकाळला. या वेळेचं त्याचं खिंकाळणं दूर अंतरावरच्या दुसऱ्या घोड्याच्या फुरफुरण्याला प्रत्युत्तर होतं.

'काय असेल? आपण समजलो, तितकं व्हॅरिकिनो निर्मनुष्य नाही, की काय?'

पण आपल्याच घरी कुणी आलं असेल, हे त्याच्या लक्षात आलंच नाही. त्यानं शेतामधल्या त्याच्या पूर्वीच्या जुन्या घराला स्लेजमधून वळसा घातला होता आणि मधल्या उंचवट्यामुळं त्याला मिकुलित्सिनच्या घराचं पुढचं दार दिसत नव्हतं.

घर आल्यावर घाई न करता त्यानं सावकाश कोठाराचा तात्पुरता अडथळा दूर केला, स्लेज तिथं ठेवली आणि घोडा सोडला.

घरात शिरताना त्याला अस्वस्थ वाटत होतं. दारासमोर शेतकऱ्याची मोठी स्लेज उभी होती. तिला तुकतुकीत काळं शिंगरू जुंपलं होतं. गुबगुबीत अनोळखी माणूस गाडीभोवती फिरत होता. मधूनमधून घोड्याच्या पाठीवर थाप मारत होता.

घरातून संभाषणाचे आवाज येत होते. युरीनं चालण्याचा वेग कमी केला आणि एकाएकी तो थांबला. लारा आणि कात्येन्काशी बोलणाऱ्या कॉमरॉव्हस्कीचा आवाज त्यानं ओळखला! दाराजवळच्या पहिल्याच खोलीत ते होते. तिघांचा वाद चालला होता. लाराच्या आवाजावरून ती रडत होती, हे लक्षात येत होतं. मध्येच ती कॉमरॉव्हस्कीला विरोध करत होती, तर मध्येच त्याच्याशी सहमत होत होती.

त्याचं बोलणं चोरून ऐकायची युरीची अजिबात इच्छा नव्हती. पण त्याच वेळी त्याच्या कानांवर असे काही शब्द पडले, की युरीला वाटलं, कॉमरॉव्हस्की त्याच्याबद्दलच बोलत असावा. 'त्याच्यावर विश्वास ठेवू नकोस.' असं तो लाराला सांगत होता. 'दोन मालकांची एकाच वेळी खुशामत' असं काहीतरी ऐकल्यासारखं युरीला वाटलं. कॉमरॉव्हस्की तिला म्हणत होता, युरीचं त्याच्या कुटुंबावर जास्त प्रेम आहे, की लारावर ते सांगणं कठीण आहे. लारानं त्याच्यावर विश्वास ठेवू नये. कारण तिनं तसं केलं, तर दोन्ही डगरींवर पाय ठेवण्याच्या प्रयत्नात ती नक्कीच खाली पडेल.

युरी आत गेला. युरीनं अंदाज केला, त्याप्रमाणे ते तिघं दाराजवळच्याच खोलीत गेले. कॉमराव्हस्कीनं फरचा पायघोळ कोट घातला होता. लारानं काटेन्काची कोटाची कॉलर हातात पकडली होती आणि ती घट्ट बसवायचा ती प्रयत्न करीत होती. पण तिला हूक्स सापडत नव्हते. वळवळ करू नकोस, म्हणून ती काटेन्कावर ओरडत होती. काटेन्का रागावून म्हणत होती,

''हळू, ममा! तू माझा गळा आवळते आहेस. मला गुदमरून टाकशील.''

तिघंही बाहेर जायच्या कपड्यांत निघायच्या तयारीत उभे होते.

युरी आत येताच लारा आणि कॉमरॉव्हस्की त्याच्याशी बोलायला घाईनं पुढं आले. दोघं एकदमच म्हणाले,

''इतका वेळ कुठं होतास? आम्ही तुझी किती वाट बघत होतो!''

''हॅलो, युरी आन्द्रेईविच! आपण मागच्या भेटीत एकमेकांशी उद्धटपणानं बोललो. तरीही तू आमंत्रण न देताही मी पुन्हा तुझ्याकडं आलो.''

''हॅलो व्हिक्टर कॉमरॉव्हस्की!''

''पण तू होतास कुठं?'' लारानं पुन्हा विचारलं. ती म्हणाली, ''आता कॉमरॉव्हस्की म्हणतात, ते ऐक आणि आपल्या दोघांच्याही दृष्टीनं चटकन निर्णय घे. मुळीच वेळ नाहीये. घाई करायला हवी.''

''पण आपण असे उभे का आहोत? व्हिक्टर, बसा ना! डार्लिंग, मी कुठं होतो, असं तू कसं विचारतेस? मी लाकडं आणायला आमच्या जुन्या घरी गेलोय्, हे तुला माहीत होतं! व्हिक्टर, प्लीज बसा.''

''यांना पाहून तुला आश्चर्य वाटलेलं दिसत नाही. ते निघून गेले आणि त्यांच्या प्रस्तावाचा आपण स्वीकार केला नाही, याचा आपल्याला पश्चात्ताप होत होता ना? बघ, ते पुन्हा इथं आले आहेत. तुझ्यासमोर आहेत. तरीही तुला आश्चर्य कसं वाटलं नाही? पण त्याहीपेक्षा नवलाचं असं काहीतरी ते आपल्याला सांगणार आहेत. त्याला सांगा, कॉमरॉव्हस्की.''

कॉमरॉव्हस्की म्हणाला,

''लाराच्या मनात काय आहे, ते मला माहीत नाही. पण एक गोष्ट मला स्पष्ट करू द्या. मी निघून गेलो, अशी अफवा मी मुद्दामच पसरवली. मला तुम्हां दोघांना माझ्या प्रस्तावावर विचार करायला वेळा द्यायचा होता. आपण मागच्या भेटीत जे बोललो, त्यावर तुमचा घाईनं निर्णय झाला, असं व्हायला नको होतं.''

लारा मध्येच म्हणाली,

''पण आपण आता ते लांबणीवर टाकू शकत नाही. आपण इथून निघून जायची हीच योग्य वेळ आहे आणि उद्या सकाळी... पण, कॉमरॉव्हस्की, तुम्हीच ते युरीला सांगा.''

"क्षणभर थांब, लारा. मला माफ करा. आपण असं ओव्हरकोट घालून, उभं राहून का बोलायचं? कोट काढू आणि बसू. शेवटी, आपल्याला इतक्या गंभीर गोष्टींविषयी बोलायचं आहे, तेव्हा असा मिनिटभरात आपण त्यांचा निर्णय घेऊ शकणार नाही. व्हिक्टर, आपली चर्चा काही व्यक्तिगत गोष्टींना स्पर्श करत असल्यानं ती चालू ठेवणं हास्यास्पद ठरेल. वस्तुस्थिती अशी आहे, की मी तुमच्याबरोबर यायचा कधीच विचार केला नव्हता. लाराची गोष्ट वेगळी आहे. आम्हां दोघांची समस्या एकच नसल्यानं तिनं तुमच्या प्रस्तावाला अधिक प्राधान्य द्यावं, असं मी तिला सुचवल्याचं मला आठवतं. आम्ही दोन भिन्न व्यक्ती आहोत. तिनंही तुमचा प्रस्ताव मनातून कधीच काढून टाकला नाही. ती पुन्हा पुन्हा त्याचा विचार करत होती."

लारा पुन्हा मध्ये बोलली,

"पण तू आमच्याबरोबर येणार, याच एका अटीवर."

"आपलं एकमेकांपासून दूर जाणं तुला जितकं कठीण जातंय्, तितकंच मलाही जातंय्. पण कदाचित आपल्याला आपल्या भावना बाजूला ठेवून हा त्याग करावाच लागणार आहे. कारण मी इथून जाण्याचा प्रश्नच उद्भवत नाही."

"पण तू अद्याप काहीच ऐकलेलं नाहीस. तुला काही माहिती नाही... कॉमरॉव्हस्की काय सांगतात, ते ऐक. उद्या सकाळी..."

कॉमरॉव्हस्कीनं सांगितलं,

"युरिआटिनच्या रेल्वेमार्गावर बाजूला अतिपूर्वेकडच्या सरकारची अधिकृत रेल्वे गाडी वाफा सोडत उभी आहे. ती काल मॉस्कोहून आली आणि उद्या सकाळी पूर्वेकडं जायला निघणार आहे. ती आमच्या दळणवळण खात्याच्या मालकीची आहे.

"मी या गाडीनं जाणार आहे. माझ्या सहकाऱ्यांसाठी अनेक जागा राखून ठेवण्यात आल्या आहेत. आपण अतिशय आरामात प्रवास करू शकू. अशी संधी पुन्हा येणार नाही. तुला गमतीनं बोलायची सवय नाही, हे मला माहीत आहे. तू तुझ्या निर्णयापासून मागे फिरत नाहीस, हेही मी जाणून आहे. तू आमच्याबरोबर यायचं नाही, असं ठरवलं आहेस. पण तू लाराचा विचार करायला नको का? तुला माहीत आहे, ती तुझ्याशिवाय येणार नाही. चल आमच्याबरोबर. व्लॅडिव्होस्टॉकला, नाही तर निदान युरिआटिनपर्यंत तरी चल. मग तिथं आपण ठरवू, काय करायचं, ते. इथून निघायची मात्र आपण घाई करायला हवी. एक क्षणही वाया घालवायला नको. माझ्याबरोबर माझा चालक आहे. मी स्वतः गाडी चालवत नाही. पण माझ्या गाडीत आपण पाच जण मावणार नाही. तुझ्याजवळ सॅमदेविआतोव्हचा घोडा आहे, असं मला कळलं आहे. तू त्याला घेऊनच लाकडं आणायला गेला होतास न? घोडा अद्याप गाडीलाच जुंपलेला आहे?"

"नाही. मी त्याला मोकळं केलं आहे."

"हरकत नाही. तू शक्य तितक्या लवकर त्याला गाडीला जोड. माझा चालक तुला मदत करील. पण तसं कशाला? तुझ्या स्लेजचा विचार सोडूनच दे. आपण कसंही दाटीवाटीनं माझ्याच गाडीत बसू. पण कृपा करून लवकर आवर. प्रवासासाठी आवश्यक तेवढ्या वस्तू झटकन कशातरी बांधून घे. जे हाताला चटकन लागेल, ते उचल. या लहान मुलीच्या आयुष्याचा प्रश्न असताना सामान बांधणं महत्त्वाचं नाहीच."

"व्हिक्टर, मला तुमचं काही कळतच नाही. तुम्ही तर असं बोलत आहात की, जणू मी तुमच्याबरोबर यायचं कबूलच केलं आहे! तुम्ही जा. तुम्हांला माझ्या सदिच्छा. लारानंही, तिची इच्छा असल्यास, तुमच्याबरोबर जावं. तुम्ही घराची काळजी करू नका. तुम्ही गेल्यावर मी ते स्वच्छ करीन आणि त्याला कुलूप घालीन."

"तू हे काय बोलतो आहेस, युरा? किती वेडेपणा आहे हा! तुझा स्वतःवरही विश्वास नाही? 'लाराची इच्छा असल्यास!' तुझ्याशिवाय मी मुळीच जाणार नाही, हे जसं काही तुला माहीतच नाही. मी स्वतः कोणताही निर्णय घेणार नाही, हे तुला माहीत नाही का? तेव्हा घराला कुलूप लावण्याचं तू हे काय बोलतो आहेस?"

कॉमरॉव्हस्की म्हणाला,

"तुझा निश्चय अगदी पक्का आहे, तर! असं असेल, तर लाराच्या परवानगीनं मला तुझ्याशी काही बोलायचं आहे. शक्य झाल्यास तुझ्या एकट्याशी."

"अवश्य. आपण स्वयंपाकघरात जाऊ. तुझी हरकत नाही ना, लारा?"

कॉमरॉव्हस्कीनं युरीला सांगितलं,

"स्ट्रेलनिकोव्हला पकडण्यात आलं, त्याला मृत्युदंडाची शिक्षा ठोठावण्यात आली आणि त्याला गोळ्या घालून ठार करण्यात आलं आहे."

"किती भयंकर! तुम्हांला नक्की माहीत आहे?"

"मला तसं सांगण्यात आलं आहे. ते खरं असणार, याची मला खात्री आहे."

"लाराला सांगू नका. हे कळल्यावर तिचा तिच्या मनावर ताबा राहणार नाही."

"अर्थातच मी सांगणार नाही. म्हणूनच मला तुझ्याशी एकट्याशी बोलायचं होतं. आता हे असं घडल्यामुळं ती आणि तिची मुलगी दोघांच्याही जिवाला फार मोठा धोका आहे. त्यांना वाचवण्याच्या कामी तू मला मदत करायला हवी. तू आमच्याबरोबर येणार नाहीस, हे नक्की?"

"अगदी नक्की, ते मी तुम्हांला आधीच सांगितलं आहे."

"पण ती तुझ्याशिवाय कुठं जाणार नाही. काय करावं, ते मला कळतच

नाहीये. तू मला वेगळ्या तऱ्हेनं मदत कर. तू कदाचित पुढं तुझा विचार बदलशील आणि येशील, असं तू तिला खोटं सांग. इथं किंवा युरिआटिन स्टेशनवर तिला तुझा कायमचा निरोप घेताना मला बघवणार नाही. तू आता जरी नाही, तरी काही दिवसांनी येणारच आहेस, असं सांगून आपण तिचं मन वळवायला हवं. मी तुला इथून निघण्याची दुसरी एक संधी मिळवून देणार आहे, असं तू तिला सांग. खोटं बोलून का होईना, तुझी यायची इच्छा आहे, हे तू तिला पटवून दे आणि माझ्या बाजूनं सांगायचं, तर हे पोकळ आश्वासन नाही. मी शपथपूर्वक सांगतो की, तू मला फक्त इशारा दिलास, तरी मी तुला पूर्वेकडं घेऊन जाईन आणि तिथून तू तुला हवं तिथं जायला मोकळा असशील. पण तू आम्हांला निरोप द्यायला निदान स्टेशनवर तरी येणार आहेस, यावर लाराचा विश्वास बसायला हवा. त्यासाठी तुला काहीतरी बहाणा करायला हवा. तू असं सांग, की मी माझी स्लेज तयार करून आलोच. तुम्ही पुढं व्हा. लवकर, घाई करा. एक क्षणही वाया घालवू नका. माझ्यासाठी थांबू नका. तुमच्या मागोमाग मी येतोच, आणि लगेच तुम्हांला गाठतो. तिचा विश्वास बसेल, असं काहीही सांग.''

"स्ट्रेलनिकोव्हच्या बातमीमुळं मला इतका धक्का बसला आहे की, मी स्वतःला सावरू शकत नाहीये. तुम्ही सांगितलं, ते सगळं मला कळलेलं आहे. तुमचं बरोबर आहे. त्यांनी पाशाचा हिशेब पूर्ण केल्यानं लाराच्या आणि काटेन्काच्या आयुष्याला सध्याच्या परिस्थितीत धोका आहे, यात शंकाच नाही. तिला किंवा मला निश्चितच अटक होणार आहे. त्यामुळं तसाही आमचा वियोग अटळ आहेच. त्यापेक्षा ते काम तुम्ही केलं आणि त्या दोघींना माझ्यापासून शक्य तितकं दूर नेलं, तर ते चांगलंच. मी हे म्हणतो आहे; पण त्यामुळं काही फरक पडणार नाही. सर्व काही तुम्हांला हवं तसंच घडत आहे. कदाचित सर्वांत शेवटी मीही पूर्णपणे मोडून पडेन. स्वाभिमान आणि आत्मप्रतिष्ठा गिळून टाकून, गुडघे टेकून तुम्हांला शरण येईन. तुमच्याकडं लाराची, माझ्या आयुष्याची आणि समुद्रमार्गे माझ्या प्रिय कुटुंबाकडं जाण्याची आणि माझ्या एकूणच मुक्तीची याचना करीन. हे सगळं तुमच्याच हातांनी स्वीकारीन. पण या सर्वांचा विचार करायला मला अवधी द्या. आत्ता त्या बातमीनं मी इतका निराश झालो आहे, की नीट, तर्कसंगत विचारही करू शकत नाही. कदाचित या वेळी मी स्वतःला तुमच्या हाती सोपवून फार मोठी घोडचूक करेन. त्या चुकीचा मला पुढं आयुष्यभर पश्चात्ताप होईल. पण आत्ता या क्षणी मी इतका गोंधळून गेलो आहे, की असहायपणे तुमची आज्ञा पाळण्याखेरीज आणि डोळे झाकून तुमच्यावर विश्वास ठेवण्याखेरीज मी दुसरं काही करू शकत नाही. ठीक आहे, तिच्यासाठी मी आता बाहेरच्या खोलीत जातो आणि तिला सांगतो, की मी स्लेज तयार करून निघतो आणि तुम्हांला गाठतो. पण एक शंका आहेच. आता लवकर

अंधार पडेल. तुम्ही कसे जाणार? रस्ता जंगलातून जातो. जंगलात लांडगे आहेत. काळजी घ्या.''

''मला माहीत आहे. काळजी करू नकोस. माझ्याजवळ बंदूक आणि रिव्हॉल्वर आहे. थंडीचा त्रास होऊ नये, म्हणून मी थोडीशी दारूही बरोबर घेतली आहे. तू घेणार थोडी? तशी बरीच आहे.''

'हे मी काय केलं? मी तिला टाकून दिलं, सोडून दिलं, मी तिचा त्याग केला, तिला दूर केलं! मी त्यांच्यामागं धावत जायला हवं. लारा! लारा!

'त्यांना ऐकू येणार नाही. वारा विरुद्ध दिशेला वाहत आहे आणि बहुधा ते एकमेकांशी ओरडून बोलत आहेत. पण तिच्या मनाचं समाधान झालं असणार. मी खेळलेली चाल तिला माहीत नाही.

'ती विचार करत असेल– सगळं कसं छान जुळून आलं! तिचा हट्टी युरोचकाही काही तयार झाला अखेर. देवाचीच दया. आपण अखेर चांगल्या, सुरक्षित जागी जात आहोत. तिथले लोक आमच्यापेक्षा अधिक समजुतदार आहेत. तिथं कायदा आणि सुव्यवस्थेची खात्री आहे. समजा, युरा उद्याच्या गाडीवर आला नाही, तर कॉमरॉव्हस्की त्याच्यासाठी दुसरी गाडी पाठवील आणि ताबडतोब तो आम्हांला येऊन मिळेल. या क्षणी अर्थातच तो तबेल्यामध्ये घोड्यावर खोगीर चढवण्याची झटापट करत असेल. उत्कंठित झालेला. घाईघाईनं तो स्लेज बाहेर काढेल आणि पूर्ण वेगानं गाडी हाकत आमच्यामागं धाव घेईल. आम्ही जंगलात प्रवेश करायच्या आतच तो आम्हांला गाठेल.

'ती असाच विचार करत असेल. आम्ही एकमेकांचा नीट निरोपही घेतला नाही. मी फक्त हात हालवला आणि दुःख गिळण्यासाठी तिच्याकडं पाठ फिरवली. माझ्या घशात जणू गोळा अडकला होता आणि त्यामुळं श्वास गुदमरत होता.'

युरी व्हरांड्यात उभा राहिला. त्यानं कोट एका खांद्यावर टाकला. दुसऱ्या मोकळ्या हातानं त्यानं छताखालचा खांब घट्ट पकडला. त्याचं सारं लक्ष दूर अंतरावरच्या एका बिंदूपाशी केंद्रित झालं. तिथून रस्ता टेकडीवर चढत गेला होता. रस्त्याच्या दोन्ही बाजूंना थोडेफार बर्च वृक्ष होते. आता एका उथळ खळग्यांतून जात असलेली स्लेज त्या टेकडीवरच्या चढणीच्या रस्त्यावर कोणत्याही क्षणी दिसणार होती.

त्या क्षणाची मनाशीच कल्पना करून तो पुन्हा पुन्हा स्वतःशी म्हणाला,

'माझ्या एकुलत्या एक प्रेमा! मी तुला निरोप देतो. माझं प्रेम मी नेहमीकरता गमावून बसलो आहे.'

खळग्यातून बाहेर पडून बाणाप्रमाणं टेकडी चढून जाणारी स्लेज दिसताच

मिटलेल्या कोरड्या ओठांमधून तो कुजबुजला,

'ती पाहा स्लेज! ते त्या जागी पोहोचले!'

स्लेजनं एकापाठी एक बर्च वृक्ष मागं टाकायला सुरुवात केली आणि हळूहळू वेग कमी करत शेवटच्या वृक्षापाशी ती थांबली.

युरीचं हृदय आनंदानं इतकं जोरात धडधडलं की, त्याला एकदम अशक्त आणि भोवळल्यासारखं वाटायला लागलं. गुडघे कापायला लागले. कोट खांद्यावरून घसरला.

'देवा! माझं प्रेम मला परत द्यायची तुझी इच्छा आहे का? काय झालं असेल? स्लेज थांबली, याचा अर्थ काय असेल? ते असे एकाच जागी का स्थिर झाले आहेत? मावळत्या सूर्याखाली तिथं काय घडतं आहे? नाही... संपलं. गाडी हालली. ते पुढं निघाले. लाराला घराकडं एकदा शेवटचं बघून घ्यायचं असेल, म्हणून ते थांबले असतील. किंवा मी निघालो आहे, की नाही, याची खात्री करून घ्यायची असेल. मी मागून येतो आहे, की नाही, हे बघायचं असेल. गेले... ते दिसेनासे झाले.'

अजूनही, नशीब चांगलं असेल, तर सूर्य बुडण्यापूर्वी पुन्हा एकदा त्यांची गाडी अखेरची दिसेल. दोन रात्रींपूर्वी ज्या ठिकाणी लांडगे उभे होते, त्या घळीच्या दुसऱ्या बाजूला मोकळ्या मैदानातून जाताना स्लेज एकदा शेवटची झळकेल.

तोही क्षण आला आणि गेला. चेंडूसारखा गोल गडद लाल सूर्य अद्यापही निळ्या बर्फाच्या सुळक्यावर क्षितिजालगत तरंगत होता. सफरचंदाच्या रंगाच्या रसाळ प्रकाशानं मैदान भरून टाकत होता. बर्फ तो प्रकाश अधाश्यासारखं शोषून घेत होतं. स्लेज पूर्णपणे दिसेनाशी झाली.

''लारा, माझ्या प्रेमा, मी तुला निरोप देतो. आता आपण दुसऱ्या जगात भेटू. तू माझा चिरकाळ टिकणारा अविनाशी आनंद आहेस... मी तुला पुन्हा कधीही, कधीही पाहू शकणार नाही, भेटू शकणार नाही.'

अंधार पडायला लागला. बर्फावर विखुरलेले सूर्यप्रकाशाचे ताम्रवर्णी तुकडे नाहीसे झाले. मैदानाचा राखाडी विस्तार फिक्या जांभळ्या सांजधुळीनं भरून गेला. लवकरच तो रंग गडद जांभळा झाला. गुलाबी आकाशाच्या पार्श्वभूमीवर रस्त्याच्या बाजूच्या बर्च वृक्षांनी रेखाटलेली नक्षी त्या सांजधुळीनं अंधूक झाली, धुक्यानं डागाळून गेली.

दुःखामुळं युरीच्या जाणिवा तीव्र झाल्या. त्याचं आकलन शंभर पटींनी वाढलं. त्याच्या भोवतालची हवा विलक्षण वेगळी होती. हिवाळ्यातली ती संध्याकाळ साक्षीदार मित्राप्रमाणे सहानुभूतीनं चेतन झाली. जणू काही अशी सांजवेळ पूर्वी कधीच दाटून आली नव्हती आणि त्याच्या एकाकीपणात आणि वियोगात सहानुभूती

दर्शवण्यासाठी रात्र प्रथमच अवतीर्ण होत होती. जणू त्या दरीच्या भोवताली वृक्षांचा वेढा आधी नव्हताच, त्या वृक्षांनी आत्ताच आपापल्या जागा घेतल्या होत्या. आपल्या उपस्थितीनं युरीचं सांत्वन करण्यासाठी ती झाडं नुकतीच जमिनीतून वर आली होती.

निष्ठेनं साथ देणाऱ्या मित्रांच्या जमावाला निरोप द्यावा, तसा युरीनं त्या घटकेच्या सुस्पष्ट सौंदर्याला हात हालवून निरोप दिला. सूर्यास्तानंतर रेंगाळणाऱ्या मंद तेजाला उद्देशून तो म्हणाला,

'थँक्यू, थँक्यू. मी ठीक आहे. लवकरच सावरेन.'

तो अद्यापही व्हरांड्यातच उभा होता. त्यानं मान वळवून बंद दाराकडं पाहिलं. तो तिकडं वळला. जगाकडं पाठ केली.

'माझा तेजस्वी सूर्य अस्ताला गेला.'

तो हेच शब्द मनात पुन्हा पुन्हा म्हणत राहिला. जणू त्याला ते शब्द स्मृतीत खोदून घ्यायचे होते. ते मोठ्यानं म्हणण्याइतकं त्राण त्याच्यात नव्हतं.

युरी घरात गेला. त्याच्या मनात दोन भिन्न प्रकारची स्वगतं चालू होती. एक व्यवहारी जगाशी संबंधित आणि दुसरं भावनेच्या पुरासारखं, लाराला उद्देशून.

'काही दिवसांनी मी मॉस्कोला जाईन. पहिली अवघड कामगिरी म्हणजे इथं जिवंत राहणं. मी स्वतःवर झोपण्याची सक्ती करणार नाही. त्याऐवजी, थकव्यानं गळून जाईपर्यंत मी रात्रभर काम करीन. आणखी एक गोष्ट. बेडरूममधली शेगडी ताबडतोब पेटवीन. रात्रभर गारठून जायचं काहीच कारण नाही.'

या विचारांच्या अंतःस्तरावर आणखी एक स्वसंवाद सुरू होता :

'माझा अविस्मरणीय आनंद असलेल्या लारा! माझे हात, बाहू, ओठ यांना जोवर तुझी आठवण आहे, तोवर मी तुझ्या समवेत थोडंसं राहीन. तुझ्यासाठी मी माझं दुःख शब्दांत मांडेन, म्हणजे ते टिकेल. तुझ्या योग्यतेचं होईल. दुःखांच्या कोमल प्रतिमांमध्ये मी तुझ्या आठवणी लिहून काढेन. हे काम पूर्ण होईपर्यंत मी इथं राहीन. नंतर मीही निघून जाईन.'

तो आत गेला. दार लावून घेतलं. अंगावरचा कोट काढला. बेडरूममध्ये गेला. लारानं सकाळी ती खोली अतिशय स्वच्छ आणि नीटनेटकी केली होती, पण दुपारी सामान बांधण्याच्या गडबडीत पुन्हा विस्कटून गेली होती. पलंगावरच्या चादरी, उशा अस्ताव्यस्त झाल्या होत्या. वस्तू खोलीभर इथं-तिथं, खुर्चीवर फेकल्या गेल्या होत्या. युरी लहान मुलासारखा गुडघ्यांवर वाकून बसला. पलंगाच्या कडक काठाला त्याची छाती लागली. तो पुढं झुकला. चादरीत तोंड खुपसून लहान मुलासारखाच मुक्तपणानं गदगदून रडायला लागला. पण फार वेळ नाही. लवकरच तो उठला. चेहरा कोरडा केला. विमनस्क आश्चर्यानं पण कमालीचं शिणून त्यानं इकडं तिकडं पाहिलं. कॉमरॉव्हस्कीनं ठेवून दिलेली व्होडकाची बाटली बाहेर काढली. अर्धा ग्लास

भरून ओतली, त्यात पाणी आणि बर्फ घातला. काही वेळापूर्वी त्यानं ढाळलेल्या असहाय अश्रूंइतकाच त्याचा आताचा आनंदही तेवढाच प्रबळ होता. त्यानं भराभर मोठाले घोट घेतले.

युरीच्या आत काहीतरी अगम्य असं घडत होतं. तो हळूहळू भान हरपत चालला होता. यापूर्वी कधीही स्वतःचं इतकं विचित्र अस्तित्व त्यानं अनुभवलं नव्हतं. त्यानं घराकडं दुर्लक्ष केलं. स्वतःची योग्य ती काळजी घेणंही सोडून दिलं. रात्रीचे दिवस करून टाकले. लारा गेल्यापासून वेळ मोजणंही संपलंच होतं.

तो व्होडका पीत होता आणि लाराबद्दल लिहीत होता. जितकं तो सुधारणा करून पुन्हा नव्यानं लिहीत होता, तितकी लारा तिच्या जिवंत मूळ रूपापासून दूर जाते आहे, असं त्याला वाटत होतं.

मग तो नव्यानं कविता करायला लागला. त्याचा चांगला परिणाम दिसून आला. त्याच्या काव्यातून वैश्विक प्रेम प्रगट व्हायला लागलं. इतकी व्यापक दृष्टी हे त्यानं हेतुपुरस्सर ठरवलेलं लक्ष्य नव्हतं. पण जणू लारानं दूर अंतरावरून संदेश पाठवला, स्वप्नात येऊन तिनं त्याच्या कपाळाला स्पर्श केला. त्यामुळं त्याच्या काव्यात चिरंतन प्रीतीची मुद्रा उमटली.

लाराबद्दलच्या शोकाला एकीकडं असं शब्दरूप देत असतानाच दुसरीकडं त्यानं निसर्ग, मानव आणि इतर अनेक विषयांवरचे स्वतःचे विचार उतरवून काढले. अनेक वर्षं त्याच्या मनात हे विचार साठलेले होते. लिहीत असतानाच व्यक्ती आणि समाज यांच्या जीवनाविषयीच्या कल्पना झुंडीनं येऊन त्याच्या मनात दाटी करत होत्या.

त्याच्या बाबतीत असं नेहमीच घडत आलं होतं. आपल्यात इतिहासाचं बीजारोपण झालं आहे, असं त्याला पुन्हा वाटलं. इतिहासाचं आकलन त्याला सृष्टिचक्राच्या नियमानुसार होत होतं. हिवाळ्यात बर्फाखाली झाकल्या गेलेल्या वृक्षाचं जंगल वसंताच्या स्पर्शानं आपलं रूप बदलतं. तो बदल, त्याच्या आत चालू असलेली हालचाल आपण पाहू शकत नाही. ते निश्चल दिसतं. इतिहासाची स्थिरावस्था आपल्या दृष्टीनं अशीच असते. समाजजीवनाचं सतत चालू असलेलं परिवर्तन, त्याची अविरत अदृश्य हालचाल आपल्याला दिसत नाही. गवत वाढताना जसं आपण पाहू शकत नाही, तसाच इतिहासही बघता येत नाही. एक माणूस इतिहास घडवू शकत नाही. युद्ध, क्रांत्या, राजे आणि सामान्य लोक हे इतिहासाचे सेंद्रिय प्रेरक घटक आहेत. इतिहासाला फुगवणारं यीस्ट. क्रांत्या एकमार्गी मनाच्या माथेफिरू कृतिशील माणसांकडून घडवून आणल्या जातात. ते जुनी व्यवस्था काही तासांत किंवा दिवसांत उलथवून टाकतात. ही उलथापालथ काही आठवड्यांमध्ये किंवा काही वर्षांमध्ये पूर्ण होते. पण क्रांतीला प्रेरक ठरलेल्या माथेफिरू तत्त्वांची मात्र

त्यानंतर अनेक दशकं, अनेक शतकं पूजा होत राहते.

युरीला मेलिऊझीव्हो आघाडीवरचा तो पहिला उन्हाळा आठवला. त्या वेळी क्रांती म्हणजे आकाशातून पृथ्वीवर अवतरलेला देव वाटत होता. त्या वेळी प्रत्येक जण स्वतःच्या पद्धतीनं त्यासाठी वेडा झाला होता. पण प्रत्येकाचा स्वतःच्या आयुष्यावर हक्क होता. ती आयुष्यं म्हणजे वरिष्ठांच्या धोरणांची योग्यता सिद्ध करण्यासाठी दिली गेलेली उदाहरणं नव्हती, आतासारखी!

लिखाणानं युरीला आनंद तर मिळत होताच, पण तो आनंद शोकपूर्ण, अश्रुपूर्ण होता. त्यामुळं तो शिणत होता. त्याचं डोकं दुखत होतं.

सॅमदेविआतोव्ह त्याला एकदा भेटायला आला. त्यानं युरीसाठी आणखी व्होडका आणली. लारा आणि तिची मुलगी काटेन्का कॉमरॉव्हस्कीबरोबर कशा गेल्या, ते त्यानं युरीला सांगितलं. तो रेल्वेच्या हातगाडीनं आला होता. घोड्याकडं नीट लक्ष दिलं नाही, म्हणून तो युरीला रागावला. आणखी तीन-चार दिवस घोडा ठेवावा, ही युरीची इच्छा त्यानं मान्य केली नाही आणि तो घोडा परत घेऊन गेला. पण त्यानं आठवडाभरात परत येण्याचं आणि युरीला त्याच्या भल्यासाठी व्हॅरिकिनोपासून स्वतः दूर घेऊन जाण्याचं वचन दिलं.

युरी कामात हरवून गेला असताना त्याला लारा इतकी स्पष्ट आठवत असे की, जणू ती त्याच्या समोरच बसली आहे. पण नंतर तिच्या विरहानं आपलं किती अपरिमित नुकसान झालं आहे, ते लक्षात येऊन तो रडायला लागत असे. लहानपणी आईच्या मृत्यूनंतर एका उन्हाळ्यात तो निकोलाय मामांबरोबर ड्युप्लांका इथल्या कोलोग्रिवॉव्ह यांच्या इस्टेटीवर गेला होता, तेव्हा तिथल्या बागेत पक्ष्यांच्या किलबिलाटात त्याला आईचा आवाज ऐकू आला होता. आताही त्याच्या कानांना लाराच्या आवाजाची सवय झालेली असल्यामुळं त्याला भास होत असे, की शेजारच्या खोलीतून लाराची हाक येते आहे- युरोचका! तो आवाज त्याला मोहवत होता.

एक दिवस घळीमधून एकदम प्रकाशझोत उठले आणि बंदुकांचे बार निनादले. तो अगदी अनोखा होता. युरीला वाटलं, तोही भासच असेल किंवा अति थकव्यानंतरच्या झोपेतलं स्वप्न.

अखेर युरीनं जरा विचारानंच वागायचं ठरवलं. आत्महत्या करायची असेल, तर झटपट आणि वेदनारहित मार्ग शोधायला हवा. पण सॅमदेविआतोव्ह येईपर्यंत वाट बघायचं त्यानं ठरवलं.

त्या दिवशी संध्याकाळ व्हायच्या थोडं आधी बर्फ तुडवत चालणाऱ्या पावलांचा मोठा आवाज ऐकू आला. कुणीतरी सावकाशपणे पण निर्धारानं घराकडं येत होतं.

या निर्मनुष्य जागी माणसाची चाहूल? विचित्रच! कोण असेल? सॅमदेविआतोव्हकडं तर घोडा होता. तो चालत येणार नाही. मग? नक्की ते क्रांतिवालेच माझा शोध घेत आले असतील. मी शहरात परत जावं, असा हुकूम द्यायला किंवा मला अटक करायला. पण असं असेल, तर दोघांच्या बुटांचा आवाज यायला पाहिजे. शिवाय त्यांच्याजवळ वाहन असायला पाहिजे. तो मिकुलित्सिन असेल कदाचित. आपण बरोबर ओळखलं, या विचारानं युरी आनंदला.

तो माणूस बाहेरच्या कडी तोडलेल्या दारावर आदळला. आपण फळी ठोकून गेलो होतो, ती तशीच असेल, अशी त्याची अपेक्षा होती. घर उघडलेलं पाहून त्याला आश्चर्य वाटलं. आतलं घर सगळं माहीत असल्याप्रमाणे तो विश्वासपूर्वक आत शिरला. खोल्यांना जोडणारी दारं एकामागून एक उघडत आणि मागून काळजीपूर्वक बंद करत, युरी बसला होता, त्या खोलीपाशी आला.

युरी दाराकडं पाठ करून टेबलापाशी बसला होता. उठून त्यानं तिकडं चेहरा वळला, तेव्हा तो माणूस आधीच दारात येऊन उभा राहिला होता. तिथंच खिळून थांबला होता.

"तुम्हांला कुणाला भेटायचं आहे?" युरीनं यांत्रिकपणे विचारलं.

उत्तर मिळालं नाही. पण युरीला त्याचं आश्चर्य वाटलं नाही.

तो अनोळखी माणूस चांगला दणकट, उंचपुरा आणि देखण्या चेहऱ्याचा होता. त्यानं फर जॅकेट, विजार आणि बकरीच्या कातडीचे उबदार बूट घातले होते. खांद्यावरची रायफल पट्ट्यात अडकवलेली होती.

त्या माणसाच्या येण्यापेक्षा त्याच्या दिसण्यानं युरी क्षणभर चकित झाला. त्याला वाटलं, आपण या माणसाला कुठंतरी पाहिलं आहे. त्या माणसाला मात्र युरीला बघून आश्चर्य वाटलेलं दिसलं नाही. या घरात कुणीतरी राहतं, हे त्याला कदाचित कळलं असावं. कदाचित त्यानं युरीला ओळखलंही असावं.

'कोण आहे हा? कोण आहे हा?' युरीनं स्मरणशक्तीला ताण दिला. 'मी याला कुठं पाहिलं आहे? मे महिन्यातली उष्ण सकाळ... कुठल्या वर्षी देव जाणे... रॅझविलीच्या स्टेशनवर... कमिसारचा डबा... कातीव आणि ताशीव कल्पना... एकमार्गी मन... कठोर तत्त्वं आणि आत्यंतिक एकात्म व्यक्तिमत्त्व- स्ट्रेलनिकोव्ह!'

ते अनेक तास बोलत राहिले. रशियामध्ये रशियन माणसंच बोलू शकतील, असंच ते बोलले. विशेषतः त्या चिंताग्रस्त, भयग्रस्त दिवसांमध्ये ते जसे हताश आणि उत्कंठित होते, तसंच बोलले. रात्र झाली. अंधार पडायला लागला.

त्या काळात माणसं खचलेली असल्यामुळं अखंड बडबड करत असत. पण स्ट्रेलनिकोव्हच्या अथक बोलण्यामागे काही व्यक्तिगत कारण होतं.

संभाषण सतत चालू ठेवण्यासाठी त्यानं शक्य ते सर्व काही केलं. एकलेपणा टाळण्यासाठी तो न थांबता बोलत राहिला. त्याच्या विवेकबुद्धीची त्याला भीती वाटत होती? की दुःखद आठवणी त्याला भेडसावत होत्या? असमाधानाचे त्याला क्लेश होत होते? काही वेळा माणसाला स्वतःचाच इतका तिरस्कार वाटतो आणि तो स्वतःच स्वतःला इतका असह्य होतो की, तो शरमेनं मरायलाही तयार असतो. तसं त्याचं झालं होतं का? किंवा त्यानं एखादा अखेरचा, भयंकर निर्णय घेतला होता; पण त्या निर्णयाची अंमलबजावणी तो युरीशी गप्पा करून आणि त्याच्या सहवासात राहून लांबणीवर टाकत होता का?

काहीही असलं, तरी इतर सर्व विषयांवर भरभरून बोलतानाही, त्याच्यावर असह्य असलेलं ओझं, अतिशय महत्त्वाचं रहस्य स्वतःपुरतंच ठेवत होता, हे मात्र उघड दिसत होतं.

त्या दिवसांमध्ये माणसांना जडलेला तो एक विकार होता. त्या युगाचा क्रांतिमय वेडेपणा. प्रत्येक माणूस त्याच्या बाह्य रूपापेक्षा आणि बोलण्यापेक्षा अंतर्यामी वेगळाच होता. कोणाचीच विवेकबुद्धी स्वच्छ नव्हती. प्रत्येकाला वाटत होतं, की आपण अपराधी आहोत, छुपे गुन्हेगार आहोत, इतरांना शोध न लागलेले अत्याचारी आहोत. त्यामुळं आत्मक्लेश करून घेण्यासाठी थोडंसंही निमित्त पुरेसं होत होतं. कल्पनेनं वाहवत गेलेले लोक स्वतःवर केवळ भयापोटीच नव्हे, तर विनाशक उपरतीपोटीही दोषारोप करून घेत होते. गूढ मनोवस्थेत लोक स्वतःचा धिक्कार करत आणि एकदा त्याची सुरुवात झाली, की आवर घालता येत नसे.

स्ट्रेलनिकोव्ह महत्त्वाचा लष्करी अधिकारी होता. लष्करी न्यायालयात अपराधी, गुन्हेगारांच्या कबुलीजबाबाच्या वेळी अनेक वेळा तो अध्यक्ष म्हणून उपस्थित राहिला होता. आता त्याला स्वतःलाच त्याचा बुरखा काढून फेकण्याची तीव्र इच्छा झाली होती. तो सबंध आयुष्याचं मूल्यमापन करू इच्छित होता. झपाटलेल्या उत्कंठित अवस्थेत त्याला आयुष्याचा ताळेबंद मांडायचा होता.

तो असंबद्धपणे बोलत होता. एका कबुलीवरून दुसऱ्या कबुलीकडं जात होता.

''हे सगळं चिता या गावाजवळ घडलं. इथल्या टेबलाच्या ड्रॉवर्समध्ये आणि कपाटांमध्ये ज्या वस्तू तुला सापडल्या, त्या पाहून तुला आश्चर्य वाटलं का? रेड आर्मीनं पूर्व सैबेरियाचा ताबा घेतला, तेव्हा त्या सर्व वस्तू आम्ही केलेली लूट आणि घातलेल्या धाडी यांतून मिळाल्या आहेत. अर्थात मी स्वतः त्या इथं आणल्या नाहीत. माझ्यासमवेत अनेक विश्वासू निष्ठावान माणसं होती. त्या बाबतीत जीवनानं मला चांगली साथ दिली. या सगळ्या आगपेट्या, मेणबत्त्या, कॉफी, चहा,

लिखाणाचं साहित्य लुटलेल्या सैनिकी दुकानांमधून मिळालं आहे. काही झेक, थोडं इंग्लिश, थोडं जपानी. विचित्र वाटतं ना?''

" 'व्हॉट डु यू थिंक?' हे माझ्या पत्नीचं आवडतं वाक्य होतं. तुझ्याही ते लक्षात आलंच असेल. आल्या आल्या तुला सांगावं, की नाही, याबद्दल माझा निर्णय होत नव्हता. पण आता कबूल करायला हरकत नाही. मी तिला आणि माझ्या मुलीला भेटायला आलो. पण त्या इथं आहेत, ही बातमी मला फार उशिरा कळली. त्यामुळं माझी त्यांची चुकामूक झाली. तुझ्या आणि तिच्या संबंधाबद्दलच्या अफवा माझ्या कानांवर आल्या आणि 'डॉक्टर झिवागो' हे नाव कळलं तेव्हा कुठल्या तरी अनाकलनीय कारणानं, मी पहिलेल्या हजारो चेहऱ्यांमधून नेमका एक चेहरा मला आठवला! तो डॉक्टर... ज्याला गाडीच्या डब्यात माझ्यासमोर चौकशीसाठी आणलं होतं.''

''मला त्याच वेळी ठार न केल्याचा पश्चात्ताप नाही झाला?''

स्ट्रेलनिकोव्हनं त्या प्रश्नाकडं दुर्लक्ष केलं. कदाचित त्यानं तो ऐकलाही नसावा. विचारांमध्ये हरवून त्यानं पुन्हा आपलं स्वगत सुरू केलं.

''साहजिक मला हेवा वाटला. एवढंच कशाला, आताही वाटतो. मी काही महिन्यांपूर्वी या जिल्ह्यात आलो, कारण अतिपूर्वेकडची माझी लपण्याची सगळी ठिकाणं त्यांना कळली होती. त्यांना फसवण्यासाठी मी युक्ती केली; या आरोपावरून माझ्यावर लष्करी कायदा मोडल्याबद्दल खटला भरला जाणार होता. त्याचा परिणाम काय होणार, याचा अंदाज करणं कठीण नव्हतं. मी दोषी नव्हतो. माझा बचाव होऊ शकेल, असं मला वाटलं. पुढं भविष्यात केव्हातरी अधिक योग्य वेळ, अनुकूल परिस्थिती पाहून माझं खरं नाव मी उघड करणार होतो. म्हणून त्यांनी मला अटक करायच्या आधी शक्य होईल तितकं लपून राहण्याचा ती प्रयत्न करत होतो. एखाद्या बैराग्यासारखी भ्रमंती करायची, असं ठरवलं. हा बेत यशस्वी झालाही असता. पण एका तरुण भामट्यानं माझा विश्वासघात केला.

''मी सैबेरियामधून पश्चिमेकडं पायीच मार्गक्रमण करत होतो. लोकांच्या दृष्टीपासून दूर, उपाशी, भुकेला. वाऱ्यानं जमा केलेल्या बर्फाच्या बांधावर किंवा बर्फात गाडल्या गेलेल्या रेल्वे गाड्यांमध्ये झोपत होतो. रेल्वेमार्गाच्या बाजू-बाजूनं अशा शेकडो गाड्या बर्फात गाडल्या गेल्या आहेत.

''तर तेव्हा मला हा भटक्या मुलगा भेटला. तो पार्टिझन्सच्या गोळीबार पथकाच्या तावडीतून सुटून पळून आल्याचं त्यानं सांगितलं. अनेक गुन्हेगारांच्या समवेत त्यालाही त्यांनी ओळीत उभं केलं होतं. पण तो त्यांच्या गोळ्यांनी ठार न होता फक्त जखमी झाला होता. तो मृतदेहांच्या ढिगाखालून सरपटत बाहेर पडला, काही काळ जंगलात लपून राहिला. बरा झाल्यावर तोही माझ्यासारखाच एका

ठिकाणाहून दुसऱ्या ठिकाणी लपतछपत फिरत होता. तसा तो काही कामाचा नव्हता. दुर्गुणी आणि मागासलेला होता. निर्बुद्धपणामुळं त्याला शाळेतून हाकलून देण्यात आलं होतं.''

स्ट्रेलनिकोव्हच्या वर्णनावरून, या मुलाला आपण ओळखत होतो, याबद्दल युरीची खात्री पटली. त्यानं विचारलं,

''त्याचं नाव तरिओश्का गॅलुझिन होतं?''

''होय.''

''मग त्यानं पार्टिझन्स आणि गोळ्या घालण्याबद्दल तुम्हांला जे सांगितलं, ते खरं होतं.''

''त्याच्याबाबतीत एकच गोष्ट चांगली होती आणि ती म्हणजे, तो आईशी फार एकनिष्ठ होता. त्याच्या वडिलांना बंडखोरीबद्दल ठार करण्यात आलं होतं आणि त्याची आई तुरुंगात होती. तिलाही मृत्युदंडाचीच शिक्षा मिळण्याची शक्यता होती. त्यानं ते ऐकलं होतं आणि तिला सोडवण्यासाठी शक्य ते सर्व प्रयत्न करायचा त्याचा निर्धार होता. तो स्थानिक गुप्त पोलिस अधिकाऱ्याकडे गेला, शरणागती पत्करली आणि त्यांच्यासाठी वाटेल ते काम करण्याची तयारी दर्शवली, त्यांनी त्याला एक संधी द्यायचं ठरवलं. पण त्यानं एक तरी देशद्रोही पकडून द्यायला हवा, अशी त्यांनी त्याला अट घातली. त्यानं मी कुठं लपून बसलो आहे, ते त्यांना सांगितलं. पण सुदैवानं मी तिथून वेळेवर बाहेर पडलो.

''अथक परिश्रम आणि अनेक साहसं करत मी सैबिरिया ओलांडून देशाच्या या भागात आलो. इथं मी सगळ्यांना चांगला माहीत आहे. मी इथं येईन, तेवढी हिंमत माझ्यात असेल, अशी त्यांनी अपेक्षाच केली नसणार. बराच काळपर्यंत त्यांनी माझा चिताच्या आसपासच शोध घेतला. मी मात्र त्या वेळी या घरात किंवा मला माहीत असलेल्या शेजारच्या दोन सुरक्षित घरांमध्ये लपून बसलो होतो. पण तेही त्यांना आता कळलं आहे आणि ते माझ्या मागावर आहेत. अंधार पडायला लागला आहे. मला अंधार आवडत नाही. कारण मी झोपू शकत नाही. मी कितीतरी काळापासून झोपलो नाहीये. त्याचा किती त्रास होतो, तुला माहीत आहे. मेणबत्त्या शिल्लक असतील, तर लाव. आपण आणखी थोडं बोलू. तुला सहन होईल, तितका वेळ आपण बोलत राहू. रात्रभर, आरामात, मेणबत्तीच्या प्रकाशात.''

''मेणबत्त्या सगळ्या तशाच आहेत. मी फक्त एकच पुडा उघडला होता. मी रॉकेलच वापरत होतो. तेही कदाचित तुम्हीच इथं ठेवून गेले असाल.''

''तुझ्याजवळ थोडा पाव आहे?''

''नाही.''

''मग तू कशावर जगतो आहेस? पण हाही किती मूर्खपणाचा प्रश्न! बटाटे

खाऊनच, अर्थात. होय ना?''

"बरोबर. ते मात्र भरपूर आहेत. या भागात राहणारे लोक कुशल असले पाहिजेत. बटाटे कसे साठवून ठेवायचे, ते त्यांना माहीत होतं. तळघरात ते चांगल्या अवस्थेत आहेत. सडले नाहीत किंवा गोठलेही नाहीत.''

स्ट्रेलनिकोव्ह एकाएकी क्रांतीबद्दल बोलायला लागला.

"मी सांगतो, ते तुला कदाचित कळणार नाही. कारण तू अगदी वेगळ्या पद्धतीनं वाढलाहेस. उपनगराचं, रेल्वे-कामगारांचं झोपड्यांचं आणि भाड्याच्या घराचं एक जग होतं. घाण, भूक, गर्दी, बजबजपुरी, कामगारांचं माणूस म्हणून अवमूलन, स्त्रियांची अप्रतिष्ठा. आणखी दुसरं एक जग होतं. आई-वडिलांची लाडकी मुलं, चटपटीत विद्यार्थी, श्रीमंत व्यापाऱ्यांची मुलं, शिक्षेपासून पूर्ण अभय असलेल्यांचं जग, निलाजऱ्या, उद्धट दुर्गुणांचं जग. हसणाऱ्या श्रीमंतांचं किंवा गरिबांच्या अश्रूंविषयी खांदे उडवून आश्चर्य व्यक्त करणाऱ्याचं जग. बांडगुळांची राजवट. त्यांची एकच गुणवत्ता होती. ती म्हणजे त्यांनी स्वतःला कुठलीही तसदी दिली नाही. जगाला काही दिलं नाही, आणि स्वतःमागं काही ठेवलं नाही.

"पण आमच्यासाठी आयुष्य ही एक मोहीम होती. आमचं गरीब, कष्टकरी लोकांवर प्रेम होतं. त्यांच्यासाठी आम्ही पहाडचे पहाड हालवले. आम्ही त्यांना दुःखाशिवाय काही देऊ शकलो नसलो, तरी त्यांनी आमच्याविरुद्ध त्याचा वापर केला नाही. कारण त्यांच्यापेक्षा आम्ही जास्त दुःख भोगलं, हे त्यांना माहीत होतं.

"तुला एक गोष्ट सांगायलाच हवी. तू कसंही करून लवकरात लवकर व्हॅरिकिनो सोड. तुला तुझ्या आयुष्याचं आणि जिवाचं मोल असेल, तर जाणं लांबणीवर टाकू नकोस. ते माझ्या मागावर जवळपासच असतील. माझ्या बाबतीत जे घडेल, त्यात तूही गुंतशील. माझ्याशी बोलून तू तसाही आधीच गुंतला आहेस. जपून जा. इथं खूप लांडगे आहेत. एका रात्री शुत्मा दरीतून बाहेर पडून इथवर येण्यासाठी त्यांतल्या अनेकांना मारून मला रस्ता काढावा लागला.''

"ते तुमच्या बंदुकीचे बार होते तर!''

"होय. तुला ते ऐकू आले? मी दुसऱ्या एका लपण्याच्या जागेकडं जाणार होतो. पण काही खुणांवरून माझ्या लक्षात आलं, की ती जागा त्यांना कळलेली आहे. म्हणून मी इथं आलो. तुझ्याजवळ मी जास्त वेळ थांबणार नाही. ही रात्र घालवीन आणि सकाळी निघून जाईन. तुझी हरकत नसेल, तर मी माझं बोलणं पुढं सुरू करतो.

"रंगीत टोप्या आणि बूट घातलेले व्यसनी तरुण आपल्याबरोबर मुलींना घेऊन गाड्यांमधून फिरताहेत, हे दृश्य त्या काळात फक्त मॉस्कोमधल्या देखण्या त्वेरस्किया

यामस्किया रस्त्यावरच दिसत असे, असं नाही, तर गेल्या शतकात जगभरातल्या सर्व शहरांमधल्या रस्त्यांवर अशा तऱ्हेचं निशाजीवन अस्तित्वात होतं. पण एकोणिसाव्या शतकाच्या इतिहासाला वेगळेपणा कशामुळं मिळाला? तर समाजवादी विचाराचा जन्म त्या काळात झाला! पैशाची क्रूर दांडगाई चिरडून टाकण्यासाठी आणि गरिबांची मानवी प्रतिष्ठा वाचवण्यासाठी लेखक त्यांचे मेंदू शिणवत होते. मार्क्सवादाचा उदय झाला. त्यानं दुष्प्रवृत्तींचं मूळ शोधलं आणि उपाय देऊ केला. त्या शतकाची ती श्रेष्ठ शक्ती बनली. त्या काळात वाईट गोष्टी होत्या, तसंच शौर्यही होतं. दुर्गुण, झोपड्या, जाहिरनामे, तारांची कुंपणं आणि धनवानांचे ते रस्ते हे त्या काळाचं गमक.

"शाळकरी मुलगी असताना लारा किती लोभस आणि सुंदर होती, याची तू कल्पना करू शकणार नाहीस. शेजारच्या भाड्याच्या घरात तिची एक मैत्रीण राहत असे. ब्रेस्ट रेल्वेमार्गाजवळ आम्हां रेल्वे-कामगारांची वसाहत होती. भाड्याची घरं. त्या दिवसांत त्या भागाला ब्रेस्ट लाइनच म्हणत. त्यानंतर अनेक वेळा नावं बदलली.

"माझे वडील सध्या युरिआटिन रिव्होल्यूशनरी कोर्टाचे सदस्य आहेत. तेव्हा ते रेल्वेमार्गावर देखरेख ठेवण्याचं काम करत. त्या वेळी मी लाराच्या घरी जात असे. ती लहान मुलगीच होती. पण तरीही त्या दिवसांमधला अस्वस्थपणा, सावधपणा तिच्या ठिकाणी होता. तो तिच्या चेहऱ्यावर, डोळ्यांमध्ये दिसत असे. या शतकाच्या सगळ्या कल्पना, अश्रू, चीड, अपमान, आशा, स्वाभिमान हे सगळं तिच्या चेहऱ्यावर लिहिलेलं होतं. ते तिच्या वर्तणुकीतून दिसायचं."

युरी म्हणाला,

"तुम्ही तिच्याबद्दल किती बरोबर बोललात! मीही तिला त्या दिवसांमध्ये पाहिलं होतं. तुम्ही आत्ता वर्णन केलं, तशीच ती मलाही वाटली. शाळकरी मुलगी– आणि तरीही प्रौढांच्या नाटकाची नायिका."

"तू तिला तेव्हा पाहिलं होतं? आणि तुला तेव्हाची ती आठवते? तू काय केलंस मग?"

"ती संपूर्णपणे वेगळीच गोष्ट आहे."

"बरं, ठीक आहे. मी तुला सांगत होतो– सबंध एकोणिसाव्या शतकात काय घडलं? पॅरिसमध्ये क्रांती, हर्झेनपासून प्रारंभ झालेल्या हद्दपार रशियनांच्या पिढ्या, झारची हत्या. काहींनी फक्त योजना आखल्या, इतरांनी अमलात आणल्या. जगातली कामगार-चळवळ, युरोपीय देशांच्या विद्यापीठांमध्ये पोचलेला मार्क्सवाद, नव्या कल्पना, झटकन काढलेले निष्कर्ष. हे सगळं लेनिनध्ये मुरलं आणि त्याच्यातून अभिव्यक्त झालं. त्याच्या रूपानं सूडानंच जणू मानवी रूप धारण केलं; आणि तो जुन्या जगाच्या चुकीच्या कृत्यांबद्दल जगावर तुटून पडला. त्यातून ज्वालांनी

भडकेलेली रशियाची विशाल आकृती प्रगट झाली. पण मी हे तुला कशाला सांगत बसलो आहे?

"तर या मुलीसाठी, लारासाठी मी शिकलो. शिक्षक झालो. युरिआटिनला गेलो. त्या वेळी मला हा भाग माहीत नव्हता. तिच्यासाठी मी अधाश्यासारखी पुस्तकं वाचली आणि अफाट ज्ञान मिळवलं. तिनं माझी मदत मागितली, तर तिच्या उपयोगी पडता यावं, म्हणून. लग्नानंतर तीन वर्षांनी, तिला परत माझ्याकडं आकर्षून घेण्यासाठी मी युद्धावर गेलो. युद्ध संपल्यावर माझी बंदिवासातून सुटका झाली. माझं नाव मृतांच्या यादीत होतं. या गोष्टीचा मी फायदा घेतला आणि नवं काल्पनिक नाव धारण करून क्रांतीमध्ये उडी घेतली. तिनं जे भोगलं होतं, त्याची परतफेड करण्याच्या, जुन्या आठवणी तिच्या मनातून पुसून टाकण्याच्या उद्देशानं पाशाचा स्ट्रेलनिकोव्ह झालो. भूतकाळाकडं पुन्हा जावं लागू नये, त्वेरस्किया, यामास्किया यांसारखे रस्ते पुन्हा निर्माण होऊ नयेत, जगातल्या सगळ्या लारांना मोहात पाडणारे कॉमरॉव्हस्की नष्ट व्हावेत, म्हणून मी ते सारं केलं आणि सर्वकाळ त्या दोघी, माझी मुलगी आणि लारा इथं अगदी शेजारी होत्या! त्यांच्याकडं धावत जायची, त्यांना बघायची माझी अनावर इच्छा थोपवताना मला केवढे प्रयास पडले! पण मला माझं जीवितकार्य आधी संपवायचं होतं. त्या दोघींना फक्त एकदाच बघण्यासाठी आता मी काय वाटेल ते करीन."

"तुमचं तिच्यावर किती प्रेम होतं, ते मला माहीत आहे. पण मला माफ करा. तिचं तुमच्यावर किती प्रेम होतं, याची तुम्हांला कल्पना होती का?"

"सॉरी, काय म्हणालास?"

"मी विचारलं- तिचं तुमच्यावर किती प्रेम होतं, याची तुम्हांला कल्पना होती का? जगातल्या कोणत्याही माणसापेक्षा जास्त."

"कशावरून तू हे म्हणतोस?"

"कारण तिनं मला ते सांगितलं आहे."

"तिनं असं सांगितलं? तुला?"

"होय."

"ती नक्की काय म्हणाली, ते तू मला सांगू शकशील?"

"आनंदानं. ती म्हणाली, की तुम्ही म्हणजे मानवानं जसं असायला हवं, त्याचं मूर्त स्वरूप आहात. कोणीच तुमची बरोबरी करू शकत नाही. तुमच्या तोडीचा माणूस तिला भेटलाच नाही. तुमचा अस्सलपणा, केवळ अद्वितीय आहे. ज्या घरात तुम्ही एकत्र राहिलात, त्या घरी परत जायला मिळालं, तर ती पृथ्वीच्या कोणत्याही टोकापासून धडपडत येईल."

"मला क्षमा कर.. तुझ्या एखाद्या अतिशय प्रिय गोष्टीवर मी अतिक्रमण करत

नसेन, तर ती हे कोणत्या परिस्थितीत म्हणाली, ते तू सांगू शकशील?''

''ती ही खोली आवरत होती आणि सतरंजी झटकायला बाहेर गेली.''

''सॉरी, कोणती सतरंजी? दोन आहेत.''

''ती मोठी.''

''ती सतरंजी उचलायला फार जड असणार. तू तिला मदत केलीस?''

''हो.''

''तुम्ही दोघांनी एकेक टोक धरलं... तिनं सतरंजीला मोठा झोका देऊन हात उंच उचलले... ती मागं झुकली, उडणाऱ्या धुळीपासून संरक्षण व्हावं, म्हणून तिनं चेहरा बाजूला वळवला आणि डोळे किलकिले केले. ती हसली. असंच घडलं न सगळं? मला तिच्या सवयी किती चांगल्या माहीत आहेत! मग तुम्ही दोघं टोकं जुळवण्यासाठी एकमेकांकडं आलात. त्या जड सतरंजीची तुम्ही दुपदरी, चौपदरी घडी घातली. तिनं गमतीदार चेहरे केले, विनोद करून ती हसली. हसली ना?''

दोघंही न बोलता उठले आणि वेगवेगळ्या खिडक्यांकडं चालत गेले. वेगवेगळ्या दिशांनी बाहेर बघत राहिले.

काही वेळानं स्ट्रेलनिकोव्ह युरीजवळ आला, त्याचे हात हातांत धरले, छातीजवळ नेऊन दाबले आणि घाईघाईनं बोलायला लागला,

''मला माफ कर. तुला अत्यंत प्रिय आणि पवित्र असलेल्या गोष्टींना मी स्पर्श करतो आहे, याची मला जाणीव आहे. पण तुझी परवानगी असल्यास मला तुला आणखी प्रश्न विचारायला आवडतील. पण कृपा करून तू इथून जाऊ नकोस. मला एकटं सोडू नकोस. मी स्वतःच लवकर निघून जाणार आहे. विचार कर. वियोगाची सहा वर्षं! या सहा वर्षांमध्ये कल्पनेपलीकडं आत्मसंयमन करावं लागलं. पण मी विचार करत राहिलो, अद्याप पूर्णपणे मला स्वातंत्र्य मिळालेलं नाही. जेव्हा मिळेल, तेव्हा माझे बांधलेले हात सोडण्यात येतील आणि मी पुन्हा माझ्या कुटुंबाचा होऊ शकेन. माझे अंदाज पूर्ण चुकले आहेत. ते उद्या मला अटक करतील. तू लाराच्या खूप जवळचा आणि तिला प्रिय आहेस. कदाचित एक दिवस तू तिला भेटशील. पण हे मी काय सांगतो आहे? मी वेडा झालो आहे. ते मला पकडतील, आणि मला माझ्या बचावासाठी एक शब्दही बोलू देणार नाहीत. ते शिव्या देत, आरडाओरडा करत मला धरतील आणि तोंडात बोळा कोंबून माझं तोंड बंद करतील. मला माहीत आहे, ते असंच करतात!''

अखेर युरीला उशिरा पण चांगली झोप लागली. अनेक रात्रींनंतर प्रथमच त्याला अंथरुणावर पडल्याबरोबर झोप लागली. स्ट्रेलनिकोव्ह मात्र जागाच होता. युरीनं

त्याला झोपायला दुसरी खोली दिली होती. झोपेत काही वेळा युरीला जाग आली. त्यानं कूस बदलली आणि हनुवटीपर्यंत ब्लँकेट ओढून घेतलं. पण या झोपेमुळं खूप ताजतवानं वाटतं आहे, हे त्याला कळत होतं. पहाटेच्या सुमाराला त्याला, कॅलिडोस्कोपमधल्या रचना बदलाव्यात, तशी अनेक लहान लहान स्वप्नं पडली. ती बहुशः त्याच्या बालपणीची होती, पण ती इतकी तपशीलवार होती, की त्याला खरीच वाटली.

त्याला एक स्वप्न असं पडलं- त्याच्या आईनं 'इटालियन रिवेरा'च्या एका जागेचं जलरंगांत काढलेलं चित्र होतं. ते भिंतीवरून अचानक पडलं. काच फुटल्याच्या आवाजानं तो जागा झाला.

त्यानं डोळे उघडले. त्यानं विचार केला,

'नाही, चित्रं फुटलं, हे खरं नसणार. स्ट्रेलनिकोव्ह, लाराचा पती अँन्टिपॉव्ह शुत्मा जंगलातल्या लांडग्यांना गोळीबारांनी घाबरवत असणार पण तसंही नाही. किती वेडेपणा! आत्ताच त्या चित्राचे तुकडे होऊन ते जमिनीवर पडलं आहे.'

तो परत स्वप्नात शिरला आणि तो आवाज चित्र फुटल्याचाच असावा, अशी स्वतःची समजूत करून घेतली.

युरी खूप उशिरा उठला. फार वेळ झोपल्यानं त्याचं डोकं दुखत होतं. आपण कोण आहोत, कुठं आहोत, हे थोडा वेळ त्याच्या लक्षातच आलं नाही.

मग त्याला आठवलं.

'स्ट्रेलनिकोव्ह इथं होता. उशीर झाला आहे. मला लगेच कपडे करायला हवेत. तो एव्हाना उठला असेल. नसेल, तर मी थोडी कॉफी करून त्याला उठवतो. आम्ही दोघं मिळून ती पिऊ.'

त्यानं हाक मारली—

''अँन्टिपॉव्ह! पाशा!''

काही उत्तर आलं नाही.

तो अद्यापही झोपलेला दिसतोय्. त्याला झोप गाढ लागते.

युरीनं घाई न करता कपडे घातले आणि तो पलीकडच्या खोलीत गेला. स्ट्रेलनिकोव्हची फर हॅट टेबलावर होती. पण तो घरात कुठं दिसला नाही.

'फिरायला गेला असेल. हॅट न घालताच. स्वतःला काटक करण्यासाठी. मला आज व्हॅरिकिनोच्या बाहेर पडायलाच हवं. पण आता फार उशीर झाला आहे आणि मी फार वेळ झोपलो. रोज असंच होतं.'

त्यानं स्वयंपाकघरातला दिवा लावला. बादली घेऊन तो पाणी आणायला विहिरीकडं निघाला. दारापासून काही अंतरावर स्ट्रेलनिकोव्ह वाटेत पडला होता. त्याचं डोकं बर्फाच्या बंधाऱ्यावर होतं, त्यानं स्वतःवर गोळ्या झाडून घेतल्या होत्या.

त्याच्या कपाळाच्या उजव्या बाजूखालचा बर्फ, डोक्यातून वाहिलेल्या रक्तामुळं लालभडक झाला होता. चिळकांडी उडालेल्या रक्ताचे थेंब बर्फावर गोठून त्यांचे लाल मणी झाले होते आणि ते रोवनबेरीज्प्रमाणे दिसत होते!

स्वप्नातले ते आवाज...

◆

अखेर

डॉक्टर झिवागोच्या आयुष्याच्या शेवटच्या आठ-दहा वर्षांची गोष्ट सांगायचं काम शिल्लक आहे. या काळात डॉक्टर आणि लेखक म्हणून त्याचं ज्ञान, कौशल्य हळूहळू नष्ट होत गेलं. त्याच्या मनाच्या निराश अवस्थेतून हे घडलं. काम बंद पडण्यासाठीच तो पुन्हा सुरू करत असे. थोडा काळ काम केलं, की जगाविषयी आणि स्वतःविषयीच्या उदासीनतेचा प्रदीर्घ कालखंड येत असे. त्यानं स्वतःच निदान करून आधीच लक्षात आलेला त्याचा हृदयविकार या वर्षांमध्ये अधिक तीव्र झाला आणि बळावून आणखी पुढच्या अवस्थेला गेला. नवीन आर्थिक धोरणाच्या (एन्. ई. पी.) प्रारंभी तो मॉस्कोला गेला. सोविएत कालखंडातला तो सर्वांत संदिग्ध आणि दांभिक कालखंड. युरी आणखी कृश झाला होता. स्वतःकडं जास्तच दुर्लक्ष करत होता. पार्टिझन्सच्या ताब्यातून तो युरिआटिनला गेला, तेव्हापेक्षाही त्याची राहणी आता अव्यवस्थित झाली होती. मॉस्कोपर्यंतच्या प्रवासात त्यानं काही मोल असलेले त्याचे सगळे कपडे एकेक करून पावाच्या बदल्यात देऊन टाकले होते. त्याच्या अंगावर आता फक्त लाज झाकण्यापुरती जुनी फाटकी लक्तरं शिल्लक उरली. त्याचा फर कोट, सूट त्यानं देऊन टाकला होता आणि मॉस्कोच्या रस्त्यांवर तो आला, तेव्हा त्याच्या अंगावर बकरीच्या कातड्याची टोपी, जीर्ण झालेला, बटनं तुटलेला ओव्हरकोट तेवढा होता.

तो एखाद्या गुन्हेगाराच्या गणवेशासारखा दिसत होता. राजधानीच्या स्टेशनांवर, रस्त्यांवर आणि चौकाचौकांत रेड आर्मीच्या लोकांची गर्दी उसळली होती. अगणित लोकांच्या त्या जमावात युरी त्या वेशात कोणाला ओळखूही आला नाही.

तो एकटाच आला नव्हता. त्याच्याबरोबर दिसायला चांगला असलेला शेतकऱ्याचा एक मुलगाही होता. त्याच्याही अंगावर जुने लष्करी कपडे होते.

युरीनं ज्या ठिकाणी त्याचं बालपण घालवलं होतं, त्या भागात लोकांनी त्याचं त्याच्या सोबत्यासह स्वागत केलं, पण त्या दिवसांमध्ये अद्यापही टायफसची साथ असल्यामुळं लोक मोठ्या हुशारीनं, सार्वजनिक स्नानगृहात जाऊन आलात का, असं विचारत होते. तिथल्या लोकांनी त्याच्या कुटुंबाविषयी त्याला सांगितलं. ते कशा परिस्थितीत रशियातून बाहेर पडले, तेही सांगितलं.

युरी आणि तो मुलगा दोघंही लोकांपासून दूर दूर राहत होते. लोकांचं लक्ष वेधलं जाईल आणि लोकांशी बोलावं लागेल, या भीतीनं ते लोकांमध्ये मिसळणं टाळत होते. या दोन मळकट गबाळ्या व्यक्ती कधी मित्रांच्या घोळक्यात गेल्याही, तरी एका कोपऱ्यात बसत. संभाषणात भाग घेत नसत. शांतपणे संध्याकाळ घालवत.

युरी जिथं जाईल, तिथं तो मुलगा बरोबर असायचा. तो शांत, आज्ञाधारक आणि एकनिष्ठ होता. कोण होता हा युरीचा जोडीदार?

युरीनं त्याच्या मॉस्कोपर्यंतच्या प्रवासाचा शेवटचा टप्पा रेल्वेनं पूर्ण केला असला, तरी आधीचा बराच मोठा भाग तो पायीच चालून आला होता.

पार्टिझन्सच्या बंदिवासातून पळून निघाल्यानंतर जंगलातून जाताना त्यानं सैबेरिया आणि उरलामध्ये जी खेडी पाहिली होती, तशीच याही प्रवासात पाहिली. खेडी निर्मनुष्य होती. फरक एवढाच होता, की तेव्हा हिवाळा होता, आता उन्हाळ्याची अखेर होती. त्यामुळं प्रवास तुलनेनं सोपा झाला.

वाटेत शेतं लागली. शत्रूच्या धाडींमुळं शेतांमधल्या पिकांची कापणी झालीच नव्हती. युद्धाचे, यादवी युद्धाचे असे परिणाम झाले होते.

सप्टेंबर महिना संपत आला होता. शेवटचे दोन-तीन दिवसच बाकी होते. युरी एकदा नदीच्या काठानं चालला होता. नदी त्याच्या उजव्या हाताला होती. डाव्या हाताला क्षितिजापर्यंत पसरलेली शेतं. त्यांतल्या पिकांचे दाणे पिकून, तयार होऊन खाली मातीत सांडले होते. युरीनं ते ओंजळीत वेचून घेतले. ते धान्य शिजवायला, त्याची पेज करायला काहीच साधन नसल्यानं युरी ते तसंच तोंडात कोंबत होता आणि मोठ्या कष्टानं चघळून, मऊ करून खात होता. चावून खाल्लं, तरी ते कच्चं धान्य पचायला कठीणच होतं.

राय धान्याचा रंग गडद, गंजल्यासारखा, जुन्या सोन्यासारखा दिसत होता. युरीनं असा रंग कधी पाहिला नव्हता. योग्य वेळी कापणी झाली, तर रंग बराच फिका असतो. ज्वालेच्या रंगाची ती शेतं मूकपणे आपली दुःखं जाहीर करत होती. जमिनीत उंदीर सरपटत होते. मेलेल्या उंदरांची दुर्गंधी येत होती.

उंदरांची पूर्वी कधी नव्हे इतकी प्रचंड प्रमाणावर उत्पत्ती झाली होती. युरी रात्री जमिनीवर झोपला, की ते त्याच्या अंगावर चढत, कोटाच्या बाहीत, विजारीत शिरत. दिवसा रस्त्याच्या बाजूनं त्यांच्या झुंडीच्या झुंडी धावत जात. त्या वेळी ते ओरडून चीत्कारत. पायांखाली तुडवले गेले, की त्यांचा ओला लगदा होत असे.

राठ केसांची गावठी कुत्री आक्रमक होऊन युरीचा पाठलाग करत. त्याच्यावर तुटून पडून त्याला फाडून खाण्यासाठी योग्य संधी कोणती, ते ठरवण्यासाठी एकमेकांकडं बघत. जंगल लागलं आणि युरी जंगलात शिरला, की कुत्री मागं वळून दिसेनाशी होत. ती जंगलात कधी शिरली नाहीत.

जंगलांचं आणि शेतांचं स्वरूप पूर्णपणे भिन्न होतं. शेतं ओसाड, निर्मनुष्य आणि त्यामुळं बेवारशी दिसत होती. जणू कुणीतरी दिलेला शाप भोगत होती. याउलट जंगलं बंदिवासातून सुटका झाल्याप्रमाणे मुक्तपणे बहरत होती. सगळी शेतं एका भयंकर आजारानं ग्रस्त झाल्यासारखी त्याला वाटली. जंगलं मात्र आरोग्यानं रसरसलेली. युरीला वाटलं, देव जंगलात राहायला आला आहे आणि शेतांवर सैतानाचं विकट हास्य पसरलं आहे.

एरव्ही कठीण कवचाची फळं पिकेपर्यंत झाडांवर टिकतच नसत. मुलं ती हिरवी-कच्ची तोडून खात. पण आता झाडांवर सुक्या फळांचे घोस लगडले होते. युरीनं ती कुरकुरीत फळं भरपूर खाल्ली. खिसे आणि पिशवी सुद्धा फळांनी भरून घेतली. आठवडाभर तो बदामच खात होता. झाडांवरची फळं तोडायला आता मुलं-माणसं उरलीच नव्हती.

प्रवासाच्या याच टप्प्यावर युरी एका जळालेल्या ओसाड गावात आला. नदीच्या काठानं जाणाऱ्या रस्त्याच्या एकाच बाजूला सगळी घरं एका ओळीत उभी होती.

आगीमुळं जळून काळी पडलेली काही थोडी घरं अद्याप शिल्लक होती, पण सगळी रिकामी होती. बाकीची पडझड झालेली घरं म्हणजे काळेठिक्कर पडलेले दगडधोंड्यांचे ढीग होते. मैलांचे दगड तयार करणं हा त्या गावातल्या लोकांचा उपजीविकेचा व्यवसाय होता. असे अर्धवट तयार झालेले मैलांचे तीन दगड एका घरासमोर पडले होते.

युरी त्या घरात गेला. त्यानं आत पाऊल टाकताक्षणीच ते घर जणू एकाएकी हालचाल करू लागलं. वाऱ्याचा प्रचंड झोत आत शिरला. जमिनीवरचं वाळकं गवत इतस्ततः विखुरलं. भिंतींवर लावलेल्या वॉलपेपरचे उरलेले फाटके तुकडे फडफडले. उंदीर चिरचिराट करत सर्व दिशांनी पळाले.

युरी बाहेर आला. रस्ता ओलांडून, गवतावर पडलेल्या मैलाच्या दगडावर

बसला. नदीचा काठ तिथून दिसत होता. युरी उंचावर बसला होता. खालच्या नदीकाठावरून प्रथम विस्कटलेल्या केसांचं डोकं वर आलं. मग खांदे, हात दिसायला लागले. कुणीतरी पाण्याची बादली भरून नदीचा काठ चढत होतं. वरच्या बाजूला बसलेल्या युरीला पाहून ती व्यक्ती थांबली.

"पाणी प्यायचं आहे? तुम्ही मला इजा केली नाही, तर मीही तुम्हांला इजा करणार नाही."

"मला पाणी हवं आहे. पण इकडं वर ये. घाबरू नकोस. मी कशाला तुला इजा करू?"

तो किशोरवयीन मुलगा होता. अनवाणी पाय, फाटके कपडे अंगावर आणि केस, दाढी वाढलेली.

युरीकडं तो संशयानं टक लावून बघत होता आणि सावधगिरीनं बोलत होता. युरीला त्याची दृष्टी बोचत होती. मग त्यानं बादली खाली ठेवली आणि एकाएकी झपाट्यानं तो युरीजवळ आला.

"मला माफ करा, कॉम्रेड. मी तुम्हांला याआधी कधी भेटलो आहे का? होय! नक्कीच! तुम्ही डॉक्टर झिवागो, हो, की नाही?

"पण तू कोण आहेस?"

"तुम्ही मला ओळखलं नाही?"

"नाही."

"मॉस्कोहून येणाऱ्या गाडीत आपण एकाच डब्यात होतो. त्यांनी मला सक्तीनं लष्करात भरती करून घेतलं होतं. मी सुरक्षा पथकात होतो."

तो वासिया ब्रिकिन होता! त्यानं स्वतःला जमिनीवर युरीच्या पायांशी झोकून दिलं, त्याच्या हातांचं चुंबन घेतलं आणि तो रडायला लागला.

ते जळालेले अवशेष त्याच्या गावाचे, वेरेटेनिकीचे होते. त्याची आई वारली होती. गाव उद्ध्वस्त केलं गेलं, तेव्हा वासिया दगडांच्या खाणीत एका गुहेत लपून राहिला होता. पण त्याच्या आईला वाटलं, त्याला त्यांनी पकडून शहरात नेलं. त्यामुळं ती दुःखानं वेडी झाली आणि एक दिवस तिनं नदीत उडी घेतली. हीच ती नदी पेल्गा. उंच सुळक्यावर ते दोघं बसले होते आणि नदी खालून वाहत होती. त्याच्या बहिणी अलिया आणि अरिया दुसऱ्या एका जिल्ह्याच्या ठिकाणी अनाथालयात आहेत, असं त्याला कळलं, पण नक्की माहीत नव्हतं.

वासिया युरीबरोबर मॉस्कोला जायला निघाला. वाटेत त्यानं युरीला अनेक भयानक घटना सांगितल्या.

"मागच्या हिवाळ्यातलं शेतातलं धान्य वायाच जाणार होतं. आम्ही नुकत्याच पेरण्या संपवल्या होत्या आणि पोलिया मावशी गेल्यावर त्यांचा उपद्रव सुरू झाला.

तुम्हांला पोलिया मावशी माहीत आहे?''

''नाही. मी नाही ओळखत तिला. कोण आहे ती?''

''तुम्ही ओळखत नाही? ती आपल्याबरोबर गाडीत होती. पेलेगिआ तिआगुनोव्हा. ती गोरी, लठ्ठशी–''

''नेहमी केस सोडून विंचरत आणि वेणी घालत असायची, ती?''

''तीच ती! डुकराच्या शेपटीसारखी वेणी असलेली.''

''आठवली! क्षणभर थांब– मला आणखी काही आठवलं आहे. ती त्यानंतरही मला सैबेरियातल्या एका गावात दिसली होती. आम्ही रस्त्यातच भेटलो होतो.''

''खरंच? तुम्ही तिला भेटलात?''

''तुला काय झालं आहे, वासिया? माझा हात इतका जोरानं का हालवतो आहेस वेड्या माणसासारखा? आणि मुलीसारखा का लाजतो आहेस?''

''मला आधी सांगा, ती कशी आहे?''

''मी तिला भेटलो, तेव्हा ती ठीक होती. ती तुझ्याबद्दल आणि तुझ्या कुटुंबीयांबद्दल बोलली. ती तुमच्याजवळच राहत होती ना?''

''अर्थातच. ती आमच्याजवळच राहत होती. माझी आई तिच्यावर बहिणीसारखं प्रेम करायची. ती अगदी शांतपणे आणि कुशलतेनं काम करायची. ती आमच्याबरोबर होती, तोवर घरात सर्व काही भरपूर होतं. पण गावातल्या लोकांनी नाही नाही ते बोलून तिचं जगणं कठीण करून टाकलं. अखेर ती गाव सोडून गेली. तिला लोकांची बोलणी सहन होईनाशी झाली. आणि तेव्हापासूनच आमच्या त्रासाला सुरुवात झाली.

''नंतर घडलं, ते आपोआपच. दोष कोणालाच देता येत नाही. त्यांनी शहरातून रेड आर्मीची माणसं पाठवली. त्यांनी न्यायालय उभारलं आणि माझ्यावर खटला सुरू केला. मी सक्तीची कामगार सेवा सोडून पळून गेलो होतो, हे कुणीतरी त्यांना सांगितलं. त्यांनी मला एका कोठडीत बंद करून ठेवलं. पण सुदैवानं जमिनीवरची एक फळी उचकटून मी पळून गेलो. जुन्या खाणीतल्या एका भगदाडात लपून बसलो. माझ्या डोक्यावर गाव जळत होतं. मला ते कधीच दिसू शकलं नाही. माझ्या आईनं बर्फाच्या विवरात स्वतःला बुडवून घेतलं, आणि मला कळलंही नाही. एकामागून एक घरांना आगी लागल्या. आमच्या गावातली माणसं घरं सोडून पळून गेली. रेड आर्मीच्या ज्या लोकांना गावातल्या माणसांनी आपल्या घरात आसरा दिला होता, त्यांना दारू पाजली होती, ती माणसं मात्र जळून मरून गेली. काही दिवसांनी मी बाहेर आलो, तेव्हा इथं एकही मनुष्य नव्हता. सगळे कुठंतरी इतस्ततः भटकत होते.''

१९२२ च्या वसंत ऋतूत वासिया आणि युरी मॉस्कोत आले. नवीन आर्थिक

धोरणांची, (न्यू इकॉनॉमिक पॉलिसी)ची ती सुरुवात होती. हवा छान उबदार आणि आल्हादक होती. 'चर्च ऑफ द सेव्हियर'च्या सोनेरी घुमटांवरून परावर्तित झालेले सूर्यकिरण पदपथावरील गवताशी खेळत होते.

खाजगी व्यवसायांवरील बंदी उठवली गेली आणि काही मर्यादेपर्यंत व्यापाराला परवानगी मिळाली. त्यातून धोकादायक व्यवहार व्हायला लागले. व्यापाऱ्यांनी क्षुद्र वृत्तीनं या परिस्थितीचा गैरफायदा घेतला.

अशा या व्यवहारातून काहीही संपत्ती निर्माण होत नव्हती. त्यामुळं शहराचं दारिद्र्य कमी करण्यासाठी त्याचा काहीही उपयोग नव्हता. पूर्वी शहरात अनेकदा विकल्या गेलेल्या क्षुल्लक वस्तूच पुन्हा पुन्हा विकल्या जात होत्या व त्यातून गरीब व्यापारी थोडा-फार पैसा कमावत होते.

बेताची परिस्थिती असलेल्या अनेक ग्रंथालयांनी आपली पुस्तकं कपाटांमधून बाहेर काढली आणि एकत्र गोळा केली. सहकारी तत्त्वावर पुस्तकांचं दुकान सुरू करण्याची आमची इच्छा आहे, असं त्यांनी शहराच्या सोविएतला कळवलं. त्यांनी जागेसाठी अर्ज केला. बुटांच्या किंवा फुलांच्या दुकानाची जागा वापरायला त्यांना परवानगी मिळाली. ही दुकानं क्रांतीच्या पहिल्या दिवसापासूनच बंद पडली होती. तिथल्या बंदिस्त प्रशस्त तळघरात या पुस्तकवाल्यांनी आपला लहानसा, काही सुसंगती नसलेला पुस्तकसंग्रह विकायला सुरुवात केली.

मॉस्कोत आल्यावर युरी वासियाला म्हणाला,

"तुला आता काही काम करावं लागेल."

"मला अभ्यास करायला आवडेल."

"ते तर तू न सांगताही होईलच."

"मला आठवणीतून आईचं चित्र काढायचं आहे."

"ही कल्पनाही चांगली आहे. पण त्यासाठी चित्र कसं काढायचं, हे तुला माहीत असायला हवं. तू कधी चित्र काढलं आहेस?"

"मी माझ्या काकांच्या हाताखाली काम करत होतो, तेव्हा त्यांचं लक्ष नाही, असं पाहून कोळशांनी प्रयत्न करत असे."

"ठीक आहे. बघू आपण, काय करता येईल, ते."

वासियाला चित्रकलेत विशेष प्रगती करता आली नाही. मित्रांच्या मदतीनं युरीनं त्याला स्ट्रोगॅनॉव्ह इन्स्टिट्यूटमध्ये प्रवेश मिळवून दिला. तिथं त्यानं सर्वसाधारण अभ्यासक्रम पूर्ण केला आणि मग छपाई, पुस्तकबांधणी, पुस्तकनिर्मिती, सजावट या विषयांमध्ये विशेष कुशलता प्राप्त करून तो त्यात तज्ज्ञ झाला.

युरी आणि वासिया यांनी एकत्रितपणे काम करायला सुरुवात केली. युरीनं निरनिराळ्या विषयांवर पुस्तिका लिहिल्या. वासियानं त्यांची नीट आखणी करून,

त्याच्या प्रशिक्षणाचा एक भाग म्हणून छपाई केली. लहान आवृत्त्या काढल्या. त्यांच्या मित्रांनी अलीकडंच उघडलेल्या जुन्या पुस्तकांच्या दुकानांमधून त्या पुस्तिकांचं वितरण केलं.

या पुस्तिकांमध्ये युरीचं तत्त्वज्ञान, औषधशास्त्रावरची त्याची मतं, आरोग्य आणि आजार यांविषयीच्या त्याच्या व्याख्या, जीवशास्त्रीय सजीवतेवर आधारित त्याचा व्यक्तिवादाचा सिद्धांत, धर्म आणि इतिहास यांवरचे विचार, यांखेरीज त्याच्या कविता, लघुकथा, इत्यादींचा समावेश होता. त्या पुस्तिका सोप्या संवादांच्या पद्धतीनं लिहिल्या होत्या. लोक त्यांचा संग्रह करायला लागले आणि पुस्तिकांचा खप चांगला वाढायला लागला.

त्या काळात निरनिराळ्या विषयांचा अभ्यास करणाऱ्या संस्था सर्वदूर स्थापन झाल्या. रूपांतर, भाषांतर-कला, रंगभूमी यांसह विविध कलांविषयीच्या संकल्पनांच्या अकादमी, विविध विचारप्रणालींच्या त्या सांस्कृतिक संस्था होत्या. निम्म्या संस्थांमध्ये युरी वैद्यकीय सल्लागार म्हणून काम करू लागला.

बराच काळपर्यंत तो आणि वासिया एकत्र राहिले. त्या काळात त्यांनी राहण्याच्या जागा अनेकदा बदलल्या. पडझड झालेल्या एका जागेतून दुसऱ्या जागेत त्यांचं स्थलांतर चालू होतं. प्रत्येक जागा कोणत्या ना कोणत्या प्रकारे गैरसोयीची होती.

मॉस्कोला आल्याबरोबर लगेच युरी त्याच्या सिवस्तेव ब्रॉझ्ॉकमधल्या जुन्या घरी गेला होता. त्याला तिथं कळलं की, त्याचं कुटुंब मॉस्कोला परत आल्यावर त्या घरात राहिलंच नव्हतं. त्यांच्या हद्दपारीनंतर त्यांच्या नावावर असलेल्या खोल्याही नव्या भाडेकरूंना देण्यात आल्या होत्या आणि आता त्यांची त्या घरावर काहीही मालकी नव्हती. युरीच्या जुन्या शेजाऱ्यानंही त्याला टाळलं, कारण युरीशी ओळख असणं त्याला धोक्याचं वाटत होतं.

मार्केलही आता तिथं नव्हता. तो या जगात वरच्या पदांवर चढत गेला होता आणि फ्लोअर टाऊनमध्ये हाऊस मॅनेजर म्हणून त्याची नेमणूक झाली होती. मॅनेजरचा फ्लॅट त्याला मिळाला होता. त्या घराला चोपलेल्या मातीचीच जमीन होती, पण भलीमोठी रशियन शेगडीही होती. वाहतं, मुबलक पाणी होतं. इतर इमारतींचे पाइप्स हिवाळ्यात पाणी गोठून फुटायचे, पण फ्लोअर टाऊन नेहमी उबदार आणि कोरडं असायचं. तिथलं पाणी गोठत नसे.

काही काळानं युरी आणि वासियाची मैत्री संपली. या काळात वासियाची लक्षणीय प्रगती झाली. तो आता वेरेटेनिकीचा अनवाणी, फाटका, विस्कटलेल्या केसांचा मुलगा राहिला नव्हता. क्रांतीनं उद्घोषित केलेल्या सत्याचा स्पष्टपणा आणि स्वयंप्रत्यय यांचं त्याच्या मनात वाढतं आकर्षण निर्माण झालं. त्याला युरीची संदिग्ध, काल्पनिक भाषा म्हणजे अपराध, उपेक्षा, दुर्बलता यांचा आवाज वाटू

लागला आणि म्हणून ती भाषा खोटी, फसवी वाटू लागली.

युरी विविध सरकारी खात्यांमध्ये जाऊन त्याच्या कुटुंबाचं राजकीय पुनर्वसन करवून घेण्यासाठी आणि त्यांना रशियात परत येण्याची परवानगी मिळवण्यासाठी, तिथल्या अधिकाऱ्यांना सतत भेटत होता. त्यानं परदेशी पासपोर्ट मिळवण्यासाठी आणि पॅरिसला जाऊन कुटुंबाला परत आणण्याची परवानगी मिळवण्यासाठी अर्जही केला.

युरीचे क्षीण आणि अर्धवट प्रयत्न पाहून वासियाला आश्चर्य वाटत असे. प्रयत्नांचा काहीही उपयोग होणार नाही, या निर्णयाप्रत येण्याची युरीला घाई झालेली असे. तो एखाद्या गोष्टीविषयी अगदी ठाम समजूत झाल्याप्रमाणे बोलायचा. कोणतंही काम हाती घेणं कसं व्यर्थ आहे, हेच सांगायचा.

वासियाला युरीमधले दोष अधिकाधिक जाणवू लागले. त्याची उचित टीका युरी मनावर घेत नसे; पण त्याचे आणि वासियाचे संबंध हळूहळू कमी होत गेले. अखेर त्यांची मैत्री तुटली; आणि ते एकमेकांची सोबत सोडून वेगळे झाले. दोघं ज्या खोलीत राहत होते, ती खोली युरीनं सोडली आणि तो 'फ्लोअर टाऊन' मध्ये आला. तिथं मार्केल सर्वेसर्वा होता. त्यानं इमारतीच्या मागच्या बाजूची कोपऱ्यातली जागा युरीला दिली. ती इमारत पूर्वी स्वेननितस्कींची होती. निरुपयोगी म्हणून वापरात नसलेली बाथरूम, एकच खिडकी असलेली खोली, मोडकळीला आलेलं स्वयंपाकघर आणि मागच्या बाजूनं प्रवेश अशी ती जागा होती. त्या जागी राहायला गेल्यावर युरीनं वैद्यकी पूर्णपणे सोडून दिली, स्वतःकडं फार दुर्लक्ष केलं, मित्रांना भेटणं बंद केलं आणि तो अतिशय गरिबीत राहायला लागला.

हिवाळ्यातला तो एक उदास दिवस होता. घरांच्या छपरांमधून, खिडक्यांमधून धूर बाहेर पडत होता. शहराच्या सुखसोयी अद्याप त्या ठिकाणी पुन्हा सुरू झाल्या नव्हत्या. फ्लोअर टाऊनमधले भाडेकरू शरीराची, कपड्यांची स्वच्छता करू शकत नव्हते, त्यामुळं त्वचेवरचे फोड, सर्दी यांनी त्रासलेले होते.

दर रविवारप्रमाणेच आजही मार्केल श्चॅपॉव्ह आणि त्याचं कुटुंब घरीच होतं.

मोठ्या टेबलाशी बसून ते जेवत होते. गतकाळात पावावरच्या नियंत्रणाच्या दिवसांमध्ये याच टेबलावर सर्व भाडेकऱ्यांची कूपन्स गोळा केली जात. कूपन्स मोजणं, फाडणं, त्यांची वर्गवारी करणं ही कामं केली जात. मग ती कुपन्स गठ्ठ्यात बांधून बेकरीत नेली जात. नंतर याच ठिकाणी पावाच्या मोठाल्या लाद्या कापून प्रत्येक भाडेकरूच्या प्रामाणिक वाट्याप्रमाणे त्यांचे तुकडे केले जात. पण आता ती केवळ आठवण राहिली होती. अन्न-नियंत्रणाची जागा आता वेगळ्या

प्रकारच्या नियंत्रणांनी घेतली होती. स्कॅपॉव्ह कुटुंब चविष्ट अन्न पोटभर खात होतं.

निम्मी खोली लांबरुंद रशियन शेगडीनं व्यापली होती. तिच्या वरच्या सपाट पृष्ठभागावर अंथरूण घातलं होतं आणि दोन्ही बाजूंनी खालपर्यंत दुलया टांगल्या होत्या.

घराच्या आत दारापाशीच नळाच्या तोट्या होत्या आणि या ठिकाणी पाण्याचे पाइप्स गोठले नव्हते. खोलीच्या दोन्ही बाजूंना ओळीनं बाकं ठेवली होती. त्या बाकांखाली कुटुंबाच्या चीजवस्तू ट्रंकांमधून आणि बांधलेल्या गठ्ठ्यांमधून ठेवल्या होत्या. टेबलाच्या वरच्या बाजूला भिंतीत बश्या ठेवण्याचं रॅक पक्कं बसवलं होतं.

खोली चांगलीच गरम झाली होती. शेगडी पूर्ण फुलली होती. मार्केलची बायको ॲगाफिया शेगडीसमोर उभी होती. तिनं बाह्या दुमडून कोपरांच्यावर सरकवल्या होत्या, आणि ओव्हनमधली भांडी हलवण्यासाठी ती मोठा चिमटा वापरत होती. आवश्यक असेल त्याप्रमाणे ती भांडी जवळ आणत होती किंवा एकमेकांपासून दूर सरकवत होती. घामानं डवरलेला तिचा चेहरा मध्येच ओव्हनमधल्या विस्तवानं उजळत होता, तर मध्येच वाफेनं झाकोळून जात होता.

त्याच वेळी युरी दोन बादल्या घेऊन आला.

"छान वास येतो आहे." तो म्हणाला.

"या. आपलंच घर समजा. संकोच करू नका. रात्रीचं जेवण आमच्याबरोबरच घ्या."

"थँक्यू. माझं जेवण झालं आहे."

"आम्हांला माहीत आहे, तुमचं जेवण काय असतं, ते. बसा, आणि काहीतरी गरम खा. चांगले पदार्थ आहेत. भाजलेले बटाटे, काशा घालून केलेलं पक्वान्न."

"खरंच नको. थँक्स. मी दार पुन्हा पुन्हा उघडल्यामुळं थंडी आत येते आहे, याबद्दल माफी मागतो. मला जेवढं नेता येईल, तेवढं पाणी न्यायचं आहे. मी बाथटब स्वच्छ केला आहे. तो आणि वॉशटब्जही भरून ठेवायचे आहेत. आणखी पाच-सहा वेळा मी पाणी न्यायला येईन आणि मग मात्र बराच काळ तुम्हांला त्रास देणार नाही. मी तुम्हांला त्रास देतो आहे, याबद्दल क्षमा करा, पण मला इतरत्र कुठून पाणी मिळत नाहीये."

"लागेल तेवढं घेऊन जा. आमच्याकडं भरपूर पाणी आहे. आम्ही तुमच्याकडून त्याचे पैसे घेणार नाही!"

सगळे हसले.

युरी जेव्हा तिसऱ्यांदा पाचवी आणि सहावी बादली भरून न्यायला आला, तेव्हा त्यांच्या बोलण्याचा सूर बदलला होता.

मार्केल म्हणाला,

"माझे जावई विचारत होते तुमच्याबद्दल. तुम्ही कोण आहात, ते मी त्यांना सांगितलं, पण त्यांचा विश्वास बसत नाही. तुम्ही पाणी नेत राहा! माझी काही हरकत नाही. पण फरशीवर सांडू नका. बघा, तुम्ही दारातच पाणी सांडवलं. ते गोठलं, तर तुम्ही काही पहारीनं खरवडून साफ करायला येणार नाही! आणि, वेंधळ्या, मूर्ख माणसा, जाता-येता दार नीट लाव. बर्फाचा झोत आत येतो आहे. तर तुम्ही कोण आहात, ते मी माझ्या जावयांना सांगत होतो. तुमच्या शिक्षणावर खर्च झालेला पैसा! ते शिक्षण कुठं गेलं, मला कळेल का?"

युरी सहाव्यांदा आला तेव्हा मार्केल संतापला. एके काळचा युरीचा तो नोकर!

"बस, आता एकच बादली न्या आणि पुरे करा. प्रत्येक गोष्टीला काही मर्यादा असते. आमची लहान मुलगी मारिना तुम्हांला अशी प्रेमानं चिकटली नसती, तर मी दाराला केव्हाच कुलूप लावलं असतं! मग तुम्ही कितीही का उच्च कुळात जन्मलेले असेनात! ती बघा मारिना, तिकडं टेबलाच्या टोकाशी बसून माझ्याकडं रागानं पाहते आहे. ती मला सारखी सांगत असते, डॅड, त्यांच्या भावना दुखवू नका. इथं कोणाला तुमच्या भावना दुखवायच्या आहेत? ती म्हणते, तुम्ही दुर्दैवी आहात. तिला तुमच्याबद्दल खूप वाईट वाटतं. ती तुमच्यासाठी आगीतून चालायलाही तयार आहे. तुम्ही गरीब झालात, यात माझा काय दोष? त्या वाईट काळात तुम्ही तुमचं इथलं घर सोडून सैबेरियाला जायला नको होतं. तुमची मोठी चूक झाली. आमच्याकडं बघा, दुष्काळात आणि व्हाइट सैन्याच्या वेढ्यातही आम्ही इथंच राहिलो. कच खाऊन पळून गेलो नाही. त्यामुळं आता सुरक्षित आणि सुस्थितीत आहोत. दोष तुमचाच आहे. तुम्ही टोनियाची नीट काळजी घेतली असती, तर आज ती देशाबाहेर निरुद्देशपणे भटकत राहिली नसती. जाऊ द्या. तो तुमचा प्रश्न आहे. मला काय करायचं आहे? फक्त तुमची क्षमा मागून एकच प्रश्न विचारायचा आहे– या एवढ्या पाण्याचं तुम्ही काय करणार आहात? मला तुमच्यावर या मारिनामुळं रागावताही येत नाही. तुम्ही आणि तुमचं पाणी! भिजलेल्या उंदरासारखे दिसताहात तुम्ही."

पुन्हा ते सगळे हसले.

मारिनानं मात्र रागानं आजूबाजूला पाहिलं. संतापून ती त्यांना शिव्या द्यायला लागली. ती आपल्यासाठी इतकी संतापते, हे पाहून युरीलाही आश्चर्य वाटलं. युरी म्हणाला,

"घरात खूप स्वच्छता करायची आहे, मार्केल. फरश्या घासायच्या आहेत, माझ्या काही वस्तू आणि कपडेही धुवायचे आहेत.

स्कॅपॉव्ह कुटुंबाला नवल वाटलं.

ॲगाफिया म्हणाली,

"तुम्ही एकटे सगळं करणार? मी मारिनाला वर पाठवते. ती तुम्हांला मदत

करील. तुमचे कपडे शिवायचे, दुरुस्त करायचे असतील, तर तेही करून ठेवील.''

''मारिनानं माझ्या घराच्या स्वच्छतेचं काम करून हात घाण करून घ्यावेत, असं मला स्वप्नातही वाटणार नाही. मी करीन स्वतःच.''

''मारिना, बघितलंस, ते किती सुसंस्कृत आहेत, ते? ते तर माशीलाही दुखावणार नाहीत.''

मारिना म्हणाली,

''तुम्ही तुमचे हात घाण करून घेऊ शकता आणि मी नाही? तुम्ही इतके हट्टी का आहात, युरी आन्द्रेईविच? मी खरंच तुम्हांला भेटायला वर आले, तर तुम्ही मला हाकलून द्याल?''

मारिना चांगली गायिका होऊ शकली असती. तिचा आवाज शुद्ध, स्वच्छ आणि दमदार होता. जिवंत आणि पल्लेदार. पण सध्या ती मध्यवर्ती पोस्टात टेलेग्राफर म्हणून काम करत होती. तिला परकीय भाषाही येत होत्या.

रविवारच्या त्या पाणी भरण्याच्या प्रसंगापासून युरी आणि मारिना यांच्यांत मैत्री उमलून आली. इतका सुंदर आवाज असलेल्या मारिनाला दुखवायची युरीची अजिबात इच्छा नव्हती. ती नेहमी त्याच्याकडं वर यायची आणि त्याला मदत करायची. एक दिवस ती त्याच्याकडंच राहिली आणि पुन्हा कधीही घरी परत गेली नाही!

अशा तऱ्हेनं ती डॉक्टर झिवागोची तिसरी पत्नी झाली. त्यानं प्रथम पत्नीपासून घटस्फोट घेतला नव्हता आणि हे नवं लग्न त्यांनी नोंदवलंही नव्हतं. त्यांना मुलं झाली. हे लग्न रीतसर चर्चमध्ये किंवा नोंदवून झालं नाही, म्हणून मार्केलनं कुरकूर केली. त्याच्या बायकोनं, ॲगाफियानं समजावलं,

''तुम्हांला वेड लागलं आहे का? टोनिया अद्याप जिवंत आहे. रीतसर लग्न केलं, तर युरी दोन बायकांचा नवरा होईल.''

मार्केलनं उत्तर दिलं,

''तूही मूर्खासारखंच बोलते आहेस. टोनिया मेल्यातच जमा आहे. तिचं संरक्षण करणारा कोणताही कायदा नाही.''

काही वेळा युरी गमतीनं म्हणत असे,

''वीस प्रकरणांमध्ये एखादी कादंबरी लिहिली जावी, त्याप्रमाणे फक्त वीस बादल्यांमध्ये आमच्यांत प्रेम निर्माण झालं!''

युरीचा विक्षिप्तपणा, घरात तो करत असलेला कचरा आणि त्याची अस्वच्छता, त्याच्या लहरी आणि विचित्र कल्पना हे सगळं मारिनानं स्वीकारलं. कधी तक्रार केली नाही. त्याला या गोष्टींसाठी क्षमा केली. त्याचा राग, तक्रारी आणि निराशा सहन केली.

तिचं समर्पण तर त्याच्याही पुढं गेलं. काही वेळा त्याच्या चुकीमुळंच ते निराधार, कंगाल होत असत. अशा वेळी त्याला एकटं सोडायचं नाही, म्हणून ती तिची पोस्ट ऑफिसातली नोकरीही सोडून देत असे. पण त्या ठिकाणी तिच्या कामाला इतकं महत्त्व होतं की, तिच्या या सक्तीचा अनुपस्थितीनंतरही तिला ते पुन्हा कामावर घेत असत. युरीच्या लहरीखातर ती आज्ञाधारकपणे त्याच्याबरोबर बाहेर पडत असे आणि घरोघरी फिरून पडतील ती कामं करत असे. त्यांनी अनेक भाडेकऱ्यांना लाकडं फोडून दिली. त्यांच्यापैकी काही जण, विशेषतः नवीन आर्थिक धोरणाच्या सुरुवातीला ज्यांनी पैसा जमा केला, ते व्यापारी, सरकारच्या निकट असलेले कलावंत आणि विद्वान लोक आता चांगली सुस्थितीतली घरं उभारून राहत होते. एक दिवस युरी आणि मारिना एका भाडेकऱ्याच्या घरी लाकडं फोडत होते. फेल्टबुटांच्या तळाला लागलेल्या लाकडाच्या भुशामुळं त्यांचा गालिचा खराब होऊ नये, याची काळजी घेत त्या भाडेकऱ्याच्या अभ्यासिकेत लाकडं नेऊन ठेवत होते. तो भाडेकरी वाचनात गढून गेला होता. त्यानं इतकं दुर्लक्ष करणं, वळूनही न पाहणं दोघांना अपमानास्पद वाटलं. त्याच्या बायकोनंच कामाच्या सूचना दिल्या आणि तिनंच पैसे चुकते केले.

युरी मनाशी म्हणाला,

"एवढं कशात हा नाक खुपसून बसला आहे?"

तो विद्वान माणूस पुस्तकाच्या समासात काहीतरी रागारागानं खरडत होता. लाकडं नेऊन ठेवता ठेवता युरीनं मान उंच करून टेबलावर दृष्टी टाकली. युरीनंच लिहिलेल्या आणि वासियानं छापलेल्या पुस्तिकांच्या प्रारंभीच्या आवृत्त्यांचा ढीग टेबलावर पडला होता!

युरी आणि मारिना आता स्पिरिडोनोव्हका रस्त्यावरच्या घरात राहत होते. तिथून जवळच असलेल्या मालाइया ब्रोनाइया रस्त्यावर एक खोली घेऊन गोर्दन राहत होता. युरी आणि मारिनाला दोन मुली झाल्या होत्या. काप्का (कॅपिटोलिना) पाच वर्षांची होती आणि क्लाश्का (क्लॉडिया) फक्त सहा महिन्यांची.

१९२९ च्या उन्हाळ्याच्या प्रारंभी खूप उष्मा होता. त्या भागात राहणारे लोक शेजाऱ्यांना भेटायला जाताना हॅट न घालता आणि नेहमीच्या शर्टात जात.

मिशा गोर्दनची खोली म्हणजे पूर्वीचं फॅशनेबल टेलरचं दुमजली दुकान होतं. दोन मजल्यांना जोडणारा नागमोडी गोल जिना होता. दोन मजल्यांच्या मधल्याजागी लाकडी फळ्या ठोकून आणखी एक खोली तयार करण्यात आली होती. तीच मिशाची खोली. दोन्ही मजले मिळून काचेची भलीमोठी खिडकी होती. त्यातून

रस्त्यावरचं दृश्य दिसत होतं.

त्या दिवशी मिशाकडं निका दुदोरोव्ह, युरी, मारिना आणि त्यांची मुलं आली होती. मारिना मुलींना घेऊन लवकरच निघून गेली. मग त्या खोलीत फक्त तीन मित्र उरले.

उन्हाळ्यातल्या त्या आळसावलेल्या दुपारी तिघांचं निवांतपणे संभाषण चालू होतं. त्यांची मैत्री खूप जुनी, शाळेत एकत्र असल्यापासूनची होती.

संभाषण स्वाभाविकपणे पुढं सरकण्यासाठी माणसाजवळ योग्य शब्द हवे असतात. ही गरज फक्त युरीच पूर्ण करू शकत होता. इतर दोघांना त्यांचे विचार नीट व्यक्त करता येत नव्हते. त्यामुळं ते फक्त सिगारेटींचा धूर सोडत होते. त्याच त्या शब्दांची पुनरावृत्ती करत होते. त्यातून त्यांचं बौद्धिक दारिद्र्यच प्रकट होत होतं. निका दुरोरोव्ह आणि मिशा गोर्दन दोघंही संगीत, साहित्य, विद्वान, कवी, विचारवंत यांच्या सहवासात राहिले होते. पण ती अभिरुची उच्च दर्जाची नव्हती. काहीही अभिरुची नसण्यापेक्षा हीन, सामान्य दर्जाची अभिरुची असणं ही अनेक पटींनी दुर्दैवाची गोष्ट आहे, याची त्यांना जाणीव नव्हती.

युरीला त्यांना म्हणावंसं वाटलं,

'प्रिय मित्रांनो! तुम्ही आणि तुमचं वर्तुळ, तुम्ही नेहमी उद्धृत करत असलेली नावं आणि अधिकारी व्यक्ती, तुम्ही इतकी प्रशंसा करत असलेली त्यांची कला, त्यांची प्रसिद्धी हे सगळं किती सामान्य आहे! तुमच्याबाबत एकच गोष्ट चांगली आहे आणि ती म्हणजे तुम्ही माझे समकालीन आणि मित्र आहात!''

पण युरी हे कसं बोलू शकणार होता? आणि कुणी ते कबूल कसं केलं असतं? त्यामुळं तो फक्त गप्प बसून शांतपणे त्यांचं बोलणं ऐकत होता.

निका दुदोरोव्ह नुकताच त्याच्या पहिल्या हद्दपारीतून परत आला होता. त्याचे नागरी हक्क त्याला परत मिळाले होते आणि विद्यापीठातलं नेहमीचं काम सुरू करण्याची परवानगी मिळाली होती.

त्याच्या हद्दपारीच्या काळातले अनुभव तो मित्रांना सांगत होता. तो प्रामाणिकपणे आणि कोणताही आव न आणता बोलत होता. त्याला भीती वाटत नव्हती.

त्यानं सांगितलं की, त्याच्यावरचा खटला चालू असताना करण्यात आलेले युक्तिवाद, तो तुरुंगात असताना आणि तुरुंगातून बाहेर आल्यावर त्याला मिळालेली वागणूक, त्याची तपासणी करणाऱ्या न्यायाधीशाशी झालेली त्याची खाजगी बोलणी या सर्वांमुळं त्याला राजकीय दृष्ट्या पुनर्शिक्षण मिळालं. आधी कधीही लक्षात न आलेल्या गोष्टींबाबत त्याचे डोळे उघडले आणि तो अधिक परिपक्व माणूस झाला.

हे बोलणं मिशा गोर्दनला पटलं; कारण ते दोघंही अतिसामान्य होते. दुदोरोव्हच्या बोलण्याला गोर्दननं सहानुभूतीनं मान हलवून संमती दर्शवली आणि त्याची प्रत्येक

गोष्ट मान्य केली. त्या भावनांचा आणि भावनांच्या व्यक्तीकरणातला शिळेपणाही त्याला हेलावून टाकत होता. दुदोरोव्हच्या वाचिक भावनांनाच तो मानवतेची खरीखुरी अभिव्यक्ती समजला.

दुदोरोव्हचा दांभिकपणा आणि जुळवून घेण्याची त्याची प्रवृत्ती पाहून युरीला तिटकारा वाटू लागला. त्याला वाटलं, जी माणसं मनानं मुक्त नसतात, ती नेहमीच आपल्या बंधनांचं उदात्तीकरण करतात. सोविएत बुद्धिवादी वर्गाचा हा राजकीय गूढवाद युरीला सहन झाला नाही. ते मात्र या दिवसांमध्ये याच राजकीय गूढवादाला सर्वोच्च कामगिरी मानत होते.

पण दोन्ही मित्र दुखावले जाऊ नयेत, म्हणून युरीनं हे विचार स्वतःजवळच ठेवले.

युरी काही वेळानं म्हणाला,

"मला निघायलाच हवं, मिशा. रागावू नकोस. इथं फार उकडतंय्. माझा श्वास गुदमरतोय्. थोडी मोकळी हवा पाहिजे मला."

"पण खिडकी तर उघडी आहे. सॉरी. आम्ही फार जास्त सिगारेटी ओढत आहोत. तुझ्यासमोर सिगारेट ओढायला नको, हे आम्ही विसरलो. म्हणूनच इथं फार कोंदट वाटतंय्. शिवाय ही खिडकी इतकी मूर्खासारखी तयार केली आहे की, तिच्यातून काही हवाच आत येत नाही."

"मिशा, मला जायलाच हवं. आपण भरपूर बोललो. तुम्ही माझ्याबद्दल जी आस्था दाखवत आहात, त्याबद्दल आभार. पण तुम्हांला माहीत आहे, श्वास गुदमरल्याचं मी ढोंग करत नाहीये. मला खरोखरच एक आजार जडला आहे. स्क्लेरॉलिस ऑफ दि हार्ट. हृदयाच्या स्नायूंच्या भिंती क्षीण होतात आणि झिजून पातळ होतात. एक दिवस त्या फुटून जातील. मी अद्याप चाळिशीचा झालो नाही. दारू पीत नाही, तरीही."

"तुला काहीही होणार नाही. आम्ही काही तुझी अंत्ययात्रा काढणार नाही! तू आमच्यानंतरही जगणार आहेस."

"हृदयाच्या अंतर्गत रक्तस्रावाचे सूक्ष्म प्रकार अलीकडच्या काही वर्षांमध्ये फार वाढले आहेत. ते नेहमीच मृत्युपर्यवसायी असतात, असं नाही. काही लोक त्यावर मात करतातही. हा विशिष्ट असा आधुनिक विकार आहे. मला वाटतं, त्याची कारणं सध्याच्या वैचारिक, नैतिक, मानसिक व्यवस्थेत आहेत. आपल्यांतल्या बहुसंख्य लोकांना पद्धतशीर दुटप्पीपणाचं आयुष्य सतत जगावं लागत आहे. दर दिवशी, तुम्हांला जे वाटतं, त्याच्या विरुद्ध बोलावं लागत असेल, जे तुम्हांला आवडत नाही, त्याच्यापुढं मानपान गुंडाळून ठेवून लोटांगण घालावं लागत असेल, ज्यातून तुमच्या वाट्याला दुर्दैवाशिवाय काहीही येणार नाही, अशा गोष्टींपासून तुम्ही आनंद

घेत असाल, तर तुमच्या प्रकृतीवर निश्चितच परिणाम होईल. आपली मज्जासंस्था ही काही काल्पनिक गोष्ट नाही. ती आपल्या भौतिक शरीराचा भाग आहे. आपला आत्मा अवकाशात अस्तित्वात आहे आणि तो आपल्या आत असतो.''

''तुला आमचं बोलणं आवडलेलं, पटलेलं दिसत नाही.''

''मला तुमचं बोलणं ऐकताना खरोखर दुःख होत होतं. तुरुंगात असताना तुम्ही बरंच काही शिकलात आणि परिपक्व झालात, असं तुम्ही म्हणालात, तेव्हा मला ऐकणं असह्य झालं.''

मिशा गोर्दन म्हणाला,

''मला दुदोरोव्हचं म्हणणं पटतं, युरी तुला माणसांच्या साध्या शब्दांची सवय उरलेली दिसत नाही. तू अमानवी असं काहीतरी बोलत असतोस. आमचे साधे शब्द तुझ्या हृदयापर्यंत पोहोचत नाहीत.''

''ते खरंच तसंही असेल, मिशा. पण काहीही झालं, तरी तुम्ही मला आता जाऊ द्या. मला श्वास सुद्धा घेता येत नाही इथं. मी शपथ घेतो. मी अतिशयोक्ती करत नाहीये.''

''क्षणभर थांब. तू जायचा फक्त काहीतरी बहाणा शोधतो आहेस. तू आम्हांला सरळ, प्रामाणिक उत्तर दिल्याशिवाय आम्ही तुला जाऊ देणार नाही. तू तुझे मार्ग बदलले, या गोष्टीशी तू सहमत आहेस, की नाही? आधी तू टोनिया आणि मारिना यांच्याशी असलेल्या तुझ्या संबंधाचं स्पष्टीकरण दे. त्या माणसं आहेत. भावना आणि दुःख असलेल्या स्त्रिया. तुझ्या डोक्यात असलेल्या कल्पनांप्रमाणे त्या अमूर्त नाहीत; आणि दुसरं म्हणजे, तुझ्यासारखा मनुष्य वाया जावा, ही लज्जास्पद गोष्ट आहे. तुझी निष्क्रियता, तुझा आळस झटकून तू पुन्हा एकदा स्वतःला सावर. जागा हो. भानावर ये. तुझा असभ्य उद्धटपणा सोडून जरा आजूबाजूच्या गोष्टींकडं पाहा. हो, हो, मी पुन्हा म्हणतो, तुझा हा प्रत्येक गोष्टीकडं बघण्याचा अक्षम्य गर्विष्ठपणा सोडून दे. पुन्हा तुझ्या कामाकडं परत ये. प्रॅक्टिस सुरू कर.''

''ठीक आहे. मी तुम्हांला उत्तर देतो. अलीकडं मीही असाच काहीसा विचार करायला लागलो आहे. माझ्यात खरोखर बदल घडून येईल, असं मी तुम्हांला वचन देतो. मला वाटतं, लवकरच सर्व काही ठीक होईल. तुमच्याही लक्षात येईल ते. मी मनापासून म्हणतो आहे. ते परिवर्तन माझ्यात आधीच सुरू झालं आहे. माझ्यात अविश्वसनीय, दुर्दम्य अशी विजिगीषा निर्माण झाली आहे आणि जगणं म्हणजे सतत उंच जाणं, परिपूर्णतेकडं जाणं, ती प्राप्त करून घेणं.

''तुम्ही मरिनाच्या बाजूनं उभे राहिलात, याचा मला आनंद वाटतो. मिशा, असाच तू नेहमी टोनियाच्या बाजूचा असायचा. शेवटी, या दोघींपैकी कुणाशीच माझं भांडण नाही. तसं तर इतरही कुणाशी नाही. तुम्ही सुरुवातीला मला दूषणं देत

होतात, कारण मारिना मला 'तू' आणि युरी म्हणायची आणि मी तिला 'तुम्ही' आणि मारिना म्हणत असे. पण या अनैसर्गिक वागणुकीचं नातेसंबंधाचं मूळ कारण खूप दिवसांपूर्वीच नाहीसं झालं आहे आणि आम्ही आता एकमेकांशी समानतेनं वागतो.

''आणखी एक आनंदाची बातमी सांगतो. मला पॅरिसहून पुन्हा पत्रं यायला लागली आहेत. तिथं मुलं मोठी होत आहेत. त्यांना त्यांच्या वयाचे भरपूर फ्रेंच मित्र आहेत. साशा लवकरच प्राथमिक शिक्षण पूर्ण करणार आहे आणि माशा ते सुरू करणार आहे. मी माझ्या मुलीला, माशाला कधी बघितलंच नाही. ते जरी फ्रेंच नागरिक झाले असले, तरी मला वाटतं, कुठल्या तरी मार्गानं सगळं काही सुरळीत होईल आणि ते लवकरच माझ्याकडं परत येतील.

''टोनियाला आणि माझ्या सासऱ्यांना मारिना आणि आमच्या मुलांबद्दल माहिती आहे, असं दिसतं. मी स्वतः त्यांना पत्रातून कळवलं नाही, पण त्यांना इतरांकडून ते कळलं असावं. टोनियाचे वडील म्हणून अलेक्झांडरना राग आला आणि ते दुखावले गेले. गेली पाच वर्षं आमचा पत्रव्यवहार थांबण्याचं ते एक कारण होतं. मी मॉस्कोत आल्यापासून त्यांना नियमित पत्रं लिहीत होतो; पण त्यांच्याकडून उत्तर येणं एकाएकी थांबलं होतं.

''आता अगदी अलीकडं त्यांनी पुन्हा पत्रं लिहायला सुरुवात केली आहे. सगळे, मुलं सुद्धा लिहितात. फार प्रेमानं आणि जिव्हाळ्यानं लिहितात. कुठल्यातरी कारणानं ते शांत झालेले दिसतात. माझा असा कयास आहे की, टोनियाला दुसरा कुणी तरी भेटला असावा. मला अंतःकरणापासून असं वाटतं, कोण जाणे. मीही तिला वरचेवर पत्रं लिहितो. निघतो मी. आता मी इथं क्षणभरही थांबू शकत नाही. अन्यथा मला हार्ट-अटॅक येईल. गुड बाय्.''

दुसऱ्या दिवशी सकाळी मारिना धावतच मिशा गोर्दनकडं आली. ती फार दुःखीकष्टी दिसत होती. मुलांना सांभाळायला कुणीही नव्हतं, त्यांना कुणाकडं सोडून जावं, तिला कळत नव्हतं. लहान क्लाइकाला तिनं ब्लॅंकेटमध्ये गुंडाळलं होतं आणि एका हातानं ती काप्काला खेचत होती. चालताना काप्का मागं राहत होती आणि मारिनाच्या मागून ओढल्यासारखी चालत होती.

तिनं घाबरलेल्या आवाजात विचारलं,

''युरा इथं आहे, मिशा?''

''काल रात्री तो घरी आला नाही?''

''नाही.''

'मग रात्री तो इनोकेंटिल यांच्याकडं राहिला असेल.''

''मी तिथूनच आले. इनोकेंटिल विद्यापीठात गेले आहेत. पण त्यांचे शेजारी

युराला ओळखतात. त्यांनी सांगितलं, की युरा तिथं आला नव्हता.''

''मग कुठं गेला असेल तो?''

मारिनानं क्लाइक्काला सोफ्यावर ठेवलं आणि ती भ्रमिष्ट झाल्यासारखी हुंदके देऊन रडायला लागली.

निका दुदोरोव्ह आणि मिशा गोर्दन दोन दिवस सतत मारिनाजवळ होते. त्यांनी तिला एकटं सोडलं नाही. युरीचा कसून शोध घेतला. तो जिथं जिथं जाण्याची शक्यता होती, त्या सर्व जागी ते जाऊन आले. फ्लोअर टाऊन, सिवत्सेव ब्रॉझ्झॉक या इमारतींमध्ये असलेल्या पॅलेसेस् ऑफ थॉट आणि ॲकॅडमीज् ऑफ आयडियाज्मध्ये युरी नोकरी करत होता. त्या ठिकाणीही त्यांनी त्याला शोधलं. त्याच्या बोलण्यात ज्या मित्रांची नावं आली होती, त्यांच्या घरी ते गेले. पण काही उपयोग झाला नाही.

पण त्यांनी, तो हरवला आहे, अशी पोलिसात तक्रार दिली नाही. त्याच्याकडं अधिकाऱ्यांचं लक्ष वेधलं जावं, असं त्यांना वाटत नव्हतं. त्या दिवसांमध्येही अनुकरणीय आयुष्य जगणाऱ्या युरीच्या मागं उगाचच पोलिस लावण्यात अर्थ नव्हता. तो अगदी शेवटचा उपाय होता.

तिसऱ्या दिवशी निरनिराळ्या टपालांतून मारिना, मिशा आणि निका या तिघांनाही युरीची पत्रं आली. त्याच्या निघून जाण्यामुळं त्या तिघांनाही जो त्रास झाला होता, जी काळजी वाटत होती, त्याबद्दल त्यानं पश्चात्ताप व्यक्त केला होता. कुणीही त्याचा शोध घेऊ नये, त्याची चिंता करून नये, असं लिहून शोधण्याचा काहीही उपयोग होणार नाही, असं म्हटलं होतं. त्यासाठी त्यानं सर्व पवित्र गोष्टींची शपथ घेऊन विनवणी केली होती.

त्यानं म्हटलं होतं की, शक्य तितक्या लवकर त्याचं आयुष्य पुन्हा उभारण्यासाठी त्याला काही काळ एकट्यानंच राहणं आवश्यक आहे. स्वतःच्या कामावर लक्ष केंद्रित करून तो नोकरीत स्थिरावला आणि आपण आता जुन्या मार्गानं पुन्हा जाणार नाही, याची खात्री पटली, की तो त्याच्या गुप्त जागेतून बाहेर येईल आणि मारिना आणि मुलांकडं परत जाईल.

त्यानं गोर्दनला लिहिलं होतं की, तो मारिनासाठी मनीऑर्डर पाठवत आहे. त्यानं मुलांना सांभाळण्यासाठी तिला नर्स शोधून द्यावी. त्यामुळं मारिना कामावर परत जाऊ शकेल. कुणीतरी पावती पाहील, या भीतीनं आपण सरळ मारिनाला पैसे पाठवले नाहीत, असंही युरीनं म्हटलं होतं.

लवकरच पैसे आले. युरी आणि त्याच्या मित्रांच्या जीवनामानापेक्षा ती रक्कम फार मोठी होती. पगारी नर्स ठेवण्यात आली. मारिना पुन्हा पोस्ट ऑफिसात जाऊ लागली. ती अतिशय अस्वस्थ होती. पण युरीचा विक्षिप्तपणा तिच्या परिचयाचा

असल्यानं ती हळूहळू सावरली आणि त्याची ही नवी लहर तिनं स्वीकारली. तिघंही युरीला शोधत होतेच. पण लवकरच त्यांच्या लक्षात आलं, की त्यानं लिहिल्याप्रमाणे त्याचा शोध घेणं निष्फळ आहे. त्यांना त्याचा काहीही तपास लागला नाही.

युरीनं 'माझा शोध घेऊ नका' असं म्हटलं, तरी तो अक्षरशः हाकेच्या अंतरावरच राहत होता. म्हटलं, तर त्यांच्या अगदी डोळ्यांसमोरच, त्याच्या शोधात त्यांनी ते शहर पिंजून काढलं. तो मात्र शहराच्या मध्यवस्तीत राहत होता.

गोर्दनकडून निघून युरी ज्या दिवशी नाहीसा झाला, त्या दिवशी संध्याकाळ व्हायच्या थोडं आधी तो ब्रोनाइया रस्त्यावर आला. तिथून घरी जाण्यासाठी वळलाही, पण अचानकच त्याला त्या रस्त्यावरून त्याचा सावत्र भाऊ इव्हग्राफ येताना दिसला. तो युरीच्याच दिशेनं येत होता. गेल्या तीन वर्षांत युरीनं इव्हग्राफबद्दल काही ऐकलं नव्हतं, आणि त्याला भेटलाही नव्हता. इव्हग्राफनं त्याला सांगितलं, की तो नुकताच मॉस्कोमध्ये येऊन दाखल झाला होता. त्यानं हसून आणि विनोद करून युरीचे सगळे प्रश्न उडवून लावले. मात्र युरीनं सोसलेल्या अपेष्टा, त्याला आता होत असेलला त्रास इव्हग्राफनं त्याच्या चलाख बुद्धीनं लगेच हेरला. युरीला मोजकेच प्रश्न विचारून त्यानं युरीची अवस्था अचूकपणे जाणून घेतली. त्या गर्दीच्या, अरुंद रस्त्यानं चालता-चालताच त्यानं युरीच्या बचावाची एक व्यवहार्य योजना तयार केली. युरीनं बेपत्ता होऊन काही काळ लपून राहावं ही त्याचीच कल्पना होती.

इव्हग्राफनं कॅमरगर रस्त्यावर, आर्ट्स थिएटरजवळ एक खोली घेतली. आर्ट्स थिएटर अद्यापही त्याच नावानं ओळखलं जात होतं. इव्हग्राफनं युरीच्या नोकरीच्या दृष्टीनं त्वरित पावलं उचलली. जिथं संशोधनाच्या चांगल्या आणि भरपूर संधी उपलब्ध होत्या, अशा हॉस्पिटलमध्ये त्याला चांगल्या पदाची नोकरी मिळवून देण्यासाठी पर्यंत सुरू केला. त्याला सर्वतोपरी आश्रय, आधार देऊन मदत केली. त्याला पैसेही दिले. पॅरिसमध्ये असलेल्या युरीच्या कुटुंबाची अनिश्चितता संपवून तो त्यांना तरी इथं आणेल किंवा युरीला तरी त्यांच्याकडं घेऊन जाईल, असं त्यानं आश्वासनही दिलं. या सर्व गोष्टींकडं इव्हग्राफ स्वतः जातीनं लक्ष घालणार होता. भावाच्या या मदतीमुळं युरीला जणू नवजीवन मिळालं. अर्थात नेहमीप्रमाणे, इव्हग्राफपाशी असलेल्या सत्तेचं कोडं मात्र न सुटता तसंच राहिलं. युरीनं देखील ते रहस्य उलगडण्यासाठी फार पिच्छा पुरवला नाही.

युरीची खोली दक्षिणाभिमुख होती. थिएटरला जवळजवळ लागूनच. उन्हाळ्यातला

सूर्य ओखोतनी रियाद या इमारतीमागे असायचा. त्यामुळं रस्त्यावर सावली असायची.

ती खोली त्याच्यासाठी बरंच काही होती. त्याच्या कामाची जागा, अभ्यासिका. तिथं त्याच्या आत्म्याला आनंद आणि मनाला शांती मिळत असे. टेबलावर वह्यांचा लहानसा गठ्ठा होता. त्या वह्यांमध्ये त्याच्या कल्पना मावेनाशा व्हायच्या, तेव्हा त्या भुतांसारख्या खोलीभर तरंगत राहायच्या. एखाद्या चित्रकाराच्या स्टूडिओत फक्त चेहरे रंगवलेली त्याची अपूर्ण चित्रं भिंतीवर लटकत असावीत, तशा त्या अपूर्णावस्थेतल्या कल्पना. ती खोली म्हणजे त्याच्या स्वप्नांचं कपाट होतं, त्याच्या आनंदाचं साठवणघर होतं.

इव्हग्राफनं युरीसाठी हॉस्पिटलशी चालू केलेल्या वाटाघाटी बारगळल्या आणि युरीच्या नव्या नोकरीचं काम अनिश्चित काळासाठी लांबणीवर पडलं. त्यामुळं त्याला लिहायला आणखी वेळ मिळाला.

युरीला लिहायची घाई झाली होती. त्याच्या विचारांची गती इतकी होती की, काही वेळा शब्दांची फक्त संक्षिप्त रूपं लिहूनही लिखाणाची आणि विचारांची गती जुळत नसे. जेव्हा जेव्हा त्याची कल्पनाशक्ती आवेगानं धावत असे, तेव्हा तेव्हा तिला लगाम घालण्यासाठी तो वहीच्या समासात चित्रं काढत बसे. ती चित्रं बहुधा उरलमधल्या जंगलांची, जंगलाला छेदून जाणाऱ्या रस्त्याची असत. त्या रस्त्यावर फलक असे– 'मोराऊ आणि वेटचिनकिन. यांत्रिक मळणी-पेरणी अवजारे.'

त्याचे लेख आणि कविता एकाच मध्यवर्ती कल्पनेवर आधारेलल्या होत्या– शहर.

त्यानं लिहून ठेवलेल्या काही कागदांमध्ये पुढं अशी टिपणं सापडली :

'१९२२ मध्ये मी मॉस्कोला परत आलो, तेव्हा मला ते निम्मं शहर ओसाड आणि उद्ध्वस्त झालेलं आढळलं. क्रांतीच्या पहिल्या पाच वर्षांच्या दिव्यातून ते असं रूप धारण करून बाहेर पडलं. आजतागायत ते तसंच राहिलं आहे. त्याची लोकसंख्या घटली आहे. नवी घरं बांधली जात नाहीत आणि लोक जुनी घरं निराश होऊन सोडून जात आहेत.

'पण याही अवस्थेत ते अद्यापही आधुनिक मोठं शहर आहे आणि खऱ्या अर्थानं नव्या आधुनिक कलेसाठी शहर हाच एकमेव प्रेरणास्रोत असतो.

'व्हिटमन, ब्लॉक यांच्यासारख्या प्रतीकवादी कवींच्या आणि चित्रकारांच्या कलाकृतींमध्ये जो विसंगत कल्पनांचा गोंधळ दिसतो, तो त्यांच्या शैलीचा छांदिष्टपणा नसतो, तर थेट जीवनातून उचलेली ती मनातल्या प्रतिमांची नवी व्यवस्था असते.

'त्यांच्या कवितांमधून प्रतिमा एका ओळीत ज्या घाईनं पुढं सरकतात, तसाच शहरातला मोठा वाहता रस्ता असतो. त्या रस्त्यावरून माणसांची गर्दी, घोडागाड्या धावत जात असतात. मागच्या शतकाच्या अखेरीस हे दृश्य उदयाला आलं.

आमच्या वेळी शतकाच्या प्रारंभी शांत उपरस्ते होते.

'अशा परिस्थितीत खेड्यांमधला साधेपणा अस्तित्वात राहू शकत नाही. तसा प्रयत्न केला, तर ते लिखाण खोटं, कलाहीन ठरतं. आजच्या काळाची भाषा स्वाभाविकपणे जन्मलेली आहे, आणि ती शहरीवादाची भाषा आहे.

'मी मॉस्कोमधल्या अतिशय रहदारीच्या रस्त्यावरच्या चौकात राहतो. अॅस्फाल्ट दगडांपासून बनलेल्या पदपथांची पांढरी उष्णता, इमारतींच्या खिडक्यांमुळं विखुरलेली सूर्याची प्रतिबिंबं, उमलणाऱ्या ढगांमधून आणि रस्त्यांमधून श्वास घेणारं मॉस्को माझ्याभोवती घोंघावतं आहे. त्याच्या स्तुतिवर कविता मी लिहाव्यात, म्हणून माझं चित्त आकर्षून घेत आहे. याच कारणासाठी मॉस्कोनं मला वाढवलं आणि कलाकार केलं.

'आपल्या घरांच्या भिंतीच्या बाहेर रस्त्यांवर रात्रंदिवस सतत चालणारा कोलाहल आधुनिक माणसांपासून वेगळा करता येणार नाही. अविश्रांत धावत असलेलं आणि गडबड-घाई करत असलेलं हे शहर म्हणजे आपल्यापैकी प्रत्येकाच्या आयुष्याची भलीमोठी प्रस्तावना, प्रदीर्घ ओळख आहे. या संदर्भात मला या शहराबद्दल लिहायला आवडेल.'

एक दिवस युरी गॅझेंटी स्ट्रीटच्या कोपऱ्यावरच्या एका स्टॉपवर ट्रॉली बसमध्ये चढला. तो रस्ता निकिता स्ट्रीटला समांतर जाऊन क्रुदिन्स्कासिया बसस्थानकाकडं जात होता. बोटकिन हॉस्पिटलमधल्या नोकरीवर रुजू व्हायला युरी निघाला होता. सध्या ते हॉस्पिटल सोल्दॅटेन्को हॉस्पिटल या नावानं ओळखलं जात होतं. नोकरीशी संबंधित कामानिमित्त एकदा किंवा दोनदा तो पूर्वी तिथं गेला होता.

त्या ट्रॉलीचं इंजिन सदोष होतं. सारखं बंद पडत होतं. काही वेळा डोक्यावरच्या विजेच्या तारांमधल्या प्रवाहात अडथळा येत होता. मध्येच शॉर्ट सर्किट होऊन, तारांमधून ठिणग्या उडून वीज बंद पडत होती. ट्रॉलीचा चालक त्रस्त होऊन खाली उतरत होता आणि चाकांच्या मधल्या भागी अवजारांनी काहीतरी खटपट करून दुरुस्ती करत होता.

त्या रखडत जाणाऱ्या ट्रॉलीमुळं संपूर्ण मार्गावरची रहदारी अडली. मागं बऱ्याच ट्रॉलीज् थांबल्या. त्यात नव्यांची भर पडत होती. त्या रांगेचं शेवटचं टोक रायडिंग स्कूलच्याही पलीकडं पोहोचलं. मागच्या ट्रॉलीज्मधले लोक वेळ वाचवण्यासाठी पुढच्या पुढच्या डब्यांमध्ये शिरत होते. असं करता-करता सगळी गर्दी त्या नादुरुस्त ट्रॉलीमध्येच झाली.

वेळ सकाळची असली, तरी खूप गरम होत होतं. खचाखच गर्दीमुळं सगळं

कोंदट झालं होतं. जांभळ्या रंगाचा एक ढग आकाशात उंच उंच चढत होता. वादळ जमा होत होतं.

युरी डाव्या बाजूच्या सीटवर बसला होता. गर्दीमुळं तो खिडकीशी अगदी दाबला गेला होता. त्याला निकिता स्ट्रीटची डावी बाजू दिसत होती. त्याच्या मनात वेगळेच विचार चालू होते. डोळ्यांसमोरून रस्त्यावरचे लोक जात होते, तो बघत होता, पण त्याचं लक्ष इतरत्र कुठंतरी होतं.

पिकलेल्या केसांची एक वृद्ध स्त्री जाताना दिसली. तिच्या डोक्यावर स्ट्रॉ हॅट होती. अंगात जांभळट रंगाचा जुन्या पद्धतीचा घट्ट पोशाख होता. पदपथावरून ती दमल्यासारखी पाय ओढत चालली होती. डाव्या हातातल्या कागदाच्या घड्यांनी वारा घेत होती. ती घामानं निथळत होती. थकली होती, धापा टाकत होती आणि हातातल्या लहानशा रुमालानं भुवया, ओठ वरचेवर पुसत होती.

ट्रॉली दुरुस्त होऊन सुरू झाली, की ती स्त्री मागं पडून युरीला दिसेनाशी व्हायची. पुन्हा ट्रॉली बंद पडली, की तो स्त्री पुढं निघून जायची. असा सारखा परस्पर पाठलागाचा खेळ सुरू होता. युरीच्या मनात विचार आला, जगात माणसं अशीच चालत असतात– पुढंमागं, मागंपुढं. त्यांतली किती माणसं इतरांना मागं टाकून टिकून राहण्यात, पुढं जाण्यात यशस्वी होतात?

आभाळात विजांचा कडकडाट झाला आणि ढगांमधून गडगडाट करत तो ध्वनी घुमला. पावसाचे पहिले मोठाले थेंब रस्त्यांवर पडायला लागले. ट्रॉली नवव्यांदा बंद पडली; आणि ती जांभळट पोशाखातली स्त्री युरीच्या खिडकीच्या बरोबर चौकटीसमोर आली. युरीला तिचा चेहरा ओळखीचा वाटला.

आपल्याला मळमळून उलटी येतेय्, असं युरीला जाणवलं. एकाएकी खूप अशक्त वाटायला लागलं. तरी हिंमत करून तो जागेवरून उठला. खिडकीच्या पट्ट्यांना हिसके देऊन उघडायचा प्रयत्न केला. पण ती त्याला उघडता आली नाही.

खिडकी स्क्रू ठोकून पक्की बंद केली आहे, असं इतर लोकांनी त्याला ओरडून सांगितलं. पण जीव उन्मळून येणाऱ्या उलटीनं तो इतका बेचैन झाला होता, की लोक काय म्हणताहेत, ते त्याला कळलंच नाही. त्यानं पट्ट्या मागंपुढं ओढण्याचा प्रयत्न चालूच ठेवला. तो खूप घाबरला होता. अचानक त्याला हृदयात तीव्र कळ जाणवली. पूर्वी त्यानं अनुभवलेल्या वेदनांपेक्षा ती वेदना फारच जीवघेणी होती. आपल्या शरीराच्या आतलं काही तरी तुटलं आहे हे, त्याला कळलं. ते मृत्युपर्यवसायी आहे, हाच आपला शेवट आहे, हे त्याच्या लक्षात आलं.

प्रेस्नियापाशी ट्रॉली पुन्हा थांबली. युरीमध्ये अतिमानवी अशी जबरदस्त इच्छाशक्ती संचरली. त्या जोरावर गर्दीच्या अभेद्य भिंतीला धक्के देत, अडखळत, हेलपाटत तो मागच्या उतरायच्या फळीपाशी आला. त्याला मोकळी हवा हवी होती. सगळं काही

संपलं नाही, आपण ठीक आहोत, असं त्याला वाटलं.

तो गर्दीतून वाट काढत पुढं सरकत होता. लोकांना त्याचे धक्के बसत होते. लोक शिव्या देत होते. पण त्यांच्या निषेधाकडं लक्ष न देता तो पुढं घुसतच होता. अखेर तो खाली उतरला. त्यानं एक पाऊल टाकलं, दुसरं, तिसरं आणि तो दगडी पदपथावर कोसळला. पुन्हा उठलाच नाही.

ट्रॉलीमधून अनेक लोक उतरले आणि त्यांनी त्याला घेरलं. त्याचा श्वास आणि हृदयक्रिया बंद पडली आहे, हे लवकरच त्यांच्या लक्षात आलं. रस्त्यानं जाणारे आणखी लोक थांबले. गर्दी वाढली. जांभळट पोशाखातली ती स्त्री देखील जवळ आली. तिनं मृतदेहाकडे पाहिलं. मृत व्यक्तीला ट्रॉलीत घालून हॉस्पिटलमध्ये न्यावं, की पोलिसांना बोलवावं, याविषयी लोकांचा वाद सुरू झाला. तो ऐकायला ती तिथं थांबली नाही.

ती मेलिऊझीव्होमधली फ्लेउरी होती! तीही आता खूप खूप म्हातारी झाली होती. ती स्विस नागरिक होती. तिला तिच्या देशात परत जाऊ द्यावं, म्हणून गेली बारा वर्षं ती मॉस्कोमधल्या अधिकाऱ्यांना पत्रं लिहीत होती. अलीकडंच तिच्या अर्जाला मंजुरी मिळाली होती. ती मॉस्कोला आली होती आणि आता व्हिसा ताब्यात घ्यायला ती दूतावासात निघाली होती. ती तिच्या कामासाठी तिच्या वाटेनं पुढं निघून गेली. जगण्याच्या शर्यतीतही आपण डॉक्टर झिवागोच्या पुढे निघून गेलो आहोत, याची तिला जाणीवही नव्हती!

एका खोलीत टेबलावर शवपेटी ठेवली होती. तिचा पायाकडचा अरुंद भाग दाराकडं होता. या खोलीत याच टेबलावर युरीनं लिखाण केलं होतं. कुणीतरी त्याची हस्तलिखितं टेबलाच्या खणांमध्ये टाकून दिली.

कुणीतरी युरीच्या डोक्याखाली उश्या ठेवून त्याचं डोकं उंचावलं. त्याच्या अवतीभोवती फुलांचा भलामोठा ढीग झाला. काहींनी तर पांढऱ्या लैलकची सबंध रोपटीच आणली. त्या ऋतूत शुभ्र लैलक मिळणं कठीणच होतं. अनेकांनी सिक्लॅमेन आणि सिनेराइयाची फुलं टोपल्यांमधून आणली. खिडक्यांमध्ये ठेवलेल्या टोपल्यांमुळं खोलीत येणारा उजेड अडला. गाळून निघालेला मंद प्रकाश, मेणाचा पातळ लेप लावलेल्या मृतदेहाच्या चेहऱ्यावर, हातांवर पाझरत गेला. फांद्यांच्या आणि पानांच्या आकाराच्या सावल्या खोलीत पसरल्या. जणू त्यांनीही नुकतंच हलणं-झुलणं थांबवलं होतं.

मारिनाची नोकरी, तिचं पेन्शन, मुलं, त्यांचं शिक्षण असा सगळा पुढचा विचार करून सर्वानुमने असं ठरलं की, चर्चचे विधी न करता साधं सरळ नागरी दफन करावं. योग्य त्या संबंधित अधिकारी व्यक्तींना यासंबंधी सूचना गेल्या; आणि सगळे

त्यांचीच वाट बघत होते.

इमारतीतले भाडेकरी घोळक्यांनी येत होते. खोलीतलं वातावरण अगदी स्तब्ध आणि शांत होतं. येणाऱ्या लोकांच्या दबक्या पावलांनीच काय तो शांततेचा भंग होत होता. अपेक्षेपेक्षा जास्तच लोक येत होते. जवळजवळ अनोळखीच असलेल्या या माणसाच्या मृत्यूची बातमी बघता- बघता आश्चर्यकारक वेगानं पसरली होती. युरीच्या आयुष्यात वेगवेगळ्या कारणांनी वेगवेगळ्या वेळी त्याच्याशी परिचय झालेले लोक होते. त्यांच्याशी पुढं युरीचा संपर्क उरलेला नव्हता. तो त्यांना विसरूनही गेला होता. त्याच्या कवितांनी आणि लिखाणानं अनेकांना आकर्षित करून घेतलं होतं. अशा अनोळखी मित्रांची संख्याही कमी नव्हती. त्यांनी युरीला पूर्वी कधी पाहिलं नव्हतं. आता ते त्याला प्रथमच आणि अखेरचं भेटायला आले होते.

अनेक निःशब्द तास निघून गेले. बायबलमधल्या प्रार्थना कुणी म्हणत नव्हतं. याची उणीव फुलं भरून काढत होती. सुगंधानं दरवळणं, फुलणं, बहरणं यांखेरीज ती फुलं इतरही बरंच काही करत होती. जणू त्यांनाही मातीत मिसळण्याची घाई झाली होती. 'मृतांच्या कार्यालयाचं' कामकाज जणू त्यांनी स्वतःच्या हाती घेतलं होतं.

युरीच्या मृत्यूची बातमी ऐकून धक्का बसलेले त्याचे मित्र-निका आणि मिशा, मारिनाला घेऊन सरळ दारातून सामोरे आले. दुःखातिशयानं मारिनाच्या मनाचा तोल गेला होता. तिनं स्वतःला जमिनीवर झोकून दिलं. तिनं डोकं आपटून घेतलं. जोरजोरात काहीतरी बोलत रडत होती. तिच्या अश्रूंचा बांध फुटला. हुंदके अनावर झाले. आजूबाजूला असलेल्या परक्या लोकांसमोर असं रडताना तिला संकोच वाटला नाही. ती युरीच्या मृतदेहाला घट्ट कवटाळून बसली, लोकांनी तिला त्याच्यापासून अक्षरशः खेचून बाजूला केलं.

दुसऱ्या दिवशी ती बरीच शांत झाली.

मृतदेहाला अंघोळ घालून तो आज स्वच्छ करण्यात आला होता.

मारिनाच्या शोकाचा भर आता ओसरला होता. दुःखानं बधिर, मूक झाल्याप्रमाणे ती शांत बसून होती. तिला अजूनही परिसराचं आणि स्वतःचं पुरतं भान आलं नव्हतं. युरीच्या शवपेटीपासून ती क्षणभरही दूर व्हायला तयार नव्हती.

निका आणि मिशाही दुःखानं सुन्न झाले होते. मारिनाचे वडील मार्केल तिच्याजवळ बसून रडत होते. आई ॲगफिया आणि तिच्या बहिणी तिला भेटायला आल्या आणि तिचं सांत्वन करून निघून गेल्या.

या सगळ्या समुदायात एक स्त्री आणि एक पुरुष या दोन व्यक्ती अगदी वेगळ्या वाटत होत्या. इतरांपेक्षा आपला मृताशी जास्त घनिष्ठ संबंध आहे, असं

ते दाखवत नव्हते. मारिना, युरीचे मित्र यांच्या दुःखाशी ते स्पर्धा करत नव्हते. पण त्यांनी कुठलाही दावा केला नसला, तरी उघडच त्यांचा मृतावर अधिक हक्क होता. अंत्ययात्रेची सगळी तयारी त्यांनी जबाबदारीनं केली. पहिल्यापासून शेवटपर्यंत अविचल शांतपणे त्यांनी सगळं पार पाडलं. त्यांना ते करण्यात समाधान वाटत होतं. त्यांचा धीरोदात्तपणा लक्षणीय होता. असं वाटत होतं, केवळ अंत्ययात्रेतच नाही, तर मृतामध्येही ते गुंतलेले आहेत.

अंत्ययात्रेला आलेल्यांपैकी काही थोडे जण त्यांना ओळखत होते. काही जण ते कोण असावेत, याचा तर्क करत होते. त्या पुरुषाचे अरुंद किर्घीज डोळे लोकांचं कुतूहल चाळवत होते.

तो आणि ती सुंदर स्त्री ज्या ज्या वेळी खोलीत येत, त्या त्या वेळी लोक जराही न कुरकुरता बाजूला होऊन त्या दोघांना जागा करून देत होते. मारिना सुद्धा खोलीतून बाहेर पडत होती.

ती लारा आणि तो इव्हग्राफ. खोलीत आता दोघंच होते. त्यांना काही महत्त्वाचं बोलायचं होतं. भिंतीलगतच्या दोन खुर्च्यांवर ते बसले आणि कोणताही व्यत्यय न येता युरीच्या अंत्ययात्रेच्या काही महत्त्वाच्या गोष्टी पूर्ण करायला लागले.

"सगळी तयारी झाली आहे, इव्हग्राफ आन्द्रेईविच?"

"हो. दफन आज रात्री होणार आहे. अर्ध्या तासात मेडिकल वर्कर्स युनियनचे लोक इथं येतील आणि मृतदेह त्यांच्या क्लबमध्ये घेऊन जातील. नागरी समारंभ चार वाजता आहे. युरीची कागदपत्रं व्यवस्थित नव्हती. त्याच्या वर्क बुकाची तारीख उलटून गेली होती. त्याच्याजवळ जुनं युनियन कार्ड होतं. ते त्यानं बदलून नवं करून घेतलं नव्हतं. त्यानं अनेक वर्षं कर भरले नव्हते. ते सर्व व्यवस्थित करून घ्यायचं होतं, म्हणून मला इतका उशीर लागला. आता ते लवकरच त्याला घेऊन जातील. तत्पूर्वी आपण तयार राहायला हवं. तुझ्या इच्छेनुसार मी तुला एकटीलाच या खोलीत काही वेळ राहू देणार आहे. सॉरी, फोन आला. मी आलोच एका क्षणात."

युरीचे सहकारी, त्याचे शाळेतले, मित्र, हॉस्पिटल स्टाफचे कनिष्ठ सभासद आणि प्रकाशन क्षेत्रातले लोक यांची कॉरीडॉरमध्ये गर्दी झाली होती. कॉरीडॉरमधल्या गर्दीतून इव्हग्राफ बाहेर पडला. मारिना तिच्या दोन्ही मुलींभोवती हात टाकून उभी होती. खांद्यावर टाकलेल्या ओव्हरकोटाच्या दोन्ही पंखांखाली तिनं मुलींना आसरा दिला होता. नंतर ती कॉरीडॉरमध्ये असलेल्या लाकडी बाकाच्या टोकावर बसली. पुन्हा खोलीत जायला मिळण्याची वाट बघयला लागली. तुरुंगात एखाद्या कैद्याला भेटायला जावं आणि तुरुंग रक्षकांनं आत घ्यायची वाट बघत बसावं, तशी ती बसली होती. कॉरीडॉरमध्ये आणि हॉलमध्ये प्रचंड दाटी झाली होती. पुढचं दार उघडं

होतं. खूप लोक उभे होते, काही इतस्ततः फेऱ्या मारत होते, तर काही जिन्याजवळच्या सपाट जागी धूम्रपान करत होते. काही तळमजल्याकडे जाणाऱ्या जिन्याच्या पायऱ्यांवरही बसले होते. ते रस्त्याच्या जवळ असल्यानं बऱ्याच मोठ्यानं आणि मोकळेपणानं बोलत होते.

आजूबाजूला सतत चाललेल्या बोलण्यांच्या आवाजातून फोनवरचं बोलणं ऐकण्यासाठी इव्हग्राफला कानांना खूप ताण द्यावा लागला. अंत्ययात्रेच्या व्यवस्थेसंबंधी आणि युरीच्या मृत्यूच्या वेळच्या परिस्थितीसंबंधी फोनवर जे प्रश्न विचारले गेले, त्यांना इव्हग्राफनं अतिशय सभ्यपणे घोगऱ्या आवाजात उत्तरं दिली. मग तो पुन्हा त्या खोलीत गेला आणि त्या दोघांचं संभाषण सुरू झालं.

"अंत्ययात्रेनंतर लगेच नाहीशी होऊ नकोस, लारा. तू कुठं राहतेस, मला माहीत नाही. मला सांगितल्याशिवाय जाऊ नकोस. मला तुझी खूप मदत लागणार आहे. माझ्या भावाची कागदपत्रं नीट लावायची आहेत. उद्या किंवा परवाच मी ते काम सुरू करीन. तुला त्याच्याबद्दल कितीतरी माहिती आहे. इतर कुणाहीपेक्षा जास्त. तुझा पत्ता मला देऊन जा. आपण दोघं मिळून युरीची हस्तलिखितं वाचू. माझा भाऊ इथं राहतो, हे तुला माहीत नव्हतं, तरी तू इथं कशी आलीस?"

"दोनच दिवसांपूर्वी मी इर्कत्स्कहून मॉस्कोला आले. सामान स्टेशनवरच ठेवलं आणि मॉस्कोमधल्या काही जुन्या रस्त्यावरून फिरायला बाहेर पडले. त्यांतले निम्मे रस्ते मला ओळखू आले नाहीत. दीर्घ काळ दूर राहिल्यानं मी विसरून गेले होते. मी चालत राहिले. अचानक खूप जवळचं, परिचित असं काहीतरी दिसलं. कॅमर्गर स्ट्रीट! याच रस्त्यावर माझा पती अँन्टिपॉव्ह विद्यार्थी असताना राहत होता. पुढं त्याला गोळ्या घालून ठार करण्यात आलं. अगदी याच खोलीत राहत होता. आपण दोघं आत्ता जिथं बसलो आहोत, तीच ही खोली. मी विचार केला, आत जावं. कदाचित जुने भाडेकरी अद्यापही इथं असतील, त्यांना भेटावं. तेव्हाचं सगळं बदललं आहे, हे मला माहीत नव्हतं. कुणाला त्यांची नावंही आठवत नव्हती. परवा मी इथं आले, कालही आले. आज आले, तर वीज कोसळावी, तसा माझ्यावर आघात झाला. तुम्ही इथं होतात. दार सताड उघडून ठेवलेलं. लोक जमलेले. खोलीत शवपेटी. कोण असेल तो? मी आत आले. पुढं झाले आणि पाहिलं. मला भोवळ आली."

"पाशा अँन्टिपॉव्ह इथं राहत होता, याची मला किंवा युरीला कल्पनाच नव्हती. ही जागा खरोखर विलक्षण आहे. अँन्टिपॉव्ह ऊर्फ स्ट्रेलनिकोव्ह याच्याबद्दल मी यादवी युद्धाच्या सुरुवातीच्या काळात नेहमी ऐकत असे. दररोज त्याच्याबद्दल काहीतरी कळत असे. मी त्याला दोन-तीन वेळा भेटलोही. हे नाव माझ्या इतकं निकटचं ठरेल, याची मला तेव्हा कल्पनाही नव्हती. तू आत्ता म्हणालीस, की त्याला

गोळ्या घालून ठार करण्यात आलं. तू चुकीचं तर ऐकलं नाहीस ना? कारण त्यानं स्वतःवर गोळी झाडून घेतली, हेच खरं आहे.''

''होय. मला तसंही कळलं आहे. पण माझा त्यावर विश्वास बसत नाही. पाशा आत्महत्या करणारा माणूस नव्हता.''

''पण ते खरं आहे. युरीनंच मला सांगितलं. तू व्लॅडिव्होस्टॉकला जाण्यापूर्वी व्हॅरिकिनोला ज्या घरात तू आणि युरी राहत होतात, त्याच घरात अँन्टिपॉव्हनं आत्महत्या केली. तू निघून गेल्यावर लवकरच ही घटना घडली. युरीनंच त्याचा मृतदेह पुरला. तुला कसं कोणी सांगितलं नाही?''

''मला वेगळंच सांगण्यात आलं. त्यानं आत्महत्या केली, हे खरं आहे तर! त्याच घरात पाशाचा मृत्यू व्हावा, हा तपशील माझ्या दृष्टीनं महत्त्वाचा आहे. युरी आणि पाशा भेटले होते?''

''युरीनंच मला सांगितलं, त्यावरून त्या दोघांचं खूप दीर्घ संभाषण झालं होतं.''

''खरंच? थँक गॉड! हे फार चांगलं झालं.''

लारानं सावकाशपणे हातांचा क्रॉस केला.

''केवढा असामान्य पण पूर्वनियोजित योगायोग! त्यातला प्रत्येक तपशील मला प्रिय आहे. पण त्याबद्दल मी तुम्हांला नंतर विचारेन. आताची ही वेळ त्यासाठी नाही. आत्ता मी फार दुःखी झाले आहे. थोडा वेळ शांत बसते. चालेल?''

''अर्थातच.'''

''आणि हो, एक गोष्ट तर मी विसरलेच. दफनविधीनंतर मी लगेच जाऊ नये, असं तुम्ही म्हणालात. मी निश्चित थांबेन. तुम्ही म्हणाल, तितके दिवस इथं राहीन. आपण युरोचकाची हस्तलिखितं वाचू. मी तुम्हांला मदत करीन. त्याचं लिखाण मला चांगलंच माहीत आहे. अंतःकरणापासून, माझ्या रक्ताच्या थेंबाथेंबातून माहिती आहे. मलाही तुमची मदत लागेल. तुम्हांला काही विचारायचं आहे.''

''काय?''

''तुम्हांला सध्याचे सगळे कायदे-नियम माहीत असतीलच. एका मुलीचा शोध घ्यायचा आहे. त्यासाठी सरकारच्या नेमक्या कोणत्या विभागाकडं अर्ज करावा, ते तुम्हीच सांगू शकाल. मला सांगा, एखादं मूल अपरिचित व्यक्तींकडं संगोपनासाठी सोपवलं असेल, तर त्याला शोधण्याचा काही उपाय आहे का? देशभरातल्या सगळ्या बालगृहांची माहिती मिळू शकेल का? निराश्रित, अनाथ मुलांची काही नोंद असते का? तुम्ही याबद्दल नंतर सांगितलं, तरी चालेल.''

''मुलीचा शोध घ्यायला तू इथं आलीस का?''

''माझी मोठी मुलगी काटेन्का. तिला संगीताची आणि अभिनयाची उत्तम जाण

आहे. तिला ड्रामा स्कूलमध्ये घालायचं आहे. स्कॉलरशिपसाठी अर्ज करायचा आहे. त्यासाठी आधी मी इथं एकटीच आले. सगळी व्यवस्था झाली, की परत जाऊन तिला आणेन. या क्षणी तरी याच फ्लॅटमध्ये राहायला मला काही हरकत वाटत नाही. सध्या सगळ्या गोष्टी फार गुंतागुंतीच्या झाल्या आहेत. माझ्या दुसऱ्या मुलीचा मी शोध घेत आहे. ती सापडल्यावर पुढं काय होईल, सांगता येत नाही. आपण युरीच्या मित्रांना बराच काळ खोलीबाहेर तिष्ठत ठेवलं आहे. कुणीतरी दोनदा दार वाजवल्याचही मी ऐकलं. मला वाटतं, दफनाची व्यवस्था करणारे अधिकारी आले असावेत. तुम्ही दार उघडून त्यांना आत येऊ द्या. मी इथं युरीजवळ क्षणभर शांत बसते. स्वतःला सावरते. माझे भटकणारे विचार आवरते. सध्याच्या माझ्या चिंता विसरायचा प्रयत्न करते.''

''मी त्यांना आत सोडतो. पण दार उघडण्यापूर्वी एकच गोष्ट सांगतो. माझी मदत तू प्रत्येक गोष्टीत, केव्हाही गृहीत धरू शकतेस. मी मनापासून तुला मदत करीन. पण कोणत्याही परिस्थितीत तू निराश होऊ नकोस. या दुर्दैवाच्या काळात आशावादी असणं आणि कृती करणं एवढीच आपली कर्तव्यं ठरतात.''

लाराचं इव्हग्राफच्या बोलण्याकडं लक्ष नव्हतं. त्यानं दार उघडल्याचं आणि कॉरीडॉरमधून लोकांची झुंबड आत आल्याचंही तिला कळलं नाही. दफनाची व्यवस्था करणाऱ्यांना इव्हग्राफनं दिलेल्या सूचना, मारिनाचे हुंदके, लोकांची कुजबूज, पायरव, स्त्रियांचं रडणं– काहीच तिला ऐकू आलं नाही.

बेशुद्ध होऊ नये, म्हणून लाराला सारं बळ एकवटावं लागलं. तिचं हृदय विदीर्ण झालं होतं. दाबलेल्या दुःखानं डोकं ठणकत होतं. मान खाली घालून ती जुन्या आठवणींमध्ये हरवून गेली होती. मध्येच काही क्षणांसाठी भविष्यकाळात डोकावून येत होती. तो बघायला कदाचित आपण जिवंत राहणार नाही, असं तिला वाटत होतं. स्मृतींमध्ये हरवून ती स्वतःच्या दुःखाच्या अगदी तळाला स्पर्श करत होती.

''कुणीच उरलं नाही. एकाला मृत्यू आला, तर दुसऱ्यानं आत्महत्या केली. जो मरायला हवा होता, तो जिवंत आहे. मी त्याला ठार करण्याचा प्रयत्न केला, पण तो फसला. त्याच्यात आणि माझ्यात काहीही समान नाही. त्या क्षुद्र माणसानं माझं आयुष्य माझ्या आकलनापलीकडं नासवून टाकलं. माझं आयुष्य म्हणजे अपराधांची मालिकाच. तो अतिसामान्य नराधम आशियामधल्या पौराणिक निर्जन रस्त्यावरून धावपळ करण्यात मग्न आहे. मला प्रिय आणि जवळचं असलेलं, मला ज्यांची गरज आहे, असं कुणीच उरलं नाही.

''ते नाताळचे दिवस होते. याच खोलीत फक्त एक मेणबत्ती पेटवून मी पाशाशी निकडीचं बोलले होते. त्या वेळी तो कोवळा तरुण होता. असभ्यतेचा अर्क

असलेल्या कॉमरॉव्हस्कीला मारायला मी याच खोलीतून बाहेर पडले होते. ज्या युराचा मृतदेह ते थोड्याच वेळात घेऊन जाणार आहेत, तो युरा माझ्या आयुष्यात तेव्हा आला नव्हता.''

त्या नाताळच्या दिवशी पाशाशी झालेलं संभाषण आठवण्यासाठी लारानं स्मरणशक्तीला खूप ताण दिला. पण त्या वेळी खिडकीच्या चौकटीत जळत असलेली मेणबत्ती आणि तिच्या आचेनं खिडकीच्या काचेवरचा बर्फ वितळून तयार झालेलं वर्तुळ याशिवाय दुसरं काहीच लाराला आठवेना.

रस्त्यावरून त्याच वेळी गाडीतून जाणाऱ्या युरीनं तो मेणबत्तीचा गोल उजेड पाहिला होता. ज्या क्षणी त्यानं तो प्रकाशाचा ठिपका पाहिला, त्या क्षणापासून त्याच्याही आयुष्यात अतर्क्य घटनांची बीजं रोवली गेली.

लाराचे विचार भरकटत होते. युरीला चर्चमार्फत अंत्ययात्रा लाभत नाही, याचं तिला वाईट वाटलं. दफनाच्या वेळी धर्मगुरू जी प्रार्थना म्हणतात, ती किती उदात्त असते! ती युरोचकासाठी अगदी उचित ठरली असती. मरणाऱ्या इतर व्यक्तींच्या योग्यतेपेक्षा प्रार्थना फारच श्रेष्ठ असते, पण युरी मात्र अशा प्रार्थनेला अगदी योग्यच होता. 'ईश्वराची पवित्र प्रार्थना असलेल्या त्याच्या थडग्यावर अश्रू ढाळा' या वचनाला त्यानं न्याय दिला असता.

आता लाराच्या मनात समाधान आणि युरीविषयी अभिमान भरून आला. युरीच्या विचारानं नेहमीच तिला तसं वाटत असे. त्याच्या सहवासात आयुष्यातला जो थोडा काळ तिनं घालवला होता, त्याही वेळी तिला असाच अभिमान वाटला होता. तो नेहमीच मुक्ततेचं आणि निश्चिततेचं वातावरण प्रसृत करत असे. आताही त्याच वातावरणाचा आपल्या भोवती वेढा पडल्याचा अनुभव तिला आला. ती अधीरपणानं खुर्चीवरून उठली. आतून काहीतरी वेगळंच वाटलं, युरीच्या मदतीनं फक्त काही क्षणांसाठी तरी बाहेरच्या मोकळ्या वातावरणात मुक्त व्हावं, आपल्याला कैद करून टाकणाऱ्या दुःखांपासून सुटका व्हावी, मुक्ततेचा आनंद पुन्हा अनुभवावा, असं तिला वाटलं. असा आनंद आता फक्त त्याचा निरोप घेण्याचाच असू शकेल. कोणताही अडथळा न येता अनिर्बंधपणे सगळं साचलेलं दुःख त्याच्यावर मोकळं करून टाकण्यासाठी हाच योग्य प्रसंग आहे. तिचे डोळे अश्रूंनी डबडबले. तिला आजूबाजूचं काहीच दिसत नव्हतं. ती टेबलाजवळ, युरीच्या शवपेटीजवळ गेली. लोक दबक्या पावलांनी खोलीबाहेर गेले. दार अर्धवट लावून घेतलं. त्यांनी तिला एकटीला युरीजवळ राहू दिलं.

इव्हग्राफनं टेबलाजवळ आणून ठेवलेल्या स्टुलावर लारा चढली. युरीच्या देहावर हात फिरवून तिनं झटकन क्रॉसच्या तीन खुणा केल्या. त्याच्या थंड कपाळावर आणि हातांवर ओठ टेकवले. क्षणभर ती शांत आणि स्तब्ध उभी राहिली.

कसलाही विचार न करता आणि न रडता. युरीच्या शवपेटीवर, फुलांवर आणि मृतदेहावर ती वाकली. संपूर्ण शरीर, डोकं, छाती, हृदय आणि बाहू या सर्व अवयवांनी तिनं त्याला लपेटून टाकलं.

दबलेल्या हुंदक्यांनी तिचं शरीर थरथरत होतं. तिनं अश्रू थोपवण्याचा आटोकाट प्रयत्न केला. पण एका क्षणी ते तिच्या आवाक्याबाहेर गेलं आणि तिचे अश्रू तिच्या गालांवरून शवपेटीवर मुक्तपणे वाहू लागले.

ती बोलत नव्हती, विचारही करत नव्हती. पूर्वी त्या दोघांच्या संभाषणांच्या वेळी जसं होत असे, तसंच आताही झालं. तेव्हा बोलण्यातून सुख आणि मुक्ततेचा अनुभव मिळत असे. उत्स्फूर्त, जिव्हाळ्याचं तात्काळ असं परस्पर सामंजस्य निर्माण होत असे. आताही तिच्या मनात असंच सामंजस्य भरून आलं. मृत्यूचं ज्ञान, मृत्यूसाठी मनाची तयारी, असहायतेच्या सर्व भावना नाहीशा करणारी मरणाची तयारी. जणू ती वीस जन्म जगली होती आणि असंख्य वेळा युरीला गमावून बसली होती.

पण आता तिला अचूक ज्ञान झालं होतं. किती स्वाभाविक आणि लोकविलक्षण प्रेम होतं त्यांचं! अद्वितीय आणि अतुलनीय.

त्यांचं एकमेकांवर असलेलं गाढ प्रेम गरजेतून किंवा वासनेच्या ज्वालेतून निर्माण झालेलं नव्हतं. प्रेमाला बहुधा असे खोटे निकष जोडले जातात. त्यांच्या आजूबाजूच्या प्रत्येक गोष्टीची तशी इच्छा होती, म्हणून त्यांनी एकमेकांवर प्रेम केलं! वृक्ष, ढग, डोक्यावरचं आभाळ, पायांखालची जमीन, त्यांच्या आसपासचं जग, त्यांना रस्त्यात भेटलेले अनोळखी लोक, फिरताना त्यांनी पाहिलेला विशाल विस्तार, ज्या खोल्यांमध्ये ते राहिले किंवा भेटले, त्या खोल्या या सर्वांना त्यांच्या प्रेमानं हर्ष होत होता.

त्यामुळंच ते इतके एकमेकांच्या जवळ आले, एकरूप झाले, इतके सारखे झाले! त्यांच्या असीम-अपरंपार सुखाच्या आणि आनंदाच्या क्षणीही संपूर्ण विश्वाच्या रचनेतल्या भव्योदात आनंदाचा विसर त्यांना पडला नाही. अवकाशाच्या सौंदर्याचा, त्या संपूर्णत्वाचा आपण एक भाग आहोत, असंच त्यांना नेहमी वाटत असे.

संपूर्णत्वाशी त्यांचं असलेलं एकरूपत्व हा त्यांच्यासाठी जीवनश्वास होता. माणसाला निसर्गापेक्षा मोठं मानणं आणि त्याची पूजा करणं त्यांना कधीच रुचलं नाही. अशा भ्रामक कल्पनेवर आधारित समाजव्यवस्था त्यांना आत्यंतिक अपरिपक्व वाटत होती.

—आणि तिनं त्याचा अखेरचा निरोप घेतला. त्या वेळी मात्र ती त्याला उद्देशून नित्याच्या जीवनाच्या थेट भाषेत बोलली. तरीही ते बोलणं व्यवहारी आणि सामान्य नव्हतं. प्राचीन शोकांतिकांमधल्या स्वगताप्रमाणे ते बोलणं होतं, आणि त्याचं तर्कशास्त्र विचारसुसंगत नसून भावनात्मक होतं. तिच्या बोलण्यातला सहज नाद तिच्या दुःखातून आला होता.

"अखेर आपण एकत्र आलो, युरोचका! देवानं आपलं पुनर्मीलन किती भयंकर पद्धतीनं घडवून आणलं आहे! या दुर्दैवाची तू कल्पना करू शकतोस? मी नाही करू शकत. तुझं जाणं आणि माझा शेवट. हा विशाल जीवनाचा एक भाग आहे. काहीतरी खूप मोठं. जीवनाचं गूढ, मृत्यूचं कोडं, अनलंकृत सौंदर्याची मोहिनी, प्रतिभागुणांची मोहिनी, होय, या गोष्टी आपल्या होत्या! या व्यवहारी आयुष्याचे लहान-सहान प्रश्न आपले नव्हते. या जगाची पुनर्रचना करणं वगैरे गोष्टी खरंच आपल्यासाठी नव्हत्या!

"माझ्या श्रेष्ठ प्रेमा! तुला मी अखेरचा निरोप देते. तू माझा स्वतःचा होतास. माझा अभिमान! खळाळत वाहणाऱ्या नदीसारखा तू होतास. तुझ्या थंडगार लाटांमध्ये डुबकी घेणं मला किती आवडत असे!

"त्या दिवशी बर्फ पडत असताना आपण घराबाहेर एकमेकांच्या कसा निरोप घेतला, आठवतं? तू मला कसं फसवलंस! तुझ्या शिवाय मी कधीतरी गेले असते का? मला माहीत आहे, तू तुझ्या मनाविरुद्ध सक्तीनं तसं केलंस. तुला वाटलं, ते माझ्या चांगल्यासाठी आहे. पण त्यानंतर सगळंच उद्ध्वस्त झालं. मी काय काय भोगलं तिथं! किती सोसलं! अर्थात तुला यांपैकी काहीच माहिती नाही. मी फार मोठी गुन्हेगार आहे, युरा, तुला माहीत नाही. पण तो माझा दोष नाही. मी तीन महिने हॉस्पिटलमध्ये होते. संपूर्ण महिनाभर बेशुद्ध होते. तेव्हापासून युरा, माझं आयुष्य म्हणजे निव्वळ छळ होऊन गेलं आहे. आत्म्याला शांती नाही. स्वतःचा धिक्कार करत-करत मी फाटून गेले आहे. पण सर्वांत महत्त्वाची गोष्ट मी तुला सांगितलीच नाही. ती मी सांगू शकत नाही. माझ्यात तेवढं बळच नाही. प्रत्येक वेळी मी माझ्या आयुष्याच्या त्या वळणावर येते आणि भीतीनं अंगावरचे केस ताठ होतात. मी बरोबर केलं का, याची मलाच खात्री वाटत नाही. पण अनेक लोक करतात, त्याप्रमाणे मी मद्याला जवळ केलं नाही. त्यापासून मी दूर राहिले. स्त्री मद्यपी झाली, म्हणजे तो तिचा शेवटच म्हणायचा. अशी स्त्री आढळणं शक्य नाही, असं मला वाटतं. तुला काय वाटतं?"

लारा पराकोटीच्या दुःखात बोलत राहिली. हुंदके देत राहिली. एकएकी तिनं वर पाहिलं.

ते लोक आले होते आणि त्यांचं काम करत होते.

ती स्टुलावरून खाली उतरली. चालताना तिचा तोल जात होता. अश्रू एकदा शेवटचे निपटून टाकण्यासाठी तिनं डोळ्यांवर हात दाबले.

माणसं शवपेटीजवळ आली. तीन कपड्यांवर ठेवून ती उचलली. अंत्ययात्रा सुरू झाली.

लारा अनेक दिवस कॅमर्गर रस्त्यावरच्या त्या घरात राहिली. युरीच्या कागदपत्रांची छाननी इव्हग्राफनं तिच्या मदतीनं सुरू केली, पण संपवली मात्र तिच्याशिवाय. त्या काळात तिनं अत्यंत महत्त्वाची वस्तुस्थिती सांगितली. तिला युरीपासून मुलगी झाली होती. व्हॅरिकिनो सोडतानाच तिला दिवस गेले होते.

एक दिवस ती बाहेर गेली आणि पुन्हा परतलीच नाही. तिला बहुधा रस्त्यातच अटक झाली असावी. ती नाहीशीच झाली. तिचा काहीही तपास लागला नाही. त्या काळात उत्तरेकडं स्त्री-पुरुषांच्या मिश्र किंवा फक्त स्त्रियांच्या अशा असंख्य छळछावण्या होत्या. त्यांपैकीच एका छळछावणीत तिचा मृत्यू झाला. कुणालाही तिचं नाव माहीत नव्हतं, आठवत नव्हतं. यादीत तिचा फक्त कुठला तरी एक क्रमांक होता.

◆

उपसंहार

१९४३ च्या उन्हाळ्यात कुर्स्कच्या टेकडीवरच्या लढाईनंतर ओरेल मुक्त झालं. मिशा गोर्दनची सेकंड लेफ्टनंट म्हणून नुकतीच पदोन्नती झाली होती. तो आणि मेजर निका दुदोरोव्ह त्यांच्या लष्करी छावणीकडं परत येत होते. परत येत असताना त्यांची भेट झाली. शर्न नावाच्या एका लहान गावात त्यांनी रात्र घालवली. गावाची बरीच पडझड झाली होती, पण त्यांना एक धान्यकोठार चांगल्या स्थितीत आढळलं. रात्री त्यांनी तिथंच मुक्काम केला. पण त्यांना झोप लागली नाही. अखेर पहाटे तीन वाजता मिशा उठला. त्यानं कपडे गोळा केले आणि मऊ गवतावरून हळू सरपटत तो कोठाराच्या दाराकडं निघाला.

निकानं विचारलं,

"कुठं जातो आहेस? अजून पहाटही झाली नाही."

"मी नदीकडं जातोय्. कपडे धुवायचे आहेत."

"हा वेडेपणा आहे! संध्याकाळपर्यंत आपण आपल्या छावणीत पोहोचू. तिथं कपडे धुणारी तानिया आहे."

"मला तोपर्यंत वाट बघायची नाही. माझे कपडे घामानं आणि धुळीनं घाण झाले आहेत. त्यांना दुर्गंध येतो आहे. मी पटकन खळबळतो. या उष्णतेत ते लगेच वाळूनही जातील."

"ते चांगलं दिसणार नाही. तू एक अधिकारी आहेस."

"मला कोणी पाहणार नाही. सगळे झोपले आहेत."

"मीही तुझ्याबरोबर येतो, चल. नाहीतरी मला झोप येत नाहीये." निका दुदोरोव्ह म्हणाला.

दोघं नदीकडं गेले. उघड्यावर लोक झोपले होते. ते घोरत होते. त्यांचे चेहरे लाल आणि घामेजले होते. बहुतेक स्थानिक लोकच होते. म्हातारे पुरुष, स्त्रिया आणि मुलं. अधून मधून रेड आर्मीचे सैनिकही दिसत होते. त्यांचा त्यांच्या युनिटशी संपर्क तुटला होता आणि ते युनिटला गाठण्याच्या प्रयत्नात होते.

"ही कोणती नदी?"

"बहुधा झुशा असावी."

"नाही, ही झुशा नाही."

"मग मला माहीत नाही."

झुशा नदीचं नाव ऐकताच निकाला क्रिस्तिनाची आठवण झाली. तिचं नाव आता इतिहासात अमर होईल. आधीच तिला चर्चनं संतांच्या यादीत स्थान दिलं होतं. याच नदीच्या काठावर जुनी दगडी इमारत होती. एके काळी तो घोड्यांचा तबेला होता. भक्कम, जाडजूड भिंती. जर्मनांनी या इमारतीला वेढा घातला. सगळा जिल्हा जाळून टाकला. सगळीकडं आगी लावल्या. प्रवेश अशक्य करून टाकला. रशियन सैन्याची आगेकूच थांबली. अशा वेळी अतिशय धैर्यानं क्रिस्तिना जर्मनांच्या वेढ्यात शिरली. ती इमारत तिनं स्फोट घडवून उद्‌ध्वस्त केली. पण तिला जिवंत पकडण्यात आलं आणि फाशी देण्यात आलं.

ही कहाणी ऐकवून निकानं मिशाला सांगितलं,

"१९४१ च्या उन्हाळ्यात माझा आणि क्रिस्तिनाचा वाङ्‌निश्चय झाला. युद्ध संपल्यावरच लग्न करायचं, असं आम्ही ठरवलं होतं. पण मी सैन्याबरोबर सतत फिरत राहिलो. माझी तुकडी एका ठिकाणाहून दुसऱ्या ठिकाणी पाठवली जात होती. त्यामुळं क्रिस्तिनाचा आणि माझा संपर्क तुटला. मी तिला नंतर कधीच पाहिलं नाही. इतरांप्रमाणेच मीही तिच्या या असामान्य धाडसाबद्दल फक्त ऐकलं. या भागात कुठंतरी तिचं स्मारक बांधणार आहेत, म्हणे. युरीचा सावत्र भाऊ इव्हग्राफ झिवागो तिच्याविषयी माहिती गोळा करण्यासाठी या जिल्ह्यात फिरत आहे, असं म्हणतात."

मिशानं कपडे धुतले. निका नदीच्या काठावर गवताचं पातं चावत पडला होता. त्याला थोडीशी झोपही लागली.

निकानं विचारलं,

"तू अशा तऱ्हेनं कपडे धुवायला कुठं शिकलास?"

मिशा गोर्दन म्हणाला,

"गरजेतून शिकलो. आम्ही दुर्दैवी होतो. आम्हांला सगळ्यांत वाईट छळछावण्यांमध्ये शिक्षा भोगायला पाठवलं होतं. त्यातून फार थोडे जगले, वाचले. आमची छावणी म्हणजे निर्जन ओसाड असा बर्फाळ प्रदेश आणि दूरवर जंगल. मध्यभागी फक्त एक खांब रोवलेला बस्स, तीच आमची छावणी. हा परिसर राहण्यायोग्य करून घेण्याचा

आम्हांला हुकूम सुटला. आम्ही दिवसरात्र अपार परिश्रम करून त्या जागी तंबू उभारले. मनात मृत्यूची सतत भीती असायची. बंदुकांची टोकं आमच्यावर रोखलेले पहारेकरी आजूबाजूला होते. ते आम्हांला शिक्षा सुनावत– गुडघ्यांवर बसून समोर बघत राहा! आम्ही तास न् तास तशाच अवस्थेत बसून राहायचो. नंतर हजेरी. अत्यंत अपमानकारक होतं ते. 'गुलाग ९२ वाय्. एन्. ९०' ही आमची छावणी होती.''

निका दुदोरोव्हनं सांगितलं,

''आमची परिस्थिती इतकी वाईट नव्हती. मला वेगळ्या कलमाखाली शिक्षा झाली होती. मी तुरुंगातून बाहेर पडल्यावर विद्यापीठात माझी पुन्हा पहिल्या जागी नेमणूक झाली. पुन्हा जेव्हा सैन्यात कामगिरीसाठी बोलावून घेण्यात आलं, तेव्हा मेजर ही पूर्वीची श्रेणी त्यांनी दिली.''

मिशा गोर्दन म्हणाला,

''त्या जंगलात कडाक्याच्या थंडीत हातात काहीही न घालता आम्ही झाडं तोडली. तंबू उभारण्यासाठी लाकूड हवं होतं. विश्वास ठेव अगर ठेवू नकोस, आमची संपूर्ण छावणी आम्ही बांधून काढली. तुरुंग, कोठड्या, कोठारं, पहाऱ्याच्या चौक्या, मान-पाठ मोडेपर्यंत कामं केली. जनावरांसारखं राबलो. घोड्यांच्या जागी स्वतःला स्लेजला जुंपून घेतलं. युद्ध सुरू झालं आहे, हे बराच काळ आम्हांला त्या ठिकाणी कळलंच नव्हतं. मग अचानक एक दिवस आघाडीवर जायचा हुकूम सुटला. एकदा आघाडीवर गेल्यावर हल्ल्यामागून हल्ले. वीज खेळवलेल्या काटेरी तारांची मैलोन् मैल पसरलेली कुंपणं. जमिनीत पेरलेले सुरुंग, उडणारे तोफगोळे. त्यांनी आमच्या तुकडीला 'मृत्युपथक' असं नाव दिलं होतं. आघाडीवर त्यातले सगळे कामी आले. मी एकटाच कसा वाचलो, मलाही कळत नाही. तरीही छावणीतल्या भयानक दिवसांशी तुलना करता आघाडीवरचा त्रास काही नव्हता, असंच म्हणायला हवं.''

''मला माहीत आहे, तू फार सोसलं आहेस. विद्यापीठातली माझी आरामाची नोकरी, पुस्तकांचा सहवास, पैसा, माझं पद यानंतर मला जेव्हा युद्धावर जावं लागलं, तेव्हा उलट तो एक चांगला बदल वाटला. ताज्या हवेत श्वास घेतल्यासारखं वाटलं. मी विद्यापीठात पुन्हा रुजू झालो, तो समुदायीकरणाचा आणि सुधारणांचा काळ होता. दहशतीचे सर्व उपाय सत्तेवरचे कम्युनिस्ट योजत होते. त्यांच्या डोळ्यांनी बघायला लावत होते, त्यांचे निष्कर्ष लादत होते. जे अस्तित्वातच नाही, ते मानायची सक्ती करत होते. आणि मग जेव्हा युद्धाला तोंड फुटलं, तेव्हा त्यातलं भय, धोके हे नव्या राजवटीपेक्षा सुसह्यच वाटायला लागले. युद्ध सुरू झालं, तेव्हा घरी आणि आघाडीवर सर्वांनीच एक सुटकेचा खोल निःश्वास टाकला. युद्धाच्या

मर्त्य भट्टीत सर्वांनी स्वतःला आनंदानं झोकून दिलं. क्रांतिकारी दशकांच्या साखळीतला एक दुवा म्हणून या युद्धाचं स्वरूप वेगळं होतं. गेल्या अनेक वर्षांत दुर्दैव आणि अपार कष्टदशा यांमुळं लोकांचे स्वभाव बदलले होते. लोक आता मोठ्या शौर्यानं अंतिम क्लेशांसाठी तयार झाले होते. या पिढीच्या उच्च नीतिमत्तेचे हे आश्चर्यकारक गुणविशेष होते. माझ्या क्रिस्तिनाचं हौतात्म्य हे त्याचं मूर्तिमंत उदाहरण.

"कपडे धुण्याचं काम करणारी तानिया ही क्रिस्तिनाची मैत्रीण होती. आघाडीवर त्या दोघींची ओळख झाली. तानिया क्रिस्तिनाबद्दल खूप सांगते. तू तानियाला हसताना कधी पाहिलं आहेस? तिचं हास्य सबंध चेहऱ्यावर पसरतं. अगदी युरीसारखंच! हसताना ती फार सुंदर आणि आकर्षक दिसते. त्या वेळी तिचं अपरं नाक आणि वर आलेली गालांची हाडं यांचा देखील विसर पडतो."

मिशा म्हणाला,

"पण तिचं नाव किती बोजड आहे! तानिया बेझोचेरेदेवा. ते तिचं आडनाव नसणार. ते तिला कसं मिळालं, याचंच मला नवल वाटतं."

"तिनं आम्हांला सांगितलं. तिचे आईवडील कोण, ते तिला माहीत नाही. अज्ञात मातापित्यांची ती अनाथ मुलगी आहे. रशियाच्या अगदी अंतर्गत भागातून ती आली असावी. तिथं तिला 'बेझोतचेइया' म्हणजे 'पितृहीन' असं म्हणत असावेत. शहरी लोकांनी तेच तिचं विकृत नाव करून टाकलं असावं."

मिशा गोर्दन आणि निका दुदोरोव्ह काराचेव्ह या गावात आले. ते गाव टेकडीवर वसलेलं होतं. तिथं त्यांना त्यांच्या युनिटचे लोक भेटले.

तो उबदार असा शरद ऋतू होता. गेला महिनाभर हवामान स्थिर आणि आल्हादक राहिलं होतं. ब्रियानशिनाची काळीभोर सुपीक जमीन आणि औरेल आणि ब्रियान्स्क या दोन नद्यांमधला भूप्रदेश निळ्या निरभ्र आकाशाखाली गडद तपकिरी रंगानं चमकत होता.

महामार्गाचाच एक भाग असलेला रस्ता गावाच्या मधून सरळ गेला होता. रस्त्याच्या एका बाजूला बॉम्बगोळ्यांनी उद्ध्वस्त झालेल्या घरांच्या अवशेषांचे ढीग, करपलेल्या जळलेल्या बागा होत्या. रस्त्याच्या दुसऱ्या बाजूला घरं नसल्यामुळं शत्रूला उद्ध्वस्त करण्यासारखं काही सापडलं नव्हतं आणि त्यामुळं तो भाग बराचसा चांगल्या अवस्थेत होता.

जमीनदोस्त झालेल्या घरांच्या ढिगाऱ्यांमधून अद्यापही धुमसणाऱ्या आगीमुळं धूर बाहेर पडत होता. त्या विनाशाच्या अवतीभोवती गावचे रहिवासी घुटमळत होते. दगड-मातीचे ढिगारे उलटे-सुलटे करून काही शिल्लक उरलं आहे का, ते बघत होते. सर्व लोक एकाच ठिकाणी एकत्र जमले होते. इतर काहीजण आपल्या

डोक्यावर छप्पर उभं करण्यासाठी जमिनीत खड्डे खणत होते.

रस्त्याच्या दुसऱ्या बाजूला जी मोकळी जागा होती, ती पांढऱ्या तंबूंनी भरून गेली होती. घोड्यांनी ओढून न्यायच्या सर्व प्रकारच्या गाड्या, मदतकार्य करणारे ट्रक्स, ॲम्ब्युलन्स अशा वाहनांची तिथं वर्दळ, ये-जा, गजबज चालू होती. ॲम्ब्युलन्सचा आपापल्या विभागापासून संपर्क तुटलेला होता. लष्करातल्या विविध खात्यांच्या अधिकाऱ्यांची तिथं सरमिसळ झाली होती. प्रत्येक जण आपापल्या विभागाची, उरलेल्या सैनिकांची मोजदाद आणि पुनर्व्यवस्था करत होता.

आगीमुळं निम्मं गाव भस्मसात झालं होतं, आणि अद्यापही जळत होतं. दूर अंतरावर, स्फोट व्हायला उशीर झालेले, पण जमिनीत पुरलेले सुरुंग अद्यापही उडत होते. असा स्फोट झाला की, पाठीत वाकून खाली काहीतरी शोधणारे लोक पुन्हा सरळ होत, त्या स्फोटाच्या दिशेनं बघत, तेवढीच विश्रांती घेऊन पुन्हा आपलं माती खणण्याचं काम सुरू करत. स्फोट झालेल्या जागी आधी एक करडा काळा विटकरी रंगाच्या धुराचा ढग तयार होई, मग त्यातून ज्वाला निघत. भग्न अवशेष कारंज्यांसारखे वर उसळत, काही काळ हवेत तरंगत आणि मग विखरून पुन्हा जमिनीवर पडत.

रस्त्याच्या पलीकडं जरा मोकळी जागा होती. उंच जुन्या झाडांनी त्या जागी दाट सावली केली होती. झाडांच्या भोवताली झुडपांचं कुंपणही होतं. त्यामुळं ती जागा उर्वरित जगापासून वेगळी पडलेली, एखाद्या खाजगी अंगणाप्रमाणे निवांत, सावलीची आणि थंडगार होती.

या ठिकाणी तानिया तिच्या युनिटच्या अनेक लोकांबरोबर बसली होती. त्यांच्यांत गोर्दन आणि दुदोरोव्ह देखील होते. ते सगळे तिच्यासाठी पाठवण्यात आलेल्या ट्रकची सकाळपासून वाट बघत होते. तिच्या स्वाधीन करण्यात आलेल्या संपूर्ण युनिटच्या कपड्यांचे गठ्ठे बांधून ते जमिनीवर एकावर एक ढीग करून रचले होते. कोणी त्यांतला एखादा गठ्ठा उचलून पळवू नये, म्हणून ती बारीक लक्ष ठेवून होती.

ते पाच तासांपेक्षा अधिक काळ वाट बघत थांबले होते. लोकांना काही काम नसल्यामुळं ते या बडबड्या मुलीची बडबड ऐकत होते. तिनं तिच्या या लहानशा आयुष्यातच खूप पाहिलं होतं. मेजर जनरल इव्हग्राफ झिवागोला ती कशी भेटली, ते ती सांगत होती.

''अगदी कालच भेटले. कुणीतरी मला खुद्द जनरल झिवागोंकडं नेलं. ते या भागातून जात होते आणि प्रत्येकाला क्रिस्तिनाबद्दल विचारत होते. तिला व्यक्तिशः ओळखणारा साक्षीदार त्यांना हवा होता. म्हणून त्यांच्या हुकमावरून मला त्यांच्यासमोर हजर करण्यात आलं. मला त्यांची मुळीच भीती वाटली नाही. ते इतरांसारखेच

आहेत. त्यांच्याबद्दल काही विशेष वेगळं असं मला वाटलं नाही. त्यांचे डोळे मात्र किर्घीजसारखे टोकदार आणि केस काळे आहेत. तर मी त्यांना, मला माहीत होतं, ते सांगितलं. त्यांनी माझं ऐकून घेतलं आणि म्हणाले, थँक्यू. मी कोण, कुठून आले, ते त्यांनी विचारलं. साहजिकच मी बोलायला संकोचत होते. अभिमानानं सांगावं, असं काय होतं माझ्याजवळ? मी बिनबापाची मुलगी. बेघर, अनाथ मुलांपैकी एक. मी बोलायला तयार नव्हते. पण त्यांनी मला प्रेमानं पुन्हा विचारलं. संकोच करू नकोस, लाज वाटण्यासारखं काहीच नाही म्हणाले. प्रथम मी फार काही सांगू शकले नाही. नंतर आणखी थोडं सांगितलं. माझं बोलणं ते लक्षपूर्वक ऐकत होते. ऐकताना डोकं हालवत होते. मग माझी बोलण्याची भीती हळूहळू कमी झाली आणि माझ्याजवळ सांगण्यासारखं खूप आहे, ते तर खरंच आहे. तुम्हांला खरं वाटणार नाही. तुम्हांला वाटेल, की ही काहीतरी रचून सांगते आहे. जनरल झिवागोंनाही आधी तसंच वाटलं. माझं बोलणं संपल्यावर ते उठले आणि खोलीत फेऱ्या मारायला लागले. ते म्हणाले, 'हे सारं विलक्षणच आहे. मला आता इतका वेळ नाही. पण मी लवकरच पुन्हा तुला बोलावून घेईन. असं काही ऐकायला मिळेल, असं मला कधीच वाटलं नव्हतं. मी तुला असं सोडणार नाही. काही गोष्टींची मला काळजी घ्यायला हवी आणि मग कुणी सांगावं, मी स्वतः खरोखरच तुझा काका होईन! जनरलची पुतणी म्हणून तुला बढती मिळेल. मी तुला विद्यापीठात पाठवेन. किंवा तुला हवं तिथं.' खरंच ते असं म्हणाले! कदाचित मला चिडवण्यासाठी माझी गंमत करत असतील.''

''तू जनरल झिवागोंना काय सांगितलंस? आम्हांला नीट सगळं सांगशील?'' गोर्दननं विचारलं.

''का नाही? सांगीन.''

–आणि तानियानं ती सुन्न करून टाकणारी कहाणी त्यांना ऐकवली.

''खूप सांगण्यासारखं आहे माझ्याजवळ. लोक म्हणतात, मी गरीब घरातून आलेली नाही. कुणीतरी सांगितलं, म्हणून किंवा मला आठवतं, म्हणून की काय, माहीत नाही, पण मी ऐकलं आहे, की माझी आई रइसा कॉमरॉव्हस्की ही रशियन कॅबिनेट मंत्री कॉम्रेड व्हिक्टर कॉमरॉव्हस्कीची पत्नी होती. तो व्हाइट मंगोलियात लपून राहिला होता. पण माझा असा अंदाज आहे, की कॉमरॉव्हस्की माझे खरे वडील नाहीत आणि रइसा खरी आई नाही. अर्थात मी काही सुशिक्षित मुलगी नाही. मी आईवडिलांशिवायच एका अनाथालयात अनाथ म्हणून वाढले.''

''ते सगळं सैबेरियाच्या दुसऱ्या टोकाला क्रुशिस्ती गावात घडलं. हे गाव कोसॅक देशाच्या पलीकडं चिनी सरहद्दीजवळ आहे. जेव्हा आम्ही, म्हणजे रेड लोक व्हाइट लोकांच्या मुख्य गावाकडं निघालो, त्या वेळी त्याच कॉमरॉव्हस्की मंत्र्यानं

माझ्या खऱ्या आईला आणि इतर काही कुटुंबांना खास गाडीत बसवलं, आणि त्यांना घेऊन जायचा हुकूम सोडला. माझी आई घाबरलेली होती. पण त्या मंत्र्याशिवाय एक पाऊलही उचलायची तिची हिंमत नव्हती.

"या कॉमरॉव्हस्कीला माझ्याबद्दल माहिती नव्हती. मी अस्तित्वात आहे, हेच त्याला माहीत नव्हतं, कारण मी तेव्हा आईच्या पोटात होते. माझी आई त्याच्यापासून बराच काळ दूर राहिली. त्या वेळी माझा जन्म झाला. कुणीतरी त्याला हे सांगेल, याची तिला अतिशय भीती वाटत होती.

"जेव्हा रेड सैनिक गावात यायला लागले, तेव्हा माझ्या आईला रेल्वे सिग्नलवर काम करायला मार्फाच्या जागी पाठवलं आणि याच वेळी काहीतरी विपरीत घडलं. कसं, ते मलाही आठवत नाही. त्यांनी आईला फसवलं. तिला खरं सांगितलं नाही. ते म्हणाले, सिग्नलवरचं काम आईला फक्त एक-दोन दिवसच करावं लागेल. तिथं ती मला घेऊन जाऊ शकत नव्हती. अनोळखी लोकांच्या हाती आपलं मूल सोपवायचीही तिची इच्छा नव्हती. पण तिच्याजवळ दुसरा उपायच नव्हता. इतरांनी मला कायमचं सांभाळावं, वाढवावं, असं तिला कसं वाटेल? अशा तऱ्हेनं आई मला टाकून जाणं कसं शक्य आहे?

"मी त्यानंतर किती रडले! मी लहान मूल होते. आईशिवाय राहणं मला फार कठीण गेलं. आजूबाजूचे लोक म्हणायचे, त्या मावशीकडं जा. ती तुला पाव देईल. ती चांगली मावशी आहे. तिला घाबरू नकोस. माझं हृदय विदीर्ण झालं होतं. मला आईची फार आठवण यायची. स्वतःला टांगून गळफास लावून घ्यावासा वाटत होता. त्या लहान वयात माझ्या मनाचा थारा उडून गेला होता. मी वेड लागल्यासारखी वागत होते. मला वाटतं, मला सांभाळण्यासाठी मार्फाला भरपूर पैसे मिळाले असणार.

"सिग्नलवर काम करणारी मार्फा आणि अंकल वॅसिली यांना एक मोठं सुपीक शेत, गाय, घोडा, भाज्यांसाठी मोठी जागा इतकं सारं मिळालं होतं. घराला भाडं नव्हतं, कारण ते सरकारच्या मालकीचं होतं. घर रेल्वे-मार्गाच्या अगदी बाजूलाच होतं. घराच्या दिशेनं येणारी रेल्वेगाडी डोंगराच्या उंच चढणीवर मोठ्या मुश्किलीनं चढत असे.

"सिग्नलमन अंकल वॅसिली. मी त्यांना डॅडी म्हणत असे. तो प्रेमळ आणि हसतमुख माणूस होता. अतिशय विश्वासू. प्यायलेला असताना तर जास्तच विश्वासू. कोणत्याही अनोळखी माणसाला ते आपल्या अगदी हृदयातलं गुपित मोकळं करून सांगत असत.

"पण सिग्नलवुमन मार्फाला मात्र मी कधीच मदर म्हटलं नाही. कारण मी स्वतःच्या आईला कधी विसरू शकले नाही. मार्फा खरोखरच भयानक बाई होती.

"काळ पुढं सरकत होता. वर्षं निघून गेली. किती, ते मला माहीत नाही. मी थोडी मोठी झाल्यावर गाडीला झेंडी दाखवायचं काम करू लागले. घोड्याला खोगीर घालणं-काढणंही मला येत होतं. मार्फा ऑन्टीनं मला सूत काढायला शिकवलं. घरकाम सगळं मीच करत होते. घराची स्वच्छता, स्वयंपाक. मुख्य म्हणजे पेटियाची देखभाल करत होते. पेटिया मार्फाचा मुलगा. त्याचे पाय अधू आणि वाकडे होते. तीन वर्षांचा असूनही तो चालू शकत नव्हता. मी त्याला कडेवर घेऊन फिरत असे. मार्फा माझ्या सशक्त पायाकडं रागानं बघायची. म्हणायची, पेटियाऐवजी माझेच पाय लंगडेलुळे का नाही झाले! ते आठवलं, की आजही माझ्या अंगावर शहारे येतात. जणू काही मीच त्याच्यावर वाईट करणी केली होती, अशा तऱ्हेनं ती माझा राग करत असे.

"आणि आता मी तुम्हांला जे सांगणार आहे, ते ऐकून तर तुमच्या अंगावर रोमाचं उभे राहतील! तो एन्.ई.पी चा काळ होता. हजार रुबल्सचं मोल एका कोकइतकं होतं. अंकल वॅसिलींनी गाय विकली आणि दोन पोती भरून पैसे आणले. त्यांनी एक दिवस मद्यपान केलं आणि आपण किती श्रीमंत झालो आहोत, ते गावातल्या सगळ्यांना सांगितलं.

"मला आठवतं, तो शरद ऋतूमधला दिवस होता. संध्याकाळ झाली होती. घराचं छप्पर उडून जाईल व इतका सोसाट्याचा वारा सुटला होता. अशा वादळात एक म्हातारी भिकारीण घरासमोर आली. तिचं पोट दुखत होतं. एका हातानं पोट दाबून ती कण्हत-विव्हळत होती. ती म्हणाली, वेदना मला सहन होत नाहीत. पोटात आग पडली आहे. कृपा करून मला हॉस्पिटलमध्ये घेऊन चला. मी पैसे देईन. ती वरचेवर ख्रिस्ताचं नाव घेऊन याचना करत होती.

"डॅडींनी घोड्यावर खोगीर चढवलं, गाडी जुंपली आणि त्या वृद्ध स्त्रीला अकरा मैल दूर असलेल्या हॉस्पिटलमध्ये घेऊन गेले.

"काही वेळानं आम्ही झोपून गेलो. थोडा वेळ गेला नाही, तोच घोड्याचं खिंकाळणं आणि गाडी अंगणात आल्याचा आवाज आला. इतक्या लवकर डॅडी परत येणं शक्यच नव्हतं. पण मार्फा उठली. तिनं जाकीट घातलं, दिवा लावला आणि डॅडीच आले, असं समजून दार वाजण्याची वाटही न बघता दार उघडलं.

"पण ते डॅडी नव्हते. कुणीतरी अनोळखी माणूस होता. काळा आणि भीतिदायक. तो म्हणाला, गाय विकून आलेला पैसा कुठं ठेवला आहे, ते दाखव. मी तुझ्या नवऱ्याला जंगलात ठार केलं आहे. पण तू स्त्री असल्यानं तुला सोडून देईन. फक्त पैसे कुठं आहेत, ते सांग. नाही सांगितलंस, तर परिणाम काय होईल, तुला माहीतच आहे.

"आम्ही सगळे भीतीनं थरथर कापत होतो. आमच्या तोंडून शब्द फुटत नव्हता.

त्यानं सांगितल्याप्रमाणे त्यानं नुकताच अंकल वॅसिलीचा कुऱ्हाडीनं खून केला होता आणि आता हा खुनी आमच्या घरात घुसला होता! आम्ही घरात एकटेच होतो.

''आपला नवरा मेला आहे, हे कळताच मार्फाच्या मनावरचा ताबा सुटला. तिनं स्वतःला त्या माणसाच्या पायांवर झोकून दिलं. ती म्हणाली, माझ्यावर दया करा. मला ठार मारू नका. पैशाबद्दल मला काहीच माहिती नाही. तुम्ही कोणत्या पैशांबद्दल बोलताहात?'

''पण तो सैतान काही एवढा मूर्ख नव्हता. असं बोलून त्याला घालवता येणं शक्यच नव्हतं.

''शेवटी मार्फानं त्याला सांगितलं, की पैसा खाली तळघरात ठेवला आहे. मी तुम्हांला खालच्या पिंजऱ्याचं दार उघडून देते. पण त्यानं त्यातला धोका अचूक हेरला. तो म्हणाला, नाही, तू आधी खाली तळघरात जा. कारण तुला रस्ता माहीत आहे. तू जाऊन पैसे घेऊन ये. तू पैसे आणायला तळघरात गेलीस काय, छपरावर गेलीस काय, मला पर्वा नाही. मला फक्त पैसे हवेत. पण लक्षात ठेव, माझ्याशी युक्त्या लढवण्याचा प्रयत्न करू नकोस. मला मूर्ख बनवू नकोस.

''मार्फा त्याला म्हणाली, मी आनंदानं खाली उतरून पैसे आणले असते. पण माझे पाय ठीक नाहीत. मला जिना चढता-उतरता येत नाही. मी वरच्या पायरीवर उभी राहून तुम्हांला उजेड दाखवते. काळजी करू नका. मी तुमच्याबरोबर माझ्या मुलीला पाठवते. म्हणजे ती मला तळघरात पाठवणार होती!

''ऑन्ट मार्फानं असं म्हटल्याबरोबर मला काय वाटलं, ते सांगायलाच हवं का? मला वाटलं, हाच माझा शेवट. माझ्या डोळ्यांसमोर अंधारी आली. माझे पाय लटपटायला लागले. मला वाटलं, पायांतलं त्राण संपून मी खाली कोसळणार.

''त्या सैतानानं आम्हां दोघींकडं एक दृष्टिक्षेप टाकला. डोळे गरगर फिरवून मार्फाकडं बघून सगळे दात विचकून हसला. तो तिला म्हणाला, मला तुझी सगळी चाल माहीत आहे. मी मार्फाची कोणी नाही, तिच्या रक्ता-मांसाची मुलगी नाही, त्यामुळं त्याच्याबरोबर मीही खाली अडकून मेले, तरी तिला काही वाटणार नाही, हे त्यानं ओळखलं. त्यानं झटकन् पेटियाला पकडलं. त्याला धरून तो तळघराच्या पिंजऱ्यासारख्या दारापाशी गेला आणि तिला म्हणाला, आम्हांला उजेड दाखव आणि तो पेटियाला घेऊन खाली तळघरात गेला.

''मार्फा आधीच या प्रकारानं इतकी भयभीत झाली होती की, तिला काहीच सुचत नव्हतं. तिचं डोकं ठिकाण्यावर नव्हतं. लहानग्या पेटियाला घेऊन तो खाली गेल्याबरोबर तिनं तळघराचं दार जोरात आदळून बंद केलं, त्याला कुलूप लावलं आणि एक अवजड ट्रंक ओढून त्या दाराशी ठेवायला लागली. ती ट्रंक खूप जड असल्यानं तिच्यानं हालेना, म्हणून मला मदतीसाठी तिनं खुणावलं. तिनं ती ट्रंक

योग्य जागी ठेवली आणि स्वतःवरच खूश होऊन त्यावर बसली. वेडी बाई! त्या दरोडेखोरानं आरडाओरडा करायला आणि दारावर धडका मारायला सुरुवात केली. तळघराच्या वरच्या छताची लाकडं खूप जाड असल्यामुळं तो खालून नक्की काय म्हणत होता, ते आम्हांला वर कळत नव्हतं. पण अंदाज करता येत होता. तो म्हणत होता, मला बाहेर काढा नाहीतर मी पेटियाचा खून करीन. आम्हांला घाबरवण्यासाठी पिसाळलेल्या जंगली पशूप्रमाणे तो डरकाळ्या फोडत होता. तुझा मुलगा माझ्या ताब्यात आहे, असं तो म्हणत होता, पण तिला काही उमजतच नव्हतं. ती पेटीवर बसून माझ्याकडं बघून डोळे मिचकावून हसत होती. जणू ती त्याला म्हणत होती, तू काहीही केलंस, तरी हरकत नाही. मी या पेटीवरून हालणार नाही. किल्ल्या माझ्याजवळच ठेवीन.

"मला शक्य ते सगळं मी केलं. मी तिच्या कानात किंचाळून सांगितलं, की तळघराचं दार उघडून पेटियाला वाचव. मी तिला ट्रंकेवरून ओढून बाजूला करण्याचा प्रयत्न केला. पण मला जमलं नाही. कारण ती माझ्यापेक्षा खूप ताकदवान होती, आणि काही ऐकून घ्यायला तयार नव्हती.

"तो खालून वरच्या छताला जोरजोरात धक्के देतच होता. वेळ जात होता आणि मार्फा तशीच बसून होती. माझ्या आयुष्यात मी इतक्या गोष्टी पाहिल्या, इतक्या क्लेशांमधून गेले, पण ही गोष्ट मी कधीच विसरणार नाही. मी जिवंत असेपर्यंत मला पेटियाचा लहानसा क्षीण आवाज आठवत राहील. तो चिमुकला देवदूत! खाली तळघरात तो भेदरून रडत होता, विकल आवाजात ओरडत होता. त्या दुष्ट सैतानानं त्याला गळा दाबून मारून टाकलं.

"मी विचार केला,

"आता मी या वेड्या स्त्रीचं आणि त्या खुनी दरोडेखोराचं काय करू? मला काहीतरी करायलाच हवं होतं. त्याच क्षणी बाहेर आमचा उदेलॉय नावाचा घोडा खिंकाळल्यासारखं मला वाटलं. तो अंगणात अजूनही तसाच उभा होता. खोगीर न काढलेला. जणू तो खिंकाळून मला म्हणत होता, 'चल, आपण इथून पळून जाऊ. तानिया, काही चांगल्या माणसांना शोधू आणि त्यांची मदत घेऊ.' मी खिडकीतून बाहेर पाहिलं. पहाट व्हायला थोडाच अवधी होता. मी मनात म्हटलं, उदेलॉय, तुझी कल्पना चांगली आहे. आपण जाऊ. पण हा विचार मनात येताक्षणीच मला जंगलातून कुणीतरी काही सांगतंय्, असा आवाज आला. तो आवाज म्हणत होता– तानिया, थांब. घाई करू नकोस. तू इथून निघशील, पण वेगळ्या पद्धतीनं आपण ते करू. मला पुन्हा जाणीव झाली, की त्या जंगलात मी एकटी नव्हते. टेकडीच्या खालच्या बाजूला इंजिनाची दीर्घ शिट्टी ऐकू आली. मी ती ओळखली. मालगाड्यांना चढणीवर चढताना मदत करणारं, ढकलून नेणारं ते इंजिन होतं. ते आमच्या गावात

नेहमी तयारच असे. थोडे मालडबे आणि थोडे प्रवासी डबे असलेली ही गाडी रोज रात्री जात असे. ते इंजिन जणू मला खालून बोलावत होतं. तो जिवंत घोडा आणि हे निर्जीव इंजिन माझ्याशी रशियन भाषेत बोलत होतं! मी लक्ष देऊन ऐकलं.

''विचार करण्यात काही अर्थ नव्हता. गाडी जवळ येत होती. विचार करायला वेळही नव्हता. बाहेर अद्याप अंधार असल्यानं मी झटकन कंदील उचलला. घराबाहेर पडून रेल्वेमार्गाच्या बाजूनं धावायला लागले. नंतर रुळांच्या मध्यभागी उभी राहून कंदील वरखाली हलवायला लागले. मी गाडी थांबवली. गाडीचा चालक मला ओळखत होता. त्यानं इंजिनाच्या खिडकीतून डोकं बाहेर काढलं आणि तो काहीतरी ओरडून बोलला. सोसाट्याच्या वाऱ्यामुळं काही ऐकूच आलं नाही.

''मीही ओरडून सांगितलं, आमच्या घरात खुनी दरोडेखोर घुसला आहे. डॅडींचा खून झाला आहे. कॉम्रेड वॅसिली.. सिग्नलमन.. मला मदत करा.

''मी हे सांगत असतानाच रेड आर्मीचे लोक पटापट उड्या मारून खाली उतरले. गाडी का थांबली, त्यांना कळेना. मी त्यांना सर्व सांगितलं. ते आमच्या घरात गेले. त्या खुनी दरोडेखोराला तळघरातून ओढून बाहेर काढलं. तो पेटियापेक्षाही क्षीण आवाजात रडत होता. म्हणत होता, माझ्यावर दया करा. तुम्ही चांगले लोक आहात. मला ठार मारू नका. मी पुन्हा असं करणार नाही. पण त्या रेड सैनिकांनी त्याचे हातपाय रुळांना बांधले आणि त्याच्या अंगावरून गाडी नेली!

''मी अतिशय घाबरले होते. कपडे घेण्यासाठीही मी घरी परत गेले नाही. मी त्यांना मला गाडीत घ्यायची विनंती केली. ती लष्कराची गाडी होती. मी चढले आणि गाडी सुरू झाली. त्या घरापासून मी दूर गेले. त्यानंतर अनाथ मुलांबरोबर हिंडत जवळ जवळ निम्मा देश पालथा घातला. लहानपणी इतकं सगळं भोगल्यावर केवढं सुख मला मिळालं! केवढा आनंद! त्या भ्रमंतीबद्दल मी तुम्हांला नंतर सांगेन. ज्या रात्री मी त्या घरातून निघाले, त्या रात्री एक रेल्वे अधिकारी सरकारी मालमत्तेचा ताबा घ्यायला आमच्या घरी गेला, म्हणतात. मार्फाला वेड्यांच्या इस्पितळात ठेवलं. कुणी म्हणतात, ती बरी झाली, कुणी म्हणतात, ती तिथंच मरण पावली.''

तानियाची ही प्रदीर्घ कहाणी ऐकल्यानंतर मिशा गोर्दन आणि निका दुदोरोव्ह बराच वेळ झाडांखाली शांतपणे फेऱ्या मारत होते. नंतर ट्रक आला. त्यावर खोके आणि पेट्या चढवल्या गेल्या.

गोर्दन म्हणाला,

''तुला कळलं, ही तानिया कोण, ते?''

''होय. नक्कीच कळलं आहे. युरी आणि लाराची मुलगी.''

थोडा वेळ थांबून गोर्दन म्हणाला,

''इव्हग्राफ तिची काळजी घेईल. तिला सांभाळील, उच्च आदर्श अधोगतीला

जाऊन त्याचं रूपांतर ओबडधोबड भौतिकवादात झाल्याचं इतिहासात नेहमीच घडत आलं आहे. रशियन प्रबोधनाची रशियन क्रांती झाली. पण या दोन कालखंडांमध्ये फार फरक आहे. कुठंतरी ब्लॉकनं म्हटलं आहे. 'आपण रशियाच्या सर्वांत भयानक कालखंडातील मुलं आहोत.' ब्लॉकला रूपकात्मक अर्थ अभिप्रेत होता. मुलं म्हणजे फक्त मुलं नव्हती. मुलं म्हणजे मुलगे, वंशज, बुद्धिजीवी वर्ग. आज तो रूपकात्मक अर्थ अक्षरशः खरा ठरला आहे. मुलं मुलंच आहेत आणि दहशत भयानकच आहे. इथं फरक आहे.''

त्यानंतर पाच किंवा दहा वर्षांनी उन्हाळ्यातल्या एका शांत संध्याकाळी गोर्दन आणि दुदोरोव्ह पुन्हा एकत्र आले. ते मॉस्कोमधल्या एका उंच इमारतीत खिडकीपाशी बसले होते. दृष्टी पोहोचत होती, तिथवर संध्याकाळच्या धूसरपणात खाली मॉस्कोचा विस्तार दिसत होता.

युरीच्या लेखनाच्या कात्रणांची वही ते चाळत होते. इव्हग्राफनं लिखाण एकत्र जुळवून छान पुस्तकवजा कात्रणांची वही तयार केली होती. तेही त्या दोघांनी इतक्या वेळा वाचली होती, की त्यांना पाठ झालं होती. दोघं वाचत होते, विचार करत होते, बोलत होते. अंधार वाढला तेव्हा त्यांनी दिवा लावला.

त्यांच्या दृष्टीसमोर जे मॉस्को पसरलं होतं, ते युरीचं शहर होतं. निम्मं आयुष्य त्यानं याच शहरात घालवलं होतं. हे शहर म्हणजे युरीशी संबंधित घटनांची रंगभूमी नव्हती, तर युरीच्या प्रदीर्घ कहाणीतली प्रमुख व्यक्तिरेखा होती. पुस्तक हातांत घेऊन त्या संध्याकाळी मिशा आणि निका या कहाणीच्या शेवटापर्यंत पोहोचले होते.

दुसरं महायुद्ध संपल्यावर विश्राम आणि स्वातंत्र्य मिळेल, अशी अपेक्षा होती, पण तसं घडलं मात्र नव्हतं. विजयानं या दोन्ही गोष्टी आणल्या नसल्या, तरी स्वातंत्र्याची भाकितं हवेत भरून राहिली होती.

ते दोन जुने वृद्ध मित्र खिडकीपाशी बसले होते. त्यांना वाटत होतं, आत्म्याचं स्वातंत्र्य आधीपासून होतंच. जणू त्या संध्याकाळी भविष्यकाळ सावकाशपणे खालच्या रस्त्यावरून पुढं चालला होता. त्या दोघांनी मनानं त्यात प्रवेश केला आणि ते त्या भविष्यकाळाचा भाग बनून गेले.

या पवित्र शहराचा, संपूर्ण पृथ्वीचा आणि अद्यापही जिवंत असलेल्या या कहाणीतल्या व्यक्तिरेखांचा, त्यांच्या मुलांचा विचार करत असताना दोघांची मनं ऋजुतेनं आणि शांततेनं भरून गेली. सभोवताल आणि दूरवर तरंगत असलेल्या सुखाच्या संगतीनं त्यांना वेढून टाकलं. हातांतलं युरीचं पुस्तकही त्यांच्या भावनांना पुष्टी देत होतं.

◆